अजेय

दुर्योधनाचे महाभारत

खेळ फाशांचा

आनंद नीलकंठन

अनुवाद : प्रियंका कुलकर्णी

MANJUL
मंजुल पब्लिशिंग हाउस

MANJUL

मंजुल पब्लिशिंग हाउस

पुणे संपादकीय कार्यालय

फ्लॅट नं. 1, पहिला मजला, समर्थ अपार्टमेंट्स, 1031,
टिळक रोड, पुणे - 411 002

व्यावसायिक आणि संपादकीय कार्यालय

दुसरा मजला, उषा प्रीत कॉम्प्लेक्स, 42 मालवीय नगर, भोपाळ - 462 003

विक्री आणि विपणन कार्यालय

7/32, तळमजला, अंसारी रोड, दर्यागंज, नवी दिल्ली - 110 002
www.manjulindia.com

वितरण केंद्रे

अहमदाबाद, बेंगलुरू, भोपाळ, कोलकाता, चेन्नई,
हैदराबाद, मुंबई, नवी दिल्ली, पुणे

आनंद नीलकंठन लिखित *अजय : एपिक ऑफ द कौरव क्लॅन - बुक 1*
या मूळ इंग्रजी पुस्तकाचा मराठी अनुवाद

मूळ इंग्रजी पुस्तक हे प्लॅटिनम प्रेस तर्फे
(लीडस्टार्ट पब्लिशिंग प्रा. लि. यांचा इंप्रिंट) प्रकाशित झाले आहे

कॉपीराइट © कथालेखन : आनंद नीलकंठन, 2013

कॉपीराइट © रेखाचित्रे : लीडस्टार्ट पब्लिशिंग, 2013

प्रस्तुत मराठी आवृत्ती 2018 साली प्रथम प्रकाशित

ISBN : 978-93-87383-42-5

मराठी अनुवाद : प्रियंका कुलकर्णी

मुद्रण व बाइंडिंग : रेप्लिका प्रेस प्रा. लि.

माझी अर्पणा
आणि आमचे अनन्या व अभिनव
ह्यांना

लेखकाविषयी

केरळ राज्यातील कोचीनच्या बाह्यभागातील त्रिपुणितुरा नामक एका लहानशा विलक्षण खेडात माझा जन्म झाला. वेंबनाड तलावापलीकडे एर्नाकुलमच्या मुख्य भूभागाच्या पूर्वेस स्थित ह्या खेडाचे वैशिष्टय म्हणजे येथे कोचीन राजघराणे वसले होते. परंतु येथील १०० हून अधिक मंदिरे, येथे निपजलेले विविध शास्त्रीय कलाकार आणि येथील संगीत घराणे यासाठी ते अधिक प्रसिद्ध आहे. मंदिरातून येणारा चेंडवाद्याचा पुसट ठेका आणि संगीत विद्यालयाच्या भक्कम भिंती ओलांडून येणारे बासरीचे सूर ऐकत व्यतीत केलेल्या अनेक सायंकाळी मला आठवतात. परंतु गल्फमधील पैसा आणि कोचीन शहराचा झपाट्याने झालेला विस्तार ह्यांमुळे त्या जुन्या जगातील मंत्रमुग्ध वातावरणाचा अंश पार पुसून गेला आहे. आता त्या खेडाचा विकास होऊन त्या जागी एक सर्वसामान्य, निमशहरी बेकार ठिकाण अस्तित्वात आले आहे– ज्याची अनेक प्रतिरुपे भारतभर विखुरलेली आहेत.

गरजेपेक्षा अधिकच असंख्य मंदिरे असणाऱ्या खेडात मी वाढलो. त्यामुळे पुराणकथांनी मला बालपणी झपाटून टाकावे ह्यात नवल नाही. परंतु गंमत म्हणजे मला खलनायक अधिक आवडत. माझे आयुष्य पुढे सुरू राहिले... मी इंजिनीयर झालो, इंडियन ऑईल कार्पोरेशनमध्ये नोकरी धरली. बंगळुरुमध्ये स्थलांतरित झालो. अर्पणाशी विवाह केला आणि मुलगी अनन्या आणि मुलगा अभिनवचा जन्म झाला. परंतु गतकाळातील आठवणी माझी पाठ सोडेनात. पराभूतांच्या आणि शापितांच्या गोष्टी सांगण्याची उर्मी जागृत झाली; आपल्या पुराणकथनाची पारंपरिक पद्धत निमूटपणे मान्य केल्यामुळे दुर्लक्षित राहिलेल्या मूक नायकांना संजीवन देण्याची उर्मी जागृत झाली.

हे माझे दुसरे पुस्तक आहे. माझे पहिले पुस्तक ASURA Tale Of The Vanquished (प्लॅटिनम प्रेस २०१२) देशपातळीवरील प्रथम क्रमांकाचे बेस्टसेलर ठरले होते. त्याच्या उत्तुंग यशानंतर हे पुस्तक येत आहे.

आनंद नीलकंठन यांचे संपर्कस्थळ – mail@asura.co.in

अनुक्रमणिका

लेखकाचे मनोगत

दुर्योधनावर लेखन करण्याचे कारण

अनेक वर्षांपूर्वी मी एक असे दृश्य पाहिले आहे जे माझ्या वाचकांनी पाहणे तर राहोच, ऐकलेही नसावे. त्या दिवशी एक भव्य सोहळा होता. उष्णकटीबंधीय प्रदेशात तळपणाऱ्या मध्यान्हीच्या सूर्याचाही सर्वत्र भरून राहिलेल्या त्या उत्सवी वातावरणावर काहीच परिणाम झालेला नव्हता. मिरवणूक पाहण्यासाठी आणि मंदिरात अधिष्ठित देवतेस आदरांजली अर्पण करण्यासाठी एक लाखाहून अधिक संख्येने भाविक उपस्थित होते. भाविकांमध्ये सर्व जातिकुळातील व्यक्ती होत्या आणि त्यांचा उत्साह थक्क करणारा होता. गंमत म्हणजे हा भव्य उत्सव अशा मनुष्याच्या सन्मानार्थ होता ज्याला, माझ्या मते, अत्यल्प प्रशंसक असतील. केरळमधील पोरुवाझी खेड्यातील मालंद मंदिरातील ती देवता म्हणजे भारतीय पुराणातील सर्वाधिक निंद्य खलनायक दुर्योधन होता. भक्तगणांच्या सांगण्याप्रमाणे ह्या मिरवणुकीची परंपरा अनेक शतकांपूर्वीपासूनची, थेट महाभारतापासूनची आहे.

त्या मंदिराविषयी एक अद्भुत कथा आहे. अज्ञातवासातील पांडवांच्या शोधात दुर्योधन ह्या खेडात पोहोचला. तहानेने व्याकुळ होत त्याने एका वृद्ध स्त्रीकडे पाणी मागितले. तिने हातातील तोडीचे पेय त्याला पटकन दिले. तृषार्त राजपुत्राने ते पिऊन तृप्ततेचा ढेकर दिला. त्यावेळी त्या स्त्रीच्या ध्यानात आले की हा एक क्षत्रिय योद्धा आहे आणि आपल्यासारख्या अस्पृश्य कुरुथी स्त्रीने दिलेले पेय प्यायल्याने त्याचे कुल भ्रष्ट होईल. हातून घडलेल्या कृत्याने ती घाबरली. सत्य सांगितल्यास तो क्षत्रिय राजपुत्र आपल्याला मृत्युदंडही देईल ह्याची तिला खात्री होती. परंतु आपल्यावर विश्वास टाकणाऱ्या मनुष्याला फसविण्याची इच्छा नसल्याने, स्वतःच्या प्राणाची पर्वा न करता तिने तिचा अपराध कबूल केला. शिक्षेच्या अपेक्षेत उभी असताना दुर्योधनाच्या प्रतिक्रियेमुळे ती चकित झाली. "माते," तो म्हणाला, "क्षुधा आणि तृषेला जातपात नसते. एका तृषार्त मनुष्याच्या आवश्यकतेस तू स्वतःच्या प्राणाहून अधिक प्राधान्य दिलेस, तू धन्य आहेस."

सर्व खेडूत ह्या उच्चकुलीन मनुष्यास पाहण्यास धावले. इतर उर्मट उच्चकुलीन त्या खेडूतांना केवळ शिक्षा देण्यासाठी किंवा त्यांना किडामुंगीप्रमाणे वागविण्यासाठी तेथे येत. त्यांच्यापेक्षा हा मनुष्य खूपच वेगळा होता. हस्तिनापुराच्या त्या राजपुत्राने आसपासच्या गावांसाठी तेथे एक मंदिर बांधण्याची घोषणा केली. त्या मंदिरात देवतेची मूर्ती नसेल, एक अस्पृश्य त्या मंदिराचा पुजारी असेल असे त्याने सांगितले. आजतागायत त्या वृद्ध स्त्रीचे वंशज वारसा हक्काने त्या मंदिराचे पुजारी म्हणून काम करतात. मंदिरात देवतेची मूर्ती नाही. त्याऐवजी दुर्योधन ही येथील प्रमुख देवता आहे. त्याची पत्नी भानुमती आणि माता

गांधारी आणि मित्र कर्ण ह्या परिसरदेवता आहेत. दीनदुबळ्यांच्या रक्षणासाठी दुर्योधनाचा आत्मा तेथे वास करून आहे असे म्हणतात. निराधारांच्या किंवा दारिद्र्याने, दुःखाने किंवा सामर्थ्यशाली लोकांकडून होणाऱ्या पीडेने गांजलेल्यांच्या प्रार्थनेस तो उत्तर देतो. ही देवता दुर्बलांचे व शोषितांचे रक्षण करते.

कथा ऐकताच मी प्रथम त्यावर अविश्वास दाखवला. हजारो वर्षांपूर्वी देशाच्या अतिउत्तर सीमेवरील हस्तिनापुराचा राजपुत्र जवळपास ३००० कि.मी. इतके मोठे अंतर पार करून भारताच्या दक्षिण टोकावरील खेड्यात का येईल? ह्या प्रश्नाच्या उत्तराने मला चपराक दिली. खेडुतांनी मला विचारले, आदि शंकराचार्यांनी ३२ वर्षांच्या लहानशा आयुष्यात केरळ ते केदारनाथ किंवा बद्रीनाथचा प्रवास कैक वेळा का केला असावा? ह्यामुळे मला त्वरित घरी धाव घेऊन, शतकानुशतके असंख्य लेखकांना प्रेरणा देणारे महाभारत पुन्हा वाचण्यास भाग पाडले. पोरुवाझीच्या ग्रामस्थांच्या दृष्टीतून त्या कौरव राजपुत्रास पाहण्यास सुरुवात केल्यानंतर दुर्योधनाची वेगळीच प्रतिमा मला दिसू लागली– परंपरागत मौखिक कथांमधून किंवा लोकप्रिय टेलिव्हिजन मालिकांमधून दिसणाऱ्या कारस्थानी, कोपिष्ट व उर्मट खलनायकाच्या प्रतिमेपासून खूपच वेगळी! त्याऐवजी तेथे एक कमालीचा प्रामाणिक राजपुत्र होता– शूर आणि स्वतंत्र, स्वतःच्या तत्त्वांसाठी लढण्यास तयार असणारा! आपली चुलतभावंडे पांडव ह्यांच्यामध्ये दैवी अंश आहे ह्यावर त्याचा कधीच विश्वास नव्हता. आधुनिक लोकांना तो अतिरंजित दावा आणि सद्यकाळी भोळ्याभाबड्या जनतेस फसविण्यासाठी केल्या जाणाऱ्या राजनैतिक प्रचारामध्ये खूपच साधर्म्य जाणवेल.

जेव्हा कर्णाचा कुळावरून अपमान केला गेला, तेव्हा त्याच्या आयुष्याच्या निर्णायक क्षणी दुर्योधनाने त्याला अंगदेशाचा राजा बनविले. ह्या प्रसंगातून दुर्योधनाचे खरे व्यक्तिमत्व दिसते. कौरव राजपुत्राने एका सूताला राजा करून रुढी–परंपरांना आव्हान दिले आणि तेही स्वार्थी हेतु नसताना! त्याचे एकलव्याशी वर्तन, सुभद्रेकरिता युद्ध करण्यास दिलेला नकार, पांडवांशी दोन हात करण्याचे दाखविलेले धाडस आणि मित्रांवरील अढळ विश्वास; ह्या सर्वांमुळे तो एखाद्या नीच खलनायकाऐवजी नायकाप्रमाणे वाटतो. द्रौपदीशी केलेल्या वर्तनाचे तो कधीच समर्थन करीत नाही. त्याच्या दोषांमुळे तो अधिक मानवसदृश वाटतो, विश्वासार्ह वाटतो. नाहीतर अन्य कथानायक स्वतःच्या कृतीच्या समर्थनार्थ धर्म, चमत्कार आणि देवत्वाची झूल पांघरतात. पांडव आणि कृष्णाच्या कार्याची प्रशंसा करण्यासाठी अनेक ग्रंथ लिहिले गेले. कर्ण आणि द्रौपदीवरही उदंड लेखन झाले आहे. भीम, अर्जुन आणि कुंतीविषयी स्थानिक भाषेत सर्वोत्कृष्ट साहित्य आहे. परंतु दुर्योधनाच्या अखेरच्या क्षणांविषयी भासलिखीत 'उरुभंग' ह्या संस्कृत अभिजात नाटकाव्यतिरिक्त आणि मध्ययुगीन कन्नड कवी राण्णा ह्यांच्या 'गदायुद्ध' ह्या काव्याव्यतिरिक्त इतर कुणी लेखकाने हस्तिनापुराच्या ह्या युवराजाविषयी सहानुभूती दाखवलेली नाही.

'अजेय' हे पुस्तक म्हणजे युद्धात पराजित झालेल्या पक्षाच्या मनःस्थितीतून 'महाभारत' पाहण्याचा प्रयत्न आहे. 'दुर्योधन' ह्या शब्दाचा एक अर्थ आहे – ज्यावर

विजय मिळवणे कठीण आहे असा. म्हणजेच अजेय (अजिंक्य). त्याचे खरे नाव सुयोधन असूनही पांडव त्याचा उल्लेख करताना सामर्थ्य नसणारा किंवा शस्त्रे वापरण्याचे ज्ञान नसणारा असा अर्थ दर्शविणारा मानहानीकारक 'दुर्' उपसर्ग वापरत. दुर्योधनाच्या कथेत कर्ण, अश्वत्थामा, एकलव्य, भीष्म, द्रोण, शकुनी आणि इतर अनेक जणांच्या कथेचा समावेश आहे. पराभूत, अपमानित, शोषित असे हे इतरेजन दैवी हस्तक्षेपाची अपेक्षा न बाळगता लढले; कारण त्यांचा स्वतःच्या न्याय्य ध्येयावर पूर्ण विश्वास होता. पोरुवाझीच्या हिरव्यागार भातशेतीतून, दुपारी दमट वातावरणात सुयोधनाच्या सन्मानार्थ आयोजित मिरवणूक चाललेली असताना एका खेडूताने एक साधा प्रश्न विचारून मला निरुत्तर केले होते. कदाचित 'अजेय' हे माझे त्या खेडूताला उशीराने दिलेले उत्तर असावे. त्या खेडूताचा प्रश्न होता : आमची देवता दुर्योधन जर एक पापी मनुष्य होता, तर भीष्म, द्रोण, कृपांसारख्या महान व्यक्ती आणि कृष्णाच्या संपूर्ण सैन्याने त्याच्या बाजूने युद्ध का केले?

निवडक व्यक्तिरेखांचा परिचय

भीष्म : कुरू वंशाचे महाधिपती आणि पांडव–कौरव दोहोंचेही पितामह. गंगादत्त देवव्रत ह्या नावानेही ओळखले जात. सत्यवती ह्या कोळी कन्येने (हिला लग्नापूर्वी झालेला कृष्ण द्वैपायन वेदव्यास नामक अन्य एक पुत्र होता) भीष्मांच्या पित्याशी विवाह करण्यास मान्यता देण्यापूर्वी एक अट घातली होती. त्यानुसार त्यांनी ब्रह्मचर्याची प्रतिज्ञा केली आणि सिंहासनावरील अधिकाराचा त्याग केला. त्यामुळे त्यांना भीष्म किंवा महाधिपती असे नाव पडले. ह्याच नावाने ह्या लिखाणात त्यांचा उल्लेख केलेला आहे.

विदुर : भीष्मांच्या तीन पुतण्यांपैकी सर्वात कनिष्ठ पुतणा. नीच कुळातील दासी स्त्री आणि वेदव्यास ऋषि ह्यांचा पुत्र. सुप्रसिद्ध विद्वान आणि सभ्य मनुष्य, परंतु हीन कुलीन. हस्तिनापुराचे प्रधानमंत्री आणि महाधिपतींचे विवेकी सल्लागार.

पार्श्वी : विदुरांची पत्नी.

धृतराष्ट्र : वेदव्यासांचा पुत्र. अंध. परंतु हस्तिनापुराचा कायदेशीर वारस राजा आणि कौरवांचा पिता. अंधत्वामुळे त्यास सिंहासनापासून वंचित ठेवल्याने त्याच्याऐवजी पंडु (त्याचा नपुंसक कनिष्ठ बंधू) राज्य करतो. पंडुच्या मृत्युनंतर धृतराष्ट्र नामधारी राजा बनतो आणि भीष्म महाधिपती म्हणून कामकाज पाहतात.

पंडु : धृतराष्ट्राचा कनिष्ठ बंधू आणि अकाली मृत्युपूर्वी अल्पकाळ हस्तिनापुराचा राजा. ह्याला नपुंसकत्वाचा शाप असल्याने ह्याच्या दोन पत्नींना – कुंती आणि माद्री ह्यांना – ऋषि आणि देवांपासून गर्भ राहिले. परंतु त्यांच्या पाच पुत्रांमध्ये दैवी अंश नाही ह्याविषयी पुरेसे संकेत महाभारतात उपलब्ध आहेत. त्या पुत्रांचा जन्मदाता पंडु नसला तरी त्यांना पांडव म्हटले जाते. माद्रीशी संभोग करण्याचा प्रयत्न करताना पंडुचा मृत्यू होतो. माद्री त्याच्यासह सती जाते आणि पाचही पुत्रांचा कुंती सांभाळ करते.

कुंती : पंडुची प्रथम पत्नी आणि पांडवांची माता. तिने एका अनौरस पुत्रासही जन्म दिला होता. ती महत्वाकांक्षी, कठोर आणि स्वाभिमानी आहे. युधिष्ठिराला हस्तिनापुराचा उत्तराधिकारी बनविण्याचा तिचा निर्धार आहे.

पांडव (पंडुचे पाच पुत्र) :

- **युधिष्ठिर (धर्मपुत्र) :** सर्वात ज्येष्ठ. धर्म किंवा मृत्युदेवता यमापासून कुंतीस गर्भधारणा होऊन ह्याचा जन्म झाला. हा पंडुचा पुत्र आहे, ह्यात दैवी अंश आहे आणि हा युवराज सुयोधनाहून एक दिवसाने ज्येष्ठ आहे; ह्या तीन तथ्यांवर विसंबून हा हस्तिनापुराच्या राजसिंहासनावर अधिकार सांगतो. संपूर्ण महाभारत ह्याच अपघाती जन्माभोवती फिरत राहते.

- **भीम :** कुंतीची पुढील दैवी संतती. हा युवराजाचा कर शत्रू आहे. अमानुष बळ आणि त्याचा आपल्या बंधुंसाठी उपयोग करण्याची त्याची इच्छा ह्यासाठी प्रसिद्ध.
- **अर्जुन :** कुंतीच्या तीन सुदैवी पुत्रांपैकी सर्वात कनिष्ठ. हा एक महान धनुर्धारी आणि योद्धा आहे. कौरवांविरुद्ध युद्ध जिंकण्यासाठी युधिष्ठिराची सर्व भिस्त ह्याच्यावरच आहे.
- **नकुल आणि सहदेव :** माद्रीचे जुळे पुत्र. ह्यांमध्येही दैवी अंश आहे. आपल्या तीन वडील बंधुंचे समर्थक म्हणून ह्या पुराणकथेत त्यांची गौण भूमिका आहे.

द्रौपदी : सर्व पाच पांडवांची सामायिक पत्नी. दृष्टद्युम्न हा तिचा भाऊ आणि शिखंडी – एक तृतीयपंथी – हा एक दत्तक भावंड आहे. ती भावुक आहे आणि अपमान सहन करू शकत नाही. ही स्त्री असली तरी दृढनिश्चयी असल्याने पांडव पक्षातील खरा पुरुष तीच आहे.

गांधारी : गांधारदेशाची राजकन्या. आपला अंध पुतणा धृतराष्ट्राशी हिचा विवाह लावण्यासाठी भीष्म हिचे अपहरण करतात. आपल्या पतीचे अंधत्व वाटून घेण्यासाठी हिनेही स्वेच्छेने स्वत:च्या डोळ्यांवर पट्टी बांधली. युवराज सुयोधन आणि त्याचे बंधू, कौरव ह्यांची ही माता. शकुनी हा तिचा भाऊ.

शकुनी : गांधार राजपुत्र. महाराज्ञी गांधारीचा कनिष्ठ बंधू आणि कौरवांचा मामा. भीष्माने ह्यांचे राज्य जिंकून घेतले. ह्याच्या पित्याची अन् बंधुंची हत्या केली आणि बहिणीचे अपहरण केले. त्याचा सूड घेण्यासाठी भारतवर्षातील सर्व राज्यांचा विनाश करणे ही ह्याची एकमेव महत्वाकांक्षा आहे. द्यूत आणि कटकारस्थाने ह्यात हा प्रवीण आहे. मृत पित्याच्या मांडीच्या हाडापासून बनविलेले फासे हा नेहमी जवळ बाळगतो.

कौरव : कुरु वंशाचे अखेरचे कायदेशीर वंशज. विंध्य पर्वतरांगांच्या उत्तरेकडील सर्व राज्यांवर कुरुवंशाची सार्वभौम सत्ता आहे. युवराज आणि त्याच्या शंभर भावंडांनी आपल्या न्याय्य हक्कांचे रक्षण करण्याचा दृढ निश्चय केला आहे.

- **सुयोधन :** ह्यास सामान्यपणे 'दुर्योधन' म्हटले जाते. ('सामर्थ्य किंवा शस्त्रे वापरण्याचे ज्ञान नसणारा' असा अर्थ सूचित करणारे मानहानीकारक नाव.) त्याच्या निंदकांनी त्याला हे नाव दिलेले आहे. कौरवांमध्ये सर्वात ज्येष्ठ. धृतराष्ट्र आणि गांधारीचा प्रथम पुत्र. तो हस्तिनापुराचा कायदेशीर युवराज आहे. ह्या पुस्तकात सुयोधनाने आपला जन्मसिद्ध हक्क मिळवण्यासाठी केलेल्या संघर्षाची कहाणी आहे. 'रामायणा'तील रावणानंतर हा भारतीय पुराणकथातील सर्वाधिक लोकप्रिय खलनायक आहे. परंतु येथे तो आपल्याला राजनिष्ठ, उदार आणि क्वचित उतावीळ आणि उद्धट स्वरुपात दिसेल. परंपरागत चालत आलेले अतार्किक विचार आणि रुढींना विरोध करण्याची त्याची मनोवृत्ती आहे.
- **सुशासन :** सुयोधनाचा पाठचा बंधू. हा दु:शासन ह्या नावाने प्रसिद्ध आहे.

- **सुशला :** कौरवांमधील एकमेव कन्या. ती दुःशला ह्या नावाने ओळखली जाते. ती सिंधराज जयद्रथाची प्रिय पत्नी आहे.

जयद्रथ : सिंध प्रदेशाचा राजा. सुयोधनाचा मेहुणा आणि एकनिष्ठ मित्र.

अश्वत्थामा : सुयोधनाचा जिवलग मित्र आणि गुरु द्रोणांचा पुत्र. हा ब्राह्मण युवक रुढींच्या अंधानुकरणास नकार देतो. सुयोधनाचे कार्यध्येय योग्य आहे असा त्याचा विश्वास आहे. त्यासाठी आपल्या थोर पित्याविरुद्ध संघर्षाचीही ह्याची तयारी आहे. तो अर्जुनाला आपला कडवा शत्रू मानतो.

गुरु द्रोण : कौरव-पांडवांचे शिक्षक, अश्वत्थाम्याचा पिता. अर्जुनाला विश्वातील सर्वश्रेष्ठ धनुर्धर बनविण्यासाठी ह्यांची काहीही करण्याची तयारी आहे. आपल्या शिष्यांवरील त्यांचे प्रेम प्रसिद्ध आहे. केवळ अश्वत्थाम्यावर त्यांचे ह्याहून किंचित अधिक प्रेम आहे. निखळ सनातनी असल्याने ते आपल्या ज्ञातिचे श्रेष्ठत्व मानतात. नीचकुलोत्पन्नांना शिक्षणाचा अधिकार नाही असे त्यांचे मत आहे. पूर्वायुष्यातील दारिद्र्याचा ह्यांना विसर पडू शकत नाही.

एकलव्य : एक आदिवासी युवक. ह्याला योद्धा बनण्याची आस आहे. आपल्या लोकांना प्रतिष्ठा मिळवून देण्यासाठी प्राणही देण्याची ह्याची तयारी आहे.

कर्ण : नीच कुलोत्पन्न सूत आणि सारथीपुत्र. निष्णात योद्धा बनण्यासाठी दूर दक्षिणेस जातो. उदार, दानशूर आणि दैवी वरदहस्त मिळालेला आहे. अर्जुनाचे आव्हान पेलू शकेल असा सुयोधनाच्या पक्षातील एकमेव. हीन कुळात जन्म झाल्याने द्रौपदी ह्याचा अपमान करते. परंतु सुयोधन ह्याला पाठिंबा देतो.

परशुराम : द्रोण, कृप आणि कर्ण ह्यांचे गुरू. महाधिपतींचे प्रथमतः मित्र, परंतु नंतर शत्रू. दक्षिण संयुक्त राज्याचे सर्वोच्च आध्यात्मिक प्रमुख. विक्षिप्त ब्राह्मण आणि समकालीन सर्वश्रेष्ठ जीवीत योद्धा. कर्णाने त्यांना कुळावरून फसविल्याने ते त्याला शाप देतात. हस्तिनापुराचा पराभव करून संपूर्ण भारतावर अधिपत्य करण्याची ह्यांची इच्छा आहे. अनेक वर्षांपूर्वी महाधिपतींशी केलेल्या शांतता कराराविषयी आता ह्यांना पश्चाताप होत आहे आणि एक महायुद्ध छेडण्याची ते संधी पाहत आहेत.

कृप : विलक्षण बुद्धिमान आणि विद्वान ब्राह्मण योद्धा, ह्यांचा वर्णव्यवस्थेवर विश्वास नाही. हा द्रोणांचा मेहुणा (आणि विरोधक) आहे आणि अश्वत्थाम्याचा मामा आहे. त्याला सुयोधनाचे विचार पटतात. बंधनमुक्त आणि निष्काळजी असल्याने उद्धट वाटावा इतका स्पष्टवक्ता. परंतु ह्याच्या कठोर बाह्यरुपाखाली दयाळू अंतःकरण आहे. ज्ञानाचे विनाशुल्क हस्तांतरण झाले पाहिजे असे ह्यांचे मत आहे.

बलराम : यादव वंशप्रमुख. आदर्शवादी. आपल्या प्रजेला संपन्न बनवू इच्छितो. सर्व लोक समान आहेत असे ह्यांचे मत आहे. शेती आणि व्यापाराने प्रगती साधण्यास उत्सुक. युद्धविरोधी, शांततावादी. त्यांनी भारताच्या पश्चिम किनाऱ्यावर एक आदर्श नगर वसविले. तेथे त्यांनी आपली आदर्श तत्त्वे प्रत्यक्षात राबविली. स्वतःच्या तत्त्वांशी

तडजोड न करता राज्यकारभार करता येतो हे ह्यांना सिद्ध करावयाचे आहे. हा कृष्ण आणि सुभद्रेचा ज्येष्ठ बंधू आहे. हा सुयोधनाचा गुरू आणि मार्गदर्शकही आहे. कर्णासारख्या व्यक्तींना कुळामुळे पडणाऱ्या मर्यादा ओलांडण्याची प्रेरणा देतो.

कृष्ण : यादव राजपुत्र. हिंदु धर्मातील त्रिमूर्ती संकल्पनेनुसार हा विष्णुचा अवतार आहे. दुष्टांपासून जगाचे संरक्षण करण्यासाठी आपण जन्म घेतलेला आहे असे हा मानतो. हा अर्जुनाचा मेहुणा आणि मार्गदर्शक आहे. सर्व अराजक समाप्त करण्यासाठी आणि धर्माच्या पुनर्स्थापनेसाठी महायुद्धाविना पर्याय नाही असे ह्याचे मत आहे. जरासंध, सुयोधन, कर्ण, एकलव्य आणि चार्वाकासारख्या मनुष्यांच्या आव्हानास ह्याने तोंड दिले.

सुभद्रा : सुयोधनाची प्रथम प्रेयसी– परंतु नंतर त्याचा हाडवैरी अर्जुनाची पत्नी.

तक्षक : विद्रोही नागांचा प्रमुख. शूद्र आणि अस्पृश्य सत्ताधारी बनतील आणि उच्च कुलोत्पन्न सेवक बनतील अशी क्रांती करण्याची ह्याची इच्छा आहे. हा एक क्रूर योद्धा आहे आणि अहंकारी, उन्मादी, भावी हुकूमशहा.

वासुकी : पदच्युत नागराज. हा वृद्ध आणि निर्बल आहे. परंतु पुन्हा राजपद उपभोगण्याची ह्याची तीव्र इच्छा आहे. तक्षक लोकांना विनाशाकडे नेत आहे असे ह्याचे मत आहे.

जरासंध : मगधराज. ह्याच्या राज्यात कुलाऐवजी गुणवत्तेला प्राधान्य दिले जाते.

सेनापती हिरण्यधनुष्य : एकलव्याचा पिता आणि जरासंधाच्या सैन्याचा सेनापती. निषादासारख्या हीन कुळात जन्मूनही गुणवत्ता आणि जरासंधाशी मैत्री ह्यामुळे उच्चपदी पोहोचलेला.

मयासुर : महान वास्तुशिल्पकार. नीच कुलोत्पन्न असुर.

इंद्र : सुविख्यात देव साम्राज्यातील अखेरचा राजा. अरण्यात कष्टाने जीवन व्यतीत करतो. आपला पुत्र अर्जुनासाठी गुप्त शस्त्र तयार करण्याची ह्याची इच्छा आहे. अन्यथा आपल्या पुत्राचा पराभव होईल अशी ह्याला भीती वाटते.

धौम्य : महत्वाकांक्षी आणि सदसद्विवेकबुद्धी नसणारा पुरोहित. हा हस्तिनापुरात परशुरामाचे डोळे, कान आणि हाताचे काम करतो. ह्याला एका अशा परिपूर्ण समाजाची आस आहे जेथे पुरोहित निर्णय घेतील आणि इतर सर्वजण तो मान्य करतील. हा कुंती आणि युधिष्ठिराचा प्रमुख सल्लागार आहे.

पुरोचन : भ्रष्ट परंतु कार्यक्षम अधिकारी. शकुनीच्या संगनमताने कार्य करतो.

दुर्जय : गलिच्छ वस्तीतील मनुष्य. हा हस्तिनापुरातील अवैध उद्योग जगताचा प्रमुख आहे. हा दंगली घडवून आणतो. गांधार राजपुत्र शकुनी ह्याला पैसा पुरवतो.

कृष्ण (रंगाने काळे) द्वैपायन (बेटावर जन्मलेले) वेदव्यास (वेदांचे निर्माते) : महान तत्त्वज्ञ, महाभारत, महाभागवत (जगातील सर्वात दीर्घ महाकाव्य) आणि अठरा पुराणांचे लेखक. ह्यांनी वेदांचे संकलन आणि संपादन केले. ह्यांना सर्व लेखकांचा

आद्यऋषि मानले जाते. सत्यवती- कोळीण- आणि पाराशरांचा पुत्र. महाधिपतींचा सावत्र भाऊ. त्यामुळे महाभारतातील सर्व प्रमुख पात्रांचे हेही पणजोबा (पितामह) आहेत.

आणि अखेरीस, ह्या पुस्तकातील सर्वात गौण पात्रे :

जर आणि त्याचा अंध श्वान धर्म : जर एक विद्रूप भिक्षुक आहे. आपले अंध श्वान धर्मासह भारतातील रस्त्यांवर राहतो. अशिक्षित, अज्ञानी, दुर्बल आणि अतिदरिद्री अशा जराचा कृष्णाच्या देवत्वावर विश्वास आहे. त्या अवताराचा तो परमभक्त आहे. अस्पृश्य असल्याने त्याला सर्वांची उपेक्षा आणि धि:कार सहन करावा लागतो. तरीही प्रिय परमात्म्याच्या आशीर्वादाचा तो आनंदाने स्वीकार करतो आणि आनंदात जगतो.

महाभारताच्या मूळ कथेतून प्रासंगिक वंशावळ

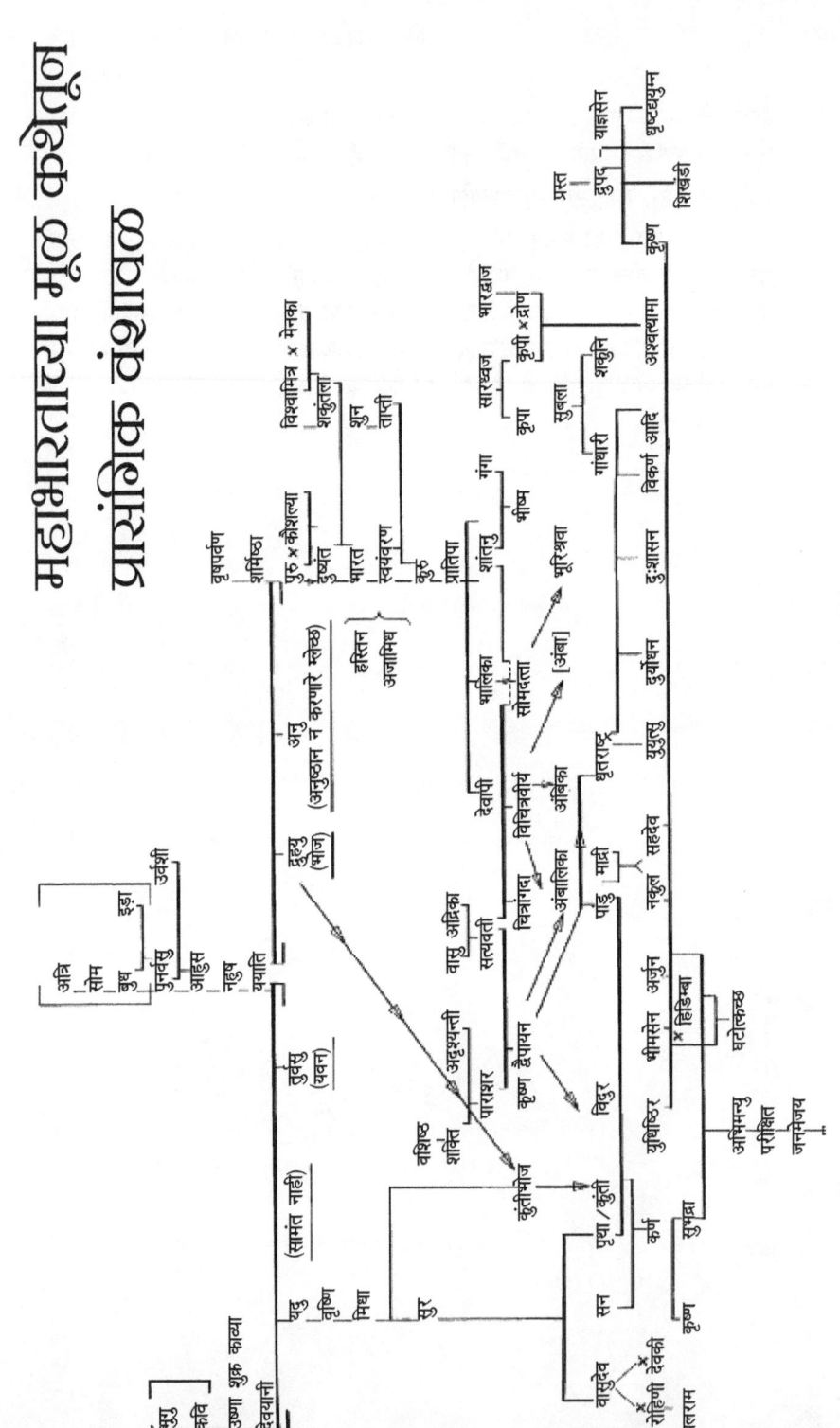

प्रस्तावना

गांधार

घनघोर वर्षावातून सेनापतींनी राजप्रासादात प्रवेश केला. वर्षावाच्या एकसुरी नादाव्यतिरिक्त प्रासादात गूढ शांतता होती. त्या शांततेने धास्तावून सेनापती सोपानापाशी थबकले. त्यांच्या पावलांनिकट जलसंचयावर रक्तवर्णीय चित्रविचित्र आकृती तरंगू लागल्या. शीतल संगमरवरी पृष्ठाच्या धवल कौमुदी पार्श्वभूमीवर त्या प्रकर्षाने जाणवू लागल्या. सेनापतींनी आपले कवच सावरले, तसा वेदनेचा कल्लोळ देहभर पसरला आणि त्यांची चर्या कोमेजली. त्यांच्या देहावरील अनंत व्रणांमधून रक्त स्रवत होते. तरीही त्यांची उंच, कणखर काया ताठ उभी होती. दूरवरील हिमाच्छादित शिखरांवरून वाहत येणाऱ्या शीतल वाऱ्यामुळे त्यांची लांब, घनदाट दाढी सळसळली. ते वारे हिमकुशाग्राप्रमाणे त्यांच्या देहावर आघात करू लागले आणि शीतलहर शरीरातील अस्थिंपर्यंत पोहोचली. त्यांना अशा खडकाळ पर्वतराजीचा आणि हिमाच्छादित मार्गांचा परिचय नव्हता. कारण ते मूलतः पूर्ववासी होते–गंगेच्या विस्तीर्ण खोऱ्यात निपजलेला पुत्र होता तो! त्यांच्या उजव्या हातातील नग्न तलवारीने गत प्रहरात कैक योद्ध्यांना कंठस्नान घातले होते.

त्यांच्या पाठीमागे काही पावलांवर त्यांचे आज्ञाधारक अनुयायी उभे होते. रौद्र वर्षावाचे आता सौम्य तुषारात रूपांतर झाले होते. छतावरील जल भूमीवरील निःसारण वाहिन्यात ठिबकून तेथे कृष्णवलये निर्माण होऊ लागली. ते ओहोळ पुढे पर्वतउतारावरून वाहू लागले - दूरवर स्थित मृद पठारावरून वाहत समुद्रास मिळण्यासाठी! काही प्रहरपूर्वीपर्यंत गांधार पर्वतनगरीच्या रक्षणार्थ लढणाऱ्या अज्ञात योद्ध्यांचे मृतदेह आणि रक्त त्या प्रवाहातून वाहत निघाले.

सेनापती स्तब्ध उभे होते. प्रासादाच्या ऊर्ध्व पृष्ठतलावरून येणाऱ्या अस्फुट हुंदक्यांमुळे त्यांची मुद्रा गंभीर झाली. दूर कुठेतरी कुक्कुटपक्षी आरवला. पाठोपाठ पक्षिणींचा कलकलाट झाला. दुर्गतटापलीकडे बाहेर कुणी फिरत्या विक्रेत्याने साद घातली. एक शकट मार्गस्थ झाले तशी त्याच्या घंटांची किणकिण हळूहळू विरली. सोपानावर चढण्यासाठी सेनापतींनी पाऊल उचलले, परंतु पुन्हा ते थांबले. त्यांची दृष्टी कुणीतरी वेधून घेतली होती. कष्टाने खाली वाकून त्यांनी ती वस्तू उचलली. ते एक काष्ठ शकट होते. त्याचे चक्र भंग पावले होते. लहान बालकाचे खेळणे होते ते! त्याच्या भग्न पृष्ठावर रक्ताचा शुष्क लेप होता. निःश्वास सोडत सेनापती सोपान चढू लागले. सोपानाच्या पायऱ्या करुण्हून निदर्शने करू लागल्या. त्या ध्वनीपासून जणू बोध घेत ते हुंदके थांबले.

त्या दीर्घ ओसरीची दूरस्थ बाजू काळोखात लुप्त झाली होती. संपथावर काष्ठासने होती. हिमवर्षेस प्रारंभ होताच आसनांवर भुरभुरणाऱ्या शुभ्र हिमाने चित्रविचित्र आकृती निर्माण होऊ लागल्या. मृत सैनिकांच्या शवांस पादस्पर्श टाळण्यासाठी सेनापती ध्यानपूर्वक चालू लागले. त्यांच्या डाव्या हातात ते भग्न खेळणे होते, तर उजव्या हातात वक्राकार खड्ग होते. त्या हिमाविषयी आणि पर्वतराजीतील अतिशीत वातावरणाविषयी त्यांच्या मनात तिरस्कार दाटून आला. मातृभूमीतील उष्ण पठाराचे स्मरण झाले. हे कार्य त्वरेने समाप्त करून गंगातीरावर परतण्याची त्यांना उत्कट इच्छा झाली. त्यांनी थबकून कानोसा घेतला. वस्त्रांची सळसळ ऐकू आली, तशी आत कुणीतरी आपली प्रतीक्षा करीत आहे ह्याची त्यांना जाणीव झाली आणि त्यांचा देह तणावला. हातातील खेळणे अवजड भासू लागले. 'का उचलले मी हे खेळणे?' त्यांना मनोमन नवल वाटले. परंतु, आता ते फेकण्याचीही इच्छा नव्हती. तलवारीच्या अग्राने त्यांनी अर्धवट उघडे द्वार ढकलले. सेनापतींनी प्रवेश केला तशी त्या अंधाऱ्या कक्षात त्यांच्या उंच, भव्य देहाकृतीची छाया पडली. दृष्टी काळोखास सरावल्यावर त्यांनी तिला पाहिले. कक्षात दाटलेल्या छायामंडलाने अर्धवट झाकोळलेली ती स्त्री गुडघ्यांभोवती विळखा घालून अधोमुख बसलेली होती. आपल्या दुर्भाग्याच्या प्रतीक्षेने ती थकलेली होती. नि:श्वास सोडत सेनापतींनी तणावग्रस्त स्नायू शिथिल केले. 'परमेश्वरी कृपा! आज आणखी रक्तपात होणार नाही तर!' त्यांच्या मनात विचार आला. कक्षाच्या कोनातील तैलदीप क्षीण प्रकाशनिर्मितीस्तव जणू क्षमायाचना करीत होता. त्याच्या आभेपलीकडे काळोख अधिक घनदाट होता. सेनापतींनी दीपातील सूत पुढे सारले, तशी ती लावण्यवती सोनेरी प्रकाशात उजळून निघाली. 'अशा दैवी सौंदर्यकलाकृतींना दु:ख देणे माझे भाळी लिहिलेले आहे." त्यांच्या मनात अकस्मात क्रोध उफाळला. पित्याच्या वासनापूर्तीसाठी आजन्म ब्रह्मचर्यपालनाची उत्स्फूर्त प्रतिज्ञा केली होती, त्या दिनाचा त्यांनी धि:कार केला. त्या प्रतिज्ञेमुळे त्यांच्या आयुष्यातील सर्व स्त्रिया दु:खी झाल्या होत्या आणि काहींचे जीवन तर उध्वस्त झाले होते. त्या दु:खितांच्या सूचीत आज अन्य एकीची भर पडणार आहे. त्यांचे मन खिन्न झाले. 'ब्रह्मचाऱ्यास स्त्रियांकरिता पाठलाग आणि रक्तपात करावा लागावा.' ह्यातील उपरोधाने पश्चातापदग्ध होऊन त्यांनी नि:श्वास टाकला. आपले खिन्न विचार दूर सारीत, सेनापतींनी पुढ्यातील सौंदर्यवतीस लवून अभिवादन केले. "पुत्री, मी गंगादत्त देवव्रत, हस्तिनापुराचा अधिपती. कदाचित्, तू 'भीष्म' हे नाव ऐकले असावेस. माझा भ्रातृज, हस्तिनापुराचा युवराज धृतराष्ट्र ह्याचेशी विवाहास्तव तुला नेण्यास आलो आहे." ह्या भाषणानंतर गहन शांतता पसरली. सुंदर, धूम्रवर्णी नेत्रांत अंगार पेटला. भीष्मांनी आपली दृष्टी त्या नेत्रांपासून दूर वळवली. भविष्यात ते नेत्र संपूर्ण जगापासून लपविले जाणार होते. परंतु आपला दृष्टिवेध घेणाऱ्या त्या नेत्रांची भीष्मास कायम स्मृति राहणार होती. त्या कन्येच्या ओठांवरून आर्त हुंदका बाहेर पडला, तसे त्यांचे हृदय विदीर्ण झाले. स्वत:स सावरत ती उठली. उन्नत मुखाने राजस गरिमेसह उद्गारली, "महाधिपती, आपल्या आदरसत्कारात काही त्रुटी तर नाही ना राहिली? आपल्या स्वागतास माझे तात येथे उपस्थित नाहीत ह्यास्तव क्षमा

करावी. त्यांच्या वतीने मी, गांधार राजकन्या, गांधारी आपले स्वागत करते.''

त्या स्वरातील हिमवत् शीतलतेने भीष्म गलितगात्र झाले. त्यांच्या मनात एक उत्कट इच्छा तरळली की, हिच्यापुढे सर्व स्वीकृत करावे. माझ्या राज्यासाठी मला जी कृत्ये करावी लागतात त्यांचे समर्थन करावे. इतक्या शोकमय परिस्थितीस धीरोदात्तरीत्या सन्मुख जाणारी युवती पाहून त्यांना स्वत:चे पशुत्व जाणवले. 'मनातून लुप्त झालेला क्रोध परतून आला, तरच हिची कोमल कटि वेढून बळाने हिला हस्तिनापुरात घेऊन जाणे शक्य होईल- रम्यकथेतील विजयी वीराप्रमाणे!' परंतु भीष्म तसे करू शकले नाहीत. कारण तो सनातन संस्कृतीतील सौजन्यशील योद्धा होता.

''मला अन्य पर्याय नाही. हस्तिनापुराचे अधिपती एखाद्या कन्येस आपल्या बंधुपुत्राची वधू बनविण्याचे ठरवितात तेव्हा ह्या महान हिंदुराष्ट्राच्या सीमांत देशातील आम्हांस काही पर्याय असतो का? क्षोभ नसावा. आमचा प्रतिकार समाप्त झाला आहे. तुम्ही ठरविल्याप्रमाणे गांधार देश उन्मळून पडलेला आहे. मी आपली बंदिवान आहे. त्यामुळे आपल्या अंध बंधुपुत्राची वधू होण्यास मी आपल्यासह हस्तिनापुरास येईन.''

भीष्मांची वाचाशक्ति जणू हरपली. वळून ते दूरवरील हिमाच्छादित पर्वत पाहू लागले. 'ही कन्या ह्याक्षणी माझ्या पाठीत कटार खुपसून माझी हत्या करू शकेल.' तरीही तिच्या धूम्रवर्णी नेत्रात पाहण्याची त्यांची इच्छा नव्हती. 'ह्या सौंदर्यवतीच्या हस्ते मृत्युमुखी पडल्यास ह्या रूक्ष जीवनाचा सुखद अंत होईल. ह्या जगातील अशा कैक सौंदर्यवती स्त्रियांच्या अस्तित्वाचे ज्ञान असण्यापेक्षा असा मृत्यू श्रेयस्कर! परंतु, माझ्या अक्षम किंवा नपुंसक बंधूपुत्रांसाठी किंवा हस्तिनापुराच्या राजसिंहासनावर आरूढ एखाद्या मंदबुद्धिसाठी त्या स्त्रियांचे हरण करणे हेच माझे भागधेय आहे. माझ्या जीवनात युद्धे, द्रोह, राजनीती आणि कपट ह्यांव्यतिरिक्त अन्य काय घडले? थकलो आहे मी ह्या सर्वांमुळे- केवळ इतरांचे रक्षण करीत आलो- पिता, राज्य, बंधू, बंधूपुत्र अशा सर्वांचे! स्वत:साठी कधीच जगलो नाही.' ते ह्या सर्वांस विटले होते. तरीही, हस्तिनापुराच्या ह्या अधिपतीस आव्हान देईल असा योद्धा, राजा किंवा कुणी राजपुत्र संपूर्ण भारतवर्षात अस्तित्वात नव्हता.

गांधारी आपल्यावर वार करील अशा अंधुक धारणेसह भीष्म पुढे चालू लागले. परंतु ती नम्रपणे अनुसरण करू लागली तशी त्यांची निराशा झाली. ओसरीवर पोहचताक्षणी अकस्मात हिमयुक्त वातप्रवाहाच्या आघाताने ते शहारले. मागे वळून पाहता आपल्या हातातील भग्न खेळणे पाहणारी गांधारी त्यांना दिसली. ते ओशाळले. ते खेळणे फेकावे किंवा तिच्या दृष्टिआड करावे अशी त्यांना इच्छा झाली. इतक्यात एक हुंदका ऐकू आला. तो सन्मुख उभ्या लावण्यवतीचा नसून ती ज्या अंधकारमय कक्षात त्यांच्या प्रतीक्षेत बसली होती, तेथून खोलवर कुठूनतरी आला होता. हुंदका भीष्मांच्या कानी पडलेला गांधारीस समजला, तशी तिच्या मुखावर भयाची आणि शुद्ध द्वेषाची भावना चमकून गेली. त्वरित भीष्म त्या कक्षात जाण्यास वळले. गांधारीने त्यांचा बाहू धरत त्यांना थांबविण्याचा प्रयत्न केला. दीर्घकाळ दडपलेल्या क्रोधास मुक्त करीत त्यांनी त्वेषाने तिला दूर सारले

आणि त्वरेने कक्षात प्रवेश केला. गांधारी खाली पडली; परंतु पुन्हा उठून, क्षणार्धात ती त्यांच्यामागे धावली. नखांनी बोचकारत, चावे घेत त्यांना थोपविण्याचा प्रयत्न करू लागली – परंतु ते सर्व प्रयत्न व्यर्थ ठरले.

हुंदके मंचकाखालून येत होते. तो उंच योद्धा खाली वाकला. कुणी अकस्मात मुखावर तीक्ष्ण हत्याराने वार केल्यास तो अडविण्यासाठी त्यांनी तलवार सज्ज ठेवली. एक लहानखुरा हात त्यांच्या हातातील खेळणे घेण्यास बाहेर आला आणि पुन्हा त्वरेने गुप्त झाला. परंतु भीष्मांनी तो हात धरून खेचला. एक लहान बालक बाहेर आले – जेमतेम पाच वर्षांचे. त्यास निरखून पाहण्यासाठी भीष्मांनी त्यास ओसरीवर आणले. बालकाचा देह रक्तवेष्टित होता. परंतु डाव्या पायावरील एका व्रणाव्यतिरिक्त त्यास अन्य कोणती इजा झालेली नव्हती. ह्या बलदंड योद्ध्यास पाहताना त्या बालकाच्या विशाल, हिंस्त्र नेत्रात त्याच्या अल्प आयुष्यात संचित सर्व तिरस्कार दाटला होता. अशा समयी भीष्मांना स्वत:विषयी तिरस्कार वाटे. युद्धभूमीवर ते सहस्रावधी तीरांना सन्मुख जात; परंतु ह्या बालकाची दृष्टी त्यांचे कवच भेदून त्यांच्या हृदयापर्यंत पोहोचली. ह्या बालकास जीवनदान देऊ नये असेच त्यांच्या गुरूजनांनी सांगितले असते. एखाद्या प्रदेशावर विजय मिळवल्यावर सर्व पुरूषांची हत्या करून स्त्रियांचे हरण करणे ह्यातच दूरदर्शीत्व असते. ह्यामुळे कामगिरी फसण्याची आणि भविष्यात सूडबुद्धीने होणाऱ्या युद्धाची आशंका टळते. ह्याच्या चिमुकल्या हृदयात तलवार खुपसण्याविषयी पित्याचे मार्गदर्शन त्याला ऐकू येऊ लागले.

सावकाश, अतिशय हळुवारपणे भीष्माने त्या बालकास खाली ठेवले; तत्क्षणी तो खाली कोसळला. विद्ध पायावर तो उभा राहू शकला नव्हता. ‘‘हा कोण आहे?’’ भीष्मांनी गांधारीस विचारले.

‘‘शकुनी. गांधार राजपुत्र. तुम्ही ह्यास ठार माराल. क्षत्रियाचा हाच धर्म असतो. हो ना? मला युद्धनीतीचे सर्व ज्ञान आहे. परंतु हे कृत्य माझ्यासमक्ष करू नका. हा माझा कनिष्ठ बंधू आहे – दया करा –’’ गांधारीने याचना केली.

अस्वस्थ होऊन भीष्म उभे राहिले. ती पीडीत, स्वाभिमानी राजकन्या किंवा पायांसमीप विव्हळणारा तो बालक या दोहोंकडे त्यांना पाहवत नव्हते. त्यांच्या हातातील तलवार हेलकावू लागली. सावकाश गुडघे टेकून बसून त्यांनी ते खेळणे त्या बालकानिकट ठेवले. त्याने ते उचलून उराशी धरले. भीष्मांच्या नेत्रांत अश्रू भरून आले. स्वत:च्या दुर्बलतेने संतप्त होत त्यांनी त्या बालकास दूर सारले. शकुनी वेदनेने चीत्कारला. ‘‘मी ह्यास ठार करणार नाही. तुझे त्याच्यावर अतीव प्रेम आहे हे मला दिसते आहे. त्याच्यासह हस्तिनापुरास ये. तो तेथे कुरूंचा राजपुत्र म्हणून वाढेल.’’ हे भाषण करीत असतानाच करूण भावना दर्शविल्याने त्यांना आपला द्वेष वाटू लागला.

गांधारीच्या तोंडून कंपयुक्त नि:श्वास बाहेर पडला. तिच्या कनिष्ठ भ्रात्याचा प्राण वाचला होता. उठून उभा राहत भीष्मांनी त्या दोहोंकडे पाहिले. वाऱ्याची तीव्रता वाढली तसे ते थंडीने शहारले. गांधारीने त्या बालकास उचलून घेतले. त्याच्या भाराने

ती कोलमडली. भीष्मांनी पुढे होत तिच्याकडून शकुनीस स्वत:कडे घेतले. महाधिपतींनी उचलताक्षणी त्या बालकाने सर्व त्वेष एकवटून भीष्माच्या मुखावर 'थू' केले. भीष्मांनी पालथ्या मुठीने तो रक्तमिश्रित स्राव पुसला अन् कातळासम भावशून्य मुद्रेने ते पुढे चालू लागले.

* * *

वेगाने दौडत ते इप्सित स्थळी निघाले. गंगातीरावरील मृदपठारावर हत्तींच्या शाश्वत नगरीतील राजप्रासादाकडे, भारतवर्षाच्या प्रसिद्ध राजधानीत - हस्तिनापुरात. ह्या शक्तिशाली योद्ध्याच्या पल्याणावर शकुनी निमूटपणे विकलांग स्थितीत पडून राहिला. तर गांधारदेशीची लावण्यवती राजकन्या पाठीमागून दौडू लागली. संपूर्ण प्रवासात भीष्मांचे मन एकाच विचारात व्यग्र होते -'भ्रात्याचा द्वितीय पुत्र, व्याधिग्रस्त पंडुसाठी वधूचा शोध कसा करावा?'; अन्यथा त्यांच्यासारख्या अनुभवी योद्ध्यास त्या कुमाराच्या नेत्रातील धुमसता द्वेष निश्चित समजला असता. आपल्या प्रदीर्घ अन् यशस्वी जीवनात त्या कुरू अधिपतीने केलेला तो गंभीर प्रमाद होता!

१. स्वकुलज राजपुत्र

"सुयोधना, मी तुला शोधून काढेन. ज्या बिळात तू लपला आहेस, तेथून बाहेर खेचून काढेन. भ्याड मुला! बाहेर ये! मी तुझ्या पित्याप्रमाणे अंध नाही. मी तुला निश्चित शोधेन आणि यथोचित चोप देईन..." भीमाचा घनगंभीर स्वर हस्तिनापुराच्या राजप्रासादातील अंतर्गत संपथांवर घुमला.

तो कुमार भयाने थरथरत भव्य काष्ठ मंचकाखाली लपून बसला. त्या गुहासदृश्य कक्षातील रिक्ततेने त्यास चहू अंगाने घेरले. आपल्या पित्याच्या मंचकाखालील कुबट अंधकाराने देह झाकून घेत, त्या छळवाद्याला आपण सापडू नये अशी तो प्रार्थना करू लागला. आपल्या पित्याच्या देहगंधाच्या कस्तुरीसम पुसट खुणा तेथे रेंगाळलेल्या त्यास जाणवत होत्या. आपला पिता लवकर कक्षात परत यावा असे त्यास वाटू लागले. गेले सहा महिने प्रतिदिनी हीच कथा होती – चुलतभ्रात्याने पाठलाग करणे, आणि त्याचे ह्या मंचकाखाली लपणे, शत्रूने कंटाळून नाद सोडेपर्यंत धडधडत्या हृदयाने प्रतीक्षा करणे, भयाने दबून जाणे. एक वर्ष कनिष्ठ असूनही अशक्त आणि दुर्बल सुयोधनापेक्षा भीम एक वीतभर उंच होता. कुणाही निर्बलास पीडा देण्यात भीमास आनंद होत असे. बुद्धीतील न्यूनावर तो शारीरिक बळाद्वारे मात करीत असे.

* * *

सुयोधनास ज्ञात होते की, आपला स्थूल चुलतभ्राता प्रासादातील संपथांवरून आपणास आणि आपल्या बंधूस शोधत भ्रमण करीत असावा. सुशासन त्याच्या हाती गवसू नये, अशी तो मनोमन प्रार्थना करू लागला. सुशासन चपळ होता आणि कोणत्याही वृक्षावर चढू शके. त्यामुळे वृक्षावरून मुख वेंगाडून दाखवणाऱ्या चपळ चुलतभ्रात्यास खडे फेकून मारण्याव्यतिरिक्त वृक्षाखालील तो लठ्ठंभारती काहीही करू शकत नसे. भीमाचा लक्ष्यवेध इतका दयनीय होता की, एक दोनदा त्याने गवाक्षाची काच तोडली होती आणि त्यास कठोर चुलतपितामह भीष्मांच्या कानउघाडणीस सामोरे जावे लागले होते. सुयोधनाचे आपली भगिनी सुशलेवर विशेष प्रेम असल्याने, त्या सर्व बंधुंदेखत त्या बालिकेस रडविण्यातही भीमास अतीव आनंद होत असे. अशावेळी अखेर सुयोधन किंवा सुशासन त्या लठ्ठ चुलतभ्रात्याशी भांडू लागत. हा भांडणाचा अतिरेक होण्याआधी कुणी वरिष्ठ व्यक्ती तेथे आली नाही तर त्या क्षुल्लक कलहाचे रूपांतर मोठ्या संघर्षात होई आणि त्या

मुलाचे इतर चार बंधू त्यात सहभागी होत.

परंतु सुयोधन ज्याचा सर्वाधिक द्वेष करी तो भीम नव्हता. दिवंगत पंडुकाकांच्या पाच पुत्रांपैकी म्हणजेच पाच पांडवांपैकी ज्येष्ठ युधिष्ठिराचे त्यास सर्वाधिक भय वाटे. ह्याच धर्मवीर चुलतभ्रात्याविषयी शकुनीमामांनी पुन:पुन्हा त्याला सावध केले होते. शकुनीमामा पुन:पुन: सांगत त्या वारसाविषयक अन् राजनीतीविषयक मुद्द्यांचे ह्या अल्पवयीन कुमारास आकलन होत नसे. परंतु त्यास क्रोध वाटे तो ह्या ज्येष्ठ चुलतबंधूच्या मानभावीपणाचा! 'निव्वळ दहा वर्षांचा आहे तो, माझ्याएवढाच. जगातील सर्वांत आज्ञाधारक, पापभीरू आणि निरागस बालक असल्याचा आव आणतो हा युधिष्ठिर. परंतु भांडणाच्या वेळी ह्याच्याच लाथा सर्वात सणसणीत असतात.' सुयोधनास भीमाची पाशवीवृत्ती आकळत असे. परंतु ह्या ज्येष्ठ चुलतबंधूच्या हिंस्रवृत्तीने तो चक्रावून जाई. वयस्कांसमक्ष युधिष्ठिर चुलतभावंडांशी नित्य मधुर आणि प्रेमळ वर्तन करी, त्यामुळे मुले-मुलेच असताना त्याच्या कुत्सित वर्तणुकीने सर्व मुलांचा गोंधळ उडे.

अनेकवेळा माता कुंती किंवा चुलती गांधारी ह्यांचे समक्ष युधिष्ठिर सुयोधन किंवा सुशासनाचे प्रेमाने अवघ्राण करी. अर्थात गांधारीस ते दिसत नसे म्हणा. तिने आपल्या पतिप्रमाणे अंध होण्यासाठी नेत्रांवर फीत बांधलेली होती. ह्या गोष्टीचेही बाल सुयोधनास आकलन झाले नव्हते. 'हे सुंदर जग पाहणे नाकारण्याचे काय कारण असू शकते?' एकदा शकुनीमामांनी सांगितले होते, की हा तिच्यापरीने तिने भीष्म पितामहांना केलेला प्रतिकात्मक विरोध होता. कारण त्यांनीच तिला अंध व्यक्तीशी विवाह करण्यास विवश केले होते. परंतु ह्या कारणाने सुयोधनास अधिकच गोंधळात पाडले होते. 'ह्याचा अर्थ माझ्या मातेचे माझ्या पित्यावर, राजाधिराज धृतराष्ट्रांवर, प्रेम नाही का?' त्याने एकदा मातेस विचारले देखील, की तिने प्रतिरोधास्तव ह्या कायमस्वरूपी अंधकाराची निवड केली आहे असे शकुनीमामांचे भाषण सत्य आहे का? परंतु तिने केवळ हसून त्याच्या केसावरून प्रेमाने हात फिरवला होता. गांधारीने उत्तर दिले नाही. परंतु तिच्या नेत्रांवर बांधलेल्या शुभ्र रेशमी फीतीवर उमटलेला ओलसर डाग त्याने पाहिला होता. 'ती रडत होती का?'

आपण इतर सामान्य माणसांच्या पोटी जन्मलो असतो तर बरे झाले असते असे सुयोधनास वाटे. शकुनीमामांनी सांगितले होते की, विदुरकाका प्रासादातील एका दासीच्या पोटी जन्मले आहेत. परंतु विदुरांचे तात आणि राजा धृतराष्ट्र व त्यांचे बंधू पंडु ह्यांचे तात एकच आहेत.

"त्यामुळे काय अंतर पडते?" त्या बालकाने गोंधळून जात विचारले होते. त्यावर शकुनी उत्तरले होते की "तू प्रौढ झाल्यावर तुला समजेल." ह्यामुळे सुयोधन निराश झाला होता. 'मी प्रौढ कधी होणार?' तो आशाळभूतपणे विचार करी. 'प्रौढ झाल्यावर कदाचित ह्या छळवाद्याशी समतुल्य होण्याइतके बळ मिळेल. परंतु आजमितीस मी अगदी एकाकी आहे, ह्या काळोखात लपून ह्या दांडग्या चुलतबंधूस सापडू नये म्हणून प्रार्थना करीत बसलो आहे.'

***

"तू तुझ्या पित्याच्या मंचकाखाली लपला आहेस, मी जाणले आहे. अंध मंदबुद्धिच्या पुत्रा, तुला लत्ताप्रहार देण्यासाठी हा आलो बघ मी..."

'शिव शिव! त्याने मला शोधले. आता तो मला पकडेल.' सुयोधनाचा ऊर धडधडू लागला. अस्तास निघालेल्या सूर्याच्या संधिप्रकाशात भीमाची महाकाय आकृती उभी दिसली. त्याची छाया विरूद्ध भित्तीवर पडली होती. सुयोधनास त्याचे केवळ पाय दिसत होते. परंतु भयकंपित करण्यासाठी तेवढेही पुरेसे होते. त्याला मोठ्याने रडावेसे वाटू लागले. परंतु त्याच्या साहाय्यास कुणीही येणार नव्हते. त्याच्याविरूद्ध कटकारस्थान करणाऱ्या ह्या क्रूर जगात त्यास पूर्ण एकाकी वाटू लागले. भित्तीवर आणखी एक छाया पडली. 'भीमाचा कनिष्ठ भ्राता अर्जुन आला आहे का गंमत पाहण्यासाठी?' सुयोधन मंचकाखालील अंधारात अधिक सरसावून अंग चोरून बसला.

"भीमा, येथे काय करीत आहेस?" हा कुणा वरिष्ठ व्यक्तिचा स्वर होता. सुयोधनाने सावधपणे डोकावून पाहिले. 'कोण आहे बरे?' मावळत्या सूर्यामुळे द्वारामागील सर्वकाही लालसर सोनेरी रंगात उजळून निघाले होते आणि ही व्यक्ती एका स्थिर कृष्ण छायेप्रमाणे उभी होती.

ह्या हस्तक्षेपामुळे चकित होत भीमाने वळून पाहिले. त्या चुलतभ्रात्याच्या मुखावर क्रोध चमकून गेलेला सुयोधनाने पाहिला.

"तुम्ही नेहमी माझ्या मागावर का असता? मी मातेला सांगेन." भीम दरडावून बोलला असला, तरी त्या स्वरात थोडी आशंका होती. लपलेल्या स्थानातून सुयोधन बाहेर पडू लागला.

"मी तुला राजपुत्राचा पाठलाग करताना पाहिले आहे. मी तुझ्या खोड्या जाणून आहे. म्हणून मी तुझ्या मागून आलो."

"परंतु, आम्ही केवळ खेळ खेळतो आहोत..."

"याला मी खेळ मानत नाही."

"विदुरकाका, आपण येथे का आला आहात? आपल्यासम व्यक्तींना ह्या स्थानी येण्याची बंदी आहे." भीमाने पुन्हा धाष्टर्य दाखवले आणि ठरवले की आक्रमण हेच उत्तम रक्षण आहे. या गर्भित उपहासामुळे काका किती दुखावले जातील हे तो जाणून होता.

काकांचे बाहू शिथिल पडलेले सुयोधनास जाणवले. 'मंचकाखाली परत जावे का?' त्याने विचारास प्रारंभ केला.

विदुराने सर्वत्र पाहिले- जणू जवळपास कुणी नाही हे त्यांना सुनिश्चित करून घ्यावयाचे असावे. त्यानंतर ते भीमानिकट आले, तसा भीम चार पावले मागे सरला. "आपण हे भीष्म महोदयांसमक्ष ठरवू."

"क्षमस्व काका, खरोखर क्षमस्व! मी जातो येथून." भीमाने एक द्वेषयुक्त दृष्टिक्षेप सुयोधनावर टाकला आणि विदुरांना स्पर्श होणार नाही ह्याची पुरेशी काळजी घेत, शिवाय, तसे प्रकट जाणवून देत, तो कक्षातून बाहेर पडला.

सुयोधनाच्या मनात ह्या चुलत्याविषयी कृतज्ञतेची भावना जागृत झाली. पुढे पळत जाऊन त्याने त्या उंच, सावळ्या आकृतीस बाहूंनी विळखा घातला. क्षणभर विदुर चमकले. तद्नंतर त्यांनी आपल्या बंधुपुत्रास हळुवारपणे विलग केले. सुयोधनाने काकांकडे पाहिले तेव्हा त्यांच्या मुखावर क्लेश दिसले.

"राजपुत्र सुयोधना, असे करू नये हे तू जाणतोस. तुम्ही मला स्पर्श करता कामा नये. विशेषत: स्नान करून सायंकालीन प्रार्थनेस जाण्यासमयी."

"परंतु तुम्ही माझे काका आहात!" तो कुमारवयीन राजपुत्र आक्रंदला. त्याला पुढे म्हणावेसे वाटले की, आताच तुम्ही मला माझ्या सर्वाधिक दुष्ट शत्रूपासून वाचविले आहे.

विदुर बोलू लागले, तशी त्यांच्या सालस शब्दांमागे लपलेली वेदना त्या बालकास जाणवली. "तरीदेखील नाही, पुत्रा." तो सावळा आणि सुस्वरूप मनुष्य संधिप्रकाशात एकटक पाहत म्हणाला.

"पण का?"

"पुरे! माझी उपस्थिती येथे उचित नाही." विदुर चालू लागले. सुयोधनाने चुलत्यामागून धावत त्यांचा बाहू धरला. विदुराने तो त्वरित सोडवून घेतला.

"परंतु, ह्याचे कारण सांगा मला."

"तुला आता समजणार नाही, सुयोधना. परंतु तू प्रौढ झाल्यावर समजेल तुला. आता मला जाऊ दे." वळून विदुर त्या लांबलचक संपथावरून त्वरेने चालू लागले.

जाणाऱ्या चुलत्यास पाहताना सुयोधनाच्या मनावर आणि हृदयावर उदासीनता आणि गोंधळ दाटून आला. सूर्य अस्तंगत झाला होता आणि काळोखाने आपले आच्छादन हस्तिनापुरावर पसरले होते. त्या कुमाराचा देह भावनातिरेकाने गदगदू लागला. पित्याच्या कक्षात जाण्यासाठी वळताना त्वरेने प्रौढ होण्याची तीव्र इच्छा त्याच्या मनात उत्पन्न झाली; कारण मनास छळणाऱ्या ह्या प्रश्नांची उत्तरे वरिष्ठ जन सांगण्यास टाळतात. ती उत्तरे प्रौढ झाल्यावर मिळणार होती. त्यानंतर त्यास चुलत्याच्या नेत्रांतील वेदनेचे स्मरण झाले. 'कदाचित प्रौढ होणे फारसे सुखद नसेलही.'

* * *

ह्या भीमाविषयी शकुनीमामांशी बोलावे अशी नितांत इच्छा सुयोधनाच्या मनात उत्पन्न झाली. 'ते कदाचित सभेत असतील.' चुलतभ्रात्यांविषयी सुयोधनाच्या मनी पराकोटीचा द्वेष होता! 'पंडुकाकांच्या मृत्यूस सहा मास होऊन गेले तरी ह्या चुलतबंधूंना सांत्वना आणि सहानुभूति मिळते. ह्यामुळे ते अधिकच तिरस्करणीय वाटतात. अलीकडे त्यांना अधिक सुखसोयी मिळतात आणि त्यांच्या मातेस पूर्वीपेक्षा अधिक अधिकार मिळतात. पंडुकाकांची द्वितीय पत्नी, माद्रीकाकी त्यांच्या चितेवर सती गेली आणि त्यानंतर कुंतीकाकी राजप्रासादात आली– आपल्या तीन पुत्रांसोबत माद्रीकाकीच्या जुळ्या पुत्रांसह.'

सभेत जाण्याचा विचार सुयोधनास सुखावह वाटेना. 'आज तेथील वातावरण तप्त नसावे' अशी त्याने मनोमन प्रार्थना केली; कारण अलीकडील काही मासात तेथे दोनदा

तावातावाने वादविवाद झाले होते. प्रथम प्रसंग होता महाधिपतींनी विदुरांना प्रधानमंत्री करण्याचे ठरवले तो. त्यावेळी सुयोधन शकुनीमामांसह उपस्थित होता. महाधिपतींनी उभे राहत ऐतिहासिक घोषणा केली होती.

''आज हस्तिनापुरासाठी विशेष दिन आहे. महाराज धृतराष्ट्रांची संमती घेऊन मी साधुवृत्तीच्या, सुशिक्षित आणि विद्वान विदुरांची हस्तिनापुराचे प्रधानमंत्री म्हणून नियुक्ती करतो.'' तत्क्षणी सभेत मोठी खळबळ माजली होती.

''पण महोदय, ते शूद्र आहेत– प्रासादातील दासीचे पुत्र!'' युवा पुरोहित धौम्य उभे राहत त्या कोलाहलात तारस्वराने म्हणाले. सुयोधनाने शकुनीकडे पाहिले. त्यांच्या मुखावर समाधानी हास्य होते. ते हळुवारपणे गुडघ्यांवर हात फिरवत बसलेले होते.

भीष्मांनी हात उंचावले, तशी सर्व कुजबूज थांबली. ''श्रीयुत धौम्य, महाराज धृतराष्ट्र आणि दिवंगत पंडुराजाप्रमाणेच विदुर हेही माझे तात शंतनु ह्यांचेच पणतू आहेत; ह्याचे स्मरण आपणास करून देण्याची वेळ यावी?''

''परंतु, महाशय...''

''आपणास ह्याचेही स्मरण का करून द्यावे लागावे, की महाराजांची पितामही सत्यवती एक धीवर कन्या होती? त्यांनी शुद्ध क्षत्रिय वंशातील माझ्या पित्याशी विवाह केला. त्यांचे पुत्र विचित्रवीर्य निपुत्रिक स्वर्गवासी झाले. त्यामुळे वंशसातत्य राखण्यासाठी त्याच धीवर स्त्रीने तुम्हासारख्या व्यक्तींना डावलण्याचे धार्ष्ट्य केले आणि पुराणकालीन नियोग पद्धतीने आपल्या विधवा पुत्रवधूंना गर्भदान करण्यासाठी आपला एक अन्य पुत्र व्यासमुनी यांना पाचारण केले; ह्याचेही स्मरण आपणास का करून द्यावे लागावे?''

''महाशय, नियोग ही...''

''धौम्य, तुमचे उपदेश तुमच्यापाशीच ठेवा. कृष्णद्वैपायन व्यास हे कोण आहेत?'' तो युवा पुरोहित ह्या प्रश्नावर चुळबुळ करू लागला. ''सत्य सांगण्यास इतकी लज्जा का वाटते आपणांस? माझ्या पित्याशी विवाह होण्यापूर्वी माझी विमाता सत्यवतीस पराशर ऋषींपासून झालेला अनौरस पुत्र म्हणजे हे व्यासऋषी. अशाप्रकारे धीवर कन्येचा पुत्र धृतराष्ट्र, पंडु आणि विदुराचा पिता आहे. तर विदुरांची ज्ञाति कोणती?'' हा प्रश्न विचारताना भीष्मांच्या नेहमी गंभीर असणाऱ्या मुद्रेवर खोडकर स्मित होते.

''भीष्मांनी अचूक वार केला पहा!'' शकुनी सुयोधनाच्या कानात कुजबुजले. सुयोधनाने स्पष्टीकरणासाठी मामांच्या मुखाकडे पाहिले. शकुनीने त्या कुमारास विशद करून सांगितले, की महाधिपतींनी धौम्य मुनींचा युक्तिवाद त्यांच्याच विरूद्ध वापरून सुरेख रीतीने त्यांचे मुख बद्ध केले आहे. जर धौम्य म्हणाले की मातेच्या ज्ञातिमुळे विदुर शूद्र आहेत, तर सर्व कुरूवंशच शूद्र ठरतो; कारण त्यांची मातामह धीवर कन्या–कोळी ज्ञातिची आहे. विदुराच्या औरसत्वाविषयी प्रश्न उपस्थित करणे हे महाराजांच्या वंशाविषयी प्रश्न करण्यासारखे आहे.

धौम्यास पूर्ण उमजले की आपला पराभव झाला आहे. धौम्यऋषी विवर्ण मुद्रेने खाली बसलेले सुयोधनाने पाहिले. त्यानंतर नूतन प्रधानमंत्र्यांनी प्रतिज्ञा केली की, मी आजन्म ह्या राज्याची सेवा करेन.

त्यादिवशी शकुनीने नूतन प्रधानमंत्र्यांचे मुक्तरीत्या अभिनंदन केले. परंतु सुयोधनास जाणवले की, त्या दोघांना एकमेकांविषयी तीव्र अरूचि आहे.

सुयोधनास वादविवादाच्या द्वितीय प्रसंगाचेही पूर्ण स्मरण होते. कुंतीकाकीने सभेस उपस्थित राहण्यास भीष्मांची अनुमती मागितली तो प्रसंग होता. जेव्हा महाधिपतींनी आपला निर्णय दिला, तेव्हा धौम्यांनी क्रोधाने टिप्पणी केली होती की स्त्रियांनी सभेत उपस्थित राहणे नियमबाह्य आहे. त्या रूढिग्रस्त ब्राह्मणाने विविध स्मृतींचा संदर्भ देत सांगितले की, विधवांनी जनसमुदायात वावरण्यास मान्यता नाही; सत्तापद भूषवणे तर दूरच!

रूढी विरोधातील ह्या युद्धात भीष्मांनी विदुरास अग्रस्थान दिले. त्या विद्वानाने सुशिक्षित ब्राह्मणांनी लज्जित व्हावे इतक्या सहजपणे वेद उद्धृत केले आणि प्राचीनकालापासून देशाच्या प्रशासनात महत्त्वाची भूमिका केलेल्या स्त्रियांची– त्यात काही विधवाही होत्या – उदाहरणे देत सर्वांना मुग्ध केले. तर्कशास्त्रानुसार पराजय झाला तेव्हा ऋषींनी विदुराचा अपमान करण्यास आरंभ केला. विदुरांस वेद शिकण्याचा अधिकार नाही त्यामुळे त्यांनी वेदपुराणे उद्धृत करू नयेत असे त्यांनी सांगितले. त्यासमयीही सुयोधनास विदुरांची वेदना जाणवली.

दुखावलेल्या प्रधानमंत्र्यांच्या सुदैवाने त्याचवेळी वेदांचे सर्वाधिक ज्ञानी तत्त्वज्ञ, सतत भ्रमंती करणारे तपस्वी कृष्णद्वैपायन व्यास तेथे आले. भीष्म आणि अंध महाराजदेखील त्या महान योग्यास वंदन करण्याकरिता उठून उभे राहिले. जेव्हा ह्या हळव्या प्रश्नावर भीष्मांनी त्यांचा उपदेश मागितला, तेव्हा ते शब्दयुद्ध ह्या योग्याने आपल्या लक्षणीय विनोदी अन् विद्वत्तापूर्ण शैलीने शांत केले. त्या व्यक्तीने भारतवर्षातील प्राचीन मौखिक साहित्यास लिखित स्वरूप दिले होते. त्याची रचना आणि मुद्रण केले होते. त्यामुळे त्यांचा सर्व शास्त्रांवरील अंतिम अधिकार सर्वमान्य होता. त्यांनीच ऋषींना सांगितले की, विदुरांचे विधान योग्य आहे.

"शूद्रांना वेदपठणाचा अधिकार कदापि नाही. परंतु गुरूवर्य, आपल्या व विदुरांमधील विशेष नातेसंबंधामुळे कदाचित आपण विदुरांना सहानुभूति दर्शविता." आपल्या अनुमोदकांकडे पाहत मंदस्मित करीत धौम्यऋषी म्हणाले.

'ऋषींच्या अशा टिप्पणीचा अर्थ काय?' असे सुयोधनाने मामांना विचारताच शकुनीने त्यास मौन राहण्यास सांगितले. परंतु सुयोधनास वातावरणातील ताण जाणवला. शकुनी ऋषींकडे एकटक पाहत होते.

धौम्यऋषींच्या क्रूर टिप्पणीवर व्यास किंचित हसले. "तुला जे सुचवायचे आहे ते स्पष्टपणे का बोलत नाहीस, युवका? मी शूद्र आहे. शिवाय मी विवाहबाह्य संबंधातून

जन्मलो. श्यामलवर्णी धीवर कन्या आणि तत्त्वज्ञ ब्राह्मण पराशर ह्यांचा अनौरस पुत्र. पराशरांनी मला शास्त्रांचे ज्ञान देताना माझ्या ज्ञातिचा विचार केला नाही.''

सर्व पुरोहित त्यांचे सन्मुख अस्वस्थपणे चुळबुळत राहिले.

''मी माझ्या भ्रमणातून आणि ह्या भूमीवरील संत-विद्वानांशी केलेल्या चर्चेतून अर्जित ज्ञानाच्या योगाने माझ्या पित्याच्या शिकवणीमध्ये भर घातली. त्या संत-विद्वानांपैकी कुणीही माझ्या ज्ञातिची पृच्छा केली नाही. मी हिमालयापासून त्रिसिंधू-संगमी स्थित पवित्र नगरीपर्यंत भ्रमण केले आहे. कुणीही विद्वानाने माझी मूळ भाषा किंवा व्यवहारभाषा जाणून घेण्यास पृच्छा केली नाही. हे विद्वान विभिन्न वर्ग आणि संप्रदायातील होते, त्यांच्या विचारधाराही भिन्न असत. परंतु सर्वजण मानवजातीप्रती प्रेमाची एकच वैश्विक भाषा बोलत. ते नगराबाहेर राहत आणि ऐहिक सुखसोयी त्यजून वनवासात शांत जीवन जगत. ते सत्तालोलुप नव्हते अन् त्यांनी जन्मदत्त अशा अपघाताने अर्जित श्रेष्ठत्वाची प्रौढीही मिरविली नाही. त्यांनी स्मृती लिहिल्या नाहीत आणि त्यावर विश्वासही ठेवला नाही; आणि इथे तुम्ही - तुमच्या विद्वत्तेचा, बुद्धिमत्तेचा प्रयोग कशासाठी करीत आहात?- तर ज्ञाति, संप्रदाय आणि बोलीभाषा यांच्यायोगे जनमानसास विभागण्यासाठी. खरोखर महान व्यक्ती केवळ सर्व जगाची उन्नती इच्छितात. हेच अंतर आहे तुमच्यात अन् त्यांच्यात. सत्य जाणण्यासाठी लागणारे चातुर्य देव तुम्हास प्रदान करो हीच माझी ईश्वरचरणी प्रार्थना. परशुरामासम परिजन सर्वत्र वावरू लागले तर भारतवर्षाच्या ह्या पवित्र भूमीवर भविष्यात रक्तपात अन् युद्धे होणार हे मला दिसते आहे.''

सभेत नीरव शांतता पसरली. सुयोधनाच्या बाहूंवरील शकुनीची पकड आवळली तसा तो वेदनेने कळवळला. स्वतःला सोडवून घेण्याचा प्रयत्न करताना त्याचे लक्ष मामाच्या मुखाकडे गेले, तसा तो भयभीत झाला. शकुनी प्रकट वैरभावाने त्या योग्यास पाहत होता. शकुनीची दृष्टी भगिनीपुत्राकडे वळताच त्यांची मुद्रा शांतवली आणि पकड शिथिल केली.

''कुंतीस सभेत उपस्थित राहण्याची अनुमती आहे,'' महाधिपतींनी घोषणा केली, तसा त्यास विपुल प्रतिसाद मिळाला.

शकुनी अधू पायाने शक्य तितका ताठ उभा राहिला. ''महाराज, मग माझी भगिनी गांधारी? तीही सभेत उपस्थित राहण्यास पात्र आहे ना?''

भीष्मांनी त्यास दीर्घकाळ रोखून पाहिले आणि अखेरीस ते म्हणाले ''अर्थात. हे एक सकारात्मक पुढचे पाऊल आहे. पुरातनकालीन स्त्रियांप्रमाणे गांधारी आणि कुंती ह्यांनी आपल्या चातुर्याचा सभेस लाभ करून द्यावा.''

सुयोधनाशी नेत्रपल्लवी करीत शकुनी खाली बसला. व्यासमुनी मस्तक हलवित सभेतून मार्गस्थ झाले. त्या दिनाविषयी सुयोधनास आजही खेद वाटत असे. आता गांधारीपाशी पुत्रांसाठी समय नसे, कुंतीच्या कृतीवर प्रतिकारवाई करण्यात ती मग्न राहू लागली. स्वपुत्रांच्या भविष्यासाठी झटणाऱ्या त्या दोन सामर्थ्यशाली स्त्रियांमधील गुप्त

कारस्थाने आणि कट ह्यात राजप्रासादाची शकले होऊ लागली. दशवर्षीय सुयोधनासही वातावरणातील ताण जाणवत असे. परंतु ह्या स्त्रियांमधील शीतयुद्धाविषयी राजवंशातील पुरूष मात्र अनभिज्ञ होते.

"हे ऋषिजन तुझ्या मातेपेक्षा कुंतीस अनुकूल वर्तन करतात, पाहा." एका प्रसंगी शकुनीने सुयोधनास सांगितले होते. ह्याच ऋषींनी काही सप्ताहांपूर्वी सभेतील कुंतीच्या उपस्थितीवर आक्षेप घेतला होता. सुयोधन गोंधळलेला जाणवून शकुनी गालात हसला. "तुझ्या चुलतीने ह्या धर्मवेड्यांवर मोहिनी घातली आहे. धौम्याहूनही तिचे विचार मूलभूतवादी आहेत. सावध हो बालका, अन्यथा एक दिवस तुला अन् तुझ्या भ्रात्यांना याचकाप्रमाणे प्रासादाबाहेर हाकलण्यात येईल – याचकाप्रमाणे गत होईल तुझ्या पालकांचीही."

"परंतु काका..." सुयोधनाचे निरागस काळेशार नेत्र शकुनीच्या कुटिल स्मितहास्यावर खिळून राहिले.

"चिंता नको पुत्रा. मी तुझे रक्षण करण्यास समर्थ आहे." त्या कुमाराचे कुंतल प्रेमाने कुरवाळत शकुनी म्हणाला होता.

ह्या सर्व प्रसंगाचे स्मरण झाल्यावर आता भीमरुपी संकटातून कशीबशी सुटका होताच त्यास शकुनीच्या आश्वासक उपस्थितीची आवश्यकता भासू लागली. प्रदीर्घ संपथावरून सुयोधन चालू लागला. सेवकवर्ग भित्तीवरील तैलदीप प्रज्वलित करीत होता. महादालनातील विभिन्न ध्वनी त्याच्या कानी पडू लागले. द्वारपालांचे अभिवादन स्वीकारत त्याने सुप्रकाशित सभेत प्रवेश केला. हस्तिनापुराचे महाराज धृतराष्ट्र रत्नजडित सिंहासनावर आरूढ होते. वलयाकार छतावरील काचेच्या लोलकातून सोनसळी किरण त्यांच्या अमूल्य राजमुकुटावर पडून परावर्तित होत होते. त्यांच्यासमीप तितक्याच भव्य आसनावर कुरूंचे महाधिपती भीष्म आसनस्थ झाले होते. शकुनी कुठेच दिसत नव्हता.

सुयोधनाने पाहिले की पितामह भीष्म पत्रव्यवहारात मग्न आहेत. सभेस त्यांच्या उपदेशाची आवश्यकता आहे असे जाणवल्यास ते तेवढ्यापुरताच हस्तक्षेप करीत. प्रधानमंत्री विदुर त्यांच्या निकट टिपणे घेत उभे होते. सुयोधनास विदुरकाका आवडत. परंतु इतर सर्वांच्या– आपल्या पालकांच्याही– त्यांच्याशी वर्तनात तिरस्काराची छटा का आहे हे त्यास उमजत नसे. सुयोधनाने गांधारीचे ध्यान वेधून घेण्याचा प्रयत्न केला, परंतु त्याच्याकडे ध्यान गेले भीष्मांचे. त्यांनी त्यास मांडीवर बसण्यास पाचारण केले. कुणाच्या मांडीवर बसण्याइतके आपण अल्पवयीन नाही असे सुयोधनास वाटे. परंतु त्याने काही पळांपुरती त्या वयोवृद्धाची आज्ञा मानली. नंतर त्यांच्या आज्ञेवरून त्यांच्या कपोलावर त्याने संकोचत हलकेच ओठ टेकवले आणि उडी मारून पलायन केले. सभेतील स्वैर हास्योद्गार कानी दुमदुमल्याने त्याच्या कानी दाह होऊ लागला. 'शकुनीमामा कुठे भेटतील?'

२. गुरूंचे आगमन

सुयोधनाने क्षितीजापाशी तीन श्यामल छायाकृती पाहिल्या. त्या हस्तिनापुरासमीप येऊ लागल्या तसतसा त्यांचा आकार वाढू लागला. प्रात:कालचा समय होता आणि एका आम्रवृक्षाच्या करकरणाऱ्या शाखेवर सुयोधन पाय हलवीत बसला होता. बंधू सुशासन केव्हाच उंच चढून गेला होता आणि पक्व आम्रफळे खाली फेकत होता. त्यांची भगिनी सुशला चहूकडे धावून ती फळे वेचून त्यांचा आपल्या वस्त्राच्या ओटीत संचय करीत होती. ह्या आगंतुकांमुळे चिडलेल्या खारीचा चुकचुकाट सुरू होता.

प्रात:कालीन समय असला तरी, ग्रीष्म ऋतूमुळे उष्मा आणि धूळ वाढत चालली होती. परंतु इतर बालकांप्रमाणेच ह्या भावंडांनाही उष्म्याची तमा नव्हती. मधुर, पक्व आम्रफळांच्या सुगंधाची ओढ उन्हाच्या झळांहून अधिक होती. शिवाय, गुरू कृपाचार्यांच्या प्रशिक्षण वर्गास अल्पावधीतच आरंभ होणार होता, त्यानंतर दुर्गाबाहेर येऊन आम्रवनात भटकणे कठीण जाणार होते. गत सायंकाळी केवळ योगायोगाने त्यांना दरीच्या निकट कड्याच्या टोकाशी हा आम्रवृक्ष आढळला होता. सामान्यत: तो गलेलठ्ठ भीम अपक्व कैऱ्यांचेदेखील भक्षण करे आणि सुयोधन आणि त्याची भावंडे आम्रवनासमीपदेखील गेल्यास त्यांना निर्दयतेने बदडून काढे. प्रासादरक्षक अशावेळी इतरत्र पाहत. कारण कुणाला प्रसन्न करावे आणि खरे सामर्थ्य कुठे वसते हे ते जाणून होते.

आपले पाच चुलतबंधू दरीत खाली भटकताना पाहिल्यामुळे सुयोधनास त्या दांडगटाचे भय नव्हते. शाखेवरील अनुकूल स्थानावरून तो त्यांना पाहू लागला. ज्येष्ठ बंधू युधिष्ठिर पासनात ध्यान करीत होता. त्याच्या युवावस्थेस विसंगत भासत होते ते! भीम एका भटक्या श्वानाचा पाठलाग करत होता. अर्जुन धनुराभ्यास करीत होता. लक्ष्यावर नेम धरताना त्याने चित्त केंद्रित केले होते. परंतु, जेव्हा सुयोधनास दिसले की, अर्जुनाने ज्या घरट्यावर नेम धरला आहे, त्यात एक पक्षीण पिलांना खाऊ घालते आहे, तेव्हा तो चरकला. अर्जुनास ओरडून सूचना द्यावी असे मनात येते तोच अर्जुनाचा बाण सुटला. सुदैवाने, त्याचा नेम किंचित चुकला. अर्जुनाने निराश होऊन पाय आपटला. जुळे बंधू नकुल–सहदेव वस्त्रकंदुकाने खेळत होते.

सुयोधनास तत्पूर्वी दिसलेल्या तीन आकृती होत्या – एक ब्राह्मण, त्याची पत्नी आणि त्यांच्या पुत्राच्या. पुत्र साधारण अष्टवर्षीय दिसत होता. श्यामल, सळसळीत

दाढीधारी तो उजळवर्णी ब्राह्मण अर्जुनासमीप गेलेला सुयोधनाने पाहिले. ब्राह्मणामागे त्याची कृश आणि अशक्त पत्नी उभी होती; ती कोणत्याही क्षणी कोसळेल असे वाटत होते. त्यांचा पुत्र निश्चल उभा होता. त्याच्या कृष्णवर्णी नेत्रात नवल दाटलेले होते. भीम आपले नेत्र गरागरा फिरवत कुरापत काढण्याच्या हेतूने त्याच्या नजीक जाऊ लागला. बालकाचा पिता अर्जुनाशी बोलत असल्याने त्यांचे ध्यान गेले नाही. त्या दांडगटाने बालकाकडे अंगुलिनिर्देश करून दात विचकताच भयचकित होत बालकाने मातेचा हात पकडला. धावत खाली दरीत जाऊन भीमाशी दोन हात करावेत असे सुयोधनास वाटून गेले. हरलो तर, भीम आम्हाला चोप देईल. परंतु, ह्या कोमल बालकास तरी पळून जाण्यासाठी वेळ मिळेल!

सुशासनानेही भीमास पाहिले होते. सर्वात मोठे आम्रफळ हातात घेऊन खाली फेकण्यासाठी त्याने पवित्रा घेतला होता. भीमाचे तुंदिल मुख पक्व आम्रफळाच्या रसाने माखण्याच्या कल्पनेने सुयोधनास हसू आले.

उत्तेजित जुळ्या बंधूंनी धावत येऊन काहीतरी सांगितले. वाऱ्यामुळे त्यांचे स्वर दरीतून कड्याच्या टोकापर्यंत पोहोचले. त्यांचा कंदुक एका विहिरीत पडला आहे हे सुयोधनास समजले. त्या ब्राह्मण बालकावरील ध्यान उडून भीम विहिरीनजीक धावला. सुशासनाने फेकलेले आम्रफळ भीमावर न आदळता, खाली पडले आणि घरंगळत झुडुपात गेले.

लहानगी सुशला फुरंगटली, "बंधो, तू उत्तम आम्रफळ फेकून दिलेस ना!"

"बोलू नको!" सुशासन फिस्कारला, तर सुयोधनाने रडवेल्या भगिनीस प्रेमाने पाहिले.

मध्यंतरी, युधिष्ठिर ध्यानमुद्रेतून बाहेर पडला आणि आदराने त्या ब्राह्मणाशी बोलू लागला. लवून अभिवादन, चरणस्पर्श आणि लांगुलचालन करू लागला. ह्या सर्वांबद्दल सुयोधनाच्या मनात चीड होती. भीम विहिरीच्या तटावरून वाकून पाहू लागला आणि जुळे बंधू आत पाण्यावर तरंगणारा कंदुक दाखवू लागले.

"सुयोधना, तटावरून त्या लठ्ठंभारतीस आत ढकलून द्यावेसे वाटते आहे." सुशासन आशाळभूतपणे म्हणाला तसा सुयोधन मोठ्याने हसला.

युधिष्ठिराने त्या ब्राह्मणास विहीरीपाशी नेले, तसा अर्जुन हातात धनुष्य घेऊन मागोमाग चालू लागला. ती अशक्त स्त्री मागेच थांबली. दुर्गद्वारापाशी दोन सैनिक दक्षतेस उभे होते; त्यांच्या मुद्रांवर कंटाळा प्रतिबिंबित झाला होता. ब्राह्मणाने विहिरीत वाकून पाहिले आणि नंतर आपल्या स्कंधावरील धनुष्य उतरवले, भात्यातून एक बाण काढला, त्याच्या बोथट टोकास आपले अंगवस्त्र बांधले. नंतर आपल्या वस्तू बांधण्यासाठी प्रयोगात आणलेली दोरी सोडवून घेतली आणि अंगवस्त्राच्या टोकास बांधली. विहिरीच्या तटावर वाकून त्याने काळजीपूर्वक लक्ष्य साधले आणि खोल अंधारात बाण मारला. पांडव बंधूंच्या जयघोषावरून सुयोधनास समजले की ब्राह्मणाने अचूक लक्ष्यवेध केला आहे.

सुयोधनाने आपल्या भ्रात्यास पाहिले. हा सर्व प्रसंग तो आश्चर्याने पहात होता. तीस हात खाली अंधाऱ्या विहिरीत पाण्यावर डुलणाऱ्या कंदुकास बाण मारणे ही खरोखर कौतुकास्पद गोष्ट होती. ब्राह्मणाने कंदुक विहिरीबाहेर ओढला. त्यात घुसलेले बाणाचे तीक्ष्ण अग्र उपसून काढले आणि तो कंदुक कनिष्ठतम पांडव सहदेवाच्या उत्सुक तळहातावर ठेवला. अर्जुनाने ब्राह्मणाच्या पायांवर मस्तक ठेवले. परंतु त्यास हळुवारपणे उठविताना ब्राह्मणाच्या देहबोलीतून निष्ठा जाणवली.

ब्राह्मणास आपल्या पाच चुलतबंधूंशी चर्चा करताना सुयोधनाने पाहिले. उत्तेजित युधिष्ठिर प्रासादाकडे अंगुलिनिर्देश करीत होता. तेथेच उभ्या भीमाच्या मुखावर सर्व घटना समजून घेण्याची पराकाष्ठा चालल्याचे भाव होते. सुयोधनाची दृष्टी तेथून निघून त्या ब्राह्मण बालकावर पडली. तो आपल्या जन्मदात्यांपासून काही अंतरावर उभा होता. इतरत्र पाहताना त्या बालकाची दृष्टी उन्हात चमकणाऱ्या पक्व, पीत आम्रफळावर पडली. त्याने अधाशीपणाने त्या फळाकडे झेप घेतली. तो ते उचलणार इतक्यात एक कृश, सावळी आकृती उडी मारून झुडुपांमधून बाहेर पडली. तिने वाळूवर पडलेले ते फळ उचलले. चकित झालेल्या त्या बालकास एका उडीत ओलांडत जिवाच्या भयाने ती आकृती पळून गेली. बावरलेल्या बालकाने पाठलाग केला. तो शर्विलक पळता पळता मागे वळून पाहत होता. त्यामुळे पुढे मार्गात उभ्या भीमाकडे त्याचे लक्ष गेले नाही. एक महाकाय पांडव भयप्रद दृष्टीसह सन्मुख उभा आहे हे त्यास समजले तेव्हा अतिशय विलंब झाला होता. भीमाने संघर्षाचा पवित्रा घेतला होता अन् तो मुलगा समीप पोहोचताक्षणी त्याने त्या मुलाच्या मस्तकाच्या दिशेने जीवघेणा मुष्टिप्रहार केला. लवून त्या मुलाने प्रहार चुकवला आणि धावता धावता खाली वाकून भीमाचे पाय खसकन ओढले. भीमाने पूर्णपणे लोटांगण घातले.

सुयोधनास आणि सुशासनास हसू आवरले नाही. ते पोट धरून मोठमोठ्याने हसू लागले. सुशला आपल्या लहानग्या हातांनी टाळ्या वाजवत, उड्या मारत त्यांच्यात सामील झाली.

ब्राह्मणाने वळून पाहिले तसा त्याला पाच राजकुमारांमध्ये एक पोरटा ते वादग्रस्त आम्रफळ घेऊन उभा दिसला. काही हात अंतरावर त्यांच्या स्वतःच्या पुत्राने ध्यान वेधून घेण्यासाठी सर्वशक्तीनिशी आकांत मांडला होता; कारण त्याने जाणले होते की, आपण जे गमावले आहे त्यात– का कोण जाणे परंतु– ह्या मुलांना रस आहे. उंच ब्राह्मणाच्या नेतृत्वाखाली ते पाच राजकुमार त्या पोरट्यासमीप जाऊ लागले.

"रक्षक हो!" द्वारापाशी उभ्या आकृत्यांना ब्राह्मणाने साद घातली.

कंटाळलेले दोन सैनिक अनिच्छेने आपली विश्रामस्थिती सोडून उठले आणि ह्या समुदायापाशी येऊ लागले. तळपत्या सूर्यामुळे आता भूमीवरील तृण न् तृण तप्त झालेले होते. सैनिकांनी मनोमन ह्या अपरिचित व्यक्तीस दूषणे दिली; कारण त्याच्यामुळे त्यांना सावली सोडून बाहेर पडावे लागले होते. राजकुमार आणि ब्राह्मण समीप येऊ लागले तसतसे ते पोर भयाने थरथर कापू लागले. भीमाच्या नेत्रात हिंस्र भाव होता आणि त्याला

ज्या लज्जास्पद रीतीने पडावे लागले त्यावर तो अजूनही विचार करत होता. वाऱ्याने दिशा बदलल्याने सुयोधन आणि त्याच्या भावंडांना संभाषण स्पष्टपणे एकू येत होते.

भीम त्या पोरट्यासमीप जाऊ लागला तसा ब्राह्मण चटकन उद्गारला. ''त्यास स्पर्श करून स्वत: अमंगल होऊ नको.'' भीम गोंधळला आणि ब्राह्मणाकडे पाहू लागला. ब्राह्मणाने पोरट्यास विचारले, ''तुझी ज्ञाति कोणती?''

जेव्हा त्या बालकाला समजले की ब्राह्मण आपल्याला प्रश्न विचारत आहेत, तेव्हा त्याने मान खाली घातली. 'येथे कुणी माझे नाव विचारण्याआधी माझी ज्ञाति का विचारत आहेत?' त्यास नवल वाटले. तो काहीतरी पुटपुटला, ते वृक्षावरील कौरव राजकुमारांच्या कानी पडले नाही.

''हे काय? हस्तिनापुराच्या दुर्गाच्या मुख्य प्रवेशद्वारापाशी एक निषाद इतका समीप येतो? एक अस्पृश्य राजमार्गावरून चालतो? महाराज अशा पद्धतीने राज्यकारभार करतात का? अर्थात् अंध व्यक्ती काय करणार म्हणा! त्यामुळे धर्माचे असे उल्लंघन येथे होते ह्यात नवल ते काय?'' ब्राह्मण ज्येष्ठ पांडवाकडे वळून म्हणाला, ''कुरूंच्या राज्यात असे नियमबाह्य वर्तन करणाऱ्या नतद्रष्टांसाठी काय दंड आहे बरे?''

पांडव अवघडले. काय उत्तर द्यावे हे त्यांना सुचेना. ते एकमेकांकडे पाहू लागले. ''मी त्याच्या देहाचा चक्काचूर करेन.'' भीमाने सिद्धता दर्शविली. आपल्यापेक्षा निम्म्या आकाराच्या निषाद पोरट्याने आपल्याला पाडले ह्याविषयीचा संताप अजूनही त्याच्या मनात धुमसत होता.

''शांति.'' ह्या शब्दासरशी भीमाचे मुख विवर्ण झाले. युधिष्ठिराकडे वळून ब्राह्मण म्हणाला, ''तू भावी अधिपती आहेस; तर मग ह्या दुष्टाशी काय व्यवहार करावा हे तू सांग. माझी पत्नीभ्राता कृपाने तुला काय शिकवण दिली आहे ते पाहू.''

योग्य उत्तर आठवताना युधिष्ठिराच्या मनावर ताण आला. कृपाचार्यांचे भगिनीपति? हे द्रोणाचार्य तर नव्हेत? हो, हेच ते प्रसिद्ध गुरू. ह्यांच्याच आगमनाची आपण सर्वजण प्रतीक्षा करीत होतो.

आश्चर्याने नेत्र विस्फारत सुयोधन चटकन वृक्षावरून उतरला आणि ह्या कोलाहलाच्या दिशेने चालू लागला. त्याच्या भावंडांनी त्याचे अनुकरण केले. द्रोणांनी युधिष्ठिरास उद्देशून म्हटलेले काहीतरी सुयोधनास खटकले होते. 'युधिष्ठिर कसा हस्तिनापुराचा भावी अधिपती होईल? सिंहासनाधिष्ठित महाराज धृतराष्ट्रांचा ज्येष्ठ पुत्र तर मी आहे.' तो राजकुमार विचार करू लागला. 'माझे तात अंध होते म्हणून त्यांच्या वतीने पंडुकाकांनी राज्य केले. ह्याचा अर्थ पंडुपुत्र हस्तिनापुराचा अधिपती होणार? ह्याच कटकारस्थानाविषयी शकुनीमामांनी मला सावध केले होते.'

सुयोधन आणि त्याची भावंडे येताना पाहून कृश आणि गौरवर्णी ब्राह्मणपुत्राने साशंकतेने त्यांच्याकडे पाहिले आणि तो मातेसमीप सरकला. सुयोधनाने त्या बालकाच्या रेखीव मुखाकडे पाहिले. स्कंधावर रुळणारे कुरळे केस, निष्पाप वृत्ती व आत्मिक

सौंदर्यसूचक हसरी जिवणी, धारदार नासिका. त्याच्यापुढून जाताना कौरव राजपुत्राने स्मितहास्य केले.

"अश्वत्थामा, येथे ये." ब्राह्मणाने साद देताच ते बालक साशंक मनाने पित्यासमीप जाऊ लागले. "ह्या दुष्टास कोणता दंड योग्य आहे?"

अश्वत्थाम्याने उत्तर देण्यापूर्वीच त्या कृष्णवर्णी कुमाराने पळ काढला. पळता पळता ते आम्रफळ त्याच्या हातून खाली पडले. लहानग्या अश्वत्थाम्यास उडी मारून ओलांडत तो अरण्याच्या दिशेने वानराप्रमाणे पळाला – आपल्या बंधकाच्या कचाट्यातून निसटला.

वाळूत पडलेले आम्रफळ उचलण्याकरिता अश्वत्थामा धावला, परंतु ते उचलण्याआधीच त्याच्या पित्याने त्याला थांबवले, "जा, त्या बालकास धर!"

कुणीच जागचे हलले नाही. ते कृष्णवर्णी बालक त्वरेने सळसळत्या पर्णसंभारात गुप्त झालेले सुयोधनाने पाहिले. क्षणभरात पर्णसंभार पूर्ववत स्थिरही झाला. राजमार्ग मलीन करणाऱ्या, राजभूमीवर चौर्यकर्म करण्याचा प्रयत्न करणाऱ्या त्या निषादाचा रक्षक अनिच्छेने पाठलाग करू लागले. सुयोधन जाणून होता की हे रक्षक सामान्यत: अशा क्षुल्लक नियमभंगाकडे गांभीर्याने पाहत नसत. कारण दरिद्रीजन नेहमी प्रासादद्वारापाशी जमून उरलेसुरले खाद्यपदार्थ घेऊन जात. राजवंशातील व्यक्ती राजमार्गावरून जात नसेल त्यावेळी दुर्गनियमांची कठोरतेने कार्यवाही केली जात नसे. लहानशा बालकाचा अशा अल्प अपराधासाठी पाठलाग करणे हा अतिरेक होता. इतके कष्ट घेण्याजोगा अपराध नव्हता तो. रक्षक गाजावाजा करीत बालकास शोधू लागले आणि मनोमन प्रार्थना करू लागले की, हा ब्राह्मण लवकर परत जावा अन् आपल्याला आपला सारीपाटाचा खेळ स्वस्थपणे पूर्ण करता यावा. परंतु तो ब्राह्मण त्यांची सुटका अशी सहजासहजी करणार नव्हता. त्या तळपत्या उन्हात तो तसाच उभा राहिला अन् हस्तिनापुराच्या त्या अक्षम रक्षकांनी अपराध्यास पकडण्याची प्रतीक्षा करू लागला.

"अहो आश्चर्यम्, बंधो!" राजकुमारांचे शिक्षक कृपाचार्य यांच्या खणखणीत स्वराने शांततेचा भंग झाला. पटकन सर्व राजकुमारांनी आपल्या गुरूंना लवून अभिवादन केले. त्यांच्याकडे वळून कृपाचार्य म्हणाले, "ह्या उन्हात खेळण्यापेक्षा अन्य काही उचित कार्य करता येत नाही का तुम्हाला? मी काल दिलेला गृहपाठ पूर्ण झाला का?"

"हो गुरुवर्य." अर्जुन उत्तरला. तर गृहपाठाचे विस्मरण झाल्याबद्दल सुयोधनाने मनोमन स्वत:स दूषणे दिली.

"मुलांनो, आता तुम्ही जा आणि कालच्या पाठाचे पुनराध्ययन करा. मी माझ्या भगिनीपतिंना भीष्मांकडे घेऊन जाणार आहे. आपला प्रवास कसा झाला? ए, अश्वत्थामा, किती वाढलास! माझ्याइतका उंच झाला आहेस तू!" आपल्या मातेआड लपलेल्या त्या बालकास पकडण्याचा कृपाचार्यांनी प्रयत्न केला.

"कृपा, त्यास स्पर्श करू नको! त्याने निषाद बालकास स्पर्श केला आहे." द्रोण म्हणाले.

"काय? द्रोणा, माझा ह्यावर विश्वास नाही." केकाटणाऱ्या अश्वत्थाम्याचे मनगट धरून कृपाचार्यांनी त्यास निकट खेचले आणि हवेत उडवले.

कृपी, त्या बालकाची माता, आनंदून गेली. आपल्या भ्रात्याने तणावपूर्ण प्रसंगाची सांगता केल्याने तिने मनोमन त्याचे आभार मानले. तिचे पति अजूनही रक्षकांकडे पाहत होते. परंतु कृपाचार्य मात्र लहानग्या अश्वत्थाम्यास स्कंधावर बसवून प्रासादाच्या दिशेने जाऊ लागले होते. पांडव राजकुमार आणि कृपी त्यांच्यामागून जाऊ लागले. अनिच्छेने द्रोणही वळले. परंतु भारतवर्षातील ह्या सर्वांत मोठ्या साम्राज्यात किती शैथिल्यपूर्ण कार्य चालते ह्याची नोंद त्यांनी घेतली होती. 'कुरूंच्या अधिपतींशी अशा ज्ञातिनियमांच्या प्रकट उल्लंघनाविषयी बोलेन मी. अशाने वरूणदेव कोपले तर नवल नाही. गत दोन वर्षे ह्या प्रदेशावर पर्जन्याने अवकृपा केली आहे.' त्यांच्या मनात विचार आला.

तो समूह दुर्गाच्या मुख्य द्वाराच्या आतील सुरक्षित वातावरणात शिरल्यानंतर, कृपाचार्यांच्या विशाल स्कंधावरील त्या बालकाने वळून सुयोधन आणि त्याच्या भावंडांकडे पाहिले. त्यांनी वाहून आणलेल्या आम्रफलांची ते गणना करीत होते. त्याने त्यांच्याकडे पाहून स्मितहास्य केले, तसे सुयोधनानेही स्मिताने प्रत्युत्तर केले. त्यावेळी भावी जीवनातील विधीलिखिताची त्या दोघांनाही जाणीव नव्हती.

***

झुडुपांमध्ये नाहीसा झालेला तो निषाद कुमार आता तीराप्रमाणे बाहेर आला आणि त्याने ते पडलेले अन् विस्मृतीत गेलेले आम्रफळ उचलले. सुशासनाने त्याच्या कृश कटीस पकडले; परंतु सुयोधन पुढे सरसावल्यावर सोडून दिले. "मी ह्यांच्या पाया पडावे अशी ह्याची इच्छा आहे का?" सुयोधनास पाहून निषादकुमारास वाटले. नेत्रातील अश्रू थोपवण्याचा तो प्रयत्न करू लागला. आपल्या जीर्ण वस्त्रात शक्य तितका स्वसन्मान रक्षिण्याचा प्रयत्न करू लागला. सुयोधनाने ते आम्रफळ उचलले आणि तो ते त्या कुमारास देऊ लागला. त्या कुमारास धक्का बसला. नंतर त्याने फळ घेण्यासाठी हात पुढे केला. 'राजपुत्रा, आपणास इतके आश्चर्य का वाटते आहे? परंतु, हो, आपणास क्षुधेविषयी इतके ज्ञानही नसेल.' त्या फळावर रानटी श्वापदाप्रमाणे तुटून पडताना त्या निषादकुमाराच्या मनात विचार आले. सुयोधनाने आपल्या कनिष्ठ भगिनीस निकट ओढले आणि तिने वस्त्रात एकत्र केलेली आम्रफळे उचलली. त्या बालिकेच्या विरोधाकडे दुर्लक्ष करीत, राजपुत्राने सर्व फळे निषादाच्या पुढ्यात ओतली आणि मागे सरून उभा राहिला.

असह्य क्षुधेने त्या कुमारास राजभूमीत प्रवेश करण्यास प्रवृत्त केले होते. आपल्या कुटुंबाकरिता अन्न शोधण्यासाठी तो आला होता. रक्षक त्याला पकडतील ह्याची त्याच्या चुलतीस आशंका होती. त्यांच्या शुभकाळी त्याने कधीही चौर्यकर्माचा अवलंब केला नव्हता. परंतु जेव्हा दारिद्र्य आणि नैतिकतेचे द्वंद्व झाले, तेव्हा उचित आणि अनुचित ह्यांमधील रेखा जणू लुप्त झाली. तो हे जाणून होता की, त्याची चुलती व चुलत भावंडे सर्व प्रसंग झुडुपांआड लपून पाहत असावीत. तेही दोन दिवसांपासून उपाशी होते. त्याने

जेव्हा तिला आपली योजना सांगितली होती, तेव्हा तिने नाममात्र विरोध केला होता. त्या आततायी विचाराचा आता त्याला खेद वाटू लागला. नक्कीच हस्तिनापुराचे रक्षक मला पकडून खांडववनातील कारागृहात बंदिवान करतील.

''ही आम्रफळे घे.'' राजकुमार म्हणाला.

क्षणभर तो कुमार गोंधळला. परंतु नंतर त्याने ती आम्रफळे उचलली. 'राजकुमाराचे मन बदलले तर?' त्याच्या हातात मोजकीच फळे मावली, तेव्हा त्याच्या हातून खाली पडलेली फळे उचलण्यासाठी सुयोधन पुढे सरसावला. त्याने ती फळे निषादकुमाराच्या हातातील राशीत रचली. त्याने ती राशी ऊराशी धरली होती.

''आता त्यांच्या दृष्टीस पडण्याआधी येथून दूर जा.'' सारीपाट खेळण्यात गुंगलेल्या रक्षकांकडे अंगुलिनिर्देश करीत सुयोधन म्हणाला.

तो कुमार आपल्या चुलतीच्या दिशेने धावला. ती श्वास रोखून तो प्रसंग पाहत होती. परंतु त्याने अरण्यात प्रवेश करण्यापूर्वी सुयोधनाने त्यास पुन्हा थांबविले. त्या कुमाराचे हृदय थबकले. 'राजपुत्र आपली भेटवस्तू परत मागणार की काय?' क्रोध आणि वैफल्याने त्याचे नेत्र अश्रूंनी डबडबले.

तो निषाद मार्गातच थांबला. जेव्हा तो वळला, तेव्हा त्याला राजपुत्र सस्मित मुद्रेने हात हलवताना दिसला. ''ए, तुझे नाव काय?''

सूर्य माथ्यावर जळत होता. तीक्ष्ण उष्णतेने पायाखालील भूमी जणू वितळू लागली. खोलवर श्वास घेत तो जोराने उत्तरला, ''एकलव्य.'' स्वत:च्याच धाष्ट्यनि चकित होत तो अरण्यात शिरला. राजपुत्रास काय सांगावयाचे आहे ते ऐकण्यासाठी मुळीच न थांबता.

* * *

तप्त मध्यान्हकाळी वर्गात रटाळपणे पठण होत असता सुयोधनाच्या मनात विचार येत होते – एकलव्याच्या क्षुधाग्रस्त अन् क्लान्त मुखाचे; शिवाय त्याच्या दारिद्र्याचे – ज्यामुळे त्याने राजभूमीवर चोरून प्रवेश करण्याचे धाष्टर्य केले होते. वर्गात आपल्या शास्त्रप्रभुत्वाने नूतन गुरुवर्यांना प्रभावित करण्यासाठी अर्जुन उत्साहाने पठण करीत होता. त्या स्वराकडे दुर्लक्ष करून सुयोधनाने त्या दरिद्री निषाद कुमाराचा विचार पुढे सुरू ठेवला. त्याच्याविषयी अन् त्याच्या परिजनांविषयी अधिक जाणून घ्यावे का?'' ह्या विचारात असताना त्याची दृष्टी पित्यानिकट स्थित उल्हासित अश्वत्थाम्यावर पडली. त्यांच्या वयाचे कुमारच करू शकतील अशाप्रकारे नेत्रपल्लवी करून त्यांनी संदेश दिला की, वर्ग किती नीरस वाटतो आहे आणि त्यानंतर गंमतीने स्मित केले.

''सुयोधना, दिवास्वप्ने पाहणे थांबव आणि ध्यान दे!'' गुरू द्रोणांच्या क्रोधित स्वराने वर्गातील एकसुरीपणा भंगला. त्यांनी युवराजाला त्याचे जीवन अन् स्वप्ने ह्यांच्यापासून दूर करीत पुन्हा शास्त्रांच्या आणि पवित्र ग्रंथांच्या रूक्ष जगात ओढून आणले.

वेदपठण करण्यात अर्जुनात व युधिष्ठिरात स्पर्धा सुरू होती. सुयोधन जागृत राहण्यासाठी धडपडत होता. बाहेर, लालसर संधिप्रकाशात पृथ्वी न्हाऊन निघाली होती आणि प्रासादापासून दूरवर एक क्लांत, कृष्णवर्णी निषाद स्त्री आणि तिचे पाच पुत्र दीर्घकालीन उपवास समाप्त करून समाधानाने निद्रिस्त झाले होते. त्यांच्यापासून काही अंतरावर आणखी एक बालक ह्या निषादांनी टाकून दिलेल्या कोयी चोखत बसले होते.

३. अरण्यपुत्र

कौरव राजपुत्राच्या अशा वर्तनामागील कारण एकलव्यास उमजेना. आम्रफळे चोरण्यासाठी राजभूमीवर जाणे हे एक जीवघेणे साहस होते. परंतु क्षुधेने त्याचे भयहरण केले होते. पकडले गेल्यास रक्षकांकडून आसूडाचे फटके खाण्याची त्याची मानसिक सिद्धता होती. परंतु बहुमूल्य रेशमी वस्त्रे धारण केलेल्या त्या राजकुमाराच्या अशा विचित्र व्यवहाराची त्यास अपेक्षा नव्हती. कुठेतरी काहीतरी सापळा असावा. उच्च ज्ञाती कुलोत्पन्न कुणीही व्यक्ती असे वर्तन करीत नाही. अगदी विचित्र वर्तन होते ते. सिंहाने नम्र व्हावे आणि तृणाहार करावा तसे. त्याने चुलतीस विचारले, "आम्रफळे विषारी असतील का?" ती नि:शुल्क दिली गेल्याने त्यास ती खावयाचे भय वाटू लागले. परंतु त्याच्या क्षुधाग्रस्त चुलतभावंडांनी त्याच्या हातून फळे हिसकावली तेव्हा त्या रसपूर्ण फळांसाठी संघर्ष करण्याच्या नादात त्यास विष आणि राजपुत्र ह्या दोहोंचेही विस्मरण झाले. त्याच्या चुलतीने हस्तक्षेप करीत उत्तम फळे आपल्या पुत्रांना दिली. एकलव्यास अर्धवट पिकलेले एक फळ मिळाले. अशा पक्षपाताची त्यास सवय होती, तरीही तो दुखावला. अशा गोष्टींसाठी रडायचे नाही असे त्याने ठामपणे ठरवले होते. आता मी दशवर्षीय झालो आहे – पुरूषच जणू– अन् पुरूष क्षुल्लक गोष्टींसाठी रडत नाहीत.

एकलव्य प्रथमपासून त्याची चुलती अन् तिच्या पाच पुत्रांसह भारतभर अशीच भ्रमंती करीत आला होता. त्यांच्यासारख्या परिजनांसाठी ह्यात नूतन काहीच नव्हते. मातेची कोणतीच स्मृती त्याच्यापाशी नव्हती आणि त्याची चुलती कधीतरी त्याच्या पित्याच्या सुरस कथा सांगे; केवळ तेव्हाच तातांचे जीवित असणे त्यास जाणवत असे. त्याला जन्म दिला त्याच दिवशी त्याच्या मातेचे निधन झाले होते. वैफल्यग्रस्त पित्याने एकलव्यास आपल्या भ्रात्याच्या स्वाधीन करून गृहत्याग केला होता. कधी कधी चुलती सांगायची की, त्याचे तात पूर्वेकडे कुठेतरी राजकुमार की महाराज आहेत आणि ते परततील त्या दिवशी आपले दारिद्र्य समाप्त होईल. परंतु बहुतेक वेळा, पुत्राचा त्याग केल्याबद्दल ती त्यांना दूषणे देत असे. ती वारंवार एकलव्यास स्मरण करून देई की, तो अनाथ आहे.

एकलव्यास पुसटसे स्मरण होते एका पुरूषाचे; जो गुडघ्याएवढा उंचीच्या एकलव्यास उचलून घेत असे. हा पुरूष म्हणजे त्याचा आश्रयदाता चुलता होता. मध्य

भारतातील कुठल्याशा निबिड अरण्यातील स्मशानभूमीत ते चिरनिद्रित होते. एका शेतातून खाद्य चोरताना ते पकडले गेले अन् त्यांना इतके ताडण्यात आले की, त्याने त्यांचा मृत्यू झाला होता. चुलती ज्या ज्या वेळी क्षुधेने व्याकुळ होई त्या वेळी ती कायम पतिचे नाव घेई. ते जीवित असते तर आपण सर्व राजाप्रमाणे जगलो असतो असे ती म्हणे. परंतु हे सत्य नव्हते हे समजण्याइतका एकलव्य प्रौढ होता. महान सुसंस्कृत समाजापासून दूर, आपल्यापेक्षा श्रेष्ठांपुढे दबून राहणारे, परंतु आपल्याप्रमाणे दुर्दैवी सहकाऱ्याशी स्पर्धात्मक अन् दुष्टपणे वागणारे अनेकजण त्याने पाहिले होते.

एकलव्य आपल्या चुलतभावंडाना सहन करू शके. परंतु आणखी एक बालक त्यांच्या पाठीमागून फिरत असे. तो त्यांच्याहूनही गलिच्छ होता. विद्रूप दात आणि पायांवरील ओलसर व्रण ही त्याची वैशिष्टे होती. त्याची काळी, रूक्ष त्वचा अन् छातीवरील ताणलेल्या त्वचेखालील अस्थिपिंजरा विशेषत्वाने दिसे. त्याच्या पोटाच्या तटतटीत नगाऱ्यावरील उन्नत नाभी भूछत्राप्रमाणे दिसे. ते कुटुंब त्या बालकास वारंवार हाकलून देई. परंतु ते बालक कधीच मागे सरत नसे. एकलव्याची चुलती तर त्यास दगडही फेकून मारी. परंतु लोचट श्वानाप्रमाणे तो गलिच्छ बालक त्यांच्यामागून येत राही. उरलेसुरले अन्न वेचण्याचा प्रयत्न करी अन् भिक्षा मागत राही. त्याला मारलेला दगड चुकविण्यासाठी तो पळून जाई- पुन्हा परतण्यासाठीच. कधीकधी चुलतीस त्या बालकाची दया येई आणि शक्य असेल तितके अन्न ती त्या पोरट्यास देई. तो ते दोन्ही हातांच्या ओंजळीत घेई अन् अरण्यातील वखवखलेल्या पशूप्रमाणे त्याचे भक्षण करी. परंतु, असे प्रसंग क्वचित घडत कारण स्वतःचीच क्षुधाशांति करण्यासाठी पुरेसे अन्न त्यांच्याकडे नसे.

तरीदेखील तो बालक त्यांच्या मागून जाई. ज्या ग्रामी एकलव्याच्या चुलत्यास देहदंड मिळाला त्या ग्रामी त्या बालकाची ह्या कुटुंबाशी भेट झाली होती. त्यासमयी अन्य एका पुरूषासही चौर्यकर्म करताना पकडण्यात आले होते आणि त्याचीही तीच दुर्दशा झाली होती. त्या पुरूषाच्या शवानिकट आक्रंदन करीत बसलेल्या ह्या बालकास एकलव्याच्या चुलतीने पाहिले. स्वतःच्या दुःखातही तिला त्या निराधार बालकाविषयी करूणा वाटली. त्या दिवशी तिची अन्नग्रहण करण्याची इच्छा नव्हती; त्यामुळे स्वतःच्या वाट्याचे अन्न तिने त्या बालकास दिले होते - परंतु ते उर्वरित अन्न देता क्षणीच तिला आपल्या चुकीचा पश्चातापही झाला होता. त्यानंतर एखाद्या शापाप्रमाणे ते बालक त्यांचा पाठलाग करी. कधीकधी एखादा वणिक आर्थिक वृद्धीकरीता देवाची प्रार्थना करताना दरिद्री परिजनांस अन्नदान करी; तो दिन त्यांच्यासाठी सुदिन असे. अशावेळी आपली चुलती उदार मनाने त्या बालकास अधिक अन्न देते ह्याची नोंद एकलव्याने घेतली होती. अशावेळी ती त्याच्याशी प्रेमाने बोले. अशा दुर्मिळ संभाषणावेळी एकलव्यास समजले की, त्या बालकाचे नाव 'जर' आहे.

एकलव्य जराच्या क्षुधार्त दृष्टिपासून दूर गेला. हे बालक आपण आम्रफळे खाऊन संपविण्याची प्रतीक्षा करत आहे हे त्याने जाणले. एकलव्याने फेकलेली कोय तो बालक

चोखणार होता. फळ पूर्ण खाल्यानंतर एकलव्याने कोय फेकली. एका निषादाचे उच्छिष्ट खाण्याइतक्या नीच स्तराला जाणाऱ्या त्या प्राण्याविषयी त्यास घृणा वाटली, परंतु त्याचवेळी त्या क्षुधार्त बालकाशी क्रूरपणे वर्तन करणाऱ्या स्वत:विषयी तिरस्कारही वाटला. त्या बालकात झुंजार वृत्ती नव्हती. तो केवळ श्वानमात्र होता. एकलव्य तुच्छतेने थुंकला. त्याच्या मनात एक कटु विचार आला, ''आपले जीवनही आम्रफलाच्या कोयीप्रमाणे आहे, चावून, चोखून, थुंकून टाकल्याप्रमाणे.''

कोय शोधण्याकरिता त्या बालकाची चाललेली धडपड एकलव्यास ऐकू आली. जराचा आनंदी चीत्कार ऐकू येताच त्याच्या नेत्रात अश्रूंचा उमाळा आला. चोखून पूर्वीच स्वच्छ झालेली ती कोय तो एखाद्या मूषकाप्रमाणे चावू लागला. खोलवर मनात एकलव्यास वाटू लागले, आपल्यावर उदार होऊन आम्रफळे देणाऱ्या त्या राजपुत्राचा वध करावा. राजवंशीयांच्या अन् वणिकांच्या दातृत्वावर अवलंबून राहण्याचे दु:ख त्यास सलू लागले. त्याने स्वत:च्या कृश अवयवांकडे पाहिले. 'आता मी पुरूष झालो आहे' त्याच्या मनात विचार आला. आता कुटुंबियांचे पोषण करणे हे माझे दायित्व आहे. मी एक निषाद आहे. कुटुंबातील कुणी पुरुष जिवंत असता तर त्याने मला मृगयेची कला शिकवली असती. परंतु माझे ज्ञातिबांधव राहतात विंध्य पर्वतरांगात अन् मी तेथून अतिशय दूर आलो आहे. एकलव्याने आपली निद्रित चुलती अन् पाच चुलतभावंडांच्या मुखांकडे पाहिले, तशी दया अन् असहायतेची उर्मी त्याच्या मनात उचंबळून आली.

एकलव्याने एक पुष्ट आम्रफळ आपल्या कटिवस्त्रात लपवलेले होते. चुलती अन् चुलतभावंडे निद्रित झाल्यावर तो ते खाणार होता. ते सर्वोत्तम फळ चुलतीने पाहिले असते, तर तिने ते निश्चित स्वत:च्या पुत्रास दिले असते. एकलव्यास ते स्वत: खाण्याची इच्छा होती. जराचे नेत्र आशेने चमकले. वनस्पतींनी आच्छादित टेकड्यांच्या माथ्यावर चंद्र चमकू लागला तशी भूमी रुप्याने न्हाली. एकलव्याने जरास पाहिले. त्याला एकवार वाटले फळ त्याच्याकडे फेकावे; परंतु इतके उत्कृष्ट फळ व्यर्थ घालवणे योग्य नाही असे वाटून त्याने आपले दात त्या फळात रोवले अन् रस शोषून घेतला. जराने आवंढा गिळला. उद्वेगाने एकलव्याने अर्धवट खाल्लेले फळ प्रतीक्षा करणाऱ्या त्या बालकाकडे फेकले. त्याने ते झेलले.

एकलव्य उठून उभा राहिला. तसा त्याला अश्वांच्या खुरांचा ध्वनी ऐकू आला. दूरवर काटेरी झुडुपांमध्ये त्याला अश्वारूढ मानवांच्या आकृति दिसू लागल्या. नाग परिजन! भयाने अवाक् होऊन एकलव्याचे पाय भूमीस खिळले. नाग ही सर्वांत भयंकर आदिवासी जमात होती आणि रात्रीच्या काळोखात ते राजप्रासादाच्या दिशेने जात होते. चांदण्यात अश्वांच्या श्यामल आयाळी चमकू लागल्या. त्याच्या निद्रित चुलतीने कूस बदलून नि:श्वास सोडला. एकलव्यास नागप्रमुखाची उंच, श्यामवर्णी आकृती दिसली. चांदणे त्याच्या देहास बिलगले तसा तो देह रूपेरी भासू लागला. जर अजूनही आम्रफळ चोखत होता. त्याचाही ध्वनी होत होता. एकलव्याला भय वाटले की, हा ध्वनी नागांना ऐकू गेला तर ते शोधाशोधीस प्रारंभ करतील.

परंतु नागपरिजन मार्गातील पोरट्यांसाठी थांबण्याच्या मन:स्थितीत नव्हते. प्रमुखाने हलक्या स्वरात अनुयायांना सूचना दिल्या आणि त्वरित कृती करत ते प्रासादाच्या दिशेने वेगाने दौडू लागले. एकलव्य त्यांच्या मागून धावू लागला, जरही पाठोपाठ होताच. नाग कुठे जात आहेत ते त्यास जाणून घ्यायचे होते; म्हणूनच तो असा शुद्ध मूर्खपणा जाणूनबुजून करीत होता. कुठेतरी मनाच्या एका खोल कोपऱ्यात त्याची इच्छा होती की, ह्यांनी हस्तिनापूर जिंकून घ्यावे आणि आतील मान्यवरांना तिरस्काराने वागवावे- जसे ते माझ्यासारख्या अस्पृश्यास वागवतात. परंतु हे स्वप्न अशक्यप्राय होते. हस्तिनापूर राज्य अति सामर्थ्यशाली होते आणि नागांसारख्या नीच स्तरातील समूह ही अजिंक्य नगरी कधीच पादाक्रांत करू शकला नसता. तरीही त्यांचा प्रमुख तक्षक, भारतवर्षातील महान नगरावर अतिरेकी आक्रमण पुन:पुन्हा करीत असे. तक्षक! एकलव्यास आता नागांच्या त्या युवा नेत्याची ओळख पटली. हस्तिनापुरावर लपून-छपून आक्रमण करणाऱ्यांचे नेतृत्व तोच करीत होता. हे सर्व प्रत्यक्ष पाहताना एकलव्य थरारून गेला. आपल्या कृश पायांनी शक्य तितक्या वेगाने तो पळू लागला आणि एखाद्या श्वान-शावकाप्रमाणे जर त्याच्या इतक्याच गतिने पळण्याचा प्रयत्न करू लागला.

त्या रात्री इतकी शांतता होती की, अश्वखुरांचे ध्वनी एका युद्धभूमीवरील पडघमासारखे वाटू लागले. जगातील एका बलाढ्य राजधानीवर आक्रमण करताना इतका निनाद करणे हा नागांचा मूर्खपणा आहे असे एकलव्यास वाटले. ह्या चोवीस लोकांना हस्तिनापुराचे रक्षक काही पळभरात चिरडून टाकतील. एका दशवर्षीय बालकासही त्यांच्या योजनेतील त्रुटी ध्यानात येईल. मग हे खरोखरीच मूढ आहेत का? कसेही करून तक्षक विजयी व्हावा असे एकलव्यास वाटू लागले. आज दुर्गातील अनेक निष्पाप जिवांचे प्राण जातील. नाही, त्यांना निष्पाप तरी का म्हणावे? ते माझ्याप्रमाणे नाहीत. ते अमानुष आहेत आणि माझ्यासारख्या परिजनांना तिरस्काराने वागवतात किंवा दयेने तरी. अस्पृश्य निषाद म्हणून जगलेल्या दहा वर्षांच्या आयुष्याने त्याला जीवनाविषयी आणि मानवी वृत्तीविषयी बरेच शिकविले होते. उच्च ज्ञातित जन्मण्याचे सुदैव लाभलेल्या अनेक वरिष्ठ मनुष्यांना त्याच्याहून अल्प ज्ञान होते.

उच्चवर्णीयांच्या मनातील द्वेष अन् तुच्छता एकलव्य समजू शकत होता. त्याच्या मनात उच्चवर्णीयांविषयी असाच तिरस्कार होता. निषादांहूनही अधिक तिरस्करणीय अशा नीच कुलातील जरासारख्या जिवांविषयी एकलव्यासही असाच तिरस्कार वाटे. नागांचा विजय झाला तर, कदाचित गोष्टी बदलतील किंवा बदलणारही नाहीत. तरीही उच्चवर्णीय अन् बलवान पक्षाचा पराभव पाहण्यात एक समाधान दडलेले होते. 'हे महादेवा!' एकलव्याने प्रार्थना केली. ''आज तक्षकांचा विजय होऊ दे.'' परंतु त्यानंतर राजपुत्र सुयोधनाचे मुख त्याच्या दृष्टिसन्मुख तरळले. ह्या राजपुत्राने इतका दयाळूपणा का दर्शविला? उच्च कुलोत्पन्नाने दयाळूपणा दर्शवू नये असा प्रघात होता. त्याचा गोंधळ उडाला. ''कदाचित राजपुत्रास माझ्याकडून काही काम करवून घ्यायचे असावे, कारण असे उच्चवर्णीय आम्हासारख्यांवर कधीच दया करीत नाहीत.'' त्याच्या मनी विचार

आला. परंतु हस्तिनापुराच्या युवराजास अस्पृश्य निषाद कुमाराकडून काय अपेक्षित असेल? ''सर्वजण अग्निचे भ्यक्ष्य होऊ देत. ते सर्वजण एकसमान आहेत. आज तक्षक जिंकला तर तो प्रासाद जळून नाश पावताना पाहावयास मिळेल.''

आक्रमकांच्या मुख्य पथकापासून विलग होणारे तक्षक आणि अन्य चार योद्धे विचारमग्न एकलव्यास दिसलेच नाहीत. दुर्गाच्या मुख्य द्वारापाशी असलेल्या रक्षक सैनिकांशी मुख्य पथक भिडले. दुर्गावरील घंटा संकटाची सूचना देण्यासाठी घणघणू लागल्या. घंटानादात, अश्वांच्या खिंकाळण्यात आणि तलवारींच्या खणखणाटात तक्षक आणि त्याचे सहकारी दुर्गतटाच्या छायेतून पुढे गेले. एकलव्याने पाहिले की, त्या अति उच्चदुर्गाच्या तटावरून दोऱ्यांचे सोपान खाली सोडून शतकावधी कुरू सैनिक खाली उतरू लागले आणि नागांशी लढू लागले. हस्तिनापुराच्या सैनिकांसमोर वीस नाग योद्धे अल्पसंख्य भासू लागले.

जराने एकलव्याचा हात ओढला आणि दुर्गाच्या मुख्य द्वाराच्या डाव्या दिशेस अंगुलिनिर्देश केला. तेव्हा एकलव्यास नवल दिसले. तेथे लोंबकळणाऱ्या दोराच्या सोपानावरून तक्षक आणि त्याचे चार सैनिक त्वरेने तटावर चढत होते. चंद्र मेघांआड लपला होता. सैनिक वर पोहोचतात तोच चंद्र अकस्मात ढगांआडून बाहेर पडला आणि एकलव्यास तटावरील काळी आकृति दिसली. ही व्यक्ती नागप्रमुखास दुर्गात प्रवेश करण्यासाठी साहाय्य करीत होती. एकलव्याचे मन उत्तेजित झाले. तक्षक बलाढ्य हस्तिनापुराशी थेट भिडणार होता. आपल्या नायकास ही कामगिरी करताना पाहावे अशी त्यास आंतरिक ओढ लागली. 'कसेही करून दुर्गात प्रवेश करून तेथील घडामोड पाहावी.' जराने त्यास थांबवण्याचा प्रयत्न केला. परंतु एकलव्याने त्या लहानग्या बालकास दूर सारले आणि तो धावू लागला. जर क्षणभर चाचरला. नंतर विचार झटकून तोही त्याच्यामागून धावला.

एकलव्य त्वरेने दोरीच्या सोपानावरून चढू लागला. उजवीकडे काही शत पावलांवर तीव्र संघर्ष सुरू होता. जराने त्या चपळ मुलाच्या गतिने पाठोपाठ जाण्याचा निकराचा यत्न केला. एकलव्यास दिसले की, ते चार नाग सैनिक आणि त्यांचा साहाय्यकर्ता काळोखात लपून प्रासादाच्या दिशेने धावत आहेत. पाठीमागून कसलासा ध्वनी ऐकू आल्याने एकलव्याने मागे वळून पाहिले. जरास सोपानाच्या शेवटच्या मोठा पायऱ्या चढण्यास प्रयास पडत होते. एकलव्याने त्यास दूषणे देत खाली वाकून वर ओढून घेतले.

''तू मागोमाग का येत आहेस?'' एकलव्याने त्या बालकास तिरस्कार दर्शवला. परंतु उत्तरार्थ एक मंदबुद्धी स्मित प्राप्त झाले. पुन्हा अपशब्द उच्चारत तो तटावरून धावू लागला. परंतु नाग सैनिक दिसेनासे झाले होते. कुठे गेले हे? ह्यांना मदत करणारा विश्वासघातकी कोण आहे? दुर्गाबाहेरील ध्वनी विरत चालले होते. तेथील संघर्ष समाप्त झाला का? नित्याप्रमाणे हस्तिनापुरच्या संख्याबलाने नागांच्या शौर्यास निष्प्रभ केले असणार. हा आत्मनाशी हल्ला आहे हे जाणूनही ते नागवीर प्राणत्याग करण्यास सिद्ध झाले; कारण त्यांचा प्रमुख दुर्गात प्रवेश करताना त्यांना शत्रूचे लक्ष अन्यत्र वेधून घ्यावयाचे होते.

त्या एकपक्षीय युद्धाचा विचार करताना एकलव्याच्या मनात साहसी नागांविषयी प्रशंसा अधिक वाढली. परंतु नागप्रमुख कुठे गुप्त झाला बरे? ''ह्या मूढमती जरामुळे मला विलंब झाला नसता, तर मी त्यांच्या मागोमाग गेलो असतो. ह्या मूढाचा तर मी नंतर समाचार घेईन.'' त्याने मनोमन निश्चय केला.

अकस्मात त्याला ते पुन्हा दिसले. आता ते सुरक्षित, काळोख्या जागेतून बाहेर पडून प्रासादाकडे धावत होते. रक्षक अधिकाधिक मशाली पेटवू लागले. परंतु नागपरिजन येत होते तो भाग अजूनही अंधारात होता. ते जवळपास प्रासादापाशी पोहचलेच होते, इतक्यात नुकत्याच किशोरावस्थेत पदार्पण केलेल्या एका मुलाने त्यांना थांबवले. तक्षकाने त्याला ओलांडून पुढे जाण्याचा प्रयत्न केला, परंतु त्या मुलाने नागनेत्यास अडवले. नागाच्या तलवारीचा वार चुकवत त्याने नागाच्या चमकत्या देहावर स्वत:च्या तलवारीचा वार करण्याचा प्रयत्न केला. दुर्गाच्या प्रथम पातळीवरील एक द्वार उघडले आणि एक वरिष्ठ पुरुष त्या चकमकीच्या दिशेने धावत गेला. त्याने त्या शूर किशोरास परत फिरण्यास सांगितले. भारल्या मनाने एकलव्य ते उलगडणारे नाट्य पाहत उभा राहिला. ती व्यक्ती समीप येताच एका नागाने तिच्यावर लत्ताप्रहार केला, तशी ती व्यक्ती काष्ठवत् धरणीवर पडली. देहावर वार झालेले असले तरी तो किशोर तेथेच थांबून लढत राहिला. मध्यंतरी, नागांना साहाय्य करणारी व्यक्ती हलकेच काळोखात सरकली. सर्व बाजूंनी सैनिक धावत आले, तशी ती व्यक्ती त्या दृश्यातून गुप्त झाली; हे केवळ एकलव्य आणि जराच्या ध्यानात आले.

एका उंच, दणकट आकृतीने त्या किशोरास बाजूला सारले आणि नागांच्या नेत्याशी कटू झुंज सुरू केली. एकलव्याने ब्राह्मण गुरूंना ओळखले. प्रात:काळी त्यांनीच एकलव्यास पकडले होते. तक्षक जिंकावा अशा प्रार्थनेस एकलव्याने आरंभ केला. बाण सटासट सुटू लागले. दोन नाग योद्धेही धारातीर्थी पडले. इतक्यात सैनिकांनी गुरूंना ओळखले आणि त्यांनी बाण सोडणे थांबवले; कारण ब्राह्मण योद्ध्यास बाण लागण्याची शक्यता होती. तक्षक आणि उर्वरित नाग गुरूंविरुद्ध निकराने युद्ध करू लागले. काही कुरू सैनिक गुरूंच्या साहाय्याप्रीत्यर्थ पुढे सरसावले, परंतु त्यांनी तुच्छतेने त्यांना केवळ हस्तसंकेताने थोपवले. ह्या वन्य मनुष्यांशी एकट्यानेच लढण्यास ते समर्थ होते. विस्मयकारक तलवारकौशल्य आणि चापल्याने द्रोणांनी तक्षकासह तीन नाग योद्ध्यांना थोपवले होते. त्यांच्या तलवारीने अनेकदा वर्मावर वार केला, त्यामुळे अल्पावधीतच तक्षकावर तटास पाठ लावून लढण्याची परिस्थिती आली.

एकलव्याने पाहिले की, कुरूंचे महाधिपती भीष्म ह्यांची उंच आकृती प्रासादाच्या एका वातायनात आली. त्यांनी ओरडून आदेश दिला तसे सर्व बाजूंनी सैनिक तलवारी उपसून घटनास्थळी येऊ लागले. तो कोलाहल ऐकून द्रोणांनी मागे वळून पाहिले आणि आपणास साहाय्याची आवश्यकता नसल्याचे सांगितले. हा क्षण तक्षकास पुरेसा होता. द्रोणांचे क्षणभर दुर्लक्ष होताच तक्षक लोंबत्या दोरापाशी धावला आणि त्याने दुर्गतटावरून पलीकडे उडी घेतली. द्रोणांनी क्रोधाने आरोळी ठोकली आणि पळून जाणाऱ्या नागप्रमुखास

पकडण्याचा प्रयत्न केला. परंतु उर्वरित दोन नाग योद्ध्यांनी त्यांना काही क्षण रोखून धरले. द्रोणांनी धावता धावता त्या दोघांची शीरे धडावेगळी केली आणि तक्षकावर वार केला. त्यांच्या तलवारीचा वार तक्षकाच्या उजव्या पावलाच्या काही सूत अंतरावर झाला. गुरू उद्वेगाने हुंकारले. आपल्या प्रतीक्षेत उभ्या अश्वास शोधण्यासाठी नागप्रमुख तटाशेजारून धावू लागला, तसे रक्षकांनी त्याच्यावर बाण सोडले. त्यातील दोन बाण त्याला लागलेही. धावता धावताच तक्षकाने मांडी आणि बाहूत घुसलेले बाण ओढून काढण्याचा प्रयत्न केला हे एकलव्याने पाहिले. तटानिकट खालून द्रोणही धावत नागनेत्याचा पाठलाग करू लागले. धावता धावता ते धारातीर्थी पडलेल्या शवांवरून लीलया उडी मारून पुढे गेले.

तक्षकाचे पलयन एकलव्यास पहावयाचे होते, परंतु द्रोणांच्या विस्मयकारक शौर्याने आकृष्ट झाल्याने त्याची दृष्टी द्रोणांवर खिळून राहिली. एखादी व्यक्ती इतकी उत्तमरीत्या लढू शकते? किती हे सौष्ठव आणि गुणवत्ता! किती सामर्थ्य आणि शैली! 'मला असे लढायचे आहे' एकलव्यास उत्कट इच्छा झाली, इतक्यात त्यास एक किंकाळी ऐकू आली. गुरुवर्यांच्या डाव्या पावलात बाणाच्या शिसाचे अग्र घुसले आणि ते तटालगतच्या चौथऱ्यास ठेचकाळून धाडकन खाली पडले. त्या विकल देहासमीप रक्षक धावले. तक्षक धावत पुढे गेला. त्याने हळुवार शीळ घातली, तसा एक अश्व फुरफुरत झेपावत आपल्या धन्यापाशी आला.

''पकडा त्याला, पकडा...'' द्रोणांनी उठण्याचा प्रयत्न केला. त्यांच्या एका हातात पावलातून उपसून काढलेला बाण होता. त्याचे रक्तरंजित टोक चांदण्यात चमकत होते. रक्षक तक्षकाच्या दिशेने धावले. परंतु तो तटाच्या कोपऱ्यावरून वळून दिसेनासा झाला. ''पाठलाग करा... तो पळून जाईल, मूर्खांनो.'' द्रोण ओरडले.

तटाखालील दुर्गद्वार उघडले आणि काही अश्वारूढ सैनिक त्वरेने बाहेर झेपावले. ते नागप्रमुखाचा पाठलाग करू लागले.

द्रोणांनी लंगडत पुन्हा दुर्गात प्रवेश केला. घटनेस लागलेल्या भिन्न वळणामुळे ते निराश झाले. पाठीमागे हात बांधून भीष्म उभे होते, त्यांची मुद्रा निर्विकार होती. त्यांची घनदाट दाढी वाऱ्याने हेलकावत होती. त्यांच्या विशाल भाळावर हलकीशी आठी उमटली. त्यांच्या निकट अस्वस्थसे विदुर उभे होते. भीष्मांची उंच आकृती पाहताच द्रोण क्षणभर चकित झाले. त्यांनी सभोवताली प्रासाद रक्षकांचे निष्प्राण देह पाहिले आणि नंतर महाधिपतींच्या गंभीर मुखाकडे पाहिले.

''येथील सैनिक अक्षम आहेत, महाशय. ह्यांना व्यावसायिक प्रशिक्षण नाही. त्यामुळेच नागप्रमुख पळून जाण्यात यशस्वी झाला. त्यांनी त्या अधमाऐवजी माझ्यावर बाण सोडले.'' द्रोणांच्या भाषणात दोषारोपाचा सूर होता. परंतु विदुरांनी जाणले की अतिरेक्यांच्या नेत्याच्या पलायनाचा दोष स्वत:वर येऊ नये असा त्यांचा उद्‌देश होता.

भीष्मांनी गुरूंकडे थेट पाहिले, तशी द्रोणांनी दृष्टी वळवली. अखेर महाधिपती म्हणाले, ''तुम्ही राजकुमारांना प्रशिक्षित करण्यावर भर द्यावा हे उत्तम. प्रासादसुरक्षेचे काम रक्षकांवर सोपवावे. तुमचे तलवार लालित्य माझ्या दृष्टीने प्रशंसापात्र आहे, परंतु स्वत:चा

पुरुषार्थ सिद्ध करण्याची उत्कंठा नाही. विदुरा, गुरूंना विश्राम कक्षात घेऊन जा. त्यांना विश्रामाची आवश्यकता आहे.''

द्रोणांचे गौरवर्णी मुख क्रोध आणि अवमानाने लालसर झाले. विदुरांनी त्यांची दृष्टिभेट टाळली. अवहेलनेने द्रोणांचा जळफळाट झाला. स्वामीने अवमान करावा- तोही एका शूद्रासन्मुख! हे त्यांना असह्य वाटू लागले. प्रतिवाद करावा अशी इच्छा झाली, परंतु त्याच्या परिणामाचे भय वाटले. त्यांना ह्या चाकरीची आवश्यकता होती. ही चाकरी मिळण्यापूर्वी त्यांचे आयुष्य खडतर होते. एका ग्रामातून दुसऱ्या ग्रामात, एका राज्यातून दुसऱ्या राज्यात, पुन:पुनः कामाच्या शोधात फिरण्याच्या कल्पनेने ते शहारले. ह्या सर्व हालअपेष्टा त्यांनी भोगल्या होत्या. आतापर्यंत दारिद्र्य त्यांचे नित्य सांगाती होते. त्यांच्यावर कुटुंबाच्या भरण पोषणाचे दायित्व होते. उद्धट भीष्मांना द्वंद्वाचे आव्हान द्यावे असे त्यांच्यातील योद्धा सांगत होता. कदाचित हा अनुभवी योद्धा आपला पराभव करेल. महाधिपतींच्या शत्रूंनाही त्यांच्याविषयी भययुक्त आदर वाटे. त्यांच्या हातून मृत्यू होणे म्हणजे सन्मानाचे लक्षण असेही म्हटले जाई. द्रोणाने आपल्या युवावस्थेत अशा मृत्यूचे स्वप्न पाहिले होते. योद्धे अशाच मृत्यूची इच्छा करतात. सन्मानपूर्ण आणि ताठ मानेने स्वीकारलेला मृत्यू. तितक्यात अश्वत्थाम्याच्या निष्पाप मुखाचे चित्र त्यांच्या मन:पटलावर उमटले. माझ्या पुत्राचे जीवन माझ्यापेक्षा सुखकर असावे. त्याच्याकरिता माझा अभिमान गिळणे क्रमप्राप्त आहे. प्रत्येक पित्याच्या भाग्यात हेच लिहिलेले असते.

विदुरांकडे वळून ते म्हणाले, ''मला सोबतीची आवश्यकता नाही.'' आणि त्यांच्यापुढून ते त्वरेने निघून गेले.

विदुर मागेच थांबले. त्यांनी द्रोणांची वेदना जाणली होती. त्यामुळे गुरुवर्यांनी केलेल्या अपमानावर त्यांनी प्रतिक्रिया व्यक्त केली नाही. गुरूंच्या पाठमोऱ्या आकृतीकडे पाहताना विदुरांचे स्कंध झुकले. 'भीष्मही कधीकधी अतिकठोर वर्तन करतात.'

''तक्षकास पकडल्यानंतर मला निवेदन करा. अर्थात तो पकडला जाईल असे वाटत नाही म्हणा.'' नि:श्वास सोडून भीष्म निघून गेले.

त्याचवेळी विदुरांनी पाहिले की, एक कुमार एका मूर्च्छित व्यक्तीस हलवत आहे. त्याच्यापाशी जात विदुर म्हणाले, ''त्यास इजा झाली आहे का?''

बालकाने आश्चर्याने ह्या सुवेशभूषित व्यक्तीस पाहिले. ''कल्पना नाही, स्वामी.''

''तक्षकास रोखणारा तो शूर मुलगा तूच ना? तुझे नाव काय, पुत्रा?'' विदुरांनी विचारले.

''मी वसुसेन, स्वामी. आणि हे माझे तात- सारथी अधिरथ. मला कर्णही म्हणतात. स्वामी, कृपया माझ्या पित्यास आमच्या कुटीपर्यंत नेण्यास मला साहाय्य करावे. माझी माता चिंताग्रस्त असेल.''

काही न बोलता विदुरांनी त्या धाराशायी मनुष्याचे धड उचलले आणि कर्णाने पाय उचलण्याचा प्रयत्न केला. परंतु ते त्याच्या मानाने अवजड होते.

“माझ्या मते, आपण त्यांना साहाय्य करावे.” काळोखात उभ्या जराने एकलव्यास म्हटले. त्याने अडविण्यापूर्वीच जर पुढे धावला.

एकलव्याने त्या मूढमतीचा धिक्कार केला. “सत्यानाश!” आता आम्हास पकडतील आणि चोप देतील. “अरे मूर्खा!” तो क्रोधाने पुटपुटला. आता पर्याय नव्हता. कुणी पाहण्यापूर्वी ह्या मूर्खास मागे खेचून येथून पळून जावे ह्या विचाराने तो जरापाठोपाठ धावला. त्याचे केस पकडून त्यास मागे खेचण्याचा प्रयत्न केला. त्या धडपडीने रक्षक सजग झाले आणि त्यांनी संकटसूचक निनाद केला. तो ध्वनी ऐकून कर्ण आणि विदुरांनी वर पाहिले. तेव्हा दोन निषाद कुमार त्यांच्या दिशेने धावत येताना दिसले. त्यांचे आश्चर्य विरते न विरते तोवर जर त्या धाराशायी मनुष्यापर्यंत येऊन पोहोचला आणि त्याने त्यास उचलण्यास आरंभ केला. एकलव्य धापा टाकत काही अंतरावर थांबला.

“स्वामी, आम्ही साहाय्य करण्यास आलो आहोत.” विस्फारलेल्या नेत्राने विदुरांकडे पाहत जर म्हणाला.

जराची कृश काया पाहून कुरूंच्या प्रधानमंत्र्यांना हसू फुटले. सैनिकांनी धडपडणाऱ्या एकलव्यास धावत येऊन धरले; परंतु विदुरांनी हात उंचावले, “सोडा त्याला... हे ग्रामातून आलेले माझे भगिनीपुत्र आहेत.”

ते ऐकताच सैनिकांहूनही अधिक आश्चर्य एकलव्यास वाटले. सैनिकांनी अनिच्छेने त्याच्या बाहूवरील पकड सोडली. लवून अभिवादन करीत ते परतले. निःशब्दपणे एकलव्य त्या मूर्च्छित मनुष्यास कुटीसमीप घेऊन जाणाऱ्यात सामील झाला. दुर्गाच्या सर्वांत निम्न अंगास, अश्वशाळेनजीक ती कुटी होती.

एक स्त्री कुटीच्या दारात उभी होती. “माझी माता, राधा.” कर्ण म्हणाला.

कुटीत अति अल्पप्रमाणात वस्तू होत्या. त्यातील एकुलत्या एक बाजेवर त्यांनी त्या मनुष्यास झोपवले. विदुराने त्या स्त्रीजवळ थोडे पाणी, काही तुळशीपत्रे आणि काही घरगुती वनौषधी मागितल्या. जर आणि एकलव्य एका कोपऱ्यात निश्चल उभे राहिले. कारण आपण हालचाल केल्यास मंत्रीमहोदयांची प्रतिक्रिया काय होईल ह्याची त्यांना कल्पना नव्हती. मंत्रीमहोदयांनी आपल्याला सैनिकांपासून का वाचवले हे एकलव्यास समजले नाही. त्याचे नेत्र त्या लहानश्या परंतु व्यवस्थित कुटीत सर्वत्र भिरभिरले. हे कुटुंबही दरिद्री होते; परंतु तरीही त्याला त्यांचा हेवा वाटला. कारण मस्तकावर छत्र मिळण्याइतके सुदैवी होते ते. विवृत्तस्थळावरील निद्रितावस्थेतील चुलती अन् चुलत भावंडांचा विचार मनात चमकून जाताच त्याचे हृदय कटुतेने भरून गेले.

मंत्रीमहोदयांनी जखमी मनुष्याच्या शुष्क ओठांवर आपल्या औषधाचा चषक लावला. ती स्त्री आपल्या पतिसमीप घुटमळली. काही समयाने त्याने हालचाल केली आणि तो शुद्धीवर आला. त्याच्या रडणाऱ्या पत्नीने स्मितहास्य केले तसे विदुर जाण्याकरिता उठून उभे राहिले. राधेने त्यांना अल्पोपाहारासाठी आग्रह केला. पतिचे प्राण वाचविण्यासाठी तिने त्यांना अनेकवार धन्यवाद दिले. प्रधानमंत्र्यांनी विशद केले

की, इजा क्षुल्लक आहे आणि तिच्या पतिच्या आयुष्यास कसलाही अपाय नाही. तो सारथीही पत्नीप्रमाणेच आपल्या सामान्य कुटीत अल्पोपाहार घेण्याची विनंती मंत्र्यांना करू लागला. तेव्हा अखेरीस विदुराने संमती दिली. त्यांच्या दृष्टीने आनंददायक अशा ह्या लहानशा गोष्टीस नकार देऊन त्यांना दुखावणे विदुरांना जमेना. त्या मनुष्याकडे पाहून त्यांनी प्रशंसा केली, ''आपला पुत्र धैर्यवान आहे. त्याला सैन्यप्रशिक्षण दिल्यास तो भविष्यात हस्तिनापुराचे भूषण ठरेल.''

''स्वामी, आम्ही दरिद्री सूत. आमच्या पुत्रास कोण शिकवील? मी त्याला माझ्या स्वत:च्या व्यवसायाचे शिक्षण देत आहे. त्याला ह्या प्रदेशातील सर्वोत्कृष्ट सारथी बनवेन. परंतु धनुर्विद्या शिकणे आमच्या ज्ञातिच्या प्रतिष्ठेबाहेर आणि आवाक्याबाहेर आहे.''

एकलव्याने पाहिले की, आपली लज्जास्पद स्थिती कुणी पाहू नये ह्यासाठी तो सूतपुत्र अधोमुख उभा होता. 'हा मुलगा योद्धा होऊ शकेल तर मीही होऊ शकेन.' एकलव्य मनोमन खवळला. त्याने त्वेषाने वळून पाहिले तर जर अन्नपात्राकडे पहात होता, त्याचे नेत्र खाद्यपदार्थाची याचना करीत होते.

विदुर दीर्घ काळ मौन राहिले. ''अंऽऽ, अधिरथा, मी पाहीन. मला यश मिळेल की नाही हे मी जाणत नाही, परंतु मी प्रयत्न करीन. आचार्य सज्जन आहेत, महान शिक्षक आहेत. आज तक्षकाचे आक्रमण रोखून तुझ्या पुत्राने राज्याची मोठी सेवा केली आहे. तुझ्या पुत्रास शिष्य म्हणून स्वीकार करण्याची विनंती मी त्यांना करीन. परंतु ते सनातनी आहेत. त्यामुळे सूतपुत्रास... मी भीष्म महाराजांना शब्द टाकण्याची विनंती करीन. कदाचित... पाहूया...''

विदुराच्या स्वरात आशंका होती. परंतु अधिरथ उत्तेजित झाला. राज्याच्या प्रधानमंत्र्यांनी प्रत्यक्ष सांगितल्याने त्या सारथ्याला आनंद होणे स्वाभाविक होते. आता माझ्या पुत्राच्या भविष्याची चिंता नाही .

मत्सराने एकलव्याचे अंतर्मन पेटून उठले. काही जणांना वस्तू किती सहजतेने मिळतात. माझ्या बाबतीत असेच होऊ शकेल का असे प्रधानमंत्र्यांना विचारण्याची त्यास इच्छा झाली. परंतु कर्ण आणि त्याच्यामधील सामाजिक अंतरही अधिक असल्याने त्याने धाष्टर्य केले नाही. दाताखाली ओठ चावत तो तसाच उभा राहिला. मत्सराने अन् नीच कुळात जन्माला घालणाऱ्या दुर्भाग्यावरील क्रोधाने आतल्या आत जळत राहिला. ''कुणाला आवश्यकता आहे गुरूची? हे जग माझे गुरू आहे.'' एकलव्यास वाटले, ''ह्या सुदैवी नीचाहून उत्तम धनुर्धर होऊन दाखवेन मी.'' त्या सामान्य कुटीत पसरणाऱ्या दु:खदायक आनंदापासून दूर पळण्याची त्यास इच्छा झाली. जराने त्याचा हात ओढला. वैतागून एकलव्याने त्यास शांत राहण्यास दटावले. जराने क्षुधादर्शक संकेत दिला. त्याच्या मनात सतत एकच विचार असे.'कुठल्याही क्षणी प्रधानमंत्र्यांचा विचार बदलेल आणि आपणास नरकवास भोगावा लागेल.' प्रथम राजपुत्र सुयोधन आणि आता हा महत्त्वपूर्ण मनुष्य. त्यांच्या दयाळू वर्तनाने एकलव्य अस्वस्थ झाला होता. तो तणावग्रस्त स्थितीत मौन उभा राहिला.

राधेने जराचे क्षुधार्त वदन पाहिले होते. स्वच्छ भूमीवर तिने तीन केळीची पाने मांडली आणि अतिथींना उपाहारासाठी बसण्याचे आमंत्रण दिले. इतक्या लवकर अन्नग्रहणाची सवय नसल्याचे सांगून आणि प्रात:कालीन आन्हिके करावयाची असल्याचे सांगत विदुराने नकार दिला. राधेने वाढलेले सर्व पदार्थ खाण्याची एकलव्याची इच्छा होती. एखाद्या श्वानाप्रमाणे तो क्षुधाग्रस्त होता. एका आम्रफळाव्यतिरिक्त त्याने काहीही भक्षण केले नव्हते. परंतु, ह्या अनोळखी व्यक्तींना आपण क्षुधार्त आहोत हे त्यास जाणवून द्यावयाचे नव्हते. म्हणून त्याने सावकाश अन्नग्रहण केले आणि दुसरे वाढप नाकारले. जराने मात्र राधेने वाढलेले सर्वकाही ग्रहण केले आणि आणखी काही वाढले जात नाही हे पाहिल्यावर अनिच्छेने तो उठला. त्याने बोटे चाटत, जिव्हेवर अंतिम स्वाद अनुभवला. जराने पानात टाकलेल्या उच्छिष्टामुळे एकलव्यास घृणा वाटली. कुटीमागील ओसरीत जाऊन हस्तप्रक्षालन करताना एकलव्यास जराच्या मुखावर तृप्तीची चमक दिसली. त्याच्या असभ्य वर्तनास दूषणे देण्यापूर्वीच विदुराने त्यांना अधिरथ आणि त्याच्या कुटुंबाचा निरोप घेण्यास बोलावले.

***

''कोण आहात तुम्ही? दुर्गात कसा प्रवेश केलात?'' आता विदुराच्या मुखावर स्मित नव्हते.

एकलव्य शहारला. अखेर हा मनुष्य आपले खरे रूप दाखवणार तर! उच्च समाजातील व्यक्तीकडून अपेक्षित व्यवहार पुन्हा प्रकट झालेला पाहून त्यास एक विचित्र समाधान वाटले. ''आम्ही निषाद आहोत. आम्ही नजीकच्या अरण्यात आश्रय घेतला होता. आम्ही तक्षक आणि त्याच्या समूहास दुर्गाच्या दिशेने दौडताना पाहिले.'' ज्याक्षणी हे शब्द त्याच्या मुखातून बाहेर पडले, त्याक्षणी त्याने जाणले की, आपण भयानक प्रमाद केला आहे.

''त्याचे नाव तक्षक आहे हे तुम्ही कसे जाणता?'' प्रधानमंत्र्यांचे निश्चल वदन एखाद्या कातळाप्रमाणे कठोर भासले.

''ते तर अरण्यातील सर्वजण जाणतात.'' जराने सांगितले. ''तो अरण्यात येऊन आम्हाला कधी कधी अन्न देतो. तो म्हणतो की, एके दिवशी तो तुम्हा सर्वांचे प्राण घेणार आहे आणि मग हा प्रासाद निषाद आणि नाग, किराट आणि तत्सम अरण्यवासीयांचा होईल.''

जराच्या सहज संभाषणाने एकलव्य अंतर्बाह्य शहारला. आता हाच आपल्या आयुष्याचा अंतिम क्षण! एकलव्याचे पाय थरथरू लागले. विदुर काही काळ स्तब्ध झाले.

अखेर विदुर म्हणाले, ''तुम्ही तक्षकाच्या हालचालींवर लक्ष ठेवले आणि ते मला सांगितले तर तुम्हाला पारितोषक मिळेल.''

''अन्न मिळेल का?'' जराचे नेत्र चमकले.

''तुम्हाला अन्न आणि इतरही काही मिळेल. सध्या हे ठेव.'' विदुराने दोन ताम्रमुद्रा त्यांच्या देहावर फेकल्या.

''हे काय आहे?'' जराने विचारले. कारण त्याने कधीच धन पाहिले नव्हते की त्याचा प्रयोग केला नव्हता.

''तुझ्या भ्रात्यास विचार. हे देऊन अन्न कसे मिळवायचे हे तो सांगेल तुला. तक्षकाचे वृत्त मला येऊन सांगितले तर आणखी धन मिळेल.''

विदुराचे श्यामल नेत्र खोलवर शिरू लागले तशी एकलव्याने दृष्टी वळवली. जराने मुख मिटून घ्यावे असे त्याला वाटले. परंतु तसे होणार नव्हते.

''आम्ही आपल्यासारखी एक व्यक्ति पाहिली... सुवेशभूषित... तक्षकाने प्रासादात प्रवेश करण्यासाठी त्याने एक दोर फेकला...'' एकलव्य क्रोधाने पाहत आहे हे उमजल्यावर जर थांबला.

''कोण होता तो? बोल पटकन!'' विदुराचे नेत्र क्रोधाने पेटले.

''आम्ही त्याचे नाव जाणत नाही, स्वामी. परंतु तो पुन्हा दिसला तर आम्ही त्यास ओळखू.'' जर काहीतरी बोलून आपणास संकटात पाडेल म्हणून त्यापूर्वीच एकलव्याने त्वरेने सांगितले. त्याने शांत राहण्याचा प्रयत्न केला. हा मनुष्य आपल्याला येथून जाऊ देईल की नाही ह्याचा तो विचार करू लागला.

''हं... जा तुम्ही आता.'' विदुर शांतपणे म्हणाले.

एकलव्याने जराचा हात पकडला आणि तो प्रासादाच्या मुख्यद्वाराच्या दिशेने जाऊ लागला. पाठलाग करणारे विदुराचे नेत्र त्यास जाणवत होते. हे खरोखरच प्रधानमंत्र्यांचे नातलग आहेत का हे विचारण्यासाठी रक्षकांनी त्यांना थांबवले. एकलव्याचे ओठ विलग होण्याआधीच जराने नकारार्थी उत्तर दिले. विदुराच्या दृष्टिपथाबाहेर गेल्याची निश्चिती करून रक्षकांनी मुलांची झडती घेतली. जराच्या मुठीतील ताम्रमुद्रा त्यांनी बळकावली. स्वामींनी ती आपल्याला दिली आहे असे सांगत जराने प्रतिकार केला. तेव्हा त्यांनी जरास चोप दिला. एकलव्याने चोप मिळण्याची प्रतीक्षा केली नाही. त्याने तिरस्काराने ती द्वितीय मुद्रा खाली पायासमीप टाकली. एक रक्षक ती उचलण्यासाठी खाली वाकला, त्याने जवळजवळ एकलव्यास पादस्पर्श केला ते पाहून त्यास किंचित समाधान लाभले. परंतु दुसऱ्या रक्षकास त्याचे कुत्सित स्मित दिसताच त्याने एकलव्याच्या गालावर चापट दिली.

विदुर चिंताग्रस्त झाले होते. ओळखसभेचे आयोजन करून त्या दोन बालकांना राजद्रोह्यास ओळखण्यास सांगता येईल; परंतु त्यामुळे त्या द्रोह्यास आपले गुपित फुटले हे समजेल. ती कुणी महत्त्वाची व्यक्ती असेल, तर दोन निषाद बालकांच्या साक्षीपोटी त्यास अडकवणे कठीण होईल. त्यापेक्षा प्रतीक्षा करणे बरे. त्या राजद्रोह्याने आणखी हानी करण्यापूर्वी त्यास शोधणे आवश्यक आहे. विदुर वळले तसा त्यांना प्रासादाच्या प्रथम पातळीवरील एका वातायनात एक उंच मनुष्य उभा दिसला. तो पश्चिमाभिमुख उभा होता. त्याचे मस्तक प्रार्थनेकरीता लवलेले होते. ज्या प्रदेशात प्रत्येकजण पूर्वाभिमुख होऊन

उगवत्या सूर्यास वंदन करतो, तेथे कुणी पश्चिमाभिमुख होऊन प्रार्थना करणे हे विचित्र वर्तन होते. ती व्यक्ती कोण आहे हे पाहण्यासाठी विदुर थबकले. बऱ्याच कालानंतर तो मनुष्य वळला, तेव्हा पहाटेचे सूर्यकिरण त्याच्या मुखावर पडले. विदुर दचकले; कारण तो गांधार राजपुत्र शकुनी होता. त्यांची दृष्टिभेट झाली, तशी इतक्या अंतरावरूनही त्याच्या काळा नेत्रातील विखारी उर्जा विदुरास जाणवली. ''तो मनुष्य कोण हे समजले.'' विदुराच्या मनात विचार आला. परंतु त्याविषयी कोणतेही प्रमाण नव्हते. प्रतीक्षा करणे आवश्यक आहे.

* * *

वर वातायनात राजपुत्र शकुनीने प्रतिज्ञेचा पुनरूच्चार केला. ही प्रतिज्ञा त्याने जेमतेम पाच वर्षांचा असताना प्रथम केली होती. त्यावेळी भीष्म महाराजांनी माझी मातृभूमी गांधार हस्तगत केली आणि माझ्या भगिनीचे सामान्य दासीप्रमाणे हरण केले. एका अंध मूढाशी विवाह लावण्याकरिता! केवळ कठपुतळी राजा आहे तो. शकुनीने उत्कटतेने पश्चिम दिशेस पाहिले. तेथेच माझे राज्य आहे. प्रतिदिनानुसार त्याने मस्तक लवून भारतवर्षास धुळीस मिळविण्याच्या आपल्या प्रतिज्ञेचा पुनरूच्चार केला. कालचे कार्य असफल ठरले; परंतु मी पुन्हा प्रयत्न करीन. भारतवर्षात कुटिल आणि गुंतागुंतीची वर्णव्यवस्था असली तरी काही बलस्थानेही आहेत. त्यामुळे बाह्य व्यक्तीस भारतावर विजय मिळवणे आणि त्याचा विनाश करणे कठीण आहे. हे काम ह्या देशाच्या आतील परिजनच करतील. तक्षक ह्या सारीपाट खेळातील केवळ एक सोंगटी आहे. इतरांनाही कौशल्याने विशिष्ट स्थानी ठेवण्याचे कार्य सुरू आहे. त्यापैकी सर्वांत महत्त्वाची व्यक्ती प्रासादात आहे. स्वत:शीच स्मितहास्य करत शकुनी राजपुत्र सुयोधनाच्या कक्षाच्या दिशेने जाऊ लागला. वर्गास प्रारंभ करण्याचा समय झाला होता.

४. सारथिपुत्र

धनुर्विद्या शिकण्याची आपली मनीषा कर्णाने एकदा आपल्या पालकांसन्मुख प्रकट केली. त्यानंतर त्याच्या पित्याने अनेक दिवस त्याविषयी मौन बाळगले. पुढील काही सप्ताहानंतर मातेने हा विषय अनेकवेळा चर्चेस आणण्याचा प्रयत्न केला होता. परंतु उत्तरादाखल केवळ हुंकार मिळत. धडधडत्या उराने कर्णाने प्रतीक्षा केली. पित्याची संमती मिळावी म्हणून महादेवास साकडे घातले. त्यानंतर एक दिवस अधिरथ कर्णासह मंदिरात गेला. नीच कुलज असल्याने त्यांना मंदिराच्या गाभाऱ्यात जाण्याची अनुमति नव्हती. परंतु मंदिराच्या बाह्य प्रांगणात प्रार्थनेसाठी जाण्याची अनुमती होती. तेथे एका भव्य वटवृक्षाच्या पारावर कृपाचार्य आपल्या स्नेहीगणांशी वादविवाद करीत बसले होते. सारीपाटाचा खेळ रंगात आला होता आणि त्यात कृपाचार्य मित्रांवर विजय मिळवण्याच्या मार्गावर होते, त्याचवेळी पितापुत्र त्यांच्या समीप पोहोचले.

कृपाचार्यांच्या आदरार्थ अधिरथाने स्कंधावरील अंगवस्त्र काढून कटीस गुंडाळले. आचार्यांपासून काही अंतरावर उभे राहत त्याने दृष्टी भूमीवर स्थिर ठेवली. सुताने ब्राह्मणाशी संभाषण करताना पाळावयाचा हा प्रघात होता. उत्सुक कर्ण पित्यामागे उभा राहिला. वादविवाद थांबवीत कृपाचार्यांनी आश्चर्याने अधिरथास पाहिले. एक सारथी येथे कसा?

"स्वामी, माझी एक नम्र विनंती आहे की..."

"एखाद्या भग्न मृत्तिकापात्राप्रमाणे मीही भग्न आहे. तुला देण्यासाठी मजपाशी धन नाही. असते तर मी मदिरालयातील आणखी थोडा मदिरेचा आस्वाद घेतला असता." आचार्य उर्मटपणे मोठमोठ्याने हसू लागले.

कर्ण जाणून होता की, कृपाचार्य विलक्षण स्वभावाचे ब्राह्मण आहेत. ते सामाजिक किंवा नैतिक नियमांची चिंता करीत नाहीत. द्रोणाचार्य आल्यापासून प्रासादात वदंता उठली होती की, कृपाचार्य जरी विद्वान आणि शस्त्रविद्याप्रवीण असले तरी, राजपुत्रांच्या शिक्षकपदावरून त्यांना पदमुक्त केले जाणार आहे. आपल्याला ह्याची तमा नाही असे कृपाचार्य भासवत. ज्यावेळी त्यांचे इतर जातिबांधव प्रार्थना आणि आन्हिकात मग्न असत त्यावेळी प्रात:समयापासूनच ते मदिरालयात आपल्या पमित्रांसह हास्यालाप करताना दिसत. त्यांच्या विद्वत्तेमुळे आपल्या प्रस्थापित अस्तित्वास भय निर्माण होईल असे सनातन ब्राह्मण समाजास वाटे. शिवाय कृप शास्त्रविचारात इतरांहून सरस होते ही अन्य एक

समस्या होती. जो त्यांना आव्हान देई त्याच्याशी विवाद किंवा संघर्ष करण्यास ते नेहमी उत्सुक असत. त्यांनी विचारलेल्या शास्त्रविषयक प्रश्नांना ह्या ब्राह्मणांकडे उत्तरे नसत. जातिविषयक कठोर नियमांची ते जाणीवपूर्वक कुचेष्टा करत आणि नंतर आपल्या कृतीच्या आधारार्थ वेद आणि उपनिषदे उद्धृत करीत. कर्ण जाणून होता की, हा पुरोगामी विलक्षण मनुष्य आपणास साहाय्य करेल अशी क्षीण आशा आपला पिता मनी बाळगून आहे.

''स्वामी मी धनाची याचना करीत नाही. हा माझा पुत्र कर्ण. त्याची योद्धा बनण्याची आणि आपल्याकडून शिक्षण घेण्याची इच्छा आहे.''

''आहा, योद्धा बनायचे आहे?'' वृक्षाच्या पारावरून खाली उडी ठोकत कृपाचार्य पटकन कर्णापाशी गेले. कर्णाच्या मुखापासून अंगुलिभर अंतरावरून त्यांनी त्याच्या नेत्रात रोखून पाहिले. अंत:प्रेरणेने कर्ण तत्काळ मागे सरला. अपघाताने ब्राह्मणास स्पर्श झाला तर जातिनियमांचा भंग होईल असे भय त्यास वाटले. कर्णास आपल्या पित्याचे विस्मियचकित मुख दिसले. इतक्या समीप आल्याने कृपाचार्यांनी आधीच वर्णविषयक नियम मोडला होता. मंदिरद्वारातून हा प्रसंग पाहणाऱ्या पुजाऱ्याच्या भाळावरील चिंतारेखा वाढू लागल्या. कृपाचार्यांनी कर्णास ढकलले तसा तो धडपडला. नंतर त्यांनी कर्णाचे लांब केस पकडून त्याला एका हाताने उचलले. त्यांनी कर्णाच्या गालावर चापटा मारल्या अन् बलदंड डाव्या हाताने त्याच्या पोटावर मुष्टिप्रहार केले. कर्ण वेदनेने कळवळला परंतु तो मुळीच रडला नाही.

''स्वामी... स्वामी... त्याला मारू नका.'' अधिरथाने याचना केली.

''मूर्खा! तुला काय वाटले मी मारतो आहे? तुझा पुत्र शूर आहे. योग्य प्रशिक्षण मिळाल्यास तो उत्तम योद्धा बनेल. हा वेदना सहन करू शकतो.'' कृपाचार्यांनी कर्णास सोडून दिले. नंतर पुन्हा पारावर उडी मारली. लांब दाढी कुरवाळत ते बसून राहिले.

''स्वामी, तुम्ही ह्यास शिकवाल का?'' आनंदाश्रू कसेबसे आवरत अधिरथाने विचारले.

''का नाही?'' कृपाचार्यांच्या पुष्ट ओठांवर खोडकर स्मित विलसू लागले.

''हा... सूत आहे... आम्ही शूद्रवर्णीय आहोत, स्वामी.''

''हा नाग, निषाद किंवा म्लेंछ असो. मला काय त्याचे? हा उत्तम योद्धा होईल.'' कृपाचार्यांनी कर्णास पाहिले. तो अभिमानाने आणि आनंदाने उत्तेजित झाला होता.

''मग स्वामी, हा केव्हापासून येऊ दे?'' अधोमुखाने वंदन करीत अधिरथाने विचारले.

''मला सहस्र सुवर्णमुद्रा देताक्षणी.'' निर्विकार मुद्रेने कृपाचार्य उत्तरले.

''स्वामी...'' अधिरथाचा कानावर विश्वास बसेना! 'साठ वर्षे वयापर्यंत हस्तिनापुर शासनाची सेवा केली तरी मी सहस्र सुवर्णमुद्रा मिळवू शकणार नाही.' ''आम्ही दरिद्री आहोत, स्वामी...''

''हा माझा दोष नाही, मित्रा. तुझ्या पुत्राची ज्ञाति कोणती ह्याची मला चिंता नाही. मला द्रव्याची चिंता आहे. मदिरा बहुमूल्य आहे. तशाच जीवनातील इतर उत्तम गोष्टीही. माझे द्यूतातील कौशल्य माझ्या शस्त्रकौशल्याहून उणे आहे. द्रव्याची व्यवस्था झाली की पुत्रास पाठवून दे आणि त्यानंतर मी त्याला भारतवर्षातील सर्वोत्तम योद्धा बनवीन. अन्यथा तो तुझ्याप्रमाणे सारथी बनू शकेल.''

''पण स्वामी...''

''मूर्खा! तुझ्याशी बोलण्यात मी संपूर्ण दिवस व्यर्थ घालवू का? माझे स्नेहीगण अधिक प्रतीक्षा करणार नाहीत. धन घेऊन ये, नंतर बोलू.'' त्यांच्याकडे पाठ करून कृपाचार्यांनी द्यूत खेळण्यास आरंभ केला.

पितापुत्र स्तब्ध उभे राहिले. त्यांच्यात एका शब्दाचाही संवाद झाला नाही. सूर्य नभात उंच चढला होता. पठारावर तप्त वाऱ्यामुळे चक्रीवादळ उठले होते. एक धनिक व्यापारी देवास उपहार अर्पण करण्यास आल्याने पुजारी मंदिरात गेला. कर्णास पित्यासन्मुख उभे राहवेना. कृपाचार्यांनी दिलेल्या चापटा आणि मुष्टिप्रहारामुळे वेदना जाणवू लागल्या होत्या. त्यांनी 'शूद्रास शिकवणार नाही' असे सांगितले असते तर अधिक श्रेयस्कर झाले असते. कर्णाने खजील होत मान वळवली.

अधिरथाने कर्णाच्या स्कंधावर हात ठेवला. त्या कुमाराने वर पाहिले, तेव्हा त्यास पित्याचे नेत्र अश्रूंनी ओथंबलेले दिसले. त्याक्षणी कर्णास स्वत:विषयी तिरस्कार वाटला. 'मीही आपल्या जातीच्या अन् वयाच्या इतर बालकांप्रमाणे वर्तन का करू शकत नाही? योद्धा! मी तर सारथीपुत्र आहे.' कर्णाने मनोमन आपल्या कुलाचा व्यवसाय शिकण्याची प्रतिज्ञा केली आणि ह्या भूमीवरील सर्वोत्तम सारथी बनून पित्यास अभिमानास्पद अशी कामगिरी करण्याचा निश्चय केला.

''कर्णा, चिंता नको, आपण ह्यातून मार्ग काढू. किमानपक्षी, तू नीचवर्णीय आहेस म्हणून त्यांनी तुला शिकवण्याचे नाकारलेले नाही. मी हा रथ विकीन, आपल्या कुटीसाठी काही शत मुद्रा मिळतील. मी अन्य काही काम करीन. आपण मार्ग काढू.''

''मला योद्धा व्हायचे नाही, तात. आपण ते विसरून जाऊ. हे सर्व एक मंदबुद्ध स्वप्न होते.''

''कर्णा... ऐक...''

''तात, मला आता योद्धा बनावयाचे नाही. रथ कसा हाकायचा ते शिकवा मला. माझ्याकरिता रथ आणि कुटी विकू नका.'' क्रोध आणि अवहेलनेच्या आवेगाने कर्ण थरथरू लागला.

ये-जा करणारे पांथस्थ थबकून त्यांचेकडे पाहू लागले. तो कोलाहल ऐकून कृपाचार्यांनी वळून पाहिले. कर्णाच्या हृदयाचा ताल चुकला. 'कदाचित आचार्यांनी आपली गंमत केली असावी, आता ते आपल्याला परत बोलवतील आणि सांगतील की सहस्र सुवर्णमुद्रांची मागणी ही एक गंमत होती. कर्णाने उद्यापासूनच प्रशिक्षणास आरंभ करावा.'

‘‘दूर जा, नतद्रष्टांनो!किती कोलाहल करता! नंदीश्वरा! स्वस्थपणे द्यूतही खेळू देत नाहीत हे मूर्ख! नाभीच्या देठापासून ओरडून माझे लक्ष विचलित करतात.’’ विशेष परिणाम साधण्यासाठी कृपांनी काही निवडक अपशब्द उच्चारले.

मंदिराचा घंटानाद होऊ लागला तसे पितापुत्र आपल्या कुटीच्या दिशेने निघाले. दिग्मूढ होऊन धूळवाटेवरून चालताना वाऱ्यावरून कृपाचार्यांच्या समूहाच्या आरोळ्या आणि मधूनमधून काकरव त्यांच्या कानी पडत राहिला. स्वगृही पोचल्यावर कर्ण शब्दही न बोलता प्रांगणातील विहिरीपाशी गेला. खोल काळ्या पाण्यात पडलेले आपल्या सुस्वरुप मुखाचे हलते प्रतिबिंब त्याने पाहिले. खाली उडी मारून सर्व काही समाप्त करण्याचा त्यास क्षणभर मोह झाला. तितक्यात त्याला मातेचे हुंदके आणि पित्याचा भग्न स्वर ऐकू आला तशा त्याने दंतपंक्ति आवळल्या. ‘माझ्या पालकांप्रती माझे काही कर्तव्य आहे.’ त्याच्या मनात विचार आला. आता आयुष्यभर सामान्य सारथी म्हणून जगण्याच्या विचाराने त्याचे हृदय जड झाले. केवळ पालकांविषयीच्या प्रेमापोटी त्याने त्या दिवशी विहिरीच्या जलाशयात आश्रय घेणे टाळले.

* * *

विदुराने कर्णाचा विषय द्रोणाचार्यांपुढे मांडण्याचे वचन देईपर्यंत पितापुत्रांनी कृपाचार्यांकडे घडलेल्या प्रसंगाची पुन्हा वाच्यता केली नव्हती. योद्धा बनण्याची सर्व आशा कर्णाने सोडून दिली होती आणि एक दास म्हणून जिविका करण्याविषयी मनाची समजूत घातली होती. परंतु आता आशेच्या नूतन बीजास त्याच्या मनी अंकुर फुटला. ‘अखेर महादेवांना दीन सूतपुत्राची दया आली तर!’

कर्णाने पहाटेपूर्वीच उठून आन्हिके आटोपली. त्याचा उत्साह गगनात मावत नव्हता. लहानशा ओसरीत येरझाऱ्या घालत तो पित्याची प्रतीक्षा करू लागला. कर्कश काकरवही त्यास संगीताप्रमाणे भासू लागला. प्रभातकाळी जागणारे काही ग्रामवासी नदी घाटावर निघाले होते. शीतल वाऱ्यासह जुईच्या फुलांचा दरवळ आणि दूरवरील मंदिराच्या घंटेचा सौम्य नाद वातावरणात विहरू लागला. राधेने कुटीबाहेर येत कर्णाच्या हाती दुधाचे पात्र दिले. त्याने ते दूध झटक्यात पिऊन टाकले अन् पितळी पात्र टणत्कार करीत जमिनीवर ठेवले. तिने त्याच्या केश कुंडलांचे अवघ्राण केले.

‘‘तात कुठे आहेत?’’ मातेच्या प्रेमवर्षावातून वाचण्याचा प्रयत्न करीत कर्णाने विचारले. मातेचे स्मितवदन पाहून त्याने जाणले की, आपण दोघे कुटीबाहेर पडताक्षणी ती सर्व निकटवासी जनांस आपले नशीब फळास आल्याची वार्ता सांगणार आहे. अखेर त्याचा पिता प्रार्थना आटोपून बाहेर आला. तशी कर्णाने अंगणातून उडी मारून रथापाशी धाव घेतली.

‘‘कर्णा, इतका उतावीळ होऊ नको. देवास नमन केले का?’’

कर्ण संतापला. त्याने भल्या पहाटेच हे सर्व आटोपले होते. परंतु ह्याक्षणी तो पित्याशी वाद घालू इच्छित नव्हता. तो थांबला. त्याने पूर्वेकडे पाहिले. नभात लालिमा

पसरू लागला होता. तेजोमय सूर्यदेव दयाबुद्धिने खाली किरणप्रभा वर्षत होते. ते पावन दृश्य जणू मनात कायमस्वरूपी साठवण्यासाठी कर्णाने नेत्र मिटून घेतले. प्रार्थनेचा एकही शब्द त्याच्या मनात उमटेना. त्याच्या भावना इतक्या उचंबळून आल्या की, शब्दांच्या अनुपस्थितीचा त्याला आनंदच झाला. त्याचे मन त्या तेजोमय सूर्याशी तादात्म्य पावले. त्या तेजाने त्याच्या सर्वांगास स्पर्श करून आशीर्वाद दिला आणि त्याचे मन सुख, शांती अन् समाधानाने भरून गेले. अधिरथाने त्याच्या स्कंधावर हात ठेवल्याची जाणीव झाल्यावर अनिच्छेने तो त्या समाधीतून बाहेर पडला. स्मितवदनाने त्याने त्वरेने प्रासादाच्या दिशेने पावले टाकण्यास प्रारंभ केला. अधिरथाने मागे वळून पाहिले. त्याची पत्नी अश्रूपूर्ण नेत्रांनी कुटीरद्वारी उभी होती. स्वतःच्या नेत्रातील ओथंबलेले अश्रू तिला दिसू नयेत म्हणून त्याने मुख वळवले. कर्ण आधीच कित्येक पावले पुढे गेला होता. आपल्या उत्साही पुत्रास गाठण्यासाठी अधिरथ वेगाने चालू लागला. मंदिर आणि वटवृक्ष पार करून ते पुढे गेले. तेथे आताही कृपाचार्य आणि त्यांचे मित्र द्यूत खेळण्यात मग्न होते. कृपांनी अधिरथास साद घातली. परंतु तो सारथी आणि त्याचा पुत्र ती ऐकण्याच्या मन:स्थितीत नव्हते. ते दोघे लगबगीने पुढे गेले. त्या ब्राह्मणाच्या हास्याची घनगर्जना त्यांच्या कानावर पडून हळूहळू विरून गेली.

दुर्गाच्या आतील प्रवेशद्वाराशी रक्षकांनी त्यांना अडवले. त्यांनी आपले कार्य त्यांना विदीत केले. रक्षकांच्या प्रमुखाने त्यांच्याकडे संशयाने पाहिले आणि नंतर एका सैनिकाकरवी प्रासादात संदेश पाठवला. काही वेळाने संदेशवाहकाने परत येऊन सांगितले की, विदुर, भीष्म महाराजांशी चर्चा करीत आहेत, त्यामुळे ह्यांना प्रतीक्षा करण्यास सांगितले आहे. ते प्रवेशद्वारानिकट तिष्ठत राहिले. दिवस चढला तसा सूर्याचा ताप असह्य झाला. काळीशार छाया अल्पाकार होत पायाशी घोटाळू लागली. सरणाऱ्या प्रत्येक क्षणासह त्यांची चिंता वाढू लागली. प्रत्येक वेळी प्रासादातून एखादा सैनिक बाहेर पडताच त्यांच्या हृदयाची गति वाढे. शेवटी प्रधानमंत्र्यांना आपल्या वचनाचे विस्मरण झाले आहे असे वाटून त्यांनी आशा सोडली, इतक्यात त्यांना पाचारण केले गेले. प्रासादवाटिकेतील एका कोपऱ्यात विदुर उभे होते, तेथे रक्षकाने निर्देश केला. द्रोणांच्या सूचनांनुसार होणारा तलवारीच्या खणखणाटाचा पुसट ध्वनि त्यांना ऐकू आला.

विलंबाविषयी खेद व्यक्त करून विदुरांनी स्मितहास्य केले. इतका नम्रपणा दांभिक आहे, की ही व्यक्ती खरोखर महान आहे ह्याचा निश्चय कर्णास करता येईना. साऱ्यांनी एकत्रितरीत्या दुर्गाचे बाह्यद्वार आणि अंतर्द्वारे पार केली आणि ते प्रासादाच्या फलवृक्षवाटिकेपाशी पोहोचले. प्रशिक्षण प्रांगणानजीक येताच, कर्णास दिसले की, राजपुत्र सुयोधन आणि त्याचा भ्राता सुशासन एका कोपऱ्यात गुडघे टेकून बसले आहेत आणि त्यांच्या माना लज्जेने खाली लवल्या आहेत. मध्यम पांडव राजपुत्र अर्जुनाची देहस्थिती आणि लक्ष्य ह्यांमधील दोषनिवारण करण्यात द्रोणाचार्य मग्न होते. द्रोणचार्यांप्रमाणे दिसणारा एक लहान ब्राह्मण बालक राजपुत्राने सोडलेल्या तीरांचा संग्रह करीत होता आणि एक धष्टपुष्ट कुमार गदाचालनाचा सराव करीत होता. इतर मुले तीर सोडणाऱ्या अर्जुनास

पाहत होती. एक तसूभर फरकाने लक्ष्यवेध चुकला तसे द्रोणांनी संतापाने मस्तक हलवले. परंतु त्या मुलाच्या प्राविण्याने कर्ण प्रभावित झाला. केवळ काही सप्ताहांपूर्वीच प्रशिक्षणास प्रारंभ झाला होता आणि एवढ्यात तो कसलेल्या योद्ध्याप्रमाणे तीर सोडू लागला होता. 'कदाचित मीही एक दिवस असा तीर सोडू शकेन.' त्या सारथीपुत्रास वाटले.

"गुरुवर्य." विदुराने आदराने द्रोणांना पाचारण केले.

संपूर्ण पळभर गुरुवर्यांनी त्यांच्या उपस्थितीकडे ध्यान दिले नाही. ते जेव्हा वळले, तेव्हा त्यांच्या अविर्भावाकडे पाहताच कर्ण दचकला. ह्याची निष्पत्ती कशात होणार हे त्याने सहज ओळखले.

"आज्ञा, प्रधानमंत्री. मी काय करू शकतो आपल्यासाठी?" एका इशाऱ्याने आपल्या शिष्यांना शांत करीत द्रोणांनी विचारले.

"हा कर्ण." विदुराने पित्यामागे उभ्या त्या कुमारास पुढे खेचले. "माझा मित्र अधिरथ याचा पुत्र."

"प्रधानमंत्री महोदय, माझा वर्ग सुरू आहे."

"गुरुवर्य, कर्णास आपला शिष्य बनण्याची इच्छा आहे."

प्रधानमंत्र्यांच्या स्वरातील आत्मविश्वासाचा अभाव कर्णास जाणवला. द्रोण दीर्घ काळ मौन राहिले, तशी कर्णाच्या हृदयाची धडधड जणू थांबली. त्याने मुष्टि वळल्या.

"मी राजवंशीय कुटुंबास प्रशिक्षण देतो, प्रधानमंत्री महोदय." अखेर द्रोण म्हणाले.

"काल ह्या बालकाने आपल्या राज्यरक्षणासाठी मोठे योगदान दिले. म्हणून मी ह्यास वचन दिले की..."

"प्रधानमंत्री महोदय, हा वर्ग केवळ राजपुत्रांसाठी आहे ह्याचा मी पुनरूच्चार करतो." हाताची घडी घालून द्रोणांनी दृष्टी इतरत्र वळवली.

"मी ह्याविषयी महाराज भीष्मांशी संभाषण केले आहे. ते म्हणाले, तुमची संमती असेल तर, ह्या बालकास वर्गात सम्मीलित करण्याविषयी त्यांना काहीच समस्या नाही. खरे तर, ते म्हणाले की, हस्तिनापुरास उपलब्ध होतील तितक्या योद्ध्यांची आवश्यकता आहे."

"माननीय प्रधानमंत्री महोदय, मी हे बोलू इच्छित नव्हतो, परंतु आपण ते बोलण्यास मला भाग पाडत आहात. त्याची ज्ञाति कोणती हे ह्यास विचारा."

"परंतु त्याचा संबंध..."

"मी आपली सहानुभूति समजू शकतो कारण आपणही त्यांच्यापैकीच आहात. हा सूत आहे, नीच सारथी कुळातील. मी ब्राह्मण आहे. तरीही मी त्यास प्रशिक्षण द्यावे असे आपणास वाटते?"

विदुराचे मुख लज्जा आणि अवमान ह्यांनी आरक्त झाले. राजसभेतील पदानुक्रमात त्यांचे स्थान गुरू द्रोणांहून उच्च होते, परंतु उच्च कुलोत्पन्नाशी विवाद करण्याइतका आत्मविश्वास त्यांच्यापाशी नव्हता. उर्वरित विवाद कर्णास ऐकावयाचा नव्हता. सर्व

संपल्याची त्याला जाणीव झाली. त्याच्या पित्याने त्यास सावरले परंतु तो आपले अश्रू रोखू शकला नाही.

द्रोणांनी उर्मटपणे विदुरास पाहिले. "येथे येऊन ह्या नीच कुलोत्पन्न बालकास माझा शिष्य म्हणून स्वीकार करण्यास मला भाग पाडाल असे समजू नका. एका प्रधानमंत्र्यांच्या अधिकारात आपण मला कामावरून पदमुक्त करू शकता. आपण आज्ञा केलीत तर मी पत्नी-पुत्रासह हस्तिनापुरातून निघून जाईन. मी उपाशी राहीन किंवा अन्य राज्यात काम मिळवीन- अशा राज्यात- जेथे ब्राह्मणांचा सन्मान केला जातो आणि त्यांच्या तत्त्वाविरूद्ध वागण्यास विवश केले जात नाही. शूद्रांची आज्ञा पाळण्यापेक्षा उपाशी राहणे उचित. आपण आणि भीष्म महाराजांनी इच्छेनुरुप करावे, परंतु मी नीच कुलोत्पन्नास शिकवणार नाही."

राजपुत्र सुयोधन गुडघे दुमडलेली अवस्था सोडून उठला. द्रोणांनी ते पाहिले. "मूढा! माझ्या वर्गात उद्धट वर्तन नको. आज्ञा पाळ." सुयोधन पुन्हा गुडघे टेकून बसला.

"द्रोणाचार्य, आपण ह्या राज्याचा आणि युवराजाचा अपमान केला आहे! मर्यादेचे उल्लंघन..." विदुराने तलवार उपसली.

"हे नीच कुलोत्पन्ना, आपण मला धमकावत आहात? शूद्र प्रधानमंत्री, अंध महाराज आणि उद्धट युवराज! मग सूताने योद्धा बनण्याची इच्छा केल्यास नवल ते काय? ह्यानंतर एखादा निषादही माझा शिष्य बनू पाहील!"

कर्णास स्वत:पेक्षा अधिक दुःख प्रधानमंत्र्यांस्तव झाले. विदुर क्रोध आवरण्याचा यत्न करीत आहेत हे त्यास दिसत होते.

"आपल्याला भीष्म महाराजांकडून आदेश येईल." विदुराने द्रोणांना सौजन्यपूर्वक लवून अभिवादन केले. हे उपरोधिक अभिवादन एखाद्या मुष्टिप्रहाराहून अवमानकारक ठरले. "आपण... ब्राह्मणाचा अवमान? ह्या हस्तिनापुरात ब्राह्मणाचा आक्रोश ऐकू येतो की, केवळ एका शूद्राचा आक्षेप हे मला पाहावयाचे आहे. आता प्रशिक्षण प्रांगणातून चालते व्हा. हे स्थळ क्षत्रियांसाठी आहे, आपणासम परिजनांसाठी नाही. हा सारथी आणि आपणासम व्यक्तिंना सोबत घेऊन जा. मी कुरू सम्राटांना उत्तर देईन."

यावर एकही शब्द न उच्चारता विदुरांनी प्रयाण केले. अधोमुख कर्णही त्यांच्यामागून गेला. केवळ अधिरथ क्षणभर रेंगाळला. परंतु अखेर अवरुद्ध मनाने तोही बाहेर पडला.

* * *

द्रोणांना दीन सारथ्यासन्मुख जायचे नव्हते. ते जाणून होते की, ह्या कुमारात महान योद्धा बनण्याचे गुण आहेत. गत रात्री तक्षकाच्या आक्रमणावेळी दुर्गाच्या संरक्षणासाठी त्यास लढताना त्यांनी पाहिले होते. 'दुर्दैवाने ह्याने अयोग्य कुलात जन्म घेतला आहे.' पुत्राची आकांक्षा पूर्ण करण्यास धडपडणाऱ्या पित्याविषयी त्यांना सहानुभूति होती. परंतु त्यांच्या स्वत:च्या गुरूंनी, परशुरामांनी त्यांना वर्णपद्धतीचे मांगल्य आणि पावित्र्य ह्यांवर श्रद्धा ठेवण्याचे शिक्षण दिले होते. 'मी पत्नीभ्रात्यासम नाही.' त्यांना कृपाविषयी द्वेष आणि

भयही वाटे. 'कृप एक महान विद्वान आहे आणि कदाचित माझ्याहून महान योद्धा. परंतु तो अविश्वसनीय, विलक्षण मनुष्य आहे. कृपास हेतुपूर्वक नियमभंग करण्यात आनंद वाटतो. मी तसे करू शकत नाही. मला एका पुत्राचे पोषण करावयाचे आहे.' द्रोणांनी अश्वत्थाम्याकडे प्रेमाने पाहिले. परंतु अश्वत्थाम्याची दृष्टी पाठमोऱ्या सारथीपुत्रावर खिळली होती. 'त्या दुष्ट सुयोधनास भेटण्यापूर्वी अश्वत्थामा किती गुणी होता. त्याने माझ्या पुत्रास भ्रष्ट केले आहे.' गुरू अतिशय संतप्त झाले. 'परंतु हस्तिनापुरात सेवकांना उचित वेतन मिळते. आता चिंता ह्याची आहे की, सम्राटांचे मन कलुषित करून विदुर मला निष्कासित करतील का? पुन्हा दारिद्र्यात खितपत पडावे लागेल का? माझ्या पुत्राचे काय होईल? आणि हे सर्व आपल्या पातळीबाह्य अवास्तव स्वप्न पाहणाऱ्या एका मूर्ख सारथ्यामुळे.'

सुयोधनास पाहताच द्रोणांना पत्नीभ्राता कृपाचे स्मरण होई.'परंतु, ह्या बालकाची इच्छाशक्ति अधिक आहे. हा प्रत्येक गोष्टीविषयी प्रश्न विचारतो.' त्याच्या शंकांचे द्रोणांपाशी उत्तर नसे. त्याच्यामुळे द्रोणांमध्ये अपूर्णत्वाची भावना निर्माण होत असे. त्यामुळे ते त्याच्याशी सूडबुद्धिने प्रतिवर्तन करीत. असे वर्तन जे एखादा शिक्षकच अप्रिय विद्यार्थ्याशी करू शकतो. त्याना तो कुमार उद्धट वाटे. म्हणून त्यास सर्वाधिक वेदना होतील अशा त्याच्या वर्मावर ते प्रहार करीत. त्याचे कौशल्य आणि बुद्धिमत्ता ह्यांची पांडवांशी तुलना करीत आणि शक्य तेव्हा त्यास अल्पमती ठरवत. त्यांना ह्या कुमाराची विद्रोही मानसिकता चिरडून टाकावयाची होती आणि समाजचौकटीत व्यवस्थित बसेल इतकी लवचिक करावयाची होती. द्रोण जाणून होते की, बलवान व्यक्तितील अशी वृत्ति सर्वनाशास कारणीभूत ठरते. ह्या बालकातील रानटी प्रवृत्तिंना वश केले नाही तर हा संपूर्ण राज्यास हादरवून सोडेल आणि स्वत:ची इच्छा त्यावर लादेल. एक शिक्षक ह्या नात्याने आपल्या विद्यार्थ्यांना समाजचौकटीच्या साच्यात बसवणे हे आपले कर्तव्य आहे असे द्रोणांस वाटे. सुस्थित व्यवस्थेस आव्हान देऊन बदलून टाकणारे विद्रोही निर्माण करणे म्हणजे विद्यादान नव्हे. त्यांचे ठाम मत होते की, देव आणि देवमनुष्य परस्पर समन्वयाने अशा विद्रोह्यांचे दमन करतात. ह्या देशाचा इतिहास हेच दर्शवतो. रावण, बली आणि महाबली ह्या मानवांचा उदय आणि अस्त हा ह्याविषयीचा वादातीत पुरावा आहे. समाज हा सनातन, शाश्वत आणि अविकारी असतो. विद्रोही आणि पुनर्रचनाकारांसाठी ह्या देशात एकच स्थान आहे आणि अशा विद्रोह्यांस धूळ चारण्याकरिता देव अवतार घेतो. हाच धर्म आहे. देव धर्मरक्षणार्थ मानवी जन्म घेतो.

किंचितसा उपद्रव झाल्यासही द्रोण सुयोधनास चोप देत आणि अवमानकारक दंड देत. क्वचित प्रसंगी अशा दंडानेही तो कणखर राजपुत्र रुदन करीत नसे तेव्हा ते सर्वात कठीण दंड देत- त्याला आणि त्याच्या भ्रात्यांना उद्देशून 'अंधाचे पुत्र', 'यथा पितातथा पुत्र', 'उचित-अनुचित पाहण्यास असमर्थ' असे शब्दप्रयोग करीत. ह्यामुळे तो राजपुत्र दिवसभर मौन राही; तर पाच पांडव आपल्या गुरूंनी चुलत भावंडाविषयी काढलेल्या उद्गारावर हसत. द्रोणांना मनापासून वाटे 'ह्या बालकातील अपायकारक वृत्तीला चिरडणे

आणि त्याच्यावर कृपा न करणे हे माझे एकट्याचे काम नाही. माझ्यानंतर माझा पुत्र अश्वत्थाम्यास वारशाने राजगुरूंचे पद प्राप्त होईल आणि तो भावी पिढ्यांमधील राजांचा उपदेशक होईल. त्या सुंदर जगात विदुरासम शूद्र उद्धटांना स्थान असू नये.'

जेव्हा त्यांनी अश्वत्थाम्यास सुयोधनाशी संभाषण करताना पाहिले, तेव्हा त्यांच्या संतापास पारावार उरला नाही आणि त्यांनी स्वत:चे हात दुखेतोवर अश्वत्थाम्यास चोपले. दारिद्र्य, विदुराशी वाद, भय आणि गंड ह्या सर्वांविषयी साचलेला क्रोध त्यांनी अश्वत्थाम्याच्या लहानग्या देहावर रिता केला. आक्रंदणाऱ्या त्या मुलास त्यांनी पांडवांच्या दिशेस ढकलले आणि त्यास आपला प्रिय शिष्य अर्जुनाशेजारी बसण्यास भाग पाडले. गुरूपुत्राच्या अशा अवस्थेवर आलेले हसू अर्जुनाने दडवले आणि गुरुवर्य सुयोधनास दटावत असताना भीमाने अश्वत्थाम्यास चिमटे काढण्याची आणि त्यास 'बाळ' म्हणण्याची संधी दोनदा साधली; तसे त्या बालकाने अधिक मोठ्याने रडण्यास प्रारंभ केला. परंतु त्यामुळे त्यास पित्याचा मार पुन्हा खावा लागला.

आम्रवृक्षांच्या दाट पर्णसंभारातून दोन काळेभोर नेत्रयुग्म हे नाट्य उलगडताना पाहत होते. गुरू आपल्या पुत्रास चोप देत असताना जराने एकलव्यास पृच्छा केली. "ते तुला शिकवतील असे आता तुला वाटते का? त्यांची कर्णासम बालकासही शिकविण्याची इच्छा नव्हती आणि आपण तर निषाद आहोत; सुतापेक्षाही कितीतरी नीच."

"मौनपाळ, मूर्खा! तू अति बोलतोस. मी त्यांच्याकडूनच शिकणार आहे. तेथे बसून तो दयनीय सुयोधन जितके शिकत आहे, तितके तर मी येथे बसूनही शिकेन. ते अर्जुनास जे शिकवितात ते पाहून मी शिकेन. द्रोणांकडून शिकण्यास मला कुणीही थांबवू शकत नाही, स्वत: द्रोणही! आणि एक दिवस, त्यांच्या प्रिय शिष्यास- ह्या अर्जुनास- हरवून मी त्यांना आश्चर्यचकित करीन." ह्या दिवास्वप्नावर हसणाऱ्या जरावर एकलव्याने वळून लत्ताप्रहार केला.

***

"तुम्ही पुन्हा विलंब केलात." पार्श्वीने पति विदुरासमोर साधेसुधे भोजन ठेवले आणि ती सन्मुख बसली.

विदुराने केवळ स्मित केले आणि तो निरीच्छपणे जेवू लागला. "पुरे." दुसऱ्या वाढपास नकार देत अखेरीस तो उठला. "मुले निद्राधीन झालेली दिसतात." पृच्छा करीत त्याने पार्श्वीने दिलेल्या वस्त्राने हात पुसून कोरडे केले.

"हे तर नित्याचेच आहे. तुम्ही कित्येकदा रात्री कार्यालयातच निद्राधीन होता. क्वचित जेव्हा सदनी येता तेव्हा लगेच परतण्यास निघता. इतके काम का करता?"

"पार्श्वी, सध्या आपल्यावर किती ताण आहे हे तू जाणत नाहीस. मला भीष्माविषयी करूणा वाटते. तो वृद्ध गृहस्थ सर्व राज्याचा भार आपल्या थकलेल्या स्कंधावर एकट्याने पेलत आहे. माझे देशाप्रति कर्तव्य आहे..."

''तुमचे तुमच्या कुटुंबाप्रति काही कर्तव्य आहे की नाही? त्या महान विद्वानास मी तुमच्या स्वत:च्या पुत्रांप्रति कर्तव्याचे स्मरण करून द्यावे का? आपण प्रधानमंत्री आहात. परंतु आपली परिस्थिती कशी आहे? आपल्याला स्वत:चे असे सदनही नाही. सेवक बाळगणे आपणास रुचत नाही. आपण केवळ कार्यालयीन कामासाठी रथाचा उपयोग करता. आपण कार्यालय ते घर चालत जाण्याऐवजी रथाचा उपयोग केलात तर काही समय आम्हासोबत व्यतित करू शकाल. आपणास दारिद्र्याची रूचि आहे असे दिसते. सहअधिवासीयांच्या दृष्टित आम्ही हास्यसामग्री बनलो आहोत. कनिष्ठ शासकीय कर्मचारीही आपल्याहून उत्तम प्रकारे जगतात. आपण महाराजांचे बंधू, तरीही आपण कसे राहतो हे तुम्ही पाहता. भीष्म महाराज ह्याविषयी अनभिज्ञ आहेत का?''

''पार्श्वी, आपण हे संभाषण अनेकवार केले आहे.'' विदुर निद्राधीन जुळ्या पुत्रांच्या कक्षात गेले. त्यांच्या मुखांचे अवलोकन करीत ते तिथे बसले.

''आपल्याला ह्यांचा विचार करणे आवश्यक आहे. काळ बदलत असतो. आपले पुत्र बुद्धीमान विद्यार्थी आहेत. परंतु ते मोठे झाल्यावर त्यांना चाकरी मिळेल का? कारण सर्व पदे ब्राह्मणांसाठी आरक्षित आहेत. मला त्यांच्या भवितव्याची चिंता वाटते.''

''पार्श्वी, देवावर विश्वास ठेव. आपण कधी कुणावर अन्याय केलेला नाही. मनुष्यातील शुभगुणांवर विश्वास ठेव. भविष्याविषयी अति चिंता म्हणजे देवावर अविश्वास दाखवणे.''

''तर मग आपणास आणि भीष्मास तरी ह्या देशाविषयी चिंता का वाटते? देवावर विसंबून का राहत नाही?'' हे कटुवचन उच्चारताक्षणीच पार्श्वीला त्याचा खेदही झाला. तिचे पति देशाविषयी भावनाप्रधान होते. ते उठले आणि नि:शब्दपणे त्यांच्या शयनकक्षात निघाले.

आपली कामे आटोपून जेव्हा तिने कक्षात प्रवेश केला तेव्हा भित्तीकडे मुख करून ते शयनस्थितीत पहुडले होते. मंचकाच्या टोकाशी बसून, दोघांमधील हिमखंड वितळविण्यास ती शब्दांची जुळवाजुळव करू लागली.

अकस्मात वळून विदुर म्हणाले, ''कधी कधी मला नवल वाटते की, मी इतके कष्ट करतो त्याचा उपयोग होईल की नाही?''

तिने त्यांचा हात धरला, ''काय घडले?''

''काही नाही. मला एका दरिद्री मुलाचे हित साधावयाचे होते, तर गुरूंनी माझा अवमान केला. अखेरीस सर्वकाही ह्या राज्यातील वर्णव्यवस्थेशी येऊन थांबते.''

कोणत्यावेळी मौन राहावे हे ती जाणून होती. त्यांचे दीर्घ श्वासोच्छ्वास ऐकत ती पडून राहिली. जवळजवळ प्रात:काळ झाली होती.

''आपण आपले सदन बांधूया. तुझे सांगणे उचित आहे. आपल्या मागे आपल्या मुलांच्या मस्तकावर कमीतकमी एक छत्र असणे आवश्यक आहे.'' अतिमंद स्वरात ते बोलले.

पार्श्वी काहीच बोलली नाही. ह्याआधी कित्येकदा आपले सदन बांधण्याच्या योजनेविषयी तिने ऐकले होते. आपल्या पतीशी विवाद करण्याची तिची इच्छा नव्हती. त्याऐवजी ती नि:शब्दपणे आपल्या गोधडीत शिरली आणि तिने पतीच्या छातीवर हात ठेवला. त्याचे हृदय मोठमोठ्याने धडधडत असल्याची तिला जाणीव झाली. त्या रात्री ती स्वस्थ निद्रा अनुभवू शकली नाही.

आपल्या कुटीतील एका कोन्यात कर्ण काळोखात दृष्टी रोखून बसला होता. एके दिनी अर्जुनास आव्हान देण्याचे स्वप्न तो पाहत नव्हता. दयनीय, निरूपयोगी सूत कुलातील आपल्या आयुष्याचा अंत करण्याचे विचार त्याच्या मनात घोळत होते.

५. विलक्षण ब्राह्मण

छळणाऱ्या मशकांना कृपाचार्यांनी दूषणे दिली. त्यांनी पुन्हा द्यूतात पैसे गमावले होते आणि आता निवासस्थानी जाऊन कृपीचे मुख पाहण्याची त्यांची इच्छा नव्हती. अन्य अनेक रात्रींप्रमाणेच आजही त्यांनी वटवृक्षाखाली शयन करण्याचे ठरवले. ते जाणून होते की, निवासस्थानी परतण्याची आपली वेळ अधिकाधिक अनिश्चित होत आहे, तरीही आपली भगिनी कायम आपली प्रतीक्षा करते. तिचा विवाह द्रोणाशी करणे ही एक चूक ठरली असे कृपांना वाटून गेले. ते तसा भगिनीपतिचा द्वेष करीत नसत; परंतु द्रोण आवर्जून त्यांना देत तो आगंतुक उपदेश आणि त्यांचा सर्वज्ञानी असण्याचा आविर्भाव ह्यांचा त्यांना तिटकारा होता. त्या रात्री वातावरणात उष्मा होता, आर्द्रता होती. तारकाविहीन आणि आर्द्र आकाश ओलेत्या छत्राप्रमाणे त्यांच्या देहावर पसरलेले होते. रात्रकीटक अखंड किरकिरत होते. त्यांना मण्डूकांची संगत होती. पर्जन्यगंध अन् नदीतील पुराची गाज येत होती. आज पर्जन्यवृष्टि झाली, तर निवासस्थानी जावे लागेल. कृपांना हा विचार मुळीच रुचला नाही.

पावसाचे प्रथम बिंदू तृषार्त धरित्रीवर पडले. हा कसला आवाज? पाणी उसळण्याचा? कुणी मूर्खाने नदीत उडी टाकली आहे. तो बुडत असावा. 'हे नंदीश्वरा, ह्या दुष्टाने मरण्यासाठी अन्य समय का निवडला नाही? विशेषतः मी येथे उपस्थित नसतानाचा?' कृपांनी नदीकडे धाव घेतली, तसा त्यांना एक श्यामल देह वाहत्या पाण्यात वर खाली डुलताना दिसला. ह्या अवेळी नदीत उडी घेणे त्यांना नकोसे वाटले. तो मूर्ख तरी एवीतेवी मरणारच आहे. कृप उत्तम पोहत असत. परंतु त्या मूर्खाला खेचून किनाऱ्याला आणता येईल का ह्याविषयी ते साशंक होते. शेवटी आंतरिक सदिच्छेस शरण जात, पूर्ण सज्ज होत त्यांनी नदीत उडी ठोकली.

प्रवाहाच्या सामर्थ्याने ते चकित झाले. पाण्याने त्यांना गिळंकृत केले तसा त्यांचा श्वास कोंडला. त्यांच्या अपेक्षेहून पाणी शीतल होते. ती नदी आपल्या सहस्त्र हस्तांनी त्यांना आपल्या काळ्याकभिन्न गर्भाशयात ओढून घेत होती जणू. पर्जन्याचे रूपांतर गर्जणाऱ्या प्रपातात झाले होते आणि तो हिंस्त्र स्वरूपात कोसळत होता. कुठे गेला तो-की ती? तेवढ्यात कृपांना तो दिसला, काही अंतरावर, पाण्यात वरखाली होणारा. तो नतद्रष्ट कदाचित मरणही पावला असेल. कृपांनी काही शेलकी विशेषणे पुटपुटली आणि अतुल्य

बळाने त्या बुडत्या आकृतीच्या दिशेने पोहण्यास आरंभ केला. त्यानंतर अनंत काळ लोटल्याप्रमाणे भासले; अखेर त्यांना त्या बुडत्या मनुष्याचे केस पकडता आले. ते धरून त्यांनी परतण्यास आरंभ केला. त्या निश्चेष्ट आकृतीस मंदिराच्या घाटापासून एक क्रोशक अंतरावर किनाऱ्यापाशी खेचत आणताना त्यांना धाप लागली. त्या मूर्खास लत्ताप्रसाद द्यावा आणि भर्त्सना करावी अशी त्यांना इच्छा झाली, परंतु ती व्यक्ती मूर्च्छित होती. धाप मंदावल्यानंतर कृपांनी त्या व्यक्तीने गिळलेले पाणी बाहेर काढण्यासाठी त्याचे पोट दाबण्यास प्रारंभ केला. काही काळ प्रतीक्षेची वेदना सोसल्यानंतर कृपाचार्य आशा सोडण्याच्या मन:स्थितीप्रत पोहोचले, तितक्यात त्या गलितगात्र आणि ओलेत्या देहात चेतना आली.

"कोण आहेस तू मूर्खा?" कृपांनी ओल्याचिंब मुखावर चापटा मारल्या. तसा एक हुंदका बाहेर पडला.

"क्षमा करा."

कृपांना आश्चर्य वाटले. कोमल स्वर होता. त्यांना मदिरापान केलेल्या निशाचराची अपेक्षा होती. परंतु हा आवाज तर एका कुमाराचा होता. पुढ्यातील रयाहीन आकृतीविषयी त्यांच्या मनात अनुकंपा दाटून आली. ह्याने आपल्या अल्पशा जीवनात किती दु:ख पाहिले असावे, ज्यामुळे ह्याला इतके अघोरी पाऊल उचलणे भाग पडावे?

"काय घडले पुत्रा? असा जीवन संपविण्याचा यत्न का बरे?" कृपाने कुमाराच्या मस्तकावरून हात फिरवला आणि ते त्यास ओळखण्याचा प्रयत्न करू लागले.

"स्वामी, मी अभागी नीचकुलीन, सूत आहे. सारथीपुत्र. मला शिक्षण देण्याची कुणाची इच्छा नाही."

सूत! त्या अधिरथ सारथ्याचा पुत्र. कृपांना त्या दिवसाचे स्मरण झाले. त्यांची भेट आणि आपले वर्तन ह्याचे त्यांना स्मरण झाले. 'परंतु मी त्याचे परिमार्जन करण्याचा यत्न केला होता ना? आज ते माझ्या पुढ्यातून मार्गक्रमण करताना मी त्यांना पाचारण केले होते ना?– मी त्यांची विनंती मान्य केली आहे हे सांगण्यासाठी. परंतु माझे भाषण ऐकण्याइतका त्यांच्याकडे समय नव्हता.' कृपांनी आपल्या व्यवहारापुष्टर्थ युक्तिवाद करण्याचा प्रयत्न केला, परंतु आपण निर्मम वर्तन केले हे त्यांना उमजले होते. ते नाकारता आले नसते. त्यांनी त्या अभागी कुमाराकडे पाहिले अन् म्हणाले, "मला तुझ्या नावाचे विस्मरण झाले आहे, परंतु तू आणि तुझा पिता माझ्यापाशी आला होता ह्याचे मला स्मरण आहे. मी कृपाचार्य."

"कृपाचार्य? स्वामी, तुम्ही माझे प्राण का वाचविले? एका सुतासाठी आपले प्राण संकटात का घातले?"

"तुझे नांव सांग."

"गुरूवर्य, माझे नांव वसुसेन. परंतु मला कर्ण म्हणतात."

''कर्णा, मूर्खा! ऐक. तू नीच आहेस इत्यादि निरर्थक भाष्य पुन:पुन्हा करू नको. कुणीही उच्च किंवा नीच नसते. आपण नीच कुलोत्पन्न आहे असे तूच मान्य केलेस तर जगास त्यात आनंदच होईल.''

''परंतु, मी सारथीपुत्र आहे.''

''तू अज्ञानी आहेस. आपले मुखद्वार मिटून ठेवायला शिक. त्याचा तुला जीवनात लाभच होईल. मी हे तुला एकवारच सांगणार आहे कारण मी हा उपदेश नि:शुल्क देत आहे. खरे तर ह्या उपदेशासाठी तुझ्याकडून शुल्क आकारणे आवश्यक आहे. परंतु ह्याक्षणी मी तुझे काही देणे लागतो. तुझ्यामुळे मला एका जिवाला मृत्यूपासून वाचविण्याचे पुण्य मिळाले. ह्यामुळे मी स्वत:वरच प्रसन्न आहे. त्यामुळे वैविध्यास्तव मी तुला काही ज्ञान नि:शुल्क देईन. आता मला सांग, रात्रीच्या ह्या प्रहरी नदीत उडी मारण्याचे कारण काय?''

पर्जन्याचा आवेग किंचित ओसरला होता. आपल्या पोटात कैक गोष्टी लपवणाऱ्या त्या सरितेकडे पाहत कर्ण निश्चल बसून राहिला.

''तुझ्या मनातील विचार मी जाणतो. तुझ्या जीवनात घडलेल्या घटनेकरिता तू मला उत्तरदायी ठरवित आहेस. तुला वाटते मी हृदयशून्य आहे आणि हे जग क्रूर आहे. जन्मदारिद्र्यास्तव तू स्वत:स दूषणे देत आहेस. आपला पालक एक यश्किंचित सारथी असल्याने तू खंत करीत आहेस. आपल्या जीर्ण कुटीकडे पाहून तुला वाटते की, मी धनिक सदनी जन्मलो असतो तर किती श्रेयस्कर झाले असते.''

''नाही स्वामी, मी...'' त्या ब्राह्मणाचे दर्शन घेण्याची कर्णाची इच्छा नव्हती. त्याऐवजी हे सरितादर्शन अधिक सांत्वनकारक होते.

''असा विचार करणे स्वाभाविक आहे, ह्या विचारांमुळेच तुला जीवनात संघर्ष करता येईल. तुझी स्वप्ने साकार करण्याची प्रेरणा मिळेल. अर्थात त्यासाठी आपला खेद आणि क्रोध ह्यांना कसे कार्यान्वित करावे हे जाणणे आवश्यक आहे. जीवन एक द्यूत आहे. फासा कसा पडेल हे सांगता येत नाही. परंतु एकदा फासा पडला की सोंगटी कशी हलवावी हे तुझ्या हातात आहे. तू क्षत्रिय किंवा ब्राह्मण म्हणून जन्मला नाहीस हा केवळ योगायोग आहे. तू निषाद किंवा नाग म्हणून जन्मला असतास, तर तुझी सुताची कुटी तुला प्रासादाप्रमाणे भासली असती. साच्यात द्रवपदार्थ ओतण्यात आला आहे आणि आता त्यात तू काही बदल करू शकणार नाहीस. परंतु तू ब्राह्मण, क्षत्रिय, निषाद किंवा तुझ्या इच्छेनुसार काहीही होऊ शकतोस.''

कर्णाचा गोंधळ उडालेला पाहून कृपांनी स्मित केले. ''मी बोलेन त्यावेळी माझ्याकडे पाहा. अन्य काही होणे कसे शक्य आहे असे तुला वाटते ना? तुझ्यासारख्या मूर्खांना समाजाने एकच शिकवण दिलेली आहे. जन्मदत्त भागधेयाचा निमूटपणे स्वीकार करावा. धर्मगुरू तुम्हास सांगतात की, जन्माने ब्राह्मण असाल तरच तुम्ही ब्राह्मण. तुमचे पालक चांडाळ असतील तर तुम्ही कायम अन्य सर्व कुलांचे सेवक आहात. आपल्या देशातील परिजनांस फसवणे अति सोपे आहे.''

“परंतु... वेदांप्रमाणे...”

“वेदांत असे काही निरर्थक भाष्य केलेले नाही. आपल्यापैकी कैक मनुष्यांनी तर वेदपठणही केलेले नाही. मला सांग, ब्राह्मण कोण?”

“तुम्ही ब्राह्मण आहात... कृपाचार्य...”

“ वेद प्रमाण मानले तर जो ब्रह्माचा शोध घेतो आणि ब्रह्म प्राप्त करतो तो ब्राह्मण. ज्ञानप्राप्ती करून चिंतनाद्वारे जो स्वत:मधील देव शोधतो तो ब्राह्मण. द्रोण आणि मी देवास प्राप्त केल्याप्रमाणे दिसतो का? कैक दिनी तर मला माझ्या निवासस्थानाकडे जाणारा मार्गही गवसत नाही! जो कर्तव्य करून आपल्या कृतीद्वारे देव शोधतो तो क्षत्रिय. जो संपत्तीची निर्मिती करून व्यापारात देव शोधतो– तो वैश्य आणि जो समाजाची सेवा करून प्रेमात देव शोधतो– तो शूद्र. कोण, कुठे किंवा कोणत्या सदनी जन्मला ह्याचा वर्णाशी काही संबंध नाही. ब्राह्मण पित्याचा पुत्र शूद्र असू शकतो. किंवा त्याविरूद्धही होऊ शकते. हे मूर्ख पुरोहित काहीही म्हणोत आपल्या कुठल्याच धर्मग्रंथात असे लिहिलेले नाही की, देवास शोधण्याचा एखादा विशिष्ट मार्ग अन्य मार्गाहून श्रेयस्कर आहे. त्यात असेही म्हटलेले नाही की, देवास शोधणे हे त्यास न शोधण्याहून श्रेयस्कर. विश्वाच्या उत्पत्तीविषयी वेदात्म्यास कुतुहल आहे परंतु वैश्विक सत्याविषयी त्याने काहीही सांगितलेले नाही. ह्या विश्वात आपण वास करतो त्या विश्वाविषयी वेद केवळ औत्सुक्य दर्शवितात.”

“गुरुवर्य, आपण म्हणता ते सत्यच असणार, परंतु आपण ह्या समाजात राहतो, त्याचे काय?”

“वेदात समाजाचाही स्पष्ट विचार आहे. समाज संतुलनाकरिता चारही वर्ण आवश्यक असतात. ज्ञान, चिंतन, दिग्दर्शन, कृती, सत्ता, नेतृत्व, संपत्ती, धन, कला, प्रेम हे सर्व देहाच्या अवयवांप्रमाणे आहेत. कोणताही एकच अवयव इतरांपेक्षा महत्त्वाचा असू शकत नाही. म्हणूनच चार वर्ण हे ब्रह्माचे चार अंश आहेत असे म्हटले जाते. दांभिक ब्राह्मण आढ्यतेने म्हणतात की, ते ब्रह्माच्या मस्तकापासून निर्माण झाले; क्षत्रिय बाहूंपासून, वैश्य अंगापासून...” कृपांनी क्षणिक विश्राम घेतला आणि कर्णास पाहून स्मितहास्य करत म्हणाले. “आणि...”

“आणि माझ्यासम शूद्र देवाच्या पावलातून उत्पन्न झाले.” त्या ब्राह्मणाकडे पाहत कर्ण म्हणाला.

“त्याची खंत वाटते का?” स्वत:च्या विशिष्ट शैलीत एक भृकुटी उंचावत कृप हसले. “सर्व वर्णांचे महत्त्व सम प्रमाणात आहे हे दर्शविण्यासाठीच आपल्या शास्त्रांनी ह्या रूपकाचा प्रयोग केला. परंतु, आता काय होत आहे? मस्तक म्हणते, केवळ मी महत्त्वपूर्ण. किती मूढपण! हृदयाविना मस्तक निष्प्राण आहे. हस्ताविना देह कृती करण्यात अक्षम आणि अंगाविना पाय शरीरास कसे जोडले जातील किंवा कसे चालू शकतील? आता मस्तक म्हणते की, त्याला पायाची आवश्यकता नाही! चलनवलनाच्या अभावामुळे मस्तक जर्जर झाले आहे. पायांना व्यायाम देण्याऐवजी त्याने पायांना रक्तपुरवठा न

करण्याची आज्ञा हृदयास दिलेली आहे. त्यामुळे समाज कुठेच जाऊ शकत नाही. बाहू केवळ हलतात आणि क्वचित एकमेकांस ताडतात. कधी कधी ते टाळ्या वाजवतात आणि उच्च ध्वनि निर्माण करतात. परंतु तो अर्थहीन असतो. मस्तक काही 'स्मृती' निर्माण करते. त्या स्मृती म्हणजे दुसरे काही नसून केवळ निरर्थक आध्यात्मिक तर्क आणि कर्मकांड आहे. मस्तकाने मानवतेसाठी उपयुक्त निर्मिती करणे थांबवले आहे. बाहूंचे रक्षण अंगांनाही मिळत नाही. बाहू केवळ एकमेकांशी संघर्ष करीत असतात. त्यांना मस्तकाकडून ज्ञान मिळत नाही की पायांकडून चलनवलन. एकाच जागी स्थिर राहिल्याने ते केवळ पुष्ट आणि कुरूप होतात; त्याने पावलांकडे रक्तपुरवठा कमी पडतो हे आजच्या समाजाचे चित्र आहे. ब्राह्मण, अर्थात मस्तक म्हणते की, त्यांना शूद्रांची-पावलांची आवश्यकता नाही. पावलांविना ते कोठे जातील? ते एका स्थानी खिळून राहतील अन् नाश पावतील."

"परंतु गुरुवर्य, आपल्या देशाने महान विचारवंत निर्माण केलेले आहेत. आपण म्हणता ते सत्य असल्यास असे विचारवंत कसे..."

"कर्णा, तू इतिहास सांगतो आहेस; परंतु वर्तमानाचे काय? पश्चिमेकडील परकीय परिजन त्वरेने प्रगती करत आहेत आणि आपला पक्ष कमकुवत झाला आहे. ह्या धर्मग्रंथाच्या दांभिक अधिकारापोटी आपण अधिकाधिक परिजनांस शिक्षणाच्या लाभापासून वंचित ठेवत राहिलो तर एके दिवशी ते परकीय परिजन आपल्यावर राज्य करतील. ज्या परिजनांना आज आपण तिरस्काराने म्लेंछ म्हणतो, ते गांधार सीमा किंवा दक्षिण किनाऱ्यावरून आक्रमण करून सर्व समाजात विखुरतील. परंतु त्यांना आपल्या संस्कृतीचे बाह्यकवच मात्र दिसेल. गाभा आधीच नष्ट पावला आहे. त्यांनी हलकासा धक्का देण्याचा अवकाश; की ते कवच ढासळेल. त्यानंतर ते आपल्यावर राज्य करतील- आम्हा मूर्खांवर- ब्राह्मण, क्षत्रिय, वैश्य आणि शूद्र सर्वांवर- आणि आम्हास पायाखाली चिरडतील. अर्थात आपले कूपमंडूक निश्चित म्हणतील की, धर्मग्रंथात असेच लिहिलेले आहे. ह्यानंतर पुढील युगाचा-कलियुगाचा आरंभ होणार आहे किंवा असेच काही निरर्थक भाष्य..." कृपांनी भाषण थांबवले आणि मेघांनी ओथंबलेल्या नभाकडे निःशब्दपणे पाहू लागले.

"परंतु स्वामी, स्वतःच्या कुलधर्माचे आचरण करूनच मोक्षप्राप्ती होते." आचार्यांच्या भाषणाने कर्णाचे भान हरपले. अशा गंभीर विषयावर एखाद्या प्रौढ व्यक्तीने आपल्याशी बोलावे हा दुर्लभ प्रसंग होता.

"हे आणखी एक मिथ्या विश्लेषण. मोक्ष म्हणजे काय? जीवनात आनंद मिळणे म्हणजे मोक्ष. अन्य काही नाही. उर्वरित सर्व केवळ तर्क आहेत. तू माझा मित्र चार्वाकाला भेट. तो ह्या गोष्टींचे माझ्याहून अधिक सुस्पष्टीकरण देईल. योध्दा बनल्यानेच जीवन आनंददायी होईल असे तुला वाटत असेल, तर तू त्यासाठी धडपडणे आवश्यक आहे. त्याविषयी तुझ्या मनात अल्पशीही शंका नसावी. तुझ्या ध्येयासाठी संघर्ष करण्याचा निश्चय केलास, तर कुणीही गुरू किंवा धर्मग्रंथ तुला थोपवू शकणार नाही."

कृपांनी कर्णास पाहून स्मित केले. ''या मुलात ते स्फुल्लिंग आहे का?'' त्यांना प्रश्न पडला.

''परंतु माझ्या कुलामुळे कुणीही मला शिकवणार नाहीत...'' कर्ण एकच सत्य जाणून होता, तेच त्याने सांगितले.

''वसुसेन कर्णा! तुझ्या सुरात माझ्याविषयी आक्षेप ध्वनित होतो. परंतु मी तुझ्या कुलाकरिता तुला नकार दिला नाही. मी माझ्या दक्षिणेची मागणी केली आणि ती देण्यास तू नकार दिलास. तशी मला धनाची तमा नाही. ह्या वटवृक्षाखालील पुरुषभर भूमी आणि ह्याच्या शाखांमधून डोकावणारा नभखंड मला पुरेसे आहेत. परंतु कायम स्मरण ठेव- जीवनात प्रत्येक गोष्टीचे मूल्य असते. तुझ्यापाशी असेल ते सर्व धन घेऊन उद्या मजपाशी ये. तरीही मी तुला भारतवर्षातील सर्वोत्तम योद्धा बनवीन.''

''परंतु माझ्या पित्यापाशी इतके धन नाही...'' कर्णाच्या हृदयाची गती वाढली.

''जितके आहे तितके घेऊन ये, परंतु ध्यानात ठेव-जीवनातील सर्व गोष्टींप्रमाणे, तू देशील त्या मूल्याच्या प्रमाणातच शिक्षण मिळेल. तर मग, कर्णा, किती मूल्य देण्याची इच्छा आहे तुझी?''

''ही परीक्षा आहे.'' कृपांनी मनात म्हटले.

''मी तुमची कामे करीन.''

''हा हा... तुझ्यासम बालक माझे काय काम करील? तुझ्या शिक्षणासाठी मूल्य देण्याची तुझी इच्छा नाही असे दिसते. मी क्रूर आहे असे तुला वाटेल. परंतु मी स्पष्टवक्ता आहे आणि माझा गुप्त हेतू नसतो. काही व्यक्ती अशाही असतात ज्या बहुमात्रेने देतात आणि काहीच प्रतिफल मागत नाहीत. अशा व्यक्तींपासून जप, कारण हीच माणसे तुझी अतिशय मूल्यवान वस्तू हिरावून घेतील आणि नेमक्या तुझ्या असुविधेच्या वेळीच त्यांच्या मागण्यांस प्रारंभ होईल. अंतिमत: तुला समजेल की, माझा प्रस्ताव सर्वाधिक अल्पमूल्य आणि अल्प हानिकारक आहे. तुझ्यासारख्या व्यक्तींना माझ्यासम व्यक्तींकडून शिकणे आवडत नाही. लक्षात ठेव, 'जीवन' हाच सर्वांत कठोर गुरू आहे. हा गुरू जेव्हा तुम्हाला कठोर पाठ शिकवायचे ठरवतो, तेव्हाच तुम्ही शिकता. आज तुझी स्वत:च्या पित्यास निर्धन करण्याची इच्छा नाही आणि मला देण्यास तुजपाशी उपयुक्त वस्तू नाही, त्यामुळे मी तुला तितकेच निरूपयोगी ज्ञान देईन. तुझ्यापाशी असेल ते घेऊन प्रात:काळी मजपाशी ये, ब्राह्मणाप्रमाणे वर्तन कसे करावे हे मी तुला शिकवीन.''

''परंतु माझी पुरोहित बनण्याची इच्छा नाही.'' अवमान झाल्याने कर्ण उठू लागला.

''ऐक रे मूर्खा! ह्या भारतवर्षातील सर्वोत्तम जीवित योद्धा कोण हे जाणतोस का? द्रोण नाही, कुरूंचे महान सम्राट नाहीत किंवा मी नाही. दूर दक्षिणेस ब्राह्मणांचा एक वंश राहातो. सहस्त्रावधी वर्षांपूर्वी- कदाचित ही सांगोवांगी असेल-महाबळी नामक महान असुरसम्राटाचे दोन सागरांमध्ये स्थित भूमीवर साम्राज्य होते. वामनावतारातील विष्णूने त्याचा पराभव केला आणि तेथे ब्राह्मणांचे राज्य स्थापित केले. कालांतराने महान असुर

राजा रावणाने हे साम्राज्य उलथून ह्या ब्राह्मण समूहास विस्थापित केले. पुढील काळात रावणाचा भ्राता बिभिषणाच्या विश्वासघातामुळे रावण युध्दात मारला गेला, तेव्हा सर्व ब्राह्मण पुन्हा एकत्र आले. त्याच बिभीषणाच्या अधिपत्याखाली गोकर्ण ते कन्याकुमारी भूमीवर ब्राह्मणांचे साम्राज्य स्थापन झाले. तेव्हापासून, सहस्त्रवर्षे त्या असुरभूमीवर त्यांचा अंकुश आहे. त्यांनी असुर प्रमुखांना कळसूत्री मूर्तीप्रमाणे नाचवले असून तेथे निर्दयी वर्णपध्दत बलपूर्वक प्रस्थापित केली आहे. शूद्र म्हणून जन्मणे हानीकारक आहे असे तुला वाटते का? परशुराम क्षेत्रातील चांडाळांची दुरवस्था पाहा. दुरवस्था ह्या शब्दाचा खरा अर्थ तुला तेव्हा समजेल. तो एक रम्य प्रदेश आहे. परंतु ह्या जगातील अनेक रमणीय गोष्टींप्रमाणे अतिशय विखारीही आहे.''

''परशुराम! ते तर हस्तिनापुराचे शत्रू आहेत! मी त्यांच्यापाशी...?''

''कर्णा, तुझी शिकण्याची इच्छा असेल तर सर्वोत्तम गुरूंकडून शिक्षण घे. आजमितीस ह्या भारतवर्षातील अजिंक्य योद्धा आहे भार्गव परशुराम. दक्षिणेतील संयुक्त प्रदेशाचा नेता. आपल्या प्राचीन काळापासून परशुरामवंशीय निर्भय योद्धे आहेत. त्यांनी स्वतःचा धर्म अन् नियम ह्यांच्या प्रसारासाठी उत्तरेकडील राज्यांवर अनेक आक्रमणे केली. श्रीरामाने त्यांचा एकवार पराभव केला. अन्यथा त्यांनी गंगा-यमुनेच्या पठारावरील क्षत्रियांचा निर्वंश केला असता. त्यांच्या अंतिम आक्रमणासाठी काशी राजकन्या अंबेचा भीष्मांशी विवाह करवणे हे निमित्त केले. त्याचा अंत सध्याच्या शस्त्रसंधीमध्ये झाला. परंतु त्यावेळेस भार्गवाने संपूर्ण उत्तरांजनपाद जवळजवळ पादाक्रांत केला होता. गत सहस्त्र वर्षांपासून भारतवर्षाच्या शासनकर्त्यांना त्यांच्यापासून कायम असुरक्षित वाटत आले आहे. त्यांच्या दृष्टीने आपली वर्णपद्धती पुरेशी कठोर नाही आणि आपला धर्म पुरेसा पवित्र नाही. परशुराम माझे आणि द्रोणांचेही गुरू होते. ते शिष्य म्हणून केवळ ब्राह्मणांचा किंवा दक्षिण संयुक्त राज्यातील राजपुत्रांचा स्वीकार करतात.'' कर्णाच्या कोमल मुखावरील स्तिमित भाव पाहून कृपाचार्यांना मौज वाटली.

''मी ब्राह्मणही नाही आणि क्षत्रियही. तर मग मी...?''

''मी तुला ब्राह्मणाप्रमाणे वर्तन कसे करावयाचे हे शिकवीन, ज्यायोगे तू त्यांच्या भूमीस प्रयाण करू शकशील अन् त्या महान जीवित शिक्षकाकडून शिक्षण घेऊ शकशील. शिवाय ते कोणतेही मूल्य आकारत नाहीत. तू तुझ्या पित्याचा तो जीर्ण अश्व आणि शकट वाचविण्यास प्राधान्य देऊन मला धन देणे टाळलेस. परंतु मी तुला सावध करतो; तुला त्यांना अवजड मूल्य द्यावे लागेल-धनस्वरूपात नव्हे. अर्थात मला त्याचे सोयरसुतक नाही. तुझ्याकरिता तेच उचित ठरेल.''

''परंतु हे कपट आहे ना?''

''कपट तर भार्गव करत आहेत. त्यांना अभिप्रेत शास्त्रांचा अन्वयार्थ इतका संकुचित आहे की, माझा मित्र चार्वाकाने तो ऐकला तर ते त्याच्या हृदयाघातास कारणीभूत होईल. पुत्रा, एक ना एक दिवशी भार्गव किंवा त्यांचा एखादा शिष्य हे संपूर्ण राज्य उलथून आपल्यावर त्यांची सत्ता प्रस्थापित करतील. आपला समाज इतका जीर्णशीर्ण झाला

आहे की, मला हे स्वप्न वारंवार दिसू लागले आहे. कदाचित मनुष्याच्या दुरवस्थेविषयी करुणा वाटणारा एखादा राजपुत्र येथे जन्मेल आणि प्रासादाचा त्याग करून ज्ञानप्राप्तीच्या हेतूने वृक्षाखाली समाधिस्थ होईल. कदाचित तो ह्या समाजास स्व-विध्वंसापासून वाचवू शकेल. अर्थात भार्गवाचे शिष्य ह्या भारतवर्षाच्या चतुर्दिशांना प्रवास करतील–कदाचित योद्ध्याची तलवार घेऊन किंवा भिक्षुकाचा दण्ड घेऊन. ते मानवतेचा विध्वंस करतील आणि जगाचा सर्वनाश करतील.''

''स्वामी, मला वाटत होते की, तक्षकापासून अधिक अपाय आहे.''

त्या मुलाचा भविष्यवेधी दृष्टिकोन आणि बुद्धिमत्ता ह्यांनी आनंदित होत कृपांनी स्मित केले. ''पुत्रा, तक्षक आणि भार्गव ही एकाच मुद्रेची दोन अंगे आहेत. अशा मतिभ्रष्ट मनुष्यांमध्ये आपल्यासारखा सामान्य मनुष्य भरडला जातो. भार्गव आणि तक्षक ह्यांचा कधीही कायमचा अंत होत नाही. ते अन्य नामांनी अन्य काळात पुर्नजन्म घेत राहतात. तेव्हा अशा वीरांचे आक्रमण होईल, तेव्हा हस्तिनापुरातील सर्व योद्ध्यांची आवश्यकता भासेल. ते जन्माने कोणत्याही कुलातील असले तरी. तू जे करशील, ते आम्हा सर्वांसाठी करशील. प्रातःकाळी माझेकडे ये. आपण गायत्री मंत्राच्या अभ्यासापासून आरंभ करू. मला एका सुतास ब्राह्मण करता येते की नाही ते पाहावयाचे आहे.'' कृपाचार्य दूर निघाले. ओलाचिंब कर्ण संथ वाहणाऱ्या सरितेनिकट एकाकी उभा राहिला.

कर्ण दीर्घकाळ तेथे थांबला. त्यांच्या मनात वादळी रात्रीतील वाऱ्याप्रमाणे परस्परविरूद्ध भावनांचा कल्लोळ होता. जेव्हा पूर्वेकडे आकाश धूम्रवर्ण दिसू लागले तेव्हा स्नान करून वस्त्रे बदलण्यासाठी तो धावला. अंगणात तुळशीस पाणी घालणाऱ्या मातेस त्याने प्रेमभराने आलिंगन दिले. त्यानंतर शुष्क वस्त्र घेऊन तो नदीपाशी धावला. 'आज मी ब्राह्मण होणार आहे आणि कदाचित काही दिवसांनंतर क्षत्रिय. मी इच्छिन ती व्यक्ती होऊ शकतो.' त्याच्या गुरूंच्या शब्दांचा त्याच्या मनावर शाश्वत ठसा उमटला होता. त्या कुमारास जगात अनेक संभाव्यता दिसू लागल्या होत्या.

६. तृतीयपंथीचे आव्हान

''आज ह्या शठाने काय अपराध केला आहे?'' सुयोधनावर रोखलेली तीक्ष्ण दृष्टी न हलवता भीष्मांनी विदुरास पृच्छा केली.

विदुराने उत्तर देण्यापूर्वीच कुंतीने वादळाप्रमाणे कक्षात प्रवेश केला. तिच्यासमवेत धौम्य आणि अन्य काही ऋषी होते. ह्या अनौपचारिक व्यत्ययाने भीष्म अप्रसन्न झाले आहेत हे विदुराने जाणले. 'मी महाधिपतींना पूर्वसूचना देणे आवश्यक होते.' धौम्य ऋषींच्या नेतृत्वाखाली अन्य ऋषी कुंतीस भेटण्यास गेले आहेत हे विदुरास अवगत झाले होते. परंतु त्या सर्वांसह कुंतीही भीष्मांस भेटण्यास येईल अशी त्याची अपेक्षा नव्हती.

धौम्याने कृपाविषयी आक्षेपांचे आपले भांडार उलगडले. क्षणोक्षणी भीष्मांचा संयम लयास जाऊ लागला. अखेर त्यांनी प्रतिक्रिया व्यक्त केली की, ''हे एक मुक्त राज्य आहे. येथे प्रत्येकास आपली तत्त्वे बाळगण्याचा अधिकार आहे आणि ती इतरांना शिकविण्याचाही. व्यासांसम महान तत्त्वज्ञ कृप आणि चार्वाकांची प्रशंसा करतात, त्यांच्यापुढे मी भीष्म खूपच सामान्य असल्याने मी काय न्यायनिवाडा करणार? अर्थात, तुम्ही ऋषिगण कृपांकडे जाऊ शकता. कुल, मूर्तिपूजा, कर्मकांड, ब्राह्मणपूजा आणि ज्या तत्सम गोष्टींवर तुम्ही विश्वास ठेवता, त्यांच्याविषयी धर्मग्रंथातील पुरावे दाखवून तुम्ही आपले म्हणणे पटवून देऊ शकता.''

हा सडेतोड युक्तिवाद ऐकताच विदुराच्या ओठांवर स्मित खेळू लागले. ते पाहून कुंतीचा क्रोध वाढला. ''पितामह, तुम्ही जी नावे उद्धृत केलीत ते तर आपल्या धर्माचा नाश करत आहेत.''

भीष्माने आपली दृष्टी कुंतीवर स्थिर केली. ''पुत्री, आपला धर्म सनातन आहे. ते त्याचा नाश करू शकणार नाहीत. कुणीच करू शकणार नाही. ते केवळ आपल्या काळास अनुरूप अशी त्याची पुनर्व्याख्या करत आहेत. विविध युगांमध्ये परिजनांच्या आवश्यकतांनुसार धर्माचे रूप विकसित होते. आज काही व्यक्ती म्हणतील की, आपलेच ऋषी धर्माचे कठोर आचरण करून आणि आपल्या शास्त्रांचा चुकीचा अन्वयार्थ लावून आपल्याच धर्माचा नाश करत आहेत. परंतु, मी व्यास, कृप आणि चार्वाकाइतकाही विद्वान नाही. मी केवळ योद्धा आहे. माझी अल्पमति आणि सामान्यज्ञान ह्यांच्यावर विसंबून मलाही कृपांचे म्हणणे पटते... अर्थात चार्वाकाचे पटत नाही. हे माझे वैयक्तिक

मत आहे. ते मानण्यासाठी मी अन्य कुणास विवश करत नाही. तुम्हालाही तुमच्या इच्छेप्रमाणे आपल्या मतावर विश्वास ठेवण्याचा अधिकार आहे. मी कुणाला तुमच्या हक्कांवर गदा आणू देणार नाही. कृप तात्त्विक चर्चेद्वारे परिजनांस समजावून त्यांना पुरोहितांस दान करण्यापासून परावृत्त करत असेल, तर ह्यावर मी काही बोलणार नाही; कारण तुम्हीही प्रचार करू शकता. कृपाकडे दुर्लक्ष करण्यास परिजनांस प्रवृत्त करू शकता आणि कृपाऐवजी ते तुमच्यापाशी येतील हे सुनिश्चित करू शकता. ही तुम्हां आणि कृपांमधील अंतर्गत बाब आहे. कृपांनी परिजनांस मंदिरात जाण्यापासून अडविण्यासाठी बलप्रयोग केला तर माझ्याकडे या. त्यावेळी त्याला समजेल की, ह्या हस्तिनापुरात सैनिक आणि बंदीशाला कोणत्या कारणास्तव आहेत. हे सर्व तुम्हीही ध्यानात ठेवा. कृपास किंवा चार्वाकास कुणी इजा केली तर त्यांच्यासाठीही हेच नियम असतील.''

''परंतु, पितामह...'' कुंतीने विरोध करण्यास आरंभ केला. तसे विदुरांनी त्वरेने भीष्मांपुढील पटावरील भूर्जपत्रे व्यवस्थित रचण्यास आरंभ केला. भीष्मांचे स्मितहास्य तिने पाहू नये अशी त्यांची इच्छा होती. आता पुढ्यात काय वाढून ठेवले आहे हे त्यांनी जाणले होते.

''कुंती, अशा क्षुल्लक विषयात तुझा अन् माझा समय व्यर्थ घालवू नको. तुला पाच पुत्रांना वाढवायचे आहे. तुला राजनीतीत स्वारस्य असेल तर तुझ्या पतिभ्रात्यास शासकीय कार्यात मदत का करीत नाहीस? दृष्टिवंत मनुष्यासही येथे राज्यकारभार करणे कठीण आहे.''

कुंती आणि पुरोहितांच्या समूहाने क्रोधित मन:स्थितीत प्रयाण केले.

भीष्मांनी सुयोधनाकडे पाहिले. क्रोध आणि अवहेलना लपविण्याचा प्रयत्न करीत तो अधोमुख उभा होता. ''पुत्रा, नेहमी सत्याचा विजय होतो. त्याला सन्मुख जा.'' अल्प समयापूर्वी विदुरांनी सुयोधनास भीष्मांसन्मुख ओढत आणले होते. द्वितीय पांडुपुत्र भीमाने कुरूराजपुत्र विकर्णाच्या उजव्या हातास इजा केली होती. विकर्णाने भीमास 'लठ्ठंभारती' म्हणण्याचे धाडस केले होते; त्याचे मूल्य त्यास द्यावे लागले होते. विकर्णाच्या किंकाळ्या ऐकून सुयोधन आणि सुशासन त्यास्थानी आले होते. त्यामुळे तेथे एक मुष्टियुद्ध होऊन त्यात भीमाने दोघांना पराजित केले होते. काही कालांतराने, सुयोधन व सुशासनाने काळोखात लपून भीमास अनपेक्षितपणे पकडले होते. विदुर त्यावेळी तेथे आले नसते तर त्यांनी भीमाचे प्राण घेतले असते. विदुर ह्या दोघांना भीष्मांकडे घेऊन आले होते; तर कुंती आपल्या पुत्रास घेऊन गेली होती.

आता, भीष्मांनी आपली दृष्टी आपल्या नातवंडांकडे वळवली. ''तुम्ही सर्वजण येथे येण्यामागील कारण काय?''

''मी युवराज सुयोधनास रोखले नसते तर आता येथे त्याच्यावर चुलतभ्राता भीमाच्या हत्याप्रकरणी अभियान सुरू असते.'' विदुराने लज्जित पुतण्यास कठोरदृष्टिने पाहिले.

“पितामह, आम्ही खेळत होतो. हत्या करण्याचा आमचा विचार नव्हता...”

“सुयोधना, शत्रू कोण आणि मित्र कोण हे जाणण्याइतका तू आता प्रौढ आहेस. भीमाचे प्राण घेण्याचे हे काय प्रकरण आहे?”

सुयोधनाची मुद्रा विवर्ण झाली. पितामहांसमोर तो भयाने थरथर कापू लागला. “उत्तर दे!” भीष्मांनी करारी स्वराने आज्ञा केली.

“पितामह, आम्ही गंमतीकरिता... आम्ही सामोपचाराने...” भीष्मांच्या भेदक दृष्टिमुळे पुढे बोलणे सुयोधनास शक्य झाले नाही.

“तू गंमतीकरिता हत्येची योजना आखत होतास? भीम तुझा चुलतभ्राता आहे. माझ्या दृष्टीने तुम्ही दोघेही समान आहात. क्षत्रियासम स्पर्धात्मक वृत्ती स्वागतार्ह, परंतु प्राण घेण्याइतकी सूडबुद्धी नसावी.”

“स्वामी, ते सर्वकाळ आमच्याशी आणि आमच्या कनिष्ठ भगिनीशी व्यंगार्थक आणि पीडादायक बोलतात. ते सेवकांशी क्रूर वर्तन करतात. ते स्वार्थी आहेत. माझ्या पित्याची अंध...”

या उद्रेकाचाही भीष्मांवर परिणाम झाला नाही. “अंधारात लपून एखाद्यावर आक्रमण करण्यास हे कारण होऊ शकत नाही. क्षत्रिय असशील तर पुरुषार्थ दाखव, संघर्ष कर. मन आणि शरीर दोन्ही बलवान करण्यासाठी यत्न करावे.”

अपमानित सुयोधन अधोमुख स्तब्ध उभा राहिला. तो भीष्म आणि विदुर ह्या दोहोंकडून दुखावला गेला होता. 'भीमाचा वचपा काढण्याचा अधिकार मला नाही का?'

“सुयोधना, ऐक.” भीष्मांच्या स्वरातील तीव्रता लुप्त झाली होती आणि आता त्यात स्नेह डोकावत होता. “एक दिवस, तू ह्या राज्यावर शासन करशील. तुला आपले शत्रू आणि मित्र जाणता येणे आवश्यक आहे. मजकडे निवेदने येत आहेत की, तुझे अध्ययनात ध्यान नाही आणि तू वर्गात दिवास्वप्ने पाहत बसतोस. तुझ्या वर्तनाविषयी द्रोणांचे कैक आक्षेप आहेत. पायी भ्रमण आणि कुणाही पांथस्थांशी संभाषण थांबव. युवराजाप्रमाणे वर्तन कर. बहिष्कृत आणि अस्पृश्य परिजनांचे निवासस्थानी जाण्याचे तुला काही कारण नाही. चार्वाक आणि कृप ह्यांना भेटणे सोडून दे. त्यांचे विचार तुला लाभदायक ठरणार नाहीत. राजाने सर्वांचे ऐकून घ्यावे, परंतु मुख्य धारेपासून इतरत्र वाहवत जाऊ नये. द्रोण आणि चार्वाक यांचे उपदेश सन्मानपूर्वक ऐकून घे. परंतु राज्याच्या आणि समाजाच्या दृष्टीने श्रेयस्कर अशा पद्धतीने कृती कर. सांगोवांगीच्या सर्व गोष्टी सत्य असतीलच असे नाही. सत्य बदलते हे समजून घेण्यात चातुर्य आहे. तरच तू उत्तम शासनकर्ता होशील.”

“परंतु स्वामी, आज राज्यात किती दुःखे आहेत. आपण चातुर्याने राज्यकारभार करीत आलात; तर मग आपल्या राज्यात कैक परिजनांनी वराहाप्रमाणे आयुष्य का कंठावे?”

विदुराचा श्वास कोंडला. 'सुयोधनाच्या धार्ष्ट्यास सौजन्यसीमा नाही. भीष्मांसह इतकी वर्षे कार्य करीत असूनही असा प्रश्न विचारण्याचे धार्ष्ट्य मी केले नसते.'

भीष्मांनी सुयोधनाकडे दीर्घकाळ रोखून पाहिले. सावकाश, त्या वृद्ध मनुष्याच्या मुखावर स्मित उजळले. ''पुत्रा, अशा वचनाने तू एक दिवस दुखावला जाशील. हा समाज मी घडविला असे तुला वाटते का? मला तर तो केवळ वंशपरंपरेने मिळाला. मी, क्षत्रिय ह्या नात्याने माझे कर्तव्य करत आहे. ते म्हणजे, न्यायाने राज्य करणे. 'एका दिवसात हे जग बदलेन' असे अप्राप्य स्वप्न मी पाहात नाही. एखादे रोप रूजवल्यानंतर एका रात्रीत त्याचे वृक्षात रूपांतर होण्याची अपेक्षा आपण करतो का? आपल्याला त्यास पाणी घालावे लागते. त्याचे संगोपन करावे लागते, त्यास सूर्यप्रकाश, पाऊस आणि खाद्य पुरवावे लागते; त्यायोगे हळुहळू त्याची वृद्धि होते. शोषण, भेदाभेद आणि काही अल्प जनांवर कृपादृष्टि हे विषय समाजाइतकेच प्राचीन आहेत. मी एका दिवसात ह्या सर्वांचे उच्चाटन करू शकणार नाही किंवा मी समाजसुधारकही नाही. मी इतकेच सुनिश्चित करू शकतो की, दरिद्री आणि शोषित कुलात जन्मलेल्या परिजनांना अधिक सोसावे लागू नये आणि शासनकर्त्यांनी सत्तेने उन्मत्त होऊ नये. तुझा पिता राजा आहे. परंतु अनेक वर्षांपासून ह्या प्रशासनाचा भार माझ्या ह्या थकित स्कंधांनी वाहिलेला आहे. हे कार्य सुगम आहे असे तुला वाटते का? तुझ्या पित्याला किंवा चुलती कुंतीला जे अभिप्रेत आहे तसे शासन नसते. त्यांना केवळ सत्तेने मिळणारा लाभ दिसला आहे. उत्तरदायित्व मी सांभाळत आहे.''

''युवा रक्ताच्या व्यक्ती अशक्यप्राय स्वप्ने पाहतात – दारिद्र्य आणि दु:ख नष्ट करण्याची स्वप्ने. परंतु स्वप्नांची एक उपद्रवी वृत्ती आहे. ती तुमच्या आयुष्यात गुंतागुंत निर्माण करतात आणि आयुष्याचा काला करतात. आजमितीस, तू विद्यार्थी आहेस आणि शिक्षण घेणे हे तुझे कर्तव्य आहे. स्वप्ने पाहत राहा परंतु पाय जमिनीवर भक्कमपणे रोवून ठेव. चार्वाक, द्रोण किंवा कृप ह्यांच्यामुळे वाहवत जाऊ नको. शकुनीपासून अंतर ठेव. एखाद्याने तुला अंधाचा पुत्र म्हटले तर त्यास क्षमा कर. त्यांना तुझ्याशी तुल्यबळ होता येत नाही म्हणून ते अशी विधाने करतात. त्यांना स्तुतिदर्शक मान. जा आता आणि द्रोणांच्या शिकवणीचे मन लावून अध्ययन कर.'' मान डोलावून भीष्मांनी त्यास जाण्यास सुचविले.

भीष्म गवाक्षातून पाहू लागले. दूरवरील हरित कृषीक्षेत्रापलीकडे आणि नदीतटावरील ग्रामापालीकडे त्यांना पर्वतांची धूसर बाह्यरेखा दिसत होती. पश्चिमेस गूढ आणि कपोलकल्पित कथांचे प्रेतवस्त्र ल्यायिलेली मरूभूमी होती. तेथून धुलिका वादळ उठले होते. त्या वृद्धाच्या कपाळावरील रेखा चिंतेमुळे घनदाट झालेल्या विदुराने पाहिल्या. राज्याचे प्रशासन आता दोघांनाही पेलवेनासे झाले होते. लहानमोठे वादविवाद आणि अंतर्गत संघर्ष, पुतणे आणि वंशावळीतील अन्य व्यक्तीमधील नित्य कुरबुरी ह्यामुळे दोघेही दु:खी होते. राज्य आतून ढासळत चालले होते.

प्रधान मंत्र्यांकडे वळून भीष्माने केलेल्या पृच्छेस विनोदाची छटा होती, ''विदुरा, पुत्रा, तू खिन्न का?''

''महोदय, शकुनी ह्या मुलांना कलुषित करत आहे. त्याला गांधारदेशी परत पाठवले नाही तर तो आपल्या साम्राज्याचा नाश करील.''

“तू त्याला अतिमहत्त्व देत आहेस. पर्वतप्रदेशातील त्याचे लहानसे राज्य माझ्या बलशाली भूमीस काय इजा करू शकेल? नाही, मला अंतर्गत उपद्रवाची अधिक चिंता वाटते. आपण परशुरामाशी शांतता संधी केली, परंतु मला आता त्याचा खेद वाटतो. त्यावेळी आपल्यापुढे अन्य पर्याय नव्हता, नाही का? तसे केले नसते तर मला ब्रह्मचर्याची प्रतिज्ञा मोडून काशीराजाच्या ज्येष्ठ पुत्रीशी विवाह करावा लागला असता... काय बरे तिचे नांव?” भीष्माची दृष्टी पुन्हा गवाक्षाबाहेरील विश्वाकडे वळली.

विदुराने जाणले की, ह्यावर भाष्य न करणे हितकर. कैक दिनी अधिपतींचे संभाषण त्यांच्या आयुष्यातील त्या प्रक्षुब्ध काळास स्पर्श करी. भीष्मांनी काशीचे प्राचीन राज्य जिंकून घेतले होते आणि तेथील तीन सुंदर राजकन्यांचे – अंबा, अंबिका आणि अंबालिका ह्यांचे हरण करून त्यांना हस्तिनापुरास आणले होते– आपला सावत्र भ्राता विचित्रवीर्य ह्याच्या वधू बनविण्यासाठी. परंतु तत्पूर्वी, राजकन्येचे अपहरण रोखून तिचे रक्षण करण्यासाठी शाल्व राजपुत्राने भीष्मांशी संघर्ष केला होता आणि त्यास अवमानास्पद रीतीने पराभव पत्करावा लागला होता. ह्यामुळे त्या शाल्व राजपुत्राचा स्वाभिमान दुखावला होता. अंबा शाल्व राजपुत्रावर अनुरक्त आहे हे समजताच भीष्मांनी तिची पाठवणी केली. परंतु शाल्व राजपुत्राने तिचा स्वीकार केला नाही. ती हस्तिनापुरास परतली आणि भीष्मांनी ब्रह्मचर्याचा त्याग करून आपल्याशी विवाह करावा अशी विनवणी करू लागली. परंतु मृत पित्यास दिलेल्या ‘आजन्म ब्रह्मचारी राहीन’ ह्या वचनास जागून भीष्मांनी तिला नकार दिला.

ही कथा पितामहांनी आणि इतरांनीही कैक वेळा सांगितलेली होती. ह्या घटना विदुरांच्या जन्मापूर्वी घडल्या असल्या तरी आपण त्या प्रसंगी प्रत्यक्ष उपस्थित असल्याचा भास त्यांना होत असे. भीष्मांना विवाहाची विनवणी करणाऱ्या त्या कपोतनयनी काशी राजकन्येची विदीर्ण मुद्रा त्यांना दिसे. त्यानंतर, आपल्या अपशब्दांचा किंवा मन:पूर्वक केलेल्या विनवण्यांचा कुरूसम्राटावर काही परिणाम होत नाही हे पाहून ती पितृगृही परतली होती; परंतु तेथेही तिचा स्वीकार झाला नव्हता. त्यासमयी परशुरामांच्या गुप्तहेरांनी तिला शोधून काढले आणि तदंतर दक्षिण संयुक्त साम्राज्याने ह्या भव्य पठारावर आक्रमण करण्याची योजना आखली.

“त्या युद्धविरामास नकार देणे श्रेयस्कर ठरले असते.” भीष्मांचा ह्याविषयीचा पश्चातापही विदुरांनी अगणित वेळा ऐकला होता. “आता चातुर्वर्ण संस्कृतीचे अधम शुंड ही पवित्र भूमि व्यापत आहेत. मी त्यावेळी भार्गवाशी अखेरपर्यंत लढणे श्रेयस्कर ठरले असते. त्यानी आणि त्याच्या सैनिकांच्या उपद्रवी पथकाने आपल्या राज्याचा नाश चालविला आहे. एकेकाळी उन्मत्त असणारे असुर ह्यास कसे सहन करतात कोण जाणे. ती प्राचीन साम्राज्ये ह्या ब्राह्मणांच्या विळख्यात कशी सापडली? ह्या असुरांनीच तर सर्वप्रथम महाबलीच्या नेतृत्वाखाली ‘सर्व मनुष्यमात्र समान असतील’ अशी उद्घोषणा केली होती. असुरांमधूनच स्वाभिमानी व तेजस्वी रावणाचा उदय झाला होता. पराभवाने परिजन किती दयनीय होतात ह्याविषयीचे मला कायम आश्चर्य वाटते. इतिहास एक

कठोर शिक्षक असतो. जेव्हा महान रामाने रावणाच्या अधिपत्याखालील अंतिम असुर साम्राज्याचा पराभव केला, तेव्हा दक्षिणेकडील दीन परिजनांवर किती दयनीय स्थिती ओढवणार आहे ह्याची त्यासही कल्पना नसावी. त्यानी दक्षिणेकडील साम्राज्य बिभीषण आणि परशुरामवंशीयांवर सोपवून आपल्या सर्वांची अपरिमित हानी केली. रामाने स्वत: शासन केले असते तर कदाचित त्याने पापाचा समूळ नाश केला असता. परंतु आता शतकानुशतकांच्या निग्रहानंतर त्यांच्या पदरी काय पडले पाहा!''

विदुराने दृष्टिभेट टाळली. त्याला म्हणावेसे वाटले की येथे हस्तिनापुरातही तीच परिस्थिती आहे. सारथीपुत्रास प्रस्तुत केल्यानंतर गुरू द्रोणांनी केलेला अपमान अजूनही त्याच्या मनात ठसठसत होता.

भीष्माने प्रधानमंत्र्यांच्या नेत्रांत पाहिले आणि त्यांनी स्मितहास्य केले. ''तू काय विचार करीत आहेस ते मी जाणतो. येथेही तशीच खेदकारक परिस्थिती आहे. परंतु तू जग पाहिलेले नाहीस. माझे म्हणणे सिद्ध करण्यासाठी मला हे म्हणावे लागते ह्याचा मला खेद आहे. तू माझा पुतण्या आहेस, परंतु तरीही तू शूद्र आहेस, कारण तुझी माता दासी होती. कौशल्य व ज्ञान असूनही येथे तुझ्या कुलाविषयी व्यंगात्मक बोलले जाते. कुंती आणि तिचे ब्राह्मण उपदेशक तुझा तिरस्कार करतात. त्यामुळे तुला वाटते की, तुझे जीवन कठीण आहे. हाऽऽ, तू परशुरामाच्या नियमानुसार चालणाऱ्या राज्यात वस्तीस असतास तर तुला राजधानीपासून दूर राहावे लागले असते - एक अस्पृश्य, बहिष्कृत, अशिक्षित, अज्ञानी मनुष्य म्हणून वराहाप्रमाणे जगावे लागले असते. तेथे हीन कुलाचे दु:ख असे आहे. त्या मानाने मत्सरी परिजनांकडून किंचित व्यंगार्थक भाष्य ऐकणे हे दु:ख काहीच नाही. माझी राजधानी हस्तिनापुराऐवजी मुजरिस किंवा मदुराई असती, तर आज मला माझा प्रासाद गोमय आणि गोमूत्राने स्वच्छ करावा लागला असता - तुझ्या पावलांनी प्रदूषित भूमी पावन करण्याकरिता! शास्त्राचा परशुरामास अभिप्रेत अर्थ आम्ही मान्य करीत नाही आणि आमच्या परिजनांवर परशुरामांचे नियम लादत नाही; ह्यामुळे परशुराम आणि त्याचे अनुयायी अप्रसन्न आहेत.''

महाधिपतींचे भाषण ऐकून विदुर चमकले. त्यांच्या जन्माविषयी स्मरण करून दिल्याने ते विचलित झाले. 'धर्मग्रंथ, उपनिषदे, गणितामागील विज्ञान, खगोलशास्त्र, ज्योतिर्विद्या, संगीत जे-जे शिकणे शक्य आहे ते-ते शिकण्यासाठी अतिशय कष्ट घेणारा मीच ना? माझ्या मातृभूमीची भक्तीभावाने अन् समर्पित भावाने सेवा करणारा मीच ना? पुढ्यातील ह्या महान व्यक्तीची विश्वासू व्यक्ती मीच ना? कुरूंचे पितामहदेखील माझ्यावर प्रेमाचा वर्षाव करतात तो एका शूद्र व्यक्तीवर कृपा ह्या भावनेस्तव की काय? माझे कौशल्य आणि बुद्धिमत्तेस्तव नाही? कदाचित माझ्या उपस्थितीने भीष्मांचे मनी उदारहृदयी असण्याची भावना निर्माण होत असावी.' स्वत: एक प्रदर्शनीय श्वान असल्याप्रमाणे विदुरास वाटू लागले. बुद्धिमान आणि सुस्वरुप- परंतु अंतिमत: एक श्वान. अशा समयी विदुरास आपल्या कामाचा तिरस्कार वाटे, तसाच आपल्या स्वामीचाही.

‘‘भार्गव परशुरामाच्या अधिपत्याखालील दक्षिणेकडील संयुक्त साम्राज्याशी आपल्याला युद्ध करावे लागले, ते काशी राजकन्येस मी नकार दिल्यामुळे नाही. अर्थात त्या दुष्टाने चातुर्याने त्या विषयाचा प्रचार केला. ह्या विषयाचा उपयोग करून परशुरामाने हस्तिनापुराच्या सहकाऱ्यांना उदासीन केले. आपल्याला विंध्य प्रदेशातील दुष्कर अरण्यात युद्ध करणे भाग पाडले. तेथे किती सहजरीत्या सैनिकांचे मृत्यू झाले ह्याचे स्मरण होताच मी शहारतो. परशुरामाने जो पाशवी वन्ही पेटवला त्यात कित्येक नाग, निषाद, किराट आणि वानर बळी पडले. अनादी काळापासून ते तिथे शांततेने राहत आले होते. त्यांचा बळी देणे परवडले कारण ते अस्पृश्य, बहिष्कृत, हीन आणि दूषित कुलोत्पन्न होते. माझ्यासन्मुख तरी अन्य काय पर्याय होता? त्याने त्या सर्वांना हाकलून दिले असते. त्याच्या अटी मान्य करण्यावाचून पर्याय नव्हता. पर्याय नव्हता...’’

दूर क्षितिजावर वालुकामय वादळ उठण्याची चिन्हे होती. विदुरास वातावरणातील बदल जाणवू लागला. ‘‘आपण अंबेशी विवाह करून परशुरामाचे आव्हान देऊ शकला असता.’’ त्यास मनोमन वाटले; परंतु त्याने ते बोलून दाखविण्याचे धाष्टर्य केले नाही.

‘‘मी त्या कन्येशी विवाह करणे कदापि शक्य नव्हते. ब्रह्मचर्याची प्रतिज्ञा केल्यानंतरच मी भीष्म म्हणून प्रसिद्ध झालो. अन्यथा मी केवळ गंगादत्त राहिलो असतो. त्या युद्धविरामामुळे मला परशुरामाच्या विचारधारेस आणि त्याच्या ब्रह्मवृंदास आपल्या राज्यात प्रवेश द्यावा लागला. त्यामुळे आता ही परिस्थिती उद्भवली आहे. चातुर्वर्ण्य संस्कृती विरत चालली होती. तिने आता पुनर्प्रवेश केला आहे. माझ्या पित्याने धीवर स्त्रीशी विवाह केला तेव्हा कुजबूज झाली; परंतु कुणीही तिचा प्रकट अवमान केला नाही. अर्थात तिनेही असा निरर्थक व्यवहार सहन केला नसता म्हणा. माझी सावत्र माता सत्यवतीसम खंबीर अन्य कोणती स्त्री मी पाहिलेली नाही. ती एक महान स्त्री होती. परशुरामास ऐकून धक्का बसेल, परंतु संपूर्ण कुरू वंशाचा उगम एका धीवर स्त्रीच्या गर्भात झालेला आहे. एक राजा यश्किंचित धीवर स्त्रीशी विवाह करतो! आज मितीला आपण असे करू शकू? काळपरिवर्तन झाले; परंतु परिस्थिती पूर्वीपेक्षा दुर्धर झाली आणि त्या परिवर्तनात माझीही एक भूमिका होती, हेच शल्य मला प्रतिदिनी टोचत राहते.’’

शुष्क वातप्रवाहाने रेशमी पटल सळसळले आणि मरूभूमीतील सूक्ष्म धुलिकण कक्षात शिरले. खाली वाटिकेत खेळणाऱ्या बालकांच्या कलरवाने कक्षात प्रवेश केला.

‘‘कदाचित आणखी निषाद आणि नागांचे बळी जाऊ देत मी युद्ध पुढे सुरू ठेवणे आवश्यक होते. परंतु मला वाटले, मी निर्बल जिवांस श्रेयस्कर कृती करीत आहे. युद्धविरामामुळे आपल्या राज्याच्या सीमेवरील वन्य जमातींच्या हालअपेष्टा समाप्त होतील असे मला वाटले. भार्गवाने त्याच्या योद्ध्यांना माघारी बोलवावे आणि आमची पाठ सोडावी अशी माझी इच्छा होती. मला वाटले होते की, परशुरामाच्या सैन्याच्या हस्ते होऊ घातलेला वन्य जमातींचा निर्वंश मी टाळेन. युद्धसंधीनंतर भार्गवाने आपला शब्द पाळला आणि तो त्याच्या नैर्ऋत्य किनाऱ्यावरील राज्यात परतला. परंतु कटुतेचा वारसा मागे ठेऊन गेला, जो अजूनही आम्हांस प्रभावित करतो आहे. त्यामुळेच तक्षक नामक अधमाचा

जन्म झाला.'' तक्षकाचे नाव येताच विदुर स्वत:च्या विचारप्रवाहातून भानावर आले. ''तक्षकाच्या आक्रमणाविषयी... मला संशय आहे. त्या रात्री त्याला दुर्गावर येण्यास कुणी मदत केली ते मला समजले आहे असे मला वाटते, महोदय.''

परंतु गवाक्षासमीप तसेच स्थित भीष्म दूरवरील पर्वतरांगांकडे आणि गव्हाच्या कृषिक्षेत्रातून वाहणाऱ्या नागमोडी नदीकडे एकटक पाहत राहिले. सूर्य आता पश्चिम क्षितिजाकडे प्रयाण करीत होता. वारंवार घडे त्याप्रमाणे आजही विदुरास भोजन करता आले नव्हते. कामाचा ताण दिवसेन् दिवस वृद्धिंगत होत होता आणि भीष्मांनी त्यांच्यावर सोपविलेल्या दायित्वातून विश्राम नव्हता. ''मला वाटते राजपुत्र शकुनीने त्या रात्रीच्या धाडसी आक्रमणात तक्षकास साहाय्य केले आहे.''

भीष्माने वळून विदुरास पाहिले. ''तुला असे का वाटते? शकुनी? तो मूल्यहीन मनुष्य? माझा ह्यावर विश्वास बसत नाही.''

सद्यस्थितीत विदुरापाशी पुरावा नव्हता. आपण आत्ताच ह्या नावाचा उल्लेख केल्याने त्याने स्वत:स दूषणे दिली. कारण ह्यानंतर वाक्ताडन अपरिहार्य आहे हे त्यास जाणवले.

''मी त्यास पश्चिमाभिमुख स्थितीत प्रार्थना करताना पाहिले.'' भीष्म आश्चर्यचकित झालेले पाहताच विदुर बावरून अर्ध्यातच थबकले.

''तू शकुनीस पश्चिमाभिमुख स्थितीत प्रार्थना करताना पाहिलेस आणि तो राजद्रोही आहे ह्या निर्णयाप्रत आलास? ह्याचा अर्थ पूर्वाभिमुख स्थितीत प्रार्थना करणे हे देशप्रेमाचे चिन्ह आहे? हाच का तुझा सिद्धांत? हे एक मुक्त राज्य आहे आणि येथे व्यक्ती कोणत्याही दिशेस मुख करून प्रार्थना करू शकते. काही नग्न साधू किंवा काही अघोरी शीर्षासनात प्रार्थना करतात. चार्वाकाप्रमाणे काही व्यक्ती प्रार्थनाच करीत नाहीत. ह्या सर्वांनाही तू राजद्रोही म्हणशील का? विदुरा, तुझ्याकडून मला किंचित अधिक तार्किकतेची अपेक्षा होती.''

''इतकेच नाही, स्वामी. त्या रात्री खाली पडलेल्या एका नाग सैनिकास त्याने सहाय्य केलेले मी पाहिले, त्यावेळी त्याच्या मुखावरील भावना मला अप्रशस्त वाटल्या.'' त्या वृद्ध मनुष्याच्या मुद्रेवरील नवल विदुरास दिसले. त्याच्या मनातील सर्व असुरक्षित भावनांनी बहुफणी नागसर्पाप्रमाणे फणे उभारले. असे मूर्खपणाचे वर्तन करून स्वत:च स्वत:ची मूर्खात गणना करवून घेतल्याबल त्याने स्वत:स दूषणे दिली. ''माझी अंत:प्रेरणा सांगते की, ह्या सर्वांपाठीमागे त्याचा हात आहे.''

आपल्या विश्वासू उपाधिकाऱ्यानिकट जात भीष्मांनी त्याच्या स्कंधावर हात ठेवले. ''विदुरा, पुत्रा, मला वाटते तुला विश्रामाची आवश्यकता आहे. तुला आभास होऊ लागले आहेत. तक्षक कोण आहे आणि तो कशाचा निर्देशक आहे ह्याचा तू कधी विचार केला आहेस का?''

''तो आतंकवादी आहे.''

‘‘ते आतंकाचा प्रयोग करतात. परंतु ते आतंकवादी नाहीत. नागांचा विद्रोह म्हणजे एक प्रतिक्रिया आहे. आपण दुर्बल आणि पीडीतांचे रक्षण करण्यास असमर्थ ठरलो. त्याची परिणीती आहे हा तक्षक. बलवानांनी चालवलेल्या शोषणापासून निर्बलांचे रक्षण करणे हे शासनाचे कर्तव्य आहे. जेव्हा शासन हे करण्यास असमर्थ ठरते, तेव्हा निर्बल विद्रोह करतात. एका अर्थी, मी परशुरामाशी केलेल्या युद्धसंधीमुळे तक्षकाचा उदय अपरिहार्य ठरला. तो दर्पणातील प्रतिमेप्रमाणे परशुरामाची विरूद्ध प्रतिमा आहे.’’

‘‘स्वामी... हे ऐकण्यास...’’

‘‘हे ऐकण्यास कसेसेच वाटते ना, विदुरा? विचार कर, परशुरामाची इच्छा काय आहे? संपूर्ण ब्राह्मणी धोरण आणि त्यांना अभिप्रेत शास्त्रांचा अन्वयार्थ प्रस्थापित व्हावा. त्यास स्वत: निरंकुश सत्ताकेंद्र बनण्याची इच्छा आहे. परशुरामवंशीय जन अन्य सर्व वर्णांशी, विशेषत: क्षत्रियांशी लढत आहेत – ब्राह्मणांचे परिपूर्ण राज्य स्थापन करण्यासाठी. सर्व दक्षिण भारतास दुष्ट वर्णव्यवस्थेविषयी तिरस्कार होता. परंतु तेथेच आज वर्णव्यवस्था अधिक खोलवर रुजली आहे– वर्णव्यवस्थेचा उगम ज्या उत्तर भारतात झाला त्या उत्तर भारताहून खोलवर. माझे तात शंतनू आणि माता सत्यवती ह्यांच्या प्रबुद्ध राज्यकारभारामुळे आणि व्यासांसम ऋषींच्या प्रयत्नांमुळे आपल्या राज्यात हळूहळू मानवता रुजते आहे. उलटपक्षी दक्षिणजनपादामध्ये गोष्टी अधिक विकोपास गेल्या. संस्कृती, प्रबोधन, विचारधारा आणि सुबत्ता ह्यामुळे देशाची वृद्धी किंवा क्षय होतो. परशुरामाने दक्षिणेकडील महान राज्यांचा सर्वनाश केला त्यामुळे आपल्या राज्याच्या तुलनेत आता ते मागासलेले आहेत.’’

‘‘परंतु ह्याचा तक्षक आणि त्याच्या योद्ध्यांच्या उदयाशी काय संबंध?’’

‘‘तक्षक म्हणजे नागसमूहातील परशुराम आहे. त्याचीदेखील एका परिपूर्ण जगाची इच्छा आहे. तेथे शोषित जन शोषणकर्ते होतील. समानतेविषयी त्याचे भाषण ही एक धूळफेक आहे. तो जिंकला तर तो परशुरामाप्रमाणेच एक अत्याचारी शासक बनेल. तद्नंतर ब्राह्मण, क्षत्रिय आणि वैश्य– शिवाय इतर शूद्र – जे नागांइतके पीडीत नाहीत असे नागांना वाटते– ह्या सर्वांच्या संहारास प्रारंभ होईल. किंबहुना परशुरामाचा विजय झाला तर ओढवेल त्या परिस्थितीहून ही परिस्थिती दुर्धर असेल, कारण परशुरामाची संकुचित तत्त्वे सर्वच ब्राह्मणांना मान्य आहेत असे नाही. कृप आणि चार्वाका यांसारखे काही ब्राह्मण कदाचित विद्रोह करतील आणि हौतात्म्य पत्करतील. परंतु तक्षकाच्या बाबतीत असा विरोध अस्तित्वात नाही; केवळ हस्तिनापुराची राजसत्ता त्याच्या विरोधात आहे. ज्या दीन, निषाद किंवा नागांकडे खाण्यास अन्न नाही आणि त्यांचेकडे गमावण्यासारखे काही नाही त्यांना एका भिन्न नूतन जगाचे आमिष दाखवून मुग्ध करणे आणि त्यांची बुद्धी भ्रष्ट करणे सुलभ आहे. आपण ज्यांना दीर्घ काळापूर्वी अन्नान्न दशेत सोडून दिले, त्या परिजनांना तक्षकाने आपले साधन बनविले आहे, त्यामुळे अशा जनांना स्वत:च्या लक्ष्यपूर्तीसाठी मृत्यूमुखी देणे त्यास सहज शक्य आहे. आपण त्यांची कृषीक्षेत्रे काढून घेतली, त्यांना त्यांच्या अरण्यातून हुसकावून लावले, आपल्या राजपथांवरून हाकलून

लावले; त्यामुळे आता त्यांना त्या नाग नेत्याच्या आश्रयास जाण्यावाचून दुसरा पर्याय नाही. ब्राह्मण शिक्षक केवळ ब्राह्मणाचा किंवा क्षत्रियाचाच शिष्य म्हणून स्वीकार करतात; त्यामुळे आपण अशिक्षित आणि अज्ञानी जनसमुदाय निर्माण करीत आहोत. असे परिजन तक्षकाच्या ध्येयपूर्तीसाठी प्राण देण्यास सिद्ध होतील. जेव्हा आपल्या प्रशाला आपल्या बालकांना आवश्यक ज्ञान देण्यास असफल ठरतील, तेव्हा इतर प्रशाला त्यांचे स्थान घेतील आणि अन्य शिक्षण त्या मुलांना देतील. ते शिक्षण कदाचित आपणास रुचणार नाही. अशा रीतीने आपणच आपली चिता तयार करीत आहोत.''

विदुर स्तब्ध उभे राहिले. 'ज्या पद्धतीचे शिक्षण मी घेतले, तसे शिक्षण आज शूद्र मुलाला मिळणे अशक्य आहे. ह्या भूमीत इतके अनुचित बदल घडले आहेत. माझ्याप्रमाणे हीन कुलाचे ओझे घेऊन जन्मलेल्यास आज शासनात साधा लिपिक होणेदेखील शक्य नाही, हस्तिनापुराचा प्रधानमंत्री होणे तर दुरापास्तच. गुणवत्तेस आता मूल्य नाही. प्रत्येक पद कुलावर अवलंबून आहे.'

''विदुरा, त्या शूर बालकाचे पुढे काय झाले?''

भीष्मांनी कर्णाचे स्मरण करून देताच विदुराचा क्रोध आणि संताप पुन्हा उफाळून आला. त्याच्या मनात अजूनही द्रोणांकरवी झालेला अपमान धुमसत होता. ''गुरुवर्यांनी त्याचा स्वीकार केला नाही – तो सूत आहे, ब्राह्मण वा क्षत्रिय नाही, ह्यास्तव.''

''मी ते जाणतो, परंतु तो सध्या कृपाच्या मार्गदर्शनाखाली शिकत आहे असेही मला ऐकावयास मिळाले आहे.''

''हो, परंतु कृप त्यास शस्त्रविद्या देत आहेत असे मला वाटत नाही.''

''हो, हेच तर विचित्र वाटते. मला ह्या ब्राह्मणाच्या वर्तनाचे आकलन होत नाही. केवळ ब्राह्मणानेच शिकावे असे कर्मकांड तो कर्णास का शिकवीत आहे? हा मुलगा याज्ञिक झाला तर देश एका महान योद्ध्यास मुकेल. त्याचे मूळ पाहता, कुणा मंदिरात त्याला काम मिळेल असे वाटत नाही. ते त्यास समीपही उभा करून घेणार नाहीत. मग कृप असे का करीत आहेत?''

''स्वामी, आपण गुरुवर्य द्रोणांशी बोललात तर...''

''विदुरा, गुरुवर्य निग्रही आहेत. ते माझी अवज्ञा करतील असा प्रसंग मी उभा करू इच्छित नाही. तो एक महान शिक्षक आणि योद्धा आहे. त्यांनी माझी अवज्ञा केली, तर मला त्यांना पदावरून दूर करावे लागेल किंवा ते आपल्या शत्रुराज्यात आश्रय घेतील. ते परशुरामाचे शिष्य आहेत आणि ते परशुरामापाशी गेले, तर ते आपल्याकरिता सर्वनाशाचे कारण ठरेल. द्रोणांप्रमाणे सुस्थापित योद्ध्याचे महत्त्व अधिक आहे. कैक बालके आरंभी होतकरू वाटतात, परंतु कालांतराने निरुपयोगी ठरतात. द्रोणांस गमावण्याचे संभाव्य संकट का पत्करावे? आपल्या व्यवस्थेमध्ये कर्णासम परिजनास स्थान नाही, हे दुर्दैव! परंतु जीवनात न्याय कोणास मिळतो?''

'हे संभाषण निरर्थक आहे' विदुरास वाटले. 'अंतिमतः प्रत्येकाची त्याची एक सीमारेखा असते. तिचे उल्लंघन तो करू इच्छित नाही. ज्या भीष्मांविषयी मला आदर आहे, तेही आतून संकुचित मनोवृत्तीचे आहेत. हेही ब्राह्मण गुरुवर्यांना प्रकट आव्हान देण्याचे धाष्टर्य करीत नाहीत आणि अशांततेचे संकट पत्करू इच्छित नाहीत. ह्यांच्याशी प्रकट प्रतिवाद करू नये ह्यातच व्यावहारिक चातुर्य आहे. परंतु तेही मनास सलते.'

"शकुनीचे काय करू?"

"त्याचेवर दृष्टि ठेव. प्रत्येकजण कुणाना कुणाच्या दृष्टित संशयित असतो. तू आणि मीही असू. मन अतिशय भयंकर असते, ते केव्हाही बदलू शकते. शकुनीवर सूक्ष्मदृष्टी ठेव. कृप आणि कर्ण यांवरही. त्या उद्दाम ब्राह्मणाच्या मनात कोणती कुरापत घोळत आहे हे शोधून काढ. एके दिनी, त्याला आणि त्याचा स्नेही चार्वाकाला मी भ्रष्टमती मनुष्य म्हणून बंदीवान करणार आहे. सूतपुत्रास गायत्री मंत्र शिकवून पुरोहितांना क्रोधित करतो! असे प्रशिक्षण सर्व पुरोहितांसमक्षच का द्यावे त्याने? ती कुंती तिच्या लांगुलचालकांना घेऊन प्रतिदिनी कृपाविषयी आक्षेप घेऊन माझ्याकडे येत राहते. ह्याच्या अशा वर्तनामुळे आता तिची समजूत काढण्याकरिता मला अधिक समय व्यतित करावा लागणार."

विदुराने मस्तक लवून प्रणाम केला आणि तो जाण्याकरिता वळला. तितक्यात भीष्मांचा स्वर आला तसा तो थबकला, "अंबा... हो, आता स्मरण झाले तिच्या नावाचे... अंबा... परशुरामाची तत्त्वे आणि माझी प्रतिज्ञा ह्यांमुळे त्या अबलेचा बळी गेला. तिने पांचाळ देशी आश्रय घेतला आणि तिथेच ती दयनीय अवस्थेत मृत्यू पावली. अति दुःखदायक! तिचा पुत्र कसा आहे कोण जाणे?"

विदुराने मौन पाळले. भीष्मांना अखेर काशी राजकन्येच्या नावाचे स्मरण झालेले पाहून फुटलेले व्यंगार्थक स्मित दडपण्यास त्याला प्रयास करावे लागले. ही कथा त्याने ह्यापूर्वी अनेकदा ऐकली होती. ती ऐकताना निःशब्दपणे, भावशून्य मुद्रेने उभे राहणे त्याने आत्मसात केले होते. अशावेळी भीष्म आपले नेत्र मिटून स्वतःच्या विश्वात हरवून जात असत. विदुराने मस्तक लवून प्रणाम केला आणि प्रयाण केले. त्यांना क्षुधेची जाणीव झाली आणि ते आपल्या कक्षाकडे वळले. तेथे आचाऱ्यांनी स्वतंत्र भोजन पाठवले असणार. अन्य एका संभाव्य संकटाची पूर्वसूचना भीष्मांना देणे राहून गेले हे त्यांच्या ध्यानी आले. त्यांच्या गुप्तहेरांनी त्याला सूचना दिली होती की, त्या अंबेचा पुत्र प्रौढ होत आहे आणि त्याचा एका अजिंक्य योद्ध्याच्या रूपात विकास होत आहे. अनेक वर्षे नैराश्याशी झुंज देऊन अंबेने अखेर आत्महत्या केली होती. परंतु तिने पुत्राचे हृदय भीष्मांविषयी द्वेषाने भारून टाकले होते. अंबा पांचाळ देशीचे महाराज द्रुपद ह्यांना शरण गेली होती आणि तेथील प्रासादात तिने पुत्रास जन्म दिला होता. युद्धात सहस्त्रावधी जनांचे प्राण गेल्यानंतर, युद्धानंतरच्या संधीमध्ये परशुराम आणि भीष्म ह्या महान व्यक्ती सवलतींकरिता वाटाघाटी करीत असताना, युद्धाचे बाह्यात्कारी कारण ठरलेल्या त्या स्त्रीचे सर्वांना विस्मरण झाले होते. परशुरामास वांछित ते ते सर्व साध्य झाले अन् राजकन्येशी विवाह न करून भीष्माने आपला प्रतिज्ञाभंग टाळला. राजकन्या तिच्या प्रियकरापासून गर्भवती आहे हे तद्नंतर

सर्वांना समजले. भीष्म आणि आपले दैव ह्यांना दोष देत ती राजकन्या पांचाळ देशी एक दशकभर दयनीय अवस्थेत जगली. अंतिमत: तिने सोपानाच्या तटावरून उडी घेत जीवन संपवले. तिचे कलेवर अधस्तरावरील शीतल, संगमरवरी प्रतीक्षालयात पडले. तिथेच निकट स्थित कारंज्यामधील जलधारा इंद्रधनुष्याकारात उंच उडत होत्या. तिथेच तिच्या पुत्राने तिचे जीवन व मृत्यू ह्याचा सूड घेण्याचा निश्चय केला.

भीष्मांच्या शत्रूंच्या प्रदीर्घ सूचित आणखी एका नावाची भर पडली; परंतु प्रधानमंत्र्यांना त्याची चिंता नव्हती. चिंता होती एका सत्याविषयी. पांचाल राजा द्रुपदाने त्या पुत्रास दत्तक घेऊन त्याचे राजपुत्राप्रमाणे पोषण केले तो पुत्र – प्रत्यक्षात पुत्र नव्हताच. तो एक तृतीयपंथी होता. त्याचे नाव शिखंडी. त्यानेच एकेदिनी भीष्माचे प्राण घेण्याची प्रतिज्ञा केली होती. कुरू सैन्याच्या महान सेनापतींना एका तृतीयपंथीयाने आव्हान द्यावे ह्याहून तीव्र अपमान काय असेल? ही वार्ता त्या महान योद्धास कशी सांगावी हे विदुरास आकळेना.

***

७. पाठ

सुयोधनाची दृष्टी द्रोणांवर होती आणि त्याच्या मनात भय आणि क्रोध सर्वाधिकार मिळवण्यास संघर्ष करीत होते. ह्या प्रशिक्षणवर्गाचा तो द्वेष करी आणि बाहेर अरण्यात मुक्त भ्रमण करीत, पक्षी अन् फुलपाखरे पाहण्याची त्याची इच्छा असे. गत चार वर्षातील प्रत्येक दिवस त्याचा छळ झाला होता. वर्गाचा उल्लेख होताच द्रोणांच्या अपशब्दांचा भडिमार सहन करीत मूर्खाप्रमाणे निश्चल बसलेल्या स्वत:चे चित्र त्याच्या स्मृतीत तरळू लागे. आरंभी सुयोधन आपल्या शिक्षकांना विविध गोष्टींविषयी प्रश्न विचारत असे. द्रोणांपूर्वी कृप राजपुत्रांना शिकवीत असत. ते स्मितवदनाने कुठल्याही प्रश्नास उत्तर देण्यास नित्य सिद्ध असत. परंतु द्रोणांच्या आगमनानंतर सर्वकाही बदलले.

तपस्वी चार्वाक भ्रमंती करताकरता कृपाचार्यांना भेटत, तो काळ सर्वोत्तम असे. त्यांच्यासमवेत व्यतीत सायंकाळ हा मंत्रमुग्ध काळ होता. संथ वाहत्या नदीच्या पार्श्वभूमीवर त्या दोन व्यक्ती सतत मैत्रीपूर्ण आवेशाने वादविवाद करीत. त्यांच्या चातुर्याचा आणि हास्यविनोदाचा आस्वाद घेण्यासाठी सुयोधन आणि अश्वत्थामा मन:पूर्वक ध्यान देत तेथे बसून राहत. सभोवताली वृक्षांवर काक घरट्यांत दाटी करीत. दिवसभरीच्या कामानंतर स्त्री-पुरूष स्वगृही परतण्यासाठी लगबग करीत. काहीजण गुरे हाकत, काही मस्तकावर भार वाहत, काहीजण शकट हाकत आपापल्या ग्रामी जात. भाविक मंदिराकडे जात. मंदिरात पुरोहित मंत्रपठण आणि भजन करीत असत. मंदिराच्या पायऱ्यांवर शिक्षक प्रतीक्षा करीत. देव आणि पुरोहित यांना अर्पण करण्यास उपहार घेऊन आलेल्या भाविकांना विनवून त्यांच्याकडून दान उकळण्यासाठी ते याचक प्रत्यक्षाहून दीन असण्याचा अभिनय करत. उधाण आलेल्या जनसमुदायातून वाट काढत फुले, मिष्टान्ने आणि खाद्यपदार्थांचे विक्रेते आपल्या वस्तू विकत. दोन गुरू मांडत असलेल्या सिद्धांताविषयी भवतालच्या जगास तमा नसे. तत्वज्ञानावाचूनही जीवनचक्र फिरत राही, देवदेवतांविना आणि मनुष्याच्या विचारांविनाही. परंतु दोन भूतपूर्व शिक्षकांचा आपसातील वाद-विवाद ऐकण्यात ह्या मुलांना मिळणाऱ्या आनंदात मात्र खंड नसे. सुयोधन, अश्वत्थामा आणि किंचित अल्पमती सुशासनही अशा नवलपूर्ण सायंकाळी जे शिकत ते द्रोणांच्या कैक वर्गात मिळे त्याहून अधिक असे.

***

मस्तकावर कठोरपणे मारलेल्या चापटीमुळे सुयोधन आपल्या मनोराज्यातून झटक्यात बाहेर आला. वर्गमित्रांचा हशा त्यास कर्णकटू भासला.

''मूर्खा, उत्तर सांग.'' द्रोण संतापले.

सुयोधनाने प्रश्न ऐकला नव्हता. त्याने अगतिकपणे आपला मित्र अश्वत्थाम्याकडे पाहिले. परंतु त्या कुमाराने राजपुत्राच्या विनविणाऱ्या नेत्रांकडे लक्ष दिले नाही. तो दृष्टी भूमीवर स्थिर ठेवून बसला. क्षणभर सुयोधनास वाटले, आपला मित्र पित्याच्या अशा वर्तनामुळे लज्जित आहे. तितक्यात त्यास दिसले की, हास्य दडवण्यासाठी मित्राने ओष्ठद्वय आवळले आहेत. 'यात इतकी काय गंमत आहे?' ''स्वामी मी प्रश्न ऐकला नाही.'' ह्या उत्तरामुळे वर्गात अधिकच हास्यस्फोट झाला.

''तू मूढमति आहेस आणि उचित-अनुचित ठरविताना आपल्या पित्याप्रमाणे अंध आहेस हे मी जाणतो. परंतु तू कर्णहीनही आहेस का?'' द्रोणांनी स्मित केले. परंतु त्यांच्या मनातील विखार त्यांच्या नेत्रात उमटला होता. त्या अपमानाचे डंख घेऊन आणि त्या अन्यायामुळे दुखावून सुयोधन एकटाच उभा राहिला, तसे पाठोपाठ आणखी हास्य उसळले.

''कृप आणि चार्वाक नामक त्या निरुपयोगी ब्राह्मणांसमवेत तू फिरतोस. पुरोहितांची कुचेष्टा करतोस आणि त्या दोघा नतद्रष्टांचे शाश्वत स्थान अशा त्या वटवृक्षाखाली काळ व्यतीत करतोस. तू माझ्या पुत्रासही भ्रष्ट केलेस. मुक्त भ्रमण करताना तू कोणत्याही समाज संकेतांची तमा बाळगत नाहीस की स्पृश्यास्पृश्यतेची! सर्वांना स्पर्श करणे, शूद्रांसमवेत अन्नग्रहण करणे, गलिच्छ बालकांसमवेत क्रीडा करणे हे सर्व तू करतोस. तुझा स्नेही कृप एका सूतपुत्राला ब्राह्मण बनण्याचे शिक्षण देत आहे हे तू जाणतोस का? राम... राम... कलियुग निकट आले असे मला वाटते. सूत गायत्री मंत्र शिकतात आणि शूद्र शिक्षण घेतात! कृप आणि चार्वाकाप्रमाणे सुदैवाने ब्राह्मण म्हणून जन्मलेले परिजन त्यांचे पुण्यकर्म सर्वांना वेदपठण शिकवण्यात व्यर्थ घालवतात. काय हे अघटित? आणि तू, युवराज सुयोधना... नाही, तुला दुर्योधनच म्हणणे उचित, कारण तोच आहेस तू. शस्त्र चालविता न येणारा, अवलक्षणी पायगुणाचा, मूढमति... तू आपल्या वंशास आणि हस्तिनापुरास काळिमा लावत आहेस, पुत्रा.''

ह्या शब्दांनंतर एक अभूतपूर्व शांतता पसरली. परंतु सुयोधनाने आपल्या गुरूकडे स्पष्ट पाहिले. ''स्वामी, मला लज्जित होण्याचे कारण दिसत नाही. मी माझ्या हृदयाची साद ऐकली आहे.''

''दुर्योधना, जर प्रत्येकजण स्वतःस प्रिय कृती करू लागला, तर हा समाज अल्पावधीतच रसातळाला जाईल. म्हणूनच नियम आवश्यक असतात. म्हणूनच काही समाज संकेत असतात. शास्त्र त्याचीच दीक्षा देते. तोच आपला धर्म असतो.'' येरझाऱ्या घालत मनोमन शतकोत्तर वेळा उजळणी केलेल्या भाषणास द्रोणांनी मूर्तरूप दिले.

सुयोधन हिरमुसला. धृतराष्ट्र पुत्रांना अनेकजण ज्या विखारी नावाने संबोधण्याचा आनंद घेत, ते नाव ऐकून तो क्रुद्ध झाला. सर्व राजपुत्रांच्या नावांचा शुभसूचक उपसर्ग 'सु'ने प्रारंभ होई. तरी त्यांच्या माघारी बालपणापासून 'दु' ह्या अशुभसूचक उपसर्गासह त्यांची नावे घेतली जात. सुयोधनास दुर्योधन, सुशासनास दु:शासन, सुशलेस दु:शला इत्यादि. गुरूंच्या टोमण्यामुळे आता ही अशुभ सूचक नावे दृढ होणार.

"तुझ्या उत्तराची प्रतीक्षा कल्पांतापर्यंत करावयाची का? अन्य कुणी उत्तर देऊ शकेल?" द्रोणांनी पांडवाकडे पाहिले तसे त्यांनी त्वरेने हात वर केले.

"तू, युधिष्ठिरा, पुत्रा, तुझे उत्तर दे."

युधिष्ठिर सहजपणे धर्मग्रंथातील उतारे उद्धृत करू लागला, ते द्रोणाचार्य मन:पूर्वक ऐकू लागले. सुयोधनास काहीच ऐकू येत नव्हते. द्रोणांचा प्रकोप कायम सहन करण्याचा त्यास वीट आला होता. त्याला कृप आणि चार्वाका यांचे विचार ऐकावेसे वाटू लागले. त्यास सर्वसाधारण मार्गांवरील उत्साहपूर्ण जीवनाची ओढ लागली. विस्मृतीत जाणारे हे मंत्र आणि निरुपयोगी कर्मकांडाचा काय उपयोग मला?

सर्व विद्यार्थी उठले आणि प्रांगणातून अरण्याच्या दिशेने जाऊ लागले. अश्वत्थाम्याने सुयोधनाचा हात खेचला. परंतु सुयोधनाने केवळ त्याच्याकडे पाहिले. गुरू अपमान करीत असताना त्या गुरुपुत्राने दडपलेल्या हास्याचे त्यास विस्मरण झाले नव्हते.

"सुयोधना, कृपया ते विसरून जा. माझ्या मनात तसे काही नव्हते." अश्वत्थाम्याने राजपुत्राच्या स्कंधावर हात ठेवण्याचा प्रयत्न केला परंतु सुयोधनाने तो उडवून लावला आणि तो पुढे चालू लागला.

द्रोण झपाझप अरण्यात निघाले होते आणि पांडव उत्साहाने पाठोपाठ चालले होते. सुयोधनाने सुशासनास शोधले, परंतु आरडाओरडा करत इतस्तत: धावणाऱ्या मुलांमध्ये तो आढळला नाही. सर्वत्र धूळ उडू लागली आणि माथ्यावर सूर्य अधिक तप्त झाला.

"तुला वाटते तितके माझे तात दुष्ट नाहीत." अश्वत्थामा पाठीमागून म्हणाला.

"मला त्याचे सोयरसुतक नाही." गुरुपुत्रापासून सुटका करून घेण्यासाठी सुयोधन त्वरेने चालू लागला. परंतु त्यास समजून चुकले की, आपल्या सर्वोत्तम मित्राविषयी मनात वैर धरून ठेवणे शक्य नाही. तो त्याचा एकुलता एक मित्र होता. सुयोधन अकस्मात थांबला. "गुरुवर्यांच्या मनात काय आहे?" अश्वत्थामा निकट येऊन थांबला तसा आपल्या मनावरील ताण विरतो आहे हे सुयोधनास जाणवले.

"प्रात्यक्षिकाचा वर्ग घेणार असतील." त्या दोन कुमारांनी निराश होत एकमेकांकडे पाहिले. अशा तासांचे त्यांना भय वाटे कारण त्यावेळी त्यांची पांडवांशी सतत तुलना केली जात असे. अर्जुनाची निष्णात धनुर्धर बनण्याकडे वाटचाल सुरू होती. त्यांनी कितीही कष्ट घेतले तरी अन्य कोणत्याही विद्यार्थ्याचे कौशल्य अर्जुनाच्या कौशल्याच्या तुल्यबळ होऊ शकत नसे. द्रोण स्वत:च्या पुत्राचीही स्तुती करताना कृपण असत, परंतु अर्जुनाची मात्र मुक्तकंठाने स्तुती करत.

सुयोधन आणि अश्वत्थामा सर्वांसमीप पोहोचले तेव्हा इतर मुले तत्पूर्वीच भूमीवर बसली होती आणि गुरुवर्य नूतन चाचणीची सिद्धता करण्यात मग्न होते. मुलांच्या कोलाहलाने आणि मध्यान्हीच्या उन्हाने सुयोधनाचा जणू शक्तिपात झाला. परंतु वर्ग समाप्त होईपर्यंत सुयोधनास मुक्ती मिळणार नव्हती. त्याने भवताली पाहिले तशी त्यास अरण्यात काही हालचाल दिसली. प्रांगणाच्या पलीकडील अंगास एक झुडूप अनैसर्गिकरीत्या हलत होते. पानांची सळसळ वायुप्रवाहानुसार होत नव्हती. त्याने दीर्घकाळ एकाग्रतेने पाहिले. झुडुपामागे लपलेल्या जिवाने पुन्हा हालचाल करण्याची प्रतीक्षा केली. काजवे इतस्तत: उडत होते, ते अलगद तृणक्षेत्रांवर उतरत आणि संकटाची चाहूल लागताच पुन्हा पांगत. सुयोधनाने पुन्हा हालचाल टिपली. तेथे नाग योद्धा लपला आहे का? आपल्यावर वार करण्याच्या हेतूने? इतक्यात अश्वत्थाम्याने सुयोधनाच्या कानात कुजबुजत पित्याकडे ध्यान देण्यास सांगितले, तशी राजपुत्राने झुडुपावरील दृष्टी काढून घेतली.

गुरुवर्यांनी एक लहानसे वर्तुळ रेखले होते आणि त्याच्या केंद्रभागी ते उभे होते. ''सावधान!'' द्रोणांनी हात उंचावले. कुजबूज थांबली. ''आज मी एक महत्त्वाची चाचणी घेणार आहे. प्रथम कोण चाचणी देईल?''

कुणीच हालचाल केली नाही. अकस्मात सर्व विद्यार्थ्यांना पावलाखालील भूमीत स्वारस्य निर्माण झाले आणि त्यांचे नेत्र खालच्या दिशेला खिळून राहिले.

''एकही नाही... एकही आपणहून पुढे येण्यास उत्सुक नाही. बरे, तर मग मलाच निवडणे क्रमप्राप्त आहे.'' द्रोणांची दृष्टी वर्गावरून फिरली. प्रत्येक मुलाने मनाशी धावा केला की, गुरूंनी आपणास निवडू नये. ''अश्वत्थामा.'' सामूहिकरीत्या नि:श्वास सोडल्याचा ध्वनी आला आणि अश्वत्थामा बावरून उभा राहिला. ''येथे ये आणि ह्या वर्तुळात उभा राहा. तुझे धनुर्बाण घेऊन ये.''

सावकाश धनुष्य उचलताना अश्वत्थामा थरथरू लागला, तशी सुयोधनाने त्यास आश्वस्त करण्यासाठी मान डोलावली. पित्याने रेखलेल्या वर्तुळाकडे अश्वत्थामा जाऊ लागला.

''तेथे पाहा.'' दूरवरील आम्रवृक्षाकडे निर्देश करीत द्रोण म्हणाले. ''काय दिसते?''

'हा सापळा आहे का?' अश्वत्थाम्याचे हृदय उरातील अस्थिपिंजऱ्यात धडधडू लागले. 'आम्रवृक्षाहून अन्य काय दिसणार?'

''तो एक आम्रवृक्ष आहे.''

''अंधाच्या पुत्राशी मैत्री केल्यावर अन्य काय दिसणार? आपल्या स्थानावर परत जा.''

सुयोधनाकडे पाहण्याचे टाळत अश्वत्थामा खाली बसला.

सुयोधनाच्या देहाचा क्रोधाने दाह होऊ लागला. 'गुरुवर्य सर्व गोष्टींत आपल्या अंध पित्यास का ओढतात? ते अंध आहेत ह्यात त्यांचा काय प्रमाद? ती तर ईश्वरी इच्छा आहे. गुरुवर्य कशाकडे निर्देश करीत आहेत? नाग योद्धा लपला असावा ते झुडूप त्यांनी

पाहिले का?’ सुयोधनाने आम्रवृक्षावर ध्यान केंद्रित करण्याचा यत्न केला. ‘त्यात इतके विशेष काय आहे?’

“भीमा.”

तो महाकाय पांडव आपल्या विशिष्ट गजगामी चालीने वर्तुळापाशी पोहोचला. द्रोणांनी प्रश्नार्थक भृकुटी उंचावली.

“मला त्या वृक्षावर काही पक्व आम्रफळे दिसत आहेत.” भीमाने सांगितले. सर्व मुले मोठ्याने हसली.

“हा बाल राजपुत्र क्षुधाग्रस्त आहे असे वाटते.” गुरूंच्या ह्या वचनामुळे भीम लज्जित वधूप्रमाणे आरक्त झाला. “तुझ्या स्थानावर स्थानापन्न हो, पुत्रा.”

एका पाठोपाठ एक सुयोधनाच्या सर्व चुलतबंधू आणि निजबंधूंना पाचारण केले गेले. त्या कालावधीत त्या आम्रवृक्षाचे वैशिष्ट्य शोधण्यासाठी सुयोधनाने प्रयत्नांची पराकाष्ठा केली. कुणाच्याच उत्तराने गुरूंचे समाधान झाले नाही. अंतिमतः द्रोणांनी सुयोधनास पाचारित केले. तो उठला आणि वर्तुळापाशी गेला. निकट पोहोचताच त्याला ते दिसले – वृक्षाच्या उच्चतम शाखेवर दोन शुकपक्षी बसले होते. वसंतऋतू होता आणि वातावरण प्रेममय होते. दोन्ही पक्षी प्रेमकूजनात मग्न असल्याने संभाव्य संकटाची जाणीव त्यांना नव्हती. पक्ष्यांना पाहताच, गुरूंना अपेक्षित भयंकर सत्य सुयोधनास उमगले.

“तेथे काय दिसते?”

“मला प्रेम दिसते.”

“तू कोण आहेस? कवी? धनुष्य घे आणि सांग, तेथे काय दिसते?”

“स्वामी, मला जीवन दिसते. मला दोन जीव प्रेमाने एकात्म झालेले दिसतात. मला त्यांच्या नेत्रात स्वर्ग दिसतो आणि त्यांच्या स्वरात आनंदोत्सव ऐकू येतो. त्यांच्या मस्तकावर निळ्या नभाचा मंडप दिसतो. त्यांच्या परांना स्पर्शणारा वातप्रवाह मला जाणवतो. मला पक्व आम्रफळांचा गंध येतो...”

सप्प! सुयोधनाचे गाली दाह होऊ लागला. त्याचा तोल गेल्याने तो धडपडला. द्रोणांनी चापटी मारल्याचे आकलन त्यास क्षणभरानंतर झाले. “मूर्खा! निरुपयोगी नतद्रष्टा! तू मला व्यंगात्मक उत्तर देतोस का? तुला वाटते, राजपुत्र असल्याने एका ब्राह्मणाशी व्यंगदर्शक भाषण केलेले चालेल? मी तुला योद्धा बनवू इच्छितो आणि तू एका ललनेप्रमाणे बोलतोस? दूर हो माझ्या दृष्टिपुढून!”

मस्तक लज्जेने लववून सुयोधन परत फिरला. त्या निर्दयी शब्दांनी त्यास दंश केला होता. आपल्या शिक्षकांचा अपमान करावा असा कोणताही हेतू त्याचे मनी नव्हता.

“ललना!” भीम मोठ्याने ओरडला, तशी सर्व मुले हसली.

सुयोधनाला त्या लठ्ठंभारतीच्या अंगावर धावून जावेसे वाटले. परंतु त्याने हालचाल करण्यापूर्वीच द्रोणांनी अंतिम विद्यार्थ्यास बोलविले. “अर्जुना.”

मध्यम पांडव राजपुत्र उठून उभा राहिला आणि वर्तुळापाशी गेला. वर्तुळात प्रवेश करण्यापूर्वी प्रिय शिष्य अर्जुनाने गुरूंना चरणस्पर्श केला, तसे द्रोणांचे मुख उजळले. सुशासनाने एक अपशब्द उच्चारला तशी कौरव गटातील काही मुले खिदळली. द्रोणांनी त्यांच्याकडे कठोरपणे पाहिले तशी पुन्हा शांतता प्रस्थापित झाली. द्रोण अर्जुनाकडे वळले. धनुष्यबाण सज्ज करून तो उभा होता. अस्तास निघालेल्या सूर्याने तीराग्राचे चुंबन घेतल्याप्रमाणे ते रक्तिम रंगाने चमकू लागले. ''पुत्रा, मला सांग, तुला तिथे काय दिसते?''

''मला पक्ष्याचा नेत्र दिसतो, ते माझे लक्ष्य आहे.''

''शाब्बास! अभिनंदन पुत्रा, चालव तुझा तीर!''

''नको...'' सुयोधन ओरडला, परंतु अर्जुनाचा तीर त्याहून वेगवान होता. त्याने पक्ष्याच्या नेत्रात आणि मस्तकात प्रवेश केला, तसा तो इवलासा देह हवेत काही हात उंच उचलला गेला आणि त्यानंतर ते निष्प्राण भक्ष्य भूमीवर झेपावले.

धनुर्विद्येच्या ह्या प्रभावी प्रदर्शनास पांडवांनी टाळ्या वाजवून प्रतिसाद दिला. द्रोणांचे नेत्र आनंदाश्रूंनी डबडबले, आणि त्यांनी प्रिय शिष्यास अलिंगन दिले. मृत पक्ष्याच्या सोबत्याच्या करूण रूदनाने आभाळ व्यापले. त्या पक्ष्याने वृक्षाभोवती घिरटा घातल्या आणि अखेर मृत प्रियतमेनिकट त्याने काया झोकून दिली. विरह व्यथेने तो आक्रोश करू लागला आणि मृत सखीस चंचूप्रहाराने उठवू लागला. परंतु त्या पक्ष्याची ही दयनीय अवस्था अन्य कुणाच्या दृष्टिस पडली नाही – केवळ अंधाच्या पुत्राने ते पाहिले. अर्जुनाचा अचूक लक्ष्यवेध, त्याचे समर्पण आणि केवळ लक्ष्यास पाहणारी त्याची दृष्टी ह्या सर्वांची स्तुती करीत द्रोणांनी भाषण ठोकले. त्यांनी सांगितले की, योद्ध्याचा सर्वाधिक महत्त्वपूर्ण गुण म्हणजे न ढळणारा वेध, काहीही झाले तरी विजयी होण्याचा निश्चय आणि अत्यावश्यक तेच पाहणे. आपला वरिष्ठ जिथे तीर मारण्यास सांगेल तिथे प्रतिप्रश्न न करता तीर मारणे हाच योद्ध्याचा धर्म!

हे सर्व सुयोधनास ऐकू आले नाही. गुरूंच्या क्रुद्ध हाकांकडे दुर्लक्ष करून तो सावकाश पीडित पक्ष्यापाशी गेला. तो समीप येऊ लागला तसा त्या पक्ष्याचा सोबती संशयाने चीत्कारू लागला – कदाचित धिक्कारपूर्वक! सुयोधनास अश्रू आवरता येईनात. त्या इवल्याश्या पक्ष्यास ह्या किशोराचे दुःख उमजले असावे. योग्य–अयोग्याच्या विचाराने न ग्रासलेल्या जिवापाशी जे निसर्गदत्त चातुर्य असते, त्यायोगे त्या इवल्या पक्ष्यास समजले की, ह्या मनुष्याचा इजा करण्याचा हेतू नाही. त्यामुळे, 'धर्मपालक' योद्ध्याने ठार केलेल्या आपल्या प्रियतमेच्या मृत्यूचा शोक करीत तो पक्षी तेथेच थांबला. वाऱ्याच्या झुळुकीने मृत पक्ष्याचे पर हलले, तसा त्या पक्ष्यात कदाचित अजूनही प्राण असावा असे वाटल्याने तो राजपुत्र थबकला. परंतु एकदा हरण केलेले प्राण मृत्यू कधीच परत करीत नसतो; हे चरम सत्य प्रथम त्या पक्ष्यास उमगले, तसे त्याने आक्रंदन थांबवले. परंतु राजपुत्राचे धर्मग्रंथाचे अध्ययन अपुरे पडल्याने, मृत्यू हा शरीरवस्त्र बदलण्यासम आहे आणि आत्मा अमर असतो ह्याविषयीचे ज्ञान त्यास नव्हते. हा पक्षी आता हलेल– नंतर हलेल, त्यानंतर

त्यास स्वगृही घेऊन जावे अन् त्याची शुश्रुषा करावी अशी आशा करीत तो तेथेच बसून राहिला. त्याला मागे सोडून विजयोन्मत्त गुरू आणि त्यांचे प्रिय शिष्य प्रासादात परतले. 'धर्माचा' पाठ विद्यार्थ्यांच्या मनात उत्तम प्रकारे रुजविला गेला होता – किमान पांडवांच्या मनात.

मृत पक्षी उचलण्यास सुयोधनाने हात पुढे केला, तितक्यात धावत्या पादरवाने तो दचकला. एका झुडुपामागून दोन काळीसावळी मुले धावत आली. त्यांनी मृत पक्षी हिसकावून घेतला. "ए!" पळून अंतर्धान पावणाऱ्या त्या दोन निषादांवर सुयोधन ओरडला. त्याने तलवार उपसली, परंतु क्षणभर चाचरत त्याने प्रासादापाशी जाणाऱ्या आपल्या भ्रात्यांना आणि चुलत भ्रात्यांना पाहिले. निषादांचा पाठलाग करणे मूर्खपणाचे ठरले असते. कारण नाग योद्ध्यांनी अरण्य व्यापलेले होते. हस्तिनापुराचा युवराज त्यांच्या हाती सापडल्यास अनर्थ ओढवला असता. 'हे कृत्य अविचारी पाऊल आहे.' परंतु मृत सखीच्या देहावरून उडणाऱ्या पक्ष्याच्या करुण आक्रोशामुळे राजपुत्र पाठलाग करण्यास उद्युक्त झाला. 'सुरक्षेचे काय होईल ते होवो' असे ठरवून त्याने त्या काळोख्या अरण्यात धाव घेतली.

* * *

उंचच उंच वृक्षांनी सुयोधनास वेढून संधिप्रकाश अडविला होता. रातकीटकांची कर्णकटू किरकिर आणि मंडूकांचे डरांव डरांव ह्यामुळे सुयोधनाच्या अस्वस्थतेत भर पडली. चोर कुठेही दृष्टिस पडेनात. वृक्षलतांनी समृद्ध अशा त्या गर्द रानात ते लुप्त झाले. काही समयानंतर राजपुत्रास कळून चुकले की, तो हरविला आहे. निषादांचा पाठलाग करण्याचा मूर्खपणा केल्याबल तो स्वतःस दूषणे देऊ लागला. दिशाहीन स्थितीत पुढे पुढे जाऊ लागला. पायाखालील वनस्पती ओरबाडत, दुःखी शुकपक्ष्याच्या अधूनमधून ऐकू येणाऱ्या रुदनाचा कानोसा घेत मार्गक्रमण करू लागला. एका लहानश्या विवृत्त प्रांगणात तो पोहचला तेव्हा रात्र झाली होती. आपल्या क्षतिचा मनोमन स्वीकार करून पक्षी दूर उडून गेला होता.

त्या प्रांगणावर लहानसा विस्तव पेटलेला होता आणि एक स्त्री विभिन्न वयाच्या सात बालकांसह विस्तवाभोवती बसली होती. त्यांच्या श्यामल मुखांवर हेलकावत्या ज्वाळांचा भयप्रद प्रकाश पडला होता. त्या ज्वाळांवर मृत पक्षी भाजला जात होता. सर्व बालके बुभुक्षितपणे पाहत होती. सुयोधनास धक्का बसला. किती पशुत्व! किती हे क्रौर्य! कोणा राक्षसास असे करवेल? ह्यांना हस्तिनापुरास फरपटत नेऊन दंड द्यावा, असे त्यास वाटले. परंतु असे काही करण्यापूर्वी त्याच्या स्कंधावर स्थिरावलेल्या एका हाताने त्यास आवरले. चमकून सुयोधनाने वळून पाहिले, "अश्वत्थामा?" त्यांचा स्वर ऐकून समूहातील सर्वात ज्येष्ठ बालकाने वळून पाहिले. अश्वत्थाम्याने चापल्याने सुयोधनास झुडुपामागे खेचले आणि मौन राहण्यास खुणावले. निषाद कुमाराने आणखी काही क्षण त्यांच्या दिशेने पाहिले आणि पक्षी पुरेसा शिजला की नाही हे पाहण्याकरिता तो

सरसावला. त्याने त्याचे खंड केले आणि ते खंड तो सर्वांना वाटू लागला.

"एकलव्या, मला मोठा खंड दे, मीच शोधला आहे तो." एक लहान बालक म्हणाले.

"जरा, अधाशा! तुझे उदर किती मोठे आहे." त्याचा धिक्कार करीत एकलव्याने आणखी लहानसा खंड कापून आक्षेप घेणाऱ्या त्या मुलाकडे फेकला. क्षुधार्त श्वानाप्रमाणे झडप घालून जराने तो पकडला.

निषाद कुटुंब मनःपूर्वक अन्नग्रहण करू लागले. सुयोधन भयचकित मुद्रेने ते पाहत राहिला. सर्वजण चाटून पुसून हात स्वच्छ करीत असताना ती स्त्री एकलव्यास म्हणाली "तुझी मृगया कौशल्यातील प्रगती आपणास अनुकूल झाली. हा पक्षी लहान होता परंतु काही नसण्यापेक्षा बरे. मुले उपवासाने खंगली होती. उद्या ह्यापेक्षा मोठे सावज मिळव."

"परंतु हा पक्षी ह्याने नाही..." एकलव्याच्या दणदणीत लठ्ठाप्रहाराने जरास मौन करण्याचे कार्य पार पाडले.

"किती ही हिंस्त्र वृत्ती!" लपलेल्या स्थानावरून दुर्योधन फुत्कारला.

"त्यांच्या वर्तनाची योग्यायोग्यता ठरवू नको, राजपुत्रा. त्या स्त्रीचे भाषण ऐकलेस ना? त्यांनी कैक दिवस अन्नग्रहण केलेले नाही. क्षुधा मनुष्याकडून अशी कृत्ये करवून घेते. अर्जुनाच्या दृष्टीने ते एक लक्ष्य होते, तुझ्या दृष्टीने प्रेम आणि सौंदर्य. ह्यांच्या दृष्टीने ते अन्न आहे."

सुयोधन दीर्घ काळ मौन राहिला. निषाद कुटुंब निद्रित झाले आणि अग्नी शांतवला, तसा तो अखेर उठला. अश्वत्थामाही उठला. परतीचा मार्ग शोधून काढणे आवश्यक होते. अश्वत्थामा सोबत असल्याने ह्यावेळी सुयोधन अस्वस्थ नव्हता. वृक्षमंडपामधील छिद्रांमधून चंद्रप्रकाश अरण्यभूमीवर पाझरला होता. परतीच्या मार्गात चंद्राच्या कवडशांवर पाऊल ठेवण्याची स्पर्धा करीत जाताना सुयोधन म्हणाला, "आपल्या राज्यातील ह्या वन्य जमातींची स्थिती किती दुःखमय आहे. कित्येक परिजनांस अन्न मिळत नाही ही लाजिरवाणी गोष्ट आहे. अस्पृश्य लोकांचे जीवन अत्यंत दयनीय आहे. ह्या जगात इतका अन्याय का आहे? भीष्मकाका ह्याविषयी काहीच का करीत नाहीत? मला हे मूर्ख नीती-नियमां आणि वर्णपद्धती यांविषयी द्वेष वाटतो."

"सुयोधना, दारिद्र्य एखाद्या सदनी प्रवेश करते, तत्पूर्वी द्वार ठोठावून आतील कुल कोणते ह्याची पृच्छा करते का? माझ्या पित्यास ही चाकरी मिळण्यापूर्वी आम्ही किती दरिद्री होतो ह्याची तुला कल्पना आहे का? येथे येण्यापूर्वी जीवनात मी दूध पाहिले नव्हते. एके दिनी माझ्या मित्रांनी दूध म्हणून पिष्टमिश्रित जल प्यावयास दिले होते. दुधाची चव अशीच असते असे मला त्यावेळी वाटले होते. हीन कुलोत्पन्नांची परिस्थिती ह्याहून प्रतिकूल आहे हे मान्य. परंतु, दारिद्र्य कोणत्याही कुलात असू शकते. संपत्ती, सत्ता आणि सुखसुविधा मिळणाऱ्या परिजनांची संख्या अत्यल्प आहे. बहुसंख्य जनांना दारिद्र्य, दुःख सोसावे लागते."

“मला ह्या सर्वांचा संताप येतो.”

“तर मग मित्रा, तू हे सर्व बदल. नाहीतरी, एके दिनी तू राजा होणार आहेस. आशा आहे की तेव्हाही तुझा आवेश कायम असेल. कारण अतिशय तत्त्ववादी मनुष्यही सत्ता प्राप्त झाल्यावर भ्रष्ट होतात.”

“मी राजा होईन, तेव्हा ही सर्व व्यवस्था बदलून टाकेन. नक्कीच... ए, ते पहा, तिथे कोण आहे!”

एक आकृति त्यांच्या दिशेने चालत येत होती. मुले पटकन एका वृक्षामागे लपली. चंद्र मेघाच्छादित असल्याने अंधकारात त्या व्यक्तीचे मुख दिसत नव्हते. तो समीप येताच दोन्ही मुलांनी तलवारी उपसून वृक्षाआडून बाहेर उडी मारली अन् ते ओरडले, “थांब!”

पापणी लवते न लवते तोच त्या व्यक्तीनेही आपली तलवार उपसली होती. त्याच क्षणी मेघांच्या विळख्यातून चंद्र बाहेर पडला. “ए! तू तो सारथिपुत्र आहेस ना?” त्याला येथे पाहून सुयोधन चकित झाला.

“युवराज! खरे आहे, मी वसुसेन कर्ण आणि आपल्या पित्याच्या कृपेने माझा पिता सारथ्यकार्य करतो. मी अधिरथ आणि राधेचा पुत्र!”

“अशा अवेळी तू येथे काय करीत आहेस?”

“मी... मी... मी दक्षिणेकडील पवित्र स्थानांच्या तीर्थयात्रेस निघालो आहे.”

“तीर्थयात्रा? तू तीर्थयात्रेस जाण्याइतका वृद्ध आहेस? आणि नेमक्या कोणत्या स्थानी निघाला आहेस तू?”

“अं... रामेश्वर, गोकर्ण, मुजरिस, मदुराई, श्रीशैल, कलहस्ती... माझ्या गुरुवर्यांनी मला देशाटन करण्याचा उपदेश केला आहे.” त्या मुलांकडे स्थिर दृष्टीने पाहत कर्णाने उत्तर दिले.

“कृपाचार्यांनी तुला तीर्थयात्रेस जाण्याचा उपदेश केला हे किंचित विचित्र वाटते. असो. शुभास्ते पंथानः सन्तु, मित्रा. परत आल्यानंतर मला येऊन भेट.” सुयोधन म्हणाला.

कर्णाने लवून प्रणाम केला. पाठीमागे वळून न पाहाता, त्या सारथिपुत्राने प्रयाण केले. त्याचे गंतव्य स्थान अतिदूर होते आणि त्याला दीर्घ प्रवास करणे क्रमप्राप्त होते. परशुरामाचे साम्राज्य भारतवर्षाच्या दक्षिणेतर अग्राशी स्थित होते. तेथे पोहोचण्यासाठी खळाळत्या नद्या, उत्तुंग पर्वत आणि तप्त मरूभूमी ओलांडत सहा महिने दुष्कर प्रवास करणे आवश्यक होते. मार्गावरील घनदाट अरण्यात यक्ष, किरात, निषाद, नाग, गंधर्व आणि वानरांसारख्या अनेक उपद्रवी वन्य जमातींची वस्ती होती. एकट्याने प्रवास करणाऱ्या किशोरांकरिता ही संकटपूर्ण साहसी यात्रा होती. परंतु ठामपणे पावले टाकणाऱ्या त्या मुलास पाहून सुयोधनास वाटले की, ह्या जगातील कोणतीही शक्ती कर्णास अडवू शकणार नाही. हस्तिनापुराचा युवराज आणि अश्वत्थामा दोघेही तो वृक्षराजींमध्ये दिसेनासा होईपर्यंत त्यास पाहत राहिले.

"अश्वत्थामा, तो परत येईल असे मला वाटते. तो याज्ञिक होणार नाही. त्याच्या वर्तनावरूनच ते जाणवते – किती स्वाभिमान आणि आत्मविश्वास आहे त्याचेपाशी. हा कृपाचार्यांच्या एखाद्या व्यावहारिक विनोदाचा तर भाग नाही ना? माझे शब्द ध्यानात ठेव. हा कुमार परत येईल अन् त्यानंतर सर्वकाही बदलून टाकेल."

"स्वप्ने पाहत राहा, मित्रा." अश्वत्थामा हसला. "चल, आता अल्पसा व्यायाम करू. ह्या राजपुत्राचे पाय ह्या दरिद्री ब्राह्मणकुमाराच्या पायांप्रमाणे बलवान आहेत का हे पाहू." शीळ घालीत आणि आरोळ्या ठोकत अश्वत्थामा दूरवरील प्रासादाच्या दिशेने धावत निघाला. निद्रित पक्षी घाबरून, जोरजोराने चीत्कारत त्यांच्या मस्तकांवरून आभाळात उडू लागले. मुक्तपणे हसत सुयोधन त्याचा पाठलाग करू लागला.

* * *

८. हलधर राम

हेमंत ऋतुस प्रारंभ झाला.वैश्यांच्या एका समूहासह प्रवास करीत कर्णाने मरूभूमी ओलांडली आणि तो प्रभास नामक प्राचीन व पवित्र नगरीत पोहोचला. कृपाने ब्राह्मणी कर्मकांडाविषयी दिलेले शिक्षण कर्णास फलदायी ठरले आणि अन्नछत्राची आणि मंदिराची द्वारे त्याच्यासाठी मंत्रवत् उघडली. त्याच्या कंठातील यज्ञोपवीतामुळे त्यास कायम नि:शुल्क अन्न मिळत असे. धनिक, वैश्य आणि राजवंशीय त्यास नमन करीत. ह्या द्वैतामुळे तो अस्वस्थ होई आणि त्यास कैकवार मोह होई की ओरडून सांगावे, 'मी केवळ शूद्र आहे. तुम्ही समजता तसा महान ब्राह्मण नाही.' परंतु अन्न दुर्मिळ होते आणि सत्य सांगितल्यास त्याला कुणीही काम दिले नसते. 'मला परशुरामक्षेत्री जावयाचे आहे. कृपांनी सांगितलेच आहे - ब्राह्मण कुटुंबात जन्मलेला तोच ब्राह्मण असे नाही, जो ज्ञानाभिलाषी आहे तोही ब्राह्मण असतो. मी खरोखरीच ज्ञानाभिलाषी असल्याने स्वत:ला ब्राह्मण म्हणवून घेण्यात काहीच अयोग्य नाही.' स्वत:मधील धुमसत्या सदसद्विवेकास शांत करण्यास्तव तो सारथिपुत्र आपल्या शिक्षकाच्या वचनाची पुन:पुन्हा उजळणी करू लागला.

प्रभास नगरीत कर्ण काही सप्ताह राहिला. यमुनेच्या पठारावरून गाईगुरांच्या कळपासह स्थानांतर करणाऱ्या जमाती त्यास भेटल्या. ते यादव होते. त्यांच्या पुरातन मथुरा राज्यावर बलवान मगध सम्राट जरासंधाने आक्रमण केल्यामुळे त्यांनी तेथून पलायन केले होते. यादवांनी प्रभासमध्ये प्राचीन सोमनाथ मंदिरानजीक वास्तव्य केले होते आणि आता ते पुढे मार्गक्रमण करणार होते. यादव प्रमुखाने मंदिरात भोजन आयोजित केले होते. अन्य एका ब्राह्मण समूहासह कर्णासही भोजनाचे आमंत्रण होते. हा सूत आहे आणि ह्याने उच्च कुलीन गणांसह भोजन करण्याचे धाष्ट्र्य केले आहे हे प्रकट झाले असते तर मृत्यू अटळ होता. परंतु आमंत्रण नाकारणे उद्धटपणाचे ठरले असते. त्यामुळे त्यास भोजनास जावेच लागले.

ब्राह्मणांचे पादप्रक्षालन करण्यासाठी यादवगण आले, त्यासमयी कर्णाने शक्य तितके अविचल राहण्याचा प्रयत्न केला. ते पादतीर्थ पवित्र समजले जाई. उपस्थित दर्शनार्थी परिजनांवर त्याचे प्रोक्षण केले गेले. त्यानंतर ब्राह्मणांना एका दालनात निमंत्रित केले गेले. तेथे भोजन वाढण्याकरिता केळीची पाने मांडलेली होती. अन्नग्रहण करण्यापूर्वी

कर्णानेही अन्य शतकावधी ब्राह्मणांसह मंत्र म्हटले, त्यासमयी त्यास वयाने आपल्याहून काही वर्षे ज्येष्ठ असा एक श्यामवर्णी युवक दिसला. कुरळा कुंतलात खोवलेले मयूरपीस आणि गळात पुष्पमाला अशा वेशात तो रूपवान दिसत होता. पीतांबर आणि कटिवस्त्रात खोवलेली मुरली, सहज व आत्मविश्वासपूर्ण वावर ह्यांमुळे त्या मनुष्याच्या प्रभावात भर पडली होती. त्याच्या उपस्थितीमुळे कर्ण अस्वस्थ झाला. कारण ह्या तेजस्वी, सावळ्या युवकापासून काहीही लपवणे त्यास शक्य नव्हते. ही घातक व्यक्ती आहे असे त्यास वाटू लागले. परंतु त्या कक्षात त्याच्या एकट्यावरच असा परिणाम झाला होता. तो युवक इतका उत्साही, मोहक अन् चतुर होता की, सर्वजण त्याच्या प्रत्येक शब्दाचा मान राखत; त्याच्या विनोदी भाषणावर मुक्तपणे हसत. 'मी काहीतरी लपवत आहे म्हणून मला अपराधी वाटत असावे.' कर्णास वाटले. हे दिव्य लवकर पार पडावे ह्यासाठी तो मनोमन प्रार्थना करू लागला.

"तुला घाम का फुटला आहे, मित्रा?" काही काळापासून कर्णासोबत प्रवास करणाऱ्या वृद्ध ब्राह्मणाने कर्णास विचारले. त्याने कर्णाच्या निकट बसून आपल्या उपवस्त्राने कर्णास वारा घातला आणि ज्वराची चाचणी घेण्यासाठी त्याच्या भाळास स्पर्श केला.

"विशेष काही नाही, स्वामी." कर्ण चटकन उत्तरला. वृद्धाने दर्शविलेल्या दयेमुळे त्याला अपराधी वाटू लागले. तो श्यामवर्णी युवक समीप येताना पाहून त्याला चिंता वाटू लागली. कर्णाने भोजन थांबविले. उरात हृदय मोठमोठ्याने धडधडत असल्याची त्यास जाणीव झाली.

तो युवक समीप येताच कर्णास कळून चुकले की, आपले छरूप अनावृत्त झाले आहे; इतक्यात त्या कक्षात एक स्वर घुमला, "नमस्कार विद्वानहो! आपल्या उपस्थितीने आमचा सन्मान झाला आहे."

प्रवेशद्वारापाशी हात जोडून उभ्या महाकाय मनुष्याकडे सर्वांची दृष्टी वळली. त्याने शुभ्रवस्त्रे परिधान केली होती. त्याचे विशाल बाहू बलदंड होते. त्याने भाळाच्या उजव्या अंगास आपला केशसंभार गाठ मारून बांधून ठेवला होता. मूर्तिमंत सामर्थ्य, अधिकार आणि सौंदर्य यांची ती प्रतिमा होती. परंतु विशेष म्हणजे, त्याच्या स्मितहास्यामुळे तो कक्षातील अन्य मनुष्यांहून भिन्न भासत होता. त्याच्या लुकलुकत्या नेत्रांत सामावलेली अपार सदिच्छा आणि स्नेह त्याने अन्यत्र कुठेही पाहिला नव्हता.

"कृष्णा, तेथे काय करतो आहेस? ये, निमंत्रितांना भोजन वाढण्यास मला साहाय्य कर." ह्या आवाहनामुळे मुद्रेवर हास्य खेळवत तो सावळा युवक त्या नूतन आगमनकर्त्यापाशी जाऊ लागला. परंतु त्याचे नेत्र मात्र कर्णावर खिळून राहिले होते. कर्णाची क्षुधा केव्हाच नष्ट झाली होती. भोजनाचा त्याग करीत तो उभा राहिला. हस्तप्रक्षालन करण्यास बाहेर जाताच त्याला आढळले की कृष्ण निकट उभा आहे– छातीवर हातांची घडी घालून स्मितवदनाने! कर्ण थबकला. अचानक त्याचे भय लुप्त पावले. त्याचे छरूप अनावृत्त झाले होते आणि आता संभाव्य परिणामांना सन्मुख जाण्यास तो सज्ज झाला.

“बंधो, कोण आहेस तू?” कृष्णाने मधुर भाष्य केले.

“वसुसेन कर्ण.”

“हंऽऽ, तुझे कुल कोणते?”

कर्ण मौन राहिला. परंतु त्याची इच्छा झाली की, ओरडून विचारावे, “त्याचा काय संबंध?” परिचितसा संताप घेरून येत आहे असे त्यास भासले. ‘सर्व प्रयत्न व्यर्थ गेले. इतका प्रवास, इतके कष्ट, गंगेच्या शीतल जलात उभ्याने कुडकुडत व्यतीत केलेले प्रात:कालीन प्रहर - त्यावेळी कृपाचार्यांनी शिकवलेले गायत्रीमंत्र आणि वेद हे सर्व निष्फळ ठरणार. माझे कुलनाम अयोग्य आहे, त्याच्यापुढे माझे कौशल्य आणि इतरांहून अधिक कष्ट घेण्याची वृत्ती ह्यांचे काहीच मूल्य नाही.’

‘मी शूद्र आहे’ असे तो उत्तरणार इतक्यात त्यास तोच परिचित कठोर स्वर ऐकू आला, “कृष्णा, येथे उभा आहेस– वार्तालाप करीत? तिथे सर्वजण माझ्या प्रिय भ्रात्याचे मुरलीवादन ऐकण्यासाठी तिष्ठत आहेत. तू जा. ह्या विद्वान ब्राह्मणाचे आदरातिथ्य मी करीन.”

“परंतु, बलरामदादा...”

कृष्णाने अधिक आक्षेप घेण्यापूर्वीच बलरामाने कर्णाचा हात धरून चालण्यास प्रारंभ केला. त्या यादवप्रमुखाच्या गतिशी समन्वय साधण्यासाठी कर्णास प्रयास करावे लागले. बलरामाने मागे वळून म्हटले “कृष्णा, तुला ज्यात गति आहे, ते तू कर आणि व्यवस्थापन ह्या यादव परिषद प्रमुखावर सोपव, मित्रा.”

* * *

बलराम त्या ब्राह्मण युवकास आपल्या कक्षात खेचत नेताना पाहून चकित मुद्रेने मस्तक हलवीत कृष्ण आणखी काही क्षण तेथेच उभा राहिला. ‘बलराम काय करीत आहे हे तो जाणतो का? अशा उद्धटांमुळे समाजाचा आणि देशाचा विनाश होईल.’ कृष्ण उदास झाला. ‘असे भावनाप्रधान स्त्री-पुरूष, भावनेच्या भरात निर्णय घेतात. तर्कास प्राधान्य देत नाहीत. ह्यामुळे सर्वांवर विध्वंस ओढवेल. आज हा समाज सुस्थिर आहे कारण चातुर्वर्णानुसार प्रत्येकाचे विशिष्ठ स्थान आहे.’

समाज सुस्थिर राहावा म्हणून विकसित केलेल्या कार्यक्षम व्यवस्थेच्या विरोधात कृप आणि चार्वाका यांसारखे मनुष्य का उभे आहेत ह्याचे कारण कृष्णास उमगले नव्हते. चातुर्वर्णानुसार प्रत्येक मनुष्याचा कुल आणि धर्म ठरतो, त्यानुसार त्याचा जीवनमार्ग ठरतो. सारथिकुलात जन्मलेल्या मनुष्यास उत्तम सारथी बनण्यासाठी उत्तम प्रशिक्षण मिळते. तो बालपणापासूनच तो व्यवसाय शिकतो. त्यास कोणत्या स्पर्धेचे भय नसते आणि त्याचे चारितार्थाचे साधन सुरक्षित असते. हीच कथा इतर व्यवसायाची - वाणिज्य, पौरोहित्य किंवा वैद्यक व्यवसायाची. स्त्रीपुरूष आपल्या आयुष्याची बहुमूल्य वर्षे स्वत:स निरुपयोगी अशी कौशल्ये शिकण्यात व्यर्थ घालवत नाहीत. त्याऐवजी ते स्वत:च्या कुलधर्मात निपुण बनतात.

याला पर्याय काय? प्रत्येकाने स्वत:स प्रिय ते शिकावे, आणि पशूंप्रमाणे आपल्या अस्तित्वासाठी एकमेकांशी स्पर्धा करावी? असा समाज निश्चित ढासळणार. समाज व्यवस्थेचा पालनकर्ता भगवान विष्णुनेच चातुर्वर्ण विकसित केला आहे. 'ह्या जगाच्या रचनेचे संरक्षण करण्यासाठीच माझा जन्म झाला आहे' असे स्वप्न मी नित्य का पाहतो बरे? कदाचित मीच विष्णूचा अवतार आहे – साधुसंतांनी अतिपूर्वी केलेल्या भविष्यकथनानुसार अवतरलेला.' ह्या विचारासरशी कृष्णाने स्मित केले. 'तो विष्णू मीच असावा, ह्या विश्वाचा रक्षणकर्ता. हे ऐकण्यास मधुर वाटते. का नाही? मी ह्या जगात धर्मरक्षणार्थ अवतरलो आहे. आपण कुलधर्म आचरत होतो त्यावेळी आपले गो-पालक जीवन किती उत्तम होते. हे राधे! प्रिये, कुठे असशील तू?' हे शब्द कृष्णाने अनवधानाने उच्चारलेच असते. त्याने खेदाने मस्तक हलविले. त्याच्या ओठांवर व्यंगार्थक स्मित विलसू लागले. 'मी भावनाप्रधान होत आहे का? कदापि नाही. स्थितप्रज्ञता हा आदर्श मनुष्याचा गुण आहे. सर्व परिस्थितीत आणि सर्व प्रसंगी- जन्म, मृत्यू, प्रेम, युद्ध, शांतता- सर्व काळी मन शांत राखणे उचित असते. ह्या जगात कमलपत्रावरील जलबिंदुप्रमाणे राहावे. केवळ स्वकर्तव्याचा विचार करावा, परिणामांची चिंता न करता, यशापयशाची तमा न बाळगता. हाच जीवनाचा अर्थ आहे!

दुर्दैवाने धर्मासाठी काही मनुष्यांना प्राण द्यावा लागला. त्यातील काही सज्जन होते परंतु त्यांना मार्गभ्रष्ट करण्यात आले होते.' कृष्णास हस्तिनापुराच्या युवराजाचे स्मरण झाले. 'सुयोधन एक सहृदयी मूर्ख आहे, जो समाजात अस्थिरता निर्माण करीत आहे. आज भेटलेला 'ब्राह्मण' युवक हे अशाच दिशाभूल झालेल्या युवकाचे उदाहरण आहे. त्या मूर्ख मुलास पळभरही लपवाछपवी करता आली नाही हे आठवताच कृष्णाने स्मित केले. कर्णाने सर्वश्रेष्ठ सूत बनण्यात समाधान मानणे आवश्यक होते. त्याऐवजी त्यास अन्य कुणीतरी बनावयाचे आहे आणि तो अतिशय उपद्रवकारक ठरणार आहे. दुर्दैव! भीष्मही खरोखर अलौकिक मनुष्य आहे, परंतु मार्ग भ्रष्ट झालेला. त्यांना व्यवस्थेशी लढावयाचे असेल तर कुलांचे एकमेकांत मिश्रण करण्याऐवजी त्यांनी सर्व वर्णांच्या समानतेसाठी लढावे – कारण कुलमिश्रणामुळे अनागोंदी परिस्थिती निर्माण होईल. माझा निजभ्राता बलरामही ह्या सुस्थापित व्यवस्थेस इजा पोचविण्याचे काम करीत आहे. कारण यादवकुलाच्या गो-पालनाच्या कुलधर्मापासून यादवांना परावृत्त करून तो त्यांना कृषी आणि वाणिज्याकडे वळवित आहे. ह्या सर्वांचा अंत प्रलयात होणार आहे. केवळ युद्ध हेच त्यावरील उत्तर असेल.' कृष्ण खिन्न होऊन चिंतन करू लागला. 'युद्धामुळे मृत्यू आणि विध्वंस ओढवेल. परंतु ह्यावर उपाय नाही. जीवन आणि मृत्यू ही दोन्ही एकाच मुद्रेची दोन अंगे आहे. बरे, मृत्यू म्हणजे काय? आत्मा मरतो का? निश्चितच आत्मा अविनाशी आहे – त्याला आदि नाही, अंत नाही. आत्मा! वैश्विक आत्म्याचा- परमात्म्याचा- एक खंड.

जीवन म्हणजे परमात्म्याचा सगुण साक्षात्कार. मृत्यू म्हणजे त्याचे पुन्हा निर्गुणात रूपांतर. आत्म तोच राहातो, केवळ रूप बदलते – विश्वाच्या लयीप्रमाणे. निर्गुणाकडून सगुण, मृत्यूकडून जन्म आणि जन्माकडून मृत्यू हे केवळ उर्जेचे नृत्य आहे. हे अविनाशी

चक्र आहे! त्या विश्वात काही परिजन मरण पावले किंवा जगले तर ह्या विश्वावर परिणाम होणार नाही. कारण विश्व कालातीत, अनादि, अनंत आहे; ते भूतकालातही होते आणि भविष्यातही राहील. कुणी जगले वा मृत्यू पावले ह्याची त्यास तमा नसते. तर मग मनुष्यास मृत्यूचे आणि युद्धाचे भय का वाटते? जशी ह्या विश्वाची एक लय आहे तशीच ह्या समाजाची, जीवनाची एक लय असणे आवश्यक आहे. सुयोधनाप्रमाणे व्यक्ती त्यात ढवळाढवळ करतात. हा युवक आणखी एक मस्तकशूळ बनणार आहे. हो, कितीही दुःखदायक असले तरी काही जणांना मरावे लागेल. युद्धाची – सर्वविनाशक युद्धाची– आवश्यकता आहे. हा भार मला वाहावा लागणार आहे, हे माझे कर्तव्य आहे, माझा धर्म आहे आणि परिणामांची चिंता न करता तो निभवणे मला क्रमप्राप्त आहे.'

'कुठे पळशील कर्णा? अखेर तुझी माझ्याशी गाठ आहे.' ह्या विचारासरशी कृष्णास हसू फुटले.

"कृष्णा, सभेत तुझी प्रतीक्षा होत आहे." एका यादव ज्येष्ठाने येऊन त्याच्या स्कंधास स्पर्श केला.

कृष्णाने स्मित केले. कटिबंधात खोवलेली मुरली बाहेर काढली आणि तो सभेच्या दिशेने चालू लागला. त्याने प्रवेश करताच सर्व उपस्थित परिजनांनी उभे राहत त्यास मानवंदना दिली. मृदंगावर ताल धरून स्वागत करणाऱ्या सहवादकांकडे पाहून त्याने स्मित केले. अल्पावधीतच संगीताच्या मोहिनीमुळे सर्व सभा एका भिन्न अन्य जगात विलीन झाली, जिथे केवळ सौंदर्य आणि स्नेहपूर्ण वातावरण होते. सर्व मर्त्य जग एकचित्त होत स्तब्ध झाले.

* * *

इथे, यादव प्रमुखांसन्मुख कर्ण थरथरत उभा होता. ब्राह्मणाचे रूप धारण केल्याबद्दल आपला शिरच्छेद करण्याची आज्ञा ह्या सामर्थ्यशाली मनुष्याने दिली तर प्रतिकार करण्याचा निश्चय त्याने केला होता. संगीताचे पुसटसे सूर त्याच्या कानी पडू लागले, तेथे दुर्लक्ष करण्याचा त्याने प्रयत्न केला.

"स्थानापन्न हो, मित्रा." बलरामाने एका हाताने निर्देश केला. त्यांच्या स्वरातील आर्जवाने कर्ण चकित झाला. 'कदाचित हे ह्यांच्या कनिष्ठ भ्रात्याप्रमाणे चिकित्सक नसावेत. ह्यांना माझे छरूप उमगलेले दिसत नाही.' परंतु ही प्रतारणा तशीच पुढे सुरू ठेवण्याची इच्छा नसल्याने त्याने मस्तक हलवले आणि तो म्हणाला, "स्वामी, तुम्ही समजता तो मी नाही. मी एक हीन कुलीन सूत आहे, ब्राह्मण नाही. मी शूद्रातील नीच जातीपैकी एक आहे. चांडाळ आणि अन्य अस्पृश्यांहून किंचित उच्च."

"अस्सं? सूत म्हणजे कोण? आणि तो ब्राह्मणाहून नीच आणि चांडाळाहून उच्च कसा? मी एक अज्ञानी कृषक आहे. कृपया मला हे ज्ञान द्यावे."

बलरामाच्या प्रश्नातील गर्भित भाव कर्णास जाणवला. त्यामुळे तो क्रोधित झाला. 'ह्या नाट्यास मी कदापि होकार देणे योग्य नव्हते. मी हस्तिनापुरातच राहून तातांना मदत

करणे उचित होते. मी गंगेत प्राणार्पण करणे हे त्याहून उचित होते. कृपाचार्यांनी माझे प्राण वाचविण्यास इतकी पराकाष्ठा केली नसती तर! ही सर्व कृपाचार्यांची व्यावहारिक विनोद करण्याची योजना आहे.' "माझा पिता सूत- सारथी- आहे आणि चांडाळ हे..." तितक्यात आपल्या शब्दातील नीच भावाची त्यास जाणीव झाली. 'माझ्या मुखातून असे शब्द बाहेर पडले ह्याचा अर्थ मीही कुलविषयक पक्षपातापासून मुक्त नाही.'

एक अभिमानी युवक स्वत:च्याच शब्दांमुळे तळमळताना पाहून बलरामास मौज वाटली. "आतापर्यंत ब्राह्मणांना दूषणे देत असशील, पण आता? तूही तेच शब्द उच्चारू शकतोस हे तुला समजले ना? तू ब्राह्मणांच्या सहवासात इतका प्रवास केला आहेस. एक व्यक्ती म्हणून तुला ब्राह्मण किती तिरस्करणीय वाटले?"

कर्णाने मौन पाळले. सरणाऱ्या एकेक पळागणिक त्यास अधिकाधिक लज्जा वाटू लागली. प्रवासात सोबत केलेल्या वृद्ध ब्राह्मणाचे त्यास स्मरण झाले. 'त्याने माझ्याशी पुत्रासमान वर्तन केले.' कर्णास भेटलेली सर्वाधिक विद्वान अन् सर्वाधिक आदरणीय व्यक्ती होती ती! एकदा कर्णाची प्रकृति स्वस्थ नव्हती त्यावेळी त्या सत्तरीतील वृद्धाने वैद्यास शोधून आणण्यासाठी तीन प्रहर पायपीट केली होती. 'मी ब्राह्मण नसून शूद्र आहे हे त्यास विदीत असते तर कदाचित त्याने असे केले नसते.' कर्णाच्या मनात विषाद दाटून आला.

"त्या समूहात निश्चितच तुला काही उदार हृदयी, काही दांभिक आणि अनेकजण प्रश्न न विचारता समूहाप्रमाणे वर्तन करणारे-प्रवाहपतित भेटले असतील. ह्यात विशेष काही नाही. कोणताही समूह असाच असतो. तेही व्यवस्थेचे बळी असतात हे लक्षात ठेव. जातिविषयक नियम निमूट पाळणारे परिजन खरेतर ते नियम मोडण्यास घाबरतात. ते भ्याड आहेत, क्रूर नाहीत. त्यांचा उपहास करण्याऐवजी त्यांना समजून घेणे आवश्यक आहे. तुझ्यासारखे युवक बदलाचे नेतृत्व करू शकतात. भविष्य तुमच्या हातात आहे. आपला देश ह्याहून अधिक सुव्यवस्थेस पात्र आहे. तू चांडाळाहून उच्चही नाहीस आणि ब्राह्मण, क्षत्रिय, वैश्य किंवा अन्य जाती, कुलाहून नीचही नाहीस. आपण जो आहे असे तुला वाटते तू तोच आहेस. आतापर्यंत कृपाने तुला हे शिकविले असेल असे मला वाटले होते."

गुरूंचे नाव ऐकताच कर्णास धक्का बसला. बलराम हसू लागले. "इतका चकित का झालास? तो आणि मी जुने मित्र आहोत. तू हस्तिनापुरातून बाहेर पडल्यावर लगेच त्यांनी मला तुझ्याविषयी संदेश पाठविला होता. किंबहुना तू पकडला जाऊ नयेस म्हणून तुझ्या गुरूंनी आणखी एक पाऊल उचलले आहे. काही कर्मकांडाविषयी तुझा यथोचित अभ्यास नाही हे जाणून असल्याने त्यांनी समूहातील सर्वाधिक विद्वान ब्राह्मणास तुला जपण्याचे कार्य सोपविले आहे. तुझ्यासोबत प्रवास करणारा वृद्ध मनुष्य - त्याने एकदा तुझी शुश्रुषाही केली होती - तो तुझा रक्षणकर्ता आणि दिशादर्शक बनला आहे - कृपाने त्यास तशी विनंती केली होती."

याच वृद्धाविषयी आपल्या मनात असहिष्णु विचार आले होते ह्या जाणीवेने कर्णाचे मन लज्जेने होरपळू लागले. कर्ण हा एक सूत आहे हे जाणूनही उच्च जातीचे परिजन

दर्शवतात तसे कोणतेही पक्षपाताचे किंवा तिटकाऱ्याचे लक्षण त्या वृद्धाने दर्शविले नव्हते.

''कर्णा, एक गोष्ट ध्यानात ठेव. समूहास अधम मानू नये. समूहाची कृती तिरस्करणीय असते, परंतु समूहातील व्यक्ती तिरस्करणीय नसते. मनाने उदार हो. दान करीत रहा; म्हणजे हे जग त्या उपकाराची परतफेड त्याच्या कैकपटीने करेल. तुझ्या वयाच्या युवकांना माझ्यासारख्या ज्येष्ठांकडून उपदेश करून घेणे रुचत नाही हे मी जाणतो. म्हणूनच मी तुला अधिक सांगणार नाही. तू मुजरिसला भेट देणार आहेस, तर माझ्या नौकेतून प्रवास का करीत नाहीस? ती तुला तुझ्या गंतव्याप्रत सहज घेऊन जाईल. तुझ्या वयाच्या व्यक्तीस हा खूप रम्य आणि धाडसी अनुभव वाटेल. हो, धर्मगुरूंनी घातलेले नीती नियमांचे बंधन मी तुला तोडण्यास सांगत आहे, हे मी जाणतो. परंतु समुद्रप्रवास करणाऱ्या प्रत्येकाचे कुल भ्रष्ट झाले तर ते आपल्यासाठी श्रेयस्कर होईल! गतकाळी आपल्या संस्कृतीने अनेक महान साहसीवीर आणि नाविक निर्माण केलेले आहेत. मी ते वैभवशाली दिवस पुन्हा आणू इच्छितो. म्हणूनच मी माझी स्वप्ननगरी द्वारका समुद्रकिनारी बांधू इच्छितो. एकेकाळी केवळ दक्षिणेतील असुरांचे वैभव असलेली ही गोष्ट मी संपूर्ण भारतवर्षास देऊ इच्छितो. ह्या विस्तीर्ण प्रदेशाच्या पूर्व आणि पश्चिम किनाऱ्यावर मी अनेक नगरे वसवीन आणि ती आपल्या प्रचंड नद्यांवरील नौकास्थानकांशी जोडेन.''

मनातील उर्मीने झपाटून जात बलराम येरझाऱ्या घालू लागले. त्या अनाकलनीय यादव प्रमुखाची दूरदृष्टी केवळ स्वतःच्या वंशापुरती मर्यादित नव्हती, तर तिच्यात संपूर्ण भारतासाठी योजना होत्या. कर्ण बलरामाकडे मंत्रमुग्ध होऊन पाहत राहिला. ''मला माझ्या परिजनांना संपूर्ण जग दाखवायचे आहे. त्यांनी केवळ अज्ञानी गोपाळ म्हणून जगू नये. त्यांनी स्वार्थी पुरोहितांच्या नेतृत्वाखाली, प्राचीन कर्मकांडामध्ये आणि अर्थहीन परंपरांमध्ये गुरफटून राहू नये. तुझ्या निदर्शनास आले असेल की, राज्यकर्ते आपली शस्त्रे स्वतःच निवडतात. त्यांच्याकडे इजा करणे, हत्या करणे आणि अपंग करणे यांसाठी शस्त्रे आहेत म्हणून ते नेते आहेत. त्यांच्या तलवारीच्या भयामुळे त्यांना आदर मिळतो. मीही युवावस्थेत माझ्या गदेचा उपयोग करून आदराची मागणी केली. परंतु हळूहळू जसजसा माझ्या मस्तकात ज्ञानोदय झाला, तसे माझे असे मत झाले की, आपल्या कार्यामुळे आदर कमावतो तो खरा नेतृत्वगुण. म्हणूनच मी माझ्या गदेचा त्याग केला आणि आता मी हल हाती घेतला आहे. हे केवळ कृषी आयुध नाही. मी त्यास प्रगतीचे चिन्ह मानतो. कृषी आणि वाणिज्याची भरभराट व्हावी, अशी माझी इच्छा आहे. कृप, भीष्म, विदुर, चार्वाक आणि मी सर्वांचे हे स्वप्न आहे. पुत्रा, असा चकित नको होऊ. आमचे स्वप्न एकच आहे. ते साकारण्याच्या रीती मात्र भिन्न आहेत. ह्या भूमीवरून क्षुधेचे उच्चाटन करणे आणि पशुवत जीवन जगणाऱ्यांना सन्मान मिळवून देणे हे आमचे स्वप्न आमच्या आयुष्यात साकार होणार नाही कदाचित. परंतु तुझ्यासारखे युवक असता आम्हास चिंतेचे कारण काय? तू तर ज्ञानाच्या शोधात सहस्त्र योजने प्रवास करण्याइतका शूर आहेस.''

कर्णाचा कंठ दाटून आला. त्या दीन सूतपुत्रावर कुणीही इतका विश्वास ठेवला नव्हता की त्याच्याशी समान पातळीवरून संभाषण केले नव्हते. त्याचे मन उचंबळून आले. 'कदाचित खरेच मी महान योद्धा होईन. प्रथम, हे स्वप्न म्हणजे माझा स्वार्थमात्र होते, परंतु ह्यात महान कार्य दडलेले आहे असे दिसते. योद्धा बनल्याने दारिद्र्यापासून मुक्ती तर मिळेलच; परंतु हा असेल आत्मशोधाचा एक प्रवास, एक साहस–क्षुद्र महत्त्वाकांक्षेहून महान असे काहीतरी. आता हे स्वप्न म्हणजे माझे दैव असेल.'

''कर्णा, परशुरामभूमीत प्रवेश केल्यानंतर तुला अशा अनेक गोष्टी दिसतील ज्यामुळे तुझे मन क्रोधाने आणि तिरस्काराने व्यापून जाईल. कुलानुक्रमानुसार काही जमाती तेथे श्वानांप्रमाणे निरर्थक नीतिनियम पाळत जगताना दिसतील. त्याने व्याकूळ होऊन काहीतरी उद्रेकी किंवा मूर्ख कृती करू नको. तू तेथे विशिष्ट उद्देशाने जाणार आहेस हे ध्यानात ठेव. संपूर्ण भारतवर्षात परशुरामास तुल्यबळ असा एकही योद्धा नाही - भीष्म व द्रोणही नाहीत. त्यामुळे त्यांच्याकडून शक्य ते सर्व शिकून घे. त्या कौशल्याचा उपयोग एका महान कार्यासाठी करण्याचा समय एक दिवस येईल. परशुराम पृच्छा करतील त्यावेळी तू ब्राह्मण आहेस हे सांगण्यास कचरू नकोस.''

बलरामाच्या अंतिम शब्दांनी कर्ण पुन्हा भानावर आला. 'परशुराम जेव्हा हा भयंकर प्रश्न विचारतील तेव्हा उत्तर कसे द्यावे बरे? आतापर्यंतच्या आयुष्यात मी कधीच असत्य वचन केले नाही. आता ध्येयप्राप्तीसाठी मला असत्य बोलावे लागणार. हे तर चौर्यकर्म झाले!'

''कर्णा, ते तुझे कुल विचारतील तेव्हा व्यथित होऊ नको. थेट दृष्टीस दृष्टी भिडवून 'ब्राह्मण' असे सांग. त्यांना ब्राह्मणत्वाचा संकुचित अर्थ अभिप्रेत असेल. परंतु तू पवित्र ग्रंथाना अभिप्रेत सत्यानुसार उत्तर दे. तू ज्ञानाभिलाषी आहेस, म्हणूनच शुद्ध स्वरूपात ब्राह्मण आहेस. तू परशुरामाहून अधिक ब्राह्मण आहेस. तू योद्धा झाल्यानंतर आणि समाजासाठी कार्य करू लागल्यानंतर, तू दुर्बलांचा रक्षणकर्ता - क्षत्रिय - होशील. जेव्हा तू आपल्या कार्याद्वारे तुझ्या परिजनांना सुबत्ता प्राप्त करून देशील, तेव्हा तू वैश्य असशील. जेव्हा तू प्रेम, स्नेह अन् सेवेद्वारे परिजनांना सुखी करशील तेव्हा तू शूद्र असशील. तू चतुर्वर्णीय असशील आणि त्याहून अधिक म्हणजे मानव असशील. ह्याहून महान काही नाही.''

समुद्रावरून लवणयुक्त वाऱ्याची हळुवार झुळूक आली तशी वस्त्रपटले सळसळली. नौकेत भार वाहून नेण्यासाठी श्रमिकांना दिलेल्या आज्ञांचे ध्वनी कानी पडू लागले. कर्णाने लवून त्या यादवप्रमुखांस चरणस्पर्श केला. बलरामाने त्या मुमुक्षुस आशीर्वाद दिला आणि कटिवस्त्रातील सुवर्णमुद्रिकांची पुरचुंडी काढून त्यास दिली. ''याचा व्ययास्तव उपयोग कर. आता लगेच माझी प्रथम वाणिज्य नौका प्रयाण करेल. ह्या पवित्र प्रभास नगरीतून ती प्रक्षेपित व्हावी अशी माझी इच्छा होती. पहा, शीडे सोडली जात आहेत. प्रभु सोमनाथांची कृपादृष्टी तुझ्यावर अखंड राहू दे. कर्णा, तुझ्या यशस्वी जीवनासाठी माझ्या शुभेच्छा. आता मला वाणिज्य विषयक कार्यासाठी जावे लागेल. परंतु पुन्हा सवडीने

भेटू. तेव्हा, मित्रा, तू ह्या भारतवर्षातील उत्तम योद्धा बनला असशील. आमची स्वप्ने तू सोबत घेऊन जात आहेस ह्याचे स्मरण ठेव. ह्या भूमीतील प्रत्येक तृणपात्याचे तू काही देणे लागतोस ह्याचे भान ध्येयप्राप्तीनंतर असू दे. यशस्वी भव.''

भावनावेग आवरत बलराम जाण्यास वळले. कर्ण अनिमिष नेत्राने पाहत राहिला. यादवप्रमुखांनी त्वरेने त्या सूतकुमारास ओलांडून प्रयाण गेले– कर्णास प्रेरित करून! कर्णाच्या मनातील शंका–कुशंका विरून गेल्या होत्या. दहा महिन्यांच्या प्रशिक्षणात कृपांना जे साध्य झाले नाही, ते बलरामांनी दहा पळात साध्य केले होते. प्रतारणेच्या अपराधाचा भार वाहत यादव कक्षात प्रवेश करणारा कुमार आता उरला नाही. आता कर्णाचे रूपांतर स्वत:च्या दैवाविषयी दूरदृष्टी असलेल्या युवकात झाले होते. कोणताही समाजनियम, रूढीबंधन आता त्याला थोपवू शकणार नव्हते. कुणीही व्यक्ती त्याच्या आड येऊ शकणार नव्हती. परंतु कक्षातून बाहेर येत माध्यान्हीच्या प्रखर प्रकाशात प्रवेश करताच कर्णास मार्गात कृष्णाची श्यामल आकृति उभी दिसली.

''कोण आहेस तू?'' कृष्णाने विचारले.

कर्णाने स्मितहास्य केले, ''मी कुणीच नाही, स्वामी.''

''चतुर आहेस! परंतु, मला स्पष्ट उत्तर दे. कोण आहेस तू?''

''मी सर्वव्यापी आहे.'' मोठ्याने हसत कर्ण म्हणाला आणि बलरामबंधूस मार्गातून दूर सारत त्याने प्रयाण केले.

कृष्ण त्यास अडवू इच्छित होता. परंतु काही अंतरावर उभा निजभ्राता आपल्याकडेच पाहतो आहे हे त्याने पाहिले, तसा तो स्तब्ध राहिला आणि त्याने कर्णास जाऊ दिले.

श्रमिकांनी नौका पाण्यात ढकलली होती आणि आता ती मंद लाटांवर हेलकावत होती. कर्णाने नौकेवर पाऊल ठेवले, तेव्हा शिडांची तपासणी केली जात होती. कप्तानाने कर्णास त्याची मर्यादित सामग्री नौकातलावरील एका कोणात ठेवण्यास सांगितले. सोमनाथ मंदिराच्या उत्तुंग शिखराकडे आणि विस्तीर्ण प्रभास नगरीकडे तेजस्वी कर्ण दीर्घ काळ एकटक पाहत बसला. सूर्य अस्तास निघाला तसा समुद्राचा वर्ण लालसर झाला. समुद्री बकपक्ष्यांच्या चीत्कारानी आकाश दुमदुमले. करकरत नौका हललेली कर्णास जाणवली. हल वर ओढून घेण्यात आला आणि वल्हवणारे नाविक जहाजास खोल समुद्रात घेऊन जाण्याची शर्थ करू लागले. मुक्त केलेल्या शिडात वारा भरला तशी नौका हेलकावली. तोल सावरण्यासाठी कर्णाने तटाचा आधार घेतला. मंदिराचे शिखर सूर्यकिरणांत चमकू लागले आणि समुद्राने पश्चिमेकडे आपले लालसर आच्छादन पसरले.

''दक्षिणेस प्रस्थान करा!'' कुणीतरी ओरडले, तशी नौका वळली आणि तिची गती वाढली.

शुक्रतारा आकाशात वर चढू लागला. कर्णाचे काळे केस वाऱ्याने ऊडू लागले. आशा–निराशेशी संघर्ष करीत कर्ण स्तब्ध उभा राहिला. समुद्र पर्यटन केल्याने त्याने कुलभ्रष्ट केले होते; त्याचा कर्णास विचित्र अभिमान वाटू लागला. सूर्याच्या अंतिम

किरणांनी त्याच्या बलवान देहास कुरवाळून त्यास आशीर्वाद दिला अन् ते खोल पाण्यात बुडले. वाऱ्यावर हेलकावत आणि नाविकांच्या गाण्याच्या लयीवर डुलत ती नौका त्या युवकास त्याच्या दैवासह दक्षिणेकडील घातक देवभूमिस घेऊन निघाली.

* * *

९. पशू

पक्ष्यांच्या किलबिलाटाने अरण्य हळूहळू जागृत झाले. मृदू तृणशय्येवरून उठण्यास जर उत्सुक नव्हता. शालीन भूमीपासून हलकेच विलग होणारे धुके वृक्षछायेत बसून पाहणे सुखकर होते. सूर्यकिरणांचे शर अरण्य मंडपास छेदून आत शिरू लागले. उंच वृक्षावर मर्कटलीलांना प्रारंभ झाला. एकमेकांना निष्कारण वाकुल्या दाखवत ते ह्या शाखेवरून त्या शाखेवर उाण करू लागले. जरास नेत्रकोणातून दिसले की, एकलव्य धनुष्य बनविण्यात मग्न आहे. कुतुहलाने आळसावर मात केली आणि तो टुणकन उठला. एकलव्यापाशी धावत जाऊन त्याने त्याच्या भात्यातील एक तीर उचलला.

"हात लावू नको, गर्दभा!" मस्तक न हलवता एकलव्य ओरडला. आता तो धनुष्य पुसण्यात मग्न होता. सूर्यप्रकाशात ते चमकू लागले होते.

"ए, तुला खरोखरच धनुर्धर व्हायचे आहे का?" जरास उत्तर मिळाले नाही. 'एकलव्य धनुर्विद्या शिकला तर आपणास अधिक अन्न मिळेल.' अंगुलीने तीराचे तीक्ष्ण अग्र स्पर्शून पाहताना जराच्या मनात विचार आला.

"आऽऽ" देहावर शिलाघात होताच जर कळवळला. एकलव्याने भिरकावलेला शिलाखंड जराच्या मांडीवर आपटून काही अंतर घरंगळल्यानंतर स्थिरावला होता.

"त्यास स्पर्श करू नको म्हटले होते ना?" त्या थरथरणाऱ्या पोरट्यास एकलव्याने दटावले.

या ज्येष्ठ बालकाकडून जरास मिळणारा नित्याचा प्रसाद नव्हता हा! जणू एका रात्रीत एकलव्यास अधिक सामर्थ्य अन् अधिकार प्राप्त झाला होता! एकलव्याने धनुष्यास प्रत्यंचा लावून दोनदा टणत्कार केला. त्यानंतर महत्त्वपूर्ण कार्याच्या अविर्भावात त्याने तीर उचलला. एक नेत्र मिटून तीराचे अग्रापर्यंत समरेखत्व अभ्यासले आणि नंतर तो धनुष्यावर चढवून वेध घेतला. एका भव्य विशाल बुंध्याच्या वृक्षावर त्याने एक वर्तुळ रेखले होते. जराने श्वास रोखला. अनंत काळ लोटल्याप्रमाणे भासले. त्यानंतर एकलव्याने बाण सोडला. तो हवेत झेपावला. जराने उंबराच्या वृक्षाकडे पाहिले. परंतु त्याच्या बुंध्यात कोणताही तीर रुतलेला नव्हता. एकलव्याचा लक्ष्यवेध चुकला होता अन् वृक्षवेधही! जर मोठ्याने हसू लागला आणि त्याने उत्तेजित होत एक कोलांटी उडीही मारली. एकलव्याने जरावर लत्ता प्रहार केला, परंतु जराने वार चुकविला आणि तो हसतच राहिला. जर

जाणून होता की, आता एकलव्याचा त्याच्यावर अंकुश उरला नाही. त्याला आताशा एकलव्याचे भय वाटत नसे. 'तो तर आपल्याप्रमाणे एक यश्किंचित पोरटा आहे– साधा आणि सामान्य.' तीर शोधून काढण्यास जर उत्साहाने धावत गेला. त्या वृक्षापासून काही अंतरावर तीर सापडताच तो आनंदाने ओरडला. तो तीर भूमीतही रुतला नव्हता. किंबहुना कसलाच वेध न घेता तो अलगद पडला होता – तीक्ष्ण अग्रधारी काष्ठखंडाप्रमाणे!

आपल्या सततच्या उपहासामुळे एकलव्याचा क्रोध वाढत आहे हे जरास उमजत होते. परंतु त्यातही गंमत वाटत होती. एकलव्य जरास जवळजवळ पकडणार इतक्यात झटक्यात दूर पळत तो एका वटवृक्षावर चढला. उंच शाखेवर चढून, आपले कृश पाय हलवत, एकलव्यास पाहत तो मर्कटाप्रमाणे ओरडू लागला. एकलव्य त्याच्यावर तीर सोडू लागला परंतु ते अधिक उंच पोहचत नव्हते. ह्यामुळे जराचे अधिक मनोरंजन होऊ लागले. आपल्या क्लेशकर्त्यावर तो काटक्या फेकू लागला. त्यातील काही इच्छित स्थानी पडल्या, तसा एकलव्य अधिकच संतापला. जर भोवळ येईल इतक्या उंचीपर्यंत वृक्षावर चढत असे आणि वानराप्रमाणे एका वृक्षावरून दुसऱ्या वृक्षावर झेपही घेऊ शकत असे. एकलव्य आपणास स्पर्श करू शकत नाही हे तो जाणून होता. अखेर एकलव्याने पाठलाग सोडून दिला. त्याऐवजी तो हस्तिनापुराच्या दिशेने चालू लागला. जर खाली उतरला आणि विशिष्ट अंतर राखत एकलव्याचा पाठलाग करू लागला.

प्रहरभर चालल्यानंतर ते एका प्रांगणापाशी पोहोचले. तेथे द्रोण राजपुत्रांना शिकवीत होते. एका झुडुपाआड लपून एकलव्य पाहू लागला. त्याचवेळी त्याने एका जवळच्या झुडुपाआड जरास लपताना पाहिले आणि त्याने मनातल्या मनात अपशब्द उच्चारले. जराने त्याच्याकडे पाहून हात हलवला आणि जिव्हा मुखाबाहेर काढून एकलव्यास वेडावून दाखवले, त्याने तो अधिक त्रासला. मृत शुकपक्षी गवसला होता, त्याच स्थानी ते येऊन पोहचले होते. 'कदाचित तो दाढीधारी मनुष्य एखाद्या राजपुत्रास आज मृगास तीर मारण्यास सांगेल. शुकाप्रमाणे त्या मृगास हस्तगत करू शकलो तर पुढील काही दिवस अन्नाची चिंता मिटेल.'

कैक घटिकांच्या निरीक्षणानंतर एकलव्यास आकलन झाले की, आपली सर्व कृती अयोग्य पद्धतीने होत आहे. आपली पकड, आपली देहस्थिती, वेध घेताना मस्तकाची स्थिती ह्यासह सर्वच अयोग्य आहे. राजपुत्र कशा पद्धतीने तीर चालवितात ह्याची त्याने मानसिक नोंद घेतली. एक सुस्वरुप किशोर आश्चर्यकारक चापल्याने आणि कौशल्याने तीर सोडत होता. गुरू त्याच्याशी प्रेमाने वर्तन करीत होते. काही दिनांपूर्वी शुकाचा नेत्रभेद करणारा अन् पर्यायाने त्यांच्या भोजनाची व्यवस्था करणारा हाच किशोर होता. 'मी ह्याच्याहून श्रेष्ठ धनुर्धारी होईन.' एकलव्याने प्रतिज्ञा केली. 'मलाही शिकवाल का?' असे त्या गुरूंना विचारावे असा त्यास मोह झाला. 'प्रयत्न करण्यात अनुचित ते काय?' कृपाचार्य सूतपुत्रास शिकवतात असे त्याच्या कानावर आले होते. अर्थात कुलानुक्रमे सूत हे निषादांहून अधिक उच्च पातळीवर होते. 'परंतु, प्रयत्न तरी करून पहावा. परंतु, त्यांनी अपमान केला तर?' एकलव्य संभ्रमात पडला. परस्परविरूद्ध विचारांनी तो निषादकुमार

व्यथित झाला. त्यास नकाराचे भय होते; परंतु मनात प्रज्वलित महत्त्वाकांक्षेकडे दुर्लक्ष करता येत नव्हते. सायंकाळ होता होता त्याने एक शक्यता पडताळून पाहण्याचा निश्चय केला.

एकलव्य द्रोणांसमीप पोहोचला, तेव्हा सायंसूर्य दूरवरच्या पर्वतांमागे अस्तास चालला होता. सर्व मुले पंक्तिने बसली होती. द्रोण मंत्रोच्चारण करीत होते. मुले निरुत्साहाने त्याचा पुनरुच्चार करीत होती. प्रत्येक पावलासरशी आपले धैर्य सरत चालले आहे हे एकलव्यास जाणवले. परत वळून धावत झुडुपांमागे दडून बसावे अशी त्यास इच्छा झाली. परंतु आता अति विलंब झाला होता. त्याला पाठीमागून पादरव ऐकू आला, तसे त्याने ओळखले की, तो नतद्रष्ट पोरटा आपल्यामागून येत आहे. ते दोघे समीप येऊ लागले तसे द्रोणांनी आश्चर्यातिरेकाने त्या अस्पृश्यांकडे पाहिले. सर्व नेत्र त्यांच्या दिशेने वळले, तसे मंत्रपठण थांबलेले एकलव्यास जाणवले. पाषाण मूर्तीप्रमाणे स्तब्ध द्रोण दोहोंमधील अंतराचा अंदाज घेऊ लागले – स्मृतीनुसार आपण कलुषित न होण्यास किती अंतराची आवश्यकता आहे हे ते जाणून होते. आपल्या बलदंड छातीवर हाताची घडी घालून, भृकुटी उंचावून ते उभे होते. एकलव्य धास्तावला. प्रतिदिनी राजपुत्र ह्यांना चरणस्पर्श करतात त्याप्रमाणे आपणही करावे ह्या विचाराने त्याने एक पाऊल पुढे टाकले.

"थांब."

द्रोणांची आज्ञा होताच एकलव्य जागीच थांबला. 'काय केले मी हे?" त्यास मनोमन वाटले.

"येथे का आला आहेस?"

एकलव्याची वाचाशक्ती जणू लुप्त झाली. "स्वामी, मी... मी... आपला शिष्य होऊ इच्छितो." त्याने कसेबसे शब्द उच्चारले.

"मी ह्यापूर्वीही तुला कुठेतरी पाहिले आहे. थांब, ह्या नियमहीन प्रदेशात मी प्रथम आलो त्या दिनी आम्रफळ चोरणारा निषाद तूच ना?" गुरूंनी पृच्छा केली.

परत वळून पळून जावे असे एकलव्यास वाटले. 'मी येथे आलो हे चुकलेच. मजसम अस्पृश्यांना येथे स्थान नाही'

राजगुरूंनी त्या अंग चोरून उभ्या निषाद बालकास तुच्छतेने पाहिले. सुयोधनाकडे वळून ते फुत्कारले "पाहा, तुझ्या पित्याचे प्रताप! असे क्षुद्र कृमीजीव उन्नत मुखाने ब्राह्मणांकडून शिक्षण घेण्याची मागणी करतात. ह्यास त्यांची सम्मती आहे. ह्या राज्याची कशी दुर्दशा झाली आहे, पाहा. हे असे होणार हे मी जाणले होते. कुरू महाअधिपतींना मी फार पूर्वी सावध होण्याची सूचना दिली होती. शूद्रास प्रधानमंत्री बनवितात, अनाधिकारी व्यक्तीस सर्व प्रकारचे स्वातंत्र्य देतात! किती घृणास्पद! प्रथम एक सूतपुत्र माझा शिष्य बनू पाहत होता – स्वत: प्रधानमंत्र्यांनी त्याची प्रशस्ती केली होती. आता अस्पृश्यही धनुर्धर बनू इच्छितात. कलियुगाचा उदय समीप आला आहे. सद्य परिस्थिती अशी, तर युवराज

तू ह्या प्रदेशाचा राजा होशील तेव्हा काय अराजक असेल? अर्थात तू राजा झालास तर म्हणा!''

सुयोधनाचे नेत्र क्रोधाने पेटून उठले. परंतु तो काही बोलण्यापूर्वीच द्रोण निषाद बालकाकडे वळले. लज्जेने लवलेल्या मस्तकासह तो अजूनही उभा होता.

आपल्या पाठीमागे जर हसत आहे हे एकलव्यास जाणवले. युवराज सुयोधन त्या पोरट्यास कुतुहलाने पाहत आहे हेही त्यास दिसले. द्रोणानेही त्या दयनीय आकृतिस पाहिले. त्या बालकाच्या पायावर क्षते होती आणि त्याच्या गर्द, कुरळा केशांचे एक गलिच्छ वेटोळे झाले होते. कृश पाय, उन्नत पोट आणि त्वचेवर सर्वत्र पुरळ ह्यामुळे त्या चोखंदळ गुरूंच्या दृष्टीने ती एक किळसवाणी वस्तू होती. त्यांची मुद्रा पाहता एकलव्याच्या हृदयाचा ताल चुकला.

''गलिच्छ पोरट्या! येथे येऊन हे स्थान दूषित करण्याचे धाष्ट्‌र्य कसे झाले तुझे?''

प्रथम एकलव्यास वाटले की, गुरू आपणास उद्देशून बोलले. परंतु काही क्षणानंतर त्याच्या ध्यानात आले की, गुरूंच्या क्रोधाचा रोख जराच्या दिशेने होता. अबुद्ध स्मितयुक्त मुद्रेने तो एकलव्याच्या पाठीमागे उभा होता. 'महादेवा! ह्या मूढाने माझा पाठलाग करीत माझी संधी धुळीस मिळविली. हा येथे आला नसता, तर गुरू कोपले नसते.'

जराने स्थिर उभे राहण्याचा प्रयत्न केला. परंतु खाजविण्याच्या अनावर ओढीने त्यावर कुरघोडी केली. एका पुण्यवान ब्राह्मणाची पवित्र उपस्थिती आणि शोभिवंत वेशामधील राजपुत्र ह्यांची तमा न बाळगता त्या गलिच्छ जिवाच्या नखांनी आपल्या देहावर ओरखड्यांचे चित्र रेखाटले. त्याची क्षतिपूर्ती करण्यास त्याने फताडे दंत वेंगाडत स्मित केले.

''चालते व्हा!'' द्रोण ओरडले. क्रोधातिरेकाने त्यांचा ऊर धपापू लागला. त्यांच्या विद्यार्थ्यांच्या पंक्तिमधून हास्य उसळले. कैक राजपुत्रांना ते लहानखुरे मर्कट नवलपूर्ण वाटले. एका कौरव राजपुत्राने अस्फुट शीळ घातली. सुयोधन, सुशासन, अश्वत्थामा सर्वजण हसू लागले. भीमालाही आपल्या कौरव चुलतबंधूंप्रमाणे मौज वाटली. परंतु आपल्या ज्येष्ठ भ्रात्याचे नेत्र पाहताच त्याने योग्यवेळी स्वत:स आवरले. आपल्या भ्रात्यांप्रमाणे गंभीर मुद्रा धारण केली आणि गुरूंचा अवमान करणाऱ्या त्या दोन अस्पृश्यांकडे पुरेश्या क्रोधाने पाहण्याचा प्रयत्न तो करू लागला.

''शांतता!'' द्रोणांनी आपल्या क्रोधाचा रोख कौरवांच्या दिशेने वळवला. हास्यकल्लोळ शांत झाल्यावर द्रोणांनी आपला रोख त्या दोन अस्पृश्यांवर वळवला. जराने अंत:प्रेरणेने द्रोणांचे मन वाचले आणि तो मागे सरला. त्याच्या मुखावरील अबुद्ध स्मित लुप्त झाले आणि तेथे चिंतेचे भाव उमटले. द्रोणाने एकलव्याच्या दिशेने काही पावले टाकली. ''मुला,'' द्रोणाच्या स्वरातील कठोरता लुप्त झाली होती. एकलव्याने चकित होत वर पाहिले. 'कदाचित महादेव अखेर आपल्या कृपेचा माझ्यावर वर्षाव करतील.' त्या निषादास वाटले, तर जराने आणखी काही पावले मागे घेतली. ''मी तुझा शिक्षक

होऊ शकत नाही. ह्या राज्याने ह्या राजपुत्रांचा शिक्षक म्हणून माझी नियुक्ती केलेली आहे. शिष्य म्हणून एका निषादाचा स्वीकार मी करू शकत नाही. अरण्यात परत जा, तुझ्या परिजनांत राहा आणि तुझ्या धर्माचे पालन कर. मी तुला कोणतेही साहाय्य करू शकत नाही.''

एकलव्याचा मनोभंग झाला आणि त्याची पराजित दृष्टी पुन्हा भूमीकडे वळली.

''परंतु मी तुला एक हितकर उपदेश करीन.'' द्रोणांनी पुढे म्हटले. उपदेश अल्पमूल्य असतो आणि प्रत्येकजण तो नि:शुल्क इतरांना देतो. एकलव्याने द्रोणांकडे पाहिले. द्रोण जरासे टक लावून पाहत होते. जर आणखी काही पावले मागे सरकला. ''हे कुलक्षणी बालक कोण आहे?''

एकलव्याने द्वेष आणि तिरस्काराने जरास पाहिले. ''हा एक अनाथ आहे आणि गत काळापासून आम्हास कृमीप्रमाणे चिकटला आहे.'' ''हंऽऽ, वाटलेच मला. हा निषादांहून काळाकभिन्न आहे. ह्याचे कुल कोणते?''

एकलव्यास नवल वाटू लागले, हे संभाषण कुठे चालले आहे? त्याने जराच्या कुलाविषयी कधी विचार केला नव्हता. ''मी जाणत नाही.'' तो पुटपुटला.

''तुझे कुल कोणते?'' द्रोणाने पुनर्प्रश्न केला. तो ह्यासमयी जरास उद्देशून होता. जराने केवळ पापण्यांची उघडमिट केली. तोही ह्याविषयी अनभिज्ञ होता. त्यास कुणीच त्याचे कुल सांगितले नव्हते. कुणी त्याविषयी पृच्छाही केली नव्हती. ''मुला,'' द्रोण एकलव्यास म्हणाले, ''ह्या कुलहीन जिवापासून सावध रहा. हा कुलक्षणी आहे. ह्याच्यामुळे तुझ्यावर दुर्दैव ओढवेल. ह्याच्याशी संबंध खंडित कर. तुझे कुल तरी आहे. ते नीच असेल, परंतु तरीही कुल अस्तित्वात आहे. तुझा कुलधर्म आहे. ह्याच्याकडे काहीच नाही. ह्यात कोणताही सद्गुण नाही, त्यामुळे हा कितीही नीच स्तरास पोहोचेल. हा पशुवत् आहे. ह्याच्या अशुभ मुद्रेकडे पहा. जोवर हा तुझ्यासोबत आहे तोवर जीवनात तुझी प्रगती होणार नाही. आता अरण्यास परत जा आणि आपल्या कुलधर्मांचे पालन कर. उत्तम निषाद बनून दाखव. कदाचित पुढील जन्मी तू उच्च कुलात जन्म घेशील. हळूहळू अनेक जन्मांनंतर आणि तुझ्या कुलधर्माचे मन:पूर्वक पालन केल्यानंतर केव्हातरी तुला ब्राह्मणाचा पुनर्जन्म मिळेल. परंतु ह्या जन्मी तू निषाद रूपात जगावेस ही ईश्वरी इच्छा आहे. ईश्वरेच्छेचा स्वीकार कर. ह्या बालकासम नीच जनांशी संबंध ठेवून त्या ईष्वरेच्छेचा अपमान करू नको आणि अधिक नीच पातळीवर जाऊ नको.'' आपले भाषण समाप्त करून द्रोण वळले आणि राजपुत्रही त्यांच्या पाठोपाठ स्वगृही परतले.

उत्तरेकडील नील पर्वतांआड सूर्य जवळजवळ गुप्त झाला होता. संधिप्रकाशाचे आच्छादन सर्व जगावर पसरू लागले. आणखी एक दिवस समाप्त झाला. आपल्याला आम्रफळ देणाऱ्या राजपुत्राचे भेदक नेत्र एकलव्यास जाणवले. परंतु त्यास दृष्टिभेटीची इच्छा नव्हती. आपले संपूर्ण विश्व नष्ट झाले आहे असे त्यास वाटले.

* * *

दूर अंतरावरून सुयोधनाने त्या निषाद बालकाचे निरीक्षण केले आणि तो मित्राच्या कानात कुजबुजला, "मला इतकेच म्हणायचे आहे की, तुझ्या पित्याचे वर्तन निंदनीय होते." आपल्या सर्वोत्तम मित्राने नेमके सत्य सांगितल्यावर अश्वत्थाम्याचे मन खचले.

"ते असे वर्तन का करतात, हे मला उमजत नाही, सुयोधना. स्वगृही, ते कठोर पित्याप्रमाणे वर्तन करतात. परंतु त्यांचे मजवरील प्रेम मला जाणवते. त्यावेळी ते भिन्न व्यक्ती असतात. त्यांचे माझ्या मातेवरही प्रेम व माया आहे. ते जाणतात की, त्यांच्या कष्टार्जित धनातील काही भाग ती आपला भ्राता, कृपाचार्य यांना देते आणि ते तो द्यूतात उडवतात किंवा मित्र चार्वाकास देतात. चार्वाक हस्तिनापुराच्या द्ररिद्री वस्तीमधील द्ररिद्री जनांसाठी कार्य करतात. तात कधी कधी निष्ठुर होऊन मला चोप देतात. परंतु मध्यरात्री, मी निद्रित आहे असे त्यांना वाटते तेव्हा समीप येऊन ते माझे हळुवारपणे अवघ्राण करतात; तेव्हा त्यांच्या प्रेमाने माझा ऊर फुटून जाईल असे मला वाटते. त्यांना जाणून घेणे कठीण आहे. आम्हाला येथे सुखी आयुष्य मिळावे ह्यासाठी त्यांनी आपले बालपणीचे निवासस्थान आणि सर्व आप्तांचा त्याग केला. त्यांचे गुरू परशुराम ह्यांनी त्यांना सावधान केले की, क्षत्रियांशी संबंध हितकर ठरणार नाहीत आणि कुरू राजपुत्रांना शस्त्रास्त्रांचे विज्ञान देऊन ते ब्राह्मण कुळाचा विश्वासघात करतील. सुयोधना, त्यांची तत्त्वे आणि त्यांचे मूलभूत सज्जन मन ह्यात ही व्यक्ती विदीर्ण झाली आहे. एके दिनी त्यांचे मन त्यांच्या शिक्षणास पराभूत करेल आणि ते भार्गव परशुरामांची तत्त्वे कायमची नाकारतील अशी मला आशा आहे."

आपला भ्राता आणि गुरूपुत्र ह्यांचे संभाषण सुशासन ऐकत होता. त्याने प्रकटपणे व्यंगात्मक हास्य केले आणि म्हणाला, "अबोध ब्राह्मण बालका, तुझ्या पित्याच्या वर्तनाचे कितीही समर्थन कर, परंतु आमचे त्यांच्याविषयीचे मत बदलणार नाही. ते कठोर अन् विलक्षण आहेत. त्यांची तत्त्वे अतर्क्य आहेत. अर्जुनाची पाठराखण करण्याकरिता ते काहीही करतील. त्यांचे तुझ्यावरील प्रेम हा केवळ आव आहे. कधीकधी मला नवल वाटते, त्यांचा पुत्र तू आहेस की तो नतद्रष्ट पांडव? सज्जन म्हणे, हूं!"

"तुझे अमंगळ मुख मिटले नाहीस, तर गधड्या मी तुझे गलिच्छ, पीतवर्ण दंत पाडीन." सुशासनाच्या मुखावर मुष्टिप्रहार करण्याचा यत्न करीत अश्वत्थामा ओरडला. सुयोधनाने हस्तक्षेप केला नसता, तर तो त्यात यशस्वी झाला असता.

"आता, स्वगृही ये." पुढे गेलेल्या द्रोणांनी वळून आपल्या पुत्रास दटावले.

ते तीन किशोर अनिच्छेने चालू लागले. स्वगृही पोचताच, दीन निषादाप्रती केलेल्या वर्तनाविषयी पित्याशी विवाद करावा असे अश्वत्थाम्याने ठरविले. त्यांचा प्रकोप ओढवण्याचे संकट पत्करण्याची त्याची सिद्धता होती.

* * *

विस्तीर्ण भूप्रदेशावर तारांकित नभाचे आच्छादन होते. प्रासादातील दीपांमुळे दक्षिणेदिशेस नभ उजळून निघाले होते. अरण्यातील अंधारातून एक वन्यकुक्कुट आरवला- जणू

अरण्यपुत्राला स्वगृही बोलविण्यासाठी. किलबिलणाऱ्या विद्यार्थ्यांच्या आकृत्यांचे दूरवरील अंधाराच्या बिंदूत रूपांतर झाल्यानंतर एकलव्य स्थानावरून हलला. त्याचे हृदय क्रोध आणि द्वेषाने व्याप्त झाले होते. 'ह्या सर्वास जर कारणीभूत आहे. ह्याच्यामुळे दुर्दैव ओढवते. कुलहीन, गलिच्छ, दुर्गंधीयुक्त मूषक! गुरू उचित बोलले. ह्या कुलक्षणी प्राण्याने प्रथम आपले मुख दाखवले, तेव्हा मी मातापित्यास गमावले. नंतर ह्याने माझ्या कुटुंबात प्रवेश केला, तेव्हा माझा चुलता वारला आणि सहा मुखात अन्न भरविण्याचे दायित्व माझ्या चुलतीवर येऊन पडले. ह्याच्यामुळेच गुरूंनी मला नकार दिला. काय ते कुरूप मुख, काय तो गलिच्छ, अस्वच्छ देह. काय ती अस्वच्छ नखे आणि त्याच्या पायातील क्षतांमधून वाहणारा दुर्गंधीयुक्त स्राव! त्याच्यामुळे दुर्दैव का ओढवते हे कुणासही समजेल.''

नेमक्या त्याच क्षणी जराने एकलव्याच्या दुरवस्थेचा उपहास करण्याचे ठरविले, हे दुर्दैव! निषादकुमाराच्या स्वप्न भंगाने मनोरंजन करण्यास त्याने मर्कटासारखी आरोळी ठोकली. ''हा, हा, हा... मी तुला म्हटले होते तसेच झाले! चांगले शासन घडले. माझे ऐकले नाहीस. तुला वाटले तुझ्या कुरूप मुखाचा ते स्वीकार करतील. अरे त्यांनी त्या संपन्न आणि महत्त्वपूर्ण मनुष्याची प्रशस्ती असूनही त्या सूतास नकार दिला होता. कशी फजिती झाली!''

एक शिलाखंड नासिकेवर आपटताच जर किंचाळला. अल्पावधीतच, चकित होऊन मारलेल्या त्या आरोळीचे भययुक्त आक्रोशात रूपांतर झाले; कारण पाठोपाठ अनेक शिलाखंड अचूकस्थानी आपटू लागले. जराने रक्ताने भळभळलेले नाक धरले आणि तो धावू लागला. एकलव्याने त्याचा पाठलाग केला. एक अंतिम झेप घेत त्याने त्या भयचकित काळ्या पोरट्यास पकडले. क्रोध आणि वैफल्य एकवटल्याने तो जरास चोपू लागला, लत्ताप्रहार करू लागला. स्वत:चेच अवयव दुखू लागल्यानंतरच तो थांबला. त्या रक्तरंजित बालकास त्याने तसेच भणंग श्वानाप्रमाणे सोडून दिले आणि स्वत: अरण्यातील काळोखात आश्रय घेण्यास प्रयाण केले.

आकाश मेघांनी काळवंडले आणि पर्जन्यवृष्टीस प्रारंभ झाला. तरीही तो बालक हलला नाही. रक्तिम भूमीवर काही प्रहर पर्जन्य वर्षत राहिला आणि नंतर प्रात:कालापूर्वी त्याचे रिमझिम तुषारांत रूपांतर झाले. पूर्वेस आकाशाचा रंग पुसट राखाडी झाला, तेव्हा तो दुर्दैवी गोलक कण्हला आणि उठण्याचा यत्न करू लागला. कुठेतरी अरण्याच्या गर्भात एक रानटी पशू सरत्या रात्रीचा शोक करीत विव्हळला. हस्तिनापुरातील भटक्याश्वानांनी प्रतिसाद दिला. त्यांचे भुंकणे चहू बाजूंनी प्रतिध्वनीत होऊ लागले. जर निर्बल पायांवर उभा राहिला. त्याच्या पावलांखाली रक्तमिश्रित जलाचा गलिच्छ संचय झाला होता. त्याने स्वत:च्या विछिन्न देहाकडे पाहिले आणि त्याच्या घशात पशुवत हुंदका दाटून आला. ह्यावेळी प्रतिसाद आला तो दूरवरून- कदाचित वनामधून, पर्वतांमधून किंवा नगरीतील अरूंद धूलिपथावरून. त्याक्षणी ते लहान बालक नष्ट झाले आणि एका पशूचा जन्म झाला. आता केवळ उरले- जर आणि त्याची क्षुधा; अन्य कुणी नाही- ना रूढी बंधने, ना धर्मग्रंथ, ना कुलविचार. त्याच्या आणि त्याच्या क्षुधेआड काहीही येणार नव्हते. कोणताही

देव त्याच्या जगण्याआड येणार नव्हता. त्या पशूवर केवळ पाशवी अंत:प्रेरणेची सत्ता चालणार होती. जराने अरण्यात पाहिले. तेथे नागांची गुप्त सैन्यपथके होती. त्यांचा प्रिय नायक तक्षक एके दिनी हस्तिनापुराशी दोन हात करण्याची सिद्धता करीत होता, हे जरास ज्ञात होते. त्या प्रभावी नेत्याच्या नेतृत्वाखाली आपल्या ध्येयपूर्तीसाठी प्राण त्यागण्यास सिद्ध असलेल्या स्त्रीपुरूषांचा विचार त्याच्या मनी आला. नंतर त्याने राजप्रासादास सामावून घेतलेल्या विस्तीर्ण राजधानीस पाहिले आणि नंतर त्याने आपल्याप्रमाणे स्त्री-पुरूष जगण्यासाठी जिथे काहीही करतात त्या अंधाऱ्या कुटीरवस्तीकडे पाहिले. दैवाने त्याच्यापुढे दोन पर्याय ठेवले होते – तक्षकाच्या अधिपत्याखाली सन्मानपूर्वक मृत्यू आणि नायकपद किंवा हस्तिनापुराच्या कुटीरवस्तीत रडतकढत जीवन. प्रात:काली सूर्याच्या प्रथम किरणांनी ओलेत्या भूमीस स्पर्श केला आणि पक्ष्यांच्या कूजनास अरण्यात प्रारंभ झाला, तशी जराने निवड केली. त्याने अलौकिक मृत्यूऐवजी क:पदार्थ जगणे निवडले आणि हस्तिनापुराच्या दिशेने चालण्यास प्रारंभ केला.

***

दुसऱ्या दिवशी प्रात:काळी लवकर एकलव्य प्रशिक्षण प्रांगणाकडे परतला. काल रात्री जराशी केलेल्या वर्तनामुळे त्याला उदास आणि अपराधी वाटत होते. अर्धमेल्या अवस्थेत जरास जेथे सोडले होते ते स्थान त्यास सापडले. परंतु ते बालक तेथे नव्हते. त्या मूर्खाची काय अवस्था झाली असेल ह्याचा विचार करीत तो तृणक्षेत्रावर बसला. पूर्ण उजाडल्यानंतर त्याने दूरवर द्रोणांना पाहिले, ते राजपुत्रांना घेऊन प्रांगणाकडे येत होते. एकलव्य लपण्यासाठी वनराईकडे धावत गेला अन् दिसेनासा झाला. इच्छित ज्ञान मिळविण्याचा हाही एक मार्ग आहे असा विचार त्याच्या मनात आला. लपलेल्या स्थानावरून तो ते प्रशिक्षण पाहत बसला.

आरंभ असा झाला. त्या दिवसापासून वृक्षांमागे लपून तो निरीक्षणातून शिकत गेला. राजपुत्रांचा वर्ग संपल्यानंतर ते आपल्या सुखसुविधायुक्त निवासाकडे जात. त्यानंतर तो अरण्यपुत्र पाहिलेल्या गोष्टींचा सराव करी. काही मास मनापासून कष्ट घेतल्यानंतर त्यास आढळून आले की, आपणही अर्जुनाप्रमाणे सहजपणे लक्ष्यवेध करू शकतो. जेव्हा कौशल्याने एखादा तीर धनुष्यावरून सोडला जातो, तेव्हा ते धनुष्यधारी हस्त अस्पृश्याचे आहेत की, राजपुत्राचे ह्याची त्या तीरास तमा नसते. कुठलाही आपपरभाव न दर्शविता तो लक्ष्यभेद करतो. प्रत्येक रात्री केलेल्या सरावाने निषादास त्याच्या राजवंशीय स्पर्धकाच्या तुलनेत एक लाभ झाला. काळोखात तीर चालविण्यात तो तज्ज्ञ झाला. ध्येयप्राप्तीने एकलव्य भारून गेला होता. तो प्रात:कालापूर्वी जेमतेम काही तास निद्रा घेई.

ज्ञानार्जन करण्यात आणि जे पाहिले त्याचा अथकपणे सराव करण्यात अनेक दिवस गेले. प्रारंभी, जराच्या सहवासाची उणीव त्यास भासे. परंतु अल्पावधीतच तो त्यास सरावला. एका वर्षानंतर तर जणू जर अस्तित्वात नसावाच इतका सराव झाला. जराच्या प्रयाणानंतर योगायोगाने एकलव्याचे भाग्य फळले. उपहास करण्यास किंवा ‘एक अस्पृश्य

महान योद्धा बनणे अशक्य आहे' अशी टीका करण्यास कुणी नसल्याने एकलव्याचा नैसर्गिक आत्मविश्वास पुन्हा वृद्धिंगत होऊ लागला आणि तो अल्पावधीतच निष्णात पारधी बनला. आता तो कौशल्याने आणि गुप्तपणे सावजाचा वध करीत असे. त्यामुळे मुबलक अन्न मिळू लागले. दीर्घ काळपर्यंत त्याच्या कुटुंबास क्षुधेस सन्मुख जावे लागले नाही.

* * *

नगर आरोग्य विभागाचा मुख्य परीक्षक पुरोचनाने नासिकेवर उपरणे धरले. दुर्गंधी असह्य होती. धूपशलाकेच्या अतिरेकी सुगंधमयी प्रासादातून बाहेर पडून आता त्याने अमंगळ साम्राज्यात प्रवेश केला होता. तेथे रक्तशोषिका जळूकांप्रमाणे वक्राकार मार्ग होते; ओतप्रोत भरून ओसंडणाऱ्या अनाच्छादित वाहिन्या आणि मलसंग्राहिकेचे कार्य करणारे अरूंद पदपथ होते. हस्तिनापुराच्या राज्यकर्त्यांच्या मनात आपल्या राज्याचे जे अभिमानास्पद चित्र होते त्याहून कितीतरी भिन्न असे हे जग आहे हे पुरोचन जाणून होता. हस्तिनापुराच्या एका प्रभागात विलासी सदने, अजस्त्र वृक्षांच्या गर्द छायेतील मार्ग, सुवर्ण मंदिरे, रत्ने व रेशीम विक्रीची शोभिवंत आगारे आणि प्रतिष्ठित पुरुष अन् सुंदर स्त्रिया हे सर्व होते. असा प्रभाग केवळ स्वर्गातच असणे शक्य होते. परंतु ह्या दुसऱ्या भागात भारतवर्षातील नगरांचे अंधकारमय अंग होते. बहुसंख्य प्रजेचे येथे वास्तव्य होते. पहिला भाग केवळ मूकाभिनयाप्रमाणे होता–राज्यकर्त्यांनी प्रजेस दिलेल्या वचनांप्रमाणे निरर्थक आणि मिथ्या.

येथे परिजन, शकटे, विक्रेते, वराह, गायी, शेळ्या आणि अश्व सर्वांची अवकाशासाठी स्पर्धा चाले. येथील मार्गांचे स्वतःचे असे एक जीवन असे. त्यात ढकलाढकल, खेचाखेच, कर्कश ध्वनी, वार करणे आणि चुकवणे असा सतत कोलाहल असे. त्या मार्गांची स्वतःची एक लय असे. पुरोचनाने मुखावरील घर्मबिंदू पुसले आणि धाप विरेपर्यंत एका भग्न दीपस्तंभास टेकून तो उभा राहिला. तो दीपस्तंभ त्याच्या जन्माआधी कित्येक वर्षांपासून भग्नावस्थेत होता. मूषक पुरोचनाच्या पावलांवरून धावू लागले, तशी त्याने दचकून उडी मारली. एक गलिच्छ पोरटा त्याची त्रेधा पाहून हसला आणि एक भटके श्वान त्याच्यावर भुंकले. त्याने पुन्हा चालण्यास प्रारंभ केला. शकटांना चुकवत आणि याचकांचे व्याधिग्रस्त हात दूर सारत, मुखासन्मुख विक्रीवस्तू नाचवणाऱ्या उद्धट विक्रेत्यांना अपशब्द बोलत, हस्त आणि बाहूंच्या साहाय्याने जमावातून मार्ग काढत तो पुढे पुढे जात राहिला. एखाद दुसरा मनुष्य मिटल्या नेत्रांनी भित्तीजवळ उभा राहून मूत्रविसर्जन करताना दिसे. तेव्हा तो आपली दृष्टी अन्यत्र वळवी. काही पावलांवर, काही मनुष्य पुनःपुन्हा वापरलेल्या तेलात तळलेले तप्त खाद्यपदार्थ मिळविण्यासाठी भांडत होते.

पुरोचनाने त्या मार्गावरून अनेकवेळा प्रयाण केले होते, परंतु त्याचा कायम गोंधळ उडे. कुणाला मार्गदर्शनासाठी पृच्छा करण्यासाठी तो थांबू शकत नव्हता. आजचे कार्य गंभीर होते. पुन्हा थांबून त्याने योग्य दिशा आठवण्याचा प्रयत्न केला. डावीकडे कुठेतरी

मंदिराची घंटा किणकिणली आणि मंत्रपठणाचे पुसट ध्वनीतरंग त्याच्यापर्यंत पोहोचले. त्या दिशेस खचित जाणे नाही. उजवीकडे वळून तो पुढे चालला. मार्गातील वणिकपेठ पार करू लागला. पेठेत लिपीक, सेवक, भारवाहक, कारागीर, शकटचालक, गवंडी, कुंभार, माळी आणि अन्य कैकजण प्रात:काळपासून सायंकाळपर्यंत मार्गावर दाटी करीत; मोलभाव करीत; प्रतिदिनी आपल्या दैनंदिन संघर्षात जयापजयास सन्मुख जात. पुरोचनाची चाकरी ह्या परिजनांमुळे अस्तित्वात होती. ह्या परिजनांविना हस्तिनापुराच्या सुव्यवस्थित मार्गाचे गलिच्छ पथांमध्ये रूपांतर झाले असते. सुरचित उद्याने आणि मोठमोठी सदने ह्यांचे अस्तित्व लोपले असते.

क्वचित प्रसंगी पुरोचनास धनिकांच्या समारंभास आमंत्रित केले जाई. त्यावेळी त्यास उच्चभ्रू स्त्रिया नगराविषयी आणि शासकीय कर्मचाऱ्यांविषयी आक्षेप व्यक्त करताना दिसत. 'प्रशासन ह्या कुटीरवस्त्यांचे उच्चाटन का करीत नाही बरे? दृष्टीस किती खुपतात त्या!' कंठातील रत्नमालेस हळुवारपणे हाताळणाऱ्या एका स्त्रीची टिप्पणी त्याने ऐकली होती. तिला पटकन प्रत्युत्तर देण्याचा त्यास मोह झाला होता, "मूर्ख स्त्रिये, ह्या झोपडा नसत्या, तर तुझ्याकडून मिळणाऱ्या तुटपुंज्या वेतनात तुझा सारथी अन् उद्यानपाल कसे जगू शकले असते? त्या वस्त्या नाहीशा झाल्या, तर तुला सेविका तरी मिळेल का?"

परंतु शब्दही न उच्चारता त्याने केवळ सहानुभूतीपर मान डोलावली होती. प्रतिष्ठित परिजनांच्या त्या पत्नीना प्रत्युत्तर करण्यास तो धजावत नसे. पुरुषजन तर अधिक क्लेशदायी होते. आपल्या भूमीवरून ह्या कलंकाचे उच्चाटन करण्यास्तव अनेक योजनांचा ते उहापोह करीत. मदिरेचे दोन चषक प्यायल्यानंतर आपल्याइतके चातुर्य शासनास का नसावे ह्याचे नवल करीत. हे सर्व लोक वैयक्तिक चर्चेत आपल्या राष्ट्राचा तिरस्कार करीत आणि भीष्मांना किंवा महाराजांना दूषणे देत. क्वचित प्रसंगी आपल्या महान संस्कृतीस हीन पातळीवर आणण्यास कारणीभूत राज्ञीसही दूषणे देत. अशा परिजनांस पाहून पुरोचनास मौज वाटे. कारण जेव्हा परकीय मनुष्य टीका करीत तेव्हा हेच परिजन आपल्या राज्याच्या आणि धर्माच्या महानतेचे गोडवे गात- उन्मादाचा संशय यावा इतक्या आवेशाने! ह्या पुराणभूमीवरील पराकोटीचे दारिद्र्य आणि नेत्रदीपक संपत्ती पाहून परकीयांचे नेत्र विस्फारत, तेव्हा ह्यांना ते पटकन खटकत असे. हे भौतिकतावादी आणि संस्कृतीविहीन क्रूर मनुष्य आपले ध्यान केवळ अतिसुंदर मंदिरे आणि प्रासादावर का केंद्रित करीत नाहीत? सर्वांना ज्ञात होते की, परकीयांच्या जीवनात अधिक कौटुंबिक मूल्ये नाहीत. शिवाय ते नैतिकदृष्ट्या भ्रष्ट आणि अमंगल असतात. अशा मनुष्यांनी आपल्याला महानतेचे गुणवत्तापत्रक द्यावे हे हस्तिनापुराच्या रहिवाशांना अपेक्षित नव्हते. तरीही ह्या उच्चभ्रू लोकांना खंत वाटे की, हे परकीय कला-संगीतातील आपली उपजत आध्यात्मिकता का पाहत नाहीत आणि येथील प्रत्येक कर्मकांड आणि अंधश्रद्धेमागील वैज्ञानिक पाया का समजून घेत नाहीत? हे येथील दुर्गंधीयुक्त दरिद्री वस्तीत जाण्याचा आणि तेथील शूद्र रहिवाशांशी संभाषण करण्याचा अट्टाहास का करतात? त्यांनी इतकी आस्था का दर्शवावी?

अशा उच्च विचारांना मनात आश्रय देणारे परिजन केवळ हस्तिनापुरात होते असे नाही. काशी, कांचीपुरम, मुजरिस असो वा द्वारका ह्या इतर स्थानातील उच्चभ्रू आणि अतिधनिकांची वस्त्रे, भाषा आणि संवादशैली भिन्न असली तरी त्यांच्या मनातील कल्पना अशाच असत. परकीयांची मते काहीही असोत, भारतातील वैविध्य केवळ बाह्यस्तरावर होते. भारताच्या गाभ्यातील विचार आणि कृती यांमध्ये आश्चर्यकारक एकात्मता होती. पुरोचन मोठ्याने हसला. त्या अधिकाऱ्यास वाटले, ह्याहून गंभीर असे अन्य एक विश्व आहे. एक अदृश्य विश्व- जसे उद्यानातील अवजड शिळा उचलल्यावर खाली दिसते तसे. त्या शिळेखालीही जीवन असते. परंतु ते सभोवतालच्या जीवनाहून भिन्न असते. कृमी, अळ्या, जळुका आणि मुंग्या हे सर्व तिथे वळवळत असतात. हे बव्हंशी निरुपद्रवी जीव असतात - आपल्या योगक्षेमासाठी ते रात्रीच्या वेळी बाहेर पडतात. क्वचित त्यांमध्ये एखादा वृश्चिक असतो- विषारी पुच्छधारी!

शकुनीने स्पष्ट सूचना दिल्या होत्या- अशाच एका प्राणघातक डंखधारी वृश्चिकाची भेट घेण्याच्या. एकेकाळी त्याच्या नावाने मनुष्य भयकंपित होत असत. हस्तिनापुरातील धुलिपथात आणि धनिकांच्या धनाढ्य सदनात दोहोंमध्ये- दुर्जयाचे नाव ऐकताच संभाषण थांबे. प्रत्यक्ष उपस्थित न राहूनही शांतता प्रस्थापित करण्याचे सामर्थ्य त्याच्याकडे होते. उत्तेजन, उत्साह आणि भयमिश्रित कुजबूज होत राही. एकेकाळी दुर्जय हा मनुष्यरूपी कृमीसाम्राज्याचा सम्राट होता. हस्तिनापुरातील अदृश्य अशा अपराधी जगतामधील भिक्षुक, वारांगना आणि भुरटे चोर ह्यांच्या साम्राज्याचा तो अत्याचारी प्रमुख होता. अपराध हे त्याचे आयुध होते आणि दारिद्र्य ही ढाल. तो महत्त्वाकांक्षी मनुष्य होता. अवैध मदिरा निर्मिती, शर्विलक आणि भुरट्या चोरांच्या पथकांवर नियंत्रण, व्यावसायिक भिक्षुकांचे शोषण आणि वारांगनांचे जाळे ह्यातून होणाऱ्या प्राप्तीने तो संतुष्ट नव्हता. आयुष्यात महान यश प्राप्त करण्याची त्यास आकांक्षा होती. काही वर्षांपूर्वी हस्तिनापुराच्या विशेष सैनिक पथकाने त्याचे साम्राज्य जवळजवळ भुईसपाट केले होते. दक्षिण संयुक्त साम्राज्याशी भीषण युद्धाच्या अनागोंदी काळात दुर्जयाने पुन्हा वर्चस्व प्रस्थापित केले होते. परंतु परशुरामाशी शांतता करार झाल्यानंतर भीष्माने आपले ध्यान पुन्हा राजधानीकडे वळवले आणि दुर्जयासारख्या व्यक्तींसाठी पुन्हा कठीण काळ आला. भीष्माने स्वतः नगरातील गलिच्छ मार्गांवर तळ ठोकून अपराध सम्राटाचे साम्राज्य छिन्नविछिन्न केले. दुर्जय भूमिगत झाला आणि काळोखात राहून कालचक्र पुन्हा फिरण्याची प्रतीक्षा करू लागला.

या वृश्चिकास बाहेर काढून त्याच्या दंशास अधिक बल प्रदान करण्याची कामगिरी पुरोचनास पार पाडावयाची होती. हीच का ती वास्तु ? तो लठ्ठ मनुष्य चाचरला. त्याने आपले शिरवस्त्र सावरले आणि तो ताठ उभा राहिला. कटिवस्त्रात लपवलेली कटार चाचपली. अर्थात अपराध सम्राटाने त्यास समाप्त करायचे ठरवले असते तर त्या कटारीचा फारसा उपयोग झाला नसता. क्षणभर गंगातीरावरील जलवनस्पतीत अडकलेल्या स्वतःच्या रक्तरंजित देहाचे चित्र त्याच्या दृष्टिपुढे चमकून गेले. अशा अशुभ विचारांना त्याने दूर

सारले. मस्तक शांत ठेवून कार्य करणे आवश्यक होते. त्याने ते जर्जर द्वार हलकेच ठोठावले. ते अनिच्छेने करकरत उघडले. त्याच्यावर रोखलेले नेत्र दिसू लागले. त्या अर्धवट उघड्या द्वारातून बाहेर आलेली दुर्गंधी टाळण्यासाठी त्यास मुखाद्वारे श्वसन करावे लागले. ''मी पुरोचन, नगर आरोग्य विभागाचा प्रमुख निरीक्षक.'' त्याने अधिकारवाणीने सांगितले.

द्वार धाडकन मिटले. त्या हादऱ्याने संपूर्ण वास्तू थरथरली. अनिश्चित मन:स्थितीत पुरोचन मार्गावर उभा राहिला. तो परत जाण्यास वळणार इतक्यात द्वार पुन्हा उघडले आणि कुष्ठरोग्याचा एक विद्रूप हात धन घेऊन पुढ्यात आला. त्याने प्राथमिक आवर्तन जिंकले होते. तो मूर्ख मला प्रलोभनार्थ धन देण्यासही घाबरत आहे. गंभीर मुद्रेने उपकार करण्याच्या अविर्भावाने पुरोचनाने ते धन घेतले. ''दुर्जयास संदेश द्या की, त्याचे भाग्य बदलणार आहे. मी त्यास भेटू इच्छितो.'' द्वार पुन्हा मिटले. परंतु आता मात्र त्याला आत आमंत्रित केले जाईल ह्याविषयी पुरोचन नि:शंक होता आणि ते सत्य ठरले.

पुरोचनाने दुर्जयास प्रत्यक्ष पाहिले तेव्हा त्याचा भ्रमनिरास झाला. तो मनुष्य विरळ स्मश्रू आणि गर्द केसांसह लहानखुऱ्या देहयष्टीचा आणि सामान्य रूपाचा होता. पुरोचनास एखाद्या आक्रस्ताळी खलनायकाची अपेक्षा होती. त्या लठ्ठ अधिकाऱ्याने अपराध सम्राटाच्या वास्तव्य स्थानाची केविलवाणी अवस्था पाहिली – कोळीष्टके, भग्न आसने, छिन्न बैठकवस्त्र. एक कुबट गंध सर्वत्र व्यापून राहिला होता. पुरोचनाने स्मित केले. आपल्या अपेक्षेपेक्षा हे कार्य सहज संपन्न होईल.

''मी तुझ्याकरिता एक असा प्रस्ताव घेऊन आलो आहे जो तू टाळू शकणार नाहीस.'' तो आढ्यतेने म्हणाला आणि प्रतीक्षा करू लगला.

भावशून्य मुद्रेने दुर्जय तसाच बसून राहिला. पुरोचनाच्या काळजाचा ताल चुकला. त्या निर्मम गारगोटीसम नेत्रात पाहण्याचा अपराध त्याने केला होता. येथून उठून आपल्या कार्यालयात परत जावे असे त्यास वाटू लागले. तो परकीय आणि त्याची नतद्रष्ट मनोराज्ये गेली उडत!

''प्रस्ताव सांगा.'' वृश्चिक स्पष्टपणे इतकेच बोलला.

जे सांगावयाचे होते त्याचे पुरोचनास विस्मरण झाले. ''अंऽऽ... तुम्ही सर्वांनी पश्चिमाभिमुख होऊन प्रार्थना करावी... तू आणि तुझ्या सहकाऱ्यांनी...'' पुरोचनाने स्वत:चाच धिक्कार केला. हा भाग सर्वात अखेरीस सांगावयाचा होता. दुर्जयाने अविश्वासाने नेत्र विस्फारले. स्वत:ची गच्छन्ति होण्याआधी पुरोचनाने स्वत:स सावरले आणि तो आसनावर बसला. त्याने पायावर पाय टाकला आणि पाय थरथरू नयेत ह्यासाठी हात मांडीवर ठेवले. स्वत:च्या दुय्यमत्वाची भावना आता नष्ट झाली.

''तुला तुझे साम्राज्य पुन्हा स्थापन करण्याची इच्छा आहे का? गांधार देशावरून शस्त्रे आणि मादक पदार्थ गुप्तपणे येथे आणून ते नागांना विकण्याच्या कार्यात तुला सहभागी होण्याची इच्छा आहे का? दुर्जया, पुन्हा ह्या राज्यातील सर्वात भयावह मनुष्य

बनण्याची तुझी इच्छा आहे का?'' पुरोचनास अपराध सम्राटाच्या भावमुद्रेत बदलाची अपेक्षा होती.

सावकाश दुर्जयाच्या ओठांवर स्मित दिसू लागले. ''तुम्ही मदिरापान केले आहे की, तुम्ही उन्मनी स्थितीत आहात? साधा नगर निरीक्षक हे सर्व करण्यास मला साहाय्य कसे करणार? आपणास दिलेले धन घ्या आणि प्रस्थान करा.'' आपल्या भग्न आसनावरून उठून दुर्जय उभा राहिला.

पुरोचनही उठला. दुर्जय जाऊ लागला तसा तो म्हणाला, ''अधीर होऊ नको, दुर्जया. शकुनीचे नाव ऐकले आहेस का?''

ते ऐकताच दुर्जय थांबला. ''गांधार राजपुत्र?'' दुर्जयाने आश्चर्याने विचारले.

पुरोचनाचे भय समाप्त झाले. दुर्जयाने मदिरेची मागणी केली तसा एक बालक मदिरापात्र घेऊन आला. दोघेही मदिरेचे चषकामागून चषक रिते करत बारकाव्यांविषयक चर्चा करू लागले. तो बालक अनेकदा खाद्यपदार्थ आणि अधिक मद्य घेऊन आला.

''यास मी कुठेतरी पाहिले आहे.'' त्या सेवकाकडे पाहत पुरोचन अडखळत म्हणाला.

दुर्जयाचे शब्दोच्चार अजूनही स्पष्ट होते. ''शासनाने नाकारलेल्या परिजनांना मी चाकरी देतो. मी स्वप्नविक्रय करतो. तुम्हा उन्मत्त शासन कर्मचाऱ्यांना त्या परिजनांची तमा नसते. मी परिजनांना त्वरित न्याय देतो, तुम्ही तर एका प्रकरणाचा निर्णय देण्यास कित्येक वर्षे विलंब करता. तुम्ही दरिद्री मुलांना शिक्षण नाकारता आणि अशा मुलांना मी मरण्यापासून वाचवतो. ह्या जरासारख्या मूर्खांचे समूह अंधकारमय मागास प्रदेशामधून ह्या संपन्न नगरीकडे येतात. ते आपल्या ग्रामात परत जाताना सुवर्णरथात बसून जाण्याची स्वप्ने पाहतात. चाकरांची वरात घेऊन स्वगृही जाण्याची प्रत्येक नतद्रष्टाची इच्छा असते. त्यामुळे ग्राम न सोडणारे मूर्ख आपली असूया करतील असे त्यांना वाटते. मी त्यांच्या स्वप्नांचा उपयोग करून घेतो.'' दुर्जय हसला.

''आणि मुलींचे काय?'' पुरोचनाने आशाळभूतपणे विचारले.

''हा, हा! मुली...! त्यांची कथा भिन्न आहे. मित्रा ही स्वप्ननगरी आहे. येथे परिजन आपल्या स्वप्नातील जीवन प्रत्यक्षात जगण्यास येतात. मुली दारिद्र्यापासून दूर ह्या कला, नृत्य, काव्य नगरीत, हस्तिनापुराच्या चकचकाटात येण्यासाठी पळून येतात. सुंदर भ्रम! येथे येताना त्यांचे स्वप्न असते राजपुत्र किंवा धनिक वैश्यांच्या प्रासादात दासी बनण्याचे. केवळ मूठभर मुलींचे स्वप्न सत्यात उतरते. उर्वरित सर्व आम्हांसम शपथकांपाशी पोहोचतात किंवा विवृत्त पथांवर पोहोचतात – त्यांच्याकडील एकमेव संपत्तीचा वापर करतात. वृद्ध झाल्यानंतर त्या भिक्षुकी बनतात. क्षीण होऊन एक दिवस मरण पावतात. पुरोचना, स्वप्न पाहणारे स्त्री आणि पुरुष ह्या दोहोंचा मी उपयोग करून घेतो. त्या नीच शूद्राने, विदुराने, माझ्या मागावर सैनिक सोडण्याआधी असे कैकजण माझ्या पथकात होते.''

''मित्रा, आता सर्व परिस्थिती बदलेल.'' पुरोचन म्हणाला. अपराध सम्राटाच्या नेत्रात चमक दिसली तसा तो सुखावला.

''हो, तुमच्या रूपात सुदैव माझ्याकडे चालत आले आहे. तुमची भरभराट होवो ही इच्छा!'' त्याने चषक उंचावला.

अपराध सम्राट मद्यपानात गुंतला आणि पुरोचन त्या कक्षात ये-जा करणाऱ्या त्या लहान बालकाकडे पाहत राहिला.

१०. नाग

एक दिवस, मृगया करता करता, एकलव्य अरण्यात खोलवर गेला. तिथे तो ह्यापूर्वी कधीच गेला नव्हता. अरण्य अंबारीवर निस्तेज चंद्र चमकत होता आणि चंद्रकिरण पानांमधून खाली येऊन भूमीवर नक्षी तयार झाली होती. पर्वतावरून वाहणाऱ्या निर्झरापाशी तो पोहोचला तशी त्याला हलकी शीळ ऐकू आली. तत्क्षणी तो सजग झाला. ती शीळ एखादी पूर्वसूचना किंवा संकेताप्रमाणे भासली. एका वृक्षामागे लपून तो ऐकू लागला. परंतु कसलीच हालचाल झाली नाही. आशंकित मनस्थितीत तो प्रतीक्षा करू लागला. काही हालचाल दिसत नसली तरी त्याच्या अंतर्मनास संकटाची जाणीव झाली होती. 'कुणीतरी किंवा काहीतरी अभद्र माझ्यावर दृष्टी ठेवून आहे.' देहाच्या नसानसात तशी संवेदना झाली होती. दाट काळोखात लपलेल्याने प्रथम हालचाल करावी म्हणून तो प्रतीक्षा करीत होता. परंतु एक पानही हलले नाही.

"कदाचित मला भास झाला असेल." अशा विचाराने एकलव्याने बाहेर येण्याचे ठरवले. परंतु त्याच्या देहाने त्याच्या अंतर्मनाइतकी त्वरित क्रिया केली नाही. दोन पावले पुढे टाकताच त्याचे पाऊल एका पाशात अडकले आणि भूमीवरून वर उचलला जाऊन तो उंचावर उलटा लोंबकळू लागला. तो पाय सोडवून घेण्याचा प्रयत्न करीत असतानाच कित्येक मशालधारी मनुष्यांनी त्यास वेढले.

एका कृष्णवर्णी मध्यमवयीन मनुष्याने निकट येऊन एकलव्यास निरखून पाहिले. त्या मनुष्याचे मुख व्रणयुक्त होते आणि त्याच्या भाळावर एक कुरूप व्रण होता. तो एकाक्ष होता आणि लंगडत चालत होता. "नाग भूमीमध्ये स्वागत असो." तो हसून म्हणाला तशी त्याच्या तीक्ष्ण दातातील मोठी फट दिसली. ते दात नागसर्पाच्या सुळ्याप्रमाणे दिसत होते. लांबुडके-निमुळते वदन आणि काचसदृश चकचकीत डावा नेत्र ह्यामुळे तो सर्पसदृश दिसत होता. "सोडवा ह्याला." त्याने आज्ञा केली.

एकलव्याचा थरकाप उडाला. अंतकाळ समीप आला असे वाटून त्याने तलवारीचा वार सहन करण्यास दंतपक्ती आवळल्या. एका मनुष्याने टांगलेली दोरी कापली तसा तो पालथा आपटला. हास्य ऐकत त्याने उठण्याचा प्रयत्न केला. त्याच्या देहातून सरसरून कळ उठली. त्याच्या मुखावर रक्त होते. दणकट हातांनी त्यास उठवले. त्याने मुक्त होण्याचा प्रयत्न करताच सर्वजण केवळ हसले. ज्वाळा फरफरल्या आणि छाया त्याच्याभोवती नृत्य

करू लागल्या; तशा त्या लहानशा विवृत्त प्रभागावर विलक्षण नक्षी तयार होऊ लागली. सर्व मनुष्य निर्झरापाशी चालत गेले आणि त्यांनी एकलव्यास आत फेकले. दाहयुक्त त्वचेस ते पाणी हिमवत् शीतल वाटू लागले. त्यांनी त्यास पुन्हा पाण्याबाहेर काढले, तेव्हा प्रतिकाराचा प्रयत्न न करता त्या बांधकांसह तो चढ्या डोंगरावर चढू लागला. त्यांच्यातील एकजण पुढे होत भूमीवरील झुडुपे तीक्ष्ण पात्याने कापत चालला आणि उर्वरित सर्व एकत्रितरीत्या त्याच्या पाठोपाठ चालू लागले.

कुणीच बोलत नव्हते. एकलव्यास शांतता असह्य झाली. ''कोण आहात तुम्ही?'' अखेर त्याने धाष्टर्याने विचारले.

''हस्तिनापुराचे महाराज.'' एकाक्ष प्रमुख उत्तरला. त्याच्या सहकाऱ्यांनी गडगडाटी हास्य केले. ''अर्थात, मी अर्ध अंध असल्याने मी अर्धा राजा आहे.'' तशा भयावह स्थितीतही एकलव्यास गंमत वाटली. ''पुत्रा, मीच तो भयंकर कालिया. माझ्याविषयी कथा ऐकल्या असशील तू. कृष्णाने मला पराभूत केले होते. सहस्त्रफणी सर्पाचा पराभव करण्याच्या त्याच्या पराक्रमाची अनेकजण स्तुती करतात. तो सर्प मीच.''

चालताचालता एकलव्यास दृष्टिसमक्ष एक प्रांगण दिसले. तेथे नागांचा भयंकर वेष परिधान केलेल्या दहा-बारा योद्ध्यांसमवेत उभ्या तक्षकास पाहून त्याचा ऊर धडधडू लागला. एक वृद्ध मनुष्य शेकोटीजवळ बसला होता. सभोवताली अनेक पर्णकुट्या होत्या. अनेक स्त्रियांचे समूह वार्तालापात मग्न होते. काहीजणी शिशुंना डोलावत होत्या. शिशुगण आक्रंदन करीत होता, तर बालके किंचाळत-ओरडत इतस्तत: धावत होती. काही युवक नाचून-गाऊन अन्य समुहातील युवतींना प्रभावित करण्याचा प्रयत्न करत होते. इतर मनुष्य मद्य गाळत होते आणि मांस भाजत होते. तक्षकाचा हा विद्रोही तळ भीषण भासला नाही.

येणारा समूह पाहताच तक्षक उभा राहिला. कालियाने लवून प्रणाम केला. आपणही तक्षकापुढे लवावे की नाही अशा द्विधा मनस्थितीत एकलव्य उभा राहिला. अखेरीस त्याने मान लववली, तशी त्या सुस्वरूप नाग प्रमुखाच्या मुद्रेवर स्मितरेखा चमकून गेली. ''देवा महादेवा! पहा, कोणाचे आगमन झाले? एकलव्या, नागांच्या ह्या साध्यासुध्या वस्तीत तुझे स्वागत आहे.''

शेकोटीनजीकच्या वृद्ध मनुष्याने एकलव्याकडे पाहिले आणि मस्तक हलवून त्वरेने तो अन्यत्र पाहू लागला. स्मित करीत एकलव्यास अलिंगन देण्यासाठी तक्षक पुढे सरसावला, परंतु एकलव्य मात्र ताठरपणे उभा होता.

''मला येथे का आणले आहे?'' एकलव्याच्या स्वरात भयाहून अधिक संताप जाणवत होता.

''कारण, तुझे स्थान येथे आहे. स्वगृही स्वागत असो, एकलव्या!'' तक्षकाच्या स्मिताचे हास्यात रूपांतर झाले.

काही बालकांना ह्या नवोदित व्यक्तीत आपल्या क्रीडेहून अधिक स्वारस्य वाटून ती कुतुहलाने एकलव्याभोवती उभी राहिली. काही शूर मुलांनी एकलव्यास टोचण्यातही यश मिळवले आणि त्याच्या उद्वेगाच्या आणि संकोचण्याच्या प्रतिक्रियेवर ती खुदखुदली.

"कालिया, ह्यास पकडणे कठीण गेले का? ह्याच्या मागावर कैक दिवस आहेस तू - किती?... पंधरा... वीस?"

कालियाने एकलव्यास रोखून पाहिले. "एक मासाहून अधिक काळ लोटला, तक्षका. हा उपजत योद्धा आहे, कायम सजग असतो. ह्याच्या दृष्टिआड राहणे कठीण होते. एखाद-दुसऱ्या प्रसंगी ह्याने आम्हास पाहिलेच असते. ह्याचा लक्ष्यवेध प्रभावी आहे आणि सभोवतालच्या परिसराचे ह्यास उत्तम आकलन आहे. ह्यास प्रशिक्षण देऊन महान योद्धा बनविता येईल." शेकोटीनिकट बसलेल्या वृद्ध मनुष्याने सौम्य कुतुहलाने वर पाहिले.

"मला येथे बलपूर्वक का आणले आहे ह्याची कल्पना कुणी देईल का?" एकलव्याचा संताप उद्रेकाच्या पातळीप्रत पोहोचला. परंतु त्याच्या स्वरातील तीव्रतेचा त्या समूहावर काहीही परिणाम झाला नाही. काहीजण कोपले आणि काहींनी त्या निषादास पाठीमागून ढोसले.

"समजेल, मित्रा, योग्य समयी समजेल! संयम बाळग. काही उद्देशाने तुला येथे आणले आहे. तुझ्याकरवी मोठे कार्य करवून घेण्याची माझी इच्छा आहे. मी तुझे धनुर्विद्येचे कौशल्य पाहिले आहे. शिवाय तू आमच्यापैकी एक आहेस. आम्ही एका महान उद्देशाकरिता लढत आहोत. तुझ्यासम शक्तीमान युवक ही क्रांती प्रगतीपथावर नेतील." तक्षकाची दृष्टी त्या वृद्ध मनुष्यावर पडली तसे त्याने आपले अलंकारिक भाषणसत्र मध्येच थांबवले. "अश्वसेना!" त्याने पाचारण केले. एका युवकाने पुढे होत लवून प्रणाम केला. "एकलव्या, हा अश्वसेन. हा आता तुझे पालनपोषण करेल आणि कदाचित भविष्यातही."

ग्रामाच्या सीमेपाशी उद्भवलेल्या कोलाहलाने त्यांच्या संभाषणात खंड पडला. दोरखंडाने बांधलेल्या काही परिजनांस नाग योद्धे खेचून आणत होते. संपूर्ण ग्राम हे दृश्य पाहण्यासाठी धडपडू लागले. एखाद-दुसऱ्या सुस्थितीतील मनुष्यास वगळता सर्व बंदीजन कनिष्ठ मध्यमवर्गीय वाटत होते. ते साधेसुधे, किरकोळ, कष्टाळू, प्रामाणिक नागरिक वाटत होते- नीरस आणि एकसुरी; आपापल्या साध्यासुध्या सदनात क्रूरकर्मा आणि बाह्य जगात सौम्य आणि विनम्र. त्यांच्या नेत्रात शुद्ध भय दिसत होते. ग्रामवासी त्यांना ढकलत होते. आपल्या दुर्दैवी समपदस्थांचे केस खेचण्यात स्त्रियांची स्पर्धा सुरू होती आणि बालके गंमतीने बंदिवानांवर मुष्टिप्रहार करीत होती. व्याधिग्रस्त श्वान त्या समुदायासोबत पळू लागले; भुंकत, दात विचकत त्या गदारोळात भर टाकू लागले. एका बंदी स्त्रीच्या हातातील शिशु कुणीतरी खेचून घेतले आणि त्यानंतर काही काळ ते शिशु गर्दीत उडवले जाऊ लागले. भयकंपित मातेच्या करुण आक्रोशाने जमाव मदोन्मत्त झाला.

तक्षक आणि अश्वसेन गर्दीपाशी धावले. एकलव्यही त्यांच्या पाठोपाठ जाणार इतक्यात अग्निनजीकच स्थित त्या वृद्ध मनुष्याने त्याचे मनगट पकडले. "पळून जा! हे स्थान घातक आहे. तो मनुष्य माथेफिरू आहे आणि त्याने आमच्या जनतेस उन्मनी बनविले आहे. आताच पळून गेला नाहीस, तर भविष्यात पुन्हा कधीच जाऊ शकणार

नाहीस. बाहेर पड. तुलाही ह्या सर्वांत सामावून घेण्याआधी पळून जा.''

एकलव्याने आश्चर्याने त्या वृद्ध गृहस्थास पाहिले. त्याचे बहुसंख्य दात पडलेले होते आणि त्याच्या मस्तकावर शुभ्र केसांचे अवशेषस्वरूप काही पुंज होते. तो अशक्त दिसत होता. परंतु तो अशक्तपणा वयामुळे आलेला नव्हता तर जीवनातील चिंतेमुळे आलेला होता. ''महोदय, कोण आहात तुम्ही? तक्षकासंघात संमीलित होण्यापासून मला का रोखता आहात?'' एकलव्याने विचारले.

''पुत्रा, अग्निशी खेळू नको. द्वेषाने तुझे मन कलुषित करण्यापूर्वी आणि क्रोधाने तुला अंध करण्यापूर्वी निघून जा. तक्षकास वाटते तितके हे जग दुष्ट नाही, शिवाय तो राजा झाल्यानंतर ह्या जगाचा स्वर्गही होणार नाही. तू युवा आहेस. अशक्यप्राय स्वप्नांचे विक्रेते तुला विचलित करतील. आताच बाहेर पड!''

''महोदय, तुम्ही कोण?'' एकलव्याने पुन्हा विचारले. परंतु वृद्ध मनुष्य मौन राहिला.

जमाव नियंत्रणाखाली आला होता. बंदिजनांना ग्रामाच्या केंद्रभागी आणले गेले. वेळूच्या एका तात्पुरत्या मंचावर तक्षक स्थानापन्न झाला आणि त्याच्यापासून काही अंतरावर बंदिवान एकत्र बंधस्थितीत उभे राहिले. आता कदाचित न्यायनिवाडा होणार असावा. सभोवतीने ग्रामवासी बसले. काही उत्तेजित व्यक्तींनी अपशब्द ओरडण्यास प्रारंभ केला. एकलव्याचा नियुक्त मार्गदर्शक अश्वसेन त्या जमावातून धावत त्याच्यापाशी येऊ लागला. पुन्हा एकदा वृद्ध मनुष्य फुत्कारला, ''मूर्खा, तुला समजत नाही का? पळ आता. पळ; अन्यथा तुझे जीवन कधीच पूर्वीप्रमाणे राहणार नाही.''

काय करावे हे एकलव्यास उमजेना. ह्या वृद्धाचा उपदेश ऐकावा असे एक मन म्हणत होते. परंतु क्षणोक्षणी वाढणारे कुतुहल त्या मनावर कुरघोडी करीत होते.

अश्वसेन एकलव्याजवळ जाऊन थांबला. श्रम आणि उत्साहाने तो धापा टाकू लागला. ''चल, ह्या द्रोह्यांचा न्यायनिवाडा तू पाहावास अशी प्रमुखांची इच्छा आहे.''

निराशेने मस्तक हलवीत बसलेल्या वृद्धास पाहून क्षणभर एकलव्य चाचरला, परंतु त्याने त्याच्याकडे दुर्लक्ष करण्याचा निश्चय केला. 'कदाचित हाच उन्मनी असावा' त्या निषादास वाटले आणि न्यायनिवाडा पाहण्यास तो त्या नाग युवका मागून निघाला. ''अश्वसेना, हा वृद्ध मनुष्य कोण आहे?'' त्याने सोबत्यास विचारले.

''अंहं, त्याच्याकडे ध्यान देऊ नको. तो भ्रमिष्ट आहे. एकेकाळी तो नागांचा राजा होता. त्याचे नाव आहे वासुकी. ह्याच मूर्खाने आमची वारसागत संपत्ती उधळली आणि आमचे राज्य गमावले. तो शांतता व तत्सम गोष्टींविषयी बडबड करीत राहतो. आमचा प्रमुख उदारहृदयी आहे म्हणून हा जीवित आहे. आपल्या ध्येयासाठी लढण्यास इच्छुक नसल्यास नाग परिजनांची काय अवस्था होईल ह्याचे उदाहरण दाखविण्यासाठी आमच्या प्रमुखाने ह्या वेडा वासुकीस जीवित ठेवले आहे. हा मनुष्य म्हणजे एक प्रहसनविषय आहे. त्याच्या बरळण्याकडे ध्यान देऊ नको.''

न्यायनिवाड्याच्या संयोजित स्थळी ते पोहोचले. एका ओंडक्यावर काही मनुष्य आधीच बसले होते. तेथे येऊन बसण्यास तक्षकाने एकलव्यास खुणावले. त्या मनुष्यांनी किंचित सरून एकलव्यास सामावून घेतले. उजव्या स्कंधावर नग्न तलवार पेलून कालिया स्मित वदनाने उभा होता. त्या नागाच्या नेत्रातील चमक पाहून एकलव्य शहारला.

त्या समुदायातून एक मध्यमवयीन मनुष्य पुढे आला; त्यासरशी तत्काळ शांतता पसरली. त्याने तक्षकास आणि एकलव्याच्या उजवीकडे बसलेल्या समूहास लवून प्रणाम केला. ''जन न्यायालयाचे न्यायाधीश महोदय, आपल्या महान ध्येयाचा घात करणारे देशद्रोही इथे उपस्थित आहेत. त्यांच्यासाठी दंड निश्चित करण्यासाठी आपण इथे उपस्थित आहोत. सर्वात उजवीकडे स्थित मनुष्याने आपल्या ध्येयाप्रति सर्वाधिक हानी केलेली आहे. न्यायाधीश महोदय, हा आहे हस्तिनापुराच्या उपनगरातील सूर्यनगर ग्रामातील विश्वासघातकी ब्राह्मण शिवरामचरण. ह्यास दंड द्यावा.''

एका वृद्ध मनुष्यास पुढे ढकलण्यात आले. त्या उंच व कृश मनुष्याने त्याचे मस्तक अभिमानाने ताठ राखले होते. तक्षकाकडे तिरस्काराने पाहताना त्याच्या नेत्रात भयाचा लवलेशही नव्हता.

''न्यायाधीश महाराजांना प्रणाम कर.'' एक रक्षक ओरडला. त्या वृद्धाने तशी काहीही हालचाल केली नाही. तसे त्या रक्षकाने त्याला आपल्या तलवारीच्या मुठीने चोप दिला. तो माणूस निर्विकार मुद्रेने निश्चल उभा राहिला, आपल्या भाळावरील रक्तप्रवाह पुसण्याचे कष्टही त्याने घेतले नाहीत.

''ह्या मनुष्याने आपल्या कुलधर्माचे पालन न करता वयाच्या साठ वर्षांपर्यंत अनैतिक आचरण केले आहे. ह्यास अपरिमित कृषिक्षेत्र वारशाने मिळाले. त्याच्या पूर्वजांनी काही पिढ्यांपूर्वी नागांना फसवून ती भूमी मिळविलेली होती. हा मनुष्य सेवकांप्रति कायम अपशब्द वापरतो, क्रूर वर्तन करतो. ह्याच्या वर्तनास कंटाळून ह्याच्या सेवकांनी पलायन केले आणि आपले सन्माननीय प्रमुख नहुष ह्यांच्या नेतृत्वाखाली सैनिकांचे पथक प्रथम स्थापन केले. आमचे पथक विजयी होऊ पहात आहे हे समजल्याने ह्या दुर्जन मनुष्याने गत पंधरा वर्षांपासून स्वत: ह्या पृथ्वीवरील सर्वाधिक कृपाळू मनुष्य असल्याप्रमाणे वर्तन केले. ह्याने यादव वंशाच्या बलराम नामक दुर्जनाशी संगनमत करून ह्याच्या ग्रामात विविध कलाकौशल्यांची प्रशिक्षण केंद्रे स्थापन केली. हा आपल्या ध्येयापासून आपल्या परिजनांना परावृत्त करू पाहतो. त्यासाठी त्यांना कलाकौशल्य आणि वाणिज्य ह्यांचे प्रलोभन दाखवतो. शासनाने ह्यास मोठ्या प्रमाणात अनुदान उपलब्ध करून दिले आहे. ह्यावरूनही हे कटकारस्थान आहे हे सिद्ध होते.''

''अन्य एक विचित्र सत्य आहे. अर्थात आपल्या शत्रूची सत्य प्रवृत्ती समजून घेतल्यास हे विचित्र वाटणार नाही. हा मनुष्य सर्व परिजनांस समान महत्त्व देतो. आपल्या जनलढ्यास अधम ठरवणाऱ्या परिजनांचे संख्याबळ खरोखर आश्चर्यकारक आहे. त्यात बलरामाचा समावेश आहे- जो साधुसंत असण्याचा आव आणतो- अहंकारी कुरू अधिपती भीष्माचा समावेश आहे; विक्षिप्त ब्राह्मण कृप, नास्तिक चार्वाक,

विश्वासघातकी नाग व अन्य कैकजणांचा समावेश आहे. ही विचित्र सूची प्रदीर्घ आहे. स्वत:च्या कुलबांधवांचा तीव्र विरोध पत्करूनही ह्या मनुष्याने हे सर्व केले आहे. ह्यामुळे हा तत्त्वहीन आणि नीतीशून्य आहे हे सिद्ध होते. ह्यातून आम्हासही एक पाठ मिळतो, आपले शत्रू कितीही नीच स्तराप्रत जाऊन असंभाव्य सहकाऱ्यांच्या साहाय्याने सामान्य जनांच्या हितास बाधा आणू शकतील.''

त्या मनुष्याने भाषण थांबविले आहे, ह्याची नोंद एकलव्याने घेण्यास एक क्षणभर जावा लागला. ह्या युक्तिवादाच्या मागील वेड्यावाकड्या तर्काने तो बधीर झाला होता. परंतु सभोवतीच्या परिजनांपैकी कोणासही असे आश्चर्य वाटलेले दिसत नव्हते. तो वृद्ध ब्राह्मण अजूनही उन्नत मस्तकाने उभा होता. त्याच्या मुखावर तिरस्कार ठळकपणे दिसत होता. त्या बंदिवानांमधील सुखसंपन्न भासणारा एकमेव मनुष्य हुंदके देऊ लागला. त्याचा थुलथुलीत देह क्षोभाने थरथरू लागला. इतर स्त्री पुरुष विव्हळू लागले. परंतु एकलव्यास विश्वास होता की, ते प्रदीर्घ भाषण त्यांना समजलेले नाही. तसे पाहता, विद्रोह्यांपैकी किती जणांना त्या युद्धाच्या प्रयोजनाचे आकलन झाले आहे, ह्याची त्यास शंका होती.

आसनावरून उठून तक्षक येरझाऱ्या घालू लागला. परिजन अपेक्षेने त्यास पाहू लागले. अल्पावधीतच कुजबुजीचे रूपांतर गोंगाटामध्ये झाले. परंतु तो अनियंत्रित होण्याआधीच तक्षकाने हात उंचावले, तसा जमाव शांत झाला. ''हा मनुष्य आपल्या परिजनांचा शत्रू आहे. आपण एकेक करून अशा सर्व शत्रूंना अटक करू आणि त्यांना नष्ट करू. आपले युद्ध हे जनयुद्ध आहे. धर्म, धन, जात, भाषा, त्वचावर्ण किंवा कुल ह्यांच्या आधारे होणाऱ्या भेदाभेदाविरूद्धचा लढा आहे. तुम्हांस वाटेल की, ह्या वृद्धाने काही दीन जनांस शिक्षण दिले; रूग्णालये उभारण्यास अर्थसाहाय्य करून औषधे वाटण्याची व्यवस्था केली. आणि काही प्रशाला उभारल्या- जेथे काही जणांना किरकोळ हस्तकौशल्ये शिकविली गेली; त्यामुळे हा सज्जन मनुष्य असावा. परंतु तुम्हांस ह्या सर्वाचे सत्य स्वरूप समजत नाही, म्हणून तुम्हांस असे वाटते.''

''असे शत्रू आपल्या ध्येयास मारक आहेत. ह्याच्या शिक्षणात वर्ण आणि जाती विषयक शिक्षणाचा समावेश असतो. आपण ह्यांचे कायम सेवक बनून राहावे अशा विशिष्ट कल्पना ह्या शिक्षणाद्वारे आपल्या मनात रुजवल्या जातात. कामगारांच्या सुस्वस्थ आरोग्यासाठी ह्याने रूग्णालयांची स्थापना केली - ज्यायोगे ते कामगार अधिक कष्ट करून ह्यांना धन मिळवून देतील. गलेलठ्ठ वणिकांना वस्तू विकण्यासाठी ह्यास विनावेतन कामगार मिळावेत आणि ह्याचे भांडार भरावे म्हणून ह्याने प्रशिक्षण केंद्रांस प्रारंभ केला. ह्यांचे प्रथम उत्पादन कोणी विकत घेतले? ह्या रडणाऱ्या ह्या स्थूल वणिकाने. त्याच्याकडून वस्तू कोणी विकत घेतल्या? बलरामाने. त्यानंतर त्याने ते परकीयांना विकून अधिक धन कमावले. ब्राह्मणांनी समुद्रपर्यटनावर बंदी आणली. तरीदेखील ह्या मनुष्यांनी ती समाप्त केली. धनप्राप्तीसाठी सर्वाधिक कठोर नीतिनियमांचा भंग करण्यासही हे उत्सुक असतात. बलरामाचे उदाहरण घ्या. तो समुद्रानजीक एक सुवर्णनगरी वसवीत आहे. तो आणि त्याचे परिजन गगनचुंबी हस्तिदंती महालात राहतील तर आपल्याप्रमाणे परिजन- ह्या मातीचे

चाकर आणि अरण्यपुत्र- दारिद्र्यात खितपत पडून राहू. ते रूप्याच्या तबकातील मिष्टान्ने खातील तेव्हा आपण कंदमुळे खात असू. ते रेशमी वस्त्रे परिधान करतील, तर आपल्या स्त्रियांना लज्जारक्षणार्थ केवळ लक्तरे नेसावी लागतील. *त्यांच्याकडे वैभवशाली प्रासाद आणि शयनासाठी मृदू शय्या असतील, आपल्याकडे दुर्गंधीयुक्त गुहा आणि क्लांतमस्तके विसावण्याकरिता कठीण कातळ असतील.*"

सभोवतालच्या मनुष्यांवर झालेल्या परिणामाचा आनंद घेण्यासाठी तक्षक थबकला. त्यांच्यामधील अस्वस्थता, क्षोभ वाढत चालला होता. तो पुढे म्हणाला, "परंतु ह्यांना संपन्न कुणी केले? ते प्रासाद आणि उद्याने, ते रथ, ते पदपथ आणि प्रशस्त मार्ग, ती शिल्पसंपन्न मंदिरे कोणी बांधली? आपल्यासम परिजनांनी. आपले घर्मबिंदू आणि रक्त ह्यांमुळे त्यांना सुखसोयी मिळतात. त्यांचा ते उपभोग घेतात. लक्षात ठेवा, तुमच्या प्रत्येक कृतीमुळे आपल्या शत्रूचे हात बळकट होतात. तुम्ही त्यांच्या भांडारात भरलेली प्रत्येक मुद्रा ते तुमचे शोषण करण्यास वापरतात. माझ्या सहकारी नागांनो, वानर, यक्ष, किन्नर, गंधर्व आणि असुरांनो – युद्धास आताच प्रारंभ होत आहे!"

तक्षकाच्या भाषणाने जमाव क्रुद्ध होत असल्याची जाणीव एकलव्यास झाली. अंतिमतः तक्षकाने नाट्यपूर्ण उसंत घेतली आणि तारस्वरात तो ओरडला, "ह्या नतद्रष्टांनी आम्हांस सेवक म्हणून राबवावे ह्यासाठी ह्या नतद्रष्टांना जिवित ठेवावे काय?"

"नाऽऽ हीऽऽ..."जमाव एकमुखाने ओरडला.

"आपल्या भगिनींचे वस्त्रहरण व्हावे का? शिशु क्षुधार्त राहावेत का? आपले जन निर्वासित व्हावेत का? आणि ह्या शोषणकर्त्यांनी, ह्या धनिक वराहांनी, सुखसंपत्तीत लोळावे का?"

"नाऽऽ हीऽऽ..."

"मग, ह्या द्रोह्यांचे काय करावे?" तक्षकाचा स्वर मंद झाला – रेशमाप्रमाणे हळुवार झाला. परंतु दुसऱ्याच क्षणी तो गर्जला, "मित्रांनो, आता ह्या द्रोह्यांचे काय करावे?"

"वध करा, वध करा!" जमावाने प्रतिगर्जना केली.

'वध करा! वध करा!' चा घोष अत्युच्च बिंदूस पोहोचला.

तक्षक आरोपींकडे वळला. "जन न्यायालयाने न्याय दिलेला आहे. त्या न्यायाची कार्यवाही केली जाईल."

त्या अभागी स्त्रीपुरुषांच्या करुण किंकाळ्यांनी जमावातील जल्लोष मंदावला नाही. जमावाने त्या वृद्ध ब्राह्मणास ढकलून गुडघे टेकण्यास भाग पाडले. कालियाने तलवार उचलली, तसा तो मनुष्य देवाचे नाव घेऊ लागला. सप्पकन वार करत कालियाने त्या वृद्धाचे मस्तक उडवले. त्या मस्तकविहीन देहातून रक्ताची धार लागली. कापलेले मस्तक भूमीवर गडगडत जाऊ लागले– जणू त्यात अजूनही प्राण असावा. ते एकलव्याच्या पावलांसमीप येऊन थांबले. भयाने एकलव्याचा थरकाप झाला. त्या वृद्धाचे निष्प्राण

नेत्र एकलव्यास पाहू लागले. हे नेत्र भविष्यातही त्यास दीर्घकाळ झपाटणार होते. त्या मनुष्याचा देह आचके देऊ लागला, तेव्हा कुणीतरी त्यावर पाय ठेवला.

''जनक्रांतीचा विजय असो.'' कालिया ओरडला.

सहस्त्र स्वरांनी त्यास प्रतिसाद दिला. त्या उन्मत्त जमावाने एकेका बंदिवानास पुढे ढकलले आणि कालिया व त्याच्या सैनिक पथकाने निर्दयतेने त्यांचा शिरच्छेद केला. अंतिमत: केवळ स्थूल वणिक उरला. कालियाने शासन करणेसाठी त्यास पुढे ओढले. त्याने दयायाचना केली, प्राणाऐवजी स्वत:ची सर्व संपत्ती त्याने तक्षकास देऊ केली. तक्षकाने अंतिम क्षणी त्या वणिकाच्या शिरच्छेदाची कार्यवाही थांबविली तसा जनसमुदाय शांत झाला. ''मित्रांनो, आम्हा दीनजनांना फसवून मिळवलेली संपत्ती हा आम्हास देऊ करत आहे. ती घेऊन ह्यास मुक्त करावे का?''

''नाऽऽ हीऽऽ...'' जमाव ओरडला. परंतु त्याचा सूर किंचित साशंक होता.

एकमेव स्वर ओरडला ''हो!''. कोण बोलले हे पाहण्यासाठी सर्व मस्तके वळली.

''हो?'' तक्षकाने विचारले. ''हो? कोणास हवे ते कलंकित धन? कोण म्हणाले 'हो?' पुढे ये. मला त्याचे अभिनंदन करावयाचे आहे.''

भयभीत होत जमाव शांत झाला. कुणीच हलले नाही. जमावातून कुजबुज उमटू लागली, तसा कालिया गोंधळला. त्यानंतर तक्षक बोलू लागला, ''आपल्या युद्धासाठी शस्त्रे, मनुष्य आणि निधी आवश्यक आहे. तो कोण पुरवील? व्यापारासाठी आपल्या मनुष्यांचे शोषण करणारे! अन्य कोण? हे वणिक आणि व्यावसायिक त्यांच्या स्वकीयांविरोधातील युद्धासाठी आम्हांस निधी पुरवतील. ते धन आपण युद्धासाठी वापरू. आपण ह्या बंदी नतद्रष्टाच्या सुटकेकरिता धनाची मागणी करू. आपण ह्याचा उपयोग करू आणि ह्याचे रक्त शोषू. जेव्हा हा आपल्यासारखाच निर्धन होईल तेव्हा जनन्यायालय त्याला शासन करील. ह्याला घेऊन जा. न्यायालयाचे आजचे कामकाज समाप्त.''

तक्षकाने मंचावरून खाली उडी मारली. हातपाय झाडणाऱ्या आणि किंचाळणाऱ्या वणिकास कालियाचे मनुष्य फरफटत घेऊन गेले आणि त्यास एका कुटीत बंदी करण्यात आले. जाताजाता तक्षकाने एकलव्याच्या पाठीवर थोपटून स्मित केले; परंतु एकलव्य स्मित करू शकला नाही. त्या संहाराने तो हादरून गेला होता. त्याचा रम्य कथानायक तक्षक मृत झाला होता आणि त्याच्या स्थानी एका राक्षसाचा उदय झाला होता.

एकलव्य नागप्रमुखामागून जाण्यास निघाला इतक्यात एका दबक्या स्वराने त्यास हाक मारली. वळून पाहताच त्याला वृद्ध नागराज वासुकीचा अशक्त देह काही अंतरावर दंडाचा आधार घेत उभा दिसला. ''पुत्रा, आता तरी तुला समजले ना? पळून जा! येथे तुझे सैतानात रूपांतर होईल. आताच पळ. ह्या वृद्धाचा उपदेश मान्य कर.''

एका जेमतेम बारा वर्षाच्या मुलाने वासुकीच्या हातातील दंडावर लत्ताप्रहार केला, तसा तो वृद्ध मनुष्य धडपडून खाली पडला. तो बालक हसत हसत पळून गेला. एकलव्याने त्या वृद्धास उठविले आणि त्याच्या हाती पुन्हा तो दंड दिला. ''पळ.'' तो मनुष्य पुन्हा पुटपुटला.

कुणीतरी ओरडले, ''ए एकलव्या! त्या विक्षिप्तापाशी काय करत आहेस? ये, प्रमुख तुला बोलावीत आहेत.''

'विक्षिप्त? ह्या संपूर्ण ग्रामात हाच एक सूज्ञ दिसतो मला.' एकलव्यास वाटले. तो क्षणभर चाचरला. त्यास पाचारण करणारा मनुष्य अन्य एकाशी बोलत होता आणि अन्यत्र पाहत होता. एकलव्याने सभोवताली पाहिले, एक दीर्घ श्वास घेतला आणि तो पळू लागला.

''एऽऽ तू...'' कुणीतरी ओरडले. ग्रामवासी पळत पाठलाग करत आहेत हे एकलव्यास समजले. तो तक्षकाच्या वस्तीच्याविरूद्ध दिशेस धावत अरण्यात शिरला – भूमीवर लोळण घेत, पुन्हा उठत, पाषाणावर ठेचकाळत आणि पुन्हा उठत तो पळत सुटला. तो जिवाच्या आकांताने धावू लागला. पाठीमागून आलेले तीर निसटत्या अंतरावरून सपासप पुढे जात कर्णकटू ध्वनीसह वृक्षांच्या बुंध्यात शिरत होते. समीप येणाऱ्या श्वानांचे भुंकणे त्यास ऐकू आले. अगणित व्रणांमधून झिरपणाऱ्या रक्ताकडे आणि भयाने थरथरणाऱ्या पावलांच्या दुर्बलतेकडे दुर्लक्ष करीत, शक्य तितक्या वेगाने तो धावत होता. तो एका कड्यापाशी पोचला; तेथून अकस्मात उतारास प्रारंभ झाला. त्याच्यामध्ये आणि गंगेमध्ये केवळ काही पावलांचे अंतर होते. ती नदी मार्गातील खडकांवर आपटत, फेसाळत एका दरीमधून पुढे वाहत होती. एकलव्यास निर्णय घेण्यास केवळ काही क्षणांचा अवधी होता. पाठीमागून नाग योद्धे समीप येत असल्याने तेथे खचित मृत्यू होता आणि पुढ्यात जगण्याची किंचित आशा होती. अंधुक चंद्रप्रकाशात नदी भयंकर दिसत होती; कारण तिच्यात जागीजागी मोठमोठे खडक विखुरलेले होते– भक्ष्यावर आक्रमण करण्यास प्रतीक्षा करणाऱ्या अजगराप्रमाणे! खाली सुमारे शंभर हात खोलीवर पाण्यात उडी घेण्यासाठी त्याने धीर एकवटला. पर्वतावर कुठेतरी मेघांचा गडगडाट झाला. एकलव्याने दरीच्या टोकाशी धाव घेतली. तितक्यात माथ्यावरील वृक्षांवरून दोन भयंकर योद्ध्यांनी खाली उडी मारली अन् त्याचा मार्ग अडवला. ते सावधपणे पुढे येऊ लागले तशा त्यांच्या तीक्ष्ण तलवारी चंद्रप्रकाशात लखलखल्या. त्यांच्या तलवारीचा प्रथम वार एकलव्याने चुकवला, परंतु तोल जाऊन तो भूमीवर पडला. एक तीर जवळून सुसाटत गेला. तो पडला नसता तर तो तीर त्याच्या छातीत घुसला असता. आणखी एक तीर त्याच्या स्कंधानिकट वेड्यावाकड्या स्थितीत पडला. एका नाग योद्ध्याने तलवार एकलव्याच्या गळ्यावर चालवली. तीक्ष्ण अग्राच्या स्पर्शाचा यत्न एका अंगुलिभर अंतराने विफल झाला आणि ते अग्र भूमीत घुसले. त्यामुळे त्या निषादास जो अवधी मिळाला त्यात त्याने लोळण घेत एक दगड उचलला आणि मारेकऱ्याच्या मुखावर फेकला. वेदनेने चीत्कारत तो नाग योद्धा खाली पडला. तितक्यात एक तीर एकलव्याच्या डाव्या स्कंधास छेदून अग्रेसर झाला. तो धडपडत उठला आणि कपारीपाशी धावत सुटला; त्याच्या अवतीभवती तीर सुसाटू लागले. निकट येणाऱ्या वादळी पावसामुळे आभाळ अधिकाधिक अंधारत चालले होते. विजा चमकताच अरण्यात दिवसाप्रमाणे प्रकाश पडू लागला. नदीच्या घोंघावण्याचा ध्वनी वाढत निघाला. अनेकानेक काळी मुखे समीप येत असलेली एकलव्यास दिसू लागली.

दुसऱ्या नाग योद्ध्याने त्याच्यावर पाठीमागून वार केला. त्याची तलवार एकलव्याच्या जांघेत घुसली. एक किंकाळी फोडत एकलव्य खाली पडला. लोळण घेतानाच त्याने पाहिले की, तो नाग योद्धा हवेत उंच उडी घेत आहे, तसा त्यास धक्का बसला. तलवार एकलव्याच्या छातीवर रोखून तो आश्चर्यकारक वेगाने खाली येऊ लागला. प्राण वाचवण्याच्या उपजतबुद्धीने असेल किंवा केवळ सुदैवाने- परंतु एकलव्याने आपला जखमी पाय वर उचलला आणि जिवावर उदार होत सर्वशक्तीनिशी त्या नागावर लाथ हाणली. एकलव्य लोळण घेऊन वार चुकवेल अशी त्या नागाची अपेक्षा होती. तो जखमी अवस्थेत प्रतिआक्रमण करेल असे त्यास वाटले नव्हते. ती लाथ त्याच्या दोन पायांमधील भागात बसली, तसा तो कडांवरून खाली फेकला गेला. तो योद्धा अनंतात विलीन होताना त्याची भयचकित किंकाळी विरत गेली.

अनेकानेक तीर त्याच्या भोवतीने पडू लागले. नदीच्या घोंघावण्याच्या ध्वनीतूनही समीप येणाऱ्या नाग योद्ध्यांच्या आरोळ्या एकलव्यास ऐकू येऊ लागल्या. मोठ्या कष्टाने तो उभा राहिला आणि मांडीतून उसळणाऱ्या वेदनेकडे दुर्लक्ष करीत, लंगडत त्याने काही अंतर पार केले. त्याने उडी मारण्याचा प्रयत्न केला, परंतु तो सफल झाला नाही. दगडाच्या माऱ्यातून सावरलेला पहिला नाग एकलव्यास पकडण्यास पुढे झेपावला. एका मौल्यवान क्षणी तो नाग आणि निषाद दोघेही कड्यावर लोंबकळले. परंतु इतर नागयोद्धे समीप पोचले तसे एकलव्यास कळून चुकले-हा क्षण गमावला, तर सर्व गमावेल. जखमी पायाने कड्याच्या खडकावर दाब देत, वेदना व भयाने किंचाळत त्याने गंगेस अलिंगन देण्याकरिता स्वत:स झोकून दिले. तो नागही पाठोपाठ आला, कारण त्याने एकलव्यास धरून ठेवले होते. दोघेही एकत्र नदीच्या घोंघावत्या पात्रात पडले. काही सेकंदानंतर नागांच्या अनेक क्रुद्ध मुद्रा त्या अपराधी-बांधकद्वयाकडे वळून पाहताना दिसू लागल्या. खळखळत्या पाण्यात पडल्यावर एकलव्याचे प्राण वाचले ते केवळ दैवयोगामुळे. त्याचा सोबती एका खडकावर आदळून तत्काळ मरण पावला. गंगेने अरण्यपुत्रास आपल्या कुशीत घेतले.

* * *

थरथरणाऱ्या नागांनी एकलव्याच्या पलायनाची वार्ता तक्षकाला सांगितली तेव्हा पर्जन्यधारा कोसळत होत्या. नागप्रमुखाने त्यावर काहीच प्रतिक्रिया व्यक्त केली नाही. आश्चर्य वाटून कालियाने तक्षकास विचारले की, तो अलिप्त कसा? कारण त्या मुलाचा माग काढून त्यास विद्रोही वस्तीत आणण्यासाठी तक्षकाने अतिशय आग्रह केला होता. तक्षकाने गूढ स्मित केले आणि तो म्हणाला, ‘‘एकलव्य अजूनही बालक आहे आणि त्याचा जगावर अतिविश्वास आहे. कालिया, ह्या जगाचे सत्यस्वरूप त्यास समजेल, त्यावेळी मनात अधिक क्रोध घेऊन तो परतेल.’’

कालियास ह्याचा अर्थ समजला नाही. परंतु त्याने त्यातून चित्त काढून घेतले. डावपेच आखणे हा तक्षकाचा प्रांत होता. कालियाचे काम होते त्या डावपेचानुसार कार्यवाही करण्याचे. परंतु आपणास भावलेल्या त्या युवकाचे प्राण त्या खळाळत्या नदीतही वाचावेत असे त्यास वाटले.

११. गुप्त घडामोडी

राज्ञीकक्षाच्या प्रवेशद्वारापाशी त्रस्त शकुनी उभा होता.त्याची भगिनी गांधारी त्यास मातेसम होती आणि तिने बाल्यावस्थेपासून त्यावर माया केली होती. तरीही त्यास तिला भेटण्याची इव्छा नसे. गांधारदेशीचेकठोर पर्वत ते हस्तिनापुरातील उष्ण पठारापर्यंतच्या आपल्या प्रवासाची त्यास स्पष्ट स्मृती होती. कारण तो बहुतांशी प्रवास त्याने कुरू महाधिपती भीष्मांच्या पल्याणावर त्यांच्यापुढे बसून केला होता. त्याच्या लावण्यवती भगिनीने पाठीमागील अश्वावरून मूकपणे प्रवास केला होता. प्रवासकाळात भीष्माने शीघ्रकोपी तपस्वी आणि विनोदी प्राण्यांच्या कथा सांगून त्यास हसविण्याचा प्रयत्न केला होता. त्याने त्या वृद्धास संतोष वाटावा म्हणून काहीवेळा हसण्याचा प्रयत्न केला होता. पाचव्या वर्षीही इतरांना फसविणे त्यास सुलभतेनेसाध्य होई. त्याच्या स्मितामागील भाव अनेकांच्या ध्यानात येत नसे.

गांधार प्रदेश आणि तेथील रहिवाशांप्रती आपल्या व्यवहाराचा पश्चाताप वाटून भीष्म शकुनीवर स्नेहवर्षाव करीत. आपल्या मधुर वर्तनाने आणि शस्त्रप्रभुत्वाने शकुनीने त्या वृद्ध गृहस्थाचे प्रेम संपादन केले होते. त्या वृद्धाने ह्या गांधार राजपुत्रास स्वत: प्रशिक्षण दिले होते. शकुनी बुद्धिमान, कुशल आणि कुशाग्र होता. आपल्या सौहार्दपूर्ण आचरणाने आणि अल्पस्वल्प भेटवस्तू प्रदान करण्याच्या प्रघाताने त्याने प्रासादातील कर्मचारी वर्गापैकी अनेकांचा स्नेह संपादित केला होता. त्यास सर्वांना हाताळणे साध्य होत असे- केवळ भगिनी व्यतिरिक्त. ती जरी आपल्या पतीप्रमाणे अंध बनली असली, तरीही नेत्रावरील रेशमी फीत अस्तित्वात नसल्याप्रमाणे तिची दृष्टि शकुनीस अंतर्बाह्य पाहू शकत असे. मस्तकाच्या एका हेलकाव्यानिशी ती त्याच्या आत्म्यावरील आवरण फेडू शकत असे.

राज्ञीकक्षातून एक सेवक बाहेर आला. लवून प्रणाम करत त्याने शकुनीस आत प्रवेश करण्यास सांगितले. आत पाऊल ठेवताक्षणी चंदनी सुगंधाने जणू त्याचा श्वास कोंडला. त्या कक्षातील वैभवाने त्याच्या बालपणीच्या अप्रिय स्मृती परतल्या. त्याने आपल्या आगमनसूचक ध्वनी निर्माण केला आणि पुन्हा एकवार त्यास प्रश्न पडला की आपल्या भगिनीने स्वेच्छेने अंधत्व का पत्करले? द्वेषामुळे की प्रेमामुळे? तिचा विवाह बळाने झाला होता. एका शक्तीशाली मनुष्याने त्या अबला राजकन्येवर हा विवाह

लादला होता. 'भीष्मा, मी एक दिवस ह्याचा बदला घेईन.' शकुनी मनात म्हणाला. अति दूरवर पश्चिमेकडे, दृष्टिपथात सर्वत्र पसरलेले पठार होते आणि त्यापलीकडे दूरवरील डोंगरांच्या धुक्यात हरवलेल्या बाह्यरेखेमुळे ते पठार दिसेनासे झाले होते. 'त्या पलीकडे माझी मातृभूमी आहे.' मातृभूमीस वंदन करीत शकुनी मनन करू लागला.

"आसनस्थ हो, शकुनी."

शकुनी बसला. काय बोलावे हे त्यास सुचेना. आपल्या भगिनीच्या प्रभावी व्यक्तिमत्वाविषयी त्यास नवल वाटले आणि त्याने एक नि:श्वास सोडला. त्या संपूर्ण उपखंडातील ती सर्वाधिक सामर्थ्यशाली स्त्री होती आणि त्या अंध राजामागील खरे सामर्थ्य होती. स्वत: महाधिपतीही तिच्या निर्णयात क्वचितच बदल करीत. त्या सामर्थ्यशाली वृद्ध मनुष्याशी उद्धटपणा न करता प्रतिवाद करू शकणारी ती एकमेव व्यक्ती होती. तिचा अविर्भाव सकारात्मक असे. तिला आपल्या ज्येष्ठ पुत्र सुयोधनाचा अभिमान वाटे. तिचे आपली जाऊ कुंती हिच्याशी फारसे पटत नसे हे एक प्रकट गुपित होते. कुंती गांधारीच्या अपरोक्ष आपला पुत्र युधिष्ठिरास युवराज बनविण्याचे कारस्थान करी.

"बंधो, मी प्रत्यक्ष विषय हाती घेते." गांधारी शांतपणे म्हणाली, तसा शकुनी अधिक अस्वस्थ झाला. जेंव्हा ती 'बंधो' ह्या वचनाने संबोधत असे तेंव्हा ते पीडासूचक असे. "माझ्या पुत्रांपासून दूर रहा, शकुनी." गांधारीचे बंदिस्त नेत्र शकुनीप्रत वळले.

शकुनी उठला आणि गवाक्षापाशी गेला. तिच्या बंदिस्त नेत्रांसन्मुख बसण्याची त्याची इच्छा नव्हती. त्याने स्वत:जवळील फासे कुरवाळले. ते फासे तो कायम स्वत:पाशी बाळगत असे. अस्थिंच्या घर्षणध्वनीने गांधारी कळवळली.

"मी त्यांच्याशी गुणीमामाप्रमाणे वर्तन करतो, भगिनी." अजूनही पश्चिम क्षितीजाकडे पाहात शकुनी म्हणाला. धुळीच्या आवरणामागे सूर्यास्त होताना आकाशात विवीध रंगांची उधळण झाली होती. ह्यासमयी गांधारदेशी किती शीतल आणि सुखद वातावरण असेल, शकुनीच्यामनात त्या वातावरणाविषयी ओढ दाटून आली. ह्या भेटीस आता पूर्णविराम देण्याची त्याची इच्छा होती. प्रार्थनेस विलंब झाला होता.

"गांधारदेशीच्या राज्यपालाचे पद स्वीकारून तू परत का जात नाहीस? महाधिपतींनी ह्या प्रस्तावाचा पुनरूच्चार केला आहे. तू अलिखित राजा असशील आणि पूर्णपणे स्वायत्त असशील. येथे का रेंगाळत आहेस?"

यावर दीर्घ काळ शकुनी मौन राहिला. त्यानंतर तो वळला आणि नजीकच्या पटावर त्याने आवेशाने फासे फेकले. ते घरंगळले आणि ते प्रत्येकी सहा बिंदू पृष्ठभागीदर्शवीत स्थिरावले. परिपूर्ण बारा! शकुनीने एखाद्या स्वामीप्रमाणे समाधानाने हुंकार टाकला.

"टाकून दे ते फासे. सर्वनाश ओढवेल त्यांच्यामुळे!" त्या ध्वनीच्या दिशेने मस्तक वळवित गांधारीने दटावले.

"मी हे फासे टाकून देऊ म्हणतेस? विसरलीस, गांधारी? हे सामान्य फासे नाहीत हे तू जाणतेस. तातांची हत्या झाली. त्यांच्याजांघेच्या अस्थिपासून बनविलेले फासे

आहेत हे. सुदैवाने आपल्या समाजात मृतांना भूमीत गाडले जाते. तुमच्या असंस्कृत समाजाप्रमाणे दहन केले जात नाही. ह्या फाशांमध्ये तातांचा आत्मा वसत आहे. हे फासे माझी आज्ञा पाळतात. मी 'चार!' असे आवाहन केले की नेमके चार अंक पडतात. 'आठ!' म्हटल्यावर आठ! केवळ अद्भुत! आणि तू मला ह्यांचा त्याग करण्यास सांगत आहेस? ह्यांचे तुला भय वाटते? तुला सर्वाचे विस्मरण झाले आहे का? माझ्या बालपणी तर तू मला सांगितले होतेस की ह्या नतद्रष्ट देशाचा विनाश करू; कारण ह्यांनी आपल्या प्रिय गांधाराचा नाश केला आहे.''

''शकुनी, त्यास प्रदीर्घ काळ लोटला आहे. त्यावेळी मी अल्पवयीन होते आणि हस्तिनापुरातील जनतेविषयी माझ्या मनात केवळ द्वेष होता. आता हा माझा देश, माझी भूमी आणि माझी जनता आहे. माझे पति येथे राज्य करतात आणि उद्या, माझा पुत्र सुयोधन राजा बनेल. कृपया, तू परत जा आणि आपल्या पूर्वजांच्या भूमीवर राज्य कर. येथे माझ्या पुत्रांना भ्रष्ट करू नको.''

''भ्रष्ट? मी माझ्याच भागनीपुत्रांना का भ्रष्ट करीन? ती कुंती युधिष्ठिरास युवराज बनविण्याच्या योजना करीत आहे हे तू जाणतेस का? मग तुझ्या पुत्रांचे भवितव्य काय? तू आणि तुझ्या अंध पतिचे भवितव्य काय?''

''कुंती? हा हा! एक दीन विधवा मला काय उपद्रव करू शकेल? तिचे पुत्र हे पंडुचे पुत्र नाहीत, हे सर्वजण जाणतात. त्यांचा ह्या सिंहासनावर तिळमात्र अधिकार नाही. पंडु नपुंसक होता. तिला हे पुत्र परपुरूषापासून झाले आहेत. अशा अनौरस पुत्रांना हस्तिनापुराच्या राजसिंहासनावर कसा अधिकार मिळेल? बंधो, माझे मनपरिवर्तन करण्याचा यत्न करू नको. मी तुझ्या हीन युक्तीस बळी पडणार नाही.''

शकुनीने पटावरून फासे उचलले आणि कुरवाळले. ''भगिनी, तू किती अज्ञानी आहेस. ही कुंती ब्राह्मणांचा आणि पुरोहितांचा इतका सन्मान का करते? भीष्म आणि विदुराकडे जाण्यासाठी त्यांच्या पथकांचे नेतृत्व का करते? तुला आकलन होण्यापूर्वी ती तुझ्या पायाखालील पट हिसकावून घेईल. कृपाचे राजगुरू पदावरून उच्चाटन का झाले? आणि त्या पदी रूढीप्रिय द्रोणाची नियुक्ती काझाली? तो द्रोण पांडवांचे कसे लांगुलचालन करतो हे तू पाहिलेस का? परशुरामाचे हस्त सर्व सूत्रे हलवित आहेत आणि सर्व घटना नियंत्रित करीत आहेत हे तू पाहात नाहीस का? धौम्यऋषि येथे काय करीत आहेत? चतुर यादव राजपुत्र कृष्णाशी त्यांचा इतका संपर्क का आहे? किती निष्कपट आहेस तू, प्रिय भगिनी.''

गांधारी नि:शब्द राहिली. तिच्या ओठांवर किंचित स्मित खेळत होते. शकुनीचे बोलणे संपले तशी ती सावकाश उठली आणि त्याच्या समीप गेली. ''माझ्याकडे पहा.'' ती म्हणाली. अनिच्छेने वळत शकुनी तिच्या सन्मुख उभा राहिला. तिच्या बांधलेल्या नेत्रांकडे पाहण्याचे टाळत तो अधोमुख उभा राहिला. ''मी स्वत: कुंतीस हाताळू शकते, परंतु तू प्रकरण जटिल करू नको. तुझ्या मनात पुन्हा कटकारस्थान शिजत आहे का? ह्या भारतवर्षाचा राज्यकर्ता बनण्याचा माझ्या पुत्राचा अधिकार कुणीही हिरावून घेऊ शकणार नाही. त्याच्या प्रतिष्ठेवर कोणताही कलंक नसावा अशी माझी इच्छा आहे. तुझी

रणनीती, तुझी कारस्थाने आणि तुझ्या मते तातांच्या अस्थिंपासून बनविलेले हे फासे माझ्या पुत्रांपासून दूर ठेव. मला भूतकाळाविषयी कर्तव्य नाही. आज मला पुत्र आणि पति ह्यांचेविषयी चिंता आहे. ह्या देशाने मला त्याची पुत्रवधू म्हणून स्वीकार केला आहे. तू आजच गांधारदेशी परत जा. बंधो, मी पुरेसे स्पष्ट बोलले ना? की पुन्हा सर्व ऐकण्याची तुझी इच्छा आहे?''

शकुनी मौन राहिला. त्याने भगिनीकडे पाठ फिरवली आणि अस्तास जाणाऱ्या सूर्याकडे पाहिले. गांधारीने स्वर उंचावत पुन्हा पृच्छा केली, ''शकुनी, आज तू गांधारदेशी परतशील असे वचन मला देशील का?''

''मी ह्याविषयी भीष्मांशी चर्चा करून त्यानंतर तुला सांगेन.''

गांधारी हुंकारली. ''भीष्म... हूं... ते काय म्हणतील हे मी जाणते. त्यांची तुझ्यावर माया आहे. तुझ्या बालपणी आपण तुझ्यावर अन्याय केला असा त्यांना भ्रम आहे. तुझी इच्छा असेपर्यंत तू हस्तिनापुरात राहावे असेच म्हणतील ते.''

''तर मग मला पर्याय नसेल, भगिनी. जर स्वत: महाधिपतींची अशीच इच्छा असेल तर...'' शकुनी द्वारापाशी जाऊ लागला; तेंव्हा त्याच्या कृश मुखावर उपरोधिक स्मित फुटू पाहात होते.

''शकुनी, मी पुन्हा तुला दक्षतेची सूचना देते. माझ्या पुत्रांपासून दूर रहा; नाहीतर तुला त्याचे मूल्य द्यावे लागेल!'' त्याच्या पाठमोऱ्या आकृतीस उद्देशून गांधारी ओरडली.

''केवळ मला का, भगिनी? गांधारावर झालेल्या अन्यायाचे मूल्य मी ह्या संपूर्ण भारतवर्षास द्यायला लावीन.'' बाहेर जाताना शकुनी हळूच स्वत:शीच पुटपुटला. संपथात त्याची प्रधानमंत्र्यांशी भेट झाली. ''ओहो, शूद्रजनही राज्ञीकक्षात येऊ शकतात तर? हा देश शीघ्र प्रगती करीत आहे.'' शकुनीने उपहास केला.

विदुराने त्या गांधार राजपुत्रास केवळ रोखून पाहिले. अखेर शकुनीने आपली दृष्टि वळवली. शकुनीच्या टिप्पणीवर उत्तर देऊन तिचा सन्मान करण्याची विदुराची इच्छा नव्हती. पाठीमागे वळून न पाहता शकुनी पुढे जात राहिला. काही क्षण त्यास पाहत राहिल्यानंतर विदुरांच्या भालप्रदेशावर चिंतारेखा उमटल्या आणि त्यांनी शकुनीपाठोपाठ जाण्याचा निर्णय घेतला. संपथ मशालीने उजळून निघाले होते. त्या मशालीतून पडणाऱ्या काळा धुरामुळे हवा धूसर झाली होती. विदुराने त्वरेने चालणाऱ्या शकुनीस पाहिले. एक आड एक प्रकाशवलये आणि अंधकार ह्यांमधून त्याची उंच,लवचिककायापुढेपुढे चालली होती. त्याच्या चर्मपादत्राणामुळे पादरव होत नव्हता. विदुरांच्या परंपरागत काष्ठ पादुका चालताना प्रचंड चट्चट् ध्वनी निर्माण करीत; त्याबल विदुराने स्वत:स दूषणे दिली. वाकून त्यांनी शांतपणे पादत्राण काढले आणि अनवाणी पायांनी ते त्वरेने शकुनीमागून धावले.

शकुनीने हळुवारपणे सुयोधनाच्या द्वारावर थाप दिली आणि अनुज्ञेची प्रतीक्षा न करता प्रवेश केला. आतील संभाषण ऐकण्यासाठी विदुर द्वारानिकट सरसावले. कुणा सेवकाने किंवा रक्षकाने पाहू नये अशी त्यांनी मनोमन प्रार्थना केली. अर्थात संभाषण

गुप्तपणे ऐकण्याविषयी स्पष्टीकरण प्रधानमंत्र्यांकडून कुणीही मागितले नसते. परंतु त्यामुळे वदंता पसरवणाऱ्यांना एक अधिक निमित्य मिळाले असते –'विदुराकडून अन्य काय अपेक्षा असणार?' अशी टिप्पणी करण्यासाठी!

* * *

कक्षात प्रवेश करणाऱ्या मामास पाहून सुयोधन उठला. सुशासन आणि सुशला मंचकावर बसले होते, तेही सन्मानार्थ उठून उभे राहिले. सुशलेच्या लालिम कपोलास स्पर्श करीत शकुनी म्हणाले, "तू तुझ्या मातेप्रमाणे लावण्यवती होत आहेस." ती बालिका लाजून कक्षाबाहेर पळाली. विदुरास बाहेर उभा पाहून ती दचकली, परंतु नि:शब्दपणे निघून गेली. विदुरांनी पुन्हा आपल्या दैवास दूषणे दिली.

"हंऽऽ, ह्या कक्षात मला निराश वातावरण जाणवते. काय झाले माझ्या भाच्यांना?" मंचकासमीप स्थित मृदू आसनावर बसत शकुनीने शांतपणे विचारले.

"आम्ही भीमामुळे त्रस्त आहोत. एके दिनी मी त्याचे प्राण घेईन." सुयोधन संतापून उत्तरला.

"काय घडले? त्या लठ्ठंभारतीस तीक्ष्ण जिव्हा, भक्कम मस्तक आणि बलंदड बाहूदेखील आहेत – ही अपायकारक युती आहे." शकुनी गंमतीने म्हणाला.

"द्रोण गुरूंनी आज सुयोधनाची पुन्हा 'मूर्ख' म्हणून संभावना केली. आम्हांस त्यांच्या वर्गाचा तिरस्कार वाटतो. ह्या गुरूंच्या जिव्हेतून स्तुती उमटते– ती केवळ अर्जुन किंवा भीमाच्या पराक्रमाकरिता, युधिष्ठिराच्या ज्ञानाकरिता आणि नकुल–सहदेवांच्या बुद्धिमत्तेकरिता. उर्वरित आम्ही सर्व अतिमंद आहोत. आम्ही गांजूनगेलो आहोत." सुशासनाने आक्षेप नोंदवला.

"केवळ द्रोणाने 'मूर्ख' म्हटल्यामुळे तुम्ही स्त्रीप्रमाणे रूसला आहात का?" शकुनीने प्रहसन केले. ह्यावर सुशासन चवताळणार हे तो जाणून होता.

"मामा, येथे आम्हास दूषणे देणारे आणि आमच्या अंध पालकांचा उपहास करणारे यथासंख्य परिजन आहेत. तुम्ही त्यात सम्मिलित होऊ नका."

"भाच्या, मला वाटते, भीमाने तुला पुन्हा चोप दिला आहे." शकुनीने त्राग्यास अधिक उत्तेजन दिले.

सुयोधनाने दंतपक्ती आवळल्या. उद्वेगाने त्याने एका पुष्पपात्रावर लत्ताप्रहार केला. संगमरवरी पृष्ठावर पडून ते भंगले. शकुनी मोठमोठ्याने हसू लागला. "त्याने तुला 'अंधराजाचा पुत्र' म्हटले का? माझ्या भगिनीच्या अन् भगिनीपतीच्या असहाय्य परिस्थितीविषयी त्याने व्यंग केले का?

सुयोधनाने उत्तर दिले नाही. त्याऐवजी सुशासन उत्तरला, "हे तर ते नित्य करीत असतात. द्रोण गुरूही. आम्ही काही शास्त्रे विसरलो किंवा काही चूक केली, की ते त्यांच्या प्रिय पांडवांना त्यांच्या उत्तम बुद्धिमत्तेचे प्रदर्शन करण्यास सांगतात. त्यानंतर म्हणतात, 'अंधाच्या पुत्रांकडून अधिक अपेक्षा काय करावी?' हे क्रौर्य आहे. ते कायम

म्हणतात की युधिष्ठिर राजा बनला तरच ह्या देशास काही हितकर भवितव्याची आशा आहे.''

''भाचे हो, तुमचा इतका उपहास करणारे ते तुमचे खरे चुलतबंधू नाहीत हे कुणी तुम्हांस सांगितले आहे का?

सुयोधनाने मामाकडे मुख वळविले तेंव्हा त्याचे नेत्र आश्चर्याने विस्फारलेले होते. ''म्हणजे काय, खरे चुलतबंधू नाहीत?'' सुशासनही मामांच्या अतिनिकट येऊन उभा राहिला.

''ते अनौरस आहेत!'' शकुनीस मोठ्याने हसू फुटले. ''असे मूर्खासारखे पाहू नका. तुमचा चुलता पंडु नपुंसक होता हे एक सामान्य ज्ञान आहे. तुमच्या चुलत्याच्या आग्रहामुळे तुमच्या चुलतीने प्रियकरांपासून पुत्रप्राप्ती करून घेतली. तुम्हाला तुमची चुलती माद्री स्मरते का? ती पंडुच्या चितेवर सती गेली होती. तर, पंडुने तिलाही अन्य पुरूषांकडून पुत्रप्राप्ती करून घेण्यास भाग पाडले. नकुल आणि सहदेव हे ते पुत्र आहेत. युधिष्ठिर हा कुणा ब्राह्मणापासून झाला, अर्जुन हा कुणा इंद्रवंशीय राजापासून झाला आणि भीम एका अरण्यवासीयापासून. अर्थात, हे सर्व चुलतबंधू अनौरस आहेत.''

त्या दोन मुलांवर आपल्या भाषणाचा कितपत परिणाम झाला आहे हे पाहण्यासाठी शकुनी थबकला. वीज कोसळल्याप्रमाणे त्यांना धक्का बसला होता. परंतु हळुहळू एक स्मितहास्य सुशासनाच्या मुखावर पसरले. ऐकलेल्या वार्तेचा अस्वीकार केल्याप्रमाणे सुयोधनाने मस्तक हलवले. ''सुयोधना, तुला वाटते त्याहून खेदकारक गोष्ट आहे. तुझी चुलती कुंती हिचे किशोरवयात सूर्यवंशातील कुणा राजपुत्राशी संबंध होते, अशी वदंता आहे. तिने एका पुत्रास जन्म दिला; परंतुअपकीर्तीच्या भयाने त्याचा त्याग केला. कुणी म्हणतात, तिने त्या नवजात बालकाची हत्या केली. इतर म्हणतात तो कुठेतरी आपल्या दत्तक पालकांकडे वाढत आहे. किंबहुना, मी त्या बालकाच्या शोधात आहे – जीवित असेल तर तुझ्याहून एक दोन वर्षे ज्येष्ठ असेल.''

''मामा, सुयोधनाचे आपल्या बोलण्याकडेध्यान नाही.'' सुशासन ओरडला. भ्रात्याचे बाहू धरून तो आनंदाने किंचाळला, ''सुयोधना, ह्याचा अर्थ ओळखलास? युधिष्ठिरास हस्तिनापुराच्या सिंहासनावर बसण्याचा काही अधिकार नाही. तो केवळ अनौरस पुत्र आहे, विवाहबाह्य संबंधातून जन्मलेला, एका व्यभिचारी स्त्रीचा पुत्र.''

जांघेवर हात मारून शकुनी हंसू लागला. सुयोधन नि:शब्दपणे त्या दोघांस पाहात राहिला.

कक्षाबाहेर विदुरांनी निराश होत मस्तक हलविले. कुंतीविषयी वदंता त्यांना ज्ञात होत्या. परंतु स्वत:च्या नैतिक निकषांवर इतरांचे मूल्यमापन करण्यास त्यांचा विरोध होता. त्यांच्या दृष्टिने नैतिकता ही वैयक्तिक गोष्ट होती आणि कुंती व तिच्या पतीने काय केले हा विषय अप्रासंगिक होता. युधिष्ठिराचा हस्तिनापुराच्या सिंहासनावर अधिकार आहे हा विचार विदुरांच्या मनात कधीच आला नव्हता. तो कनिष्ठ राजपुत्राचा पुत्र आहे आणि

सुयोधन राज्यकर्त्या धृतराष्ट्राचा ज्येष्ठ पुत्र आहे. आपल्या पित्यानंतर सुयोधन राजा होणार हे सर्वश्रुत होते. 'युधिष्ठिर अनौरस असल्याने राजसिंहासन ग्रहण करण्यास पात्र नाही' ह्या शकुनीच्या उक्तीने विदुरांना धक्का बसला. आपल्या भोवती ह्या प्रासादात चाललेल्या षडयंत्राविषयी आपण अनभिज्ञ का? ह्याचा अर्थ अधिक उपद्रव संभाव्य आहे. कुंतीच्या संपर्कात असणारे द्रोण आणि इतर पुरोहित व मान्यवर प्रकटरीत्या धृतराष्ट्रानंतर युधिष्ठिराने उत्तराधिकारी व्हावे असे मत बोलून दाखवत. अशा मनुष्यांकडे विदुरांनी दुर्लक्ष केले होते. आता हे सर्व असंबंध संभाषण आणि काही मान्यवरांकडून होणारी निरूपद्रवी टिप्पणी, युधिष्ठिर सर्व पुरोहितांप्रती दर्शवित असलेले सौजन्य आणि आपण दुर्लक्षिलेल्या काही क्षुल्लक गोष्टी ह्यांची त्यांना सुसंगति लागली. 'कुणीतरी सामर्थ्यशाली आणि बुद्धिमान व्यक्ती तिच्या सोंगटा कौशल्याने सरकवत आहे. ह्या घातक खेळाची सूत्रे परशुराम हलवीत आहे का?' स्वतःच्याच विचारात मग्न असल्याने सुयोधनाच्या कक्षात शिरणाऱ्या अश्वत्थाम्याप्रती विदुरांचे ध्यान गेले नाही. 'ह्या द्रोणपुत्राने मला पाहिलेले नसू दे' अशी त्यांनी प्रार्थना केली.

अश्वत्थाम्याचे स्वागत त्याच्या मित्रांच्या मोठमोठा हर्षोद्गारांनी आणि आश्चर्योद्गारांनी झाले. परंतु द्रोणपुत्रास पाहताच शकुनी त्रासला. अश्वत्थामा येथे उपस्थित होईल हे त्याच्या ध्यानी आले नव्हते. ह्यासाठी त्याने स्वतःलाच दूषणे दिली. अवधी खूप कमी होता. निरूपायाने त्याने भाषण पुढे सुरू ठेवले. अश्वत्थाम्यावर सावध दृष्टि ठेवीत तो म्हणाला, "सुयोधना, पुढील समयी, जेंव्हा भीम तुला 'अंधराजाचा पुत्र' म्हणेल तेंव्हा त्यास काय प्रत्युत्तर द्यावयाचे हे तुला समजले असेल."

सुयोधनाने मौन बाळगले, परंतु सुशासन खिदळला. "मामा, माझ्या भ्रात्यास भीमाच्या पाशवी शक्तीचे भय वाटते. ज्या ज्या प्रसंगी आम्हा दोहोंपैकी कुणी त्याच्याशी भांडले तेव्हा त्याने आम्हाला चोपले आहे."

सुयोधनाचे नेत्र क्रोधाने पेटले, परंतु शकुनीने स्मित केले. अश्वत्थामा निर्विकार राहिला. परंतु त्याचे नेत्र शकुनीच्या अंतरंगात खोल डोकावू लागले. "पुत्रा, तू भीमास आव्हान देण्याइतका बलवान नाहीस, हे मी जाणतो. परंतु त्याचा उपद्रव टाळण्यासाठी अन्य मार्गही आहेत." स्वर मंदावत तो कुजबुजला. "काही वर्षांपूर्वी, आम्ही आमच्या गांधारातील शत्रूंपासून मुक्ती कशी मिळवली हे मी तुला सांगितले होते. जेंव्हा विरोधक बलशाली असतो तेंव्हा संघर्षात शक्तीने नाही तर युक्तीने जिंकावे लागते." सुयोधन चकित झाला.

गांधार राजपुत्राच्या कटकारस्थानास आरंभ होणार हे पाहून विदुरास कक्षात प्रवेश करून ते संमेलन उधळून लावण्याचा मोह झाला. परंतु सुयोधनाची प्रतिक्रिया काय आहे हे जाणून घेणे आवश्यक होते. सुयोधन कक्षात येरझाऱ्या घालू लागला, अधोमुखाने, मुष्टी वळवीत-सोडत.

अखेरीस, सुयोधनाने मस्तक उचलून मित्राच्या नेत्री पाहिले. अश्वत्थाम्याने ध्यानात येणार नाही अशा पद्धतीने मस्तक हलविले आणि सुयोधनाने मस्तक डोलवित त्याची नोंद

घेतली. ''शकुनी मामा, मला अशी युक्ती मान्य नाही. मी क्षत्रिय आहे, एक योद्धा आहे. मी तलवार विद्येत किंवा धनुर्विद्येत प्रवीण नसेन, परंतु हे माझे वैगुण्य आहे. मी माझे कौशल्य सुधारण्यास परिश्रम घेत आहे. गुरू माझाप्रकट उपहास करतात, त्यामुळे माझे शिक्षण कठीण होत आहे. भीमास पाहताक्षणी माझ्या आत्मविश्वासाचे पतन होते. तो व त्याचे बंधु आमच्याशी व त्यांच्याहून दुर्बल अशा इतरांशी ज्या पद्धतीने वर्तन करतात त्याचा मी तिरस्कार करतो. परंतु त्यांचा पराभव करण्यासाठी कोणताही अन्याय्य दुष्ट मार्ग मी अंगिकारणार नाही. अथक परिश्रम आणि सराव करून एके दिवशी मी भीमाहून श्रेष्ठ योद्धा बनेन. तोपर्यंत मी भीमाचा अत्याचार सहन करावा अशी महादेवाची इच्छा आहे. मी अधिक परिश्रम करावेत असा महादेवाचा आदेश आहे असे मी मानतो. माझा चुलतभ्राता कितीही दुष्ट असला तरी त्याचेवर विषप्रयोग करण्यास मला सांगू नका.''

विदुरांनी सुटकेचा निःश्वास टाकला. शकुनीने सुयोधनाशी वाद घालण्यास आरंभ केला आहे हे पाहताच आता हस्तक्षेप करण्याचा समय झाला हे त्यांनी ठरविले. आत प्रवेश करीत ते द्वारापाशी वक्षस्थळावर हाताची घडी घालून उभारले. विदुरास आपल्या कक्षात पाहून सुयोधन आणि सुशासन चकित झालेले दिसले. शकुनी आणि अश्वत्थामाही चकित झाले आहेत हे त्यांच्या मुद्रेवरून जाणवले. शकुनीच्या जिवणीवर किंचित स्मित उमटले होते. मात्र अश्वत्थाम्याने लवून आणि हात जोडून विदुरांना वंदन केले. विदुरांनी मस्तक हलवून ते स्वागत स्वीकारले आणि ते युवराजानजीक गेले. ''ह्या संमेलनाचे निमित्य समजू शकेल का?''

परंतु उत्तर मात्र शकुनीने दिले, ''आमच्या संमेलनासनीचकुलीनाची आवश्यकता भासेल तेंव्हा तुम्हांस निमंत्रण देऊ.''

''त्याविषयी आपण उद्या सभेत महाधिपतींशी चर्चा करू. एखाद्याचे प्राण घेण्याची योजना मान्यवरांच्या संमेलनात आखली जात असेल तर तेथे शूद्रास संमीलित होण्याचा अधिकार आहे का ह्यावर कदाचित भीष्म महोदय प्रकाश टाकतील.'' शकुनीस न पाहता विदुरांनी प्रत्युत्तर दिले. स्वतःच्या पावलांकडे टक लावून पाहणाऱ्या सुयोधनाच्या अंतरंगाचा वेध विदुरांची दृष्टि घेऊ लागली.

''येथून चालते व्हा. तुमचे स्थान जिथे आहे तिथे जा. हा हस्तिनापुराच्या युवराजाचा कक्ष आहे. हे स्थान प्रदूषित करू नका.'' विदुरांसमीप जात शकुनी म्हणाला.

शांतपणे शकुनीकडे वळून विदुर म्हणाले, ''मला वाटते हे वाक्य मी तुला सांगणे आवश्यक आहे. म्लेंच्छा, माझ्या देशातून चालता हो. तुझा देश जिथे आहे तिथे जा. हा हस्तिनापुराच्या युवराजांचा कक्ष आहे. तुझ्या उपस्थितीने हा पवित्र देश प्रदूषित करू नको.''

शकुनीने सुयोधन व सुशासनास पाहिले, परंतु त्यांनी दृष्टिभेट टाळली; तसा शकुनी स्मितवदनाने म्हणाला, ''महोदय, मी केवळ विनोद केला. इतके गंभीर होऊ नका. क्षमस्व. आमचा तो हेतु नव्हता.''

अश्वत्थामा मोठ्याने हसू लागला, परंतु विदुरांनी त्यास क्रोधाने पाहिले तसा तो थांबला. अधिक शब्द न बोलता शकुनीने तेथून प्रयाण केले. त्यानंतर तेथे जीवघेणी शांतता पसरली. कक्षातून बाहेर जाताना शकुनी सुयोधनाचे शुभ्र रेशमी उत्तरीय घेऊन गेला हे कुणाच्याही ध्यानात आले नाही. त्या युवा राजपुत्रास मृदू रेशमी वस्त्रे प्रिय होती आणि तो सुंदर शुभ्र उत्तरीये परिधान करीत असे. त्या युवराजाविषयी करूणा दाटून विदुरांचे हृदयगलबलले. सुयोधनाचा बलदंड देहास कवेत घेऊन त्याचे सांत्वन करावे असे त्यांच्या मनी आले. परंतु नंतर त्यांनी तो विचार सोडून दिला. आपल्या हीन कुलाविषयी शकुनीने केलेल्या उपहासाचे स्मरण झाले, तसे त्यांना राजपुत्रास स्पर्श करण्यापासून कुणीतरी मागे खेचले. शिवाय, त्या उच्चकुलीन मुलांपैकी एकानेही शकुनीच्या आढतापूर्ण भाषणाच्या विरोधात आपल्या बाजूने विवाद केला नाही ह्यामुळेही ते किंचित संतापले होते. ‘‘तू लज्जितव्हावेस असे...’’ त्यांनी आरंभ केला.

अश्वत्थाम्याने त्यांना अडविले. ‘‘महोदय, आम्हास लज्जितहोण्याचे तिळमात्र कारण नाही. सुयोधनाने मानमर्यादा राखून शकुनीस उत्तर दिले आहे. त्याने आपल्या मनास अनुसरून वर्तन केले आणि घातपातासारखे नीच पातळीचे कार्य करणार नाही असे सांगितले आहे – पांडव दीर्घ काळापासून संपूर्ण कौरव वंशाचा छळ करतात. लज्जित व्हावे पांडव बंधूंनी आणि पुरोहित व पुजाऱ्यांनी. त्यांनी आपल्या क्षुल्लक लाभाकरिता ह्या देशाची हानी करण्याचा निश्चय केला आहे. आज सर्वसामान्यजन जाणतात की पांडवाना प्रासादात स्थान नाही. ते ह्या स्थानास्तव तुमच्या माझ्या इतकेच परकीय आहेत. तुमचे महत्त्व तुमच्या कर्तृत्वामुळे आहे आणि माझे युवराजाशी मैत्रीमुळे. परंतु पांडवांचे महत्व काही पुरोहित आणि एका धूर्त मातेच्या नियोजनबद्ध कारवायांमुळे आहे.’’

विदुरांनी उत्तर दिले नाही. कोणीच बोलेना. वाटिकेतून एक रात्रपक्षी पुन:पुन्हा चीत्कारू लागला. त्याच्या करूण कूजनाने त्या अस्वस्थ शांततेत भर पडली. अखेर विदुर म्हणाले, ‘‘सुयोधना, आपण भीष्म महाराजांची उद्या भेट घेऊ. मला तुझ्यावर कोणताही आरोप करावयाचा नाही. परंतु महाधिपतींचा उपदेश तुझ्याकरिता हितावह ठरेल. प्रात:काळी तुम्ही तिघांनीही भीष्म महाराजांच्या प्रतीक्षा कक्षात उपस्थित रहावे.’’ अश्वत्थामा विरोध करण्यास सरसावला, परंतु सुयोधनाने एक संकेत करीत त्यास थांबवले. ‘‘विदुरकाका, मी निश्चित येईन. तसेच हे दोघेही येतील. भीष्म महाराजांचे भाषण ऐकणे केंव्हाही आनंददायक वाटते.’’ सुयोधनाने काकांना लवून प्रणाम केला.

त्यासरशी युवराजावरील प्रेमाचे भरते येऊन कुरूंच्या प्रधानमंष्यानी भावनातिरेकाने सुयोधनाच्या मस्तकास स्पर्श करून आशीर्वाद दिला. अश्वत्थाम्याने आश्चर्याने पाहिले तसे विदुर खजील झाले. आपली मनोवस्था लपवीत गंभीर स्वरात ते म्हणाले, ‘‘युवकांनो, रात्र सरत चालली आहे. आता आपण सर्वांनी शयन करणे श्रेयस्कर! शुभरात्री.’’

सुयोधनाच्या कक्षातून बाहेर पडल्यानंतर विदुर संपथावर दीर्घ काळ एकटे उभे होते. त्यांना राजपुत्राविषयी चिंता वाटू लागली होती. त्याचे आजचे हे उदात्त विचार कालौघात विरून जातील ह्याचे त्यांना भय होते. सुयोधनावर प्रचंड दडपण येणार आहे. संकुचित

वृत्तीच्या परिजनांची सुतासुताने सरशी होत आहे आणि हे युद्ध प्रदीर्घ असणार आहे. विलक्षण शत्रू परशुराम हा कुशल राजनीतीज्ञ आहे आणि समाजावरील त्याची अदृश्य पकड आवळत चालली आहे.

वाटिकेत ओरडणाऱ्या रात्रपक्ष्याच्या स्वरावरून तो आता प्रासादाच्या अति समीप आल्याचे जाणवले. त्याच्या सख्यानेही जवळून कुठूनतरी प्रतिसाद दिला. तो कदाचित प्रेमार्तस्वर असावा परंतु त्याने विदुराच्या मनातील गुप्त भय जागृत झाले. त्यांच्या मनाने पूर्वसूचना दिली की आपल्यावरआक्रमण करण्याकरिता काळोखात अघोरी शक्ती दबा धरून बसल्या आहेत. ह्या पक्ष्याचा आक्रोश हे एक अशुभ लक्षण आहे. ते शहारले आणि सभोवती काही अनैसर्गिक दिसते का हे शोधण्यासाठी त्यांनी सर्वत्र दृष्टि फिरवली. रात्र अंध:कारमय आणि मेघव्याप्त होती. छायासमुद्रात प्रकाशद्वीपे तयार करणारे दीप फडफडून विझू लागले होते. विदुर चिंताग्रस्त झाले. त्यांच्या मनात आशंकांच्या जाळाचा गुंता वाढला. त्यांना काहीच अस्थानी दिसेना की कोणताही असामान्य ध्वनी कानावर पडेना. ‘कदाचित मी वृद्ध होऊ लागलो आहे किंवा भीष्मांच्या प्रिय विधानानुसार कामाच्या ताणामुळे माझे संतुलन ढळत चालले आहे.’ चिंतेने नि:श्वास टाकत विदुराने विचार केला. ‘आजही कामामुळे मला स्वगृही परतता येणार नाही. माझ्या कुटुंबासह समय व्यतीत करण्यास अवधी केंव्हा मिळेल? माझे पुत्र माझी प्रतीक्षा करीत असतील. परंतु माझे भागधेय हेच आहे की अतिश्रम करणे आणि कुटुंबियांसह समय व्यतीत करता येत नसल्याने अपराधी वाटून घेणे.’ पत्नी आणि दोन मुलांच्या प्रतिमा दूर सारण्याचा प्रयत्न करीत त्यांनी पुन्हा निश्वा:स टाकला. विचारमग्न स्थितीत ते डाव्या अंगास वळले आणि प्रासादाभोवतालच्या प्रदीर्घ बाह्यमार्गावरून चालू लागले. त्याऐवजी त्या रात्री ते उजवीकडे वळले असते तर भारतवर्षाचा इतिहास कदाचित भिन्न असता.

***

त्यापश्चात एका प्रहरानंतर अश्वत्थामा स्वगृही जाण्यास निघाला. त्याचे निवासस्थान मुख्य प्रासादापासून पंधरा पळे चालण्याच्या अंतरावर होते. स्वत:च्या कक्षात परतण्यापूर्वी सुशासनही काही काळ रेंगाळला. काही क्षणानंतर एक दगडी स्तंभाची विशालछाया दुभंगली आणि एका लद्ध मनुष्याने मशालीच्या मंद उजेडात पुढे पाऊल ठेवले. त्याच्या थुलथुलीत देहाच्या मानाने त्याचे मुख आश्चर्य वाटावे इतके कृश होते आणि मस्तक बव्हंशी विकेश होते. त्याच्या व्रणांकित मुखावर पाच दशकांपूर्वी एक चिंतारेखा उमटली होती, ती तेंव्हापासून तिथेच होती. कोमल चर्मपादत्राणामुळे मुळीच पादरव होत नव्हता. तो विदुराच्या विरूद्ध दिशेने चालला होता. मशालीमुळे मार्गावर अल्पाकार प्रकाशद्वीपे निर्माणझाली होती. तेथे पाऊल न ठेवण्याची किंवा अर्धनिद्रिस्त रक्षक सजग होतील असा ध्वनी निर्माण न करण्याची दक्षता तो बाळगत होता. तो छाया जगतातील – अवैध व्यवसायांच्या जगतातील– मनुष्य होता.

प्रासादाच्या पश्चिम विभागातील एका लहान कक्षासमीप तो थबकला. त्यास दीर्घ काळ प्रतीक्षा करावी लागली नाही. द्वार शांतपणे उघडले आणि गांधार राजपुत्राने डोकावून

पाहिले. मानेने खुणावत शकुनीने त्या स्थूल मनुष्यासआमंत्रित केले. कोणातील एका लहानशा पटावर एक तैलदीप आणि भूर्जपत्रांची काही हस्तलिखिते विखुरलेली होती. त्या राशीतून शकुनीने एक पत्र उचलले आणि त्या मनुष्यास दिले. ''पुरोचना...'' शकुनीचा स्वर दबका होता, परंतु त्या स्थूल मनुष्याच्या मुद्रेवरील भाव पाहताच तो त्वरित थांबला. त्यासआपला अपराध उमगला. गुप्तचार्य आणि कटकारस्थानाच्या भयावह खेळात नावे उच्चारण्यास बंदी होती. ''हा काय प्रकार!'' त्याच्या मनात विचार आला. ''पुरोचन तर केवळ वेतनधारी सेवक आहे आणि मी स्वामी आहे.'' परंतु पुरोचनाच्या भावनाशून्य नेत्रात रोखून पाहताच तो शहारला. 'मला भविष्यात अधिक सजग रहावे लागेल.' त्याने नोंद केली.

''तो ब्राह्मणपुत्र आणि सुशासन आज रात्री युवराजाच्या कक्षातून बाहेर पडण्याचे चिन्हच दिसत नव्हते.'' शकुनीच्या हातून भूर्जपत्र घेत पुरोचन म्हणाला. त्या स्थूल मनुष्याच्या मुखावर कायम क्रुद्ध भाव असे. परंतु आता त्याच्या ओठांवर किंचित स्मित उमटले होते. संदेश तक्षकासाठी होता आणि त्यात लिहिले होते, ''आज रात्री ऐवज पोहोचविला जाईल.''

''माझ्या सूचना तंतोतंत पाळण्यास सांगा त्याला. लोभापायी मूर्ख योजना करू नये असे सांगा.''

''तो तुमच्यासम परकीयांचे आदेश स्वीकारणार नाही.'' पुरोचन म्हणाला. तिरस्कारामुळे त्याचा स्वर कठोर बनला होता.

''कसा स्वीकारत नाही ते पाहतो! माझेकडून धन घेतल्यावर मी म्हणतो तसेच झाले पाहिजे.''

''अशी आशा करू.'' तुटकपणे मान लववून पुरोचन छायाजगतात लुप्त झाला. आता मुख्य प्रवेशद्वारानिकट उभ्या रक्षकांना ओलांडून जावे लागणार आणि आधीच विलंब झाला आहे. मध्यरात्रीनंतरच्या प्रथम प्रहरात मनुष्य गहननिद्रिस्तावस्थेत असतो आणि आता त्यातील एक घटिका उलटूनही गेली आहे. आता हातात सूर्योदयापूर्वीच्या काही घटिका आहेत. तेवढा अवधीत येथून निसटून, नदी पार करून कालियास भेटून हा संदेश देणे आवश्यक आहे. त्यानंतर स्नान करून नगर आरोग्य निरीक्षक कार्यालयात जाणे आवश्यक आहे. शकुनीचा ऐवज पोहोचताच तो घेण्यासाठी नागपरिजन सिद्ध असणे अपेक्षित होते. हा कट कित्येक मासांपूर्वी शिजला होता, परंतु त्याचा अचूक दिनांक ठरलेला नव्हता. शकुनीने योग्य समय येण्याची प्रतीक्षा केली होती आणि आज प्रतीक्षेचे फळ पक्व झाले होते. भीम आणि सुयोधनातील कलह विकोपास पोहोचला होता आणि त्या दांडग्या पांडवाने सुयोधनास सहजपणे चोप दिला होता.

पुरोचनाच्या गमनानंतर काही समयाने, शकुनीने फडताळ उघडले आणि मदिरेची कुपी हाती घेतली. कुपीत गांधारदेशीचा एक उत्कृष्ट द्राक्षासव होता. त्याच्या प्रसिद्धीइतकाच बहुमूल्य. त्याने एक लहान काष्ठपेटिकाही बाहेर काढली आणि कटिवस्त्रात गुंडाळली. बाहेर कुणी हालचाल करीत आहे का हे डोकावून पाहिले. एका श्वानाचे भुंकणे आणि

रात्रकीटकांची किरकिर ह्या व्यतिरिक्त सर्वकाही शांत होते. सुयोधनाच्या कक्षातून उचलेले शुभ्र रेशमी उत्तरीय शकुनीने पांघरले होते. तो त्वरेने प्रासादाच्या उत्तर भागापाशी गेला. तेथे भीमाचा शयनकक्ष आहे हे त्यास ज्ञात होते. त्याने द्वार तीन वेळा मोठ्याने ठोठावले, तेंव्हा कुठे लालसर नेत्राने पाहात भीमाने द्वार उघडले.

"कोण महामूर्ख..." भीमाचे शब्द ओठावरच विरले, कारण शकुनीने त्याच्या नेत्रांसन्मुख कुपी नाचविली.

"कृपया, आत ह्या..." मामाच्या हातातील कुपीतील द्रव पाहून भीमाने हे म्हणणे अनिवार्य होते.

"ह्या कुंद कक्षात नको. अशा स्वर्गीय सुरेचा आनंद मुक्त वातावरणात घ्यावा. ये, आपण घाटावर जाऊ आणि गांधारदेशीच्या ह्या सौंदर्याचा आस्वाद घेऊ."

"या समयी घाटावर?" गवाक्षापलीकडील काळोखाकडे भीमाने निरूत्साहाने पाहिले. नदीवर जाण्यासाठी हा विचित्र समय होता. इतक्या वर्षात ऐकलेल्या अंधविश्वासाच्या भीतीदायक गोष्टी त्याच्या मनात किंचाळू लागल्या.

"का? काळोखाचे भय वाटते तुला?" भीमाचे विचार विलक्षण अचूकतेने जाणून शकुनीने स्मित करीत विचारले.

शकुनीच्या शब्दांनी भीमास दंश केला. "काळोखाचे भय वाटण्यास मी बालक आहे का? चला, जाऊ." त्वरेने कक्षाबाहेर पडत तो म्हणाला.

ओठांवर स्मित खेळवीत शकुनी पाठोपाठ जाऊ लागला.

* * *

दुसऱ्या दिवशी सकाळी सुयोधनास वर्गात काहीच अनैसर्गिक दिसले नाही. त्यास भीमाची अनुपस्थिती जाणवली. परंतु हल्ली त्याच्या चुलतभ्रात्याची उपस्थिती अनियमित असे. द्रोणांना अशी अनधिकृत अनुपस्थिती खटके. परंतु ते तसे दर्शवीत नसत. 'मी किंवा माझ्या भ्रात्यांनी असे केले असते तर चित्र भिन्न दिसले असते,' सुयोधनास वाटले. सायंकाळपर्यंतही भीमाचा लवलेश नव्हता. हळूहळू पांडवांना चिंतेने ग्रासले. 'हा मूढमति कुठे गेला असावा' ह्याचे सुयोधनासही नवल वाटू लागले. 'कुठेतरी धुंदीत सुस्तावून पडला असावा.' हे सरल आणि सर्वाधिक वास्तवस्पष्टीकरण सुशासनाने दिलेले होते. अश्वत्थामा काहीच बोलला नाही. परंतु तोही चिंताग्रस्त होता. सायंकाळी सर्व परिजनांच्या आपल्याकडे पाहण्याच्या पद्धतीत विचित्र बदल झाला आहे असे सुयोधनास जाणवले. भीमाचा शोध अधिक सखोल झाला होता. हरविलेल्या पांडव राजपुत्राचा शोध घेण्यास सैनिक सर्व नगरीत तपासणी करू लागले.

पुढील दिवशी सकाळी राजप्रासादाच्या रक्षकप्रमुखाने सुयोधनास जागविले. त्याने लवून प्रणाम केला नाही किंवा दृष्टिभेटही होऊ दिली नाही. तो तुटकपणे म्हणाला, "युवराज, आपणास हत्येच्या संशयावरून अटक करण्यात येत आहे. न्यायाधीशांनी आपणास उपस्थित करण्यास सांगितले आहे."

"हत्या... कसली हत्या...?" सुयोधनाने विरोध करण्याचा प्रयत्न केला. परंतु रक्षकप्रमुखामागून विदुरांची कठोर मुद्रा दिसली, तेंव्हा वाद घालणे निष्फळ आहे हे त्याने जाणले.

रक्षकांनी युवराजास प्रासादाच्या झळाळत्या मार्गावरून आणि फुलांनी बहरलेल्या प्रासादिक ओसरीवरून चालवीत नेले. शतकावधी गवाक्षांतून आपल्याकडे रोखून पहाणारे शतकावधी नेत्र पाहून सुयोधन लज्जित झाला. आपण काय अपराध केला हेच त्यास उमजेना. त्यास ते अल्पावधीतच उमगणार होते. भीमाचा वध करण्याच्या आरोपाखाली त्याचा न्यायनिवाडा होणार होता.

१२. न्यायनिवाडा

सुयोधनासह रक्षकांनी न्यायालयात प्रवेश केल्यावर तेथील सर्वजण क्रोधाने कुजबूजू लागले. महाराज धृतराष्ट्र विवर्ण आणि चिंतित दिसत होते, तर महाराणी गांधारीची मुद्रा कठोर होती. सुयोधनास सर्वत्र रुष्ट मुद्रा दिसल्या. आपल्या संतापाचा पारा चढत असल्याचे त्यास जाणवले. हे सर्व काय चालले आहे? हत्येसाठी न्यायनिवाडा? कुणी कुणाची हत्या केली? तितक्यात त्याच्या ध्यानी आले की, त्यांना भीमाचा मृतदेह मिळाला असावा आणि मी प्रमुख संशयित आहे कारण– आमच्यातील कुप्रसिद्ध शत्रुत्व! दोन दिवसांपूर्वी आपण शकुनी मामास काय सांगितले, ह्याचे स्मरण करण्याचा त्याने प्रयत्न केला. सभोवार पाहिल्यावर त्यास चुलतबंधूंच्या नेत्रांत खदखदणारा कटु द्वेष दिसला. अर्जुन तर क्रोधाने उग्र दिसत होता. 'येथे भीष्म आणि अन्य ज्येष्ठगण नसते, तर ह्याने काही प्रश्न विचारण्याचीही उसंत न घेता माझा सूड घेतला असता.' सुयोधनास वाटले.

कुंती उभी राहिली अन् गंभीरपणे म्हणाली, ''ह्याने माझ्या पुत्राची हत्या केली. ह्या राज्यात न्याय अस्तित्वात नाही का? एक दीन विधवा तुमच्या राज्यात शांतपणे जगू शकत नाही का? माझा पुत्र लोभस आणि प्रेमळ होता. युवराज सुयोधन त्याच्याशी प्रत्यक्ष दोन हात करताना नेहमी हरत असे, म्हणून त्याने अशी खेळी खेळली आहे. माझा पुत्र मृत पावला होऽ माझा भीम मृत पावला होऽ भीष्म महाराज... तुम्हास हा अन्याय दिसत नाही का? सुयोधनाने... नाही नाही, हा तर दुर्योधन आहे. दुर्योधनाने का मारले त्याला? तो निष्पाप होता हो. पुत्रा भीमा...''

''कुंती, आम्ही तुझ्या पुत्रास शोधून काढू. तो मृत झालेला नाही. तो केवळ हरविलेला आहे. त्याच्या हत्येविषयी आपल्यापाशी प्रमाण नाही. संयम ठेव तुझ्या भावनांवर...''

कुंतीने भीष्मांच्या सांत्वनपर शब्दांचे खंडन केले. ''पितामह, माझा पुत्र मृत पावला आहे, अशा समयी जर मी भावनाप्रधान वाटत असेन तर कृपया मला क्षमा करा. कृपया आम्हास न्याय मिळवून द्या आणि अपराध्यांना शासन करा.''

ब्राह्मण युवक धौम्य उठून उभा राहिला, ''एका विधवेस न्याय देणे आवश्यक आहे. विधवेच्या शापात सामर्थ्य असते आणि हिचा पुत्र मृत झाला आहे. दुर्योधनाने भीमाची हत्या केली आहे. आपणास एखाद्या व्यक्तीच्या चारित्र्याचे पूर्वज्ञान असले,

तर प्रमाणाची प्रतीक्षा न करता त्यास शासन करावे. प्रमाण उपलब्ध नसणे हे एखाद्या वधकर्त्यास मुक्त करण्याचे कारण असू शकत नाही. उलटपक्षी आपण त्याचे भूतकालीन वर्तन पाहावे. दुर्योधनाचे वर्तन कायम स्वच्छंदी आणि दुराग्रही असते. त्याचे गुरूवर्य ह्याचे समर्थन करतील.''

''धौम्य,'' भीष्म कठोर स्वरात म्हणाले, ''आपण न्यायालयात राजपुत्रास आदराने संबोधित करावे. प्रतिमा मलिन करणाऱ्या मानहानीकारक नावाने राजपुत्र सुयोधनाचा उल्लेख करू नये.''

''आहेच तो दुर्योधन.'' धौम्याने संतापाने प्रतिवाद केला.

पुरोहित आणि कुंतीच्या लांगुलचालकांकडून एकमुखाने घोष झाला. ''दुर्योधनाचा धिक्कार असो, दुर्योधनाचा धिक्कार असो.''

न्यायालयाच्या केंद्रस्थानी उभ्या सुयोधनाचे हृदय दाटून आले- जो अपराध त्याने केलाच नव्हता, त्याविषयीच्या लज्जेने. 'इतक्या सर्व परिजनांनी माझा तिरस्कार करावा असे मी केले आहे तरी काय?' त्यास नवल वाटले. 'ह्यांच्या जन्मसिद्ध शुचिता आणि तत्सम निरर्थक कल्पनांशी मी सहमत नाही हे खरे, परंतु केवळ भिन्न मतप्रवाहामुळे ह्यांनी माझा तिरस्कार करावा?'

''हा युवक उद्धट आहे; आपल्या पवित्र 'स्मृती'च्या नीतिनियमांचे आणि बंधनांचे पालन हा करीत नाही; हा हीन कुलोत्पन्नांसह संचार करतो आणि प्रासाद भ्रष्ट करतो. हा विवादपिपासू, स्वतःच्या मतांविषयी अभिमानी आणि दुराग्रही आहे. पवित्र ग्रंथांविषयी शंका उपस्थित करणे ह्यास प्रिय आहे. ह्याच्या श्लेषात्मक बुद्धिमत्तेपोटी हा विद्वानांशी वाद घालतो आणि पंडितांनाही ज्ञानबोध करू शकतो असा ह्यास भ्रम आहे. मंदिरात प्रवेश करण्यापूर्वी, मंदिराबाहेर दाटी करून पवित्र स्थानास प्रदूषित करणाऱ्या गलिच्छ याचकांना हा अन्नदान, धनदान करतो. विविध मंदिरांच्या पुरोहितांनी ह्याच्याविषयी माझ्याकडे कैकवार गाऱ्हाणी मांडलेली आहेत. याचकांना साहाय्य करणे हे पाप आहे असे सांगणाऱ्या पुरोहितांचा तो उपहास करतो. गतजन्मीच्या कर्मानुसार ह्या जन्मी व्यक्ती दरिद्री किंवा धनिक, ब्राह्मण किंवा चांडाळ बनते. त्यामुळे दरिद्री जनांस साहाय्य करून ह्या कर्म-कारण नियमात हस्तक्षेप करू नये. परंतु हे ह्यास पटत नाही.''

''धौम्य, आपण काय बरळत आहात?'' सर्व उपस्थितांना धक्का बसला. कारण ब्राह्मणाच्या भाषणात कधीही हस्तक्षेप केला जात नसे. हे भीष्म वयानुसार अधिक संतापी होत आहेत.

''महोदय, आपण मला भाषण पूर्ण करू द्यावे, माझे विधान सिद्ध करू द्यावे.'' धौम्याने पितामहांस जळजळीत दृष्टीने पाहिले.

''हे मंदिराचे सभागृह नाही. आपले कीर्तन योग्य ठिकाणी करावे. हे हस्तिनापुराचे न्यायालय आहे. हत्येच्या गंभीर आरोपाविषयी चर्चा करण्यास आपण येथे एकत्रित आलो आहोत. आरोपी एक युवराज आहे. त्यामुळे आपणास आवश्यकता आहे ती प्रमाणे,

साक्षीदार ह्यांची. आपल्या मतप्रवाहाच्या विरोधी कृत्ये सुयोधन करतो ह्याविषयी आपल्या
आक्षेपांची आवश्यकता नाही. न्यायालयात कार्यवाही...''

''शास्त्रानुसार ह्याचे चारि...'' भीष्मांच्या दाहक दृष्टीने धौम्यास थोपविले.

''श्रीयुत धौम्य, आपण महान विद्वान आहात. शास्त्र आणि वेदविषयक आपल्या
ज्ञानाविषयी आम्हास आदर आहे. परंतु मी दोन गोष्टी येथे स्पष्ट मांडतो. प्रथम गोष्ट ही,
की मी भाषण करीत असताना आपण हस्तक्षेप करू नये आणि दुसरी ही, की स्मृतींमधील
लिखिताविषयी आदर असला तरी, हे न्यायालय पुराव्याच्या उपलब्धतेनुसार निर्णय घेईल.
न्यायालयात अशाच पद्धतीने निर्णय घेतले जातात. हे पाप असेल तर मी माझ्या कर्माची
फळे ह्या जन्मी किंवा आगामी कोणत्याही जन्मी भोगण्यास सज्ज आहे. सुयोधनाने भीमाची
हत्या केली ह्याविषयी कोणते प्रमाण आपल्याकडे आहे का? हा प्रश्न आहे. आजचे सत्र
खूपच अकाली आयोजित केले आहे. भीम मृत झाला आहे ह्याची देखील अद्यापि
निश्चिती नाही. तो दोन दिवसांपासून नाहीसा झालेला आहे. तो अल्पवयीन बालक नाही.
कदाचित हे जग पाहण्यास त्याने पलायन केले असेल.''

कुंती संतापाने उठून उभी राहिली. ''भीष्म महाराज, आपण असे भाषण का करता?
मला कधीच न्याय मिळणार नाही का? येथे शास्त्रांविषयी आदर नाही वा धौम्यासम महान
विद्वानांचे मूल्य नाही. परंतु, मला ह्याचे आश्चर्य का वाटावे? भीष्म महाराज, आपले
हृदय कातळासम कठीण झाले आहे. एक मातेच्या भावनांचे आपणास आकलन कसे
होईल? आपण विवाहही केला नाही आणि जन्मदात्यांना आपल्या मुलांविषयी काय वाटते
हेही आपणास ज्ञात नाही.''

आता न्यायालयात नीरव शांतता पसरली. वातायनातील प्रेक्षक स्त्रिया अश्रू
पुसत असल्याचे सुयोधनास दिसले. विदुरकाकांनी हस्तक्षेप का केला नाही? सुयोधनाने
त्यांची दृष्टिभेट घेण्याचा प्रयत्न केला. परंतु प्रधानमंत्री त्यास पाहत नव्हते. ते शकुनीस
पाहत होते.

युधिष्ठिर उभा राहिला. प्रथम त्याने न्यायाधीश, धौम्य, द्रोण ह्यांना लवून वंदन केले
आणि नंतर उपस्थित ब्रह्मवृंदास वंदन केले. त्यानंतर त्याने बोलण्याची अनुज्ञा मागितली.
ब्राह्मणांनी त्यास आशीर्वाद दिले. त्यानंतर त्याने महाराज-महाराणी ह्यांना आणि नंतर
भीष्मांना प्रणाम केला. ह्या सविस्तर आदरप्रदर्शनामुळे भीष्म खवळलेले दिसत होते. तो
ज्येष्ठ पांडव सावकाश मंद स्वरात बोलू लागला. ह्या पद्धतीने सर्वजण आपले भाषण
ऐकतील हे त्याने सुनिश्चित केले. त्याचा स्वर ऐकणे सहजशक्य नव्हते. त्यामुळे सभेतील
प्रत्येकास त्यावर ध्यान केंद्रित करणे अनिवार्य ठरले. त्याने स्वतःविषयी महत्त्वाकांक्षाविहीन
अशा नम्र मनुष्याची प्रतिमा उभी केली होती. ''माझा चुलत भ्राता सुयोधनाचा माझा भ्राता
भीमाच्या हत्येत सहभाग असल्याने मी व्यथित झालो आहे. मी माझ्या चुलत भ्रात्यावर
नित्य प्रेम केले आणि त्यास सन्माननीय व्यक्ती मानले. माझ्या चुलत भ्रात्याने केलेल्या
अघोरी कृत्यास कुणी साक्षी नसते, तर हा असा अपराध करील ह्यावर मी विश्वास ठेवला

नसता. परंतु कुणीतरी त्यास पाहिले आहे. न्यायाधीश महोदयांनी अनुज्ञा दिल्यास, आम्ही साक्षदात्यास उपस्थित करू शकू.''

सुयोधनाने आश्चर्याने वर पाहिले. 'साक्षदाता? कोण आहे तो?'

''तुझ्याकडे साक्षदाता असल्यास उपस्थित करावा. प्रतीक्षा कशाची?'' भीष्माने त्रासून म्हटले.

''तो साक्षदाता... अंऽऽ... तो अस्पृश्य आहे. त्यामुळे साक्ष देण्यास ह्या प्रासादात आणि सभेत उपस्थित राहू शकत नाही.'' युधिष्ठिर पुटपुटला.

''राजपुत्र युधिष्ठिरा, मला तुझे नवल वाटते. त्याच्या कुलाचा संबंध काय?''

''स्वामी, त्याच्या उपस्थितीने हा प्रासाद आणि ही सभा प्रदूषित होईल. तो अतिहीन कुलोत्पन्न निषाद आहे. ह्या प्रासादाप्रत येणाऱ्या राजमार्गांवरही त्यांना प्रवेश निषिद्ध आहे. तर मग तो येथे येऊन साक्ष कशी देईल?'' धौम्य तारस्वरात म्हणाले. पुरोहितांच्या समूहाने संमतीदर्शक माना डोलावल्या.

''तुम्ही प्रमाण सादर करू शकत नसल्यास आणि तुमच्या स्वत:च्याच साक्षदात्यास ह्या न्यायालयात येण्यास बंदी करणार असल्यास माझ्यापुढे पर्याय नाही. मी हे प्रकरण समाप्त करेन आणि युवराज सुयोधनास निर्दोषी घोषित करेन. मी...'' धौम्याकडे संतापाने पाहत भीष्माने वाक्य खंडित केले. तो पुरोहित पुन्हा बोलण्यास उठून उभा राहिला होता.

''आम्ही ह्या गोष्टीवर चर्चा केली आहे आणि ज्ञानी, विद्वानांचे असे मत आहे की अपवादात्मक प्रकरणास्तव त्या अस्पृश्यास येथे येण्याची अनुज्ञा आहे. शास्त्रात अशा प्रकारचे नियोजन आहे. परंतु ह्या पापाकरिता राजास प्रायश्चित घ्यावे लागते. सहस्त्र ब्राह्मणांना अन्नदान आणि भेटवस्तू दान करून...''

''महाराज असे काहीही करणार नाहीत.'' भीष्माने घोषणा केली. त्यांचा स्वर संतापाने थरथरत होता. ''तुम्हांस साक्षदात्यास सादर करण्याची इच्छा असेल, तर कोणत्याही अटीविना तसे करा...''

कुंती उठून उभी राहिली आणि बाहेर जाऊ लागली. ''पुत्रांनो, ह्यात काही अर्थ नाही. आपणास येथे न्याय मिळू शकणार नाही.'' तिचे चार पुत्र तिचे अनुकरण करण्यास उभे राहिले.

क्रोधप्रदीप्त नेत्रांसह भीष्म उभे राहिले. परंतु ते काही बोलण्यापूर्वीच महाराज सौम्य स्वराने बोलू लागले, ''माझी प्रायश्चित घेण्यास संमती आहे. ब्राह्मण जे इच्छितात ते सर्व मी करेन. सत्य सन्मुख येऊ दे. माझ्या पुत्राने खरोखर हत्या केली असेल तर मी त्यास क्षमा करणार नाही.''

थकून भीष्म खाली बसले आणि त्यांनी संकेत करीत रक्षकांना साक्षदात्यास उपस्थित करण्याची आज्ञा केली. त्यांनी सुमारे सतरा वर्षे वयाच्या काळ्याकभिन्न कुमारास खेचत आणले. त्याच्या वयाच्या मानाने तो अल्पकाय होता आणि त्याच्या त्वचेखालील अस्थि जाणवत होत्या. त्याचे केश कुरळे होते आणि ओठ पुष्ट होते. परंतु सर्वांचे ध्यान वेधून

घेतले ते त्याच्या विद्रूपतेने. त्याच्या देहाचा डावा भाग आणि मुख अग्निने दग्ध होते आणि तेथील त्वचा निस्तेज, सुरकुतलेली अन् पीतवर्ण झाली होती, तर उर्वरित देह काळा होता. त्याने भयचकित होत न्यायालयात सर्वत्र पाहिले. सभोवतालच्या वैभवाने तो दिपून गेला. महाराज कोण हे त्यास ज्ञात नव्हते, परंतु त्याने अधोदृष्टिने लवून सर्वांना प्रणाम केला.

"भिऊ नको. तुला कोणीही अपाय करणार नाही. माझ्या प्रश्नांची प्रामाणिकपणे उत्तरे दे, ज्यायोगे तुला अल्पावधीतच मुक्त करण्यात येईल. तुझे नाव काय?" भीष्माने विचारले.

"जर." तो कुमार कुजबुजला. एका रक्षकाने त्यास दंडाने ढोसले आणि त्याच्या कानात हळूच सांगितले की, वरिष्ठांशी बोलताना त्याने हाताने मुख झाकावे. जराचे हात त्वरेने ओठावर गेले. तो भयाने थरथरू लागला.

"हात दूर सार. ताठ उभा राहा आणि उत्तर दे, जरा." भीष्म खेकसले.

जराने हात काढले आणि तो आज्ञेनुसार उभा राहिला. सर्वत्र कुजबूजीस आरंभ झाला. परंतु तेथे दुर्लक्ष करून भीष्माने पुढे विचारले, "पुत्रा, तू काय पाहिलेस? स्पष्टपणे विशद कर."

"स्वामी, दोन रात्रींपूर्वी, मी ... नदीकिनाऱ्यावरील खडकावरील त्या मंदिरासमीप होतो."

तत्क्षणी सर्व जनसमुदायात खळबळ उडाली. काही पुरोहित ओरडून विचारू लागले - एक निषाद मंदिरानजीक जाण्याचे धाष्टर्य कसे करतो? तर अन्य पुरोहित मोठमोठ्याने शोक करू लागले की, धर्माचे अध:पतन होत आहे आणि कलियुग समीप आले आहे. आपल्यामुळे उत्पन्न झालेल्या ह्या कल्लोळाने जर भयभीत झाला.

तो कल्लोळ शमेपर्यंत भीष्माने प्रतीक्षा केली आणि नंतर जरास म्हणाले, "भिऊ नको. तू तिळमात्र अनुचित वर्तन केलेले नाहीस. तू तेथे का गेला होतास?"

"मी अन्न मिळविण्यास तेथे गेलो होतो, स्वामी. मंदिरात प्रतिदिनी सहस्त्रावधी ब्राह्मणांना अन्नदान केले जाते. स्वामी, ते सर्व अन्न खात नाहीत, बरेच अन्न व्यर्थ जाते. उर्वरित अन्न कुंडातून ओसंडत असते. ते खरोखर चविष्ट अन्न असते. बहुसंख्य रात्री मी तेथे जातो. कधीकधी माझ्यासम अन्यही जातात आणि त्या उर्वरित अन्नासाठी आमच्यात कलह होतात. श्वान आणि मूषकही त्या अन्नाकरिता भांडतात. मी नित्य क्षुधार्त असतो, त्यामुळे जेव्हा सर्वजण निद्रित होतात, तेव्हा मी ते उच्छिष्ट अन्न वेचण्यासाठी तेथे जातो. त्या रात्री मी एकटाच होतो, स्वामी." जराने थबकून सर्वत्र पाहिले. त्या निषादाचा संसर्ग टळावा ह्या हेतूने अनेकांनी मुखे अन्यत्र वळवली किंवा झाकली.

"किती घृणास्पद!" धौम्यांनी टिप्पणी केली. आपल्यास किळसवाणे म्हणणाऱ्या त्या मनुष्यास पाहून जराने काळे दात दर्शवत स्मित केले.

भीष्माने जरास पाहून मान डोलावली. त्यास पुढे बोलण्याचा संकेत दिला. "त्या मंदिरानजीक, खडकावर एक उंच आणि बलदंड मनुष्य बसलेला मी पाहिला. नदीसमीप...

त्याच्या सोबत एक शुभ्र उपरणे पांघरलेला मनुष्य होता. ते मद्यपान करीत होते. काही समयानंतर, तो बलदंड मनुष्य भयंकर स्वरात गाऊ लागला. तो त्या खडकाच्या टोकाशी घातक स्थितीत बसला होता. उपरणे पांघरलेल्या मनुष्याने त्यावर आघात करून नदीत ढकलले; तेथे थांबण्याचे मला भय वाटले आणि मी पळून गेलो, कारण मी निषिद्ध स्थानी गेलो होतो. मला भय वाटले की, त्या शुभ्र उपरणेधारी मनुष्याने मला पाहिले तर तो माझीही हत्या करेल. मंदिरापासून दूर पळताना रक्षकांनी मला पाहिले, तसे चोर समजून त्यांनी मला पकडले, स्वामी. गत दोन दिवस ते मला चोपत आहेत.'' जराचे भाषण समाप्त झाले.

हादरलेला सुयोधन सभेच्या केंद्रस्थानी उभा होता. अन्य दिवसांप्रमाणे आजही त्याने शुभ्र रेशमी उपरणे पांघरले होते. शतशत नेत्रांनी तो अपराधी असल्याचा निर्वाळा दिला होता. महाराज विवर्ण झाले होते आणि गांधारी आपले हात चोळत होती. भीष्माने विदुरास चर्चेसाठी बोलविले तशी न्यायालयात तावातावाने चर्चा होऊ लागली.

विदुर स्थानावरून हलण्यापूर्वीच धौम्य उभे राहिले, ''महोदय, आपणास आणखी प्रमाणाची आवश्यकता आहे का?''

भीष्मांनी पुन्हा जरास विचारले, ''शुभ्र उपरण्यातील तो मनुष्य तू ओळखू शकशील का?''

जराने सावकाश जनसमुदायावर दृष्टी फिरविली. शकुनीचे मुख भयाने विवर्ण झाले. सर्वकाही नियोजनानुसार पार पडले होते आणि आता कोणत्याही क्षणी तक्षक तो 'ऐवज' परत पाठवेल. शकुनीने भीमाची हत्या करण्याकरिता त्यास नदीत ढकलले नव्हते. तसे करणे सहजशक्य होते. शकुनीस त्याहून अधिक काहीतरी अपेक्षित होते- आपला भगिनीपुत्र आणि त्याच्या चुलतभ्रात्यांमध्ये शाश्वत शत्रुत्व! 'ह्या अस्पृश्याने मला ओळखले तर माझ्या सर्व योजना धुळीस मिळतील.' सुयोधनाच्या उपरण्याचा उपयोग करणे ही त्या योजनेत अंतिम क्षणी टाकलेली भर होती. त्या रात्री एखादा अतिउत्साही रक्षक सजग असेल तर 'सुयोधन आपल्या चुलतभ्रात्यासह फेरफटका मारत आहे' असे वाटून त्याने तेथे दुर्लक्ष करावे अशी ह्यामागील धारणा होती. किंबहुना अशा एखाद्या रक्षकाने साक्षीदार म्हणून पुढे यावे आणि 'सुयोधन व भीम मध्यरात्री प्रासादातून बाहेर पडले' असे सांगावे अशीच त्याची इच्छा होती. परंतु जरासारखा साक्षीदार उभा राहील अशी त्यास कल्पना नव्हती.

जराची दृष्टी सुयोधनावर आणि त्याच्या सुपरिचित शुभ्र उपरण्यावर स्थिरावली. न्यायालयात सर्वांनी एकाच क्षणी श्वास रोखले. भीष्माने विदुराकडे पाहिले. त्यांनी मस्तक डोलावले. भीष्माच्या निर्णयाच्या अपेक्षेत संपूर्ण न्यायसभा प्रतीक्षा करू लागली. त्याच क्षणी दालनाच्या दूरच्या टोकाशी काही कोलाहल झाला, तशी सर्वांची मस्तके मुख्य प्रवेशद्वाराच्या दिशेस वळली. रक्षकांचा एक समूह आत शिरणाऱ्या जनसमुदायास दूर लोटण्याचा प्रयत्न करीत होता. परंतु सर्वांचे ध्यान वेधून घेतले ते रक्षकांमध्ये स्थित भीमाच्या धिप्पाड देहाने. तो तिरकस स्मित करीत त्या न्यायसभेस पाहात होता.

"हा काय..." ओठ चावत धौम्याने जिव्हाग्रावरील अपशब्द थोपवले.

कुंती पुत्रापाशी धावत गेली आणि तिने त्यास दृढ अलिंगन दिले- जणू तिला त्यास कधीच मुक्त करण्याची इच्छा नसावी. भीम एकाच समयी आनंदित आणि खजीलही दिसू लागला. कोलाहल शांत झाल्यावर भीष्म पुन्हा बोलू लागले. त्यांनी भीमास गत दोन दिवसातील घटनांविषयी पृच्छा केली.

भीमाने सभेस पाहिले, सभोवतालचे संतप्त नेत्र पाहिले आणि आवंढा गिळला. गत दोन दिवसातील त्याचे अनुभव रंजक होते. परंतु ते सत्य होते की धुंदीतील कल्पनाविलास? ह्याविषयी तो साशंक होता. तो बोलू लागला आणि सभेतील मान्यवर एक असंभाव्य कथा ऐकू लागले – वाढत्या नवलासह, अविश्वासाने आणि अखेर रममाण होऊन. भीमाने बोलण्यास मुख उघडले, त्याचवेळी सर्वांना स्पष्ट समजले की, तो धुंदीत आहे. त्याने नागांच्या नवलपूर्ण जगताची माहिती दिली. दोन रात्रींपूर्वी स्वप्नात एका गंधर्वाने त्यास गंगेवरून उड्डाण करण्यास बोलविले. त्या महाभागाने भीमास अद्भुत सामर्थ्य प्रदान करणारे एक विशेष पेय दिले. भीमाने ते प्राशन केल्यानंतर त्या गंधर्वाने त्यास नदीत ढकलले. काही काळ गंगाप्रवाहात वाहत गेल्यानंतर तो एका मधुमिश्रीत क्षीरसमुद्रात बुडाला. त्या मधुर सुवासाच्या अमृतामधून नागजनांनी त्यास उचलले, वाचविले आणि त्यांच्या अद्भुत जगात नेले. त्याची नागप्रमुख तक्षकाशी भेट झाली. तो एक मोहक यजमान होता. भीमाने उत्तमोत्तम रमणीय ललनांच्या सहवासात काळ व्यतीत केला. भीम नागकन्यांविषयी अनुभवकथन करू लागला, तसा भीष्माच्या संतापाने परिसीमा गाठली. त्यांनी आपल्या आसनस्तंभावर हस्तप्रहार केला. ते पाहताच भीमाचे स्वप्नोड्डाण थांबले आणि तो भानावर आला.

सभोवताली संतप्त ब्राह्मण पाहून आपले काय चुकले ह्याचा तो विचार करू लागला. त्याचा बंधु युधिष्ठिराने लज्जेने मस्तक लवविले होते; त्याचप्रमाणे अर्जुन आणि अन्य भ्रात्यांनीही. सुशासन आणि अश्वत्थामा गंमतीने स्मितहास्य करीत होते, तर सुयोधन त्याच्याकडे सुटका, दया आणि तिरस्कार ह्या भावनांसह पाहत होता. कुंती निराशेने अगतिक झाली होती. अकस्मात गांधारी हसू लागली. तिच्या हास्यात सहभागी होत धृतराष्ट्रही हसला. तसा संपूर्ण जनसमुदाय मोठमोठ्याने हसू लागला. भीष्माचे ओठ किंचित वक्र झाले आणि धौम्याचे मुख अपमानाने आरक्त झालेले पाहताच त्यावर दुर्मिळ स्मित विलसू लागले. केवळ विदुर गंभीर राहिला, कारण तो शकुनीची प्रतिक्रिया पाहात होता. त्या गांधार राजपुत्राच्या मुखावरील सुटकेचे भाव विदुरास रुचले नाहीत. ह्या विनोदी घटनेत कुठेतरी ह्या परकीयाचा दुष्ट हात आहे असा विदुरास विश्वास होता.

"पितामह, माझ्या पुत्रास एका दिव्यातून जावे लागल्याने तो थकला आहे." कुंती म्हणाली.

"मान्य आहे कुंती. तो भानावर दिसत नाही." भीष्माने उपरोधाने म्हटले. सभेतील काहीजण मोठ्याने हसले. अखेर विदुराचे गंभीर मुख किंचित निवळले.

"स्वामी, मृत्युसन्मुख जाण्याच्या अनुभवाने भीमाच्या मनावर आघात झाला आहे आणि त्यास दुर्योधनाचे भय वाटत आहे. हा न्यायनिवाडा उद्या केला तर सत्य परिस्थिती सर्वांसमक्ष येईल असा विश्वास वाटतो." धौम्यानी हस्तक्षेप केला.

विदुराने सर्व मंत्रिगणांच्या हातून भूर्जपत्रे परत घेऊन एकत्रित केली. त्यावर राजमुद्रा उठविली आणि ती पितामहांना सुपूर्द केली. भीष्मांनी प्रत्येक भूर्जपत्राचे स्वत: वाचन केले. त्यांनी आठ पत्रे एका अंगास ठेवली आणि दोन विरूद्ध अंगास. त्यानंतर वर पाहत ते म्हणाले, "धौम्या, आता भीमास आवश्यकता आहे एका प्रतिविषाची- ज्यायोगे त्याची धुंदी उतरेल. धुंद मनुष्यास धुंदीमुळे पडणारी अद्भुत स्वप्ने ऐकण्यास ह्या न्यायसभेपाशी समय नाही. त्यासाठी उद्या पुन्हा न्यायसभा भरविली जाणार नाही. मी आता निर्णय देणार आहे. माझा सल्ला ऐकल्यानंतर महाराज त्यांच्यानुसार योग्य ती कृती करतील. ही न्यायसभा आठ विरूद्ध दोन अशा बहुमताने युवराज सुयोधनास सर्व आरोपातून निष्पाप ठरवित आहे. आजच्या दिवशीचे कार्य समाप्त करण्याचा आदेशही न्यायसभा देत आहे. राज्याच्या अन्य कामाकरिता उद्या पुन्हा सभा भरेल."

"तथास्तु." महाराज धृतराष्ट्र उठले, तसे त्या अंध जोडप्यास साहाय्य करण्यास सेवक धावले.

ब्राह्मणांकडून क्रुद्ध उद्गार आले. परंतु धौम्य शांत राहिले. कोणत्या समयी पड घ्यावी हे ते जाणत होते. ते पांडवांसमीप गेले. काही ब्राह्मण महाराजांपाशी गेले आणि त्यांना सहस्त्र ब्राह्मणांस अन्नदान करण्याच्या प्रायश्चिताचे स्मरण करून देऊ लागले. थकलेल्या महाराजांनी ते सर्व मान्य केले आणि पत्नीसह ते आपल्या कक्षात परतले.

* * *

सुशासन आणि अश्वत्थामा सुयोधनापाशी गेले आणि त्यांनी आनंदाने राजपुत्रास अलिंगन दिले. सर्व परिजनांच्या प्रयाणानंतर विदुराने सुयोधनाच्या स्कंधावर थाप मारली आणि महाधिपती त्याची प्रतीक्षा करीत असल्याचे सांगितले. जड मनाने तो राजपुत्र विदुरामागून निघाला. पितामहांचे वाक्ताडन ऐकून घेण्यासाठी तो मनोबळसंचय करू लागला. भीष्माच्या वैयक्तिक कक्षात प्रवेश केल्यावर तेथे एक अतिथी पाहून त्यास नवल वाटले. तो मनुष्य विशीतील वाटत होता परंतु त्याची स्थिर मनस्थिती, आत्मविश्वास आणि शांतपणा युवा वयास साजेसा नव्हता. महाधिपतींचे त्याच्याशी सन्मानपूर्वक वर्तन पाहून ही एक उल्लेखनीय व्यक्ती आहे हे सुयोधनास समजले.

राजपुत्रास पाहताच तो मनुष्य उभा राहिला. भीष्मानेही उजवा हात उंचावून सुयोधनास आशीर्वाद दिला. राजपुत्राने पितामहांना लवून प्रणाम केला आणि तो नम्रपणे उभा राहिला. विदुराने भीष्माच्या उजवीकडे स्थान ग्रहण केले. स्मित करीत भीष्म म्हणाले, "सुयोधना, हे यादवप्रमुख बलराम. माझे जिवलग स्नेही आणि चतुर व ज्ञानसंपन्न व्यक्ती. मी एका विशिष्ट कारणासाठी ह्यांना आमंत्रित केले आहे."

"महोदय, आपण माझी स्तुती करून मला लाजवीत आहात." बलरामाने स्मित करताच संपूर्ण कक्ष उजळला. "सुयोधना, मी तुझ्याविषयी बरेच काही ऐकून आहे. मी एक गोपालक आहे, राजा नाही. यादवांचा कोणीही राजा नाही. आमची प्रजासत्ताक पद्धत आहे आणि मला प्रमुखपदी नियुक्त केले गेले आहे. माझ्या प्रजेच्या इच्छेनुसार मी पदभार सांभाळत आहे."

सुयोधनाची प्रतिक्रिया नेहमी उत्स्फूर्त असे, ती कधीच निर्मम तात्त्विक विचार करून दिली जात नसे. त्याक्षणी त्याच्या मनात त्या यादवप्रमुखाविषयी तत्काळ स्नेह उत्पन्न झाला. त्यासरशी त्याने त्याच्याकडे पाहून प्रसन्न स्मित केले.

"काशीस जाताना बलराम हस्तिनापुरमार्गे जाणार आहेत हे विदुराकडून समजले. तेव्हा सुयोधना, तुला साहाय्य करण्याकरिता ह्यांना विनंती करावी असे मी ठरविले. तुझ्यातील आत्मविश्वासाचा अभाव, सामर्थ्यवान व्यक्तीशी वाद घालण्याची तुझी सवय आणि चुलतभ्रात्यांशी तुझा नित्य कलह ह्यामुळे मला चिंता वाटते. द्रोणाचेही तुझ्याविषयी अनुकूल मत नाही. तू विद्रोही आहेस आणि त्यांचा पर्याप्त आदर करीत नाहीस असे त्यांचे म्हणणे आहे. सुशासनाविषयी अशी तक्रार आल्यास मी सहन करीन, परंतु तुझ्याविषयी नाही; कारण तू एके दिवशी ह्या भूमीवर राज्य करणार आहेस आणि अशा सवयीमुळे तुला उत्तम राज्यकर्ता होता येणार नाही." नित्याप्रमाणे प्रत्यक्ष विषयास स्पर्श करीत भीष्म म्हणाले.

एका अपरिचित व्यक्तीसमोर अपमान झाल्याने सुयोधन त्रासला. परंतु बलराम स्मित करीत भीष्मास म्हणाले, "महोदय, आपण खूपच कठोर आहात. माझ्या नूतन द्वारका नगरीस आलेल्या प्रवासी गायकांकडून मी सुयोधनाचे नाव प्रथम ऐकले. त्यांनी मध्यम पंडुपुत्र अर्जुनाच्या महतीपर पदे म्हटली. गुरू द्रोणांनी त्यांच्या विद्यार्थ्यांच्या घेतलेल्या त्या प्रसिद्ध चाचणीची गोष्ट त्यांनी मला सांगितली. त्यांनी 'वृक्षावरील शुकपक्ष्यात काय दिसते' असे विचारले असता अर्जुनाने केवळ लक्ष्य- अर्थात त्या पक्ष्याचा नेत्र दिसल्याचे सांगितले. ते उत्तर सर्वांना स्तुत्य वाटले. खराखुरा योद्धा असेच उत्तर देईल, त्यामुळे भाटांनी त्याची खूप प्रशंसा केली. माझा बंधू कृष्णाने आमच्या सभेत घोषणा केली की, सर्व भारतवर्षास भूषणावह असा किमान एक युवा योद्धा आहे. परंतु त्या भाटांनी सुयोधनाचे उत्तरही उपहासात्मक सुरात सांगितले- त्याने शुकाच्या नेत्रात प्रेम पाहिले आणि पक्ष्यावर तीर मारण्यास नकार दिला होता. त्यानंतर अर्जुनाने अचूकतेने त्या पक्ष्यास ठार केले. ही कथा ऐकताच मला वाटले की, अर्जुन हा भारतवर्षास इच्छित असा योद्धा असेल; परंतु सुयोधन हा भारतवर्षास आवश्यक असा 'पुरुष' आहे."

त्या असामान्य मनुष्याचे वक्तव्य ऐकून सुयोधन लाजला. त्याचे उत्तर त्यावेळी त्याला नैसर्गिकपणे स्फुरले होते आणि ह्या अ-पुरुषी उत्तरामुळे त्याला सहाध्यायी आणि ज्येष्ठांकडून बराच उपहास सहन करावा लागला होता. तो प्रश्न पुन्हा विचारल्यास मी हेच उत्तर देईन ह्याची ग्वाही असूनही ही घटना विस्मरणात जावी असेही त्यास वाटले.

भीष्मांनी हास्य दडपले आणि ते म्हणाले, ‘‘बलरामा, ह्या मुलाचे काय करावे हे मला उमजत नाही. कधीकधी मी ह्याच्यात माझे युवावस्थेतील रूप पाहतो. ह्याच्या भावना, ह्याची सहानुभूती हे सर्व गुण मला भावतात. परंतु मी कधीही माझ्या हृदयास माझ्या मस्तकावर शासन करू दिले नाही– माझ्या किशोरावस्थेतही. दरिद्री जन कायम शोषण सहन करतील; परंतु स्वत: आश्रयदाता असल्याप्रमाणे व्यवहार करण्याच्या उच्चवर्गीय वृत्तीस ते कधीही क्षमा करणार नाहीत. दानधर्माने परिस्थिती बदलत नाही, हे ज्ञान मला त्या वयातही होते. व्यवस्था बदलेल ती सावकाश काम केल्याने; घाईगडबडीने ती उलथून लावल्याने नाही. कुलव्यवस्थेचा मीही तिरस्कार करतो, परंतु मी नेहमी संतुलित दृष्टिकोण बाळगतो. हा मुलगा अतिभावनाप्रधान आणि सुधारणेपलीकडे आहे. योग्य कारणास्तव तो अयोग्य मनुष्याशी लढतो आणि सामर्थ्यवान शत्रू निर्माण करतो. हे थांबविणे मला क्रमप्राप्त आहे... हा एक सहृदयी मूर्ख बनू पाहत आहे.

‘‘बलरामा, मी ह्यास तुझ्या हातात सोपवत आहे; ह्या मूर्खातून ‘पुरुष’ घडविण्यासाठी ह्यास उपदेश करण्यास तुझ्यापाशी एक मासाचा समय आहे अशी मला आशा आहे. मी तुला अन्यही काही सांगणार आहे. द्रोणाने मला ‘तो’ प्रश्न विचारला असता तर मीही सुयोधनाप्रमाणेच उत्तर दिले असते, परंतु त्यानंतर मी त्या दुर्दैवी पक्ष्यास अचूक बाण मारून त्याची पीडा त्वरित समाप्त केली असती.’’ इतके बोलून भीष्म कक्षातून निघून गेले. विश्वासू विदुर त्यांच्यापाठोपाठ गेले.

चकित बलरामाने मस्तक हलविले. पुढ्यातील शांतता अस्वस्थकारक वाटू लागली. त्या स्मितवदनी अपरिचिताशी काय बोलावे हे राजपुत्रास उमजेना. ‘मी मूर्ख नाही’ असे त्यास विरोधार्थ सांगावयाचे होते; परंतु ह्या विधानातील सत्यतेविषयी त्यास संपूर्ण शाश्वती नव्हती. त्याने दूर, गवाक्षापलीकडील मुख्य मार्गाकडे पाहिले. हा मार्ग वळणे घेत गजबजलेल्या पेठेतून जाई. तेथे त्यास दोन सैनिक एका काळ्या मनुष्यास वृषभाप्रमाणे हाकताना दिसले. परिजन भयाने दूर सरत होते. तीव्र गतीने चालावे आणि मुख्य मार्ग त्वरेने पार करावा ह्याकरिता ते त्या मनुष्यास वेताने झोडपत होते. तो दुर्दैवी मनुष्य वेदनेने विलाप करीत कळवळून विनंती करीत होता, ‘‘कृष्णा,... कृष्णा... वाचव, वाचव!’’ परिजन त्या मनुष्यास होणाऱ्या पीडेमुळे भयभीत नव्हते तर अपघाताने त्या अस्पृश्याचा स्पर्श झाल्यास संभाव्य प्रदूषणाच्या भयाने ग्रस्त होते. ते पाहून सुयोधन व्यथित झाला. एखाद्या भारवाही पशूप्रमाणे वागविले जाणारा तो मनुष्य – आपल्याविरुद्ध साक्ष देणारा जर आहे, हे सुयोधनाने ओळखले.

‘‘माझा बंधू आहे तो.’’ पाठीमागून बलरामाचा स्वर आला तसा सुयोधन चपापला. यादवप्रमुखही तेच दृश्य पाहत होते. सुयोधनाने आश्चर्याने त्यास पाहिले. ‘‘छे,छे, तो दरिद्री याचक नाही.’’ बलराम म्हणाले. ‘‘तो ज्याची प्रार्थना करीत आहे तो कृष्ण माझा बंधू आहे. कृष्णाचे व्यक्तिमत्त्व अतिशय आकर्षक आहे आणि अलीकडे तर तो देवाप्रमाणे वर्तन करू लागला आहे. धर्मग्रंथात उल्लेख असलेला देवाचा अवतार हाच आहे असे अनेकांना वाटते.’’

“आपल्यालाही तसे वाटते का?” दोघांमधील संकोच दूर झाल्याने आनंदित होत सुयोधनाने विचारले.

“काय?... माझा भ्राता देव आहे असे? हा, हा! कृष्णास प्रात्यक्षिक विनोद आवडतात असे मला वाटते आणि तसे पाहिल्यास, एका भिन्न पातळीवर विचार केल्यास प्रत्येकात देव असतो; त्यामुळे त्याचे प्रतिपादन तसे असत्य नाही. बरे, भीष्माच्या तुझ्याविषयीच्या आक्षेपात किती प्रमाणात तथ्य आहे?”

त्या स्पष्ट विचारणेने सुयोधन दचकला. त्याच्या अंत:प्रेरणेने त्यास ह्या मनुष्यावर विश्वास ठेवण्यास सांगितले. त्याच्या मनात दबलेले सर्वकाही उसळून बाहेर आले. आपण हिंसेचा त्याग कसा केला आणि त्यामुळे तो अलिप्त योद्धा कसा बनला हे त्या राजपुत्राने बलरामास सांगितले. इतरांना इजा करण्यात आपणास प्रतिष्ठा वाटत नाही असे त्याने सांगितले. आक्रमक युयुत्सु अन् वर्चस्वकारक प्रवृत्तीची मागणी हा समाज करतो आणि गुरू द्रोणही त्यांच्या विद्यार्थ्यांकडून ह्याचीच अपेक्षा करतात; परंतु तो त्या प्रवृत्तीचा तिरस्कार करतो. चुलतभ्रात्यांप्रति मनातील द्वेष आणि त्यांच्या मृत्यूची इच्छा ह्या सर्वांविषयी तो उत्कटतेने बोलला. खरेतर त्याची ही इच्छा त्याच्या अहिंसा तत्त्वाच्या विरुद्ध होती. परंतु बलरामास ते जाणवले नसावे. अखेरीस आपले निंदात्मक भाषण संपवून सुयोधन नि:शब्द उभा राहिला.

बलरामाने उत्तर देण्यास कल्पांतापर्यंत भासावा इतका विलंब केला. नंतर सावकाश तो म्हणाला, “सुयोधना, तू हे सर्व भयापोटी बोलत आहेस. हे सर्व दयेपोटी, हिंसेविषयी तिटकाऱ्यापोटी वाटते असा तुझा समज अयोग्य आहे. तुझ्या चुलतभ्रात्याच्या उच्च कौशल्याचे आणि स्वत:च्या अपयशाचे तुला भय वाटते. तू सहृदयी आणि बुद्धिमान आहेस, परंतु जीवनात तगून राहण्याकरिता आणि यशस्वी होण्याकरिता हे पुरेसे नसते. चुलतभ्रात्यांविषयी तुझ्या मनातील द्वेष तुला जाळतो आहे. कुणाचा तिरस्कार करण्याची आवश्यकता नसते – त्यांची कृत्ये कितीही तिरस्करणीय असली तरी! कृत्यांचा तिरस्कार कर, व्यक्तीचा नको. आधुनिक काळातील निष्ठूर स्पर्धा; मानवतेचा बळी देऊन केलेला भौतिक सुखाचा पाठलाग; यशस्वी वर्गाची त्यांच्या दुर्दैवी बंधुजनांप्रति अलिप्तता; आणि कुल, प्रादेशिकता, लिंगभेद, हिंसा, धर्मांधता, भ्रष्टाचार, लांगुलचालन, कुलपक्षपात आणि दहशतवाद ह्या सर्वांची जनतेवरील दुष्ट पकड ह्या सर्वांविषयी तुला तिटकारा आहे हे तुझे विधान योग्यच आहे. त्या गोष्टीविषयी द्वेषच योग्य! परंतु तू त्यासंदर्भात काय कार्य करीत आहेस? तुझ्यासम व्यक्ती सुखसुविधायुक्त कक्षात बसून अशा गोष्टीविषयी आक्षेप घेत राहतात. तुम्ही कुटीरवस्तीस एक दोनदा लाक्षणिक भेट देता आणि त्या दरिद्री जनास्तव हळहळता. ह्या दुष्ट गोष्टींविषयी तुझा तिरस्कार तू सार्वजनिकरीत्या उद्धृत का करीत नाहीस? याद्वारे तू तुला स्वत:ला आणि अन्य काही दरिद्री जीवांनाही ग्वाही देशील की, खरोखरीच ह्या दुष्ट गोष्टींचे उच्चाटन हे तुझे ध्येय आहे. ही व्यवस्था बदलण्यास तू काही ठाम कृती करीत आहेस का?” बलराम थांबले तेव्हा सुयोधन अधिकच गोंधळला होता.

"युवराज, हे सर्व समजण्यासाठी तुला माझे साहाय्य झाले नाही. नाही का? मी उत्तम वक्ता नाही वा गुरू नाही; म्हणून मी सरल भाषेत सांगेन. कृषी आणि वाणिज्य ह्या माध्यमांद्वारे आपल्या ह्या भूमीस पुन्हा वैभवशाली बनवणे हे माझे आयुष्यातील ध्येय आहे. असुर हे उत्तम समुद्र पर्यटक होते. ती परंपरा आता नष्ट पावली आहे. नाग कृषक होते, त्यांनी भूमीवर कष्ट करून तिच्यातून सुवर्ण पिकविले. तीही परंपरा आपण गमावली आहे. गुराखी किंवा पारधी ह्या आदिम स्वरूपातील अस्तित्व मागे टाकून मला माझ्या जनतेस पुन्हा गतवैभव प्राप्त करून देण्याची इच्छा आहे. नीतिमय बंधने आणि धर्म ह्यांनी आपण जखडलेले आहोत. त्यांपासून मुक्ती मिळविण्यासाठी मी झटत आहे. एकाकी मनुष्य हे सर्व कसे साध्य करू शकेल? असे कदाचित तुला वाटेल आणि हेच ह्यातील मर्म आहे. माझे ध्येय माझ्या तुलनेत अतिशय महान आहे. त्यामुळेच मी समरसून जगतो आणि ते ध्येय साध्य करण्यासाठी मनापासून प्रयत्न करतो. मी आयुष्याच्या क्षणन् क्षणाचा आनंद घेतो आणि प्रत्येक क्षणी माझ्या ध्येयाप्रति एक पाऊल पुढे टाकीन हे मी सुनिश्चित करतो. मी निर्माण करीत असलेल्या सुंदर नौकास्थानक नगरीस तू भेट दे. द्वारका हे माझे स्वप्न आहे! असे तुझे काही स्वप्न आहे का? अशक्यप्राय वाटावे वा त्यामुळेच हास्यास्पदही वाटावे असे– तुझ्या तुलनेत महान स्वप्न?"

याचे उत्तर कसे द्यावे हे सुयोधनास उमजेना. माझ्यापाशी असे स्वप्न आहे का? त्याच्या कल्पना संदिग्ध होत्या. तो उत्सफूर्तपणे कृती करे. गुरूंचे वचन किंवा धर्मग्रंथातील लेखन हे सर्वकाही नाकारे– त्यांची तार्किकताही पडताळून न पाहता! परंतु आपल्यापाशी जीवनव्यापी उत्कट ध्येय आहे का? ह्याचे त्यास ज्ञान नव्हते.

त्या युवा राजपुत्राच्या मुखावरील गोंधळ पाहून बलराम पुढे सांगू लागले, "सुयोधना, तुला अशा स्वप्नाच्या अस्तित्वाविषयी शंका असेल, परंतु ते निश्चित असेल. ते ओळखण्यास तू असमर्थ आहेस, कारण तू अद्याप अल्पवयीन आहेस. तुझ्या हृदयात लपलेले स्वप्न शोधण्याची मी तुला एक पद्धत सांगतो. तुला उत्कटता, क्रोध, उद्वेग, विषण्णता, आनंद आणि दुःख ह्या सर्वांचा अनुभव कोणती गोष्ट देते? कशामुळे तुला जीवनाची जाणीव होते?"

सुयोधन तत्काळ म्हणाला, "महोदय, आज न्यायालयात आणलेल्या एका युवा अस्पृश्यास पाहताच मला क्रोध, वैताग, आनंद आणि दुःख ह्या सर्व भावना जाणवल्या. त्याच्या दुरवस्थेमुळे मला संताप वाटला. त्याने माझ्याविरुद्ध साक्ष दिल्याने मी उद्विग्न झालो. त्याच्यासम जनतेस जे निषिद्ध आहे हे त्यास पहावयास मिळाल्याने मला आनंद वाटला; आणि त्याचा ज्या नीच पद्धतीने उपयोग करून घेतला गेला त्यामुळे मी दुःखी झालो. जेव्हा मला अस्वच्छ मार्ग आणि गलिच्छ वराहांप्रमाणे राहणारी प्रजा दिसते, तेव्हाही माझ्या भावना उचंबळून येतात. त्यांना ह्या प्रकारे जगावे लावण्यासाठी कारणीभूत व्यवस्था आणि परंपरा ह्यांविषयी मला क्रोध वाटतो. ती जनता जागृत होऊन लढा देत नाही ह्याविषयी खेद वाटतो. परंतु त्यांच्या सहनशीलतेचे कौतुक वाटते. शून्यातून जीवन जगण्याच्या त्यांच्या किमयेची मी प्रशंसा करतो. त्यांच्यासाठी मी काही करू शकत नाही

ह्या विचाराने मला वैफल्य येते आणि माझ्या भूमीत बहुसंख्य प्रजा अपेष्टा भोगते हे पाहून दुःख होते.''

बलरामांनी स्मित केले आणि सुयोधनास स्पर्श करीत ते म्हणाले, ''हा तर प्रारंभ आहे. ह्या संभाषणामुळे तुझे जीवन बदलणार नाही. परंतु तुला एक प्रकाशकिरण दिसला आहे, त्यावर विचार कर. अपेष्टांपासून मुक्त समाजाचे स्वप्न अतिविशाल आणि त्यामुळेच हास्यास्पद भासणारे आहे. ह्यामुळे तुझ्या जीवनास एक ध्येय मिळेल. अनेक गुणवान व्यक्तींनी असे प्रयत्न केले आहेत आणि ते निष्फळ झाले आहेत. प्रत्येक युगात अशी असाध्य स्वप्ने पाहणारे मनुष्य जन्मतात. ते परिपूर्ण नसतात की आपल्या ह्या दुर्दैवी धरित्रीवरील देवाचे अवतारही नसतात. ते मर्त्य असतात आणि त्यांमध्ये कैक त्रुटीही असतात. प्रयत्न करणाऱ्यांपैकी अनेकजणांना निसटते अपयश आले. परंतु त्यामुळे त्यांच्या साध्यास न्यूनत्व आले नाही. मी स्वतःस स्वप्ने पाहण्यास प्रशिक्षित केले आहे. त्याचप्रमाणे भीष्माने आणि नास्तिक चार्वाकानेही. आमच्या पद्धती भिन्न आहेत, परंतु ध्येय एक आहे. कोणता मार्ग योग्य आहे कोण जाणे? माझा मार्ग आहे शांततेचा आणि ध्यानधारणेचा, आणि माझ्या सदसद्विवेकबुद्धीस मार्गदर्शन करणाऱ्या सर्वोच्च शक्तींवर विश्वास ठेवण्याचा. हा मार्ग कदाचित योग्य असेल. भीष्मास वाटते की, बदल सावकाश घडवून आणावा आणि आवश्यकता भासल्यास हिंसेचा उपयोग करावा. कदाचित असा व्यावहारिक मार्ग योग्य असेल. कदाचित चार्वाकाचे मत योग्य असेल. त्यास वाटते की, देव अस्तित्वात नाही. मनुष्यांमध्ये एकमेकांप्रति प्रेम व सद्भावना आवश्यक आहे-त्यायोगे जीवनात परमोच्च आनंद मिळेल. कदाचित आम्हा सर्वांचे मार्ग अनुचित असतील. परंतु ते गौण आहे, महत्त्व आहे- स्वप्नांस.''

''तुम्ही शांतता आणि अहिंसेविषयी बोलता. परंतु ह्या जगात सर्वत्र हिंसा आहे. मलाही अहिंसेचा मार्ग योग्य वाटतो. परंतु मला हिंसेस सन्मुख जावे लागते. प्रतिदिनी भीम मला त्रासतो आणि मी शस्त्रांचा तिरस्कार करतो, त्यामुळे स्वतःचे रक्षण करण्याइतपत पुरेसे शस्त्रकौशल्य माझ्यापाशी नाही.'' सुयोधनाचा उद्रेक झाला, परंतु तत्काळ त्याविषयी त्यास खेद वाटू लागला. बलरामाच्या उत्कट भाषणापुढे स्वतःचे बोलणे त्यास अतिसामान्य वाटू लागले.

बलरामाने त्याच्याकडे पाहून स्मित केले. ''आपण बाहेर जाऊ. तुझा बंधू सुशासन आणि अश्वत्थाम्यासही पाचारण कर. तुझ्यात शस्त्रास्त्रांप्रति स्वारस्य निर्माण करावे अशीही एक विनंती भीष्म महोदयांनी केलेली आहे.'' बलराम द्वाराच्या दिशेने चालू लागले.

अकस्मात मिळालेल्या ह्या आदेशामुळे सुयोधन किंचित त्रासला. बलरामाने त्याच्या प्रश्नाचे उत्तर दिले नव्हते. परंतु सुशासन आणि अश्वत्थामा बाहेर प्रतीक्षा करीत होते. सुयोधनाने त्यांचा परिचय करून देताच दोघांनीही यादवप्रमुखास लवून प्रणाम केला.

''जा, गदा घेऊन या – अवजड गदा.'' बलरामाने आज्ञा केली. सुशासन अति उत्साहाने शस्त्रे आणण्यास धावला.

सुशासन आणि एक रक्षक विभिन्न आकाराच्या अवजड गदा, काही तलवारी, कटारी आणि काही धनुष्यबाणही घेऊन आले. त्यासह ते सर्वजण अभ्यासप्रांगणाकडे चालत गेले. बलरामाने प्रत्येक शस्त्राचा भार आणि घडण पारखली आणि हस्तिनापुरातील शस्त्रास्त्रांच्या उत्तम कारागिरीची स्तुती केली. त्यानंतर बलरामाने एक अवजड गदा उचलून ती सुयोधनास दिली. स्वत: एक गदा उचलली आणि सुयोधनास द्वंद्वास पाचारण केले. बलरामाने त्वरेने वस्त्रे उतरवली व देहावर केवळ कटिवस्त्र ठेवले. सुयोधनाकडूनही त्याने तसेच करविले. त्या यादवप्रमुखाचे शरीर वृषभाप्रमाणे बलदंड होते. शरीरातील सर्व स्नायू पुष्ट होते. पायात अंतर राखून, गदा उंचावत बलरामाने द्वंद्वाचा पवित्रा घेतला, तसे सुशासन आणि अश्वत्थाम्याने श्वास रोखत प्रशंसोद्गार काढले. तितक्यात सावधतेची पूर्वसूचनाही न देता बलरामाने चकित सुयोधनावर आक्रमण केले.

"वाचव स्वत:स, मूर्खा! प्रति आक्रमण कर! चल..." बलराम ओरडला. परंतु सुयोधन गोंधळला होता. द्रोणांनी शिकविलेल्या पाठांचे स्मरण करण्याचा त्याने प्रयत्न केला, परंतु बलरामाने त्यास चक्रवाताप्रमाणे घेरले आणि त्याच्यावर निर्दयतेने प्रहारांचा वर्षाव केला. एका पळाहून अल्प अवधीत सुयोधन धराशायी झाला होता आणि बलरामाचा बळकट पाय त्याच्या देहावर रोवलेला होता. बलरामाने गंमतीने गदा उंचावली आणि सावकाश खाली आणत सुयोधनाच्या मस्तकावर ठेवली. त्याने सुशासन आणि अश्वत्थाम्याकडे पाहताच त्यांनी मस्तकाची शकले होण्याचा अभिनय केला आणि ते ओरडले, "फट्!" ते मोठमोठ्याने हसू लागले आणि क्रुद्ध सुयोधन बलरामाच्या उजव्या पावलाखाली कळवळत राहिला.

सुयोधनाने त्यांच्याकडे संतप्त नेत्रांनी पाहिले आणि तो त्यांना उद्देशून अपशब्द उच्चारणार इतक्यात त्याचे प्राण कंठाशी आले. आपल्याला भास होत आहे की, पुढ्यातील दृश्य वास्तव आहे हे त्यास उमजेना. अश्वत्थाम्यासमीप उभी लावण्यवती कन्या त्याची फजिती पाहून हसत होती. इतके लावण्य ह्या जगात अस्तित्वात आहे? तिची परिपूर्ण दंतपंक्ती, लुकलुकते नेत्र आणि किंचित उर्ध्वगामी अग्रयुक्त चाफेकळी नासिका, तिचे गुलाबी कपोल आणि कमनीय बांधा ह्या सर्वांकडे पाहताच त्याचे हृदय विकल झाले. अशा भूमीवर पडलेल्या अवस्थेत मी खचितच आकर्षक दिसत नसेन. त्या दोघांची दृष्टिभेट होताच तिने लज्जित अन् अस्वस्थ होत दृष्टी अन्यत्र वळविली.

"तू हिंसेचा तिरस्कार करतोस ह्यात नवल नाही, सुयोधना! अहिंसा ही भ्याड मनुष्याची प्रथम संरक्षक कृती असते." बलरामाचे वचन ऐकताच अन्य सर्वजण हसू लागले. "प्रत्येक वेळी भीम तुझा पराजय का करतो हे तू जाणतोस का? कारण तो मन:पूर्वक लढतो. त्याची तळमळ स्वार्थी असेल– तुझा पराजय करणे किंवा स्वत:स उत्कृष्ट सिद्ध करणे हा त्यामागील हेतू असेल. परंतु तो तळमळीने लढतो हे सत्य आहे. त्याचा पराजय करण्याची तुझी इच्छा असेल तर त्याहून अधिक कसोशीने लढणे आवश्यक आहे. जितकी अधिक तळमळ तितका तू अधिक उत्कृष्ट लढशील. मी तुला एक मंत्र देतो, आज त्या दुर्दैवी अस्पृश्यास पाहताच तुला काय वाटले हे तू मला सांगितलेस.

प्रत्येकवेळी कृती करताना, त्याचे मुख मनात पाहा. त्या दुर्दैवी मनुष्याचे मुख तुला तुझ्या अशक्यप्राय स्वप्नाचे स्मरण करून देईल. प्रत्येक कृत्यापूर्वी त्याचा त्या दुर्दैवी मनुष्यावर आणि त्याच्यासम अन्य अगणित मनुष्यांवर काय परिणाम होईल ह्याचा विचार कर. वैभवासाठी संघर्ष हे एक अल्पध्येय आहे. परंतु मूक, निर्बल, अज्ञानी आणि दरिद्री जनतेसाठी लढशील तर तुझ्या धमन्यांमध्ये ज्वाला पेटेल, आणि तुझ्या स्नायूंना असामान्य सामर्थ्य प्राप्त होईल. त्यावेळी तू एकाकी उरणार नाहीस. सर्व विश्व तुझ्या साहाय्यास धावून येईल. मग तुला कोण थोपवू शकेल? आता ऊठ आणि पुरुषाप्रमाणे लढ.'' बलरामाने सुयोधनाच्या छातीवरील पाय उचलला आणि त्यास उठण्यास साहाय्य केले. ती कन्या हलकेच खुदखुदली तसा सुयोधन बुजला. ''घे, अडव हा वार!'' बलरामाने सुयोधनावर वार केला, तसा तो धडपडला आणि पुन्हा खाली पडला.

आता ती कन्या आणि सुयोधनाचे मित्र खो-खो हसू लागले. लज्जेने सुयोधनाचे रक्त उकळू लागले. त्याची अन् त्या कन्येची नेत्रभेट होताच त्याच्या उरात अग्नि पेटला. सुयोधनाने बलरामाचा पुढील वार त्वरेने अडवला तसे ते दोघेही चकित झाले. स्मित करीत बलरामाने आपली व्यूहरचना बदलली. त्या कन्येवर प्रभाव टाकण्याच्या दुर्दम्य हेतूने सुयोधन तळमळीने लढू लागला. ह्यावेळी त्याच्यावर मात करण्यास बलरामास पूर्ण पाच पळे लागली. शिवाय तोही स्वत: श्रमाने धापा टाकत होता. त्याच्या बलवान पावलाखाली सुयोधन कळवळत असताना बलरामाचा कातीव देह घर्मबिंदूंनी चमकत होता.

''सुधारणा आहे, सुयोधना. परंतु तुझ्या तळमळीस इंधन त्या तुझ्या महान स्वप्नाने पुरविले होते का ह्याची मला आशंका वाटते. आता ऊठ आणि माझ्या भगिनीस, सुभद्रेस, भेट. सुभद्रे, हा हस्तिनापुराचा युवराज सुयोधन. कृपया, ह्या दीनराजपुत्राची खोडी काढू नको.'' बलरामाने पाऊल उचलले. त्याने प्रेमाने सुभद्रेच्या सुंदर केशसंभारावर हात ठेवला.

'पृथ्वीतलावरील सर्वाधिक लावण्यवतीस मी कोणत्या अवस्थेत भेटत आहे!' सुयोधनाच्या मनात विचार आला. पश्चाताप करीत तो आपल्या लज्जास्पद अवस्थेचा त्याग करीत उठला, आपल्या कटिवस्त्रात व्यवस्थित दिसण्याचा आणि स्मित करण्याचा त्याने प्रयत्न केला. ह्या कन्येसन्मुख जणू नग्नावस्थेत असल्याने तो संकोचला. भ्राता आणि मित्राने मूर्खाप्रमाणे केलेल्या हास्यामुळे त्यात भरच पडत होती. त्याच्या स्कंधावर रक्त साकळले होते. त्याला तेथे स्पर्श करावा असे वाटू लागले. परंतु तिला ते दुर्बलतेचे लक्षण वाटेल असे त्यास वाटले. ती त्याच्यासमीप येऊ लागली तसा तो तिच्या चमकदार नेत्रांकडे अवाक् होऊन पाहत राहिला.

सुभद्रेने हळुवारपणे त्याच्या रक्तरंजित स्कंधास स्पर्श केला आणि म्हणाली, ''माझा भ्राता पशुवत् आहे. पाहा, तू ह्या दयनीय राजपुत्राची काय अवस्था केलीस!''

सुयोधनाचा देह रोमांचित झाला आणि त्याच्या कंठास शोष पडला.

''सुयोधना, हिच्यापासून सावध रहा. ही एक मोहिनी आहे. आता तुम्ही सर्वजण जा. मी भीष्मांशी महत्त्वाच्या विषयावर चर्चा करणार आहे. उद्या ह्याचवेळी आपण

आपला अभ्यास पुढे सुरू करू. तुम्ही दोघेही इच्छा असल्यास आमच्यात सहभागी होऊ शकता.'' वस्त्रे परिधान करीत बलराम सुशासन आणि अश्वत्थाम्यास म्हणाले. त्यानंतर ते तेथून निघून गेले. पाठीमागे उरली एक लावण्यवती युवती – तीन युवकांच्या सान्निध्यात.

सुयोधन अवघडून उभा राहिला. त्याचा उपजत बुजरा स्वभाव त्याच्या हृदयातील सुखद संवेदनांशी संघर्ष करू लागला. जुजबी संभाषण कसे करावे ह्याचे त्यास ज्ञान नव्हते. ''सुंदर कंकणे!'' सुशासन सुभद्रेचे हात पकडून म्हणाला.

''दूर हो!'' सुभद्रेने क्रोधाने दटावले. परंतु तिने लपविण्यापूर्वी तिच्या मुखावर चमकून गेलेले स्मित सुयोधनाच्या ध्यानात आले होते.

क्षणभर सुशासन अवाक् झाला. परंतु आपल्या सुपरिचित धिटाईने त्याने स्वत:स सावरले. मुलींचे रंजन करण्यात तो प्रवीण होता आणि नकाराचा त्यास सराव नव्हता. अश्वत्थाम्याने धनुष्यबाण उचलून दूर वृक्षास लक्ष्य केले होते. तो अचूक लक्ष्यवेध करील हे सुयोधन जाणून होता. त्या कौशल्याने कोणतीही युवती मोहित झाली असती. सुयोधनाचे हृदय खचले. तो त्याच्या प्रतिस्पर्ध्यास तुल्यबळ नव्हता. 'धिक्कार! हिला भेटून अल्प समय लोटला तर मी माझा बंधूस आणि मित्रास प्रतिस्पर्धी समजू लागलो?'

''सुशासन आणि अश्वत्थाम्याची अनुमती असेल तर मी युवराज सुयोधनाशी काही गोष्टींविषयी चर्चा करू इच्छिते.'' सुभद्रेने शांतपणे म्हटले आणि सुयोधनाचा हात धरून ती दूर चालू लागली.

सुयोधनाने अजाणता तिच्यासह चार पावले टाकली. परंतु तितक्यात त्यास भान आले की, त्याने अजूनही केवळ कटिवस्त्र धारण केले आहे. तो लज्जित होत थबकला. सुभद्रेने प्रश्नार्थक मुद्रेने सुंदर भृकुटी उंचावल्या. सुयोधनाने आपल्या वस्त्रांच्या राशीकडे सहेतुक पाहिले, तशी सुभद्रा खळखळून हसू लागली. सुयोधन आपली वस्त्रे घेण्यास धावला. अश्वत्थामा आणि सुशासनाने एकमेकास पाहिले आणि त्या राशीकडे झेप घेतली. परंतु सुयोधनाची गती अधिक होती, कारण त्यास अधिक उत्कट आस होती. तो धोतर उचलण्यात यशस्वी झाला, परंतु अश्वत्थाम्याने उपरणे बळकावले.

''अंहं, सोड ती वस्त्रे. ये जाऊया.'' मस्तक किंचित हलवीत सुभद्रा म्हणाली, त्यासरशी त्या युवा राजपुत्राचे पूर्ण पतन झाले.

सभ्यतेच्या पुनर्प्राप्तीसाठी वस्त्रे परिधान करताना सुभद्रे सन्मुख उभे राहावे की, हसणाऱ्या मित्रांकडे पहावे अशी त्याची द्विधा मनस्थिती झाली. त्यातच त्याने अवघडून धोतर नेसले. अखेरीस धोतराची गाठ आवळल्यानंतर, आता ते निसटून आपल्याला पुन्हा लज्जित करणार नाही ह्याविषयी नि:शंक झाल्यानंतर त्याने सुभद्रेस पाहिले. त्याला अश्वत्थाम्याची हलकी शीळ ऐकू आली, तर सुशासनाने नेत्र उर्ध्व दिशेस वळविले. भारल्याप्रमाणे सुभद्रेमागून जाताना आपल्या मित्राचे आपल्या भ्रात्याशी होणारे भाषण त्यास ऐकू आले, ''पहा, दोन पळात ह्यास सोबत्यांचे विस्मरण झाले. धिक्कार असो.''

''मूर्ख!'' सुशासनाने तिरस्कार व्यक्त केला.

त्यांच्या स्वरातील द्वेषाचा सूर जाणवून सुयोधनाने स्मित केले. त्याने सुभद्रेचे सुंदर मुख पाहिले आणि त्याची दृष्टी अनाहूतपणे घसरून तिच्या सुडौल वक्षांवर स्थिरावली. तिच्या मऊ रेशमी चोळीतून ते कमलपुष्पाप्रमाणे उन्नत भासत होते. तिची कमनीय कटि आणि नितळ पोटाच्या केंद्रस्थानी स्थित नाभी ह्यांचे सौंदर्य त्याने ह्यापूर्वी केवळ मंदिरातील शिल्पांमध्ये पाहिले होते. तिच्या नितंबाच्या कमनीय वक्ररेखा आणि लांबसडक पाय आणि सुंदर पावले ह्यांच्याशी त्याच्या बुभुक्षित दृष्टिने लगट केली. त्याचे मनगट धरणारी तिची लांबसडक बोटे, सुघड स्कंध आणि सळसळणारे केश ह्यांनी तो वेडावला. नेत्र कोठे रोखावे आणि त्यांची तृप्ती करावी हे त्यास उमजेना. आपणास अवर्णनीय आनंद होत आहे इतकेच त्यास उमजले होते. प्रथम प्रेम इतके मधुर असते ह्याची त्यास कल्पना नव्हती.

१३. धर्मवीर

वातावरण उष्ण आणि दमट होते. परंतु त्यामुळे सभोवतालच्या भुरळ घालणाऱ्या अद्भुत सौंदर्यात काही घट झाली नव्हती. पूर्वेकडे उत्तुंग पर्वत नभास चुंबित होते तर हिरव्यागार गहन दऱ्या धुक्याची गोधडी पांघरून निद्रित होत्या. एका अरूंद भूमीपट्टिकेवर अपरिमित रंग उमलले होते. जणू निसर्ग आपल्या निर्मितीचा सोहळा साजरा करीत होता. नागमोडी नद्या आणि आनंददायक खाडीच्या किनाऱ्यावरील नारळाची उंच झाडे सैनिकांप्रमाणे उभी होती. हरित समुद्राच्या किनाऱ्याचे सूर्यकिरणे चुंबन घेत होती तर महाकाय वृक्षांच्या शीतल छायेत मंद वायु लपंडाव खेळत होता.

विस्तीर्ण आणि पुरातन नौकास्थानक नगरी मुजरिसमध्ये आज उत्साही वातावरण होते. विंध्य पर्वतरांगांच्या दक्षिणेस स्थित विविध साम्राज्यातून महान असुर राजे ह्या हळूहळू नामशेष होणाऱ्या नगरीत एका महान सोहळ्यासाठी जमले होते. 'धर्मवीर' हे पद कोणास मिळणार त्याचा आज निर्णय होणार आहे. युद्धकलेतील सर्व शाखांमध्ये कठीण स्पर्धा पार पाडल्यानंतर प्राणरक्षण कलेमधील प्रवीण व्यक्तीस हे पद दिले जाई. ब्राह्मण आणि क्षत्रिय कुलातील योद्धे प्रत्येक षटवर्षांनी पूर्णा नदीकिनारी स्थित राजप्रांगणात त्यांच्यामधील शक्तिमान योद्धा निवडण्यासाठी एकत्र येत. जरी भारतातील सर्व राज्यांमधून स्पर्धेसाठी योद्धे येत तरी हे पद नेहमी परशुरामाचा शिष्यच जिंकत असे.

विंध्याच्या दक्षिणेस स्थित सर्व राज्यांचा परशुराम हा अधिपती होता. तो स्वत: राजा नव्हता, तर राजगुरू होता. सर्व असुर राजे धार्मिक आणि राजकीय गोष्टींत परशुरामाचे आदेश मानत. सभोवतालच्या सर्व दु:खाचे उत्तरदायित्व परशुरामाच्या कुलावर होते असे म्हणणे वावगे ठरले नसते. सहस्त्रावधी वर्षांपूर्वी परशुरामकुलीन सदस्यांनी एका शक्तिमान असुर साम्राज्यास शरणागती पत्करण्यास भाग पाडले होते. महाबलि आणि रावणाच्या अस्तानंतर प्रथम-परशुरामाने त्या कृष्णवर्णीय, अहंकारी असुरकुलीन प्रवृत्तीचा विनाश केला होता. सद्यकालीन असुर राजे भार्गव परशुराम व त्याच्या मनुष्यांपुढे दबून राहत. गत काही वर्षांमध्ये परशुरामाने चौसष्टहून अधिक वेळा संपूर्ण भारतवर्षातील राज्यांवर आक्रमण केले होते. शरण न आलेल्या राजांचा शिरच्छेद केला होता. ह्या रक्तरंजित आक्रमणांत सामूहिक हत्या आणि अनेक कुळांचा निर्वंश झाला होता. देव, असुर, नाग, गंधर्व आणि अन्य अनेकांनी परशुरामाचे क्रौर्य अनुभवले होते. संपूर्ण भारतवर्षावर

स्वत:चा धर्म लादण्याच्या उद्देशाने सद्य परशुराम आणि त्याच्या सहकारी असुर राजांनी देव वंशाच्या इंद्रासही सिंहासनावरून पदच्युत केले होते. अंतिम इंद्र एक दुर्बल राजा होता. गंगेच्या उर्ध्वभागातील क्षेत्रात त्याचे लहानसे राज्य होते. ब्राह्मणांचा क्षत्रिय आणि अन्य कुळांवरील वर्चस्वसूचक असा हा विजय होता. त्यामुळे आता परशुरामाचे नाव घेताच सर्वजण नम्र होत. भार्गवाच्या दृष्टीने त्यास भारतवर्षातील सर्वोत्तम योद्धा आणि सेनापती अशी मान्यता मिळणे महत्त्वाचे होते.

परंतु कुलव्यवस्थेतील शैथिल्य आणि विस्तृत बदल ह्यांचा प्रथम साक्षी बनणे त्याच्याच नशिबी आले होते. नैतिक दृष्ट्या मागास अशा ह्या दक्षिण क्षेत्रात आपल्या पूर्वजांनी संस्कृती आणि धर्म ह्यांना महत्त्व प्राप्त करून दिले आणि तेथील रहिवाशांना चातुर्वर्ण्य आणि स्मृती शिकवल्या ह्याचा त्यास अभिमान होता. परंतु ज्यावेळी दक्षिण भारत परशुरामाच्या अधिपत्याखाली आला, त्याचवेळी उत्तर भारत त्याच्या मुठीतून निसटू लागला. ही औपरोधिक स्थिती होती. एकेकाळचा स्नेही आणि वर्गबंधू असलेल्या भीष्माचा तो द्वेष करी. सद्य परशुरामाच्या पित्याने भीष्मास विद्यार्थीदशेत जी मार्गदर्शक तत्त्वप्रणाली सांगितली होती, ती भीष्माने नाकारली ह्याचे त्यास वैषम्य वाटे. भीष्माने हीन कुलोत्पन्न विदुरास हस्तिनापुराचा प्रधानमंत्री बनविण्याचेही धाष्ट्र्य केले होते.

हस्तिनापुरात घडत असलेल्या बदलाविषयी परशुराम अद्ययावत वार्ता मिळवित असे आणि त्या ऐकून त्याचा निद्रानाश होत असे. ह्या सुधारणांमुळे ब्राह्मण ज्या वर्चस्वास मुकले होते, ते परत मिळविण्यास त्यांनी आपला पट्टशिष्य कृपा यांस हस्तिनापुरात पाठविले होते. परंतु कृपाने विश्वासघात केला. आता परशुरामांना एकच अंधुक आशा होती की, द्रोण असे राजे निर्माण करतील जे पुरोहितांचा उपदेश मानण्यास अधिक इच्छुक असतील आणि जे धर्माचा सन्मान राखतील. परंतु द्रोणावरही त्यांचा पूर्ण विश्वास नव्हता. त्यांचा गुप्तचर धौम्य त्यांना नियमित अहवाल पाठवीत असे आणि अलीकडे त्या अहवालांमुळे परशुराम अधिकाधिक चिंताग्रस्त होऊ लागले होते. हस्तिनापुरानंतर उत्तरेकडील आणखी एक राज्य त्यांच्या प्रभावक्षेत्रातून निसटू लागले होते. युवा यादवप्रमुख, बलराम, एक मोठा मस्तकशूल ठरू पाहत होता. त्याने पुरोहितांचे आदेश नाकारण्याचे धाष्ट्र्य केले होते आणि पुन्हा समुद्रमार्गाने वाणिज्य उद्यम सुरू केला होता. मुजरिसऐवजी द्वारकानगरी उपखंडातील प्रमुख नौकास्थानक बनू पाहत होती आणि परशुरामाची युद्धयंत्रणा दुर्बल होऊ लागली होती.

परशुरामास तक्षकाच्या विद्रोही सैन्याविषयी नितांत तिरस्कार वाटे. त्या विद्रोही सैन्याने सर्व हीन कुलीन आणि दरिद्री जनतेस आकर्षून घेतले होते – कारण त्यांना काहीच गमावण्याचे भय नव्हते. हे सैन्य प्रक्षोभक आहे. परंतु हीन कुलोत्पन्न शठांचा एक समूह हस्तिनापुरातील भीष्माच्या किंवा दक्षिण संयुक्त राज्याच्या प्रशिक्षित सैन्य सामर्थ्यास तोंड देऊ शकणार नाही हे त्याने ताडले होते.

पांडव बंधू ब्राह्मण्यवादाचा पुरस्कार करू लागले तरी त्यांचा हस्तिनापुराच्या सिंहासनावरील दावा प्रबळ नव्हता. सुयोधनात एक अन्य भीष्म बनण्याचे संकेत मिळत,

परंतु त्याच्या अविवेकामुळे तो अधिक अपायकारक होता. देवही आपल्याविरोधात कार्यरत आहेत आणि पूर्वजांच्या कैक पिढ्यांनी निकराने लढा देत जे घडविले ते गमावणारा इतिहासातील मनुष्य अशी आपली कालांतराने संभावना होईल ह्याचा परशुरामांना खेद वाटे. आपली प्रिय भूमी भीष्म आणि बलरामायांसह विद्रोह्यांच्या हाती सोपवावी लागेल ह्यासारखे दु:ख ते कोणते? शिवाय ते स्वत: नि:संतान होते. त्यांचा वंशसातत्य राखण्यास कुणी नव्हते. सर्वकाही गमाविण्यापूर्वी हस्तिनापुरावर विजय मिळवणे हा एकमेव मार्ग होता आणि त्याकरिता एका निर्णायक व्यक्तीची आवश्यकता होती.

परशुरामांच्या सर्व आशा पुढ्यातील सुस्वरूप युवकावर एकवटल्या होत्या. त्याचे मुख उगवत्या सूर्याप्रमाणे तेजस्वी होते. सुदृढ बांधा, विशाल स्कंध, तेजस्वी कर्णकुंडले आणि त्याने परिधान केलेले कवच ह्यांच्यावरून परशुरामांनी दृष्टी फिरविली. 'ह्या युवकाचा कणन्‌कण योद्धयाप्रमाणे दिसतो. हस्तिनापुरातील एक दरिद्री ब्राह्मणपुत्र इतका योद्धयाप्रमाणे कसा भासतो? कदाचित मीही माझ्या युवावस्थेत असाच दिसत असेन.' परशुरामाने मनातल्या मनात स्मित केले. त्याने कृप, द्रोण आणि अन्य अनेक योद्धयांना प्रशिक्षण दिले होते, परंतु ह्या युवकासम गुणवान आणि तळमळीचा योद्धा कुणीच नव्हता. केवळ ब्राह्मणच असे अलौकिक मनुष्य निर्माण करू शकतात ह्या विचाराने परशुरामाची छाती अभिमानाने फुलली. 'त्या मूर्ख विद्रोह्यांनी माझ्या सन्मुख उभा हा पुरुषत्वाचा पुतळा पाहावा.' त्यास वाटले. 'त्यानंतर कुलानुक्रमास अर्थ नाही असे ते कधीच म्हणणार नाहीत.'

परशुरामाने त्या युवकास आठ वर्षे कठोर प्रशिक्षण देण्याचा आता कळसाध्याय होता. आपले रक्षक ह्या कुमारास प्रासादात घेऊन आले तो दिवस अजूनही त्यांच्या स्मरणात होता. तो नौकाबांधणीस्थानासमीप निरुद्देश भटकताना रक्षकांना आढळला. हा ब्राह्मण आहे हे पाहून ते त्यास परशुरामाकडे घेऊन आले. त्याच्या शब्दोच्चारावरून परशुरामांनी जाणले की, हा दूर उत्तरेहून आलेला आहे. तो कुमार म्हणाला की, मी गुरूच्या शोधात आहे आणि कृपाचार्यांनी लिहिलेले प्रशस्तिपत्र त्याने दाखविले. कृपाचे नाव ऐकताच परशुरामांच्या मुद्रेवर अरुचिदर्शक भाव उमटले. परंतु ते कोणत्याही ब्राह्मणास चाचणी घेतल्याविना नाकारत नसत. त्यांनी स्वत: त्या कुमारास वेद, मंत्र आणि स्मृतींविषयी प्रश्न विचारले होते. त्याच्या शिक्षणाच्या व्याप्तीने परशुराम प्रभावित झाले होते. त्या मुलापाशी शस्त्रकौशल्य नव्हते, परंतु एखाद्या ब्राह्मणात असते त्याहून अधिक शौर्य होते. परशुरामाने एक संधी घेण्याचे ठरविले आणि त्या कुमारास आपल्या वर्गास उपस्थित राहण्याची अनुमति दिली. त्या वर्गात कलरी नामक असुरांची पुरातन स्वसंरक्षण विद्या आणि शस्त्रास्त्रातील नूतन, वैज्ञानिक विकास आणि पृथ्वीतलावरील सर्व तंत्रे शिकविली जात. अशा प्रशिक्षणामुळे त्यांचे योद्धे उपखंडात सर्वाधिक भयानक आणि अजिंक्य बनत.

या नूतन शिष्यप्राप्तीने परशुराम आनंदित होते. हा कुमार प्रथमपासूनच त्यांना चकित करीत आला होता. 'हस्तिनापुरातून आलेला हा ब्राह्मणपुत्र मला अपेक्षित निर्णायक

परिवर्तन घडवून आणू शकेल. ह्यास द्रोणांचे विद्यार्थी पांडव राजपुत्रांस साहाय्यकारी प्रशिक्षण देता येईल. भीष्म वृद्ध होऊ लागले आहेत. त्यामुळे काहीना काही युक्तिद्वारे ज्येष्ठ पांडव युधिष्ठिरास हस्तिनापुराचा राजा बनविले आणि ह्या कुमारास त्याचा साहाय्यक अधिकारी बनविले तर युद्धसंधित पितामहांना द्यावे लागलेले सर्वकाही परशुरामास पुनर्प्राप्त करता येईल. पुन्हा एकदा उत्तरेत प्रजा मूळ, परंपरागत धर्माकडे वळेल आणि कुलव्यवस्थेचा सन्मान करू लागेल.'

"वसुसेना, पुत्रा, सज्ज आहेस का?" परशुरामाने उत्साहाने कर्णास पाहिले. कर्णाने आदराने लवून गुरूंना चरणस्पर्श केला. "चल, जाऊया." परशुरामाने कर्णाच्या विशाल स्कंधावर हात ठेवून त्यास गाढ अलिंगन दिले. त्यानंतर ते लवून प्रणाम करणाऱ्या रक्षकांना ओलांडत कर्णकर्कश आरोळ्या मारणाऱ्या उत्तेजित जनसमुदायासमीप निघाले.

पापण्यांची उघडमिट करत कर्णाने प्रखर सूर्यप्रकाशानुकूल समायोजन केले. त्याने अंगुलिने प्रथम भूमीस स्पर्श करून त्यानंतर भाळास स्पर्श केला. मनातल्या मनात सूर्यदेवास वंदन केले आणि नंतर कलरव करणाऱ्या जमावास लवून प्रणाम केला. राजसी प्रांगणातील बैठक व्यवस्थेतील लोकांच्या सर्व पातळ्यांतून प्रेरक ध्वनी आले. त्या उत्साहात 'चेंड' वादनाच्या लयबद्ध ठोक्यांनी भर घातली. विभिन्न राज्यांचे ध्वज सर्वत्र फडकत होते. आजच्या दिवशी परशुरामाच्या प्रशालेतील युवा योद्धे दीक्षा प्राप्त करणार होते. मुजरिस नगरीतील संपूर्ण जनता आणि दूरदूरच्या प्रदेशातील अनेकजण हा प्रेक्षणीय सोहळा पाहण्याकरिता उपस्थित होते.

त्या आश्चर्यकारक कोलाहलात आपला स्वर सर्वांपर्यंत पोहोचावा ह्यास्तव उत्तेजित उद्घोषक प्रयत्न करीत होता. शस्त्र प्रदर्शनात सहभागी राजपुत्र आणि ब्राह्मण योद्धयांच्या नावांची तो उद्घोषणा करीत होता. कर्णाचे नाव घेतल्यावर त्या प्रांगणात झालेल्या प्रोत्साहनपर गडगडाटाने कर्ण रोमांचित झाला. मंचावरील दृश्य स्पष्ट दिसेल अशा आसनावर तो बसला. त्या भव्य प्रांगणाच्या केंद्रभागी ही सर्व आसने मांडलेली होती. राजसी अरबी अश्वांवरील सैनिक ओरडून आदेश देत संचालन करीत होते.

दक्षिण संयुक्त राज्यातील काही राजपुत्रांनी आणि काही ब्राह्मण योद्धयांनी अश्वचालन कौशल्याने जमावास स्तिमित केले. प्रांगणाच्या एका सीमेकडून विरुद्ध सीमेपर्यंत मार्गातील विघ्नांवरून उडी मारत ते द्रुतगतीने अश्वचालन करीत गेले. चकाकते कवच परिधान केलेले योद्धे आपल्या तलवारी किंवा गदा परजत आश्चर्यकारक गतीने आणि चापल्याने एकमेकांशी भिडले. आपल्या राजपुत्रांना प्रोत्साहित करण्यासाठी वादक पथके आणि तालवाद्य पथकांसह दक्षिणेकडील राजांनी एकामागून एक त्या प्रांगणात प्रवेश केला. उपस्थित राजा-राणींमध्ये अनेकांचे पुत्र त्या सोहळ्यात सहभागी होते.

मुजरिस आणि पश्चिम किनारपट्टी प्रदेशाच्या सिंहासनाधिष्ठित चेरा राजाने नम्रपणे परशुरामास साष्टांग दंडवत घातला. मदुराईचे सामर्थ्यशाली पांड, कांचीपुरमचे वैभवशाली पल्लव आणि संयुक्त साम्राज्यातील इतर महाराजांनी त्याचे अनुकरण केले. त्यानंतर त्या असुर राजांनी आपले आसन ग्रहण केले आणि आपल्या युवा राजपुत्रांनी त्यांचे प्रावीण्य

प्रदर्शन करावे ह्या अपेक्षेने प्रतीक्षा करू लागले. अमूल्य मौक्तिके आणि रत्ने ह्यांनी मढलेल्या महाराण्यांनी निर्मम सुसंस्कृतपणे एकमेकांना अभिवादन केले. परंतु मनोमन केवळ स्वपुत्रांच्या यशास्तव प्रार्थना केली. प्रदर्शन समाप्तीनंतर सर्वोत्तम योद्ध्यास परशुरामाच्या हस्ते 'धर्मवीर' हे पद प्रदान होणार होते. धर्मवीर– अर्थात श्रद्धा, कुळाचार, ब्राह्मण, गोमाता आणि धर्म ह्यांचा रक्षणकर्ता. हा एक प्रतिष्ठेचा सन्मान होता. ते पद जिंकणारा योद्धा दक्षिण संयुक्त साम्राज्याच्या सर्वमान्य प्रमुखांपैकी एक ठरला असता.

परशुरामाने परंपरा आणि धर्मपालनाचे महत्त्व सांगणारे अल्प भाषण केले. त्यानंतर सोहळ्याच्या उद्घाटनाप्रीत्यर्थ त्याने आपले शंख फुंकले. कर्ण परशुरामांपाशी चालत गेला आणि त्यांचे आशीर्वाद घेण्यासाठी डौलाने वाकून त्यांना चरणस्पर्श केला. त्यानंतर त्याने त्याचे शस्त्र घेतले. तीक्ष्ण अग्रधारी तीर निवडून भात्यात ठेवले. धनुष्याची, तलवारीची आणि कटारीच्या लवचिकतेची तपासणी केली. संतोषाने त्याने सेवकांकडून आपल्या प्रिय अश्वाचे वेग हाती घेतले आणि लीलया डौलाने पल्याणावर उडी घेतली. जमावास अभिवादन करण्यास तलवार उंचावली. जमावाने प्रोत्साहनपर टाळ्यांचा कडकडाट केला. त्यानंतर तत्परतेने वळून तो आपल्या सहाध्यायांपाशी जाऊ लागला. त्याच्या डाव्या अंगास त्याचा सर्वाधिक बलवान स्पर्धक आणि स्थानिक जनांत प्रिय चेरा राजपुत्र उथयन होता. उजव्या अंगास कलहस्तीचा राजपुत्र होता. तो गदायुद्धात प्रवीण होता. कर्णाच्या मनावर ताण आला. पोटात गोळा आला. प्रथम स्पर्धा अश्वचालनाची होती. त्यास्पर्धेत वातापीच्या राजपुत्रास हरविणे कठीण आहे हे कर्ण जाणून होता. त्याच्या मनी कलिंगहून आलेल्या ब्राह्मण योद्ध्याचेही भय होते. त्यानेही कर्णाप्रमाणे ज्ञानप्राप्तीकरिता दीर्घ प्रवास केला होता.

स्पर्धेस आरंभ करण्यास संकेतशीळ वाजली. परंतु कर्णाची प्रतिक्षिप्त क्रिया किंचित मंद झाली. त्याच्या अश्वाने झेप घेतली, तेव्हा डावी–उजवीकडील राजपुत्र अति अग्रेसर झाले होते. कलिंग योद्धा सर्वात अग्रेसर होता. त्या पाठोपाठ वातापी राजपुत्र होता. कर्णाच्या मस्तकात रक्त सळसळू लागले. अग्रस्थानी पोहचण्याकरिता त्याने पूर्ण उर्जा पणास लावली. चेरा राजपुत्र झपाट्याने अंतर कापत त्याच्या समीप येऊ लागला. डावीकडून गोकर्ण राजपुत्राच्या अश्वाचा स्वेदगंध येऊ लागला. केवळ एक आवर्तन उरलेले असताना कर्ण पंचम स्थानावर होता आणि चेरा राजपुत्र चतुर्थ स्थानावर होता. अंतिम आवर्तनात कलिंगच्या ब्राह्मण योद्ध्याने आघाडी प्रस्थापित केली, तर वातापी, गोकर्ण, चेरा राजपुत्र आणि कर्ण पुढे जाण्याचा प्रयत्न करू लागले. परंतु चेरा राजपुत्रास स्वत:चे स्थान अबाधित राखण्याहून अधिक स्वारस्य कर्णास जिंकण्यास प्रतिबंध करण्यात होते. जनसमुदाय उधाणलेल्या समुद्रातील लाटांप्रमाणे वर खाली हेलकावत होता. अंतिम वळण समीप येताच कर्णाने अश्वाचे वेग खेचले आणि वातापी राजपुत्रास पुढे जाऊ दिले. कर्ण आपल्यापुढे जात आहे असे वाटल्याने चेरा राजपुत्र डावीकडे वळला. वातापी राजपुत्रास उधयनच्या चालीची कल्पना नसल्याने तो त्याच्यावर आपटला आणि दोघेही अश्वांसह एकमेकांत गुरफटून खाली कोसळले. कर्णाने त्यांच्यावरून झेप घेत गोकर्ण

राजपुत्रापाठोपाठ स्पर्धा पूर्ण केली. राजपुत्र उथयनने कर्णास क्रुध्द दृष्टीने पाहिले.

रथचालन, गजप्रभुत्व व नियंत्रण, मल्लविद्या, धनुर्विद्या, मुष्टियुद्ध, कटार, दंडयुद्ध, गदायुद्ध आणि अशा अनेक स्पर्धा झाल्या. त्याद्वारे उत्तेजित जनसमुदायाचे कित्येक प्रहर मनोरंजन केले गेले. विविध वर्गात अनेक वैयक्तिक स्पर्धक होते. परंतु दिवसाच्या अखेरीस हे स्पष्ट झाले की, 'धर्मवीर' हे सन्माननीय पद चेरा राजपुत्र किंवा हस्तिनापुराच्या ब्राह्मण युवकास मिळेल. सायंकाळी त्या दोहोंचे समसमान गुण होते. कर्णाने धनुर्विद्येत सर्वोत्कृष्ट प्रदर्शन केले. परंतु रथचालनामध्ये त्यास अल्प गुण मिळाले. त्याच्या खिन्न मनी विचार आला की, माझे कुल ज्या प्रांतात प्रवीण आहे त्याच स्पर्धेत मी केविलवाणे कर्तृत्व दर्शविले. चेरा राजपुत्राने निर्दोष पादचालन आणि बाहुकौशल्याच्या साहाय्याने तलवार क्रीडेत उत्तम स्थान मिळविले. जनसमुदायात आता दोन गट पडले होते. कर्णाच्या आणि उथयनच्या पाठीराख्यांचे मुष्टिद्वंद्व सुरू झाले.

***

रिंगणाबाहेर रक्षकांनी एका क्लांत ब्राह्मणास रोखून धरले होते. त्या ब्राह्मणाने स्वत: परशुरामास भेटण्याचा आग्रह धरला होता. रक्षकांनी त्याची जीर्ण वस्त्रे, अनवाणी पावले पाहून त्याचे मूल्य शून्य ठरवले आणि त्यास तिष्ठत ठेवले. तो ब्राह्मण अति दूरवरून आला होता. त्याने हस्तिनापुराहून आणलेली वार्ता महत्त्वाची नसती, तर तो मार्गात एखाद्या पथिकाश्रमात दोन रात्री निद्रा घेऊ शकला असता. धौम्यास परशुरामाच्या प्रिय शिष्याचे सत्य स्वरूप समजले होते. अर्थात त्या ब्राह्मणाने धौम्याकडून आणलेली माहिती स्फोटक होती.

परशुरामास कल्पना न देता चेरा राजाने धौम्यांना कर्णाच्या पूर्वायुष्याविषयी तपास करण्यास सांगितले होते. हेरांनी राजास माहिती सांगितली होती की, त्यांचा पुत्र उथयनास 'धर्मवीर' पदासाठी खरी स्पर्धा कर्णाशी करावी लागणार आहे. त्या राजास मनोमन असा संशय होता की, हस्तिनापुराचा ब्राह्मणकुमार खरोखर ब्राह्मण नसावा. तो उपजत योद्धा भासे. राजास तो क्षत्रिय भासला होता. हे सिद्ध केले तर परशुरामास त्या छरूपधाऱ्यास स्पर्धेतून निष्कासित करण्यावाचून पर्याय उरणार नाही. ह्याहून अधिक सुदैव असेल तर त्या कुमारास भीष्माचा हेर असे घोषित करता येईल. आपल्या पुत्राची पदप्राप्ती निश्चित करण्यास चेरा राजापुढे हा एकच मार्ग होता. परंतु ह्या परिपृच्छेचे उत्तर अजूनही प्राप्त झाले नव्हते. त्यामुळे चेरा राजास स्पर्धा पुढे सुरू ठेवणे क्रमप्राप्त होते.

रक्षकांनी उत्तरेकडून आलेल्या ब्राह्मण दूतास प्रांगणात जाऊन चेरा राजास किंवा परशुरामास भेटू दिले असते तर विषयास भिन्न वळण लागले असते. परंतु रक्षकही राजपुत्र आणि हस्तिनापुराच्या ब्राह्मण योद्धयातील अंतिम युद्ध पाहण्यास उत्सुक होते. त्यामुळे ते अशा महत्त्वशून्य व्यक्तिस्तव समय व्यर्थ करू इच्छित नव्हते. त्यांनी त्या ब्राह्मणास अन्नछत्रात पाठविले. तेथे शासनाकडून ब्राह्मणांना दिवसातून तीनदा अन्नदान केले जाई. त्यानंतर ते रक्षक त्वरेने अंतिम युद्ध पाहण्यास परतले. त्यांना भय होते- अंतिम स्पर्धा धनुर्विद्येची असेल का? परंतु तसे नसून ती तलवार चालनाची आहे हे समजल्याने

त्यांनी सुटकेचा नि:श्वास सोडला. ते जाणून होते की, कर्ण सर्वोत्तम धनुर्धारी आहे; परंतु स्थानिक चेरा राजपुत्र तलवार प्रवीण होता. आपल्या राजपुत्रास प्रोत्साहन देणाऱ्या आणि कर्णास धिक्कारणाऱ्या जमावाच्या गटात ते सहभागी झाले. परंतु ब्राह्मण जमाव चेरा राजपुत्राऐवजी कर्णास प्रोत्साहन देत होता. ते पाहून चेराराजा हिरमुसला होता. परंतु चातुर्याने त्याने शांतता धारण केली. मनोमन तो प्रार्थना करू लागला की, संदेशवाहक यावा आणि कर्ण हा क्षत्रिय असून भीष्माचा हेर आहे असे त्याने सांगावे.

सोहळ्याच्या संयोजकाने दोघा योद्धयांना मंचावर आणले. चेरा राजपुत्राचे अंतिमत: तलवार कौशल्याची चाचणी घेण्याचे आव्हान स्वीकारण्याचा उत्स्फूर्तपणे निर्णय घेण्याच्या कर्णास आता पश्चाताप होऊ लागला होता. आपण आपल्या प्रतिस्पर्ध्याइतके प्रवीण नाही हे तो जाणून होता. आता त्याचे स्थान दुर्बल झाले होते. शिवाय तो एक बाह्य स्पर्धक असल्याने त्यास केवळ ब्राह्मणांचा पाठिंबा होता. स्थानिक जमाव त्यांच्या राजपुत्रास प्रोत्साहन देत होता. आपल्या हातातील तलवार त्याला मणभर भाराची वाटू लागली तर प्रतिस्पर्ध्याने ती काष्ठाची बनलेली असावी अशा पद्धतीने लीलया परजली होती. संयोजकाने स्पर्धकांना केंद्रस्थानी आणले. तेथे त्यांनी ढाली व तलवारी भिडवून, एक गुडघा मुडपून भूमीस स्पर्शत, लवून एकमेकांस अभिवादन केले. संकेत घण एकवार वाजला आणि जनसमुदायाने शीळ, ढोल वादन आणि शाब्दिक प्रोत्साहनाचा एकच उद्रेक केला. दोन्ही योद्धे उडी मारत विलग झाले, प्रतिस्पर्ध्याचा अदमास घेत त्यांनी आक्रमण केले. तलवारी खणाणल्या, लोह ढाली पाशवी चापल्याने ढणाणल्या. तलवार क्रीडेतील ते दोन प्रवीण उत्कृष्ट पादलालित्य दर्शवीत, एकमेकांवर वार करत, एकमेकांचे वार बळाने अडवत, एकमेकांचे वार चुकवत फिरफिरून एकमेकांस भिडू लागले. ते एका स्थानी स्थिर न राहता, कुक्कुट पक्ष्यांप्रमाणे, उंच उंच उडा मारत एकमेकांवर प्रहार करू लागले. तालवाद्यांच्या गजरांनी उपस्थित जन उत्तेजित होऊ लागले. ते एक मनमोहक दृश्य होते.

* * *

धौम्याचा संदेशवाहक अनेक दिवसांनी प्रथमच आकंठ भोजन करीत अन्नछत्रात बसला होता. त्याने जनसमुदायाची गर्जना ऐकली तसा इतका कोलाहल कशाविषयी आहे ह्याचे त्यास नवल वाटले.

* * *

परंपरागत तलवारी घेऊन केलेली लढाई अनिर्णायक ठरली. त्यामुळे 'उरूमी' नामक असुरांच्या शस्त्राची कौशल्य चाचणी घेण्याचा निर्णय घेण्यात आला. ही एक भयंकर तलवार होती आणि कर्णाने अद्याप त्यात प्रावीण्य मिळवलेले नव्हते. चेरा राजपुत्राच्या मुखावर स्मित उमटलेले पाहून कर्ण धास्तावला. 'उरूमी' ही बारा हात लांबीची, पातळ चपटी धातुपट्टिकेची तलवार असे. कसलेले योद्धे ती एका कमरपट्ट्याप्रमाणे धारण करीत. प्रवीण योद्धयाच्या हातात ती तलवार जीवघेणी ठरे. स्वत:चे मन असल्याप्रमाणे ती हवेत हेलकावे अन् प्रतिस्पर्ध्याचा कंठाभोवती किंवा बाहूभोवती अजगराप्रमाणे विळखा टाकी.

एका हिसक्यासरशी मस्तक उडवी किंवा बाहू कापून काढी. त्या तलवार कौशल्यात प्रावीण्य मिळवणे कठीण होते आणि केवळ एक ढालीचा प्रयोग करून त्या तलवारीपासून बचाव करणे अधिक कठीण होते.

ती कपटी तलवार हातात येताच कर्णाने दीर्घ श्वास घेतला. एकमेकांस अभिवादन करण्याचे शिष्टाचार त्वरेने पूर्ण करण्यात आले. कारण जनसमुदाय निर्णय ऐकण्यास उत्सुक होता. पुन्हा एकवार ते दोन योद्धे भिडले. परंतु ह्यावेळी त्यांची लढाई अधिक चक्रावून टाकणारी आणि भयावह दिसू लागली. त्या लवचिक तलवारी रूपेरी नागसर्पाप्रमाणे हवेत फलकारत आणि प्रतिस्पर्ध्याच्या देहाचा शोध घेताना एकमेकात अडकत. त्या उरूमी सजीव भासू लागल्या. दोनदा कर्णाचा हात कापता कापता वाचला. एकदा तो चेरा राजपुत्राचे मस्तक जवळजवळ उडवणार होता. आता ती स्पर्धा उरली नव्हती; तो जीवनमृत्यूचा संघर्ष बनला होता आणि जनसमुदायास रक्तपाताची अपेक्षा होती.

नियतीच्या एका योजनेनुसार उथयनाची उरूमी क्षणभर कर्णाच्या शिरस्त्राणात अडकली. चेरा राजपुत्राने तलवार मुक्त करण्यास पराकाष्ठेचा प्रयत्न केला. परंतु त्या क्षणाचा अवधी कर्णास पुरेसा होता. त्यास उथयनच्या दृष्टीत भय दिसले. चेरा राजपुत्राने कर्णाच्या मानेचा वेध घेतला होता, परंतु त्याची उरूमी कर्णाच्या शिरस्त्राणात अडकली होती. त्यानंतर चेरा राजपुत्राने शांतपणे ईश्वरेच्छेचा स्वीकार करण्याचे ठरविले, तसे त्याच्या दृष्टीतील भय लुप्त झाले. अशा प्रसंगात तो स्वत: कर्णाचे मस्तक उडविण्यास चाचरला नसता. कर्णाच्या उरूमीचा आपल्या मस्तकाभोवती विळखा पडण्याची अन् ते क्षणात छाटले जाण्याची तो प्रतीक्षा करू लागला. जनसमुदायात प्राणांतिक शांतता पसरली. ते दृश्य पाहताना चेरा राजाचा थरकाप उडाला. त्यानंतर कर्णाच्या उरूमीने हवेत उसळत एक विचित्र वळण घेत उथयनाच्या देहाऐवजी त्याच्या उरूमीभोवती विळखा घातला. एका झटक्यासरशी ते शस्त्र चेरा राजपुत्राच्या हातून हिसकावले गेले.

स्पर्धा संपली. कर्ण नूतन धर्मवीर ठरला. अकस्मात उन्मनी शंखध्वनी, चेंडाचे तालबद्ध ढमढम, उन्मत्त आरोळ्यांनी प्रांगणातील वातावरण व्याप्त झाले. चेरा राजपुत्राचे हृदय लज्जेने दाटून आले. त्याने हस्तिनापुराच्या योद्ध्याकडे आत्यंतिक द्वेषाने पाहिले. त्याने पराकाष्ठा केली होती, परंतु त्याचा पराभव झाला होता. 'आता सर्वांना माझे विस्मरण होईल.' विस्मृतीत जाणे हे अपयशाचे पारितोषिक असते. त्याने पित्याकडे पाहिले, परंतु त्या राजाने दृष्टी वळवली. त्याच्या पुत्राने त्याची निराशा केली होती. 'त्या संघर्षात कर्णाने उथयनाचा वध केला असता तर श्रेयस्कर झाले असते. किमानपक्षी तो उन्नत मस्तकाने मरण पावला असता. एका ब्राह्मणाच्या औदार्यामुळे जीवित राहण्याचा सल वाटला नसता.' त्याच्या एका पूर्वजास युद्ध जिंकूनही पाठीवर इजा झाल्याने आपल्या सन्मानात न्यून आले असे वाटले होते. कारण त्याचा अर्थ तो भयग्रस्त होऊन पळण्यासाठी वळला आणि त्याने प्रतिस्पर्ध्यास पाठ दाखवली असा होत होता. 'आज उथयनचे प्राण उत्तरेच्या ह्या क्षुद्र योद्ध्यामुळे वाचले आहेत.' थकून राजाने मनातील विचारांचे दमन केले. आपल्या पुत्राचे सांत्वन करण्यापेक्षा खोळंबलेली अन्य कामे करणे आवश्यक होते. त्या महान

सोहळ्याचा तो यजमान होता. अतिथींच्या आदरातिथ्याकडे ध्यान देणे आवश्यक होते. अनवधानाने ही राहिलेली क्षुल्लक त्रुटीही रक्तपाताचे निमित्त बनू शकली असती. असुर ही एक संवेदनशील जमात होती. ते खरोखरीच्या अनादराने किंवा अनादराच्या आशंकेनेही अपमानित होत, दुखावत आणि क्षुल्लक गोष्टींवरून मूर्खाप्रमाणे लढत.

परशुरामाने मंचावर जात आपल्या शिष्यास अलिंगन दिले आणि 'धर्मवीर कर्ण' असा जयघोष केला. ब्राह्मण तर आनंदाने नाचू लागले. अखेर असुर राजपुत्रांच्या दंभास आव्हान देणारा योद्धा मिळाला. अनेक वर्षांपूर्वी हे प्रतिष्ठेचे पद कृप आणि द्रोणायांनी जिंकले होते, त्यानंतर कुणीही ब्राह्मण योद्धा विजयाच्या समीपही पोहोचला नव्हता. आजचा दिवस साजरा करणे आवश्यक आहे, कारण ब्राह्मण केवळ शिक्षण आणि कर्मकांडात प्रवीण नसून शस्त्रास्त्रांच्या विज्ञानातही प्रवीण असतात हे आज सिद्ध झाले. त्यांनी आनंदाच्या भरात एकमेकांस अलिंगने दिली. त्यांचा ऊर अभिमानाने फुलला.

* * *

हस्तिनापुराहून आलेल्या ब्राह्मण संदेशवाहकास आत जाऊन राजा किंवा परशुरामास भेटण्याचा घोर लागला होता. परंतु रक्षक त्यास बधत नव्हते. तो प्रांगणाबाहेर उभा राहिला. दोघेही बाहेर येताच त्यांना गाठण्याचा त्याने निश्चय केला. मान्यवरांना राजप्रासादाकडे जाण्यासाठी स्वतंत्र मार्ग असतो हे त्यास ज्ञात नव्हते. तो सामान्य प्रजेसाठीच्या द्वारापाशी उभा होता. अशा रीतीने त्या संदेश वाहकाने कित्येक प्रहर प्रतीक्षा केली. अखेर त्याने पुन्हा त्या रक्षकांना राजास भेटण्याची विनंती केली. रक्षकांना त्याचे पूर्ण विस्मरण झाले होते. त्यांनी त्यास प्रासादात जाण्यास सांगितले तसा तो पुन्हा चालू लागला. पुन्हा एकदा त्यास प्रवेश नाकारण्यात आला, कारण राजा भोजनसमारंभात मग्न होता. त्याऐवजी संदेशवाहकास राजअतिथीगृहात विश्राम करण्यास नेण्यात आले. त्याचा प्रतिकार व्यर्थ गेला. राजपुत्र उथयनास तो संदेश आगामी प्रात:काळी मिळणार होता.

* * *

दक्षिण संयुक्त साम्राज्याच्या मान्यवरांनी अन् महाराजांनी नूतन धर्मवीरावर भेटींचा वर्षाव केला. हळूहळू प्रांगण रिक्त झाले. उत्साही ब्राह्मणांनी गुरू-शिष्यांना उचलून राजप्रासादाशी नेले. तेथे नूतन धर्मवीराच्या सन्मानार्थ राजाने भोजन समारंभाचे आयोजन केले होते. कर्णाने दक्षिण संयुक्त राज्याच्या मान्यवरांसह ती वैभवशाली रात्र साजरी केली. स्वपुत्राच्या अपयशाने आलेले नैराश्य लपवून चेरा राजाने स्व-सन्मान रक्षिण्यास दयाळूपणे कर्णास भेटी आणि पदव्या प्रदान केल्या. मध्यरात्री चेरा राजपुत्राने भोजन समारंभातून प्रयाण केले. परंतु तो समारंभ प्रात:काळपर्यंत सुरू राहिला. गुरूंच्या वास्तव्यस्थानी पोहोचला तेव्हा कर्ण अंतर्बाह्य थकला होता. परंतु गुरूंनी उद्यानाच्या मुक्त वातावरणात शयन करण्याची इच्छा बोलून दाखविली, तसा त्याने त्यांच्या इच्छेचा मान राखला. त्या सारथिपुत्राच्या अंकावर मस्तक टेकवून परशुराम निद्रित झाले. जगातील सर्वोत्तम ब्राह्मणास प्रशिक्षण दिल्याच्या भावनेने त्यांचे मन तृप्त झाले होते.

सूर्यकिरणामुळे नारळाच्या वृक्षांचे अग्र सोनेरी दिसू लागले. कर्णाचे पाय बधीर झाले होते. परंतु त्यांची हालचाल करून गुरूंची सुखनिद्रा भंग करण्याचा विचार त्याने स्वप्नातही केला नसता. त्यांच्या प्रसन्न मुखाकडे पाहून ह्या मनुष्यास ब्राह्मणेतर कुलांविषयी इतका तिरस्कार का वाटावा ह्याचे त्यास नवल वाटू लागले. गत अष्टवर्षांमध्ये कर्णाच्या मनी परशुरामाविषयी भक्ती आणि आदर वसला होता. ह्या वृद्ध मनुष्याने आपल्यावर केलेल्या मायेमुळे तो भारावून गेला होता आणि त्यांच्या दयाळूपणाची आणि औदार्याची त्यास ओळख झाली होती. सर्वत्र कुलविषयक नियम पालनाची खात्री झाल्यानंतर परशुरामाने दक्षिण संयुक्त साम्राज्यातील राजांनी न्यायाने राज्य करावे ह्याकडे लक्ष पुरविले होते. त्यांची वैयक्तिक संपत्ती नव्हती आणि ते ऋषिप्रमाणे राहात. वास्तव्यासाठी प्रासाद त्यांना वारशाने मिळाला होता. परंतु ते पांथस्थ ब्राह्मणांची तेथे राहण्याची व्यवस्था करीत आणि स्वत: एका लहानशा कक्षात बाजेवर झोपत. संपूर्ण भारतवर्षातून परशुरामाकडे काही शिकण्याच्या हेतूने आलेल्या ब्राह्मणांनी प्रासाद व्यापत असे.

परशुरामांना गुरूस्थानी मानलेल्या भूमीवर स्थित ब्राह्मण हस्तिनापुरातील ब्राह्मणांच्या तुलनेत अधिक शिस्तबद्ध होते. ह्या राज्यातील सार्वजनिक सुखसुविधा अधिक कार्यक्षम होत्या आणि भ्रष्टाचार अल्प पातळीवर होता. हीनकुलोत्पन्नांशी पशूहूनही दुष्ट वर्तन केले जात असे आणि त्यांचे जीवन दुर्धर होते. दुष्काळ पडणार नाही आणि क्षुधेने कुणाचाही मृत्यू होणार नाही हे प्रशासन सुनिश्चित करे. सर्व महत्त्वाची पदे ब्राह्मणांसाठी आरक्षित होती. परंतु कुठेही पक्षपात किंवा भ्रष्टाचार नसेल ह्याची परशुराम काळजी घेत. स्त्रियांशी सेविकांप्रमाणे वर्तन केले जाई. परंतु त्यांना रात्रसमयी मार्गातून संचार करताना कोणतेच भय नसे. कायदा व सुव्यवस्था यंत्रणा कार्यान्वित होती. तेथे कुरूप आणि वांछित गोष्टींचे मिश्रण होते. मुजरिसमध्ये किशोरावस्थेत प्रवेश करणाऱ्या कर्णाच्या मनातील आरंभीचा तिरस्कार विरून पुढे अनेक गोष्टींविषयी अनैच्छिक आदर आणि इतर गोष्टींविषयी विषाद वाटू लागला. स्वत: परशुराम हेही एक गूढ होते. क्षुद्र मनोवृत्ती, धर्मांधता, परंपराप्रेम, रक्तपिपासा, दुराग्रह, औदार्य, शौर्य, कौशल्य, दया, तत्त्वनिष्ठा, समर्पण आणि निश्चय हे सर्व गुण त्यांच्यामध्ये एकवटलेले होते. अष्टवर्षांच्या घनिष्ठ सहवासानंतरही त्या मनुष्याविषयी कर्णास एकाच गोष्टीची ग्वाही होती ती म्हणजे तो तऱ्हेवाईक ब्राह्मणप्रमुख आपल्यावर पुत्रवत प्रेम करतो.

गुरूंच्या प्रसन्न वदनाकडे पाहात कर्णाने नि:श्वास टाकला. गतदिनीच्या स्पर्धेतील परिश्रमांमुळे, त्यानंतर रात्रीच्या सोहळ्यामुळे, जागरणामुळे त्यास अतिशय थकवा जाणवत होता व विजयाचा उन्माद विरला होता आणि मनात भय दाटून आले होते– गत अष्टवर्षात त्याने यशस्वीरीत्या केलेल्या प्रतारणेविषयी. आता तो प्रसिद्ध झाल्याने त्याचे छरुप अनावृत्त होण्याची संभाव्यता वाढली होती. तसे होण्यापूर्वी ह्या चेरा राज्यातून आणि दक्षिण संयुक्त राज्यातून बाहेर पडण्याची त्याची इच्छा होती. सत्य समजताच गुरूंची प्रतिक्रिया काय होईल हे त्यास उमजत नव्हते.

वृक्षांवर पक्ष्यांच्या चिवचिवाटास आरंभ झाला, तशी कर्णास गुरूंना जागृत करण्याची इच्छा झाली. सत्य कथन करण्याच्या तीव्र उर्मीने त्यास भारून टाकले. पुत्राप्रमाणे वागविणाऱ्या मनुष्याची प्रतारणा करीत राहणे आता शक्य नाही. पालकांव्यतिरिक्त अन्य कुणीही त्याच्याप्रति असे दयाळू वर्तन केले नव्हते. परशुराम त्याच्यासाठी पित्यासम होते. 'त्यांना सत्यकथन केल्याने काय होईल?' कर्णाने प्रतिप्रश्न केला. गुरू क्रोधित होतील. परंतु ते निश्चित शांत होतील. कर्णाने पुन्हा स्वत:स ग्वाही दिली. "कारण ते एक व्यक्ती म्हणून माझ्यावर प्रेम करतात, मी ब्राह्मण आहे ह्यास्तव नाही. मी शूद्र असण्याने त्यांचे मजवरील प्रेम कसे बदलेल? आता मी हे स्थान सोडण्याचा निर्णय घेतला आहे, अशावेळी सत्य लपवून कसे चालेल?"

कर्णाचे मन क्षोभग्रस्त झाले. त्यामुळे एक भृंग त्याच्या धोतरात प्रवेश करताना त्याने पाहिले नाही. जांघेवर अस्वस्थतेची भावना झाली. परंतु चिंतेत मग्न असल्याने त्याने तिच्याकडे दुर्लक्ष केले. तो भृंग आहे, ह्याचे आकलन होताच त्याने तो हाताने पकडण्याचा यत्न केला. अकस्मात त्याच्या जांघेतून वेदना उसळली. भृंगाने दंश केला होता. कर्णाने दात आवळले. वेदना तीव्रतर होत शरीरभर पसरली. त्याच्या ओठांवरून कण्हण्याचा अस्फुट स्वर बाहेर पडला. परंतु त्याने तळहातांनी मुख झाकले. वेदना शरीरास भेदू लागली तशी प्रथम अंगुलि व नंतर जिव्हा चावण्यास प्रारंभ केला. स्थिर राहण्याच्या प्रयत्नात त्याचे स्नायू थरथरू लागले. गुरूंची निद्रा भंग पावू नये ह्यासाठी त्याने मृदेत हात खुपसले. दूरवरील नील पर्वतांमागून सावकाश सूर्योदय होऊ लागला, तशी कर्णाने बळप्राप्तीसाठी त्या सूर्याची प्रार्थना केली. गुरूंची निद्रा भंग पावू नये म्हणून देहातील निश्चयाचे सर्व बळ एकवटून तो सारथिपुत्र स्थिर राहिला. परंतु त्यास अश्रू आवरता आले नाहीत.

कर्णाचे अश्रू परशुरामांच्या वदनावर पडले, तसे ते जागृत झाले. उठून बसत त्यांनी कर्णाचे भाळ हातांनी स्पर्शून ज्वराची तपासणी केली. "पुत्रा, काय झाले?" कर्णाने धोतराच्या निऱ्यात हात घालून भृंगास पकडले. त्यास बाहेर काढून अंगुलिने चिरडले. नंतर त्याने अश्रुपूर्ण नेत्रांनी गुरूस पाहिले. गहन मनात कुठेतरी कर्णास वाटले की, गुरू आपल्या त्यागाची प्रशंसा करतील; त्यामुळे परशुरामांच्या मुद्रेवरील भाव पाहून तो दचकला.

"कोण आहेस तू?" परशुरामांच्या स्वरास घातक धार होती.

तत्क्षणी आपले छरुप अनावृत्त झाले हे कर्णास आकळले.

"मी... मी..." सत्य कसे सांगावे हे न उमजून कर्ण अडखळला. त्याला शब्द सुचेनात. फसवणुकीच्या अघोरी भाराने त्याचा कंठ अवरुद्ध झाला.

"तू ब्राह्मण नाहीस. निश्चित. इतकी वेदना कुणीही ब्राह्मण सहन करू शकणार नाही. तू क्षत्रिय असावास... हे अधमा, हे नतद्रष्टा... तू मला फसवलेस! तू आमच्या कुलातील असूच शकत नाहीस. मला फसवून तू ज्ञान मिळविलेस. मी ज्यास शत्रू मानले त्या कुलाचा आहेस तू! माझ्या कुटुंबाने चौसष्ट वेळा क्षत्रियांशी युद्ध केले, आणि आज हा क्षत्रिय माझे ज्ञान चोरण्याकरिता मला फसविण्याचे धार्ष्ट्य करतो?" परशुराम गर्जले.

कर्ण गुरूंच्या पायांवर कोसळला. ''स्वामी... मला क्षमा करा... क्षमा करा... मी क्षत्रिय नाही.'' गुरूंचे पाय धरून कर्ण रुदन करू लागला.

''दांभिका! क्षत्रिय नाही असे सांगतोस? तिळमात्र न ओरडता भृंगदंशाच्या वेदना प्रहरभर कोण सहन करील... ब्राह्मण? मी ह्यावर विश्वास ठेवू म्हणतोस? मी मूर्ख आहे असे तुला वाटते का? मी तुला शाप देतो.'' परशुरामाने कर्णाचे हात लाथेने दूर सारले.

कर्ण तसाच गुडघ्यावर बसून राहिला. ''स्वामी... मी आपला पुत्र... मला शाप देऊ नका... मी क्षत्रिय नाही.''

''अधमा! असत्यामागून असत्य कथन! मी शाप देतो –प्रतारणा करून आणि असत्य कथन करून माझ्याकडून जे ज्ञानग्रहण केलेस, त्याचे तुला तुझ्या आयुष्याच्या निर्णायक क्षणी विस्मरण होईल. माझी प्रतारणा करून मिळविलेले ज्ञान तुला अत्यावश्यक वाटेल त्यावेळी उपयोगी पडणार नाही. दूर हो माझ्या दृष्टिपुढून.'' परशुरामांनी तिरस्काराने मुख वळविले.

''स्वामी... मी क्षत्रिय नाही. मी जातो. परंतु मी आपली पुत्रवत सेवा केली आहे. मला शाप देऊ नका, स्वामी''

''तो सत्य कथन करीत आहे. तो क्षत्रिय नाही.'' परशुराम आणि कर्ण दोघांनी चकित होऊन मस्तक वळविले. चेराराजा, युवराज उथयन आणि एक ब्राह्मण त्यांना पाहत उभे होते. उथयनाच्या ओठांवर उपहासयुक्त स्मित होते.

हताश होत कर्णाने नेत्र मिटले. त्याने ब्राह्मणास ओळखले. हस्तिनापुराच्या त्या पुरोहिताने एकदा कृपाने त्यास शास्त्र शिकविण्यावर आक्षेप घेतला होता. आता पुढे काय होणार हे त्यास कळून चुकले. मृत्यू खुणावत होता. तो अशा दक्षिण संयुक्त साम्राज्यात उभा होता जेथे कुलास सर्वोच्च प्राधान्य होते आणि धर्मासाठी जनगण प्राण देत. धर्मवीराचे पद प्राप्त करून त्याने अभिमानी असुर राजांची विटंबना केली होती. शूद्र धर्मवीर? ही वार्ता फुटेल तेव्हा संपूर्ण भारतवर्ष ह्या संयुक्त राज्याची आणि परशुरामाची कुचेष्टा करील.

''मला क्षत्रिय कोण हे केवळ पाहून समजते.'' परशुराम म्हणाले.

चेराराजाने कुत्सित स्मित केले. ब्राह्मण दूताने पुढे येत परशुरामास अभिवादन केले. ''महोदय, मी हस्तिनापुराहून आलो आहे. मी ह्या युवकास बाल्यावस्थेपासून जाणतो. मी आपणासाठी असा संदेश घेऊन आलो आहे की, हा वसुसेन कर्ण आहे. हस्तिनापुरातील अधिरथ-राधा ह्यांचा पुत्र.'' भाष्य परिणामकारक होण्यासाठी ब्राह्मण किंचित थबकला. ब्राह्मणाचे पुढील शब्द काय असतील ह्या भयाने कर्णाचे मस्तक लवले.

परशुरामाच्या मुद्रेवर क्रोध झळकला. ''आणि ह्याचे कुल?''

ब्राह्मणाने चेराराजाकडे दृष्टी वळवली तसे त्याने त्वरेने मस्तक डोलावले. ''स्वामी, हा सूत आहे. हीन सारथिपुत्र... शूद्र.''

परशुराम स्तब्ध झाले. त्यानंतर त्यांचे नेत्र नेत्रगोलात लुप्त झाले आणि ते पाठीमागे कोसळले. सर्वजण गुरूंना सांभाळण्याकरिता धावले. कर्णास कळून चुकले की, आता

आपल्यावर सर्वजण पारधी श्वानाप्रमाणे तुटून पडतील. मुजरिसमध्ये दक्षिण संयुक्त राज्याची सैन्यपथके होती. तो लढता- लढता मृत्यू पत्करण्याचा पर्याय निवडू शकला असता. परंतु तो युवा होता आणि आरंभी कृपांनी त्यास दिलेल्या सामान्य ज्ञानाच्या शिक्षणाने आपले काम केले. प्राण वाचविण्यासाठी कर्णाने पलायन केले.

सर्वांचे ध्यान मूर्च्छित परशुरामाकडे होते त्यामुळे कर्णास निसटताना कुणीच पाहिले नाही. चेरा राजपुत्रास त्याची अनुपस्थिती जाणवली, तेव्हा कर्ण नौकाबांधणी स्थानापर्यंत पोहोचला होता. उथयनने रक्षकांना पाचारण केले आणि त्या पळपुट्या अपराध्यास पकडून जिवीत वा मृत स्थितीत परत घेऊन येण्याचे आदेश दिले. राजप्रासादातून निघालेले सैनिक कर्णास दिसले. नौकास्थानकात एका नौकेचे शीड सोडले जात होते. नांगर उचलला जाऊ लागला तशी ती नौका पुढे सरसावू लागली आणि तिच्यापर्यंतचे अंतर वाढत चालले तशी कर्णाने झेप घेतली. कसाबसा नौकेवर चढण्यात तो यशस्वी झाला.

''ए! कोण रे तू?'' कुणीतरी ओरडले.

एक गलिच्छ पिवळट केसांचा उंचापुरा म्लेंच्छ मनुष्य नौकेच्या डोलकाठीपाशी उभा होता. त्याची त्वचा एखाद्या पिशाच्चाप्रमाणे विवर्ण होती. 'म्लेंच्छ' कर्णाने ओळखले. त्याच्या शब्दोच्चारावरून तो यवनी म्लेंच्छ वाटत होता. त्या धिप्पाड मनुष्याने कर्णास निरखून पाहिले. ''ए, तू कालच्या स्पर्धेचा विजेता आहेस ना? धम्म... काय ते?'' त्याने मोडक्यातोडक्या तमिळ भाषेत विचारले.

''महोदय, ही नौका कुठे जाणार आहे?'' कर्णाने अस्खलित ग्रीक भाषेत प्रतिसाद दिला.

''तुला माझी भाषा येते? तू आमच्या देशातील... नाही... तू तर काळा आहेस. मी ह्या नौकेचा कप्तान आहे. आम्ही मिरी आणि मसाल्याचे पदार्थ घेऊन निघालो आहोत.'' नौकेवरील आगंतुकासमवेत आलेल्या नाविकांना कप्तानाने हात हलवीत परत पाठविले.

कर्णाने पाहिले की, चेरा सैनिक किनाऱ्यावर एकत्र आले आहेत आणि उथयन राजपुत्र त्याच्या धनुर्धाऱ्यांना योग्य स्थानी नेमत आहे. सततच्या वाऱ्यामुळे नौकेने वेग घेतला होता. ह्या नौकेचा पाठलाग करण्यासाठी त्याने समुद्रात नौका का पाठविल्या नाहीत ह्याचा कर्ण विचार करीत होता. किनाऱ्यावरील असुर सैनिक चक्रावून गेले होते. अपराध्यास पकडण्यास शंभर हात लांबीच्या सर्पनौका समुद्रात सोडण्याची युवा राजपुत्राची इच्छा होती. सर्पनौका ही जलदगती युद्धनौका शंभर नाविक वल्हवत. मंदगती नौकेच्या पुढे जाणे सर्पनौकेस सहजशक्य होते. परंतु परशुरामांचे भरतवाक्य होते की, समुद्र उल्लंघल्यास कुळास मुकावे लागेल. एका शूद्रास पकडण्यासाठी संपूर्ण जीवन अस्पृश्याप्रमाणे जगण्याची कुणाचीच इच्छा नव्हती. केवळ परशुरामांची त्यांना ह्यातून सवलत देण्याची कुवत होती परंतु ते मूर्च्छितावस्थेत होते. हताश होत राजपुत्राने धनुर्धाऱ्यांना नौकेवर तीर सोडण्याचे आदेश दिले. ते तीर अतिशय पाठीमागे पडत असलेले पाहून कर्णाने सुटकेचा नि:श्वास सोडला.

"हा काय प्रकार आहे? ते तीर का सोडत आहेत? तुझा पाठलाग करत आहेत का?" कप्तानाने विचारले.

गतदिनी भेट मिळालेला एक सोन्याचा गोफ कर्णाने गळ्यातून काढून त्या ग्रीकाच्या हातात ठेवला. "महोदय... मी हस्तिनापुराहून आलो आहे आणि माझे कुल नीच आहे. कृपया मला प्रभास किंवा द्वारकेत उतरवावे. तेथून मी माझ्या जन्मनगरीस जाऊ शकेन. कृपया मदत करा. माझे प्राण संकटात आहेत."

कप्तान चक्रावून गेला. 'काल तर ह्यास स्थानिकांनी नायक बनविले होते आणि आज तेच जनगण ह्यावर तीर सोडत आहेत?' अखेर तो म्हणाला, "मी तुला द्वारकेस उतरवू शकतो. आम्ही तेथे कपास घेण्यास थांबतो. ते तुझाच का वध करू इच्छितात? काल तर तू तळपलास. तू त्यांचा विजेता आहेस."

"मी शूद्र आहे. नीच कुलोत्पन्न. मला शस्त्रविद्या शिकण्यास बंदी आहे. शिक्षण घेण्याच्या अपराधास्तव ते माझा वध करू इच्छितात."

"काय? शिक्षण घेणे हा तुमच्या देशात गुन्हा आहे? तुम्ही जन किती असंस्कृत आहात! युवका, मी तुझ्यापुढे एक प्रस्ताव ठेवतो. माझ्या देशात ये आणि काल दाखवलेस त्याच्या निम्मे कौशल्य दाखव. तू एक प्रवीण धनुर्धारी आहेस! माझ्यासोबत ये आणि पहा तुझ्या कौशल्याचा कसा सन्मान होईल! तू गुणवत्ता दाखवलीस तर तू एखाद्या प्रभागाचा पालकही होऊ शकशील. तुझेच देशबांधव तुझे प्राण घेऊ पाहतात, त्याऐवजी माझ्यासोबत ये."

कर्णाने मागे वळून पाहताच, आपल्या रक्तास हपापलेले दक्षिण संयुक्त साम्राज्याचे रहिवासी चेरा राज्याच्या मनमोहक सुंदर समुद्रकिनाऱ्यावर उभे असलेले दिसले. क्रोध आणि आपपरभावाने अंध झालेल्या त्या जनांस कर्णाचा वध करावयाचा होता कारण नीच कुलात जन्म घेऊनही त्याने काही शिक्षण घेतले होते, त्यातील कौशल्य प्रदर्शित केले होते आणि त्यांना त्यांच्याच क्रीडाप्रकारात पराजित केले होते. 'हा माझा भारत आहे, माझा देश. पहा- येथे स्वप्ने पाहणाऱ्या एका दरिद्री सारथिपुत्रास कसे वागवितात.' मनातील कटु विचाराने कर्णाच्या डोळ्यात अश्रू आले अन् त्याची दृष्टी धूसर झाली. 'या साम्राज्यातील माथेफिरूपासून तर वाचलो, परंतु स्वगृही काय वाढून ठेवले आहे कोण जाणे! आपण केलेल्या प्रतारणेची वार्ता तेथे अल्पावधीतच पोहोचेल आणि क्षत्रिय बनू पाहणाऱ्या सूताचा जनगण उपहास करतील. एखाद्यास योग्य जन्मदाते लाभले नसतील तर ज्ञान आणि कौशल्य आत्मसात करण्याचा काय उपयोग? आता मला सारथ्याची चाकरी तरी मिळेल का ह्याची शंका आहे.' कर्णास भविष्य वैराण दिसू लागले. 'माझा देश मला बहिष्कृत मानतो. दक्षिण भारतातील सामर्थ्यवान राजे माझी हत्या करू इच्छितात आणि हा परकीय- ज्यास मी असंस्कृत मानले- तो मला अतिसुलभतेने महानता प्रदान करतो.'

कप्तानाने ह्या युवा योद्धयाच्या नेत्रात अश्रू पाहिले आणि हळुवारपणे त्याच्या हातास स्पर्श केला, "तू स्वस्थ आहेस ना, मित्रा?"

कर्ण त्या ग्रीकाकडे वळला. ''आपल्या प्रस्तावासाठी धन्यवाद, महोदय. हा माझा देश, माझी संस्कृती आणि माझा धर्म आहे. त्या किनाऱ्यावरील प्रत्येक माथेफिरू मनुष्यागणिक अनेक मान्यवर मनुष्य ह्या पवित्र भूमीत आहेत. तुमचे प्रलोभन मोहात पाडते आणि माझ्या देशाने माझ्यासम सहस्रो जनांस अयोग्य पद्धतीने वागविले आहे. परंतु जगातील कोणत्याही गोष्टीकरिता मी मातृभूमी सोडू शकत नाही. कुलाच्या संकुचित बंधनसीमेपलीकडे विचार न करू शकणाऱ्या राजांमध्ये काहीजण तरी असे असतील जे गुणवत्तेचे मोल जाणतील, जे कुलाची तमा बाळगत नाहीत, जे जनतेस मानव म्हणून वागवतात. नसतील तर मात्र मी मरेन. ह्या क्रूर व्यवस्थेच्या अत्याचाराखाली अनेकजण भरडले गेले तसा मीही भरडला जाईन! परंतु काहीही मूल्य द्यावे लागले तरी मी भारत सोडणार नाही. माझी नियती येथेच आहे.''

कर्णाच्या सुस्वरूप मुखावरून अश्रू वाहू लागले. त्याची लज्जा वाटून त्याने मान वळवली अन् तो दूर तळपत्या सूर्याकडे पाहू लागला. ग्रीक कप्तानाने मस्तक हलवले. त्याला नवल वाटले की, अशा मागासलेल्या देशात असे युवक कसे जन्म घेतात? नौका संथपणे नूतन आशास्थानाच्या दिशेने प्रवास करू लागली. ती द्वारकानगरी बलरामाने कष्ट आणि स्वप्न ह्यांच्या आधारे निर्माण केली होती.

१४. गुरुदक्षिणा

एकलव्याचा प्राण वाचला परंतु त्यास पूर्ववत होण्यासाठी दोन मासांचा कालावधी गेला. नागतळातून सुदैवाने वाचल्यानंतर त्याने पुन्हा गहन अरण्यात न भटकण्याची दक्षता बाळगली. त्याऐवजी तो राजपुत्रांच्या प्रशिक्षण प्रांगणाच्या सीमेवर स्थित वृक्षांपैकी एका वृक्षावर उंच स्थानी बसे आणि त्या सुयोग्य स्थानावरून गुरू द्रोणांना शिकविताना पाही. दिवसाअंती गुरूशिष्यांनी प्रयाण केले, की एकलव्य वृक्षावरून उतरे आणि पाहिलेल्या गोष्टींचा अभ्यास करे. हळूहळू त्याचे कौशल्य वाढले आणि तो उत्तम पारधी बनला. त्याची चुलती आणि तिची मुले आता कधीही उपवासी राहत नसत.

एका सायंकाळी त्याने मृगाची पारध केली व ते चुलतीकडे दिले. चांदण्या रात्री अग्निवर मांस भाजले जात असताना त्यांनी प्रदीर्घ वार्तालाप केला. त्याची चुलतभावंडे मोठी झाली होती. एकलव्याने आनंदाने त्यांना आपली काही कौशल्ये शिकविली. ते हरविलेल्या जराविषयी बोलत. तो मूर्ख कुठे गेला असेल ह्याचे त्यांना नवल वाटे. जरास शोधून त्याचा पुन्हा कुटुंबात समावेश करण्याचा निश्चय एकलव्याने केला. अद्याप दारिद्र्य असले तरी आणखी एकाची क्षुधा भागवणे आता त्यांना शक्य होते. तृप्त उदर औदार्य शिकवते. एकलव्याचे असेच झाले होते.

एकमेव ध्येयाने प्रेरित होऊन अभ्यास केल्याने तो निषाद धनुर्विद्येत इतका कुशल झाला की, आता त्याने राज्यातील कोणत्याही धनुर्धाऱ्याशी स्पर्धा केली असती. शिक्षण समाप्तीनंतर राजपुत्रांसाठी शिक्षण समापन स्पर्धा आयोजित करण्यात येणार आहे अशी वार्ता एकलव्याने ऐकली. त्या स्पर्धेत सहभागी व्हावे अशी त्यास तीव्र इच्छा होती. अर्जुनाशी स्पर्धा करण्याची त्यास आस लागली होती. कदाचित अर्जुनास हरविल्यास द्रोणांना प्रभावित करता येईल. त्यानंतर गुरू मला अलिंगन देतील आणि म्हणतील की, तुझ्यातील गुणवत्ता ओळखण्यास मी त्यावेळी चूक केली. अशी स्वप्ने तो पाहू लागला.

एकलव्याने द्रोणांची एक मृत्तिकेची मूर्ती बनविली आणि ती एका प्रकटस्थानी ठेवली. ह्या मूर्तीस प्रणाम करून तो दिनक्रम आरंभ करी आणि एक प्रहर अभ्यास करी. त्यानंतर तो प्रशिक्षण प्रांगणापाशी निरीक्षण करण्यास जात असे. एकलव्याने मनोमन द्रोणांना आपला पिता मानले कारण खऱ्या पित्यास त्याने कधीच पाहिले नव्हते. गुरूंनी त्याच्याप्रति केलेल्या वर्तनाविषयी त्यास चीड वाटली, परंतु त्या महान योद्ध्याविषयी

त्याला वाटणारा उच्च आदर एखाद्या भक्तीप्रमाणे होता. आपल्या पूज्यपुरुषाचे सर्व प्रेम अर्जुनास प्राप्त होत असल्याचे पाहून त्यास अर्जुनाविषयी ईर्षा वाटू लागली होती. द्रोण मध्यम पांडवावर अतीव माया करीत. ज्या अन्य एकाच व्यक्तीविषयी त्यांना आस्था होती तो होता त्यांचा निजपुत्र अश्वत्थामा. परंतु त्या दोहोंमध्ये त्यांना अर्जुन अधिक प्रिय होता. अर्जुनाप्रमाणे आत्मविश्वास आणि अहंकाराचा अश्वत्थाम्यात अभाव होता. अश्वत्थामा अर्जुनाशी स्पर्धा करी त्यावेळी त्यांची अनावश्यक तुलना करून त्याचा पिता त्यास तुच्छ लेखत असे. अश्वत्थाम्यास पित्याकडून स्तुतीची आस असे, परंतु ती क्वचितच पूर्ण होत असे.

एका प्रात:काळी योगायोगाने एकलव्याची सुयोधनाशी भेट झाली. प्रशिक्षण प्रांगणात अनवधानाने पडून राहिलेले काही तीर असल्यास आपल्या साधनेकरिता ते वेचण्यासाठी तो तेथे आला होता. त्याने पाहिले की, एक उंच बलदंड पुरूष आणि एक सुंदर कन्या तेथे त्यापूर्वीच उभे आहेत आणि ते दोघे राजपुत्र आणि त्याच्या दोन सोबत्यांशी वार्तालाप करीत आहेत. ते एकलव्यापूर्वीच तेथे आले होते आणि गदायुद्धाचा अभ्यास करीत होते. एकलव्यास कुतुहल वाटले. तो प्रतिदिन अधिकाधिक प्रात:काली तेथे येऊ लागला. जवळपास एक मासभर त्या उंच पुरुषाने सुयोधन, सुशासन आणि अश्वत्थाम्यास शस्त्रविद्येचे प्रशिक्षण दिले. त्यांच्या सोबत असणारी ती युवती नेत्रसुखाचे एक निधान होते. ती अरण्याच्या दिशेस दृष्टी वळवी, तेव्हा एकलव्याच्या हृदयाचा ताल चुके. त्यास समजले की, तो पुरुष आहे– द्वारकेचा यादवप्रमुख बलराम आणि ती कन्या आहे– त्याची भगिनी सुभद्रा.

एकलव्यास सुयोधन आणि त्याच्या सवंगड्यांमधील बदल दिसू लागले– आरंभी अतिशय अंधुक, परंतु मासाअंती ते सर्वांना स्पष्ट जाणवू लागले. वर्गात युवराज भीमास तुल्यबळ ठरू लागला, तसेच सुशासन आणि अश्वत्थामाही. जणू त्यांना सामर्थ्य आणि धाष्टर्याने ओतप्रोत स्त्रोत स्वत:मध्ये सापडला आणि त्याचा ते इच्छेनुसार उपयोग करू लागले. द्रोण गुरूंनाही आश्चर्य वाटावे अशा पद्धतीने हळूहळू परंतु निश्चितपणे विरुद्ध पक्ष वरचढ होऊ लागला होता. जेव्हा सुयोधनाने भीमास प्रथम पराजित केले, त्यावेळी एकलव्यास लपलेल्या स्थानावरून आनंदाने शीळ घालावीशी वाटू लागली. सुयोधनाने जे साध्य केले त्याने एकलव्य प्रेरित झाला. आकाराने भीमाहून लहान असूनही गदायुद्धात युवराज ज्याप्रकारे त्या शक्तीशाली पांडवाशी दोन हात करी ते पाहण्यासारखे असे. सुयोधनापाशी डौल आणि चापल्य होते तर भीम केवळ पाशवी सामर्थ्य आणि बळाचा उपयोग करी. भीम मदमत्त गजाप्रमाणे आक्रमण करी तर सुयोधनापाशी व्याघ्राचा डौल होता. सुयोधन जसजसा द्वंद्वे जिंकू लागला, तसतसे पांडवांना वैषम्य वाटू लागले. आता त्यांचे जीवन पूर्वीप्रमाणे उरणार नव्हते.

सुयोधनाने भीमास पूर्णपणे चीत केले तो प्रथम दिवस एकलव्यास कायम स्पष्ट स्मरे. जवळपास एक मास झाला होता. यादवप्रमुखाच्या प्रयाणाची सिद्धता होऊ लागली. सुयोधन सुभद्रेसह अरण्यात भटके. मधुर वार्तालाप करीत पर्वतातील निर्झरात पाय सोडून

बसलेल्या त्या युग्मास एकलव्य पाही. ईर्षा आणि इच्छा ह्या भावनेने त्याचा दाह होई; परंतु तो नि:शब्दरीत्या त्यांचा पाठलाग करे. त्याला अरण्याच्या धूसर वातावरणामध्ये मिसळून जाणे जमत असे. तो सुभद्रेस एकटक पाहत बसे आणि नि:श्वास टाके. अशी सौंदर्यवती त्याच्या जीवनात येणे शक्य नव्हते. कारण तो एक निषाद होता. ती आणि राजपुत्र ह्यांचे विश्व भिन्न होते. अशा कन्येचा हात हाती घेण्याचा योग येईल का? त्याने स्वत:च्या काळ्याकभिन्न देहाकडे पाहिले आणि नंतर सुभद्रेच्या उजळ मुखाकडे पाहिले. ते कदापि शक्य नाही.

अचानक राजपुत्र उठून उभा राहिला, ''नाही, प्रिये. आपण चूक करीत आहोत. बलराम माझे गुरू आहेत. त्यांचा विश्वासघात करणे उचित नाही.'' सुयोधनाचा गंभीर स्वर वेदना आणि विषादाने ओतप्रोत होता.

''याचा माझ्या भ्रात्याशी काय संबंध?''

''सुभद्रे, माझी तुझ्याशी विवाह करण्याची इच्छा आहे. ह्याकरिता सन्मानाने तुझा हात तुझ्या भ्रात्याकडे मागेन. तुझी संमती आहे ना, प्रिये?''

क्रोध लुप्त होऊन सुभद्रेचे मुख लज्जेने आरक्त झाले. तिने राजपुत्रास पाहिले तेव्हा तिचे नेत्र ताऱ्यांप्रमाणे चमकत होते. तिने त्यास दृढ अलिंगन दिले. त्याने तिच्या ओठांचे चुंबन घेतले.

झुडुपात लपलेला एकलव्य संकोचला. राजे-राजपुत्रांनी आपली वासना शमविण्यासाठी पथामधील कन्यांचे हरण करण्याच्या वार्ता त्याने ऐकल्या होत्या. परंतु इथे प्रियतमा सर्वस्व अर्पण करण्यास उत्सुक असताना एक राजपुत्र तिच्या शीलरक्षणाची इच्छा करीत आहे.

सुभद्रेने राजपुत्रास दूर लोटले. ''सुयोधना, मला भय का वाटते हे उमजत नाही. कदाचित माझ्याच सौख्याचे मला भय वाटत असावे. मला इतका आनंद होत आहे की, आपल्या प्रेमातून काहीही निष्पन्न होणार नाही असे मला वाटते. माझ्या बंधुचे भय...''

''का बरे? बलराम ह्यास विरोध करतील असे मला वाटत नाही.''

''नाही, नाही. मी माझा बंधू कृष्णाविषयी बोलत आहे. तो तुझा तिरस्कार करतो.''

''तिरस्कार? परंतु आमची ह्यापूर्वी कधीच भेट झालेली नाही. त्याच्या ह्या सुंदर भगिनीवर प्रेम करण्याव्यतिरिक्त मी असे काय केले ज्यायोगे त्याने माझा तिरस्कार करावा?'' सुयोधनाच्या जिवणीवर स्मित झळकले.

''ते मी जाणत नाही. परंतु मला कायम अशी आशंका वाटते. तो म्हणतो, तू एक दुष्टात्मा आहेस अन् आपल्या देशाच्या अन् धर्माच्या संहाराकरिता जन्मला आहेस. त्याच्या भोवती पुरोहित आणि ऋषींचा एक समूह असतो, ते तुझ्याविषयी केवळ अप्रिय गोष्टी बोलत असतात.''

''मी किती दुष्ट आहे त्याविषयी? सुभद्रे निरखून पहा, माझ्या मस्तकावर शृंग उगविलेले दिसतात का?'' सुयोधन मोठमोठ्याने हसू लागला.

"हसू नको, राजपुत्रा! काही वर्तुळांमध्ये तुझी कशी प्रतिमा निर्माण होत आहे हे तू जाणत नाहीस. स्वत: मीही हा दुष्ट राजपुत्र कसा दिसतो ते पाहण्यास येथे आले होते. विषप्रयोग करून चुलतभ्रात्याचे जवळजवळ प्राण घेणारा आणि तांत्रिकदृष्ट्या त्यात निरपराधी ठरून सुटणारा गुन्हेगार, पवित्र धर्मग्रंथांची तमा न बाळगणारा आणि ब्राह्मणांचा अनादर करणारा उद्धट मनुष्य – तुझ्याविषयी अशा अनेक गोष्टी मी ऐकल्या होत्या. वास्तविक, अशा मनुष्याविषयी माझ्या मनी आकर्षण निर्माण झाले होते आणि तुला भेटण्यापूर्वीच मी अर्धी प्रेमात पडले होते. माझ्या प्रेमाने तुला बदलण्याचे स्वप्न मी पाहत होते. लोक मानतात तसा दुष्ट तू नाहीस हे पाहून मी तशी निराशच झाले. तथापि, तू मूर्ख खचित आहेस. तू खूपच आदर्शवादी आहेस, त्यामुळेच तू ह्या जगाच्या योग्यतेचा नाहीस. तुझे वर्तन पारदर्शी आहे. ज्ञानी मनुष्यांनी घालून दिलेले नीतिनियम आणि बंधने का मोडतोस, सुयोधना?'' सुभद्रेने त्यास पाहिले, तेव्हा तिच्या मुखावर प्रेम अधिक आहे की भय अधिक आहे हे ठरवणे कठीण होते.

"सुभद्रे, मी जाणत नाही. मी मूर्ख आहे हे तू योग्य बोललीस. मी लोकांशी वाद घालतो त्यामागे माझा अहंकार किंवा मी अधिक ज्ञानी आहे अशी भावना नसते. काही व्यक्तींमध्ये मला कोणतीच सन्मानदायक चिन्हे दिसत नाहीत म्हणून मी त्यांच्याशी संघर्ष करतो. मी कृप, भीष्म, व्यास किंवा विदुर यांच्याशी कधीच वाद घातलेला नाही, परंतु धौम्य आणि त्यांचे घनिष्ठ मित्र मात्र मला असह्य वाटतात.''

"आपल्या नात्याविषयी कृष्णाची काय प्रतिक्रिया असेल ह्याचे मला भय वाटते.'' ह्यावर प्रतिक्रिया व्यक्त न करता सुयोधनाने तिला पाहत केवळ स्मित केले. निर्झरानिकट स्थित त्या विवृत्त स्थळी कुणाच्यातरी आगमनाची चाहूल लागताच एकलव्य सजग झाला. बलराम येत होते; पाठोपाठ अश्वत्थामा आणि सुशासन होते. त्या स्थानी पोहचल्यावर युवकांना आपले हास्योद्गार आवरता आले नाहीत. दचकून सुभद्रा किंचाळली. त्यामुळे सुयोधनाची दृष्टी त्यांच्यावर पडली. बलराम वक्षावर हाताची घडी घालून समक्ष उभे होते. पूर्णत: अवघडल्याने त्याला बोलण्यास शब्द सुचेनात.

सुयोधनाने खिदळणाऱ्या मित्रांकडे हतबल होऊन पाहिले. "मी... मी... क्षमा करा...'' बलराम त्याच्याकडे तसेच रोखून पाहत राहिले. "माझी आपल्या भगिनीशी विवाह करण्याची इच्छा आहे...''

"यासाठी तू माझी क्षमा मागत आहेस?'' बलरामाने मुखावर कोणतेही भाव दर्शविले नाहीत, तसे सर्वजण हसू लागले. "सुयोधना, आज आम्ही काशीस मार्गस्थ होणार आहोत. वर्षाऋतूच्या समाप्तीनंतर आम्ही द्वारकेस जाऊ. त्यावेळी ज्येष्ठांसह द्वारकेस ये त्यावेळी आपण वाङ्निश्चयाचे सोपस्कार करू.''

सुयोधनाचा कानावर विश्वास बसेना, त्याने परमानंदाने सभोवतालच्या आनंदी मुद्रांकडे पाहिले. सुभद्रेसारख्या धीट कन्येच्या मुखावरील लज्जा त्यास विचलित करू लागली. तिच्यावर चुंबनांचा वर्षाव करावा असे त्यास वाटू लागले. क्षणभर त्यास वाटले

की, अन्य सर्वजण गुप्त व्हावेत आणि आपल्या प्रेमाचा सोहळा साजरा करण्यासाठी ते दोघेच तेथे उरावेत.

"सद्यस्थितीत तुझ्या शिक्षणावर ध्यान केंद्रित कर, सुयोधना. शिक्षणसांगतेस केवळ काही मास उरले आहेत. हस्तिनापुराच्या जनतेसमोर तुझे हसे होऊ नये अशी माझी इच्छा आहे. तुझ्या नियोजित वधूस मी माझ्यासह काशीयात्रेस घेऊन जाणार आहे. त्यामुळे तुझे चित्त विचलित होणार नाही. सुभद्रे, सुयोधनास निरोप दे. आपण आज माध्यान्ही प्रयाण करणार आहोत." बलरामाने त्या युवा युग्मास सांगितले.

निरोपास अतिशय अल्प कालावधी होता. तिने साश्रू नयनांनी त्यास पाहिले, तसा सुयोधन हेलावला. त्याने स्वत:चे अश्रू रोखले कारण रुदन हे पुरुषार्थाचे लक्षण नव्हते. तो शतकावधी गोष्टी तिला सांगू इच्छित होता, परंतु त्याच्या ओठांवरून शब्द फुटत नव्हते. अचानक सुभद्रेने त्याच्या हातातून हात काढून घेतले आणि ती निघून गेली. त्या बंधुभगिनींना प्रासादात जाताना पाहणाऱ्या सुयोधनाचे हृदय म्लान झाले.

"पुरे, प्रेमवीरा! आता आपणास अभ्यास करावयाचा आहे." अश्वत्थाम्याच्या स्वराने सुयोधन धाड्कन पृथ्वीवर परतला.

"तुम्ही बलरामास येथे घेऊन आलात का?" आपल्या मित्रांची मस्तके एकमेकांवर आदळावी असे सुयोधनास वाटू लागले.

"हो, ही ह्या मूर्ख ब्राह्मणाची कल्पना होती." सुशासन हसून म्हणाला, तसे अश्वत्थाम्याने खजील होत स्मित केले.

"मूर्खा, आम्ही दोघे..." आपण किंचित अधिक भाष्य केल्याचे जाणवून सुयोधनाने वाक्य अर्धवट तोडले.

"तुम्ही दोघे... काय करीत होतात?" अश्वत्थाम्याने सुशासनास पाहून नेत्रपल्लवी केली.

"अर्थात, शिवपुराण वाचत असावेत." सुशासन उत्तरला. दोघेही हास्यगर्जना करू लागले. सुयोधनास खजील होत स्मित केल्यावाचून राहवले नाही.

"विदूषका! मी बलरामास येथे घेऊन आलो नसतो, तर त्या दोघांचे प्रयाण झाल्यानंतर तू आपल्या बेसूर आवाजात करुण गीते गात भटकत फिरला असतास, तिच्या प्राप्तीसाठी तळमळत राहिला असतास आणि तिथे तिचा अन्य राजपुत्राशी विवाह झाला असता. ह्या उपकाराबल मला उपहार दे. अर्थात, तुला आशीर्वाद न देण्याइतका मी उद्धट नाही. तुझी माझ्याप्रति गहन कृतज्ञता व्यक्त करण्यास तू मला चरणस्पर्श केलास तर ते स्वागतार्ह असेल." अश्वत्थाम्याने औदार्य दर्शविले.

त्याच्या मुखावर मुष्टिप्रहार करण्यासाठी सुयोधन त्याच्याकडे झेपावला. अल्पावधीतच ते तिघे मित्र हसत, गात, नाचत आणि विक्षिप्तांप्रमाणे विक्षेप करीत जाऊ लागले. त्यांच्या निगर्मनानंतरही त्यांच्या आनंदोत्सवाचे ध्वनी अरण्यात घुमत राहिले. एकलव्य त्या रिक्त स्थानी आला. तेथील हवेत अजूनही रेंगाळणारा सुभद्रेच्या उटण्याचा

सुगंध त्यास जाणवला. तो आनंद त्यास साहवेना. त्या दयाळू राजपुत्राचा त्यास मत्सर वाटू लागला. त्या यादव राजकन्येच्या सहवासात सुयोधन सुखी होईल अशी त्यास आशा वाटली. परंतु एकलव्य निषाद होता आणि त्याने जीवनातील सर्व दु:खे सुयोधनापेक्षा जवळून पाहिली होती. सुयोधन एक सज्जन मनुष्य असल्याने एकलव्यास त्याच्या आनंदात आनंद वाटला. परंतु त्यास जाणीव होती की, असा आनंद जीवनात क्वचितच मिळतो. कोणताच स्वाभिमानी देव सज्जन मनुष्यास दीर्घकाळ सुखी पाहू शकत नाही. सज्जन व्यक्तींच्या दु:खात देवास संतोष वाटतो.

इतक्यात अन्य एका विचाराने त्याच्या मनात प्रवेश केला, तसा एकलव्यास राजपुत्राच्या प्रेमजीवनाचा विसर पडला. बलरामाने शिक्षणसांगतेचा उल्लेख केला होता. एकलव्याच्या मनी त्या सोहळ्यात सहभागी होण्याची तळमळ उत्पन्न झाली. आपल्या कौशल्याने द्रोण प्रभावित झाले तर जीवनास शुभ वळण लागेल. ही अशक्य इच्छा आहे हे तो जाणत होता. मला त्या प्रांगणाच्या आसपासही प्रवेश निषिद्ध असेल. मी केवळ दर्शकाच्या भूमिकेत प्रेक्षागृहात बसू शकेन, परंतु स्वप्नरंजनात काय अनुचित आहे?

''हे अरण्यदेवतांनो! मी केवळ एक संधी मागतो.'' तो ओरडला. त्याचे प्रतिध्वनी त्याच्याभोवती घुमले. त्याने पुन्हा ते शब्द उच्चारले. पुन्हा अरण्याने उत्तर दिले. ह्या क्रीडेचा उबग आल्यानंतर त्याने तृणक्षेत्रावर देह टाकला आणि नभातील मेघांची स्पर्धा पाहू लागला. 'माझाही दिवस उगवेल.' त्याच्या क्लांत देहावरून हळुवारपणे वारा वाहू लागला तसे त्याने स्वत:स समजावले. त्याला आताच जनसमुदायाची गर्जना आणि प्रोत्साहनपर उद्गार ऐकू येऊ लागले. आपण नम्रपणे राजापुढे नतमस्तक होत आहोत; गुरूंचे वदन आनंदाने उजळले आहे अशा कल्पनांनी त्याचे मन व्याप्त झाले. दिवस ढळू लागला तशी त्या निषादाची स्वप्ने अधिकाधिक रंगीत होऊ लागली आणि प्रोत्साहनपर गर्जनातीव्र होऊ लागल्या. वृक्षांच्या छाया महाकाय झाल्या आणि पूर्व दिशेस सरसावू लागल्या, तेव्हाही तो तृणक्षेत्रावर पडून आकाशात पाहत होता. त्यास जाणीव नव्हती की, जीवन त्याला एक संधीही देणार आहे. परंतु एक पर्यायही देणार आहे – तोही अल्पावधीतच.

एकलव्यास जाग आली तेव्हा सुंदर दिवस उजाडला होता. त्यास निसर्गाशी एकरूप झाल्याप्रमाणे उत्साही आणि ताजेतवाने वाटू लागले. अरण्याने आपल्या हरित रंगछटांनी त्यास कुरवाळले आणि त्याचे कान पक्ष्यांचा कूजनाने तृप्त झाले. आजचा दिवस जीवनात महत्त्वपूर्ण आहे अशी त्यास अनाहूत जाणीव झाली. त्याने पर्वतावरील निर्झराच्या शीतल जलात उडी मारली अन् तो पोहू लागला. त्याने मनसोक्त गायन केले आणि कोकिळपक्ष्यास प्रतिसाद देऊन त्यास संभ्रमात टाकले. त्याने गुरूप्रार्थना म्हटली आणि हातात धनुष्य आणि बाणांचा भाता घेतला.

राजपुत्र प्रशिक्षण प्रांगणात एकत्र येऊ लागलेले पाहताच निरीक्षणाकरिता त्याने दाट वनातील आपले नित्याचे स्थान ग्रहण केले. सर्वजण साधनेत मग्न होते. त्यांची कौशल्ये लक्षणीयरीत्या विकसित झाली होती. त्या युवकांमधून द्रोण येरझाऱ्या घालू लागले. मधूनमधून ते आदेश देत, एखाद्या राजपुत्राची पकड सुधारत, लक्ष्यावर ध्यान

केंद्रित न करण्याबद्दल एखाद्यावर ओरडत. माध्यान्ह झाली तसे ते सर्वजण पांगले आणि भोजनासाठी विविध स्थळी जाऊ लागले. चार पांडव एका कोणात गेले तर सुयोधन आणि त्याचे मित्र प्रासादाच्या दिशेने जाऊ लागले. गुरूस वामकुक्षीस थोडा अवधी प्राप्त झाला. एक प्रहर पश्चात ते पुन्हा एकत्र आले.

एकलव्य हेव्याने आणि आश्चर्याने अर्जुनाचे निरीक्षण करीत राहिला. पांडव राजपुत्राने इतरांप्रमाणे विश्राम केला नाही. तो अभ्यास करीत राहिला. आपले तीर सोडत राहिला. 'मला संधी मिळावी, केवळ एक संधी. मी ह्याच्याहून सरस कामगिरी करून दाखवेन.' जड मनाने एकलव्य स्वत:शीच पुटपुटला. त्याने आसुसून स्वत:च्या धनुर्बाणाकडे पाहिले. त्याचे धनुष्य वेताचे होते आणि बाण काटक्यांचे. त्यास जाणीव नव्हती की, त्याची आर्त इच्छा आता पूर्ण होणार होती – परंतु विघातक परिणामांसह.

एक भटके श्वान नगरीच्या दिशेने आले आणि प्रांगणाच्या दूरवरील सीमेतून आत शिरले. ते आपल्या दैनंदिन शोधयात्रेस निघाले होते. त्याच्या शोधयात्रेत त्यास मुळीच यश आले नव्हते, हे त्याच्या अस्थिपंजर देह आणि कृश पायांवरून स्पष्ट दिसत होते. त्याच्या विरळ केसांमधील क्षतांमुळे त्या काळ्या श्वानाकडे पाहणे हा नेत्रांचा अवमान होता. परंतु जीवनाच्या आव्हानाप्रति शौर्याने कसे सन्मुख जावे ह्याचेही ते एक उदाहरण होते. ते लहानखुरे श्वान आणि मृत्यू ह्यांमध्ये केवळ जीवित राहण्याच्या नितांत इच्छेइतकेच अंतर होते. परंतु त्यासही अल्पावधीतच आव्हान दिले जाणार होते. त्या युवकांच्या समूहाकडे श्वानाने आशंकेने पाहिले, ते क्षणभर थबकले, त्याचे कान ताठरले, त्याच्या पशुसुलभ अंत:प्रेरणेने त्यास पटकन सुरक्षित अशा अरण्यात पळण्याची सूचना केली. परंतु क्षुधेचा विजय झाला. त्या श्वानाने सावधतेने हळूच एक पाऊल पुढे टाकून पवित्रा घेतला आणि तो त्या समूहात घुसण्याच्या संधीची प्रतीक्षा करू लागला.

अर्जुनाने श्वानास पाहिले आणि धनुष्यावर बाण चढवत त्याच्या उजव्या नेत्राचा वेध घेतला. एकलव्य धास्तावून पाहत राहिला. श्वान खूप दूरवर होते, त्यामुळे अर्जुनास लक्ष्यवेध करता येणार नाही ह्याची एकलव्यास ग्वाही होती. परंतु त्याचे अनुमान चुकले. इतक्या अंतरावरूनही बाण अचूकतेने श्वानाच्या उजव्या नेत्रात घुसला. क्षणभर सर्वत्र शांतता पसरली. त्यानंतर ते श्वान वेदनेने करुण किंकाळ्या मारू लागले. आचके देत भूमीवर गडबडा लोळू लागले. त्याच्या उजव्या नेत्रातून रक्ताची धार लागली. सर्वजण त्या दिशेने मस्तक वळवून तो प्रसंग पाहू लागले. दूरवरून सुयोधन आणि त्याच्या मित्रांनी चक्रावून वळून पाहिले. काहीतरी अघटित घडले आहे हे जाणवून युवराजाने परतण्यास आरंभ केला.

एकलव्यास प्रशंसा लपवता आली नाही. अचूक लक्ष्यवेध झाला होता. अर्जुन स्मितवदन उभा होता. इतर पांडव राजपुत्र त्याचे अभिनंदन करण्यास त्याच्या समीप गेले. द्रोणांनी आनंदाने आपल्या शिष्योत्तमास पाहिले. त्यांचा ऊर अभिमानाने फुलला होता. एकलव्यास गुरूंच्या मुद्रेवरील आनंद दिसला आणि उत्स्फूर्तपणे त्याने ठरविले की, हाच योग्य समय आहे. आपण दीर्घकाळ प्रतीक्षा केली. अर्जुनाने श्वानाचा सत्तर हात

अंतरावरून अचूक लक्ष्यवेध केला होता. ह्या सर्व मान्यवरांना प्रभावित करायचे असेल तर मी ह्याहून प्रभावी कामगिरी करणे आवश्यक आहे. एकलव्याचे स्थान श्वानापासून शंभर हात अंतरावर होते, शिवाय अर्जुनाच्या लक्ष्यवेधासमयी ते श्वान स्थिर होते, तसे आता ते स्थिर नव्हते. वेदनेने ते लोळत होते, इतस्तत: धावत पुन्हा पाठीवर पडत होते, बाण काढून टाकण्याचा प्रयत्न करीत होते.

मनावरील ताणाने एकलव्याच्या हातांना कंप सुटला. त्याने आपले ओबडधोबड धनुष्य काढले आणि वेध घेतला. मनातल्या मनात प्रार्थना केल्याने त्याचे ध्यान केंद्रित झाले. त्यानंतर अचूक लक्ष्यवेध साधत त्या निषादाने धडपडणाऱ्या श्वानावर तीर सोडला. तो तीर पांडव राजपुत्रांजवळून सपकन् पुढे गेला, काही अंतरावरील अर्जुनाच्या कंठास चुकवून श्वानाच्या डाव्या नेत्रात 'थड्' आवाज करीत घुसला. लपलेल्या स्थानावरून तो काळाकभिन्न निषाद बाहेर पडेपर्यंत काळ स्तब्ध झाल्याप्रमाणे भासले. सर्व नेत्र त्याच्याकडे वळले. श्वान अजूनही रक्ताच्या थारोळ्यात पडले होते. एकलव्याने द्रोणास प्रणाम केला आणि त्यांच्या प्रशंसोद्‌गाराची प्रतीक्षा करू लागला. ते उच्चारले जातील ह्याची त्याला ग्वाही होती. त्याला गुरूंच्या अलिंगनाची आणि आनंदाश्रूंची प्रतीक्षा होती. केवळ हीन कुलामुळे त्यास वांछित प्रशिक्षण देण्यास नाकारण्याची चूक झाली अशा मान्यतेची प्रतीक्षा होती, सर्व राजपुत्रांनी केलेल्या अभिनंदनाची, स्वत: महान अर्जुनाने स्पर्श करून त्यास समान पातळीवरील मित्र म्हणून स्वीकारण्याची प्रतीक्षा होती. 'त्यानंतर मी उदार मनाने त्या सर्वांना क्षमा करेन. सर्व कुलभेदाचे नियम भंग करीत हस्तिनापुराच्या सैन्यात भरती होणारा मी प्रथम निषाद असेन.' एकलव्याची मनोराज्ये सुरू होती. उज्ज्वल भविष्य आणि उत्तम जीविका द्वारे पूर्ण उघडून त्यास संकेत करीत होते, त्याची प्रतीक्षा करीत होते.

"गुरुवर्य, ह्या निषादाने माझा अवमान केला आहे." अर्जुन ओरडला.

आश्चर्याने दचकून एकलव्याने लवलेले नतमस्तक पूर्ववत केले. स्वत:च्या विचारात मग्न द्रोण नि:शब्द उभे होते. त्यांनी सुयोधनास आणि स्वपुत्रास श्वानावर उपचार करताना पाहिले. श्वान अजूनही जीवित होते आणि युवराजाने स्पर्श करताच ते हलले. अश्वत्थामा त्यास स्थिर धरून ठेवण्याचा यत्न करू लागला. "मूर्ख!" द्रोण मनात म्हणाले, "श्वानासम गलिच्छ प्राण्यांना स्पर्श करणे अपवित्र आहे हे ह्यास कधी समजणार? ब्राह्मणाने त्यांच्यापासून दूर रहावे."

"गुरुवर्य, गुरुवर्य, हा अन्याय पाहा."

अर्जुनाच्या आक्रोशाने ते पुन्हा सद्य समस्येकडे वळले. निषादाच्या कौशल्याने द्रोणातील योद्धा आणि शिक्षक प्रभावित झाला होता. ह्या निषादाने इतकी उत्तम धनुर्विद्या कशी प्राप्त केली असावी ह्याचे त्यांना नवल वाटले. ह्याचा गुरू कोण असावा?

"तुझा गुरू कोण आहे, पुत्रा?" द्रोणांनी विचारले. त्यांनी कठोर स्वर उच्चारण्याचा प्रयत्न केला होता, परंतु त्यांच्या स्वरातील प्रशंसा लपली नाही.

अर्जुनाने त्याची नोंद घेतली आणि क्रोधाने ओठ आवळले. ''आपणच माझे गुरू आहात. मी जे शिकलो त्याचे श्रेय आपल्यालाच जाते.'' एकलव्य म्हणाला.

''गुरुवर्य... कोण असत्य बोलत आहे?'' अर्जुन ओरडला. ''हा अन्याय आहे. तुम्ही आमची प्रतारणा केलीत. सर्व ब्राह्मण आणि पुरोहित धौम्य ह्यांच्यासमक्ष तुम्ही माझ्या मातेस वचन दिलेत की, मी अर्जुनास जगातील सर्वश्रेष्ठ धनुर्धर बनवेन. त्याचे विस्मरण झाले का? आपण हस्तिनापुराचे अन्न खाल्ले. परंतु राज्याच्या राजपुत्राहून अधिक कौशल्य ह्या अस्पृश्यास शिकवून आमचा विश्वासघात केला.''

द्रोण स्तब्ध उभे राहिले. आपल्या प्रियतम शिष्याची मुक्ताफळे ऐकून त्यांची वाचा मूक झाली.

''अर्जुना, त्यांना क्षमा कर. कदाचित त्यांना अधिक द्रव्याची आवश्यकता भासली असेल. आपल्या गुरूंना उद्देशून उद्धट भाषण करू नये.'' युधिष्ठिर मृदू स्वरात म्हणाला.

त्या स्वाभिमानी गुरूस ह्या शब्दांनी अर्जुनाच्या उद्रेकाहून तीव्र दंश केला. ह्या शब्दांनी त्यांच्या स्वामीनिष्ठेविषयी आशंका उपस्थित केली होती. 'माझेही काही अवगुण आहेत, परंतु मी अप्रामाणिक नाही.' द्रोण मनोमन म्हणाले. ''अधमा! मी तुला केव्हा शिकविले? खोटारडा...'' चकित निषादास पाहत ते ओरडले.

''स्वामी, आपण मला प्रत्यक्ष शिकविले नाही. आपण राजपुत्रांना शिकविताना मी निरीक्षण केले आणि त्यातून शिकलो.'' अश्रू आवरण्याची पराकाष्ठा करूनही एकलव्याचे नेत्र अश्रूंनी डबडबले.

त्या थरथरणाऱ्या अस्पृश्यास पाहणाऱ्या गुरूंच्या मनात करुणा आणि द्वेषयुक्त भय ह्या दोन्ही भावनांचे द्वंद्व सुरू होते. त्यांच्यातील योद्ध्यास त्या मुलास कवेत घेऊन जगापुढे अशी घोषणा करण्याची इच्छा होती की, अंततः जगातील सर्वोत्तम धनुर्धर सापडला. त्यांच्यातील सहृदय मानवास एका दरिद्री निषादाने अनंत असुविधा सोसून मिळवलेले यश साजरे करण्याची इच्छा होती. परंतु कुलभेदाभेदाने त्या मूर्ख विचारांचा श्वास कोंडला आणि आपल्याला असे संकटात पाडणाऱ्या त्या अस्पृश्याप्रति त्यांच्या मनात केवळ आत्यंतिक द्वेष उरला.

''चोर तो चोरच राहणार! चोराकडून आणखी काय अपेक्षा करावी?'' कुणीतरी पुटपुटले.

''गुरुवर्य, हा असत्य बोलत आहे.'' अर्जुन अजूनही हे मत्सरयुक्त क्रोधाने थरथरत होता. ''केवळ कुणाचातरी अभ्यास पाहून क्षत्रियदेखील इतका निपुण होणार नाही. हा तर निषाद आहे आणि आम्हा सर्व क्षत्रियांहून श्रेष्ठतर आहे ह्यावर आम्ही विश्वास ठेवावा असे ह्याचे म्हणणे आहे.''

''कदाचित हा अश्वत्थाम्यासही श्रेष्ठतर ठरेल.'' युधिष्ठिर म्हणाला.

ह्या वाक्याने गुरूंच्या मनातील सर्व द्वंद्वास पूर्णविराम दिला. केवळ निरीक्षणाने कुणी इतके नैपुण्य प्राप्त करेल ह्यावर त्यांचाही विश्वास नव्हता. अश्वत्थामा गुणवान आहे;

अर्जुन अधिक गुणवान आहे. परंतु दोघांनाही माझ्याकडून प्रशिक्षण मिळालेले आहे. हा अमंगळ काळा पोरटा, राजपुत्र किंवा माझा पुत्र ह्यांच्याहून बुद्धिमान असू शकणार नाही.

"पुत्रा, तू म्हणतोस ते सत्य असेल, तर हे यश लक्षणीय आहे. मला तुझा अभिमान वाटतो. मी तुला शुभेच्छा देतो." गुरूंनी एकलव्यास म्हटले.

सर्व राजपुत्रांनी एकाचवेळी श्वास रोखले. एकलव्याचा आपल्या कानांवर विश्वास बसेना. अखेरीस माझ्या कष्टांचे सार्थक झाले. क्षुधातृष्णा विसरून कैक घटिका सातत्याने केलेली साधना, निरीक्षणात व्यतीत केलेले अगणित प्रात:काल त्या सर्वांचे ह्या एका क्षणात सार्थक झाले. तो गुरूंच्या पाया पडला. भावनातिरेकाने त्याचा देह थरथरू लागला. त्या महान व्यक्तीचे पाय चुंबण्याची त्याची इच्छा होती. परंतु त्या ब्राह्मणास प्रदूषित करू नये म्हणून त्याने भूमीचे चुंबन घेतले आणि ह्या पवित्र भूमीवर जन्मल्याबद्दल सुदैव मानले.

निषादाच्या अविर्भावाने गुरूंच्या मनाच्या हळव्या भागास स्पर्श केला. श्वानाची शुश्रूषा करणाऱ्या आपल्या पुत्रास द्रोणांनी पाहिले. 'माझ्या मृत्यूनंतर ह्या पुत्राचे जगात कसे निभावणार?' स्वत: द्रोण सर्व शस्त्रांत निपुण असले तरी हस्तिनापुर राजपुत्रांचे शिक्षकपद मिळेपर्यंत दारिद्र्याने त्यांची संगत केली होती. कुंतीच्या दयाळूपणामुळेच त्यांना हे पद मिळाले होते. 'ह्या चाकरीमुळेच मी पुत्रास उत्तम शिक्षण देऊ शकणार आहे, तथापि ह्या मूर्खाने अयोग्य राजपुत्राशी मैत्री केली आहे. कुंतीपुत्र इच्छितील ते करणे माझे कर्तव्य आहे. परंतु हा निषादही माझ्या पुत्रासम आहे.' द्रोणाच्या मनात विचार आले. आपल्या पायाशी पालथ्या पडलेल्या ह्या अस्पृश्याविषयी दया आणि कौतुक वाटल्याने ते स्वत:स दूषणे देऊ लागले. गुरू परशुरामांचे क्रुद्ध वदन त्यांच्या मनात चमकून गेले, तसे आपल्या मनातील विचारांच्या आवर्तनास त्यांनी थोपवले. तत्क्षणी सर्वकाही स्पष्ट झाले. ह्या निषादाने केवळ आपल्या प्रिय शिष्यास व पुत्रास आव्हान दिलेले नाही, तर धर्माच्या संपूर्ण संकल्पनेस आव्हान दिलेले आहे. अशा उपटसुंभांना कसलीही सहानुभूती दाखवून चालणार नाही. गुरूंनी एक दीर्घ श्वास घेतला. कित्येक वर्षांपूर्वी त्यांनी धर्मवीर पद जिंकले होते त्या रमणीय दिवसाचे त्यांना स्मरण झाले. त्या दिवशी त्यांनी प्रतिज्ञा केली होती – धर्म, गोमाता, ब्राह्मण आणि शाश्वत धर्माचे संरक्षण करण्याचे! 'तर मग मला आज ह्या निषादास प्रोत्साहन देण्याचा मोह क्षणभर तरी का झाला?'

"तर मग, आता, रीतीनुसार तू मला गुरूदक्षिणा दे."

एकलव्य धडपडत उठून नतमस्तक उभा राहिला. "आज्ञा करावी, स्वामी." तो म्हणाला. त्या निषादाचे मन उचंबळून आले. 'याचा अर्थ हस्तिनापुराच्या ह्या सर्वश्रेष्ठ योद्धयाचा मी शिष्य आहे ह्यास अधिकृत मान्यता मिळाली.' त्याचे स्वप्न सत्यात उतरले. "महादेवा, हे सर्वेश्वरा, ह्या अस्पृश्यावर आपले अति उपकार आहेत." त्याने मनोमन देवाचे आभार मानले.

"दक्षिणास्वरूप तुझ्या उजव्या हाताचा अंगठा मला दे."

द्रोणांच्या शब्दांनंतर सर्वत्र शांतता पसरली. अर्जुनाने ते ऐकले तेव्हा तोही कळवळला. केवळ भीमास अर्थ उमगला नाही, तसा तो आपल्या जुळ्या बंधूंना विचारू लागला की, हे विक्षिप्त गुरुवर्य अंगठ्याचे काय करणार आहेत?

एकलव्यावर आभाळ कोसळले. तो अंतर्बाह्य बधीर झाला. आता आपले स्वप्न भंगले ह्याची त्यास जाणीव झाली. तो डावखुरा होता त्यामुळे त्याचा उजवा अंगठा अति महत्त्वपूर्ण होता. उजव्या हाताच्या अंगठ्याविना जडशीळ भारतीय धनुष्य त्यास पकडता आले नसते. त्या धूर्त ब्राह्मणाने एका चालीसरशी त्याच्यामधील धनुर्धाऱ्याचा अंत केला होता. एकलव्य ताठ उभा राहिला. त्याचे मस्तक उन्नत होते. त्याने सभोवार सर्व राजपुत्रांच्या मुखाकडे पाहिले. संपन्न गृहात जन्म घेण्याने मिळणाऱ्या लाभांचा विचार त्याच्या मनात आला. त्यानंतर त्याने आपल्या रुक्ष, काळ्या हातांकडे पाहिले. अरण्यातून एका पशूची गर्जना ऐकू आली, जणू तो त्यास पुन्हा त्याच्या जगतात परत बोलवत असावा. त्याने अर्जुनाकडे पाहिले तसे त्याने ह्याच्याकडे पाहणे टाळले. त्यानंतर एकलव्याने कटीस खोवलेली मृगयेची तीक्ष्ण कट्यार काढली आणि अंतिमतः एकवार गुरूंना वंदन केले. तो गुडघ्यांवर बसला आणि त्याने धरणीवर उजवा हात पसरून ठेवला.

आता काय पहावयास मिळणार हे ओळखून युधिष्ठिराची मुद्रा विवर्ण झाली आणि त्याने अन्यत्र पाहिले.

अचानक निर्माण झालेल्या शांततेने चकित होऊन सुयोधनाने श्वानाची शुश्रूषा थांबवून वळून राजपुत्रांकडे पाहिले. काहीतरी भयंकर घटना घडणार आहे ह्या आशंकेने त्याने श्वानाच्या नेत्रातून उपसलेले तीर तेथेच टाकले आणि तो राजपुत्रांसमीप धावला. अश्वत्थामा आणि सुशासन त्याच्यापाठोपाठ धावले.

सुयोधनास चमकत्या पात्याचा वार झालेला दिसला तसा तो ओरडला. कट्यारीच्या तीक्ष्ण पात्याने एकलव्याचा अंगठा हातावेगळा झाला आणि तो दूर उडून पडला. विवृत्त जखमेतून रक्ताची चिळकांडी उसळली अन् गुरुवर्यांचे शुभ्र धोतर रक्ताने रंगले. द्रोणांनी खाली पाहण्याचे कष्ट घेतले नाहीत. ते अस्ताला जाणाऱ्या सूर्यास पाहत राहिले. सुयोधनाने क्रोधाने गुरुवर्यांना हाका मारल्या. परंतु त्या क्रोधाचा गुरूंना स्पर्श झाला नाही. त्याऐवजी भीमाने युवराजास दूर सारले. अल्पावधीतच पांडव आणि कौरव पिसाळलेल्या श्वानांप्रमाणे एकमेकांशी भांडू लागले. ह्या सर्वांमुळेही द्रोण विचलित झाले नाहीत. तो काळा निषादकुमार त्यांच्या पायापाशी पालथा पडला होता आणि त्यांचे शिष्य एकमेकांचे प्राण घेण्याचा प्रयत्न करीत होते. परंतु तो विद्वान मनुष्य आपण योग्य वर्तन केले ह्याचे समर्थन करणारा संदर्भ कोणत्यातरी पवित्र धर्मग्रंथातून शोधून काढण्यासाठी आपल्या मेंदूस ताण देत होता. परंतु तेथे सर्वत्र शांतता होती.

अंतिमतः अश्वत्थाम्याचे क्रुद्ध शब्द गुरूंच्या सुन्न मनास भेदण्यात यशस्वी ठरले. काही मूर्ख एका अस्पृश्याच्या भग्न स्वप्नांसम क्षुल्लक गोष्टीवरून कलह करीत असतानाच सूर्य उंच वृक्षांआड लपला. गुरू आपल्या विशाल वक्षावर हाताची घडी घालून उभे राहिले.

एक काळा अंगठा धुळीत त्यांच्या पायापाशी पडला होता. तो त्यांच्या समस्त विद्वत्तेचा आणि महानतेचा उपहास करीत होता. 'पुत्रा, तुला पित्याचे प्रेम दिसत नाही का? मी हे सर्व तुझ्याच उज्ज्वल भविष्याकरिता करतो आहे हे तुला समजत नाही का? तुला वाटेल मी हे अर्जुनासाठी केले. परंतु खरे तर मी हे तुझ्यासाठी केले आहे, अश्वत्थाम्या!' अंततः गुरुवर्यांच्या अश्रूंचा बांध फुटला आणि ते अश्रू त्यांच्या वदनावरून वाहू लागले.

* * *

त्या ब्राह्मणगुरूच्या पायापाशी पडलेला तो निषाद अंततः जागृत झाला. त्याच्यासाठी युवराज आपल्या चुलत भ्रात्यांशी संघर्ष करीत होता, तेथे त्याचे लक्ष गेले नाही. त्याचप्रमाणे तो ब्राह्मणपुत्र आपल्या महान पित्यावर क्रुद्ध शब्दांचा वर्षाव करीत होता तेही त्यास ऐकू आले नाही. त्याने एखादी असाधारण गोष्ट मागितली नव्हती. प्रगतीसाठी किंचित स्थान मिळावे आणि आपले समर्पण आणि अमाप कष्ट ह्यांची ह्या आदरणीय मनुष्याने प्रशंसा करावी इतकीच त्यास आस होती. त्याने चोरलेल्या ज्ञानापोटी आवश्यक मूल्य देताना त्याच्या आकांक्षा छिन्नविछिन्न झाल्या होत्या. पवित्र मानवांचे वास्तव्य असलेल्या हस्तिनापुराच्या नागरभूमीपासून दूर धावत जात एकलव्य अरण्याच्या स्वागतोत्सुक बाहूत शिरला. निसर्गाच्या कुशीत सुरक्षित वातावरणात पोहचण्याचा विश्वास वाटेपर्यंत तो पळत राहिला, आणि अखेर ओलसर धरणीवर कोसळला. अरण्यातील वातावरण उबदार आणि आर्द्र होते, त्यामुळे तो मातेच्या गर्भातील अर्भकाप्रमाणे आश्वस्त झाला. आपला अंगठा कापल्यानंतर आणि स्वप्ने भूमीत गाडल्यानंतरही तो रडला नव्हता. परंतु आता केवळ वृक्ष साक्षीस असताना आणि वर आकाशातून चंद्रकोर वक्र दृष्टीने पाहत असताना तो अरण्यपुत्र आकांताने रडू लागला.

एका वेड्यावाकड्या वृक्षास वेढणाऱ्या लतेच्या पानांच्या जाळीआड लपलेले दोन नेत्रद्वय निषादाच्या गदगदणाऱ्या आकृतिस पाहत होते. दोन नाग काही दिवसांपासून त्याचा पाठलाग करीत होते. त्याच्या वेदनामय हुंदक्यांनी हिंस्र आरोळ्यांचे रूप घेतले, तशी त्या दोन नागांनी ही वार्ता तक्षकास देण्यासाठी अरण्यमंडपातून द्रुतगतीने पलायन केले. त्या रात्री त्या नाग प्रमुखाने कालियास सांगितले की, क्रांतीसमय समीप आलेला आहे. एका काळ्या मनुष्याचा कापलेला अंगठा वन्ही पेटवण्याचे काम करील.

* * *

सर्व शिष्य निघून गेले तरी दीर्घकाळ गुरू एकाकी तेथेच उभे होते. रात्रीच्या अंधकाराने त्यांना वेढले. एकलव्याचे निर्गमन त्यांनी पाहिले नाही. त्या विलक्षण घटनेची समीक्षा करण्यासाठी विदुरांचे आगमन झाले. त्यांनी राजपुत्रांमधील कलह थांबविला आणि ते सर्वांना राजप्रासादात घेऊन गेले. त्या घटनेकडेही गुरूंनी ध्यान दिले नाही. ते केवळ म्लान मुखाने त्या अस्पृश्याच्या निर्जीव अंगठ्याकडे पाहत उभे राहिले– आपल्या कृत्याविषयी नवल करीत!

त्यांनी वळून पाहिले असते तर त्यांना तो जखमी श्वान दिसला असता. तो संथपणे पायांवर उभा राहिला आणि हुंगू लागला. अस्पृश्य पशूंना लपविणाऱ्या अरण्यावर विश्वास ठेवावा की नगरावर? तो विचारात पडला असावा. अरण्यातील पशूंहून मानव अल्पघातक आहेत असा भोळा विश्वास त्याच्या मनी कायम राहिला आणि अडखळत, धडपडत तो हस्तिनापुराच्या गजबजलेल्या मार्गावरून चालू लागला. एकाही रथाने त्यास चेंगरले नाही हे विशेष! त्वरेने जाणाऱ्या काही पादचाऱ्यांनी त्यास लाथ मारली, परंतु तो अंध श्वान तसाच चालत राहिला. अन्नगंध जाणवल्यावर तो थांबला. एका मानवी हाताने तो गंध त्याच्या मुखापाशी आणला. ह्या अनपेक्षित दयेमुळे तो गांगरला. परंतु क्षुधेने भयावर मात केली आणि त्याने त्या काळ्या हातातील अन्न खाण्यास आरंभ केला.

मध्यरात्री द्रोण निवासस्थानी परतले. पदपथावर निद्रित मनुष्य त्यांच्या दृष्टीस पडला नाही. तसेच जराच्या बाहूत पहुडलेला अंध श्वानही! अर्थात त्यांना त्यांच्याविषयी आस्था वाटली नसतीच, परंतु एक दृष्टिक्षेप टाकला असता तर त्या निर्वासित मनुष्याच्या शांत मुखावर त्यांना समूर्त सुख दिसले असते.

१४. धर्म

निद्रित अर्जुन दचकून जागृत झाला तेव्हा तो घामाने चिंब भिजला होता. त्याने बाहेरील अंधकारास पाहिले. एकही पान हलत नव्हते. भ्रात्यांचा अन् मातेचा संथ श्वासोच्छ्वास ऐकू येत होता. दु:स्वप्न! हलकेच द्वार उघडून तो वातायनाच्या तटास धरून उभा राहिला. धुळीत पडलेल्या रक्तरंजित, काळ्या, निर्जीव अंगठ्याची प्रतिमा कितीही दूर सारण्याचा प्रयत्न केला तरी पुनपुन्हा त्यास झपाटू लागली. ''काय केले मी? गुरूंनी असा अनाकलनीय पवित्रा का घेतला?''

''अर्जुना, असा येथे का उभा आहेस?'' मातेच्या स्वराने तो भानावर आला. ''इतका घाम का आला आहे? ज्वरबाधा आहे का?'' कुंतीने निकट येत आपल्या शीतल हाताने त्याच्या तप्त भाळास स्पर्श केला.

''माते, मी तुला काही विचारू इच्छितो. मी प्रत्येक प्रसंगी विजय मिळवणे इतके महत्त्वाचे आहे का? मी सर्वश्रेष्ठ धनुर्धर होणे इतके आवश्यक आहे का?''

''अर्जुना, आपण एकाकी आहोत हे तू जाणतोस. कदाचित, धौम्य वगळता आपणास कोणाचेही समर्थन नाही. मी विधवा आहे. परंतु मला माझ्या पुत्रांना सर्वोत्तम बनविण्याची इच्छा आहे. कुंतीने तुमचे व्यवस्थित पालन केले नाही असे कुणी म्हणू नये अशी माझी इच्छा आहे.''

''परंतु माते, आज मी एका गंभीर गोष्टीस कारणीभूत ठरलो. एखादी व्यक्ती हीन कुलोत्पन्न आहे, ह्यासाठी तिला ज्ञानापासून वंचित ठेवणे उचित आहे का? गुरुवर्यांच्या कृत्यामुळे मला क्षणभर त्यांचा तिरस्कार वाटला. त्यांच्या कृत्यास मी कारणीभूत ठरलो ह्याचा मला खेद वाटतो.''

''अर्जुना, एका निषादाकरिता अस्वस्थ होऊ नको. मला युधिष्ठिराने ती घटना सांगितली आहे. गुरूंनी निषादाशी जे वर्तन केले त्याच्याशी मी सहमत नाही, परंतु ह्या एका प्रसंगावरून त्यांची परीक्षा करू नको. त्यांच्या मनात तुझ्या हिताचाच विचार असतो. तो निषाद तक्षक सैन्यातील सदस्य झाला असता तर? द्रोणांनी जे केले ते सर्वांच्या हितासाठी केले. प्रत्येकाचा धर्म असतो. तू क्षत्रिय आहेस त्यामुळे उत्तम योद्धा बनणे हा तुझा धर्म आहे. युधिष्ठिराचा भ्राता ह्या नात्याने त्यास राजसिंहासन प्राप्त व्हावे ह्यासाठी त्यास साहाय्य करणे हाही तुझा धर्म आहे. त्याला तुझे समर्थन असावे. केवळ त्यालाच नव्हे तर...''

''माते, मी ते सर्व जाणतो. तरीही, त्या निषादाचा अंगठा माझ्या मनातून पुसला जात नाही. श्रेष्ठ धनुर्धर होता तो! माझ्याहून श्रेष्ठ! आपल्या धर्माच्या व्याख्येची मला शंका येऊ लागलेली आहे.''

''धर्माचा मार्ग कधीही सुलभ नसतो, पुत्रा. धर्मासाठी कदाचित उद्या तुला तुझ्या प्रियजनांच्या विरुद्ध उभे रहावे लागेल. धर्माचे फळ म्हणजे धर्म आहे.''

''त्यायोगे मनुष्यास पीडा झाली तरी? मृत्यू ओढवला तरी?''

कुंतीने निःश्वास टाकला. तिला स्वतःलाच जे पूर्ण उमगले नव्हते त्याचे स्पष्टीकरण कसे द्यावे हे तिला उमजेना. पुत्रानिकट जात तिने त्याची हनुवटी उचलत म्हटले, ''अर्जुना, मला वचन दे की तू लढशील–तुझ्या भ्रात्याकरिता, तुझ्या ह्या मातेकरिता– जिने आयुष्यात केवळ दुःखच भोगले आहे. तू क्षत्रियांप्रमाणे वर्तन करशील आणि गांधारीच्या दुष्ट पुत्रांचा पराभव करशील असे वचन दे.''

अर्जुन दीर्घकाळ शांत राहिला. सचिंत मनाने कुंती तिष्ठत राहिली. त्यानंतर तो म्हणाला, ''मला धर्माचे ज्ञान नाही. माझा चुलतबंधू सुयोधन दुष्ट आहे वा नाही हे मी जाणत नाही. परंतु मातेच्या इच्छेची अवहेलना मी करू शकत नाही. स्वसुखाचे मोल देऊनही मी माझ्या भ्रात्यास राजा बनविण्यासाठी आवश्यक ते सर्व करीन. जेव्हा खरोखर कृतीचा काळ येईल, त्यावेळी माझे हात कंप पावू नयेत हीच इच्छा आहे!'' दूरवर दिसणाऱ्या एका गृहातील मंद प्रकाशाकडे पाहत कुंती उभी होती. 'पंडुमहाराज धृतराष्ट्राहून वयाने ज्येष्ठ असते तर?' तिच्या मनात विचार आला. तर मग युधिष्ठिराने राजा होण्याविषयी काहीच भ्रांति निर्माण झाली नसती. गांधारीशी अशा शीतयुद्धाची आवश्यकता भासली नसती.

मातेचा सुटकेचा निःश्वास ऐकण्यापूर्वीच अर्जुन तेथून निघाला. अंधकारात लुप्त झाला.

कुंतीस अनेकदा वाटे की 'दुर्भागिनी कोण? गांधारी की मी? मी अतिशय दुःख भोगले आहे. आता माझा ज्येष्ठ पुत्र भारतवर्षाचा सम्राट होईर्यंत मी विश्राम करणार नाही.' कुंतीने दृढनिश्चय केला. तिला पुन्हा ती परिचित वेदना जाणवली– तिच्यावर काही उपाय नव्हता. 'ज्येष्ठ! ह्यासमयी माझा ज्येष्ठ पुत्र कुठे असेल? तो परतून आला तर कदाचित सर्वकाही बदलेल. मग 'कोण ज्येष्ठ?' असा प्रश्न उरणार नाही. त्यावेळी सिंहासनाचा विधिवत् वारस दुर्योधन नसेल की युधिष्ठिर! तो जीवित असेल का अन् कसा दिसत असेल?' असा विचार कुंतीच्या मनी पुन्हा येऊन गेला. दूरवरील तो मंद प्रकाश क्षणभर प्रखर झाला अन् विझला. अंधकाराने तिला वेढले. ती निश्चल उभी राहिली.

* * *

ज्या सदनातील दीप नुकताच विझला होता, त्या सदनी एक ब्राह्मण ज्वराने तप्त होता. ''कृपी, तो परतून आला का?''

''अद्याप नाही.'' पति परतल्यापासून तिने ह्या प्रश्नास कैकवार उत्तर दिले होते.

अकस्मात द्रोण उठून बसले. ''तो आला. द्वार उघड.''

कृपीने धावत जाऊन द्वार उघडले. अश्वत्थाम्याने नि:शब्दपणे प्रवेश केला. ''पुत्रा, ये. भोजन कर.''कृपीने पाचारण केले. परंतु तिला उत्तर न देता त्याने द्वार आपटले. कृपीने पतीस पाहिले. त्यांची दृष्टी पुत्रावर खिळली होती. तिने प्रवेशद्वार मिटले आणि आग्रहाने पतीस शय्येवर निजविले. ती पुन्हा त्यांचा भालप्रदेश ओल्या वस्त्राने पुसू लागली.

''कृपी, आपण हे राज्य सोडून अन्यत्र जाऊया का?'' त्यांनी मंद स्वरात विचारले. तिने उत्तर दिले नाही. ''एका मानवाने करू नये ते आज मी केले.'' द्रोणाने पत्नीवरील दृष्टी काढून घेत एका रिक्त भित्तीवर रोखली.

कृपी दीप प्रज्वलित करण्यासाठी उठली. परंतु त्यांनी तिचे मनगट धरत तिला निकट बसविले. दीन निषादाकडून आपण दक्षिणा कशी मिळविली हे त्यांनी तिला सांगितले. ती आश्चर्यचकित झाली. आपले मुख झाकोळणाऱ्या अंधकाराचे तिने मनोमन आभार मानले.

''कृपी, मी ते ह्याच्याकरिता केले आणि हा माझे मुखही पाहू इच्छित नाही. हा त्या दुष्ट राजपुत्राच्या सहवासात राहतो. त्याने आपल्या पुत्रास भ्रष्ट केले आहे. अभद्र आहे तो सुयोधन. त्याने असे अस्त्र फेकले आहे ज्यायोगे आपणास प्रिय अशा सर्वांचा विनाश होईल, सामाजिक शिस्त नष्ट होईल. माझे वैर निषादांशी नाही, किंबहुना कोणाशीच नाही. परंतु आपल्या पूर्वजांनी काही कारणास्तव नियम बनविले आहेत. प्रत्येकाने आपले स्थान जाणून वर्तन करावे. तुझा बंधू कृपाच्या उपदेशाचा काय परिणाम झाला पाहा. भीष्माच्या विचित्र विचारशैलीने ह्या समाजाचे काय झाले ते पहा. आता कशातही अनुक्रम उरला नाही. शूद्र प्रधानमंत्री बनले आणि निषादास क्षत्रिय व्हावेसे वाटू लागले. समाजरचना ढासळत आहे.''

''आपण ब्राह्मण आहोत. आपला धर्म काय?''कृपीने विचारले.

''ज्ञानदान, सत्यजिज्ञासा, ज्ञानप्राप्ती, विचारमंथन आणि मार्गदर्शन...''विधान अर्ध्यात तोडत द्रोण वळून पत्नीस क्रोधाने म्हणाले, ''मी माझ्या धर्माचे पालन करीत नाही असा आरोप तू करीत आहेस का?''

''आपण स्वत:लाच विचारावे.''कृपी म्हणाली. जलपात्र आणि जीर्ण वस्त्र उचलून ती पाकगृहात गेली.

मेघांच्या विळख्यातून चंद्रकोरीने सुटका करून घेतली, तशी त्या अंधकारमय सदनी चांदण्याची तिरीप शिरली. पत्नीच्या शब्दांने क्रुद्ध होत द्रोण उठले आणि देवघरात गेले. नटराजाची मूर्ती चंद्रप्रकाशात चमकत होती. उत्स्फूर्तपणे लीन होत त्यांनी साष्टांग नमस्कार घातला आणि मन:शांतीकरिता शिवाच्या १०८ नामजपास आरंभ केला. मन शांत व स्थिर झाल्यानंतर त्यांनी मस्तक उचलून देवाच्या मूर्तीस पाहिले...आणि भेदरून ते ओरडले.

कृपी पाकगृहातून धावत आली, तसा तेथील पात्रसंभार कोसळला, लवंडला. अश्वत्थामाही धावत आला. तो मातेवर आदळला असता.

"अश्वत्थाम्या, पहा...पहा... महादेवांना केवळ चार अंगुलि आहेत... अंगठा नाही... त्यांचे मुख पहा...त्या निषादाचे वदन... देव म्हणजेच तो...कृपी, काय करून बसलो मी हे?"

मातापुत्राने भयचकित होत एकमेकांस पाहिले. त्यांना केवळ दिसली नृत्यावस्थेतील कांस्य शिवमूर्ती– त्यांनी दक्षिणेतून आणलेली सुबक मूर्ती! तिच्यात कसलेही न्यून नव्हते!

"कृपी, पाहिलेस?...माझ्या हातून पाप घडले. महादेवांनी माझी चाचणी घेतली आणि मी अनुत्तीर्ण झालो...काय केले मी हे?" ते दु:खाने रडू लागले.

अकस्मात द्वार खटखटले. अश्वत्थामा द्वार उघडण्यास धावला आणि कृपी पतीचे सांत्वन करू लागली.

"हा कोलाहल कसला?" एका ब्राह्मणवृंदासह धौम्यांनी प्रवेश केला.

द्रोण अजूनही गुडघे दुमडून भूमीवर बसले होते. त्यांचेसमीप जात धौम्य म्हणाले, "गुरुवर्य, माझ्यासमवेत चला. मला काही सांगावयाचे आहे. चर्चेद्वारे सर्व स्पष्ट होईल. घडले ते अनिष्ट होते, परंतु आपली कृती आवश्यक होती. या माझ्यासमवेत."

अंतत: द्रोण उठले आणि त्या ऋषींकडे पाहत त्यांनी मान डोलावली.

"आपण माझ्या पित्यास कुठेही नेऊ नका."अश्वत्थाम्याने पुढे येत त्यांना अडविले. धौम्य आणि अश्वत्थामा एकमेकांस रोखून पाहू लागले.

"त्यांना जाऊ दे, पुत्रा." कृपीने पुत्रास सांगितले.

अनिच्छेने अश्वत्थामा माघारी वळला. मातापुत्रांस मागे सोडून गुरू द्रोण आपल्या सहकाऱ्यांसमवेत गंगातीरावर निघाले.

***

एकलव्याच्या संगतीचा त्याग केल्यानंतर काही मासांनंतर जराने दुर्जयाच्या घातक जगतात प्रवेश केला होता.

रात्रभर मार्गक्रमण केल्यानंतर त्यास तो राजपथ दिसला. प्रात:काली तो क्षुधेने व्याकुळ झाला. त्यास विश्रामाची नितांत आवश्यकता होती. अपरिचितांच्या क्रुद्ध दृष्टीचे प्रथमत: त्यास भय वाटले नाही. तो अशिक्षित होता. त्यास स्मृतींचे ज्ञान नव्हते. त्याच्यासम परिजनांस प्रवेश निषिद्ध असलेल्या पथावरून चालून तो कुलाधारित नियमांचा भंग करीत आहे हे त्यास ज्ञात नव्हते. पथावर रक्षक उपस्थित होते आणि अस्पृश्यांविरुद्ध अधिकृत नियम नव्हते; त्यामुळे त्यास अडविण्याचे धाष्ट्यं कुणी केले नाही. प्रकटपणे भेदाभेद केल्याने भीष्ममहाराजांचा रोष ओढवेल हे पुरोहितांना ज्ञात होते.त्यामुळे ह्या अस्पृश्यास हस्तिनापुराचे मार्ग प्रदूषित करताना पाहून ते केवळ मनोमन क्षुब्ध झाले आणि त्या पोरट्याने एखाद्या अधिकृत नियमाचा भंग करण्याची प्रतीक्षा करू लागले.

ती संधी त्यांना त्यांच्या अपेक्षेहून अल्पावधीत मिळाली. तो क्षुधार्त बालक अतिव्याकुळ झाला होता. पुरोहितांच्या दृष्टीने क्षुधा हा एक निर्गुण विषय होता. ती एक माया होती. परंतु जराने ती प्रत्यक्ष अनुभवली होती. त्या अस्पृश्याने मंदिरात प्रवेश केला. पुरोहितांनी भयाने श्वास रोखले. शिवाची सस्मित मूर्ती जरास दिसली नाही. त्या पाषाणमूर्तीसन्मुख रुप्याच्या तबकात नैवेद्याप्रीत्यर्थ मिष्टान्ने ठेवलेली होती. त्यावर त्याची दृष्टी पडली. त्या निषादाने दोन्ही हातांनी ते मिष्टान्न उचलताच त्याच्या पाठीवर तीव्र आघात झाला. संतप्त प्रमुख पुरोहिताहाती आसूड होता. त्यापुढील आघाताने त्याच्या वदनावर जखम झाली. तथापि तो बालक अजूनही त्या मिष्टान्नाचा त्याग करण्यास इच्छुक नव्हता. त्याने ते मिष्टान्न क्षुधार्त मुखी कोंबले आणि एक अधिक घास उचलला. भाळावरून ओघळणारे रक्त पुसण्याचेही त्यास भान नव्हते. कुणीतरी तबक उडवून दिले, तसे सर्व मिष्टान्न मंदिराच्या भूमीपृष्ठावर उधळले. आता तो नैवेद्य देवास अर्पण करण्यायोग्य नव्हता. कारण अस्वच्छ काळ्या हातांनी स्पर्श केल्यामुळे त्याचे आता गलिच्छ ऐवजात रूपांतर झाले होते.

भूमीवर लोळण घेत जर ते अन्न एकत्रित करू लागला. पुढील लत्ताप्रहार त्याच्या हनुवटीवर झाला. ''नतद्रष्टा, मी नुकतेच स्नान केले होते. आता मला पुन्हा स्नान करावे लागेल.'' पुन:पुन्हा जरावर लत्ताप्रहार करीत एक पुरोहित ओरडला. इतर पुरोहित देह सावरून दूर उभे राहिले. कारण त्यांना त्या अस्पृश्यास किंवा त्याचा स्पर्श झाल्याने प्रदूषित झालेल्या त्या क्रुद्ध ब्राह्मणास स्पर्श करावयाचा नव्हता. जरास कळून चुकले की, आता मृत्यु अटळ आहे. त्यांनी आपले प्राण घेण्यापूर्वी शक्य तितके अन्नग्रहण करण्याची त्याची इच्छा होती. मारेकऱ्यास पाहण्यासाठी त्याने मस्तक उचलले तेव्हा पुढ्यातील दृश्याने तो आश्चर्यचकित झाला. त्याचा पीडक हवेत उडून देवतेच्या मूर्तीवर आपटला आणि धाडकन धारातीर्थी पडला. समीप एक दांडगट ब्राह्मण उभा होता. त्याने पडलेल्या ब्राह्मणाच्या हातून आसूड काढून घेतला, तसा जर आपल्या कृश देहावर आघात होण्याची प्रतीक्षा करू लागला. त्याने भयाने नेत्र मिटून घेतले. त्यास आसूड ओढल्याचा ध्वनी ऐकू आला आणि एक किंकाळी त्याच्या कानी पडली, परंतु वेदना मात्र जाणवल्या नाहीत. संथपणे त्याने नेत्र उघडले. समोरील दृश्यावर त्याचा विश्वास बसेना.

''आता कसे वाटते, दुष्टा? सान बालकास छळतोस? कोणता धर्मग्रंथ अशी अनुज्ञा देतो?''

त्या आडदांड ब्राह्मणास आसूड वापरण्याचे उत्तम ज्ञान होते. अचूक लक्ष्य साधत, उत्तम परिणाम साधत तो आसूड ओढू लागला. ते फटके चुकविण्यासाठी पुरोहित सैरावैरा धावू लागले. जराच्या विक्षिप्त रक्षणकर्त्याने मंदिराचे द्वार मिटून सर्व पुरोहितांना बंदीवान केले होते. त्याच्या आक्रमणास साक्ष देत होते केवळ जर आणि सस्मित महादेव.

''कृपा, तुला नरकवास भोगावा लागेल. ब्राह्मणांना पीडा देत आहेस तू. पाप– घोर पाप आहे हे.'' वेदनेने किंचाळताना मध्येच प्रमुख पुरोहिताने उश्शाप उच्चारण्याचा

प्रयत्न केला. त्याचे सर्वांग रक्ताळले होते आणि त्याच्या पाठपोटावर काळेनिळे व्रण दिसू लागले.

तारस्वराने हसत कृप त्या असहाय पुरोहितावर आसूड ओढत राहिले. त्याचे विव्हळणे आणि बरळणे थांबल्यानंतरच ते थांबले. समाधानाने कृपाने तो आसूड प्रमुख पुरोहिताच्या देहावर फेकला आणि म्हणाले, "त्या मूर्ख धौम्याकडे किंवा त्या कुंतीकडे गाऱ्हाणे घेऊन जाल, तर मी पुन्हा येईन. त्या वेळी मला इतका समय लागणार नाही, कारण आसूडाऐवजी मी तलवारीचा प्रयोग करीन. समजले का मूर्खांनो? की मला संस्कृत पद्याद्वारे सांगावे लागेल?"

पुरोहितांना मुख उघडण्याचे ही धाष्टर्य करवेना. भूमीवर पडलेल्या मिष्टान्नाच्या चूर्णाकडे आशेने पाहत उभ्या जराकडे कृपाचे लक्ष गेले. त्यांनी त्या बालकास उचलले आणि लाथेने मंदिराचे द्वार उघडले. त्यास घेऊन ते आपल्या नित्याच्या बसण्याच्या स्थानी वटवृक्षाखाली आले. "मंदिरातून मिष्टान्न उचलण्याचा मूर्खपणा का केलास तू?" त्यांनी जरास नवलाने विचारले.

"मला भूक लागली आहे." जराने निरागसपणे म्हटले.

कैक वर्षांनी प्रथमच कृपांचे नेत्र पाणावले. "ये, मी तुझ्या भोजनाची व्यवस्था करीन." ते म्हणाले. पथ ओलांडून ते पलीकडील पक्व आम्रफळे आणि घरगुती अन्नपदार्थ विक्रेत्याकडे गेले.

जर पाठोपाठ गेला. विक्रेत्यापाशी पोहचल्यावर कृपांनी धोतराच्या निऱ्या चाचपत अपशब्द उच्चारले. गतदिनी द्यूतामध्ये त्यांनी सर्व धन गमावले होते. जवळून जाणाऱ्या एका धनिक वणिकास त्यांनी पाचारण केले. "ए, येथे उभा ब्राह्मण तुला दिसत नाही का? मला काही दान दे पाहू!"

त्या वैश्याने क्षमायाचना करीत धन पुरचुंडी उलगडून काही मुद्रा बाहेर काढल्या. त्या रुष्ट ब्राह्मणास वंदन करून त्याने ते धन अर्पण केले. कृपांनी वणिकास आशीर्वाद दिले, तसे त्याने आनंदाने प्रयाण केले.

"असा पाहू नको." कृपाने जरास गंमतीने म्हटले. त्यांनी खाद्यपदार्थ विक्रेत्यास काही मुद्रा दिल्या.

"मी वारंवार असे करीत नाही. मी स्वत: कष्ट करून माझ्या भोजनाची व्यवस्था करतो. आज मी ते तत्त्व पाळले नाही कारण तू अति क्षुधार्त आहेस. प्रत्येक तत्त्व केव्हा ना केव्हातरी भंगतेच. आणि ते योग्य कारणास्तव भंगले तर त्यात काही अनुचित नाही. तुझी क्षुधा हे कारण यथोचित आहे. समजले नाही? असो. तू खा."

जर शांतपणे खाऊ लागला. त्याच्याकडे पाहताना कृपास आनंद झाला. अलीकडे काही दिवसांपासून मंदिराच्या पुरोहितांना चोप देण्याची त्यांची इच्छा होती. ह्या बालकाने त्यांना ती संधी देऊन त्यांना उपकृत केले होते.

येथे अन्न मिळविणे सुलभ आहे अशी जराची कल्पना झाली. केवळ याचना केल्याने अन्न मिळते, मुद्रेच्या हस्तांतराने अन्न मिळते ह्याचीही त्याने नोंद घेतली. त्या रात्री कृप निद्रित झाल्यावर जराने त्या ब्राह्मणाच्या धोतराच्या निऱ्या चाचपल्या आणि त्यातील मुद्रा काढून घेतल्या आणि नगरातील सर्वांत दरिद्री भागात पलायन केले. आपल्या कृतीविषयी त्याच्या मनी खंत किंवा खेदभावना नव्हती. त्या दिवसापासून प्रतिदिनी त्याने अन्न विकत घेऊन यथेष्ट भोजन केले. मुद्रा संपुष्टात आल्यानंतर तो परिजनांकडे अन्नयाचना करू लागला. परंतु ते अन्नदान करण्यास उत्सुक नसत.त्यांचे मन वळविण्यासाठी अन्य एखाद्या गोष्टीची आवश्यकता होती. कृपाने आपल्या यज्ञोपवीताचा उपयोग करून घेतला होता. परंतु जरास ते शक्य नव्हते. त्याऐवजी परिजनांस दटावण्यासाठी तो कट्यारीचा प्रयोग करू लागला. काही प्रसंगी मार पडे. परंतु त्याने ते सर्व स्वीकारले होते. हा जीवनाचा एक भाग होता. त्या स्थानिक परिसरामध्ये त्याची अपकीर्ती वाढू लागली. दिवसा एखाद्या दिवाभीताप्रमाणे तो एका लहान सेतुखाली दडून राही. रात्रकाल दबकत, सावज हेरून त्याची पारध करण्यात व्यतीत होत असे. एकलव्याने जरास चोपल्यानंतर त्याच्या अंतरात जन्मलेल्या पशूची आता पूर्ण वाढ झाली होती आणि नगरीतील अरण्यात जगण्याची कला त्याने आत्मसात केली होती.

पुरोहितांनी केलेल्या मारहाणीचे जरास कदापि विस्मरण झाले नाही. त्यामुळे एखादा ब्राह्मण बळी सापडल्यावर तो अधिक हिंस्त्र वर्तन करीत असे. त्याची अपकीर्ती अपराधजगतसम्राट दुर्जयापर्यंत पोहचणे स्वाभाविक होते. त्याला अशा बालकांची विशेष आवश्यकता भासे. त्यामुळे दुर्जयाच्या जगतात जर सहजपणे ओढला गेला. आपले नूतन जीवन जरास रुचले. कुणीही त्यास कुलाविषयी पृच्छा करीत नसे. येथे सर्व कुल, जातीचे परिजन होते आणि त्यांच्यात अत्युच्च समानता आणि परस्पर आदरभाव होता. येथे अमाप धन होते, तसेच अन्नही!

त्या महान नगरीच्या अन्य दरिद्री वस्तीस्थानातून अन्य समूहही उदयास येत होते. अनेकदा त्यांच्यामध्ये युद्ध भडके आणि हस्तिनापुराच्या काळ्या वस्तीस्थानातून जीवघेणी मूषक-मार्जार कलह क्रीडा साकार होई. काही प्रसंगी नगररक्षक त्या गंमतीत सहभागी होत. परंतु ही सर्व बालक्रीडा अल्पजीवी असे. दुर्जयाने जाणले होते की, सीमेपलीकडून येणाऱ्या साहाय्यावर आणि गांधार राजपुत्राच्या इच्छेवर आपले सामर्थ्य ठरते. असे साहाय्य न दवडण्याची दक्षता तो घेई. तो आपल्या पथकांतील युवा स्त्री-पुरुषांना आपसात स्पर्धा करण्यास उद्युक्त करी. त्यामुळे अपराधजगतातील साहसी आव्हाने पेलण्याची प्रेरणा त्यांच्यात उत्पन्न होई. जराची जीवनयात्राही नगरीतील नि:सारणवाहिन्यात समाप्त होऊन त्याची गणना अपरिचित प्रेतात झाली असती. परंतु दैवाच्या मनात अन्य काही होते. वयाच्या सतराव्या वर्षी टोळीयुद्धात धारातीर्थी पडणे त्याच्या दैवी लिहिलेले नव्हते. त्याच्यासाठी दैवाची अन्य योजना होती. त्यास इतक्या सहजपणे मृत्यू येऊन त्याची पीडा समाप्त व्हावी अशी देवाची इच्छा नव्हती.

कृपाचे धन चोरण्याच्या घटनेस पाच वर्षे होऊन गेली होती. आता जर जीवन चैतन्याने परिपूर्ण असा युवक होता. किशोरवयीन पथकाचा तो एक सहयोगी नेता होता. हे पथक घोर रात्री घरफोडी करून धन लुबाडत असे. दया नामक विशीतील युवक त्या समूहाचा प्रमुख नेता होता. एका सुंदर कन्येचा उपयोग करून दुर्जयाने जर आणि दया ह्यांच्यात वैरभाव निर्माण केला होता. ती त्या दोघांशी प्रेमाने वागे आणि त्यांनी प्राणावर उदार होऊन साहसी कृत्ये करावीत ह्यासाठी त्यांना उत्तेजन देई. त्या कन्येस आणि स्वामीस आनंदित करण्यासाठी ते दोन युवक अहमहिकेने क्रूर कृत्ये व अपराध करीत. त्यात दया किंचित श्रेष्ठ ठरे, त्यामुळे जर ईर्षा आणि क्रोधाने जळफळत असे. त्याला स्वक्षमता सिद्ध करण्याची इच्छा होती.

काही गत दिनांपासून एका ब्राह्मणाच्या निवासस्थानावर जराने पाळत ठेवली होती. ते निवासस्थान दुर्गासमीप असल्याने ते अधिक भयप्रद होते. दुर्गाच्या संरक्षित सीमेनिकट स्थित सदन लुटण्यात गंमत आणि धाष्टर्य दोन्हीचा अंर्तभाव होता. तो ब्राह्मण एक गायक होता आणि त्याचे गायन ऐकण्यासाठी अनेक धनिक वारंवार त्याच्या निवासस्थानास भेट देत. तो गायक स्वत: संपन्न असावा असे भासत नसे. परंतु कदाचित त्यास स्वत:ची संपत्ती लपविण्याची इच्छा असल्याने तो तसे भासवत असावा. तो संपन्न नसता तर इतक्या अतिथींच्या भोजनव्यवस्था करणे त्यास कसे शक्य झाले असते? काही दिनी त्याचे सदन गजबजलेले असे तर इतर दिनी तेथे कुणीच नसे. जरास वर्षाऋतुची प्रतीक्षा होती. कारण पर्जन्यवृष्टिसमयी असे कार्य सुलभ शक्य असे. अशासमयी बळींच्या किंकाळ्या कुणास ऐकू जात नसत.

पर्जन्यवृष्टिचा आरंभ झाल्यानंतर दहा दिवसात हस्तिनापुराच्या नि:सारणवाहिन्या ओसंडून वाहू लागल्या, त्यावेळी जराने आपल्या पथकातील सदस्यांना आपली योजना सांगितली. ती दयास विशेष रुचली नाही. कारण त्यास ज्ञात होते की, ब्राह्मण किंवा क्षत्रियाहून अधिक धन वैश्यांपाशी असते. त्याने त्या रात्री एका धनिक रेशीम वणिकाच्या भव्य वास्तूस लक्ष्य करण्याचा निश्चय केला होता. त्यामुळे कुणा ब्राह्मणास लुटण्याची जराच्या अल्पमति मेंदूतून उत्पन्न योजना त्याच्या दृष्टीने क:पदार्थ होती. त्या दोघांस वांछित ती कन्या खुदखुदु लागली तसा जराने त्वेषाने मद्यचषक भूमीवर फेकला. 'कुचेष्टेने हसणाऱ्या ह्या मूर्खांना मी चीत करेन.' रात्री घोर अंधकारात पथकाने नगराच्या दिशेने प्रयाण केले, परंतु ब्राह्मणाच्या सदनासमीप येताच जर हळूच निसटला. दया खेदाने मस्तक हलवीत अग्रेसर झाला.

आपल्या स्पर्धकाच्या नेत्रातील उपहासात्मक तेज जाणवून जराने दातओठ आवळले. त्याने त्या सदनाच्या अंगणाभोवतीच्या लहान तटावरून आत उडी ठोकली, तेव्हा मुसळधार वृष्टी सुरू होती. दूरवर एका श्वानाने आरोळी ठोकली. आकाशात मेघांचा कडकडाट झाला. जराने सदनास प्रदक्षिणा घातली. प्रत्येक गवाक्ष आणि द्वार ढकलून आत प्रवेश करण्याची शक्यता तपासली. सर्व द्वारे आतून कडीबंद होती. त्यामुळे त्याने छतावर चढून आत उडी घेण्याचा निश्चय केला. पर्जन्यवृष्टीमुळे पावले निसटू लागली. त्यामुळे

त्याची प्रगती संथ होऊ लागली. दोनदा वीज चमकली, त्यावेळेस त्याला तटावरील रक्षकांची आकृती दिसली. पाकगृहात शिरण्याच्या उद्देशाने त्याने तृणछतात भगदाड पाडून आत डोकावण्याचा निश्चय केला. पाकगृहातून त्यास संभाषणाचे ध्वनी ऐकू आले आणि तेथे मंद प्रकाश दिसला. जर संतापला. सदनातील सर्वजण निद्रित असतील अशी त्याची अपेक्षा होती. रक्षकाच्या ध्यानात येईल ह्या भयाने त्याला छतावर अधिक काळ थांबता येईना. छतातील भगदाडातून हलकेच रांगत तो आत शिरला आणि अलगद उडी मारत ओणवा उभा राहिला.

"कृष्णा, आम्ही तुझ्या दर्शनासाठी आतुर आहोत. तुझ्या कृपाकटाक्षाने माझे आणि माझ्या पत्नी आणि मुलांचे पोट भरेल. तुझ्या क्रीडेने आम्हाला आनंद होतो, तुझ्या लीलांमध्ये आम्ही हरवून जातो, अच्युता, माधवा..."गायकाच्या स्वरात असे काही होते ज्यामुळे जर क्षणभर थबकला. त्याने कट्यार बाहेर काढली, त्याला पाकगृहालगतच्या कक्षात छाया हलताना दिसल्या.

"पुरे झाली प्रार्थना! मुले उपवासी आहेत. त्यांनी कालपासून काहीही खाल्लेले नाही. आम्हाला साधे अन्नही देऊ शकत नाही अशा कृष्णाचा काय उपयोग?" एका स्त्रीने त्रासिक तीव्र स्वरात विचारले तसा जर दचकला. 'हे दोन दिवसांपासून क्षुधार्त आहेत? आणि अन्य सर्व सदने सोडून मी हे सदन लुटण्यास आलो आहे?' जर दिग्मूढ झाला.

जेमतेम चार वर्षाच्या एक बालिकेने पाकगृहात प्रवेश केला. जराने दाट छायेतून पुढे सरसावण्याचा प्रयत्न केला, परंतु त्या बालिकेने त्यास पाहिले आणि ती खुदकन् हसली. काय करावे हे जरास उमजेना. त्याने हातातील कट्यार लपविण्याचा प्रयत्न केला. ह्या ब्राह्मणाच्या सदनातील क्षुधेविषयी ज्ञान नसते तर त्याने त्या बालिकेवर पशुवत् आक्रमण केले असते आणि कट्याराचे पाते तिच्या देहात खुपसले असते. परंतु क्षुधा काय असते आणि तिच्या वेदना काय असतात हे त्यास ज्ञात होते. उपवासी व्यक्तीचे प्राण तो घेऊ शकला नाही.

"भवानी, ये खाऊ खा." त्या स्त्रीने पाचारण केले. ती बालिका हलली नाही, तशी ती स्त्री पाकगृहात आली. तेथे एक कट्यारधारी मनुष्य पाहून ती जागीच थिजून उभी राहिली. क्षणात भानावर येत तिने त्या बालिकेस निकट खेचले आणि ती किंचाळली. बाहेर वादळी पर्जन्यवर्षाव सुरु होता, त्यामुळे त्या पुरातन गृहाची गवाक्षे-द्वारे खडखडू लागली. ती स्त्री भवानीसह आपल्या इतर दोन मुलांकडे धावली आणि तिने सर्वांना कवेत वेढून घेतले. भवानीहून कनिष्ठ अशी ती दोन जुळी मुले होती- साधारण तीन वर्षांची. ती स्त्री मुलांसह एका कोणात उभी राहिली. भयाने तिचे दात थडथडू लागले.

ब्राह्मणाने मस्तक उचलताच त्यास जर दिसला. जराने कट्यारीवरील मूठ आवळली. आवश्यकता भासल्यास तिचा प्रयोग करण्याचे ठरविले."कृष्णा, आलास तू..."ब्राह्मणाने साद दिली. त्याच्या स्वरात भय नव्हते, आर्तता होती-हृदय व्याकुळ करणारी! जर चक्रावला. 'मी विक्षिप्त मनुष्याच्या सदनी शिरलो का?'ब्राह्मण जराभोवती

नाचू लागला आणि त्याच्या पाया पडला. ''देवा, तुम्ही एक ना एक दिनी ह्या गृही येणार ह्याची मला ग्वाही होती.'' तो आनंदाने चीत्कारला आणि नंतर पत्नीकडे वळून म्हणाला, ''कोण आले आहे ते पाहिलेस का? जा, पान घेऊन ये. कृष्णास नैवेद्य दे! अग, तेथे काय करतेस? अतिथीचे आदरातिथ्य कर.'' जर मूर्तिवत् उभा राहिला, त्याचा मेंदू बधीर झाला. ब्राह्मणाने पुन्हा पत्नीस दटावले. तिने जराच्या हातातील कट्यारीस पाहिले. तिच्या नेत्रातील तिरस्काराने जर अवघडला. त्याने ते शस्त्र भूमीवर फेकले. तिच्या विवर्ण ओठांवर किंचित स्मित उमटले, तसे त्या सदनात त्यांना इजा करण्याच्या उद्देशाने प्रवेश केल्यास्तव तो लज्जित झाला. उत्तेजित ब्राह्मण अजूनही अवतीभवती बागडत अतिथीस्तव आसन आणि जलपानाची व्यवस्था करण्याचा प्रयत्न करीत होता. आतापर्यंतच्या आयुष्यात आपणास पाहून कुणी इतका आनंदित होण्याचा अनुभव जरास आलेला नव्हता. त्याऐवजी त्यास लत्ताप्रहार, मारहाण, दटावणी, दगडफेक, मुष्टिप्रहार ह्याचाच अनुभव होता. त्यास कुणी मनुष्यप्राण्याप्रमाणे वागविले नव्हते- देवाप्रमाणे वागविणे तर दूरच! कृष्णाविषयी जरास किंचित ज्ञान होते, कारण परिजन त्यास देव मानू लागले होते. अनेकजण चमत्कारकर्ता आणि भगवान विष्णूचा अवतार म्हणून त्याच्या भजनी लागले होते. जीवनातील ऐहिक छळापासून सुटका करण्यासाठी दरिद्री वस्तीतील सामान्य जनांना चमत्काराची आवश्यकता होती. कृष्ण चमत्काराचे मूर्तरूप होता.

''कृष्णा, तुझ्या लीला मी जाणतो. मी तुला ओळखले नाही असे तुला वाटते का? कृपया माझ्या आतिथ्याचा आणि नैवेद्याचा स्वीकार करावा, देवा... '' ब्राह्मणाने जराचे हात धरले आणि त्याला बळेबळे आसनावर बसण्यास भाग पाडले. त्याने त्याच्या सन्मुख केळीचे पान मांडले आणि त्यावर तो पेज वाढू लागला. ''कृष्णा, अन्नग्रहण करावे...''असा आग्रह करून तो आर्त सुरात गीत आळवू लागला.

त्या कर्णमधुर स्वराने त्या निषादाच्या दग्ध मनास शांतविले. त्या गीतात कृष्णाच्या कृपेचे वर्णन होते, तो आपल्या भक्तांची कशी परीक्षा घेतो ह्याचे वर्णन होते. कृष्ण सर्वांच्या आत्म्यात लपलेला आहे, तो सर्व सजीव-निर्जीवात वसतो. स्नेहाद्वारे आणि दयार्द्र कृतीमधून तो फुलतो, असे वर्णन त्या गीतात होते. त्या शब्दांमध्ये 'शून्यातील' आनंद आणि सर्वत्र वसणाऱ्या अमर्याद सुखाचे वर्णन होते. त्या शब्दांमधील अर्थ समजण्याइतकी बुद्धी जरास नव्हती. त्या शब्दांनी त्याच्या हृदयास स्पर्श केला, तसा त्याचा कंठ दाटून आला. ''स्वामी, मी तुमचा कृष्ण नाही. मी जर- केवळ एक अस्पृश्य आहे.'' हुंदके देत तो म्हणाला. ह्यावर मारहाण आणि आरडाओरडा अशा प्रतिक्रियेची त्याची अपेक्षा होती. ब्राह्मणाने असे काही केले तर त्या निषादाच्या मनात दडलेल्या पशूने तत्काळ कट्यार उपसली असती.

परंतु त्याऐवजी तो ब्राह्मण हळुवारपणे म्हणाला, ''तू स्पृश्य नाहीस की अस्पृश्य! तू तुझ्यासम आहेस. तूच ब्रह्म. तूच विष्णू आणि तूच महेश्वर आहेस. तूच माझा पिता, पुत्र, माता, बंधू. सहभोजन करण्यास तू माझ्या कुटीत आलास. अतिथी देवो भव. कृपया

बसावे, कृष्णा.'' *त्या अस्पृश्याच्या पुढ्यातील केळीच्या पानावर त्याने पात्रातील सर्व अन्न वाढले.*

जराचे नेत्र अश्रूंनी डबडबल्याने त्याला पुढ्यातील काही दिसेना, त्याने तसाच घास उचलला. त्यातील रस त्याच्या अंगुलींवरून ओघळू लागला. अकस्मात त्याच्या पोटातील क्षुधाग्नि चेतला आणि तो अन्नावर तुटून पडला. त्याने पान चाटूनपुसून स्वच्छ केले.

तो विक्षिप्त ब्राह्मण एक अन्य गीत गाऊ लागला. गीत समाप्त झाल्यावर त्याने जरापुढे मस्तक टेकवून नमस्कार केला आणि तो म्हणाला, ''देवा, मी धन्य झालो. प्रथम तुम्ही उपवासी मनुष्यासन्मुख अन्नाचे रुप घेऊन आलात आणि आता उपवासी मनुष्याच्या रूपाने अन्नाच्या शोधात आलात.'' पत्नीकडे वळून त्याने अतिथीसाठी हस्तप्रक्षालनासाठी पाणी आणण्यास सांगितले.

त्या स्त्रीने निद्रित जुळ्या मुलांना खाली ठेवले आणि पाकगृहात जाऊन तिने पाणी आणले. तिने द्वार उघडताच शीतल वायुप्रवाह गृहात शिरला आणि फरफरून दीप विझला. जलकलश घेऊन ती द्वाराबाहेर उभी राहिली. जराने त्या जुळ्या मुलांकडे पाहताच त्याच्या देहावर सरसरून काटा आला. ती मुले कृश आणि दुर्बल दिसत होती. हात धुण्यासाठी तो द्वारापाशी जाऊ लागला, तशी भवानी पाठोपाठ गेली. पेजेच्या रिक्त पात्राकडे ती आशाळभूतपणे पाहात होती. त्यासरशी जरास समजून चुकले की, सर्व कुटुंबासाठी शिजविलेले अन्न त्याने एकट्याने 'स्वाहा' केले होते. आता हे सर्व कुटुंब उपवासीच राहणार. त्या स्त्रीने त्यास पाहून उपहासात्मक स्मित केले.

''माते, मला क्षमा कर...'' पुढे शब्द न सुचून जराने दृष्टी अन्यत्र वळविली.

''त्यांचे असे विचित्र वर्तन आम्हास सुपरिचित आहे.'' ती स्त्री म्हणाली. वेदनेमुळे किंवा उपहासामुळे तिचे ओठ वक्र झाले.

''तुम्ही धनिक असाल असे मला वाटले होते. अनेक धनिक गृहस्थ ह्या सदनात येताना मी पाहिले बाहे. त्यामुळे..'' जरास विधान पूर्ण करता आले नाही.

''त्यामुळे तुम्ही आम्हास लुटण्यास आलात. तुम्ही केवळ मागणी केली असती तर त्यांनी तुम्हास सर्वकाही दान केले असते... अर्थात आमच्याकडे फारसे काही नाही.''

ती लहान बालिका मातेपाशी येऊन उभी राहिली. त्या स्त्रीने तिला उचलून घेतले आणि तिच्या कपोलांचे चुंबन घेतले. ती निष्पापपणे हसू लागली. ''त्यांना सर्वत्र कृष्ण दिसतो. त्यांच्याकडे गायन कौशल्य आहे. एखाद्या सुदिनी परिजन त्यांचे गायन ऐकण्यास दाटीवाटी करतात आणि हे सदन धनधान्य आणि उपहारांनी व्यापून जाते. इतके, की त्यामुळे आजपर्यंत कुणीही सधन झाला असता. परंतु ते म्हणतात की, ह्या भेटवस्तूंवर आपला अधिकार नाही, त्या देवाच्या आहेत. त्यांना जे जे मिळते, ते ते सर्व हे त्याच दिनी इतरांना प्रदान करतात. भविष्याचा विचार करणे आणि त्यासाठी संचय करणे ह्यास ते देवाचा अवमान मानतात. ते म्हणतात ज्याने आपणांस जन्म दिला, तोच आपला सांभाळ करील. सायंकाळपर्यंत जो कुणी याचक आपल्या द्वारापाशी येतो, त्यास सर्वकाही दान

केले जाते. येथे येऊन आपापला हविर्भाग घेऊन जाण्यास अनेकजण दाटीवाटी करतात– त्यात निष्क्रिय मनुष्य, भिक्षुक, साधुसंत, ढोंगी असे सर्व प्रकारचे स्त्री–पुरुष असतात. ह्यांना प्रत्येक आत्म्यात देव दिसतो आणि कुटुंबीय उपवासी राहिले तर त्यांना त्याची तमा नसते. हे माझे प्राक्तन आहे– माझे पति अपरिचितांना आणि चोरांना जेवू घालतात, त्यावेळी माझी मुले उपवासी असतात...'' अकस्मात ती थांबली.

''माते, मला क्षमा कर. तुम्हांस लुटण्याच्या उद्देशाने मी आलो होतो.'' त्या बालिकेने अंगठा चोखण्यास आरंभ केला, तिच्या मातेने तिचे हळुवार चुंबन घेतले. जराच्या पोटात ढवळू लागले. त्याने छतात निर्माण केलेल्या भगदाडातून पाणी गळू लागले होते आणि पाकगृहातील पृष्ठभूमीवर पाणी साचले. अन्य कक्षातून ब्राह्मणास देवाच्या नामाचा जप ऐकू येत होता. जराची दृष्टी त्या स्त्रीच्या दृष्टीस भिडली. त्याच्या कंठात हुंदका दाटून आला. ''माते, आज तुम्हाला उपवासी पोटी शयन करावे लागणार नाही. मी तुमच्यासाठी अन्न घेऊन येईन.'' त्यास अन्य काही बोलणे सुचेना. त्या स्त्रीने केवळ स्मित केले. ती बालिका शांतपणे निद्राधीन झाली होती.

जर क्षणभर अडखळून तेथे थांबला. परंतु नंतर त्वरेने बाहेरील आर्द्र अंधकारात शिरला. पर्जन्यवृष्टीमुळे पथदीप केव्हाच विझले होते, सर्व मार्ग अंधकारात लुप्त झाले होते, पाण्याने भिजले होते. नि:सारण वाहिन्यात वाहत्या जळाच्या खळखळाटा व्यतिरिक्त सर्वत्र शांतता होती. अशा रात्रसमयी अन्न कसे मिळेल हे त्यास उमजेना. सर्वकाही दान करण्याच्या विक्षिप्तपणामागे काय धारणा असावी ह्याचे त्यास नवल वाटू लागले. अन्नाची याचना केल्यास हात उगारणाऱ्या मनुष्यांचा त्यास अनुभव होता. सद्यकाळी तो स्वत: इतरांना चोप देत असे. मंदिरातील पुरोहितांनी मारलेला आसूड त्यास अजूनही पीडा देत असे– किमान मनास तरी. त्यास जगाची रीत समजली नव्हती. जीवनाने त्या अज्ञानी निषादास संभ्रमात पाडले होते. परिजन एकाच समयी क्रूर परंतु इतके दयाळूही कसे असू शकतात? स्वत:हून भिन्न जन दुष्ट आहेत असा विचार करणे सरल आणि सुविधेचे होते. मंदिरातील त्या प्रसंगानंतर सर्व ब्राह्मणांविषयी त्याच्या मनी गहन तिरस्कार दाटला होता. परंतु आज रात्री भेटलेल्या ह्या विक्षिप्त ब्राह्मणासम व्यक्तीमुळे त्याच्या द्वेषाचा पाया डळमळीत होऊ लागला आणि त्याच्या मनात चलबिचल होऊ लागली होती. तो दिशाहीन व्यर्थ भटकू लागला.

जरास एका कसायाचे विक्रीकेंद्र दिसले. त्यापुढील अंगणावर तृणाच्छादन होते. अंगणात एक चारपायी खाट होती. तिच्या एका पायास एक कोकरु बांधलेले होते. विक्रीकेंद्र बंद होते आणि तो कसाई चौपायीवर शयन करीत तारस्वराने घोरत होता. सापडले अन्न! त्या विक्षिप्त ब्राह्मणाचे ऋण फेडून ह्या कोमल भावनेपासून सुटका करून घेता येईल. ह्या विचाराने त्या निषादास समाधान वाटले. त्या विक्षिप्त ब्राह्मणाचे उपकार घेतल्याने इतकी वर्षे उरात साठलेला तिरस्कार आणि जपलेला अहंकार लयास जाईल असे जरास भय वाटू लागले होते. त्यास अपराध अन् साहसी मोहिमेच्या जगतात परतण्याची इच्छा होती. जराने कोकराची दोरी सोडविली आणि त्याला घेऊन तो चालू लागला.

ते सदन शोधण्यास त्यास किंचित अवधी लागला. परंतु अंततः तो उत्साहित पावलांनी प्रवेशद्वारातून आत शिरला. आता तो दात्याच्या भूमिकेत होता, चोराच्या नाही. विचित्र सुखसंवेदनेने त्याचे मन व्याप्त झाले. दान केल्याने मिळणाऱ्या आनंदाच्या अनुभूतीने त्याच्या काळ्या हृदयात अलगद प्रवेश केला, तसा सर्वकाही दान करणारा तो ब्राह्मण त्यास विक्षिप्त वाटेनासा झाला.

जराने द्वारावर थाप मारली, तसे ब्राह्मणाने ते उघडले. जराचे काळे मुख आनंद आणि अभिमानाने उजळून निघाले. त्याने प्रतिकार करणाऱ्या कोकरास समीप खेचले आणि तो म्हणाला, "स्वामी, ह्या भेटीचा स्वीकार करा. आगामी काही दिवस ह्याच्या मांसाने आपली भूक भागेल. त्यानंतर मी पुन्हा तुम्हांस अन्न आणून देईन." जराने समर्थनासाठी ब्राह्मणपत्नीच्या मुखाकडे पाहिले. परंतु तिने दुःखाने मान हलविली.

"कृष्णा, तू परत आलास. तू खरोखरीच दयाळू आहेस. तुझ्या लीला असीम आहेत. माझी अशी परीक्षा घेऊ नका." ब्राह्मणाने समाधीस्थ असल्याप्रमाणे स्वगत भाषण केले. गुडघ्यावर बसत त्याने कोकराचे मुख कुरवाळले. त्याच्या कृतीतील प्रेम जाणवल्यामुळे असेल, परंतु तो प्राणी शांत उभा राहिला. त्यानंतर तो ब्राह्मण उठला आणि सदनाच्या मागील अंगास अंधकारमय स्थानी जाऊ लागला.

"माते... तुम्ही माझी भेट स्वीकारणार नाही?" आपला आंतरिक क्रोध पुन्हा बाहेर येऊ पाहत आहे हे जरास जाणवले. हे जन आपली भेट का स्वीकारत नाहीत हेही त्यास समजले. त्या स्त्रीने मान हलवली आणि आपल्या निद्रित मुलाकडे पाहिले. "मी अस्पृश्य आहे म्हणून?" हा प्रश्न करताना जराच्या मनातील कटु भाव स्वरात उतरला. त्याने दृष्टी वळवली. त्या स्त्रीसन्मुख उभे राहणे त्यास साहवेना.

"तसे नाही, पुत्रा." स्त्री हळुवारपणे उत्तरली."देवाचे आमंत्रण येईपर्यंत प्रत्येक सजीवास जगण्याचा अधिकार आहे असा त्यांचा विश्वास आहे. अन्नासाठी किंवा अन्य सुखासाठी कुणाचेही प्राण घेणे त्यांना रुचत नाही. तू दिलेल्या भेटीमुळे अन्य एका मुखास अन्न पुरविण्याच्या दायित्वात वाढ झाली इतकेच!"

ब्राह्मणाने काही तृणखाद्य आणले आणि कोकरासन्मुख टाकले. शांतपणे खाणाऱ्या त्या प्राण्याकडे तो पाहात राहिला. जराची सहनशक्ती समाप्त झाली. त्याचे प्राण कंठाशी आले. त्या ब्राह्मणाविषयी द्वेष वाटू लागला. ह्याचे ऋण फेडल्याशिवाय मनातील अपराधी अन् द्वेष भावनेपासून त्याची सुटका होणार नव्हती. तो वळला आणि रात्रीच्या अंधकारात द्रुतगतीने धावू लागला.

एका विक्रीकेंद्रातून भाताचे एक पोते चोरून पुन्हा एकदा तो त्या सदनापाशी परतला, तेव्हा ते सदन ज्वाळांनी वेढले होते. ते पाहत काही परिजन मार्गावर उभे होते. जराच्या मुखातून आरोळी फुटली आणि पोते खाली टाकून तो त्या अग्नीत घुसला. ते पाहून परिजन स्तिमित झाले. परंतु जरास थांबविण्याआधीच त्याने त्या पेटत्या सदनात उडी घेतली होती. जिवाच्या आकांताने तो ब्राह्मण आणि त्याच्या कुटुंबियांना शोधू लागला. छतातील एक तुळई खाली पडली आणि तिच्याखाली जर दबला गेला. आकांत करीत देहास

चहुअंगाने चाटणाऱ्या त्या ज्वाळांतून बाहेर पडण्याचा प्रयत्न करू लागला. कुणीतरी त्यास बाहेर खेचले आणि त्याच्या उजव्या अंगास लपेटलेल्या ज्वाळा विझविण्याचा प्रयत्न करू लागले. त्यांनी त्यास भूमीवर लोळविले आणि त्याच्या देहावर पाणी ओतले. त्याच्या जीवितास अपाय नाही ह्याविषयी आश्वस्त झाल्यानंतर ते सदनातील अन्य बळींना शोधण्यास वळले.

जर भूमीवर विव्हळत पडला. सदनातून एकएक दग्ध देह बाहेर काढण्यात आला. ते पाहून त्याची वाचा बसली. सर्वांचा मृत्यू झाला होता– लहानगी भवानी, ती जुळी मुले, ती मातेसम स्त्री, तो विक्षिप्त ब्राह्मण आणि त्या कोकराचाही. परिजनांनी जरास रुग्णालयात हलविले आणि त्याच्यावर प्रथमोपचार केले, तेव्हाही तो सुन्न होता. जरास तेथील नि:शुल्क विभागात सोडून त्यांनी प्रयाण केले. आता तो जगला किंवा मरण पावला तरी त्यांना तमा नव्हती.

पूर्ण स्वस्थ होण्यास जरास सहा मास लागले. उपचारकांना त्याचे नाव ज्ञात झाले नाही. ते त्यास सुवर्ण मुंगूस म्हणत. त्यांनी असे नाव का दिले हे त्या काळ्या निषादास उमगले नाही. परंतु एके दिनी त्याने आपले प्रतिबिंब कचऱ्यातील विछिन्न दर्पणाच्या एका तुकड्यात पाहिले तेव्हा त्यास ते उमगले. तोपर्यंत त्याच्या इजा बहुतांशी भरून आल्या होत्या. आपले मुख आणि देह पाहताच त्याच्या मनावर आघात झाला. डाव्या बाजूस पूर्वीप्रमाणेच काळी कांतिमान त्वचा होती आणि उजवी बाजू विद्रूप होती आणि तिच्यावर गलिच्छ सुवर्णमय तेज होते. त्याचे मुख अंशत: भाजले होते. उजव्या बाजूचे ओठ आकुंचित पावल्याने तेथील दात दिसत होते. स्वत:स पडलेल्या भ्रामक नावाचे गूढ त्यास आता उकलले. तो भीषण दिसत होता. परंतु जरास रडू फुटले नाही. त्याचे अश्रू कधीच सुकले होते. दर्पणाचा अवशेष फेकून देत तो आपल्या शय्येकडे वळला. आता त्यास त्या प्रतिबिंबाचा काहीही उपयोग नव्हता.

* * *

त्याचा मृत्यू टळल्याची निश्चिती झाल्यावर आणि बाह्य जगात तो तग धरू शकेल असे वाटल्यानंतर रुग्णालयाने त्यास हाकलून दिले. याचकाचे जगणे म्हणजे तग धरणे असे त्यांना अभिप्रेत असावे. कालांतराने जरास समजले की, दया आणि त्याचा वृंद रात्री निवासस्थानी परतताना जराचे वृत्त जाणून घेण्यासाठी ब्राह्मणसदनी शिरला होता. त्यावेळी जर अन्नाच्या शोधार्थ बाहेर पडला होता. ब्राह्मणाच्या विचित्र वर्तनाने दयाचा तोल हरपला आणि क्रोधाच्या भरात त्याच्या हातून त्या ब्राह्मणाची हत्या झाली. त्यानंतर त्या कृत्यास कोणीही साक्षकर्ता उरू नये, ह्यासाठी सदनातील सर्वांची हत्या करण्यावाचून पर्याय राहिला नाही. त्याच्या दृष्टीने तो सुलभ आणि नित्य प्रकार होता. सदनाबाहेर पडल्यानंतर कोणतेही प्रमाण उरू नये ह्यासाठी त्यांनी सदन पेटविले होते. दयाला एक-दोन दिवस आपल्या कृत्याचा खेद वाटला, परंतु तो अल्पावधीतच सावरला. खाजगी मद्यपान सोहळ्यामध्ये तो ब्राह्मणाच्या विचित्र वर्तनाची प्रतिकृती करून दाखवी; ती अतिशय जनप्रिय ठरली

होती. दुर्जयाने जरास पुन्हा वृंदात सहभागी होण्याचा संदेश पाठविला; परंतु जराने त्यास नकार दिला. त्याच्यामधील पशूचा त्या अग्नीत मृत्यू झाला होता. त्या मृत ब्राह्मणाप्रमाणे त्याचेही विचार विक्षिप्त बनले होते. ब्राह्मणाच्या देवाने पीडकांपासून त्याचे रक्षण केले नाही, ह्या सत्याचा जरावर तिळमात्र परिणाम झाला नाही. तो भारला गेला आणि त्याचे एका नूतन मनुष्यात परिवर्तन झाले- असा मनुष्य जो ह्या जगात जगण्यास अपात्र होता. जरास किंचित चालता येऊ लागले आणि भिक्षा मागून त्याने काही मुद्रा साठविल्या. त्यानंतर तो कृपांना भेटण्यास गेला. क्रुद्ध पुरोहितांची भेट टाळण्यासाठी तो रात्रसमयी मंदिराची द्वारे मिटल्यानंतर गेला. अनेक वर्षांपूर्वी कृपाचे धन चोरल्यास्तव त्याला कृपांची क्षमा मागण्याची इच्छा होती. जर वटवृक्षापाशी गेला. तेथे कृप गहन निद्रेत व्यस्त होते. जराने त्यांना हाक मारली. परंतु ते हलले नाहीत, तेव्हा जराने त्यांना स्पर्श करून हलविले. अपशब्द उच्चारत कृप जागृत झाले. जराच्या विकृत वदनाकडे पाहताच ते भयाने मागे सरले. इतक्यात त्यांनी त्यास ओळखले आणि ते हंसले.

''स्वामी, काही वर्षांपूर्वी मी एक प्रमाद केला होता. तुमचे चोरलेले धन मी आता तुम्हास परत करीत आहे. कृपया मला क्षमा करा.'' जराच्या मनावरील भार उतरला.

''हा हा... तू धन चोरले नव्हतेस. मी माझे यज्ञोपवीत दाखवून, भय घालून एका मूर्खाचे धन चोरले होते. तू चाणाक्षपणे तेच धन चोरलेस आणि पलायन केलेस. मी एक प्रहरभर तुला दूषणे दिली.परंतु तुझे शुभ झाले ह्यास्तव कालांतराने मला आनंद वाटला. धन लुप्त झाले हे जाणल्यावर तू या जगी तग धरू शकशील हे मला समजले. कारण तू ह्या जगात राहण्यास पात्र झाला होतास. परंतु आता मला चिंता वाटते. ह्या जगात संताप्रमाणे जगता येते असे तुला का वाटले? अर्थात स्खलनशील आणि लोभी मानवांचे शोषण करण्यासाठी संतपदाचा उपयोग केल्यास येथे तग धरशील.''

जराने उत्तर दिले नाही कारण कृपांच्या भाषणामागील मथितार्थ त्यास समजला नाही. परंतु त्यांनी ते धन स्वीकारावे ह्यासाठी तो त्यांना आग्रह करू लागला, तसा तो ब्राह्मण क्रुद्ध झाला आणि अपशब्द उच्चारत त्याने जरास निर्गमन करण्यास सांगितले कारण त्यांना पुन्हा शयन करावयाचे होते. संत आणि पूजनीय व्यक्तींचा निवडक विशेषणांने उद्धार करून ते पुन्हा निद्राधीन झाले.

त्याच दिनी जराने शकुनीस भीमास नदीत ढकलताना पाहिले. त्यास बंदीवान करून सभेत आणले गेले. तेथे सुयोधनाने केलेल्या चुलत बंधूच्या हत्येविषयी न्यायनिवाडा चालला होता. राजप्रासादातील वैभव, मारहाण आणि आपल्यावर खेकसणारे राजसी प्रतिष्ठित ह्या सर्वांना पाहून त्याच्या मनावर दडपण आले. परंतु युवराज सुयोधनावरील आरोप दूर होण्यास आपण अंशत: कारणीभूत ठरलो ह्याचा त्याला आनंद झाला. नंतर रक्षकांनी केलेल्या मारहाणीचा त्याने देवाद्वारे आपली परीक्षा असे समजून स्वीकार केला. जराचा कृश देहाच्या जखमी आणि भग्न अवस्थेचा स्वीकार करीत तो निषाद 'ही सर्व कृष्णाची लीला' ह्या विचारात मग्न होता. जराने अनेक लोकांना कृष्णाचे निवासस्थान विचारले. कुणीतरी सांगितले की, कृष्ण हा द्वारकेचा यादव राजपुत्र आहे. त्याचे चातुर्य

आणि अवकाशातून वस्तू निर्माण करण्याच्या क्षमतेमुळे त्यास अवतार समजले जाते. अन्य कुणी म्हणाले की, हे सर्व थोतांड आहे. मते कृष्णाकडे असे कोणतेही सामर्थ्य नाही. गलिच्छ राजनीती करणाऱ्या इतरांप्रमाणेच तो सामान्य राजपुत्र आहे. ही मते ऐकून जर क्रोधित होई; कारण मृत ब्राह्मण कृष्णास देव मानत असे. तो कसा अयोग्य असेल? त्या अस्पृश्याची कृष्णाच्या अनंत कृपेवरील आणि अपरिमित सामर्थ्यावरील श्रद्धा वेड भासावे इतकी उत्कट होती. क्षणोक्षणी त्याचे पूजन आणि प्रत्येक कृती त्यास अर्पण करीत तो जीवन कंठित असे. हस्तिनापुराच्या संपथातील कोलाहलामधून एक नूतन ध्वनी ऐकू येऊ लागला. देवाची भजने गाणारा जराचा मधुर स्वर दीन जनांचे कठोर जीवन सुसह्य करू लागला.

तो अंध श्वान जराच्या आश्रयास आला. निषादपुत्राचा अंगठा आणि स्वप्ने हिरावल्यानंतर प्रयाण करीत असताना गुरू द्रोणांनी त्या दोघांना एकमेकांच्या कुशीत निद्रित पाहिले. दुसऱ्या दिवशी प्रात:काली श्वानाच्या चाटण्याने जरास जाग आली. अस्वच्छ मुखावरून श्वानाची कोमल जिव्हा फिरताच जरास आनंद झाला. त्यास वाटले हे जीवन एक वरदान आहे. प्रतिदिनाच्या सवयीनुसार त्याने धरणीचे चुंबन घेतले आणि कृष्णाच्या कृपा आणि दया प्राप्तीस्तव त्याचे आभार मानले. त्याचे चातुर्य, त्याची माया, त्याच्या लीला आणि त्याच्या प्रेमाचे गुणगान तो करू लागला. रक्त साकळलेल्या नेत्रांसह तो अंध श्वान पुच्छ हलवीत त्याची गीते एकचित्ताने ऐकू लागला. त्या भिक्षुकाने पुढ्यात पसरलेल्या जीर्ण वस्त्रावर काही पांथस्थ मुद्रा फेकू लागले.

माध्यान्ही जराच्या मनात एक उर्मी उठली- नूतन सोबत्याचे नामकरण करण्याची त्यास इच्छा झाली. त्यास अनेक नावे सुचली. परंतु त्यातील एकच नाव त्यास भावले. अनेक ऋषींनी तो शब्द उच्चारलेला त्याने पाहिला होता. तो इतक्या सहजतेने उच्चारला जाई की, ते एक सामान्य नाम बनले होते. त्याचा खरा अर्थ त्या अस्पृश्यास ज्ञात नव्हता. परंतु त्यामुळे काहीच अपाय होणार नव्हता. कारण त्याच्या मुक्त देशात त्याच्या श्वानास कोणत्याही नावाने संबोधित करण्याचे त्यास स्वातंत्र्य होते. जराने त्या अंध श्वानास सूर्यदर्शन करविले, तसे ते विव्हळू लागले. नामकरण सोहळ्यातील पित्याप्रमाणे त्याने त्या श्वानास मांडीवर बसविले. "धर्म, धर्म, धर्म!" त्याच्या कानात तो तीनवार पुटपुटला.

त्या अज्ञानी भिक्षुकाने, अर्जुन आणि एकलव्याने अंध केलेल्या त्या श्वानास अजाणता एक विचित्र नाव दिले होते. त्या अस्पृश्याने प्रेमाने श्वानाचे मस्तक कुरवाळले, तसा धर्म- तो अंध श्वान आनंदाने पुच्छ हलवू लागला. सभोवताली भारतवर्षाच्या पथावरील जीवन निरलसपणे सुरू राहिले.

१६. सूताचे पुनरागमन

प्रात:कालीन धुक्यात नौका द्वारकेस पोहोचली. कर्णाने ग्रीक कप्तानास धन्यवाद दिले. त्याने कर्णास पुन्हा आपल्या देशात येण्याचे आमंत्रण दिले. ते नौकेच्या अग्रभागी उभे राहिले. तेथून बलरामाच्या प्रासादाचे कळस आणि नगरीतील मंदिरांची शिखरे स्पष्ट दिसत होती. कर्णाने त्या परकीयास पाहून स्मित केले आणि मान हलवली. सूत आणि यवनात घनिष्ठ बंध निर्माण झाला होता. धर्मवीर पद जिंकल्याने प्राप्त पारितोषकामधील उर्वरित धन कर्णाने प्रवासाच्या शुल्काप्रीत्यर्थ देऊ केले; परंतु कप्तानाने ते नाकारले. कर्णासम योद्ध्यास शुल्क आकारणे आपल्या मातृभूमीस सन्मानासूचक ठरणार नाही असे त्याने सांगितले. काही दिवसांपूर्वी, तारकासंपन्न आभाळाखाली शांत समुद्रावर, विशाल विश्वातील क:पदार्थ अशा नौकेवर कर्णाने त्या ग्रीकास आपला संघर्ष, महत्त्वाकांक्षा आणि यशाची गाथा आणि गुरूच्या शापाविषयी व्यथा सांगितली होती. एका अगम्य कारणाने त्या म्लेंच्छाचे नेत्र पाणावले होते.

तो कप्तान कर्णास निरोप देण्यास नौकाबांधणी स्थानापर्यंत आला. एक सोनेरी केसाचा परकीय आणि एक म्लेंच्छ वेशधारी उंच भारतीय ह्यांनी एकमेकांस अलिंगन दिले; तसे सर्व सामान्यजन कुतूहलाने त्यांना पाहू लागले. त्या दोघांनी जाणले होते की, आपण एकमेकांस पुन्हा कदापि भेटणार नाही. त्यामुळे त्यांच्यामधील बंध अधिक वास्तव अन् दृढ झाला. त्या भारतीयाने गुडघ्यावर बसत भूमीचे चुंबन घेतले. ते पाहून त्या यवन कप्तानाच्या मनात कर्णाच्या राष्ट्राविषयी तीव्र द्वेष उत्पन्न झाला. 'भारतात अद्भुत मंदिरे आणि मोठमोठी नगरे आहेत. परंतु केवळ अयोग्य कुलात जन्म झाल्याने स्त्रीपुरूषांना इथे तुच्छ लेखले जात असेल, तर हा भारतदेश परकीय आक्रमणाविरुद्ध अधिक काळ तग धरू शकणार नाही.' विदेश-वाणिज्य निरीक्षक कप्तानास भेटण्यास आले, तसे त्याचे भारतावर आक्रमण करण्याचे अद्भुत स्वप्न भंग पावले आणि अल्पावधीतच तो व्यापाराच्या गुंतागुंतीच्या जगात गुरफटला.

कर्णापाशी आता जी अल्पसामग्री होती, त्यात बाणांचा भाता व धनुष्य, कटीस गुंडाळलेली आसूडसदृश तलवार 'उरूमी' आणि कप्तानाकडून घेतलेली काही वस्त्रे ह्यांचा समावेश होता. भविष्य अनिश्चित आणि भयावह वाटत होते. यादवप्रमुखास भेटून चाकरी मागावी का? असा विचार त्याच्या मनी आला. परंतु त्याचे हृदयात मात्र हस्तिनापुर

वसलेले होते. त्यास पालकांना भेटण्याची ओढ लागलेली होती आणि आपण प्राप्त करून घेतलेली कौशल्ये दाखवून जुन्या सवंगड्यांना प्रभावित करावे अशी त्याच्या मनी इच्छा होती. गंगेच्या शीतल जलात उडी मारून तिच्या बलवान प्रवाहाविरुद्ध पोहण्याची त्यास आस होती. मुजरिसमधील वास्तव्यात नारळीच्या वृक्षांमागे चंद्राचा लपंडाव सुरू असताना पूर्णेच्या संथ प्रवाहात तरंगण्याचे अनुपम सौंदर्य त्याने उपभोगले होते. त्या रात्रींच्या स्मृती अजून त्यास प्रिय होत्या; परंतु गंगेच्या खळाळत्या प्रवाहाची त्यास अजूनही आस होती. हिमालयातून येणारा तो गतिमान जलप्रवाह आणि त्याच्या तटावरील कैक मंदिरे व प्रासादांच्या दीपांची त्यातील प्रतिबिंबे ह्याची मोहिनी आगळीच होती. तिची तुलना जगातील अन्य कोणत्याच नदीशी होऊ शकत नव्हती. त्याच्या बालपणीचा आस्वाद आणि गतस्मृतींचा सुगंध केवळ गंगा देऊ शकत होती. कर्णास स्वगृहीची ओढ लागली होती.

कर्णाने हृदयावर हात ठेवला, तसा त्याच्या अंगुलीस वक्षावरील कवचाचा सुखद स्पर्श झाला आणि स्मृतींचा ओघ वाहू लागला. कलिंग देशीचे महाराज परशुरामाच्या भेटीस आले असताना त्यांनी ते कवच कर्णास उपहारस्वरूप दिले होते. कर्णाच्या प्रतिभेने प्रभावित होऊन महाराजांनी ते अद्वितीय कवच त्यास दिले होते. ते त्यांच्या राज्यातील उत्तम लोहकारांनी बनविले होते. हे कवच म्हणजे कलिंग पितृदेवता सूर्याद्वारे उपहार आहे असे त्यांनी सांगितले होते. प्राचीन सूर्यमंदिरात लोहकारांनी सात वर्षे कष्टून एक सर्वोत्तम कलाकृती बनविली होती. ते अल्पभारी परंतु अभेद्य असे कवच होते. त्यानंतर विद्वान पुरोहितांनी ते सूर्यदेवाच्या चरणी वाहून त्याचे प्रतिदिनी पूजन केले होते. कर्णाने परिधान केलेले ते कवच किती प्राचीन होते हे कुणासही ज्ञात नव्हते. धर्माच्या रक्षणकर्त्यास आणि सदैव न्यायाचे अनुसरण करणाऱ्या योद्ध्यास ते कवच देण्याची परंपरा होती. प्रतिवर्षी, वार्षिक सूर्योत्सवाच्या काळी ज्योर्तिविद ग्रहताऱ्यांवरून अनुमान काढत आणि ते कवच कुणास देण्याची देवाची इच्छा आहे हे ठरवत. अनेक वर्षे देवाने कौल दिलेला नव्हता; त्यामुळे पुराहितांना ते कवच पुन्हा देवतेच्या पायाशी ठेवून परतावे लागे. कारण तसा योद्धा अजूनही जन्मला नव्हता. कलिंग राजांच्या पिढ्यांमागून पिढ्या गेल्या. कवच योग्य योद्ध्यास अर्पण करण्याचे भाग्य लाभावे, अशी प्रत्येक पिढीतील राजाची इच्छा असे.

मात्र सद्यकालीन कलिंग राजावर सूर्यदेवाने कृपा केली, कारण ग्रहताऱ्यांनी आता योग्य योद्ध्याप्रती निर्देश केला होता. त्या सामर्थ्यशाली कलिंग राजाने ह्या बावीस वर्षीय युवकाच्या चरणी मस्तक ठेवले; त्यासमयी गुरू परशुरामांनी अभिमानाने आपल्या सर्वश्रेष्ठ शिष्यास पाहिले; कर्ण हा केवळ महान योद्धा नाही, तर विद्वान ब्राह्मणही आहे; त्यामुळे सूर्यदेवतेने खरोखरीच कलिंग राजावर कृपा केली आहे असे गुरूंचे मत होते. मुजरिसच्या राजसभेत प्रशस्तीप्रीत्यर्थ टाळ्यांचा कडकडाट झाला तेव्हा कर्ण मनात अस्वस्थ होता. राजा भाविक होता; त्यामुळे जोवर चेरा राज्यात कर्णाचा वास होता, तोवर प्रतिदिनी तो कर्णाचे आशीर्वाद घेण्यास येई. परंतु तोच कलिंग राजा आता त्याच्या अनेक शत्रूंपैकी एक होता आणि त्याचे प्राण घेऊ इच्छित होता. ‘इतक्या भक्तीभावाचे बंध केवळ मी सूत

आहे हे समजल्यामुळे कसे भंग पावू शकतात? ह्यामुळे त्यांची पितृदेवता सूर्याच्या इच्छेचा अनादर होत नाही का?' कर्णाचे अंत:करण दु:खी झाले.

विचारप्रवाहात मग्न कर्ण प्रासादाच्या प्रवेशद्वाराशी पोचला. आपल्या देहावर योग्य वस्त्रे नाहीत ह्याचे त्यास वैषम्य वाटले. त्याने अजूनही कसानाकडून घेतलेली जीर्ण वस्त्रे परिधान केली होती. रक्षकांनी त्याच्याकडे संशय आणि कुतुहलाने पाहिले. कुणाही स्वकीयास त्यांनी अशा वस्त्रात पाहिले नव्हते. कर्णाने सुरक्षा रक्षकांच्या कार्यालयात एक भूर्जपत्र घेतले. त्यावर 'वसुसेन' हे नाव लिहून ते यादवप्रमुखांना सादर करण्याची विनंती केली. त्याने प्रमुख सुरक्षारक्षकास प्रलोभनाप्रीत्यर्थ दोन मुद्रा देऊ केल्या; परंतु त्याने हसून विनयाने त्या परत केल्या. कर्णास सुखद आश्चर्य वाटले. त्याने प्रांगणात चिंच वृक्षाच्या छायेत प्रतीक्षा केली. भोवतालचे अवलोकन करता त्याच्या ध्यानी आले की, गत अष्ट वर्षात नगरी अतिशय समृद्ध झाली आहे. तो येथे ह्यापूर्वी कधीच आला नव्हता, परंतु पूर्वीही वैराण, अफलित भूमी होती असे त्याच्या कानी पडले होते. तेव्हाची लहान प्रतिकृतीही त्याने बलरामाच्या कक्षात पाहिली होती. तशीच त्या यादवप्रमुखाच्या नेत्रांतील आसही – तिच्यामुळेच सभोवतालच्या सर्वांमध्ये चैतन्य निर्माण होत असे. त्याने शून्यातून ही नगरी निर्माण करण्यास किती कष्ट घेतले असतील ह्याची कर्णास सहज कल्पना आली. बलरामाप्रति त्याच्या मनातील आदर दुणावला.

द्वारकेचे वातावरण प्रफुल्लित होते. प्रतिष्ठित स्त्रीपुरुष हत्तींवरील अंबारीत बसून जात, तेव्हा हत्तीच्या गळ्यातील घंटांचा मधुर किणकिणाट कानी पडे. हस्तिनापुरातील गर्दीचा गजबजाट किंवा मुजरिसमधील बहुवंशीय वैविध्य ह्याहून ही नगरी भिन्न होती. आजमितीस ती भारतवर्षातील सर्वात विशाल नगरी नव्हती, परंतु निश्चितच त्या दिशेने तिचे मार्गक्रमण होते. येथे काशी तथा कांचीपुरम्प्रमाणे कला, संस्कृतीचे वातावरण नव्हते की, मथुरेचा चमचमाट नव्हता. परंतु येथील सळसळत्या युवा चैतन्याने ती सर्व उणीव भरून निघाली होती. बलरामाची मोहिनी फळास आली होती. शून्यातून ही नगरी निर्माण झाली होती. त्याने जगाला हेही दाखवले होते की, ही नियमबद्ध नगरी आहे. ह्या नगरीत नियम पाळले जातात. येथे स्वच्छ पथ, सुयोग्य नि:सारणवाहिन्या, निर्मळ उपहारगृहे, वृक्षपंक्तीयुक्त महामार्ग आणि बांधीव पदपथ होते. ह्या सर्व गोष्टी प्रत्यक्षात उतरविता येतात हे त्याने जगासमक्ष सप्रमाण सिद्ध केले होते.

एका रक्षकाने कर्णाची समाधी भंग केली. त्याने लवून नमस्कार केला आणि आपल्यामागून येण्याचे आमंत्रण दिले. कर्णास बलरामाच्या कक्षापर्यंत आणून सोडले गेले. यादवप्रमुख आपले कसे स्वागत करतील ह्या आशंकेने तो क्षणभर थबकला. नंतर एक दीर्घ श्वास घेत तो आत शिरला. बलराम वयस्क दिसू लागले होते. भालप्रदेशावरील केस विरळ झाल्याने त्यांचे भालविशाल भासत होते. मेजावरील हस्तलिखितांच्या राशीत ते मग्न होते. त्यांच्या शुभ्र वेशातील साधेपणा कर्णास त्वरित जाणवला. शुभ्र सुती धोतर आणि स्कंधावर सैलसरपणे पांघरलेली शाल ह्यामुळे यादवांचा तो महान नेता त्याच्या प्रजेतीलच एक भासत होता- अपवाद होता केवळ त्याच्यामधून स्त्रवणाऱ्या

अदृश्य आकर्षण शक्तीचा. दक्षिण संयुक्त साम्राज्यातील संपन्न राजाप्रमाणे सुवर्णालंकार, चमकती रत्नाभूषणे किंवा मौक्तिक आभूषणे परिधान न केल्याने बलराम जणू नग्न भासत होता. बलरामाने मस्तक उचलून संभाषण करण्याची कर्णाने शांतपणे प्रतीक्षा केली. त्यास संकोच आणि अस्वस्थता जाणवू लागली परंतु ते आपल्या मुद्रेवर न दर्शविण्याचा त्याने प्रयत्न केला. आपल्या पितृतुल्य मार्गदर्शकाकडून त्यास अधिक स्नेहपूर्ण स्वागताची अपेक्षा होती.

युगानुयुगे कालावधी लोटल्याप्रमाणे भासले. त्यानंतर बलरामांनी कामाच्या राशीतून मस्तक उचलले आणि कर्णाकडे पाहत स्मित केले, तसा कर्णाच्या मनावरील ताण किंचित शिथिल झाला. "हे महादेवा! तू खूपच उंच आणि रूपवान झाला आहेस. माझ्या मनात तीच अनेक वर्षांपूर्वी भेटलेल्या युवकाची प्रतिमा होती – आपल्या स्वप्नांविषयी बोलणाऱ्या युवकाची! तुला पाहून मला खूप आनंद झाला, कर्णा!" त्या बुजलेल्या युवकास अलिंगन देण्यास बलराम सरसावला. "तू अजूनही तसाच भावुक द्वाड आहेस. इथे समक्ष उभा राहून मी संभाषण करावे म्हणून प्रतीक्षा करीत राहिलास. तुझा स्वभाव बदलला आहेस का ह्याची मी चाचणी घेत होतो. तू पूर्वीप्रमाणेच आहेस हे पाहून मला आनंद झाला. तुझ्यात अजूनही मानवतेची भावना आहे. मला भय वाटले होते, की प्रशिक्षणामुळे तुझ्या दयाळू हृदयाचे परिवर्तन होईल आणि तू एक धूर्त, हेतुपरायण आणि भौतिक यशपिपासू मनुष्य बनशील. परंतु तुझ्या मुखावरून तुझा सुस्वभाव दिसतो, त्यामुळे मला आनंद वाटला, कर्णा."

कर्णाने स्वतःस दूषणे दिली. 'यांना वाटते तसे भाव खरोखरीच माझ्या वदनावर दिसतात का?' बलरामाने त्यास कोणातील एका आसनाकडे नेले आणि त्याच्या मनगटावरील पकड तशीच मजबूत ठेवून तो आसनावर बसला. त्याच्या कवचास स्पर्श करून त्याने प्रशंसा केली, "हे तुला शोभून दिसते. किती कलात्मक रचना आहे ह्याची! कुठे मिळाले तुला हे?"

या शब्दामुळे कर्णाची तंद्री भंग पावली. त्याने दक्षिणेच्या मोहिमेतील अनुभव सांगण्यास प्रारंभ केला. झगमगीत असुर राज्ये आणि त्यांचे अभिमानी राजे, हस्तिनापुराहून अधिक कठोर अशी तेथील भयंकर वर्णव्यवस्था, तिचे नियमन करणारे करारी मनुष्य, चांडाळ आणि इतर अस्पृश्यांचे दयनीय जीवन आणि धनिक वर्गाचे सुखसुविधायुक्त जीवन, संयुक्त राज्यांमधील भव्य नयनरम्य मंदिरे आणि महान नृत्यप्रकार, तेथील वास्तुकला, तंत्रकौशल्य, संगीत, निसर्गाचा वरदहस्त लाभलेली लोभस भूमी ह्या सर्वांचे त्याने वर्णन केले. परंतु जेव्हा विलक्षण गुरू परशुरामांचा उल्लेख आला, तेव्हा त्याचा कंठ दाटून आला. आता त्याच्या मनातील ते महान योद्धयाचे भाव लुप्त होऊन तेथे पित्याने विनाकारण दटावलेल्या लहान बालकासम भाव उत्पन्न झाले.

बलराम कर्णास निरखून पाहत होते. कर्णाचे बोलणे थांबताच त्यांनी त्याच्या स्कंधास आश्वासक स्पर्श केला. कर्ण दडवू इच्छिणाऱ्या भावना त्यांनी जाणल्या. "काय घडले? तुझ्याविषयी त्यांचे अनुकूल मत झाले ना?" बलरामाने हळुवारपणे विचारले.

"ते... मला... त्यांनी पित्याचे प्रेम दिले..." अर्ध्यात थांबत कर्णाने मस्तक वळविले. आसनावरून उठून तो गवाक्षापाशी गेला. आपले अश्रू बलरामाच्या दृष्टीस पडू नयेत अशी त्याची इच्छा होती. "क्षुल्लक गोष्टीवर अश्रू ढाळण्यास स्त्री नाही मी!" त्याच्या मनात विचार आला. बाहेर उद्यानात एक सुंदर युवती एका आसनावर बसून सुमधुर गीत गात होती. तिचे काही स्नेही एकाग्र चित्ताने श्रवण करीत होते. तिच्या स्वर्गीय स्वराने फुलेही सुखावली; तसा त्यांचा सुगंध हवेच्या झुळुकीद्वारे प्रवाहित झाला. तिच्या स्वराने त्याचे मन शांत झाले आणि त्यात अनाकलनीय सुखाची भावना उमलली.

"तू कोण आहेस हे त्यांना समजले का?"

कर्ण चटकन वळला, तेव्हा त्याच्या आत्म्याची पीडा त्याच्या नेत्रांत उमटली होती. त्याने आपली सर्व कथा बलरामास सांगितली – प्रभासनगरीच्या तीरावरून प्रयाण केलेल्या दिवसापासून ते 'धर्मवीर' हे प्रतिष्ठेचे पद जिंकण्यापर्यंतची सर्व कथा. परंतु गुरूंच्या शापाविषयी सांगताना त्याचा स्वर मंदावून तो पुटपुटला, "आता मी एक पळपुटा अपराधी आहे. दक्षिण संयुक्त राज्यातील सर्व राजांना माझ्या रक्ताची पिपासा आहे. परशुरामांचा मूर्खपणा सिद्ध करण्यासाठी त्यांना माझे शीर हवे आहे. माझ्या गुरूंचे काय झाले हे मला ज्ञात नाही. मी त्या सर्वांना फसविले आहे; त्यामुळे मी शिक्षेस पात्र आहे." बलरामाकडे पाहून त्याने विषादाने स्मित केले.

"माझ्या गुप्तहेरांनी मला वार्ता दिली की, गुरू परशुराम अजूनही मूर्च्छित आहेत आणि उत्तरेकडून आलेल्या त्यांच्या शिष्याने त्यांचा घात केला आहे. तेव्हा तू संकटात सापडला आहेस हे मी ओळखले. गोकर्णराजाकडून संदेश येईपर्यंत तू मृत झालास असेच मी समजून चाललो होतो." बलरामांनी आपल्या पटावरून एक भूर्जपत्र उचलले आणि कर्णास दिले. ते वाचल्यावर त्याचे मुख झाकोळले.

"कर्णा, तुला इथे ठेवून घेण्यास मला आनंद झाला असता. परंतु द्वारकेतील वातावरण दिसते त्याप्रमाणे शांत नाही. येथील सनातनी शक्तींशी माझा संघर्ष सुरू आहे. येथे नागरी युद्ध टाळण्यासाठी मला काही गोष्टींमध्ये तडजोड करावी लागत आहे. एके दिवशी यादवांत आपसात युद्ध भडकेल आणि माझ्या सर्व कार्याचा नाश होईल असे मला भय वाटते. आजचा दिवस तू येथे विश्राम कर आणि उद्या प्रात:काळी हस्तिनापुरास प्रयाण कर. तेथे भीष्मांचे सर्वांवर नियंत्रण असेल अशी आशा आहे. शिवाय गुरू द्रोणांच्या शिष्यांचा दीक्षांत समारंभ एका मासावर येऊन ठेपला आहे. त्यानंतर तुला युवराज सुयोधनाच्या कार्यालयात अधिकारपदासाठी आवेदन करता येईल. पदवी प्राप्त केल्यानंतर राजपुत्रांना सज्ञान मानले जाते आणि राज्यकारभारातील काही निर्णय घेण्याचे त्यांना स्वातंत्र्य मिळते. तुला अधिकारपद द्यावे ह्यासाठी मी त्यास प्रशस्तीपत्र देईन... अर्थात तुला प्रशस्तीची आवश्यकता नाही म्हणा." बलरामांनी स्मित केले.

कर्णाने दूर उद्यानाकडे पाहिले. ती युवती तेथे नव्हती. काही फुलपाखरे आणि चिमुकल्या पक्ष्यांव्यतिरिक्त तिथे कुणीही नव्हते. त्याचे मन चक्रावलेले होते. भविष्य अंध:कारमय दिसत होते. गोकर्णराजाचा संदेश स्पष्ट होता. उत्तरेकडील राजांना कर्णाचा

शोध लागल्यास त्यास मृत किंवा जीवित स्थितीत बंदीवान करून दक्षिण संयुक्त साम्राज्यास सोपविण्याची सूचना होती. सर्वत्र संकट होते आणि त्यास हे काहीच ज्ञात नसल्याने तो द्वारकेच्या मार्गावरून मुक्त भ्रमण करीत होता. एखाद्या वृक्षामागे किंवा स्तंभामागे लपलेले कुणीतरी बाण मारून त्या शूद्र धर्मवीराचे प्राण एका क्षणात घेऊ शकले असते.

"नमस्ते, बंधो."

हा परिचित स्वर कानी पडताच कर्णास भयाने घेरले. वळून पाहताच द्वारापाशी आपला तिरस्कारणीय शत्रू उभा असलेला त्यास दिसला.

"कृष्णा, पूजेची सर्व सिद्धता झाली का?"बलरामाने स्वर सामान्य ठेवण्याचा प्रयत्न केला. रेशमी पीतांबर, कुरळ्या केसात खोवलेले मयूरपीस, सर्वांगावर चमकते अलंकार, कटीबंधात खोवलेली मुरली, कंठी पुष्पमाला ह्या सर्वांमुळे कृष्णाचे स्वरूप दैवी भासत होते. बलरामाची साधीसुधी शुभ्र वस्त्रे आणि कृष्णाची भरजरी वस्त्रे ह्यांच्यामध्ये कमालीचा विरोधाभास होता. कनिष्ठ यादव राजपुत्र अतिशय सुस्वरूप आहे हे कर्णास जाणवले.

"नमस्ते!" कृष्णाने हसून कर्णास अभिवादन केले.

"बंधो, ह्या युवकास मी कुठेतरी पाहिले आहे."

"हा हस्तिनापुरातील वसुसेन कर्ण आहे. माझा पुरातन मित्र. संपूर्ण भारतवर्षात ह्याच्यासारखा धनुर्धर सापडणार नाही." बलरामाने अभिमानाने उत्तर देताच अकस्मात झालेल्या ह्या प्रशंसेने कर्ण संकोचला.

"हो, आता स्मरले. योद्धा बनण्यास दक्षिणेस गेलेला हाच तो सूतपुत्र. हा तुझा स्नेही असेल बंधो, परंतु दक्षिणेच्या संयुक्त राज्यातील ह्याचे पूर्वीचे समर्थक आता ह्यास शोधत आहेत. हा येथे काय करीत आहे? संयुक्त राज्याच्या सैन्याने द्वारकेवर आक्रमण करावे आणि आपल्या नगरीस धुळीस मिळवावे अशी तुमची इच्छा आहे का? शिवाय, आपण वसुसेनास ह्या भूमीवरील सर्वश्रेष्ठ धनुर्धर म्हणालात, तेव्हा आपणास राजपुत्र अर्जुनाचे विस्मरण झाले आहे का?"

ह्या अपमानामुळे कर्ण क्रोधाने पेटून उठला. हा यादव राजपुत्र आपल्या प्रतिक्रियेची प्रतीक्षा करत आहे हे त्याने जाणले होते. तसे झाले की, कर्णास बंदी करण्याचे आदेश देता आले असते. परंतु कर्ण शांत राहिला.

"कृष्णा, त्याची गंमत का करतो आहेस? दक्षिणेकडील राजांशी माझे स्नेहपूर्ण संबंध आहेत. त्यामुळे तू चिंता करू नको. ते युद्ध करण्याचे धाष्टर्य करणार नाहीत. आपल्या नगरीभोवतीच्या तटामुळे आपण तिचे रक्षण करण्यास समर्थ आहोत. आता आम्हास एकांत मिळू दे. पूजेच्या सिद्धतेविषयी मी नंतर चर्चा करेन." बलराम म्हणाले.

कृष्णाने कर्णास पाहून पुन्हा स्मित केले. "जशी आपली इच्छा, बंधो. संयुक्त साम्राज्याच्या सैन्यापासून आपल्या जनतेच्या संरक्षणाची निश्चिती करून घ्यावी." त्याने बलरामास लवून नमस्कार केला, हात जोडून कर्णाचा निरोप घेतला आणि तो कक्षातून

बाहेर पडला. तो गेल्यानंतरही त्याचे ते भावशून्य स्मित कर्णास नेत्रांसमक्ष दिसत राहिले.

बलराम पुन्हा कर्णाकडे वळले, तेव्हा त्यांच्या भाळावर चिंतारेखा होती. "तू द्वारकेतून बाहेर जाणे आवश्यक आहे. हस्तिनापुरास जा, परंतु सावध रहा. ध्यान वेधेल असे कोणतेही विशेष कृत्य करू नको. आपल्या अवतीभवती अनेक शक्ती कार्यरत आहेत. परशुरामाचे सामर्थ्य आणि आवाका ह्यांना नगण्य लेखू नको. ते दक्षिणेकडे कुठेतरी मूर्च्छित असल्याने ते घटत नाही. प्रात:कालापूर्वी द्वारका सोडून जा."

यादवप्रमुखाच्या स्वरातील थकवा कर्णास जाणवला, तशी त्याच्या मणक्यातून एक शीतलहर सरसरून गेली. कर्णास अनेक प्रश्न विचारावयाचे होते. परंतु तो काही बोलण्यापूर्वीच बलरामाने सेवकास पाचारण केले आणि कर्णास त्याच्या कक्षात घेऊन जाण्यास सांगितले. निरोप घेण्यापूर्वी कर्णाने लवून यादवप्रमुखांच्या चरणास स्पर्श केला. त्याचे मन गोंधळले होते. भविष्यात काय वाढून ठेवले आहे हे त्यास ज्ञात नव्हते. प्रत्येक वळणावर संकट आहे इतकेच त्यास ज्ञात होते. दक्षिण संयुक्त राज्यातील गुप्तहेरांची केव्हाही, कोठेही गाठ पडेल. अतिथी कक्षाकडे पोहचताच तेथील अंधाऱ्या संपथाच्या अंती हाताची घडी घातलेला कृष्ण उभा दिसला. नकळत कर्णाचा हात कटीत लपवलेल्या उरूमीकडे वळला. सूताची ती हालचाल कृष्णास जाणवली, तसे त्याचे उपहासात्मक हास्य त्या निर्मनुष्य संपथात दुमदुमले. त्वरेने कक्षात प्रवेश करून कर्णाने द्वार मिटले आणि पाठीने द्वार दडपून भविष्याचा विचार करू लागला. द्वारास कडी घालून तो कोणातील आसनावर बसला. पादरव किंवा संशयास्पद हालचालीचा वेध घेत तणावपूर्ण स्थितीत तो दीर्घ काळ तसाच बसून राहिला. अखेरीस थकव्याने त्यास अंकित केले आणि तो गाढ निद्रेच्या अधीनझाला. प्रासादात गूढ शांततापसरली.

द्वारावर हलकेच थाप पडल्याने कर्ण दचकून जागृत झाला. सर्वत्र अंधकार होता. निद्रेत दीर्घ कालावधी लोटला होता. ठामपणे तलवार पकडून त्याने सावधपणे द्वार उघडले. एक सुंदर मुख त्याचे अवलोकन करीत होते. कर्णाच्या हृदयाचा ताल चुकला. माध्यान्ही आपल्या गीताने कर्णास मंत्रमुग्ध करणारी कन्या तेथे उभी होती. काय करावे त्यास उमजेना. तिला आत बोलवावे का? तिला असे बाहेर उभे करणे असभ्यतेचे लक्षण ठरेल का?

कर्णाचा गोंधळ पाहून तिचे रक्तवर्णी ओष्ठ विलग झाले आणि मौक्तिकपंक्ती दिसल्या. "मी सुभद्रा. तुमच्या मित्राची भगिनी." हात जोडून अभिवादन करीत ती म्हणाली. कर्णाने लवून अभिवादन केले आणि तो बाहेर आला. "राजपुत्रा, आपण उद्या हस्तिनापुरास जाणार असे समजले. तेथे तुम्ही युवराजास भेटणार आहात का?" तिच्या स्वरात किंचित संकोच होता.

"देवी, मी राजपुत्र नाही. मी कर्ण - सारथिपुत्र आहे. परंतु मी माझ्या मातृनगरीत जाणार आहे हे सत्य आहे." कर्णाने चकित होत स्मित केले.

"अस्सं, मला वाटले आपणही हस्तिनापुराचे राजपुत्र आहात... असो. आपण सुयोधनास एक संदेश द्याल का?" युवराजाचा आदरार्थी निर्देश करण्याऐवजी स्पष्ट नावाने

उल्लेख करण्याचा अपराध लक्षात येताच तिने ओठ चावले.

तिने नेत्र खाली वळवलेले कर्णाने पाहिले. तिचे आरक्त कपोल पाहून त्याने स्मित केले आणि गंमतीने म्हटले, ''माझ्यासम सामान्य मनुष्यास राजपुत्र आणि राजांना भेटणे सहजशक्य नसते.''

''तुला भेटलेच पाहिजे. केवळ माझे नाव सांग म्हणजे ते तुला भेटीस पाचारण करतील.'' सुभद्रेने त्यास ग्वाही दिली, ''त्यांना सांग की, मी दीक्षांत समारंभाच्यावेळी तेथे येईन... आणि मला त्यांच्या सहवासाची उणीव भासते.''

कर्णाने तिचे लुकलुकते नेत्र आणि तिचा कटीपर्यंत पोहचणारा कुरळा केशसंभार पाहिला. ''भाग्यवान आहे तो द्वाड!'' त्यास वाटले. त्याचे मन सापळ्यात अडकलेल्या फुलपाखराप्रमाणे फडफडू लागले. ती आधीच कुणावर तरी अनुरक्त आहे; त्यामुळे मी असा विचार करणे योग्य नाही. त्याने विषादाने नि:श्वास टाकला. काही लोकांचे भाग्य कसे प्रबळ असते पाहा - प्रतिष्ठित गृही जन्म आणि सुंदर राजकन्येचे प्रेम- दोहोंची प्राप्ती.

''भगिनी,'' सुभद्रेशी बोलताना हे संबोधन वापरल्याने कर्णास त्वरित स्वस्थता लाभली. ''मी युवराजांपर्यंत हा संदेश पोहचविण्याचा प्रयत्न करीन.''

''धन्यवाद.'' तिने अभिवादन केले. वळून ती काळोखात दिसेनाशी झाली. तिच्या वस्त्रांची सळसळ आणि कंकणांची किणकिणही विरली.

कर्णाने अलगद द्वारास कडी घातली. तिच्या देहाच्या मधुर सुगंधाने किंचितसा प्रवेश कक्षेतही केला होता. उघड्या गवाक्षापाशी, मेघांवर तरंगती चंद्रकोर पाहताना त्याचे विचार पुन्हा स्वैर विहरू लागले. जीवन किती सुंदर आहे! सुभद्रेच्या संदेशाचा तो विचार करू लागला. युवराजांशी कसा संपर्क करावा? तिचे निरागस प्रेम किती उत्फुल्ल आहे. एके दिनी, माझ्याही आयुष्यात अशा विशुद्ध प्रेमाचा प्रवेश होईल. त्याचे विचार त्याच्या साध्यासुध्या सदनाकडे आणि दीन, दरिद्री पालकांकडे वळले. आपल्या दीर्घकालीन अनुपस्थितीत आपण त्यांचा विचार न केल्याने त्यास अपराधी वाटू लागले. त्यावेळी त्यास एक नूतन विश्व जिंकावयाचे होते आणि आयुष्याचा थरार अनुभवायचा होता. पालक अतिदूरवर होते आणि त्याला स्वत:च्या स्वप्नांचा पाठलाग करावयाचा होता. परंतु येथे द्वारकेतील लहानशा अंधकारमय कक्षातून हस्तिनापूर इतके दूर वाटत नव्हते. आपल्या अनुपस्थितीत त्या वृद्ध दांपत्याचे आयुष्य कठीण बनले असेल. आपल्या अनुपस्थितीत आपली रिक्त शय्या, आपली भग्न खेळणी, आपली त्यजित वस्त्रे पाहून त्यांना प्रतिदिनी आपले स्मरण होत असणार. कर्णास पित्याच्या वात्सल्यपूर्ण स्मिताची, मातेच्या हातच्या अन्नाची, मस्तकावरून फिरणाऱ्या तिच्या हाताची उणीव भासू लागली; केव्हा एकदा घरी पोहचतो असे वाटू लागले.

बाहेरील पादरवाने त्याची तंद्री भंगली. सामान्य मनुष्यास तो ऐकू आला नसता. परंतु कर्णासम योद्धयास भारतातील सर्वश्रेष्ठ गुरूने प्रशिक्षित केले होते. त्यामुळे त्याच्या कानी तो पुसट ध्वनी पडण्याआधीच त्याच्या देहास संकटाची जाणीव झाली. बाहेर कुणीतरी

आहे! त्यास जाणवले. कुणीतरी द्वार हळुवार ढकलून त्याच्या बळकटीची चाचपणी केली असावी का? कदाचित केवळ वाऱ्याचा परिणाम असावा. परंतु बाहेर तर पानही हलताना दिसत नाही. तितक्यात चंद्र मेघांआड लपला आणि वातावरण अकस्मात शीतल झाले.

कर्णाने वळून आपले गाठोडे उचलले आणि त्यातील शस्त्रे चाचपली आणि कानोसा घेतला. चोरपावलाने गवाक्षासमीप जाताना त्याच्या मनात विचार आला, "मला भास झाला का?" गवाक्षाबाहेरील नभ मेघाच्छादित होते. प्रासादाभोवतीचे बहुतेक दीप विझले होते. दुर्गाच्या प्रवेशद्वारापाशी एका फडफडत्या दीपाचा मिणमिणता प्रकाश दोन अर्धनिद्रित रक्षकांवर पडला होता. कर्णाने आपल्यास उपलब्ध पर्यायांचा तौलनिक अभ्यास केला. हे स्थान सुरक्षित नाही. प्रात:कालापूर्वीच द्वारकेतून बाहेर पडणे श्रेयस्कर! हस्तिनापुराच्या मार्गावर कित्येक योजने अरण्य आणि मरुभूमी आहे, त्यामुळे प्रवास खडतर आहे. मार्गावरील भूमीत आणि प्राचीन नगरांतील अवशेषात हरविण्याची शक्यता आहे. प्रवास पायी करणे शक्य नाही. मला एका अश्वाची आवश्यकता आहे. राजपुत्रांच्या दीक्षांत समारंभाचा दिन समीप आला होता. सामर्थ्यशाली लोकांना प्रभावित करून चाकरी मिळविण्याच्या योजनेचा धूसर आराखडा त्याच्या मनात घोळू लागला. कदाचित यादवप्रमुख माझ्यासाठी अश्वाची व्यवस्था करतील. परंतु अद्याप अंधकार आहे.

आता मात्र भास नव्हता. द्वार खटखटले आणि द्वार व त्याची चौकट ह्यामधून खुपसलेल्या एका कट्यारीचे अग्र दिसू लागले. कुणीतरी द्वाराची कडी काढण्याचा प्रयत्न करीत होते. कर्णाच्या हृदयावर दडपण आले. 'संपथात कितीजण उभे आहेत कोण जाणे. इथेच थांबून त्यांच्याशी लढावे,की विलंब होण्यापूर्वीच पळून जावे?' कुणीतरी द्वारावर लत्ताप्रहार केला, परंतु ते उघडले नाही. कर्णाने आपले गाठोडे उचलले आणि गवाक्षातून उडी ठोकली. 'मी त्वरेने प्रवेशद्वारापाशी जाईन किंवा उद्यानातच लपून बसेन असे ह्या मारेकऱ्यांचे अनुमान असणार.' त्यांना संभ्रमित करण्यासाठी तो गवाक्षाखालीच श्वास रोखून बसून राहिला.

एक काळेकभिन्न मुख बाहेर डोकावले आणि त्याने अपशब्द उच्चारले. "त्या अधम सूताने पलायन केले आहे!" त्या वक्त्याची पटास ठेच लागली अन् खळकन् फुटलेल्या काचेचा ध्वनी प्रासादापर्यंत दुमदुमला.

"मूर्खा! सर्वांना जागृत करायचे आहे का?" अन्य एका स्वराने खडसावले. त्यामागून शांतता पसरली.

'आता कोणत्याही क्षणी ते बाहेर येतील. राजसी अश्वशाळा कुठे आहेत? पूर्वेस एका छताची पुसट बाह्यरेखा दिसते आहे, तेथेच असेल का?' मारेकरी कोणत्याही क्षणी आपणास गाठतील. एखादा तीर आपल्या कंठाचा वेध घेईल ह्याचे भय मनी बाळगत कर्ण तृणक्षेत्रावरून धावू लागला. त्याने कवचास स्पर्श केला, त्याच्या कठीण स्पर्शाने आणि सुरक्षिततेच्या ग्वाहीने तो आश्वस्त झाला. कर्ण अश्वशाळेपाशी पोहोचला, तेव्हा त्याचा ऊर धपापत होता. उद्यानात झाडाझुडुपात शोध घेणाऱ्या चार काळ्या आकृति त्यास दिसल्या. प्रवेशद्वारापाशी तेवणाऱ्या दीपाच्या मंद प्रकाशात तृणक्षेत्रावर त्यांच्या छाया

सैतानाप्रमाणे हलताना दिसत होत्या. अपरिचित व्यक्तीचा गंध जाणवल्याने अश्व अवस्थ झाले होते. त्यातील एखादा जरी खिंकाळला तरी त्या दबा धरून बसलेल्या मनुष्यांचे ध्यान वेधले जाईल. त्यानंतर मग संघर्षाशिवाय पर्याय उरणार नाही. 'मारा किंवा मरा' हा एकच पर्याय असेल.

अश्वशाळेत शतकावधी उत्तम अश्व होते. कर्णाने प्रत्येकावर दृष्टी फिरवली. अखेर त्याला एक काळा अश्व दिसला. हा खिंकाळणार नाही अशी आशा करत तो सावधतेने त्याचे समीप गेला. त्याच्याशी प्रेमाने बोलत त्यास शांतवले आणि त्याचे बंध सोडवून त्यास अश्वशाळेबाहेर घेऊन आला. मुक्त आकाशाखाली, बाजेवर अश्वशाळेचे रक्षक निद्रित होते. अश्वासमवेत चालत त्यांना ओलांडून तो प्रवेशद्वारापाशी जाऊ लागला. त्याने दुर्गाच्या दृढ भिंतींच्या छायेतून चालण्याची दक्षता बाळगली. अश्वशाळेपासून यथोचित अंतरावर पोहोचल्याची निश्चिती झाल्यानंतरच तो अश्वारूढ झाला आणि मनावर संयम ठेवत दुडक्या चालीने प्रवेशद्वारापाशी निघाला.

पूर्व दिशेस आभाळात रक्तिम छटा फुटली. प्रात:कालीन तारा तेजाने चमकू लागला. पाठलागकर्त्यांमध्ये खळबळ उडालेली कर्णास दिसली. अकस्मात त्यांपैकी एकाने थबकून कर्णाच्या दिशेने पाहिले. हालचाल करण्यापेक्षा स्तब्ध राहिल्यास अल्प संदेह निर्माण होईल ह्या आशेने कर्ण थांबला, नेमक्या त्याच क्षणी चंद्र मेघांच्या आडून बाहेर पडला. एका मनुष्याने अश्वारूढ कर्णास पाहिले, तसा सहकाऱ्यांना सावध करण्यासाठी तो मोठ्याने ओरडला. त्यासरशी ते वळले आणि त्याच्यामागे धावले. कर्णाने प्रवेशद्वारापाशी झेप घेतली. शत्रूने आपणास गाठण्यापूर्वी द्वाररक्षकांना द्वार कसे उघडावयास लावावे हे त्यास उमजेना. तटाच्या भिंती खूप उंच होत्या त्यामुळे त्यावरून उडी मारणे शक्य नव्हते. पुढ्यातील मार्ग अडल्याने अश्व खिंकाळू लागला. त्यासरशी पेंगणारे रक्षक जागृत झाले. त्यांनी कर्णास अश्वास नियंत्रित करण्याची पराकाष्ठा करताना पाहिले. गडाच्या विविध भागातून अधिक रक्षक धावून आले. कर्ण आपल्या दैवास दोष देऊ लागला, कारण तो आता पूर्णपणे अडकला होता!

कर्णाच्या सभोवतीने नग्न तलवारी आणि भाले घेऊन रक्षक तयारीत उभे होते. परंतु चौघे पाठलागकर्ते हळूच निसटलेले कर्णाने पाहिले. इतरांनी त्यांना पाहू नये अशी त्यांची इच्छा होती. त्यामुळेच कर्णास त्यांच्यापासून अधिक भय वाटू लागले. त्यास समजून चुकले की, आता जरी ह्या रक्षकांपासून कसेतरी वाचून आपण बाहेर पडलो तरी हस्तिनापुराच्या प्रदीर्घ मार्गावर कुठेतरी त्या भयंकर मनुष्यांच्या सन्मुख जावे लागणार आहे.

सुरक्षा प्रमुखाने अग्रभागी येत तलवार दर्शवीत कर्णास अश्वावरून खाली उतरण्याची आज्ञा दिली. कर्णाने शब्दानेही प्रत्युत्तर न करता आज्ञा पाळली. विरोध करणे मूर्खपणाचे ठरले असते. कारण भोवताली शतकावधी रक्षक उभे होते. राजसी अश्वशाळेतील अश्व स्वत:पाशी कसा ह्याचे काय स्पष्टीकरण द्यावे हे त्यास सुचेना. यजमानापर्यंत ही वार्ता गेल्यास त्याची स्थिती दयनीय झाली असती.

"ए! आज प्रात:काळी यादवप्रमुखांना भेटण्याची विनंती करणारा योद्धा तूच ना?" सुरक्षा प्रमुखाने विचारले. कर्णाने खाली पाहिले. एका सामान्य चोराप्रमाणे पकडले जाणे लज्जास्पद होते. "याचे स्पष्टीकरण देऊ शकाल का, महोदय?" प्रमुखाने नम्रपणे विचारले.

असत्य उत्तर देण्याची कर्णाची इच्छा नव्हती. प्रमुखाने एका साहाय्यकास मंद स्वरात काही सूचना दिल्या. त्या माणसाने लवून अभिवादन करीत प्रासादाकडे धाव घेतली. ह्याचा अर्थ कर्णास समजला. तशी धरणी दुभंगून आपणास उदरात घेईल तर बरे असे कर्णास आता वाटू लागले. तो संदेशवाहक बलरामास घेऊन येण्यास गेला होता.

"हा काय प्रकार आहे, प्रमुखा?" यादवप्रमुखाची अधिकारवाणी हवेत दुमदुमली, तसे तत्काळ सर्व रक्षकांनी आदरपूर्वक लवून अभिवादन केले.

"महाराज, हा मनुष्य अश्व चोरण्याचा..." प्रमुखाने बोलण्यास आरंभ करताच बलरामाने त्यास अडवले. "चोरण्याचा? हे कोण आहेत हे तुला ज्ञात आहे का? हा अश्व मी त्यांना उपहारस्वरूप दिलेला आहे. तुम्ही माझ्या अतिथीचा अपमान करीत आहात. प्रजेस ही घटना ज्ञात झाली तर ते उपहास करतील. यादवांचे स्नेहीगण आणि अतिथींशी असे वर्तन करतात का? महोदय, आपले कार्य समाप्त झाले का?"

सुरक्षाप्रमुखाने लज्जेने मस्तक झुकवले, तर कर्णाने स्तिमित होत बलरामास पाहिले. "माझ्या उद्धटपणाबल मी क्षमा मागतो, महोदय. आपल्या सेवकावर दया करा." लज्जेने चूर होऊन सुरक्षाप्रमुख कर्णापुढे नतमस्तक झाला.

कर्णास काय बोलावे हे सुचेना. 'तो सेवक वास्तविक त्याचे कर्तव्य करीत आहे, परंतु त्याला आपल्या हाताखालील मनुष्यांसन्मुख लज्जित व्हावे लागत आहे. आपण काहीही भाषण केले तरी ते असंबद्ध वाटेल.'

त्या सुरक्षाप्रमुखाच्या स्कंधावर थोपटून बलराम म्हणाले, "चिंता नको, प्रमुखा. तुम्ही तुमचे कर्तव्य व्यवस्थित केले आहे. खरे तर अपराध माझा आहे. आमचे अतिथी प्रात:काली लवकर निघणार असल्याची सूचना मी तुम्हास देणे आवश्यक होते. तुम्ही सर्वजण द्वारकानगरीची उत्तम सेवा करीत आहात." बलरामाचे भाषण ऐकून रक्षकांच्या धास्तावलेल्या मुखावर स्मित उमटले.

"महाराज, आपण दयाळू आहात; आम्ही केवळ आमचे कर्तव्य करतो..." सुरक्षाप्रमुखाचे मस्तक अजूनही लवलेले होते. परंतु त्याच्या स्कंधातील तणाव लुप्त झाला होता.

कर्णाने बलरामास चरणस्पर्श केला आणि घडलेल्या प्रसंगाविषयी कुजबुजत क्षमायाचना केली. सूर्याची प्रथम किरणे भूमीस कोपरखळी मारून पृथ्वीस निद्रेतून जागृत करीत होती.

"सावध हो, कर्णा. तू निवडलेला मार्ग सुलभ नाही. इतक्या तातडीने प्रयाण करण्यामागील कारण मी जाणले नाही. परंतु संकटे तुझा कायम पाठलाग करतील. शतकानुशतकांच्या प्राचीन समजुतींना तू आव्हान दिलेले आहेस. त्यामुळे सनातन भारत

तुला सहजतेने क्षमा करणार नाही. काहीही झाले तरी एक ध्यानात ठेव – तुला आयुष्याने जे दान दिले त्याविषयी कृतज्ञ राहा आणि दानशूर हो. विशेषत: जेव्हा भाग्य तुझ्यावर रुसेल त्यावेळी हे लक्षात ठेव. आता त्वरा कर, कर्णा. हस्तिनापुरामध्ये तुझ्या कुलाऐवजी कर्माकडे ध्यान दिले जाईल अशी आशा आहे.''

पुन्हा अश्वारूढ होता होता कर्णास आणखी एक स्वर ऐकू आला, ज्याने तत्काळ त्याच्या उरात भय दाटून आले. त्याने पटकन् मान वळवली तसा आपल्या दैवी तेजासह उभा कृष्ण त्यास दिसला. निकट उभ्या ज्येष्ठ बंधूच्या कपाळावर क्रोधरेखा उमटली होती. पूर्वी म्हटलेले विधान कृष्णाने पुन्हा केले, तेही किंचित उच्चरवाने. ''हस्तिनापूर अति दूर आहे, मित्रा... अतिशय दूर. शिवाय मार्ग संकटमय आणि दुर्धर आहे. कर्णा, ध्येय साध्य करण्याइतके सामर्थ्य तुझ्यात आहे ना?'' हे विचारताना कृष्णाच्या सावळ्या परंतु सुस्वरूप चर्येवरील स्मित किंचितही ढळले नाही.

ह्या उपहासामुळे कर्णाच्या क्रोधाचा पारा चढला; परंतु त्याने प्रयत्नपूर्वक संयम ठेवला. नि:शब्दपणे त्याने हात जोडत, मस्तक लववून त्यास अभिवादन केले. उदयोन्मुख सूर्याच्या दिशेस अश्व वळवून त्याने मूक प्रार्थना केली. स्वगृही परतण्याच्या शक्यतेने त्याचे हृदय आनंदाने उचंबळून आले. ''हस्तिनापूर माझी प्रतीक्षा करीत आहे.'' क्षणभर नेत्र मिटून त्याने तो आनंद मनात संचयित केला. सन्मुख उपस्थित संकटांचा विचार त्याच्या मनात उरला नाही. जीवनाविषयी केवळ अमाप कृतज्ञता दाटून आली. परस्परांहून अति भिन्न ते दोन यादव बंधू आणि त्यांच्यामधील शीतयुद्ध ह्या सर्वांस मागे सोडून तो पुढे निघाला. तो उत्तरेस निघाला. द्वारकेचे गजबजलेले मार्ग मागे पडले. त्या मार्गावरील जनसमूहास कर्णाचे दैव आणि त्याच्या आकांक्षा, ध्येये यांच्याविषयी कसलीही आस्था नव्हती. आगामी काही दिवसात त्याला उष्ण अरण्ये, तप्त मरुभूमी आणि शुष्क नदीखोऱ्यातून प्रवास करावा लागणार होता. हस्तिनापुरास प्रतीक्षा होती एका नम्र सूताची– ज्याने स्वप्ने पाहण्याचे धाष्टर्य केले होते.

त्याच्या पाठोपाठ चार सैनिकांनीही द्वारकेहून प्रयाण केले आहे हे कर्णास ज्ञात नव्हते. त्यांचे ध्येय स्पष्ट होते – त्या सूतास बंदी करणे किंवा त्याचा वध करणे. एक संदेशवाहकही हस्तिनापुरास जाण्यास निघाला. त्यास धौम्य ऋषींना संदेश पोहोचवायचा होता. तो संदेशवाहक त्या सर्वांमध्ये अग्रभागी दौडू लागला. कारण कर्ण पोहोचण्याआधी धौम्य ऋषींना संदेश मिळणे आवश्यक होते– अर्थात कर्ण पोहोचेल ही शक्यता ग्राह्य मानून! संदेश पाठवणाऱ्यास कोणतेही संकटभय पत्करण्याची इच्छा नव्हती. ह्याच पद्धतीने इतर काही संदेशवाहक दक्षिण संयुक्त साम्राज्यातील महत्त्वपूर्ण नगरींस जाण्यासाठी निघाले होते. सर्वांकडील संदेश समान होता: ''सावज सापळ्यात अडकले आहे.''

***

१७. वांछित

हस्तिनापुरात भव्य कार्यक्रमाची सिद्धता सुरू होती. एक तपाच्या प्रशिक्षणाची सांगता होणार होती. धृतराष्ट्र महाराजांचे शत पुत्र आणि त्यांचे बंधू पंडु ह्यांचे पाच पुत्र जगापुढे कौशल्य प्रदर्शन करणार होते. गुरू द्रोणांच्या मार्गदर्शनाखाली आपले उत्तम योद्धयात झालेले रूपांतर सर्वांना दर्शविणार होते. भारतवर्षातील अनेक राज्यांना आमंत्रणे गेलेली होती– पश्चिमेकडील गांधारपासून पूर्वेकडील कामरूपपर्यंत आणि उत्तरेकडील काश्मीरपासून दक्षिणेकडील लंकेपर्यंत. त्यांपैकी अनेकजण मांडलिक राजे होते; त्यांच्याकरिता ते आमंत्रण म्हणजे नम्र भाषेआड दडलेली महाधिपतींची आज्ञा होती. उर्वरित राज्ये ही द्वारका किंवा वंग देशाप्रमाणे मित्र राज्ये होती. त्यांचे राज्यकर्ते सद्भावनेप्रीत्यर्थ ह्या कार्यक्रमास उपस्थित राहणार होते.

मध्यरात्री भीष्मांनी विदुरास आपल्या कक्षात बोलवून घेतले. ‘‘मला दक्षिण संयुक्त साम्राज्याविषयी किंचित चिंता वाटते. आपल्या योद्धयांच्या आणि शस्त्रास्त्रांच्या प्रकट प्रदर्शनाने त्यांच्यामध्ये असुरक्षिततेची भावना निर्माण होऊ नये. परशुरामांविषयी वदंताविषयी काही प्रमाण आहे का?’’ पुढ्यातील भूर्जपत्रांवरून दृष्टी न उचलता भीष्म म्हणाले.

‘‘गुप्तहेर सांगतात की, ते अजूनही शुद्धीवर आलेले नाहीत. हे असत्य असेल आणि त्यांची प्रकृती स्वस्थ असेल तर त्या संयुक्त सत्ताकाची अपदृष्टी ओढवून घेण्याचे संकटभय आहे.’’ विदुरांनी भीष्मांची दृष्टी भूर्जपत्रांवरून वर होण्याची प्रतीक्षा केली.

‘‘विदुरा, मला कुणाशी युद्धाचे भय आहे असे तुला वाटते का? केवळ दोन दशकांची शांतता भंग करण्याच्या अनिच्छेमुळे मी थांबलो आहे. दक्षिण संयुक्त राज्य दूर आहे. परंतु खांडव देश तर नजीक आहे. तक्षकाने अंतिम इंद्रास पदच्युत केले आहेच आणि त्यास कळसुत्री पुतळी बनविली आहे. त्याच्या निम्नस्तरीय जनसमूहाकडून कोणत्याही क्षणी आक्रमण होऊ शकेल.’’ अन्य एक भूर्जपत्र वाचून भीष्मांनी डावीकडे ठेवले.

‘‘याहून गंभीर संकट भयनगरीतील ढासळता कायदा व व्यवस्थेचे आहे, महोदय. दुर्जय नामक त्या विश्वासघातक्याचा नायनाट करावा का? गांधार वणिकपेठेच्या आडोशाने तो आपल्या नीच कारवाया करीत आहे. ती पेठ नष्ट करण्यास आपण अति विलंब केला

असे वाटते.'' विदुरांनी अडखळत सांगितले. त्यानी गांधार राजपुत्राचे नाव घेणे टाळले.

भीष्मांनी थकून हातातील भूर्जपत्र खाली ठेवले आणि थकलेले नेत्र चोळले. ''विदुरा, भिन्न वंश आणि श्रद्धा ह्यांच्याप्रति मी सहिष्णु प्रतिमा उभी करण्याचा प्रयत्न केला आहे. मला त्या संयुक्त सत्ताकाची उत्तरेकडील प्रतिकृती होण्याची इच्छा नाही. गांधार पेठ नष्ट करणे म्हणजे अल्पसंख्याकाच्या अधिकारावर गदा आणल्यासारखे होईल. दुर्जय एक लहानसा अपराधी आहे. आपण हवे तेव्हा त्यास समाप्त करू शकतो. नागांवर ध्यान केंद्रित करा आणि संयुक्त सत्ताकावर सूक्ष्म ध्यान ठेवा.''

विदुरांना प्रतिवाद करावासा वाटला की, भीष्मांच्या सहिष्णु प्रदेशात आपल्यासारख्या बहुसंख्य शूद्र आणि अस्पृश्यास कोणतेही अधिकार कसे नाहीत? परंतु त्यांनी काहीच प्रकट भाष्य केले नाही, त्यामुळे त्या वयोवृद्धाच्या क्रोधातून त्याची सुटका झाली. त्यांच्यावर असा आरोप करणे योग्य ठरले नसते. कारण सर्व शासकीय पदे ब्राह्मणांसाठी आरक्षित करण्याचा प्रस्ताव धौम्यांनी आज सकाळी मांडला होता, तेव्हा भीष्मांनी त्यास विरोध केला होता. रात्र झाली होती. घरी जाऊन, मुलांना कुशीत घेण्याची आणि नंतर गाढ निद्रा घेण्याची विदुर नितांत आतुरतेने प्रतीक्षा करीत होते. त्यांनी गवाक्षाबाहेर पाहिले. तेजाळ चंद्र पृथ्वीस रूपेरी प्रकाशात न्हाऊ घालत होता. रात्रीची शांतता मनी अस्वस्थता निर्माण करू लागली.

''हे काय विपरीत?''

भीष्मांच्या प्रश्नाने विदुर स्वप्नरंजनातून भानावर आले. त्यांनी भीष्मांच्या हातून भूर्जपत्र घेतले आणि ते वाचण्यासाठी मंद प्रकाशात सरसावले. त्यांची मुद्रा विवर्ण झाली. ''ह्याने विस्फोट होईल.'' भूर्जपत्र परत करताना त्यांच्या हातास कंप सुटला.

''हं...त्वरित होणार नाही, परंतु तसे होण्याची शक्यता आहे. त्यास थोपविले पाहिजे.'' भीष्म गंभीर होत म्हणाले. त्यांनी तो संदेश पुन्हा एकवार वाचला. दक्षिण संयुक्त साम्राज्यातील सामर्थ्यशाली राज्य वातापीच्या महाराजांनी तो पाठविला होता. हस्तिनापुरातील शूद्र युवकाने दक्षिण संयुक्त राज्यातील राजांना फसवून, 'धर्मवीर' पद प्राप्त करून त्यांचा अपमान केला होता. हस्तिनापुराने त्या अधमास पकडून संयुक्त राज्यास हस्तांतरित करावे अशी त्यांची मागणी होती, अन्यथा त्यांच्यामधील शांतता करार भंग पावला असे गृहित धरण्यात येणार होते. जणू युद्ध घोषित करण्याचा गर्भित संदेश होता तो!

''त्याचा शोध घ्या. त्यासाठी काही समर्थ मनुष्यांना पाठवा. नगरीत पोहचण्याचे सर्व मार्ग बंद करा. कोणत्याही परिस्थितीत त्यास बंदी केलेच पाहिजे.'' भीष्म आसनावरून उठले आणि येरझाऱ्या घालू लागले.

''हे अशक्य आहे महोदय. संपूर्ण भारतवर्षातून सहस्त्रावधी मनुष्य भव्य सोहळा पाहण्यासाठी नगरात येऊ लागले आहेत. त्या दिवशी रिंगणात २०००० हून अधिक जनसंख्या असेल आणि नजीकच्या प्रांगणावरील मेळ्यात आणखी काही सहस्त्र जमलेले

असतील. गेल्या दोन दशकात असा सोहळा घडला नाही, त्यामुळे हा सोहळा पाहण्यास आता सर्वजण उत्तेजित आहेत. प्रवेश करणाऱ्या एका व्यक्तीस आपण कसे थोपवू शकणार?'' बोलता बोलता विदुरांनी तो संदेश वाचण्यासाठी भूर्जपत्र हातात घेतले.

त्यांचे हात थरथरू लागले. दीक्षांत समारंभावेळी काही अनुचित प्रकार झाल्यास काय होईल ह्याची कल्पना करवत नव्हती. समारंभाचे सर्व उत्तरदायित्व त्यांच्यावर होते. ''शिवाय, नागांच्या संभाव्य आक्रमणास प्रतिबंध करण्यासाठी म्हणून संरक्षण व्यूह रचलेला आहे. सर्व सैन्य यंत्रणा त्या कामात व्यस्त आहे. ह्याक्षणी अन्य एका माणसाचा शोध घेण्यासाठी आपल्यापाशी मनुष्यबळ नाही. शिवाय, दुर्जयाची पथके सुवर्णसाखळ्या खेचणे अन् भुरट्या चोरीसारखे प्रकार करणार. त्यांना प्रतिबंध करण्यासाठीही काही अन्य सैनिक लागणार. आपल्यावर सद्यस्थितात कमालीचा ताण आहे, महाराज.'' आता विदुर जणू आर्जवे करू लागले. अधिक काही विचार करून त्यांनी पुरवणी जोडली, ''शिवाय, तो कसा दिसतो, कुठे रहातो किंवा त्याविषयी अधिक काहीच माहिती आपल्यास नाही.''

''विदुरा, धीर सोडू नको. गलितगात्र होऊ नको. शांतपणे विचार कर. माझ्या स्मृतीनुसार काही वर्षांपूर्वी तू त्या मुलास द्रोणाकडे नेले होतेस. तो सारथी आठवतो का?... काय बरे त्याचे नांव? त्याच्या पुत्रास योद्धा बनण्याची इच्छा होती आणि आपल्या गुरूंनी त्यास नाकारले, कारण तो सूत होता.''

''वसुसेन कर्ण, अधिरथाचा पुत्र?'' विदुरावर आघात झाला. त्या सारथिपुत्राविषयी त्याच्या मनात प्रेमळ स्मृती होत्या आणि द्रोणांनी केलेला अपमान त्यांना अजूनही सलत होता.

''हो, हा तोच मुलगा आहे असे मला वाटते. मला त्याच्या धाष्टर्याचे आणि निश्चयाचे कौतुक वाटते. परंतु जीवन हे असे आहे. क्षुद्र. रक्तपाती युद्ध आणि प्राणहानी टाळण्यासाठी ह्या मुलावर पाणी सोडावे लागणार. त्याला जीवित पकडा. आपले हात त्याच्या रक्ताने माखू नयेत. तो हीन कुळात जन्मला हाच त्याचा एकमेव दोष. त्यास दक्षिण संयुक्त राज्यास सूपूर्द करा आणि विषय समाप्त करा. त्यास बंदी करण्याचा मार्ग तुम्ही शोधून काढाल ह्याविषयी मला संदेह नाही. त्याचे अन्य एका नाग विद्रोह्यामध्ये रूपांतर होऊ नये ह्याची दक्षता घ्या आणि अर्थात काहीही करून त्यास त्या विक्षिप्त कृपापासून दूर ठेवा. ह्या समयी त्याच्या कुठल्याही खोड्या आपणास परवडणार नाहीत. आता मी निघतो. शुभ रात्री, पुत्रा. उद्या प्रात:काली मला माझ्या कक्षात येऊन भेट.'' चिंताग्रस्त विदुरास मागे ठेवून पितामह आपल्या कक्षात गेले.

कक्षातील दिव्यांच्या मिणमिणत्या प्रकाशामुळे संपथातील छाया वेड्यावाकड्या हालचाली करू लागल्या. त्यामुळे सुस्पष्ट चिंतन करण्यासाठी विदुरांना प्रयास पडू लागले. आता त्या बालकाचे वय वाढून युवकात रूपांतर झाले असेल. समारंभासाठी नगरात धाव घेणाऱ्या सहस्त्रावधी मनुष्यांतून त्याला कसे ओळखता येईल? विचारमग्न मनस्थितीत विदुर आपल्या निवासस्थानाकडे जाऊ लागले. निश्चित तो आपल्या पालकांना भेटण्यास जाईल. हो! हाच मार्ग आहे! अधिरथाच्या निवासानजीक वेशांतरित रक्षक नेमावे. परंतु

पालकांना भेटण्यापूर्वीच त्याने रिंगणात येण्याचे ठरविले तर? ह्याचा अर्थ केवळ त्या सारथ्याच्या निवासस्थानावर दृष्टी ठेवणे पुरेसे नाही. त्याला नगरीबाहेर पकडून गाजावाजा न करता दक्षिणेस पाठवणे हेच अधिक श्रेयस्कर. तक्षकाचे मनुष्य आणि कर्ण ह्यांची भेट झाल्यास विनाशकारी परिस्थिती ओढवेल.

'राजसभेतील चित्रकारासमवेत उद्या सारथ्याच्या कुटीस भेट द्यावी.' विदुराने ठरविले. 'कदाचित त्या बालकाच्या आणि त्याच्या पित्याच्या रूपात साम्य असेल. त्या पित्यास प्रमाण मानून कर्णाचे सर्वसाधारण युवावस्थेतील चित्र काढण्यास चित्रकारास सांगावे. अर्थात कर्णाचे स्नायू अधिक पिळदार आणि देह बलदंड असावा. कारण तो महान योद्धा आहे अशी वदंता आहे. त्यानंतर गुप्तहेरांना ह्या चित्राच्या प्रतिकृती देऊन नगरीच्या कोण्याकोपऱ्यात पाठवावे. कदाचित त्यांना तो गवसेलही. किंबहुना ती चित्रे नगरीत सर्वत्र प्रदर्शित करावीत आणि कर्णास जीवित पकडणाऱ्यास पारितोषिकाची घोषणा करावी. कर्ण हा एक वांछित अपराधी आहे इतकेच सांगावे. १०००० सुवर्णमुद्रांच्या पारितोषिकाच्या अभिलाषेने अनेक मनुष्य त्यास शोधू लागतील. कदाचित ही योजना सफल होईल. विदुराने आपल्या साध्यासुध्या कक्षात प्रवेश केला आणि द्वार हलकेच बंद केले. हस्तिनापुराच्या त्या चिंताग्रस्त प्रधानमंत्र्यावर निद्रेने कृपा केली, तेव्हा प्रात:काळ समीप आला होता.

* * *

प्रासादाच्या दूरच्या प्रभागात आणखी एक उत्तेजित जीव लख्ख जागृतावस्थेत होता. भीष्मांनी त्यांच्या कक्षेत प्रयाण केल्यावर काही पळानंतर पुरोचनाने शकुनीचे द्वार ठोठावले. काही समयानंतर तो अधिकारी असंतुष्ट मनस्थितीत गांधार राजपुत्राच्या कक्षातून बाहेर पडला. त्याने दिलेल्या वार्तेविषयी परकीय राजपुत्राने विशेष उत्साह दर्शविला नव्हता.

"एखाद्या सुताने दक्षिण संयुक्त राज्यातील मूलतत्त्ववाद्यांना फसविल्याने गांधारप्रदेशास काय लाभ होईल?" त्याने पुरोचनास विचारले. ही निरुपयोगी माहिती देण्यास्तव त्याने कुरकुरत त्या अधिकाऱ्याच्या तळहातावर काही रौप्यमुद्रा टेकवल्या.

मनातल्या मनात संपूर्ण गांधार वंशास दूषणे देत पुरोचनाने तेथून प्रयाण केले.

परंतु, पुरोचनाच्या पश्चात द्वार व्यवस्थित मिटल्यानंतर शकुनीने स्मित केले. त्यास ओरडून आनंद व्यक्त करण्याची इच्छा झाली. कटिवस्त्रातून फासे काढून संगमरवरी पटावर फेकताना तो ओरडला "बारा!" फासे घरंगळले आणि बारा अंक दर्शवत स्थिरावले, त्यासरशी त्याने उत्साहाने तळहात एकमेकांवर घासले. पित्याच्या हत्येनंतर त्यांच्या अंगातील अस्थिपासून त्याने ते फासे बनविले होते. फासे पाहून तो उद्‌गारला, "तात, आपण असता तर आपणही हेच इच्छिले असते. मी रक्त पाहत आहे. मला मृत्यूगंध जाणवत आहे. भारतवर्षा... तुझी घटिका भरली... युद्ध...महायुद्ध... भीष्मा, नतद्रष्टा... एक गांधारपुत्र तुझ्या राज्याची काय परिस्थिती करू शकतो ते मी तुला दाखवीन." शकुनी

हसला. भूमीवर बसून तो पुन:पुन्हा पश्चिम दिशेस लवून प्रणाम करू लागला.

काही समयानंतर, तो भानावर आला आणि लगबगीने आपल्या लेखनपटापाशी वळला. त्याला काही त्वरित कार्य करावयाचे होते. त्याने त्वरेने दुर्जयास एक संदेश खरडला. 'तो अपराधजगत सम्राट ह्या मूर्ख सूतास पकडू शकला तर त्यास बंधक बनवून त्याचा लाभ करून घेता येईल. त्यामुळे हस्तिनापूर आणि दक्षिण संयुक्त राज्यातील ताण वृद्धिंगत होईल. कदाचित त्यास गुप्तपणे गांधारदेशी नेऊन तेथील पर्वतांमधील एखाद्या गुहेत लपवता येईल. हे भारतीय एकमेकांत लढून रक्तपात करून एकमेकांना नष्ट करेपर्यंत! ह्याकरिता एकच गोष्ट करणे आवश्यक आहे – ती म्हणजे दक्षिणेच्या त्या सर्व अहंकारी मूर्खांचा अवमान करणाऱ्या कर्णास हस्तिनापूर पाठीशी घालत आहे अशी वदंता पसरवणे.' त्याच्या अपेक्षेहून अधिक प्रमाणात घटना त्याच्या मनाप्रमाणे घडत होत्या.

***

"त्या अधम परकीयाच्या इच्छेनुसार सर्व गोष्टी मी केल्या आहेत. नगरीतील वातावरण सुरक्षित केले आहे, कुणी निर्भयपणे निद्राधीन होऊ शकणार नाही, लूटालूट आणि जाळपोळीचे नियोजन केले आहे. इतकेच काय, माझ्या मनुष्यांना प्रार्थनेवेळी पश्चिमाभिमुख – त्याच्या त्या निर्दयी देशाभिमुख होण्यासाठी सांगितले आहे. मला स्वत:ला त्याविषयी काहीच आस्था नसूनही! आता ह्याहून अधिक त्याची काय इच्छा आहे?" दुर्जय पुरोचनावर संतापला.

"दुर्जया, तू कार्य उत्तमरीत्या केले आहेस. राजपुत्र तुझ्यावर प्रसन्न आहेत. परंतु त्यांची इच्छा आहे की, तू तुझ्या कार्याचा इतर नगरातही विस्तार करावा. दक्षिण संयुक्त राज्यातील नगरातही! ह्या भारतवर्षातील प्रत्येक नगरी अन् ग्रामातील वातावरण तू असुरक्षित करू शकशील का?" त्या अपराधजगत सम्राटासाठी उपहारास्तव दिलेल्या बहुमूल्य द्राक्षासवाचा घोट घेत पुरोचनाने विचारले.

"भीष्मांनी परत माझ्यामागे लागावे अशी तुमची इच्छा आहे का? तुझा राजपुत्र मला जे क्षुल्लक मूल्य देतो, त्यास यथोचित कार्य मी केलेले आहे."

"धनाची चिंता नको. तुझी हे करण्याची क्षमता आहे का? अन्यथा मी ह्या नगरीतील तुझ्या स्पर्धक पथकांशी संपर्क साधेन."

"पुरोचना, तू मला भय घालत आहेस का?"

"मित्रा, तुला भय वाटत आहे का?"

दुर्जयाने नगर आरोग्य विभागाच्या त्या निरीक्षकास तिरस्काराने पाहिले. पुरोचनाने आणखी एक घोट घेत स्मित केले. "त्याचा प्रस्ताव काय आहे ते समजू दे मला." अंतत: दुर्जय म्हणाला.

पुरोचनाने मान हलविली. प्रदीर्घ उहापोहानंतर भारतवर्षावर सहस्त्र वार करून त्यास रक्तरंजित करण्याचे मूल्य ठरविण्यात आले. त्यानंतर अधिक विचार करून पुरोचनाने विचारले, "सूतास बंदीवान करण्यास सांगितले तर तू करशील का?"

"कोड्यात बोलू नको. प्रथम मूल्य सांग. कोणत्या सूतास?"

विदुराने नगरीत विविध स्थानी प्रदर्शित केलेल्या रेखाचित्राचे वस्त्र पुरोचनाने दुर्जयापुढील पटावर पसरले.

"वा! मात्र १०००० मुद्रा घेऊन मी हे करावे अशी तुमची इच्छा आहे? किरकोळ धन देऊन माझा अवमान करीत आहात का?"

"मूर्खा!" ह्या अवमानाने दुर्जयाची मुद्रा म्लान झाली. पुरोचन खुदकन् हसला. आपल्या प्रथम भेटीनंतर आतापर्यंत समीकरण कसे बदलत गेले हे त्यास जाणवले. "त्याला पकडून बंदीवासात ठेव. आदेश मिळाल्यास गुप्तपणे गांधारदेशी पाठव. तू स्वप्नातही कल्पना करणार नाहीस इतके धन मिळवशील!"

"कोण आहे हा? त्यास बंदीवान करणे इतके आवश्यक का आहे?" दुर्जय साशंक झाला.

"ह्या देशाचा इतिहास बदलण्याची क्षमता आहे ह्या मनुष्यात!"

दुर्जयाने प्रथम पुरोचनास रोखून पाहिले त्यानंतर त्या रेखाचित्राकडे. अखेर तो म्हणाला, "मूल्य सांगा."

***

पुढील सायंकाळपर्यंत कर्णास शोधणारे मनुष्य संपूर्ण हस्तिनापूर नगरीत विखुरले होते. प्रत्येक अपरिचिताचे मुख न्याहाळत विदुराचे गुप्तहेर आणि पुरोचनाच्या पदरातील रक्षक पथापथांतून भ्रमण करू लागले. सर्व प्रमुख चौकात आणि कोणाकोणात दीन सारथी अधिरथाचे युवावस्थेतील चित्र रेखिलेली चित्रे प्रदर्शित केलेली होती. कर्णाच्या शिरावर लागलेल्या प्रचंड पारितोषिकामुळे अनेकजण क्षुधा-निद्रा विसरून त्या पळपुट्या अपराध्याच्या शोधार्थ निघाले.

जराची निद्रा दोनदा भंगली. रात्रीच्या प्रथम प्रहरी दोन रक्षकांनी 'धर्म' श्वानास लाथ मारून नि:सारण वाहिनीत ढकलले. त्या भिक्षुकास जागृत केले आणि त्या वांछित मनुष्याचे चित्र त्याच्या मुखावर आपटले. ते चित्र जरास अंधुकपणे परिचित वाटले. परंतु खांदे उडवून आपले किडके दात दर्शवीत तो हसला. त्यास अपशब्द बोलत त्यांनी प्रयाण केले. हा मनुष्य दृष्टीस पडल्यास आपणास कळवावे असे त्यांनी सांगितले. जर पुन्हा निद्रित झाला. अंध श्वान पुन्हा त्याच्या कुशीत शिरले. पुढे मध्यरात्री दुर्जयाच्या मनुष्यांनी त्याच्या उरावर लत्ताप्रहार करून त्यास पुन्हा जागविले. त्याला तेच चित्र दर्शवून पुन्हा तेच प्रश्न विचारले. काहीतरी गंभीर घटना घडणार आहे अशी जरास जाणीव झाली.

रक्षकांनी दिलेली तीच पूर्वसूचना जरास देऊन त्या ठकांनी प्रयाण केले. तो मनुष्य कोण हे जराने आता जाणले. तो सारथी अथिरथ होता. परंतु तो अतिशय युवा भासत होता. जर आणि एकलव्याने अनेक वर्षांपूर्वी हस्तिनापूर दुर्गावर तक्षकाच्या आक्रमणदिनी त्याच्या निवासस्थानास भेट दिली होती. जरास अनेक गोष्टींचे विस्मरण होई. परंतु दयाळू कृतीचे कदापि विस्मरण होत नसे. कारण असे क्षण त्याच्या आयुष्यात क्वचित प्रसंगी आले

होते. त्या दिनी अन्न दिल्याबद्दल त्या सारथी कुटुंबाचा तो ऋणी होता. रक्षकाचे आणि दुर्जयाचे मनुष्य त्या सारथ्यास शोधत नसून त्याच्या पुत्रास शोधत असावेत असे जरास वाटले. सारथ्यास इतके महत्त्व कोण देईल? त्याच्या पुत्राचे प्राण संकटात असल्यास मला खचित काहीतरी करावे लागेल.

पदपथावरून उठून जराने चालण्यास आरंभ केला. तो नगराच्या बाह्य भागातील दक्षिणेकडील पथिकाश्रमाच्या दिशेने जाऊ लागला. नगराकडे जाणारे अनेक मार्ग होते. परंतु जराने आपल्या अंतर्मनावर विश्वास ठेवला. तो पळालेला अपराधी हाच मार्ग निवडेल ह्याविषयी जरास संदेह नव्हता. त्याच्या आगमनाची तो प्रतीक्षा करणार होता आणि शक्य झाल्यास त्यास पूर्वसूचना देणार होता.

आरंभी त्या पथिकाश्रम चालकाने त्यास हाकलून देण्याचा प्रयत्न केला. परंतु हा भिक्षुक देवाची गौरवपर मधुर गीते गातो आणि ती ऐकण्यासाठी पांथस्थ येथे थांबतात हे ध्यानी आल्यानंतर त्याने जराची उपस्थिती सहन करण्याचे ठरविले. ते त्याच्या व्यवसायाच्या दृष्टीने लाभदायक होते. त्या भिक्षुकाची गीते कृपाळू कृष्णा विषयी असत आणि ती ऐकून क्लांत पांथस्थांच्या नेत्री अश्रू येत. गायनाद्वारे मिळविलेले धन देऊन जर आपल्यासाठी अन्न विकत घेत असे. त्यामुळे पथिकाश्रम चालकास आपले मन उदार करणे शक्य झाले होते. अशा प्रकारे तो भिक्षुक अंध श्वान 'धर्मा'सह आपल्या देवाची भजने करीत आपल्या मनुष्याची प्रतीक्षा करू लागला.

* * *

आपल्या प्रतीक्षेत उभ्या संकटाविषयी अनभिज्ञ कर्ण हस्तिनापुराच्या दिशेने दौडत होता. हा प्रवास प्रदीर्घ आणि सायासपूर्ण होता. त्यास भेटलेल्या वणिकाने कालापव्यय टाळण्यासाठी, सरस्वती नदीच्या आटलेल्या पात्रातून मार्गक्रमण करण्याचा सल्ला दिला होता. त्या मरणासन्न नदीच्या उथळ जळातून आणि वैराण वालुकामय भूभागातून दौडताना कर्णास स्मरण होत होते- त्या नदीकिनारी अनेक वर्षांपूर्वी वसलेल्या समृद्ध महान संस्कृतीचे! तेथील ऐतिहासिक महान असुर संस्कृतीतील विस्तीर्ण नगरे, ती नगरे उध्वस्त करून भारतवर्षात देवांची सत्ता स्थापन करणाऱ्या प्रथम इंद्राच्या नवलपूर्ण कथा कर्णाच्या मनात तरळून गेल्या. 'इथेच वेदांचा जन्म झाला.' त्याच्या मनात विचार आला. 'ह्याच किनाऱ्यावर बसून प्राचीन ऋषींनी विश्व आणि जीवनरहस्याविषयी ध्यान केले.' ते नायक कुठे लुप्त झाले? राम, रावण, महाबलि, इंद्र आणि बळी इत्यादि देव, असुर, नाग आणि ह्या पवित्र भूमीवर स्थित विविध जमातीचे नायक आता कुठे आहेत? असे मनुष्य सद्यकाली अस्तित्वात का नाहीत? 'कदाचित आमच्या आधुनिक कालाविषयी मी कठोर विचार करीत असेन. कारण सामान्य ऐहिक गोष्टींवरही सुवर्णभस्म प्रोक्षणाची इतिहासाची प्रवृत्ती असते. हे नायक प्रत्यक्ष आयुष्यात कसे असतील कोण जाणे! काहीजण अत्याचारी किंवा अनियंत्रित सत्ताधीश असतील. कालौघात पुराणकथा अतिरंजित होतात. कदाचित बलरामास किंवा कृष्णासही आगामी काळात नायक किंवा देवही मानले जाईल.'

हा विचार मनात येताच कर्णाने स्मित केले. कृष्णास तर सद्यकालीही देव मानले जाते. भगवान विष्णूंचा अवतार अशी आपली प्रतिमा तो जाणीवपूर्वक निर्माण करीत आहे. त्याची प्रत्येक कृती चमत्कार म्हणून प्रेषित केली जाते. सद्यकालातच पशुपालक आणि नीच जातीत त्याला देव मानून त्याची प्रार्थना केली जाते. कृष्णाची पद्धत सुलभ आहे. तो जनतेस स्वत:वर विश्वास ठेवण्यास सांगतो आणि आपल्या भक्तांच्या जीवनात चमत्कार घडवून आणण्याचे वचन देतो. अशा देवाची भक्ती करणे जनतेस सुलभ वाटते. बलराम अशा कोणत्याही चमत्काराचे आमिष न दाखवता कष्ट करण्यास सांगतो. तो कोणत्याही अन्य स्वर्गाऐवजी येथील भूमीविषयी भाषण करतो आणि अन्य अभयस्थानाऐवजी स्व-विश्वासावर भर देतो. बलराम हा मूर्ख जनतेचा ज्ञानी नेता आहे. बलरामासम नेता लाभण्याची माझ्या देशाची पात्रता नाही. कर्णास विषाद वाटला.

अकस्मात एक तीर कर्णाच्या कवचावर आपटून खणत्कार झाला, तसे कर्णास भान आले. चकित होत, आक्रमण कोठून झाले हे जाणण्यासाठी त्याने सभोवताली पाहिले. नदीच्या डाव्या किनाऱ्यावरील दाट झुडुपांकडे त्याने रोखून पाहिले आणि अश्व त्या दिशेने वळविला. त्याने त्वरित धनुष्य सज्ज केले आणि स्थिर अंगुलिने चमकता तीर घेतला. ह्या अपरिचित शत्रूने एखादी हालचाल केल्यास त्याचे लपण्याचे स्थान समजेल आणि त्याची हत्या करता येईल ह्यासाठी तो प्रतीक्षा करू लागला. परंतु एकही पान हलले नाही. परंतु शत्रू समीप आहे हे कर्णाने जाणले होते. त्यास त्याची उपस्थिती जाणवली होती आणि आपल्या प्रत्येक हालचालीवर शत्रूची दृष्टी आहे हेही त्यास जाणवत होते. तो स्वत: अनावृत्त स्थानी होता, त्यामुळे असुरक्षित- सहज बळी पडण्याजोगा होता. त्याच्या कवचामुळे त्याचे संरक्षण झाले होते. परंतु कोणत्याही क्षणी ते त्याच्या कंठाच्या दिशेने बाण सोडतील आणि अचूक वेध घेऊ शकतील हे त्यास ज्ञात होते. एक अन्य तीर कानाच्या अति जवळून घातकरीत्या सरसरत गेला. हा प्रथमपेक्षा भिन्न कोणातून आला होता. आता कंठ छेदणारा तीर येण्याची प्रतीक्षा करणे हा मूर्खपणा ठरला असता.

कर्णाने अश्वास गर्रकन् वळवले आणि पलायन केले. तत्काळ बाणांच्या वर्षावास प्रारंभ झाला. मस्तक झुकवून तो शुष्क झुडुपामधून मार्ग काढू लागला. दगडधोंड्यांवरून उडा मारत, पाण्याच्या डबक्यावरून झेप घेत, गती वाढविण्याची प्रतीक्षा करू लागला. मस्तकावरील सूर्य अग्निगोलवत् झाला होता आणि मरुभूमी उष्णतेने पोळू लागली. मनोमन प्रार्थना करीत कर्ण नदीपात्राच्या मधोमध दौडू लागला. दुसऱ्या तीराने येऊन लक्ष्यवेध करण्यापूर्वी नदीपात्र पार करून विरुद्ध तीरावर जाऊन लपून प्रतिकार करणे आवश्यक होते. एक काटेरी झुडुप ओलांडताना त्याने वळून पाहिले, त्यावेळी त्यास ते सर्व शत्रू स्पष्ट दिसले. चार योद्धे मधील अंतर झपाट्याने घटवित येत होते. कर्णाने पुन्हा धनुष्य सज्ज केले आणि अश्वाची गती मंद न करता तीर सोडला. त्याने चौघांपैकी अग्रस्थानी स्थित मनुष्यास लक्ष्य केले होते. परंतु त्याने तो तीर सहज चुकवला आणि तो पुन्हा कर्णासमीप येऊ लागला. एक अन्य तीर कर्णावर आपटला. त्याने त्याचे कवच छेदण्याचा प्रयत्न

केला. आपण हानीप्रद स्थानावर उभे आहोत हे त्यास ज्ञात होते. शत्रूचे संख्याबळ अधिक होते आणि तो त्यांना पाठ दर्शवीत दूर पळत होता. लक्ष्य साधण्यासाठी त्याने काही महत्त्वपूर्ण क्षण व्यर्थ दवडले होते. आता प्राण पणास लावून शौर्य गाजविण्याविना पर्याय नव्हता.

कर्णाने अश्वाचे वेग तत्काळ खेचले आणि तो मार्गात स्थिर उभा राहिला. क्षणार्धात खाली उडी मारून त्याने एक तीर सोडला. त्याने एका योद्धयाचा नेत्र भेदला, तसा तो योद्धा खाली कोसळला. इतर तीन योद्धे आपल्या सहकाऱ्यास पाहण्यास क्षणभरही थबकले नाहीत. त्यांनी इतकी युद्धे केली होती की ते मृत्यूविषयी तटस्थ झाले होते. त्यांना समीप येताना पाहून उडालेला थरकाप रोखण्यासाठी कर्णाने प्रयत्न केला. त्याने त्यापुढील तीर सोडला. ह्यावेळी तो दौडणाऱ्या योद्धयाच्या उजव्या बाहूस लागला. त्याने एक अपशब्द उच्चारत ती इजा पाहण्याचेही कष्ट न घेता तो उपसून काढला. त्या प्रमुखाने सोडलेला तीर कर्णाच्या कंठाजवळून गेला. तसूभर अंतराने कर्णाचा कंठ वाचला. परंतु तो तीर कर्णाच्या अश्वाच्या पोटात घुसला. अश्व खिंकाळला आणि बिथरून थयथयाट करू लागला.

सर्व शत्रू सापळ्यात अडकलेल्या सूतासमीप पोहचताच त्यांनी धनुष्ये मागे ठेवली आणि तळपत्या तलवारी बाहेर काढल्या. कर्णाने त्यांच्यावर एकापाठोपाठ एक तीर सोडले. त्याचे तीर लक्ष्यावर लागलेही. परंतु त्यांपैकी कोणत्याच तीराने भयानक हानी झाली नाही की, त्या योद्धयांची गती मंदावली नाही. अंततः त्याने धनुष्यबाण फेकून दिले आणि तो कटिस चाचपू लागला. आपली तलवार उपसण्याचा आकांताने प्रयत्न करीत असताना निकट येणाऱ्या प्रमुखाची आकृती त्याला दिसू लागली. अश्व खाली पडला होता आणि आकांताने लाथा झाडत होता. अंतिम क्षणी कर्णास तलवार उपसता आली आणि काही अंगुली अंतरावर त्याने मृत्यूस थोपविले. तलवारीच्या खणत्काराने त्याच्या मस्तकावर स्फुल्लिंगे पडू लागली. तो श्रमाने धापा टाकू लागला.

उर्वरित तीन अश्वारुढ योद्धे कर्णाभोवती प्रदक्षिणा घालू लागले. त्यांचा प्रमुख कर्णास पाहून हसला. ते सर्व निष्णात योद्धे होते तरीही कर्णाने सुरू ठेवलेला दुबळा प्रतिकार विस्मयकारक होता. त्यांनी अश्वावरून खाली उड्या मारल्या. तलवारी परजत त्या सूताचा उपहास करीत ते युद्धास सज्ज झाले. अनेक दिवसांपासून ते कर्णाचा पाठलाग करीत होते आणि निष्क्रियतेमुळे उद्विग्न होते. हस्तिनापूर केवळ एक दिवस प्रवासाच्या अंतरावर होते. ह्या सूताच्या मोहिमेचा अंत करण्यासाठी त्यांनी निवडलेले स्थान हे त्या प्रवासातील अंतिम निर्मनुष्य स्थान होते. आगामी अल्प अंतरावर हस्तिनापुराच्या महामार्गानिकट वसलेली ग्रामे आणि लहान वस्त्यांचा आरंभ झाला होता. त्यांना हे कार्य बोभाट्याविना उरकावयाचे होते. अपराध्याचा कोणताही माग आपल्या स्वामीपर्यंत पोहचू देणे टाळावयाचे होते. परतीच्या मार्गावर उत्तेजक पेये आणि सुंदर स्त्रियांची व्यवस्था असणारे कैक पथिकाश्रम त्यांची प्रतीक्षा करीत होते. हे क्षुल्लक कार्य समाप्त करण्याचा संकेत प्रमुखाने एका सहकाऱ्यास केला.

कर्णाचा प्राण घेण्यास सरसावलेला योद्धा उर्मट आणि स्वत:च्या कौशल्याविषयी अतिविश्वासू होता. विशीच्या आतील नवयोद्धा कैक युद्धे केलेल्या माझ्यासम अनुभवी योद्धयास काय इजा करील? स्वत:चे प्राण वाचविण्यासमयी उफाळून येणारे कर्णाचे कौशल्य आणि त्वेष त्याने जाणले नव्हते. तो सूत कोंडलेल्या पशूप्रमाणे युद्ध करू लागला, तसा काही क्षणातच तो मनुष्य कैकस्थानी रक्तरंजित झाला. पाठलागकर्त्यांच्या दृष्टीने हे शुभ लक्षण नव्हते. तीन मनुष्य एका युवकाविरुद्ध लढले, तर ते पाहण्यासाठी तेथे अन्य कुणी नव्हते. त्यामुळे तो मनुष्य कर्णास कोंडीत गाठण्यासाठी धूर्तपणे पुढेपुढे सरसावू लागला. त्याने आपल्या सहकाऱ्यांना विरुद्ध अंगाने आक्रमण करण्यास सांगितले. कर्णाने मागील दिशेस केलेला तलवारीचा एकच वार त्या आगंतुकासाठी यथोचित होता. प्रमुखाच्या कल्पनेनुसार घटना घडल्या नाहीत. त्याऐवजी, त्याने तलवारीचा प्रयोग करण्याआधीच कर्णाने त्याच्या पायाच्या नडगीवर शक्तीशाली लत्ताप्रहार केला आणि त्यास वाळूत लोळविले.

"तुम्ही माझ्यावर आक्रमण का करीत आहात? मी तुमचा काय घात केला आहे?" कर्ण संतापाने ओरडला. "चालते व्हा. तुमचे प्राण घेणे मला अनिवार्य करू नका. तुमच्या मित्राविषयी मला खेद वाटतो." योद्धयांनी चकित होत एकमेकांस पाहिले. त्यांच्या सहकाऱ्याच्या मृत्यूविषयी त्यांना काहीच वाटले नव्हते. मृत्यू हा योद्धयाचा नित्य सखा असतो. परंतु एक सूत आपले प्राण घेण्याची भाषा करीत आहे हे धार्ष्ट्य त्यांना साहवेना. हा खेळ पुरे झाला. प्रमुख आपल्या सहकाऱ्यांना पाहून ओरडला. "ह्या नतद्रष्टास पाठ शिकवू."

तलवारी उपसून अपशब्द उच्चारत कर्णाच्या हीन कुलाचा उपहास करीत ते तीन योद्धे कर्णावर धावून गेले. अकस्मात कर्णाच्या उजव्या हातातील तळपते फीतसदृश अस्त्र पाहून विस्मयाने ते जागीच थबकले. असे अस्त्र त्यांनी पूर्वी कधीच पाहिले नव्हते. ते सर्पाप्रमाणे वळवळत होते. "हे काय रे विदुषका? तुझ्या मातेच्या प्रसाधनातील फीत?" प्रमुखाने विचारले. इतर दोघे तारस्वराने हसू लागले. पापणी लवते तोच प्रमुखाच्या कंठाभोवती उरुमीचा वेढा पडला, तसे ते खिदळणे थांबले. प्रमुखाच्या कंठातून रक्ताची धार लागली. ते काय आहे हे त्यास आता समजले. त्याने हे अस्त्र कधीच पाहिले नव्हते. परंतु असुर प्रदेशात प्रवास करून आलेल्या परिजनांकडून त्याविषयी ऐकले होते. स्वत:चे मन असणारी ती एक निर्दयी वस्तु होती. कंठ चिरला जाताना तिची तीक्ष्णता त्यास जाणवली.

"मला माझ्या मार्गाने जाऊ द्या. मी तुम्हांस इजा करणार नाही." कर्णाने पुन्हा विनंती केली.

प्रमुखास आता सूताच्या आकांतात तथ्य दिसले. परंतु काही बोलण्यापूर्वीच त्याचे मूर्ख सहकारी तलवारीसह कर्णापाशी धावले. त्याची "नको." ही किंकाळी पूर्ण झालीच नाही. संस्कृतीच्या उदयापासून सरस्वती नदीचे पवित्र पात्र कायम रक्ताने माखत आले होते. तिच्या रक्तयुक्त भांडारात आता प्रमुखाच्या देहापासून विलग झालेल्या शिराची

भर पडली. अल्पावधीतच त्याच्या सहकाऱ्यांनाही त्याच प्राक्तनास सन्मुख जावे लागले. लौकिकार्थाने आरंभ होण्यापूर्वीच त्या युद्धाचा अंत झाला.

त्यानंतर अनपेक्षित घडले. काही अलिप्त काकपक्षी, एक मृतवत् नदी आणि काही दु:खी झुडुपे इतकेच त्या प्रसंगास साक्ष होते. तो प्रसंग पाहून एखाद्या अवताराने पदरी बाळगलेले स्तुतिभाट हर्षले असते. केवळ क्षत्रिय जातीत जन्मलेले परिजन योद्धे होऊ शकतात असे ज्ञाती मानव म्हणतात हे कसे उचित आहे ह्याचे गुणगान त्यांनी केले असते. अन्यथा स्वत:च्या हातून घडलेल्या हत्यांविषयी अपराधी भावनेने त्या शुष्क नदीपात्रात तो मूर्ख सारथिपुत्र दीर्घकाळ बसून राहिला ह्याचे स्पष्टीकरण कसे देता आले असते? शिवाय, कोणत्याही योद्ध्याने पापणीही न लवता जखमी अश्वाच्या हृदयात तलवार खुपसून त्याच्या वेदना समाप्त केल्या असत्या; परंतु हा मूर्ख दोन दिवस त्या अश्वाच्या जखमांची शुश्रुषा करीत त्या मरुभूमीत का बसून राहिला? अंतत: तो अश्व मरण पावला, तेव्हा तळपत्या उन्हात घामेघूम होत, त्यावर मृत्युपश्चात संस्कार कुणा योद्ध्याने केले असते का? आणि कोणत्या क्षत्रियाने मृत शत्रूंचे देह कोल्हे, लांडगे, गिधाडे ह्यांच्या स्वाधीन करण्याऐवजी त्यांच्या देहावर योग्य दहनसंस्कार व्हावेत म्हणून शुष्क काष्ठांच्या शोधास्तव धडपड केली असती? सूतास धर्माचे मूलभूत ज्ञान नसावे ही लज्जास्पद गोष्ट होती. प्राण घेणे हे योद्ध्याचे कर्तव्य आहे, त्याच्या परिणामांची चिंता करणे नव्हे, हे त्यास जोवर उमजत नाही तोवर तो क्षत्रिय बनू शकत नाही.

अशा मूर्खपणामुळे कर्णाच्या प्रयाणास दोन दिवस अधिक विलंब झाला. त्याच्या पाठलागकर्त्यांच्या अश्वांनीही विस्तीर्ण मरुभूमीत पलायन केले होते. त्यामुळे उर्वरित प्रवास त्यास पायी करावा लागला. आयुष्यातील प्रथम हत्येनंतर तिसऱ्या दिवशी त्या सारथिपुत्राने विनाशक हस्तिनापुरास पुन्हा प्रयाण केले. आपल्यावरील आगामी संकटांची त्यास मुळीच कल्पना नव्हती. ती नगरी आपल्या भक्ष्याची प्रतीक्षा करीत होती– संपथांमध्ये, पथिकाश्रमांमध्ये, गजबजलेल्या चौकांमध्ये, विक्रीकेंद्रांमध्ये आणि दोनहून अधिक मनुष्य भेटत अशा स्थानी केवळ एकाच गोष्टीची चर्चा होत असे; गर्विष्ठ सूताच्या भविष्याची! विदुर, दुर्जय आणि धौम्यायांचे मनुष्य नगरीत प्रवेशणाऱ्या प्रत्येक नूतन व्यक्तीच्या मुखाचे सूक्ष्म निरीक्षण करीत. कर्णाचे चित्र असे मानले गेलेल्या चित्राशी त्या मुखाची तुलना करीत. कर्णाच्या शिराप्रीत्यर्थ योजिलेल्या पारितोषिकामुळे अनेक उत्साही समूह पथके निर्माण करून रात्रसमयी मार्गातून टेहळणी करू लागले. ते प्रत्येक अपरिचितास त्याच्या विश्वासार्हतेविषयी प्रश्न करण्यासाठी थांबवू लागले. सारथी अधिरथ युवावस्थेत दिसे त्याप्रमाणे दिसणाऱ्या मनुष्याची ते प्रतीक्षा करू लागले. कर्ण रात्रसमयी गुपचूप नगरीत प्रवेश करील ह्याविषयी त्यांना संदेह नव्हता.

महासोहळ्यादिनी सायंकाळी हस्तिनापुराच्या मार्गावरून राजपुत्रांची थाटामाटाने शोभायात्रा निघाली तेव्हा कोणतीही पीडा न होता कर्णाने नगरीत प्रवेश केला. त्या रात्री ढमढमणारे ढोल आणि दुमदुमणारी शिंगे ह्यांच्या तालावर जनसमुदाय स्वैर नृत्य करीत होता. पदपथावर मद्यधुंद मनुष्य एकमेकांवर कोसळू लागले. मार्गातील सोहळ्यावर

प्रत्येकाची दृष्टी खिळून राहिली होती. मार्गात उभे राहून आनंद उपभोगण्याऐवजी नगरीच्या प्रवेशद्वारापाशी उद्वेगजनक कर्तव्य करावयास लागल्याने त्रासलेल्या दोन रक्षकांनी नित्याच्या तपासणीसाठी कर्णास थांबविले. त्यांनी त्याचे मुख कुतुहलाने निरखून पाहिले. त्याची वांछित मनुष्याच्या चित्राशी तुलना केली. दोहोत काहीही साम्य नव्हते. त्यामुळे त्यांनी आपली ठरलेली लाच घेतली आणि पुन्हा दृष्टिक्षेप न टाकता त्यास प्रवेश दिला.

प्रवेशद्वारातून आत गेल्यानंतर कर्णाने पथिकाश्रमात प्रवेश केला. तेथे त्याच्या कानी वार्तालाप पडला, त्यावेळी त्यास समजले की, हा वांछित मनुष्य तो स्वत: आहे. त्याच्या शिराप्रीत्यर्थ मोठे मूल्य आहे. सुदैवाने त्यास कुणी ओळखले नाही. परंतु आपल्या बालपणीच्या परिचयाची कुणी व्यक्ती भेटल्यास ह्या सर्वाचा उलगडा होणार हे त्याने जाणले. त्याची क्षुधा हरपली. भयाने त्याच्या पोटात गोळा आला, त्यास भोवळ आली. त्याच्या समक्ष मांडलेल्या पानावरील अन्नास त्याने स्पर्शही केला नाही. त्याने अन्नाचे शुल्क दिले आणि पान उचलले. त्याला ते अन्न तसेच ठेवायचे नव्हते. कुणासही संशय येऊ नये म्हणून तो ते पान घेऊन सावकाश बाहेर पडला- अन्न घरी घेऊन जाणाऱ्या इतर ग्राहकांप्रमाणे!

रात्रभर कुठेतरी लपणे आवश्यक होते. आगामी दिवशी कसातरी प्रांगणात प्रवेश करून राजपुत्रांना आव्हान द्यावयाचे होते. कदाचित त्याला स्वत:चे कौशल्य दर्शविण्याची संमती मिळणार नव्हती. कारण त्याने प्रवेशही करण्यापूर्वी त्यास बंदीवान करून त्याची हत्या केली जाण्याची शक्यता होती. आपल्या महत्त्वाकांक्षेपूर्तीसाठी त्याने जातीचाही अडथळा न मानल्याने सर्व भारतवर्ष त्याच्या शोधात होते. ह्या पवित्र भूमीत जपल्या जाणाऱ्या परंपरांची त्याने अवहेलना केली होती. त्याचे मूल्य त्याला द्यावे लागलेच असते. ''महादेवा,'' कर्णाने प्रार्थना केली. ''मला एक अधिक दिवस दे. त्यायोगे मी ह्या परिजनांना दर्शवू शकेन की, अल्पशी संधी दिल्यास सूतही किती महान कार्य साध्य करू शकतो.''

ते अन्न एका उकीरड्यावर फेकणार इतक्यात कर्णास एका वृक्षाखाली बसलेला भिक्षुक दिसला. त्या भिक्षुकाच्या अंगावर मस्तक टेकवून एक श्वान बसले होते. तेथे जाऊन कर्णाने ते अन्न त्याच्या सन्मुख ठेवले. भिक्षुकाने कृतज्ञतेने कर्णास पाहिले. त्याच्या नेत्रांतील भावाने कर्णाचे हृदय हेलावले.

''स्वामी, आमची क्षुधाशांती केलीत. आपण दयाळू आहात. मला अन्न पुरविणारे कृष्ण तुम्ही आहात.'' कर्णाची स्तुती करीत भिक्षुकाने हात जोडले.

कृष्णाच्या उल्लेखाने कर्णाच्या पाठीतून सरसरून काटा आला. तो पुन्हा भयभीत झाला. 'मी वांछित मनुष्य आहे हे हा भिक्षुक जाणतो का? कालांतराने रक्षकांनी ह्यास पृच्छा केल्यास ह्या भिक्षुकास माझ्या मुखाचे स्मरण होईल. येथून त्वरित प्रस्थान ठेवणे आवश्यक आहे.'

''स्वामी, आपण मला दुसऱ्यांदा अन्न दिलेत. आपण नगरीत प्रवेश केला, त्याचसमयी मी आपणास ओळखले होते. हे सर्व परिजन चुकीचे मुख शोधत आहेत.

आपल्या मातेच्या हातच्या अन्नाची रुचि मी कशी विसरेन? माझ्या बालपणी मी एका मित्रासह आपल्या सदनी आलो होतो; त्या रात्री आपण शौर्याने तक्षकास रोखले होते. स्वामी, आपणास माझे स्मरण आहे का?''

कर्णास आता त्याचे स्मरण झाले. 'त्या रात्री प्रधानमंत्री विदुरासह आलेला अस्पृश्य बालक हाच होय. देवा! हा मला ओळखतो. आता सर्वकाही समाप्त झाले.' कर्णाच्या मनात विचार आला. दशसहस्त्र सुवर्णमुद्रा मिळाल्यास हा भिक्षुक ह्याने स्वप्नातही कल्पना केली नसेल इतका धनवान होईल. त्यांना अन्नदान करण्याच्या उर्मीस्तव कर्ण स्वत:स दूषणे देऊ लागला. पथिकाश्रमाच्या द्वारापाशी रक्षकांचा एक समूह आला होता. तो प्रत्येक प्रवाशास तपासू लागला. पलायन करावे की थांबावे हा निर्णय न करता आल्यामुळे कर्ण तेथेच असहायपणे उभा राहिला– ह्याने आपणास ओळखू नये अशी मनोमन प्रार्थना करीत!

''स्वामी, भयभीत होऊ नये. भगवान कृष्ण आपणासोबत नित्य आहेत. माझ्यावर विश्वास ठेवा, ह्या वृक्षावर चढा. तेथे वर एक ढोल आहे. त्यात एखादा मनुष्य लपू शकतो. त्वरा करा. चढा आता–'' जराने कळकळीची विनंती केली.

वृक्षाआड जात कर्ण त्या वृक्षावर चढला. चढताना त्याचे प्राण कंठाशी आले. 'हे अपराध्याप्रमाणे माझा पाठलाग का करीत आहेत?' तो ढोलीत लपून बसला आणि त्याने श्वास रोखून धरला. श्वान भुंकला तसे कर्णाने दाट पर्णमंडपाआडून खाली पाहिले. एक-दोन रक्षकांनी भिक्षुकापाशी जाऊन वस्त्रावरील चित्र त्याच्या मुखासमक्ष फडकविले. जर काहीतरी पुटपुटला. रक्षक त्यास चोप देऊ लागले. धर्माचे भुंकणे आणि जराचे कळवळणे ह्यामुळे परिजन थांबून रोखून पाहत आणि त्वरेने दूर निघून जात. आपण त्या रक्षकांना थांबवू शकत नाही, ह्या जाणीवेने कर्णास स्वत:चाच तिरस्कार वाटू लागला. 'दीक्षांत समारंभापर्यंत मला जगणे अनिवार्य आहे.' तो पुन:पुन्हा स्वत:स समजावू लागला. अंतत: श्वानास एका नि:सारण वाहिनीत लोटून रक्षकांनी प्रयाण केले. श्वान तेथेच विव्हळत पडून राहिला. कर्णाच्या जिवात जीव आला. जर कृष्णाचे नामस्मरण करू लागला.

जरास उर्वरित अन्न देण्यास्तव कर्णास स्वत:चा अभिमान वाटला होता. जराने दर्शविलेल्या आदरामुळे त्याच्या मनात उच्चत्वाची आणि महत्त्वाची भावना निर्माण झाली होती. परंतु आता जराने त्याच्यासाठी जे काही केले, त्यानंतर त्यास स्वत:चे क्षुद्रत्व जाणवले. 'ह्या भिक्षुकाने केवळ उर्ध्वदिशेस अंगुलीनिर्देश केला असता तर ह्यास विपुल संपत्ती मिळाली असती. ती नाकारण्यास हा का प्रवृत्त झाला असावा? ह्यास मिळालेल्या अल्प अन्नामुळे की माझ्या क्लांत मनास उमगत नाही अशा एखाद्या अगम्य गोष्टीमुळे?'

रात्र अग्रेसर झाली, तशी मार्गावरील दाटी विरळली. पथिकाश्रमाचे द्वार अंतत: मिटले. आभाळात सहस्त्रावधी तारकांची उधळण झाली होती. जर एक सुरावट गुणगुणू लागला. विव्हळणे थांबवून श्वान जरा निकट सरसावले. जराचे प्रेमळ हात त्या प्राण्याचे मस्तक कुरवाळू लागले. रात्र शांत होती, जणू तिला कशाचीतरी अपेक्षा होती. जर आनंदी गीत गाऊ लागला. सुखद वायुलहरीने वृक्षाची पाने सळसळली. कोमल धुक्याप्रमाणे

शांततेने अलगद येत कर्णाच्या देहावर आच्छादन घातले. जराच्या गीतात आयुष्य सुंदर बनविणाऱ्या देवाची कृपा आणि स्नेह ह्याचे वर्णन होते, मनुष्याच्या दयाळूपणामुळे येथील जीवन स्वर्गवत् कसे बनते ह्याचे वर्णन होते. ते ऐकत कर्णाने शांत निद्रेच्या जगती प्रवेश केला.

१८. दीक्षांत समारंभ

द्रोणांचे आगमन होताच सर्व उपस्थित आदरपूर्वक उभे राहिले. पित्यासह आलेला अश्वत्थामा तत्काळ सुयोधनानिकट गेला, त्यामुळे द्रोण संतापले. गुरू समीप पोहचताच कुंतीने हात जोडून अभिवादन केले. अर्जुन गुरूंच्या पाया पडला तसे उर्वरित पांडवही गुरूंच्या कृपाप्राप्तीस्तव प्रयास करू लागले.

नम्रपणे पायापाशी नतमस्तक स्थित अर्जुनास द्रोणांनी प्रेमाने उठविले. त्या सुस्वरूप पांडवाचे अवलोकन करताना त्यांच्या मनात विचार आला, 'मला अर्जुनाप्रमाणे पुत्र असता तर? माझ्या निजपुत्रास विधिलिखित का समजू नये? भविष्यकाळ पांडवाचा आहे. जेत्या पक्षात सहभागी होणे श्रेयस्कर ठरते.' त्या सभेत ज्या पद्धतीने मनुष्यांनी स्थानग्रहण केले होते त्यावरून ते स्पष्ट व्यक्त होत होते. धौम्यांच्या छत्राखाली सर्व पुरोहित पांडवांसह उभे होते. कौरवांच्या पक्षात उभा एकमेव ब्राह्मण होता–कृप. त्यांना महाधिपतींनी आवर्जून आमंत्रण दिले होते. कदाचित, धौम्य क्वचित म्हणतात त्याप्रमाणे भीष्मात वार्धक्याची चिन्हे जाणवू लागली आहेत. अन्यथा राजसभेत कृपाच्या उपस्थितीचे प्रयोजन काय? ह्या विदूषकाचे येथील आचरण तर पाहा–खाद्यपेये पुरविणाऱ्या सेवकांशी गोष्टी, चेष्टाविनोद करणे, कनिष्ठांच्या पाठीवर गंमतीने थाप मारणे आणि सभेचा अथवा तेथे उपस्थित स्त्री–पुरूषांचा सन्मान न राखणे. आता हे सर्व सहन करणे क्रमप्राप्त आहे. कुंतीसमीप बसलेल्या ब्रह्मवृंदात निर्माण झालेला क्रोध द्रोणांस जाणवला. प्रकटरीत्या चाललेल्या रूढीभंगामुळे ते सर्व संतप्त झाले होते. द्रोणांशी दृष्टिभेट होताच कृपांनी अनौपचारिकरीत्या हात हलविला, शिवाय कृत्रिम आदराने लवण्याचे धार्ष्ट्यही केले. केवळ योगबळाने प्राप्त केलेले स्वनियंत्रण पणास लावल्यानेच द्रोणांना आपल्या संतापाचा विस्फोट टाळणे शक्य झाले.

"गुरुवर्य, अनेक वर्षांपूर्वी एका अबला विधवेने तिचे पुत्र आपल्या स्वाधीन केले होते, त्यांचे आपण गुणवान पुरुषांत रूपांतर केले आहे." नम्रपणे आणि कृतज्ञतेने हात जोडून कुंती म्हणाली.

"देवी, त्यांच्या हृदयात सौजन्य आणि कलागुणांची बीजे उपजत आहेत. ह्या बीजांमधून वृक्ष निर्माण होताना मी प्रसंगोत्पात सिंचन केले इतकेच! आज ह्या सर्वांचा आपणास अभिमान वाटतो. ह्यांसम शिष्य मिळाले हे मी माझे भाग्य मानतो." गुरू

सौजन्यपूर्वक उत्तरले. गुरूंनी अर्जुनास निकट ओढले आणि त्या सस्मित, उंच युवकास ते पाहू लागले. त्यांचे हृदय हेलावले. 'माझा पुत्र ह्या पुरुषाप्रमाणे निपजला असता तर?- किती नम्रता, किती कौशल्य- परिपूर्णतेची सगुण मूर्ती! अश्वत्थामा पवित्र वेदांतील सर्व गोष्टींवर कायम वितंड का करतो? आणि सुयोधनासम निरुपयोगी स्नेह का करतो? उलटपक्षी अर्जुन धौम्यांसह सर्व विद्वानांचे भाषण प्रतिप्रश्न न करता मान्य करतो. शास्त्रकर्त्या पुरुषांची महानता जाणण्याइतका आणि म्हणूनच शास्त्रातील नीतिनियमांचे विनाक्षेप पालन करण्याइतका तो चतुर आणि नम्र आहे.'

"गुरुवर्य, अर्जुनास ह्या जगातील सर्वश्रेष्ठ धनुर्धर बनविण्याचे वचन आपण मला दिले होते. आपल्या सर्व इच्छा-आकांक्षाच्या परिपूर्तीचा सुदिन आज उगवला आहे. ही अबला विधवा आपली कायम ऋणी राहील."

"देवी, आज तुझे पुत्र सर्वांहून श्रेष्ठ ठरतील ह्याविषयी आशंका नसावी. अर्जुनाशी स्पर्धा करू शकेल असा अन्य धनुर्धर ह्या भारतवर्षात आहे का? भालाफेकीत युधिष्ठिराहून अधिक कुशल कुणी आहे का? बळ आणि कौशल्य ह्याचा संगम कसा करावा हे भीम तुला दर्शवेल. ह्या लोभस शठापुढे तो उद्धट सुयोधन मूढ ठरेल. तसे पाहता सुयोधनही गदाचालनात मंदमती नाही, परंतु भीमास कोण हरवू शकेल? नकुल-सहदेव उत्तम तलवारचालक आहेत. त्यांचा प्रतिकार करताना मलाही भय वाटते. तुला उत्तम पंचपुत्र लाभले आहेत. मी माझे वचन पूर्ण केले आहे, हे तुला आज समजेल." द्रोण म्हणाले.

भीष्मांनी सभेत प्रवेश केला. आपणास पाहणारी युवा वदने पाहून त्यांचा ऊर अभिमानाने फुलला. आजचा दिन ह्या राजपुत्रांच्या आयुष्यातील महत्त्वाचा दिन आहे. हस्तिनापुराचे भविष्य ह्यांचे हाती आहे. उजव्या अंगास युधिष्ठिर आणि त्याचे तेजपुंज बंधू स्थित होते. डाव्या अंगास सुयोधनाच्या नेतृत्वाखाली धृतराष्ट्राचे पुत्र उभे होते. महाराजांचा स्वीय साहाय्यक आणि लिपीक संजय अंध राजदंपतीस त्या अद्भुत प्रसंगाचे वर्णन सांगत होता. कुंती, धौम्य आणि द्रोण एकत्र स्थित होते. भीष्मांनी त्यांच्या अभिवादनाचा स्वीकार केला. परंतु सुयोधन मात्र सभोवतालच्या दंभापासून अलिप्त व आढ्यतापूर्ण भासत होता. ते पाहून महाधिपतींच्या मुखावर स्मित उमटले.

सभेतील कुजबूज लोपली आणि सर्व नेत्र महाराजांनिकट स्थित भीष्मांकडे वळले. त्यांनी भोवतालचे अवलोकन केले आणि उर्जा व उत्साहाने सळसळत्या, दीक्षाप्राप्तीस उत्सुक युवकांस उद्देशून ते म्हणाले, "पुत्र हो, आज तुमच्या आयुष्यातील महत्त्वपूर्ण दिन आहे. आज तुम्ही आपल्या बाल्यावस्थेस मागे सारून पुरुष होणार आहात. तुम्ही गुरू द्रोणांच्या मार्गदर्शनाखाली प्रशिक्षण पूर्ण केले आहे. तुम्ही सर्वजण त्यांना भूषणावह आहात. आज हस्तिनापूर आणि संपूर्ण भारतवर्ष काही अपेक्षेने तुम्हांस पाहत आहे. तुम्हीच आमचे भविष्य आहात. गतकाळी आपल्या देशाने अनेक संघर्ष आणि आव्हाने पेलली आहेत. परंतु ह्यापुढील काळात भारतवर्ष कसे मार्गक्रमण करणार हे युवकच ठरवतील. आम्ही सर्वजण आशावादी हृदयासह येथे उपस्थित आहोत. एके दिनी आपल्या पित्यापश्चात सुयोधन ह्या प्राचीन भूमीचा राजा होईल. हे महान उत्तरदायित्व पेलण्यास

आवश्यक ज्ञानचातुर्य गुरूंनी त्यास प्रदान केले असेल ह्याची मला ग्वाही आहे. राज्यपाल, मंत्री, सेनापती, प्रशासक इत्यादी विविध महत्त्वपूर्ण पदे तुम्ही सर्वजण भूषवाल. उपदेश ऐकणे रुचत नाही असे सद्यकाली तुमचे वय आहे हे मी जाणतो; परंतु उपदेश करण्यात रूचि असण्याचे माझे वय आहे.''

सर्वजण हसू लागले, तसा भीष्मांनी किंचित विराम केला. त्यांच्या धीरगंभीर मुद्रेवर स्मित उमटले. ''माझ्या उपदेशाचा प्रथम भाग असा की, दीक्षाप्राप्ती दिन म्हणजे आपल्या शिक्षणाची समाप्ती असे समजू नका. शिक्षण ही एक संतत प्रक्रिया आहे. तुमच्या प्रशिक्षणाने तुम्हांस ह्या अनंत प्रवासासाठी सज्ज केले आहे. सर्वांकडून, सर्व स्थानावरून आणि सर्वकाही शिकून घ्या. प्रत्येक क्षणी शिका. ही महान कालदेवता तिच्या निवासस्थानी आपणास बोलवेल, तेव्हा ही एकच संपत्ती आपण आपल्या वारसांसाठी ठेवून जाणार आहोत. माझा द्वितीय उपदेश असा आहे की, जेव्हा तुमच्या हाती सत्ता येते; तेव्हा तिच्यासोबत अनेक सापळेही येतात. त्यातील अनेक सापळे उचित निर्णय घेण्यात अडथळे निर्माण करतात. जेव्हा काय करावे हे तुम्हांला उमजत नाही, तेव्हा योग्य किंवा अयोग्य ठरविण्यासाठी एक मंत्र मी तुम्हाला देतो. तुमचा कोणताही निर्णय काही जणांवर हितकर परिणाम करील, तर इतर जणांवर अहितकर. एखाद्या विशिष्ठ समूहासाठी हितकर निर्णयाऐवजी कायम अधिकाधिक परिजनांच्या दृष्टीने हितकर असेल तोच निर्णय योग्य!''भीष्म थबकले आणि त्यांनी धौम्यांकडे पाहिले. त्या ब्राह्मणाने निर्विकार प्रतिदृष्टीने महाधिपतींकडे पाहिले. ''मी तुम्हाला सुयश चिंतितो!'' आपल्याकडे पाहणाऱ्या युवकांना पाहत भीष्म म्हणाले. त्या युवकांमधील जाज्वल्य उत्साहाने प्रज्वलित होऊन त्यांना स्वतःची युवावस्था परत येत आहे असे भासले. भीष्मांनी नाट्यमयरीत्या आपली तलवार उपसली आणि उंचावली. ''कुरु वंशाच्या पुत्रांनो, आपल्या देशाचे नाव उन्नत करा. कर्तृत्ववान मनुष्यात काय क्षमता असते हे जगास दाखवा. बाहेर प्रांगणात तुमचे देशबांधव तुमची प्रतीक्षा करीत आहेत. तुमचे भविष्यात स्वागत आहे.''

भीष्मांचा संपन्न, सखोल, गंभीर स्वर सभेत घुमला आणि त्यामुळे सभा भारावली. शंख, ढोल, रणशिंगे आणि तुताऱ्या ह्यांचे ध्वनी एकमेकांत मिसळून आनंददायक कर्णकटू ध्वनिमाला निर्माण झाली. महाराज उठले, तशी रक्षकांनी सभेची भव्य द्वारे उघडली. युवा योद्धे त्वरेने बाहेर जाऊ लागले.

***

राजमार्गावरून मान्यवर स्त्री-पुरूष, राजपुत्र आणि प्रतिष्ठित जन चमकत्या रथातून किंवा सुसज्ज हत्ती किंवा उत्तम अश्वांवरून त्वरेने प्रांगणाच्या दिशेने जाऊ लागले. राजमार्गाच्या दोन्ही अंगास उफाळलेला जनसमुदाय त्यांना उत्साहाने प्रोत्साहन देऊ लागला. शोभायात्रा भव्य प्रांगणात येताच, तेथील प्रचंड समुदाय निद्रेतून जागणाऱ्या राक्षसाप्रमाणे उठून उभा राहिला. मान्यवर आसनावर बसले त्यावेळी तर ढोल, शंख आणि शीळ ह्यांचा कर्णकटू ध्वनी अवकाशात दुमदुमला. जनसमुदायास हात हलवून अभिवादन करीत राजपुत्र रिंगणात दौडू लागले. महासोहळ्यास आरंभ झाला.

अस्पृश्य आणि हीन जातींसाठी आरक्षित आसनांवरील वीस सहस्त्रजणांमध्ये एक काळाकभिन्न युवक निर्विकारपणे नेत्रपापणीही न हलवता बसला होता. त्याच्याभोवतीने मुक्तपणे स्वैर नाचणारे युवक, त्या कोलाहलात त्याच्या अशा पाषाणवत् बसण्याने अस्वस्थ झाले. त्याचा उजवा हात धोतराच्या निऱ्याआड लपविलेला होता. गुरूंच्या आदेशानुसार अंगठा कापल्यानंतर निर्माण झालेल्या शारीरिक वेदना केव्हाच शमल्या होत्या, परंतु त्याच्या मनातील इजा भरून येत नव्हती. हातावर अजूनही अंगठ्याचे रिक्त स्थान उपस्थित होते. एकलव्याच्या मनात अंगठ्याचा विचार येताच ती वेदना नव्याने उफाळून येई.

मान्यवरांसाठी उपयोजित प्रवेशद्वाराबाहेरील भिक्षुक आणि किरकोळ विक्रेते ह्यांच्या समुदायात अन्य एक युवक बसला होता. तो रिंगणात प्रवेश करण्याच्या संधीच्या प्रतीक्षेत होता. प्रेक्षागृहात प्रवेश करणे एरवी सुलभ होते. परंतु अस्त्रे घेऊन आत शिरणे कठीण होते. सुरक्षा व्यवस्था कठोर होती. प्रेक्षकांकडे सापडलेले कोणतेही अस्त्र रक्षक जप्त करीत. ही अंतिम संधी आहे हे कर्णास ज्ञात होते. कसेही करून धनुष्य आणि बाणांचा भाता घेऊन रिंगणात जाणे आवश्यक होते. जनसमुदायास निरखीत जर समाधानाने धर्मासह बसला होता. भिक्षुकांना प्रवेशास बंदी होती. परंतु त्याविषयी त्यास आक्षेप नव्हता. पथावरील जीवनही रिंगणातील जीवनाप्रमाणेच होते, कारण तेथे रिंगणातही मनुष्य वैभवासाठी स्पर्धा करणार होते आणि भविष्यातील युद्धासाठी स्वत:स सिद्ध करणार होते. प्रत्येकवेळी रिंगणातून प्रशंसोद्गार येई त्यावेळी कर्णाच्या मनावर ताण येई. जराने त्याच्या पाठीवर थोपटून देवावर विश्वास ठेवण्यास सांगितले. 'देव तुला कधी अंतर देणार नाही.' असे तो म्हणाला. काही अवधीनंतर त्या भिक्षुकाच्या सततच्या उपदेशामुळे कर्णाचे आधीच तणावलेले मन त्रासून गेले आणि त्याने जरास शांत राहण्यास दटावले. जराने त्या महत्त्वाकांक्षी युवकास पाहून स्मित केले, तथापि त्याच्या पाठीवर आश्वासक हात ठेवण्यास तो विसरला नाही.

रिंगणात गुरू द्रोणांच्या शिष्यांनी आपले युद्धकौशल्य आणि अश्वचालनाच्या प्रेक्षणीय प्रदर्शनाने प्रेक्षागृहास खिळवून ठेवले. प्रेक्षक त्यांना मनसोक्त प्रतिसाद देऊ लागले. परंतु प्रेक्षकांना वाटणाऱ्या नवलाचा गुरूंवर काहीच परिणाम झाला नाही. 'द्रोणांचे शिष्य इतके प्रभावी असावेत ह्यात नवल ते काय?' ते आपल्या आसनावर आढ्यतेने बसून राहिले. त्यांना प्रतीक्षा होती भीम-सुयोधन द्वंद्वाची अन् अर्जुनाच्या धनुर्विद्येतील प्रदर्शनाची! तो आपल्या नैपुण्याने सर्वांना मंत्रमुग्ध करील ह्याची त्यांना ग्वाही होती.

द्रोणांनिकट खिन्न अश्वत्थामा बसला होता. पित्याने त्यास स्वत:चे धनुष्य-बाण आणण्याची बंदी केली होती. त्या महासोहळ्यात सहभागी होण्यासाठी अश्वत्थाम्याने पित्याची अनेक आर्जवे केली होती. परंतु द्रोण ओरडले की, तो महासोहळा केवळ हस्तिनापुराच्या राजपुत्रांसाठी आहे. अश्वत्थाम्याने प्रत्युत्तर केले की, त्यांच्यामधील गुरू स्वत:च्या पुत्राच्या कौशल्याचे दमन करीत आहे. परंतु द्रोण बधले नाहीत. अश्वत्थाम्याने जहाल टिप्पणी केली की, माझ्या हातून अर्जुन पराभूत होईल ह्याचे आपणास भय आहे.

ह्या टिप्पणीने द्रोण संतापले. कारण त्यात सत्याचा अंश होता. त्यांनी संतापाने पुत्राच्या गालावर चपराक मारली. दु:खी अंत:करणाने अश्वत्थामा बाहेर गेला, तसा द्रोणांना आपल्या कृत्याचा पश्चाताप झाला. आताही त्यांची दृष्टी आपल्या पुत्रावर होती. तो सुयोधनाच्या सोबत राहण्याऐवजी आपल्या निकट बसला आहे ह्याचा त्यांना मनोमन आनंद झाला.

* * *

सुयोधन आणि भीमातील द्वंद्वाचा आरंभ झाल्यावर कर्णास संधी मिळाली. कधी ह्या तर कधी त्या राजपुत्रास प्रोत्साहन देण्यात रक्षक गुंगलेले असताना कर्ण रक्षकांच्या नकळत प्रांगणात शिरला. प्रेक्षागृह पूर्णपणे व्यापलेले होते, परंतु एका ग्रामवासीयाने किंचित सरून कर्णास बसण्यास स्थान दिले. कर्णाच्या धनुष्याकडे पाहताच तो त्रासला. कर्णाने सभोवतालच्या नेत्रांकडे दुर्लक्ष केले आणि शक्य तितके अलक्षित राहण्याचा प्रयत्न करीत तो त्या दोन राजपुत्रांमधील द्वंद्व पाहू लागला. भीम सुयोधनाहून एक हात उंच होता. तो आडदांड आणि बलदंड होता. ती अवजड गदा त्याच्या भव्य हातात केवळ दंडासम भासत होती. पाय पसरून तो युद्धाच्या पवित्र्यात उभा होता. हातातील गदा परजत सुयोधनास क्रोधप्रवृत्त करण्याचा यत्न करीत होता. भीमास प्रोत्साहन देणाऱ्या ब्राह्मणसमूहाचे नेतृत्व धौम्य करीत होते. हस्तिनापुर नगरामधील बहुसंख्य सामान्य परिजनांस युवराजाचा परिचय होता. कारण तो वारंवार त्यांच्या वस्तीस भेट देई आणि मार्गावरून भ्रमण करतानाही दृष्टीस पडे. युवराजाने विजयी व्हावे अशी त्यांची इच्छा होती. परंतु त्या दोन योद्ध्यांच्या देहयष्टितील विषमता पाहून तेथे अस्वस्थ शांतता पसरली होती. परंतु, प्रेक्षागृहात नगरवासीयांहून अधिक संख्येने ग्रामवासी आणि बाह्यवस्त्यांमधील रहिवासी होते. त्यांच्या दृष्टीने भीम हा नायक होता आणि सुयोधन हा उद्धट राजपुत्र होता! कारण भाट गायक अशाच अर्थाची कवने गात असत. त्यामुळे ते परिजन तेच खरे मानत असत. त्या भोळ्या जनांस हे ज्ञात नव्हते की, भाट जनांस विपुल धन देणाऱ्या कुणाचीही ते आपल्या गायनातून स्तुती करतात. सत्य हवे तसे वाकविताही येते आणि ते विकतही घेता येते.

सुयोधनाने प्रतिष्ठितांच्या आसनव्यवस्थेवरून दृष्टी फिरविली, तसे त्याला त्यांमध्ये 'ते' सुंदर नयन दिसले. तिला पाहताच त्याचे हृदय प्रेमाने फुलले. त्याने गदा उंचावून तिला संकेत दिला. आसनावरून उठून सुभद्रेने हात हलवून प्रतिसाद दिला. भीमाने प्रथम प्रहार करताच सुयोधनाने जाणले की, हे केवळ प्रदर्शनात्मक द्वंद्व नाही. भीमाच्या गदेतील मृत्यू सुयोधनाच्या हालचालीनुसार नर्तन करीत होता. त्या आडदांड पांडवाने पिसाट हत्तीप्रमाणे सुयोधनावर आक्रमण केले, तशा मान्यवर प्रेक्षकांच्या प्रोत्साहनपर गर्जना वाढल्या. प्रेक्षागृहातील दरिद्री वर्गात आरंभी अस्वस्थ शांतता होती, परंतु लवकरच समाजातील श्रेष्ठ वर्गाचे तेही अनुकरण करू लागले; कारण युवराज पराभूत होणार ह्याची त्यांना निश्चिती वाटू लागली. सुयोधन एक हरणारी लढाई लढत होता. सर्व जगास त्याच्या पराभवाची इच्छा होती, तरीही तो एकाकी लढत देत होता.

भीम प्राणहरणाच्या उद्देशाने त्वेषाने आक्रमण करू लागला. वरिष्ठांपैकी कुणीच त्याला थांबविण्यासाठी हस्तक्षेप केला नाही. सर्वांना सुयोधनाचा पराभव अपेक्षित होता. धौम्यांचा ब्राह्मणसमूह आनंदाने उन्मत्त झाला. कोणत्याही क्षणी सुयोधनाचे पतन होईल. अशा सार्वजनिक पराभवानंतर, त्याचे प्राण वाचले तरी हस्तिनापुराच्या राजसिंहासनावरील त्याचा दावा क्षीण होईल. सनातन्यांना प्रिय युधिष्ठिराचा मार्ग त्वरेने मुक्त होऊ लागला होता. मान्यवरही युवराजाच्या अटळ पतनाची प्रतीक्षा करू लागले. परंतु सुयोधनाने प्रयत्न सोडले नाहीत. धैर्य आणि निश्चयाने तो आक्रमण परतवीत राहिला. नकळत मतप्रवाह पांडवाच्या विरोधी दिशेस कलू लागल्या. सुयोधनास आपला पितृतुल्य मार्गदर्शक बलरामाचा उपदेश आठवला. वैयक्तिक अभिमानाऐवजी महान ध्येयासाठी लढावे. त्यासरशी त्याचे प्रहार अधिकाधिक प्राणघातक होऊ लागले.

तपस्व्यांची इच्छा डावलून एका अंधाचा पुत्र अधिक सामर्थ्य आणि दैवी वंश लाभलेल्या व्यक्तीविरुद्ध अंत:करणपूर्वक लढू लागला. ब्राह्मणसमूहाने स्वसामर्थ्यावर विश्वास ठेवणाऱ्या सुयोधनास अशुभ अवतार मानले होते. परिस्थितीस लागलेले हे वळण त्यांच्या पचनी पडेना. त्यांनी आधाराकरिता कृष्णाकडे पाहिले. परंतु त्या यादवाच्या सुस्वरूप वदनावर नित्याप्रमाणे स्मित विलसत होते. मान्यवर आणि ब्राह्मणांमधून मिळणारे प्रोत्साहन हळूहळू विरू लागले. परंतु सामान्य जन बसले होते त्या आसनांवरून कोलाहल वाढू लागला आणि सुयोधनाप्रीत्यर्थ प्रोत्साहनपर गर्जनांनी कानठळ्या बसू लागल्या. पुरोहितांचा स्वत:च्या दृष्टीवर विश्वास बसेना. 'इतकी वर्षे युवराजाविषयी असत्य कथा पसरविण्याचे कष्ट व्यर्थ जाणार की काय? खलनायक हा सामान्य जनांचा नायक बनण्यापूर्वी काहीतरी करणे आवश्यक आहे!'

आश्चर्यचकित होऊन द्रोण हा प्रसंग पाहत होते. आपल्या पाठीवर रोखलेली कुंतीची रुष्टदृष्टी त्यांना जाणवू लागली. त्यांना आपले वचन पाळता आले नव्हते.

"कसेही करून हे द्वंद्व थांबवा." धौम्य द्रोणांच्या कानात कुजबुजले.

गुरू क्षणभर अडखळले. मार्गदर्शनासाठी त्यांनी कृष्णाकडे पाहिले. त्यानंतर ते उठले आणि रिंगणाकडे जात त्यांनी द्वंद्व थांबविण्याची आज्ञा केली. सुयोधनाने गुरूंकडे दुर्लक्ष केले आणि आपल्या लाभदायक स्थितीतून अधिक लाभ मिळविण्याचा प्रयत्न केला. "भीमा, तुझी गदा फेकून दे!" द्रोण ओरडले.

प्रथमक्षणी त्या आडदांड पांडवास त्यांचे बोलणे समजलेच नाही. त्याने नेत्रांची उघडमिट केली. अखेर त्या आज्ञेचा अर्थ ध्यानात आल्यावर त्याने गदा फेकून दिली आणि आपल्या क्रुद्ध प्रतिस्पर्ध्यासन्मुख नि:शस्त्र उभा राहिला. भीमाच्या मस्तकापासून काही अंगुली अंतरावर सुयोधनाची गदा थांबली. द्रोणांनी सुयोधनाचा स्वभाव अचूक जाणला होता. नि:शस्त्र प्रतिस्पर्ध्यावर तो वार करणार नाही हे त्यांना ज्ञात होते. मान्यवरांनी सुटकेचा नि:श्वास सोडला. हे केवळ मैत्रीपूर्ण द्वंद्व आहे, युद्धभूमी नाही ह्याचे विस्मरण झाल्या कारणे द्रोणांनी राजपुत्रास समज दिली. सुयोधनाने मौन पाळले. आपले समर्थन करणे व्यर्थ आहे हे त्याने जाणले होते. उन्नत मस्तकाने तो गुरुंना केवळ एकटक पाहत

राहिला. अखेर द्रोण थकले. भीम गंभीर झालेल्या मातेपाशी गेला आणि सुयोधन एकटाच निघून गेला. अवाक् प्रेक्षक केवळ सर्व पाहात राहिले.

"धिक्कार असो!" अस्पृश्यांच्या आसनविभागातून एक स्वर वातावरण भेदून गेला. सर्वांची दृष्टी एकलव्याकडे वळली. कल्पनातीत घटना घडत होती- एक अस्पृश्य गुरूविषयी त्याचे मत मांडत होता. ब्राह्मणांच्या आसनविभागातून निषेध व्यक्त झाला. ह्या नतद्रष्टास धरून त्याच्या उद्धटपणाबद्दल त्यास शासन करावे अशा मागण्या महाराज आणि महाधिपतींना उद्देशून केल्या गेल्या. भीष्मांची मुद्रा निर्विकार होती आणि धृतराष्ट्र त्यांच्या आसनावर निश्चल बसले होते. निषादाच्या टिप्पणीनंतर प्रगटलेल्या कृपांच्या उपहासात्मक हास्यामुळे मान्यवर आणि पुरोहितांची अवस्था अधिक दयनीय झाली. काहीतरी ठाम कृती केली नाही तर गोष्टी नियंत्रणाबाहेर जाण्याचे भय होते.

"अर्जुन!" कुंती उद्गारली. हा संकेत उचलून पुरोहित मध्यम पांडवाच्या नावाचा घोष करू लागले. तत्काळ त्यांच्या मुद्रा आशेने उजळल्या. ही परिस्थिती बदलण्याची क्षमता केवळ त्या श्रेष्ठ धनुर्धरात होती.

आपल्या प्रिय शिष्याच्या नावाची घोषणा करण्यास द्रोण उभे राहिले. "हस्तिनापुराच्या नागरिकांनो, आतापर्यंत तुम्ही जे पाहिले, ते तुम्ही ह्यानंतर जे पाहणार आहात त्याच्या तुलनेत नगण्य ठरेल." घोषणा परिणामकारक होण्यासाठी किंचित थबकून द्रोणांनी सभोवताली पाहिले. त्यानंतर घनगंभीर स्वरात त्यांनी घोषणा केली. "सावधान! जगातील सर्वश्रेष्ठ धनुर्धर अर्जुन..."

उत्तम अश्वांनी सज्ज सुवर्णरथाने प्रांगणात प्रवेश केला आणि द्रुतगतीने रिंगणास प्रदक्षिणा घातल्या. रथात अर्जुन देवाप्रमाणे उभा होता. बहुमूल्य रेशमी वस्त्रे आणि चमकत्या रत्नजडित आभूषणांमुळे तो इतका सुस्वरूप आणि मान्यवर दिसत होता की, अनेक युवती त्याच्याकडे लालसा आणि प्रीतीने पाहू लागल्या. मान्यवरांच्या आसनविभागापुढून द्रुतगतीने जाताना त्याने विलक्षण कौशल्याने अनेक तीर सोडले, जे प्रत्येक मान्यवराच्या पायांसमीप रुतले- जणू त्यांना अभिवादन करण्यासाठी ही त्या धनुर्धऱ्याने दिलेली प्रथम मानवंदना होती- अशक्यसे प्रभावी प्रदर्शन! पुष्पहारधारक एक तीर त्याने हस्तिनापुराच्या ध्वजाच्या दिशेने सोडला. त्या फडफडणाऱ्या ध्वजास पुष्पहार घालून तो तीर पार झाला. जनसमुदायाने टाळ्यांचा कडकडाट केला. त्यानंतर विविध अंतरावर ठेवलेल्या लक्ष्यांवर अर्जुनाने डौलाने आणि लयीने प्राण सोडले. जनसमुदाय संमोहित झाला. सुयोधन आणि भीमामधील द्वंद्वाचे त्यांना विस्मरण झाले. अर्जुनाने त्यादिवशी मान्यवरांची मानहानी टाळली.

गुरूंचा ऊर अभिमानाने ओथंबला. गुरू कुंतीकडे वळून म्हणाले, "देवी, मी माझे वचन पाळले आहे." कुंतीने आभार मानण्यापूर्वीच एक तीर द्रोणांच्या पायाशी येऊन पडला. चकित होत गुरूंनी आपल्या प्रिय शिष्यास पाहिले. परंतु अर्जुनाचा रथ स्थिर होता. एक अन्य युवक त्या स्थिर रथासमक्ष धनुष्यबाण घेऊन उभा होता. द्रुतगतीने लक्ष्यवेध घेत बाणामागून बाण सोडत त्याने सादरीकरणास कठीण असे अभिवादनही

लीलया सादर केले. सर्व बाण मान्यवरांच्या पायापाशी पडले. औद्धत्य वाटावे इतक्या लीलया आणि डौलाने त्या युवकाने विनासायास अर्जुनाची कृत्ये स्वत: करून दाखविली.

या आव्हानाने अर्जुनाचा अहंकार डिवचला गेला. तो रथातून खाली उतरला आणि अधिक दूरवरील लक्ष्याचा वेध घेऊ लागला. त्या प्रतिष्ठित राजपुत्राच्या दुर्दैवाने अर्जुनाने धनुष्याच्या प्रत्यंचेवर बाण ठेवण्याआधी तो आव्हानकर्ता प्रत्येक लक्ष्यावर तीर सोडू लागला. मंत्रमुग्ध जनसमुदाय त्या अपरिचित धनुर्धाऱ्यास प्रोत्साहन देऊ लागला. त्या दोन स्पर्धकांमधील विरोधाभास अतिशय लक्षणीय होता. अर्जुनाने एखाद्या उच्चकुलीन क्षत्रियाप्रमाणे उत्कृष्ट वेश परिधान केला होता. तेजस्वी सुवर्णलंकार, रत्नजडित मुकुट आणि सुवर्णलेपित धनुष्य ह्यासह तो सुसज्ज होता. स्वर्गातून नुकत्याच अवतरलेल्या देवाप्रमाणे तो दिसत होता. त्याचा आव्हानकर्ता जीर्ण वेशात, मुकुटहीन मस्तकासह, अनवाणी पायाने उभा होता. नीच कुलोत्पन्न दरिद्री सामान्य मनुष्य नुकताच पथातून चालत आल्याप्रमाणे तो भासत होता. तो प्रेक्षागृहातील एखाद्या क्षुल्लक सामान्य प्रेक्षकाप्रमाणे भासत होता.

उच्चकुलीन पुन्हा भयग्रस्त झाले. कुंती मूर्च्छित झाली. सामान्य मनुष्याने असे नेत्रदीपक प्रदर्शन करण्याने मान्यवर क्रुद्ध झाले. ह्या महासोहळ्याचा मुहूर्त काढणाऱ्या ज्योतिषाकडे ते वळले. सर्व ग्रह राजपुत्रांच्या विरोधात कटकारस्थान करीत आहेत असे भासू लागले. द्रोण पुन्हा रिंगणाच्या केंद्रस्थानी गेले. त्यांना दिसले की, अर्जुनाचे हात कंप पावत आहेत आणि भयग्रस्त झाल्याने तो चुका करीत आहे. जगातील सर्वश्रेष्ठ धनुर्धाऱ्याची रेशमी वस्त्रे घामाने भिजली आहेत आणि त्याचा आव्हानकर्ता शांत व ठाम उभा आहे, एकापाठोपाठ एक द्रुतगतीने तीर सोडत आहे.

“थांबा!” द्रोण ओरडले. दोन्ही युवकांनी धनुष्ये खाली ठेवली. त्यांच्याकडे वळत दोघांनी वाकून अभिवादन केले. उपहासाने ओतप्रोत भरलेल्या स्वरात द्रोणांनी त्या सामान्य वेशधारी युवकास विचारले, “हा सोहळा राजपुत्रांसाठी आयोजित केलेला आहे. आपला पिता कोणत्या राज्याचा राजा आहे हे मला कळू शकेल का?”

प्रेक्षागृहातील आसनांवरून उमटलेला हास्यकल्लोळ त्या युवा योद्धयाच्या कानावर कडकडाटाप्रमाणे आदळला. अर्जुनाने सुटकेचा नि:श्वास सोडला. त्या अपरिचिताने उत्तर देण्यापूर्वीच एक वृद्ध गृहस्थ आनंदाने ओरडत रिंगणात शिरला. “कर्णा! पुत्रा! तू परत आलास...” कैक वर्षांनी दिसलेल्या आपल्या पुत्रास अलिंगन देण्याकरिता अधिरथ धावत पुढे आला. परंतु कर्णाच्या मुखावरील अवमानाचे दु:ख पाहून अकस्मात थांबला. कर्णास आपल्या पित्याची लज्जा वाटली हे पाहून त्या वृद्ध सारथ्यास दु:ख झाले. आपल्या पुत्राने मस्तक उंचावून आपणास पहावे अशी त्याची इच्छा होती. बालपणीच्या सवयीप्रमाणे पुत्राने धावत आपल्याकडे यावे अशी त्याने देवाकडे प्रार्थना केली. परंतु दृष्टी भूमीकडे स्थिर ठेवून कर्ण उभा होता. झिडकारलेल्या श्वानाप्रमाणे तो मनुष्य पुन्हा जनसमुदायात शिरला आणि लुप्त झाला.

“सूत!” द्रोण तारस्वराने हसले.

उच्चकुलीनांच्या हास्याने प्रेक्षागृह दणाणले. अर्जुनाने कपाळावरील धर्मबिंदू पुसले. त्याच्या मुखावर स्मित परतले.

अंतत: धौम्यांनी स्मित केले. हा त्यांचा प्रांत होता. त्यांनी रिंगणात प्रवेश केला आणि ते स्पष्टपणे म्हणाले, “हे नीच कुलोत्पन्न जन गलिच्छ अश्वशाळांची स्वच्छता का करीत नाहीत बरे?” ह्यावर प्रेक्षागृहातून उसळलेल्या हास्यात ते स्वत: सहभागी झाले आणि तेथे पाहत म्हणाले, “सारथिपुत्र...” इतक्यात मस्तकी ज्ञानप्रकाश पडून ते कर्णास म्हणाले, “अधिरथाचा पुत्र... संपूर्ण भारतवर्ष गेले काही दिवस ज्याला शोधत आहे तो मनुष्य तूच तर! हा, हा, हा! धर्म दीर्घबाहू असतो. त्याने तुला अंतत: पकडलेच. सूता! गुरू परशुरामांचा अवमान करून पलायन करण्यात यशस्वी होशील असे वाटले का तुला? आता तुझे दिवस भरले.”

कर्णास ओळखल्यानंतर जनसमूहात कुजबूज होऊ लागली. मान्यवरांत उपस्थित राजपुत्र शकुनी स्वत:स दूषणे देऊ लागला. दक्षिण संयुक्त राज्य आणि हस्तिनापूर ह्यांचे युद्ध घडवून आणण्याची संधी हातून निसटली होती. ‘त्या अकार्यक्षम दुर्जयाचा घात होवो! त्या मूर्खावर मी माझे धन का व्यर्थ घालवितो?’ त्याच्या मनात कटु विचार येऊ लागले. ‘आता ह्या सूतास दक्षिण संयुक्त राज्याकडे सोपविले जाईल आणि ह्या दोन सामर्थ्यशाली सत्तांमधील संबंध पूर्ववत होतील.’

पिता आपल्यापाशी धावत आला, त्याचवेळी आपली कथा समाप्त झाली हे कर्णास उमजले. ‘यांनी असे का केले? हा सोहळा समाप्त होताच, मी अर्जुनाहून श्रेष्ठ धनुर्धर आहे हे जगाने मान्य केल्यानंतर मी त्यांना भेटण्यास गेलो असतो. ह्या मूर्ख पित्यामुळे आता माझा सर्वांसमक्ष अपमान झाला. ह्यांच्यामुळे माझा मृत्यू ओढवला हेही ह्यांना समजलेले नाही.’

एका बळकट हाताने कर्णाचे मनगट धरले. कर्णाने वर पाहिले. तो युवराज सुयोधन होता. त्याने सारथिपुत्राकडे पाहून स्मित केले आणि आपली तलवार म्यानातून उपसून ती आकाशात उंचावली. शांत आणि स्पष्ट स्वरात तो जनसमुदायास उद्देशून म्हणाला, “एका योद्ध्याचे कुल विचारण्याची आपणास लज्जा वाटू नये ना? नदीचे किंवा शूर पुरुषाचे मूळ विचारण्याची आपली परंपरा आहे का? कर्णाचा पिता सारथी असल्याने काय अंतर पडेल? राजपुत्र अर्जुनास आपल्याहून श्रेष्ठ धनुर्धऱ्याच्या हातून पराभव होण्याचे भय आहे का?” सुयोधन चुलतबंधूकडे वळून म्हणाला, “अर्जुना, तू एक पुरुष आणि योद्धा असशील तर हे आव्हान स्वीकार. मूर्ख, अंध समजुतींमागे दडण्याऐवजी ह्या सूताचा पराभव करून दाखव.”

द्रोणांनी सुयोधनास अडविले, “राजपुत्रा, तुझ्या उद्धटपणास विराम दे. तू अधिकारसीमेचे उल्लंघन केले आहेस. तुला शिष्य म्हणविण्याची मला लज्जा वाटते.”

सुयोधनाने द्रोणांकडे दुर्लक्ष केले आणि तो पूर्वीप्रमाणेच अर्जुनाकडे रोखून पाहात राहिला. प्रेक्षागृहात एकलव्याने श्वास रोखून धरला. अर्जुनाने असाहाय्य मुद्रेने धौम्याकडे पाहिले, तथापि तेही गोंधळून गेलेले दिसले. त्यानंतर अर्जुनाने आपला मित्र कृष्णास

पाहिले आणि त्यास चुलतबंधूस उत्तर देण्याचे बळ प्राप्त झाले, "सुयोधना, मी नीच कुलोत्पन्न सूताशी लढणार नाही, कारण मी हस्तिनापुराचा राजपुत्र आहे." त्याने आढ्यतेने घोषणा केली.

"तू राजपुत्र आहेस, तर तू आता एका राजाशी लढून दाखव." सुयोधनाने प्रतिवार केला. जनसमुदायास उद्देशून त्याने गर्जना केली, "माझ्या देशवासीयांनो, आता तुम्ही एक अभूतपूर्व दृश्य पाहणार आहात." सुयोधन महाधिपती आणि महाराजांकडे वळला. "महोदय, महाराज, आपल्या सन्माननीय अनुज्ञेने..." ह्यानंतर ब्राह्मण समुदायास संबोधून तो म्हणाला, "आता मी जे करणार आहे ती वेदांतील उदात्त परंपरा होती. आता, मी खऱ्याखुऱ्या ब्राह्मणास पाचारण करतो– असा ब्राह्मण जो शास्त्राचा खरा अर्थ जाणतो."

पुरोहितांचा सर्व समूह उभा राहिला आणि युवराजावर ओरडू लागला. मात्र,कृप हसतहसत चहूकडून वेढलेल्या राजपुत्रासमीप धावले! अश्वत्थामाही कृपांमागून धावला; हे पाहून द्रोणांचा स्वत:च्या दृष्टीवर विश्वास बसेना. कृपांनी कर्णास दृढ अलिंगन दिले, तर सुयोधनास पाहून स्मितहास्य करून अश्वत्थामा विशाल वक्षावर हाताची घडी घालून सुयोधनाच्या पाठीशी उभा राहिला. सुयोधनास पवित्र शास्त्रे आणि पवित्र पुरुषांचा अवमान करण्यापासून रोखावे अशी धौम्य महाधिपतींना विनंती करू लागले. परंतु भीष्मांची मुद्रा निर्विकार होती. अस्वस्थ विदुराने क्रुद्ध ब्राह्मणांस शांत करण्याचा प्रयत्न केला. परंतु त्यांनी त्याच्याकडे दुर्लक्ष केले. शकुनीने उत्तेजित होत तळहाताचे मर्दन केले. परिस्थितीस त्याच्या अपेक्षेहून अधिक इष्ट वळण लागले होते. आता जर मी योग्यरीत्या खेळी खेळू शकलो तर ह्या परिस्थितीचे कल्पनेहूनही अधिक व्यापक उद्रेकात रूपांतर करता येईल. त्याने त्या पुरोहितांकडे पाहिले. आपल्या स्वार्थरक्षणासाठी ते बहुसंख्य परिजनांचे मूलभूत अधिकार नाकारू पाहात होते. शकुनीच्या मुखावर स्मित उमटले...

सुयोधनाने पुन्हा एकदा स्वर उंचावला. ह्यावेळी तेथे उपस्थित राजांना उद्देशून तो म्हणाला, "भारतवर्षातील महान राजे हो, तुम्हांपैकी अनेकांना वारशाने राज्य मिळाले. परंतु येथे खरा क्षत्रिय होण्यास पात्र असा मनुष्य आहे. कृपया अग्रेसर होऊन माझ्या कार्यास सामर्थ्य प्रदान करा."

ते सर्व राजे भावशून्य मुद्रेने केवळ पाहत राहिले, तशी तेथे गंभीर शांतता पसरली. कुणीही स्थानावरून हलले नाही. नंतर त्यांपैकी एक राजा सावकाश उभा राहिला. हेतुपूर्वक अग्रेसर होत सुयोधनापाशी गेला. लवून अभिवादन करीत म्हणाला, "मी सिंधराज जयद्रथ. तू उचित कार्य हाती घेतले आहेस. तुला मी सदैव समर्थन करेन. तुझ्यासम मनुष्याचा मित्र होणे हे मी माझे भाग्य समजतो. माझ्या मैत्रीचा स्वीकार करावा."

सर्व राजांमधील ह्या एकमेव समर्थकास पाहून सुयोधनाने स्मित केले आणि त्याचा हात दृढतेने हातात धरला. जनसमुदाय श्वास रोखून पाहत राहिला. कर्णाने पाहिले की, आता सुयोधन ओतप्रोत प्रेक्षागृहास सन्मुख होत आहे.

"माझ्या देशवासीयांनो, माझे एक स्वप्न आहे. कदाचित तुमच्यापैकी काही म्हणतील की, हे अशक्यप्राय स्वप्न आहे; परंतु हे सुंदर स्वप्न आहे. मला असा आगामी दिन दिसतो जेथे सर्व अडथळे ढासळले आहेत. आणि आपण मुक्त जगात जगत आहोत. आपण मनुष्याचे कुल विचारत नाही आणि सर्वांशी समान वर्तन करतो असा भविष्यकाल मला दिसतो. अतर्क्य समजुतींची आणि अंधविश्वासाची बंधने तोडणारे माझे राष्ट्र मी पाहतो. कर्तृत्ववान मनुष्यास कर्तृत्व गाजविण्यासाठी कोणतीही मर्यादा न घालणारा उद्याचा दिवस मी पाहतो, जेव्हा जन्म-अपघात कोणाच्याही यशाआड येणार नाही.

गुणवत्ता कोणत्याही कुळात जन्मू शकते ह्याचे प्रमाण म्हणजे हा युवक! आपल्या समाजात असे घटक आहेत जे सर्वांवर आपले नियंत्रण ठेवू पाहतात; ते स्वत:साठी सर्व लाभ इच्छितात आणि इतरांना पायाखालील धुळीप्रमाणे वागवितात. दक्षिणेतील महान राज्ये ह्या मनुष्याचा शोध घेत आहेत. परंतु ह्याचा अपराध काय? ज्ञानार्जनाची इच्छा! स्वप्ने पाहण्याचे धार्ष्ट्य केल्याबद्दल ह्या मनुष्यास आम्ही शासन करावे, त्याने उच्च कुलात जन्म न घेतल्याबद्दल त्याचा अवमान करावा अशी परशुरामांच्या समर्थकांची इच्छा आहे. हे उचित आहे का? आपण प्रत्येकास ज्ञानापासून वंचित ठेवले तर ह्या भूमीची काय अवस्था होईल ह्याचा विचार आपण कधी केला आहे का? येथे बहुसंख्य अज्ञानी आणि दरिद्री आहेत. कोण पवित्र आणि कोण अपवित्र हे येथे अल्पसंख्य ठरवितात. हे मनुष्य उद्‌धृत करतात ती शास्त्रे कोणती? प्रत्येकास वेद शिकू देण्यास ह्यांना भय का वाटते? तसे झाले तर परिजनांना समजेल की, हे उपदेश करतात त्यांपैकी बहुसंख्य रूढी आणि अमानुष चालीरीतींना पवित्र ग्रंथात कुठेही स्थान नाही; ह्याचेच ह्यांना भय वाटते का? हे मनुष्य आपल्या राष्ट्रास कुठे घेऊन चाललेत? हे सर्व आता थांबवा असे म्हणण्याचा समय आलेला आहे की नाही?"

क्षणभर विश्राम घेत सुयोधनाने दीर्घ श्वास घेतला. प्रांगणातील जनता अपेक्षेने प्रतीक्षा करू लागली. "हस्तिनापुराचा युवराज ह्या नात्याने मी एकच वचन देऊ शकतो. परशुराम आणि त्याच्या शिष्यांना आपल्या भूमीवर मी कदापि अधिराज्य करू देणार नाही. त्याहीपुढे जाऊन दक्षिण संयुक्त राज्यातील आपल्या देशबांधवांना मुक्त करण्याची माझी इच्छा आहे- कुलधर्माच्या नावाखाली आपली संस्कृती नष्ट करणाऱ्या मनुष्यांच्या विळख्यातून मुक्त करण्याची! आज ह्या दीक्षांत समारंभदिनी मी सज्ञान झालो आहे आणि माझ्या प्रिय परिजनांनो, मी तुम्हास हे वचन देत आहे. आयुष्यातील प्रत्येक क्षणी मी क्षुधा, अज्ञान आणि दु:ख दूर करण्यास प्रयत्न करीन. माझ्या स्वप्नांना आपल्या पवित्र ग्रंथात आधार आहे. भगवान महादेव मला बळ देवो. क्षुधा, वर्ण आणि असमानतेच्या शापाने उत्तरेकडील हिमालयापासून दक्षिणेस त्रिसिंधू संगमापर्यंतचा प्रदेश ग्रासलेला आहे. ह्या शापाचे उच्चाटन करण्याकरिता मी माझ्या अंतिम श्वासापर्यंत प्रयत्न करीन. हेच माझे स्वप्न आहे, माझे वचन आणि माझा धर्मही!"

वीस सहस्र जणांच्या त्या समुदायात पूर्ण शांतता पसरली. नंतर त्या सर्वांना कुणातरी अदृश्य शक्तीने भारल्याप्रमाणे सर्वजण प्रोत्साहनपर घोषणा देऊ लागले. सूर्यप्रकाशाने

त्यांच्या मुखांवर केशरी रंगाची उधळण केली आणि त्यांच्या घोषणा स्वर्गापर्यंत पोहोचू लागल्या.

कर्ण अश्रुपूर्ण नेत्रांनी युवराजास पाहात राहिला. सुयोधनाने ती ऐतिहासिक घोषणा केली. ''माझ्या देशवासीयांनो, सहस्त्रावधी वर्षांनंतर केवळ गुणवत्तेस्तव एखाद्या मनुष्यास राज्याभिषेक होणार आहे. त्यास तुम्ही साक्ष असणार आहात. आपल्या महान भूमीच्या पूर्वेस वसलेल्या समृद्ध अंगदेशाचा मला वारशाने मिळालेला भूभाग मी माझा मित्र कर्णास देत आहे. तो सूत असावा हा केवळ योगायोग आहे. आजपासून त्याच्या गुणवत्तेच्या सन्मानार्थ हा अंगराज म्हणून ओळखला जाईल.'' सर्वांवर आश्चर्याचा आघात झाल्याने क्षणभर शांतता पसरली. परंतु तत्काळ सर्व पुरोहितांचा संतापाने उद्रेक झाला. काहीजणांनी लपविलेल्या कट्यारी उपसून प्रांगणाकडे धाव घेण्याचा प्रयत्न केला. परंतु त्यांना मार्गातच सुशासनाने अडविले. कौरव राजपुत्रांनी युवराजाभोवतीने संरक्षक वर्तुळ निर्माण केले, आणि प्रेक्षागृहातून प्रोत्साहनपर आरोळ्या उठल्या, त्यामुळे सनातनी हतबल झाले.

''अंगराजाच्या राज्याभिषेकास प्रारंभ करा.'' सुयोधनाने आदेश दिला.

* * *

प्रेक्षागृहात एकलव्य जड मनाने उभा राहिला. त्याच्या कापलेल्या अंगठ्याचे मूळ दुखू लागले. त्याने अश्रू आवरण्याचा प्रयत्न केला. कुल आणि वर्णाच्या वेदीवर आपल्या अंगठ्याचे बलिदान दिल्यानंतर अशा राष्ट्रात जन्म घेण्याचे दुर्दैव वाटास आल्याबद्दल त्याने त्या राष्ट्रास दूषणे दिली होती. आता कर्णाचे भाग्य अकस्मात फळफळले हे पाहिल्यानंतर त्याला आपल्या हानीविषयी कटुता प्रकर्षाने जाणवू लागली. 'द्रोणांनी फसवून माझ्या भविष्याचा विनाश केला नसता तर मी आज कर्णाच्या स्थानी असतो' निषादाच्या मनात विचार आला. तेथे बसून कर्णाचा राज्याभिषेक पाहणे त्यास असह्य झाले, तसा तो प्रेक्षागृहाबाहेर पडला.

जाणाऱ्या एकलव्यास जराने पाहिले आणि तो ओरडला, ''बंधो...'' त्या भिक्षुकाचे संबोधन त्या आत्मकरुणेत मग्न निषादाच्या कानी पडले नाही. त्याने अजाणताच स्वत:जवळील काही मुद्रा जराच्या दिशेने फेकल्या आणि त्याच्याकडे न पाहता तो तसाच पुढे चालू लागला. प्रेक्षागृहातील ध्वनी पुसट होऊ लागला, तसे एकलव्याच्या विद्ध मनी पुन्हा आशेचे अंकुर फुटू लागले.

'एका राजपुत्राने व्यवस्थेस आव्हान देण्याचे धाष्ट्र्य केले आहे. कदाचित भविष्यकाळ त्याचा असेल. सुयोधनाप्रमाणे व्यक्तीस जन्म देणारे हे राष्ट्र कदाचित मला वाटले तितके दुष्ट नसेलही. एका अंगठ्याची उणीव माझ्या स्वप्नांआड का यावी?' निषादाने विचार केला आणि एक दूरगामी निर्णय घेतला. धूळ खात पडलेले आपले धनुष्य त्याने उचलले. तो पुन्हा धनुर्विद्येचा अभ्यास करू लागला. कदाचित अंगठ्याविनाही मी अर्जुनाहून श्रेष्ठ योद्धा बनू शकेन.'

प्रांगणातील घटना पुरोहितांच्या नियंत्रणाबाहेर जाऊ लागल्या होत्या. घनदाट मेघांनी सूर्य झाकोळला होता आणि आभाळात वेड्यावाकड्या आकारात विजा चमकत होत्या. परंतु वीस सहस्र जणांच्या मुखातून वदणारे घोष त्यामुळे दबणार नव्हते. कृप आणि अश्वत्थामा ह्यांनी स्मृतींमधील पवित्र नियम पायदळी तुडवून अकल्पनीय कृत्य केल्याने धौम्य आणि त्यांचा वृंद भयभीत झाला. सूतास राजा आणि क्षत्रिय घोषित केले गेले हे तर कुलनियमांचे धडधडीत उल्लंघन होते. कृप आणि अश्वत्थामा सर्वांसमक्ष अत्युच्च पवित्र अशा गायत्री मंत्राचे उच्चारण करू लागले. 'हा मंत्र गुप्त राखणे आवश्यक आहे हे ह्या मूर्खांस ज्ञात नाही का? ब्राह्मणाव्यतिरिक्त इतर कोणाच्या कानावर हा मंत्र पडू नये हे ह्यांना ज्ञात नाही का? अपघातानेही हा मंत्र शूद्र किंवा स्त्रियांच्या कानी पडल्यास त्यांच्या कानात शिसाचा द्रव ओतावा असे स्मृतीत लिहून ठेवले आहे ना? ह्या विचित्र कृपास आणि द्रोणांच्या मूर्ख पुत्रास कोण नियंत्रित करू शकेल? आता तर हे पवित्र मंत्र मोठमोठ्याने उच्चारत आहेत आणि जनसमुदायास त्याचा पुनरूच्चार करण्यास सांगत आहेत.' सर्व जाती, कुल आणि वर्णाच्या सहस्रावधी स्त्री-पुरुषांकडून पवित्र गायत्री मंत्राच्या पुरश्चरणाने वातावरण गर्जले, तसे धौम्यांचे मन विदीर्ण झाले.

अशा प्रकारे कर्ण अधिकृतरीत्या अंगदेशाचा राजा झाला. अनेक शतकांनंतर अशा प्रकारे उच्च पातळीवर पोहचणारा तो प्रथम शूद्र ठरला. त्या एका धाडसी कृत्याने सुयोधनाने स्वत:स सनातन्यांशी जोडणारा अंतिम सेतुबंध जाळून टाकला. सुयोधनाच्या रूपात उदयास आलेल्या पापाचे कोणतेही मूल्य देऊन उच्चाटन करण्याचा धौम्यांनी निश्चय केला, कारण त्यावरच भारतवर्षाचे भवितव्य आणि धर्मरक्षण अवलंबून होते. त्यांनी आधाराकरिता कृष्णाकडे पाहिले, परंतु त्या यादवाची दृष्टी कुंतीवर होती.

सेवकांचा आधार घेत प्रांगणाबाहेर जाणाऱ्या कुंतीस कृष्णाने पाहिले. त्याने खेदाने मस्तक हलविले. युधिष्ठिराने एक सुवर्णसंधी गमावली आहे. ह्या गुणवान सूतास मित्र बनविण्याच्या आपल्या सर्वोत्कृष्ट खेळीने सुयोधनाने सर्वांवर कुरघोडी केली आहे. त्या ज्येष्ठ पांडवास किंचित जरी बुद्धी असती तर आज सुयोधनाने जे केले ते त्याने केले असते आणि एक अजिंक्य योद्धा मित्र मिळविला असता. 'या मूर्खाच्या मस्तकात बुद्धिप्रकाश कसा पाडावा?' तो मनात विचार करू लागला. 'कुंती मूर्च्छित का झाली असावी ह्याची संगती लागत नाही.' सूताचा राज्याभिषेक कृष्णाने स्मितवदनाने पाहिला. खेळ अधिक कठीण होऊ लागला होता, त्यामुळे त्यास त्यात अधिक स्वारस्य निर्माण झाले होते. त्याने सुभद्रेस पाहिले तेव्हा तिची दृष्टी सुयोधनावर नव्हती. अर्जुनाचे सर्वांना विस्मरण झाले होते. तो प्रेक्षागृहाच्या एका कोणात उभा होता. त्यावर कुणाचीही दृष्टी नव्हती. ते पाहून सुभद्रेचे निष्कपट कपोतनयन अश्रूंनी डबडबले होते. कृष्णाच्या मनी एक योजना सावकाश आकारास येऊ लागली.

"सुयोधनाने अर्जुनाचा असा अवमान करणे योग्य नव्हते. त्या क्षुल्लक मनुष्यास त्याने इतका सन्मान का दिला?" सुभद्रेने भ्रात्यास विचारले.

"चल, आपण जाऊया." भगिनीचा हात हातात घेत कृष्ण उत्तरला.

***

प्रांगणाबाहेर जर एकलव्याने फेकलेल्या ताम्रमुद्रांशी चाळा करीत बसला होता. एकलव्याने आपल्याकडे पाहण्याचेही कष्ट घेतले नाहीत ह्या विचाराने तो दुःखी झाला होता. विमनस्क अधिरथास आपल्या कुटीपाशी जाताना जराने पाहिले, तशी त्याने त्यास हाक मारली. सारथ्याने वळून पाहिले नाही. आपल्या पुत्राच्या पुनरागमनाची वार्ता पत्नीस कशा प्रकारे सांगावी ह्या चिंतेत मग्न असल्याने त्यास त्या भिक्षुकाची हाक ऐकू आली नव्हती. 'आपला पुत्र राजा झाला. परंतु त्याने पित्याच्या मुखाकडे पाहिलेही नाही हे एका मातेस कसे सांगावे?' पुसट होणाऱ्या त्या आकृतीस पाहून जर विलाप करू लागला. 'कृष्णा, दीन-दुर्बलांची अशी परीक्षा तू का घेतोस?' प्रांगणातील अज्ञात घोषाच्या लाटा जराच्या कानी पडल्या. क्षुधाभावना जाणवताच त्याने एक ताम्रमुद्रा अन्नविक्रेत्यास दिली. त्याने जरास एक केळीचे पान दिले. जराने ते पान भूमीवरील एका खळग्यात ठेवले. जर अस्पृश्य असल्याने त्या पानावर त्यास अन्न दिले जाणार होते. जर अन्नाची प्रतीक्षा करू लागला. त्याचा श्वान 'धर्म'ही शांतपणे प्रतीक्षा करू लागला. मधून मधून पुच्छ हलवीत तो जराचे मुख चाटू लागला. पर्जन्यतुषार वर्षू लागले. परंतु त्याची तमा न बाळगता जराने प्रतीक्षा केली. अंततः विक्रेत्याने भाताची पेज पानात वाढल्यानंतर, अन्नग्रहणापूर्वी कृष्णाचे आभार मानण्याकरिता जराने नेत्र मिटले.

त्याच क्षणी तेथून एक रथ द्रुतगतीने पार झाला. त्यासरशी डबक्यातील गलिच्छ जल सर्वत्र उडाले. जराने नेत्र उघडले, तेव्हा त्यास रडू कोसळले; कारण दुर्गंधीजल अन्नात मिसळले होते आणि ते अन्न खाण्यायोग्य राहिले नव्हते. जरास केवळ त्या रथाच्या पार्श्वभागाचे पुसट दर्शन झाले. केसात मयूरपीस खोवलेल्या मनुष्याची आणि त्याच्या निकट उभ्या एका स्त्रीची आकृती त्यास दिसली. 'तू क्षुधार्त मनुष्यास अन्न दाखवतोस आणि त्याचे हरण का करतोस? देवा, तू कृपा का करीत नाहीस?' तो क्षुधाग्रस्त भिक्षुक कळवळला.

कालांतराने, प्रांगणातून जनसमुदाय बाहेर पडला, त्यावेळी कर्ण युवराजासह रथातून जाताना पाहून जरावर आश्चर्याचा सुखद आघात झाला. त्याने कर्णास शुभेच्छा दिल्या- जणू ह्या देवभूमीवर भिक्षुकाच्या शुभेच्छेचे लक्षणीय महत्त्व असावे! अन्नातील गलिच्छ जल झिरपून गेले का हे पाहण्यासाठी त्याने दृष्टी वळविली तर मुंग्याच्या पंक्तिने अन्नावर आक्रमण केलेले दिसले. तत्क्षणी त्यास प्रिय कृष्णास दूषणे देण्याचा पश्चाताप झाला. ह्या सूक्ष्म जीवांची क्षुधा माझ्या क्षुधेहून अधिक आहे हे देवाने जाणले होते. त्याच्या दृष्टीने मुंग्या आणि जर हे समान पातळीवर आहेत. कृष्णाने माझ्याशी कठोर वर्तन केले असे म्हणणारा मी किती उध्दट आहे! ही केवळ त्याची 'लीला' आहे. 'तू अधाशी आहेस आणि सहजीवी प्राण्यांची तुला तमा नाही.' हेच त्याला मला सांगावयाचे होते. मी गतदिनी अन्नग्रहण केले होतेच ना? ह्या सूक्ष्म, असाहाय्य जीवांना अशा पर्जन्यवर्षावात

अन्न मिळवण्यास किती कष्ट होत असतील? जराच्या मनात विचार आले. आपले अन्न घेऊन जाणाऱ्या मुंग्यांकडे तो आनंदाने पाहू लागला.

* * *

प्रासादात धौम्य आणि पाच पांडव बंधू भविष्याविषयी विचार करण्यास एकत्र आले. द्रोणांच्या निवासस्थानी प्रक्षुब्ध वातावरण होते. पित्याशी पुन्हा विवाद झाल्याने अश्वत्थामा गृहत्याग करून सुयोधनास भेटण्यास गेला होता. जयद्रथ, कर्ण आणि सुशासन तो महत्त्वपूर्ण दिवस साजरा करीत होते. सुयोधनाचे सिंधराजावर विशेष ध्यान होते. त्या राजाच्या मनी भगिनी सुशलेविषयी कोमल भाव आहे ह्याची सुयोधनाने नोंद घेतली होती. त्यामुळे त्याच्यातील बंधुकर्तव्याची अंत:प्रेरणा जागृत झाली होती. अन्य एका कक्षात शकुनीही जागृत होता. आपले ध्येय पूर्णत्वास नेण्याच्या दृष्टीने त्याच्या मनात विविध संकल्पना आकारास येत होत्या.

त्या प्रदीर्घ दिवसाअंती निरोप घेण्यापूर्वी विदुराने भीष्मास त्या वांछित अपराध्यास दक्षिण संयुक्त राज्यास सोपविण्याविषयी पृच्छा केली. भीष्म प्रधानमंत्र्यांस पाहत राहिले आणि त्यानंतर मस्तक हलवीत म्हणाले की, ते आता शक्य नाही. परंतु ह्यामुळे सामर्थ्यशाली संयुक्त राज्याशी युद्धाचे संकट ओढवू शकते अशी विदुराने कल्पना दिली. त्यावर भीष्मांचे कूटमय उत्तर होते की काही युद्धे होणेच हितकर असते. आपल्या कक्षापाशी जाताना विदुरांना ही टिप्पणी आठवून हसू आले. 'अशा क्षणांमुळेच महाधिपतींसमवेत काम करण्यात आनंद मिळतो.'

* * *

अरण्यात वेदना आणि भय ह्यांच्याशी संघर्ष करीत एकलव्य धनुर्विद्येचा अभ्यास करू लागला...

आपल्या कुटीत वृद्ध सारथी आपल्या खंतावलेल्या पत्नीचे सांत्वन करू लागला. तिचा पुत्र दुसऱ्या दिवशी तिला भेटण्याकरिता निश्चित येईल असे सांत्वनपर शब्द पुटपुटतानाच मनोमन आपल्या शब्दांवर संदेहही करू लागला...

द्वारकेच्या दिशेने द्रुत गतीने निघालेल्या रथात विचारमग्न राजपुत्राच्या हाती अश्वाचे वेग होते, तर राजकन्येच्या मनात अर्जुनाच्या खिन्न मुखाच्या स्मृती होत्या. दोघेही नि:शब्द होते...

हस्तिनापुराच्या मार्गावरून क्षुधाग्रस्त जर आणि त्याचा अंध श्वान हळूहळू चालू लागले. 'कृष्णाचे केवळ आपल्या भक्तांवरच नाही तर देवाने निर्मिलेल्या सूक्ष्मतम जीवावरही ध्यान असते.' अशा अर्थाच्या, कृपाळू कृष्णाविषयीच्या गीतगायनाने वातावरण मंत्रमुग्ध झाले. भारतवर्षातील त्या महान नगरीतील सर्व सानथोर निवासस्थानातील प्राणिमात्र त्या गीतमोहिनीच्या अधीन होत निद्रित झाली. त्या प्राचीन राष्ट्राच्या प्रदीर्घ इतिहासातील अन्य एका दिवसाचे रात्रीत रूपांतर झाले.

११. ब्राह्मणाचा सूड

धृतराष्ट्र उत्सुकतेने पुत्राच्या आगमनाची प्रतीक्षा करू लागले. पत्नीच्या मौनाचे त्यांना कोडे पडले होते. ''गांधारी, तो सूतपुत्र अर्जुनाहून श्रेष्ठ धनुर्धर आहे म्हणे. काय बरे त्याचे नाव? आपल्या पुत्राने उत्तम कार्य केले. धैर्य दर्शविले. ह्या नवागताचे आणि अश्वत्थाम्याचे समर्थन असल्यावर सुयोधनास अर्जुनाचे भय बाळगण्याचे कारण नाही. परंतु ह्यास विलंब का झाला? गांधारी, तू मौन का आहेस? तुला तुझ्या पुत्राचा अभिमान वाटत नाही का? आज त्याने जे कार्य केले ते आपणांपैकी कितीजण करू शकले असते?''

''सर्वांचे आगमन होत आहे.'' गांधारी हळुवारपणे उत्तरली. सराईत करांगुलींनी तिने महाराजांचा मुकुट आणि आभूषणे व्यवस्थित केली. त्यानंतर ती त्यांच्यानिकट आसनस्थ झाली.

''महाराज, आपणास भेटण्यासाठी कोण आले आहे पाहा.'' एक परिचित स्वर कानी आला.

''ओहो शकुनी! सुस्वागतम्, मुले कोठे आहेत?'' ध्वनीच्या दिशेने मान वळवीत धृतराष्ट्र म्हणाले.

''भगिनी, तू इतकी गंभीर का दिसतेस बरे?'' शकुनीने धूर्त स्मित करीत विचारले आणि तो गांधारीसमीप जाऊ लागला.

''शकुनी, तुला येथून काय हवे आहे?''

''गांधारी, तू तुझ्या बंधूशी नित्य कठोर वर्तन का करतेस? आजचा दिवस त्याला आपल्यासोबत साजरा करू दे. परंतु तो नूतन धनुर्धर आणि सुयोधन कोठे आहेत?''

कर्ण आणि अश्वत्थाम्यासह पटलांकित मंडपाखालून कक्षात प्रवेश करीत सुयोधन उद्गारला, ''मी येथे आहे, तात.''

''आहा, आलास का? तुझीच प्रतीक्षा करीत होतो.''

महाराजांनी उठून पुत्रास अलिंगन दिले. ''तुझा मित्र कोठे आहे?'' धृतराष्ट्राने स्पर्श करण्यास हात पुढे केला. कर्णाने पुढे होत महाराजांना चरणस्पर्श केला. महाराजांनी कर्णाचे बलवान, पुष्ट बाहू चाचपले आणि स्मित केले. ''महान धनुर्धरास आवश्यक असे दीर्घ बाहू आहेत तुझे.''

“हा राज्यातील- नव्हे, नव्हे, कदाचित संपूर्ण विश्वातील उत्तम धनुर्धर आहे, महाराज.” शकुनीने हस्तक्षेप केला. “याच्यापुढे अर्जुन काहीच नाही.”

“सुयोधना, तू भीमास जणू चीतपट केलेस म्हणे!” प्रसन्न धृतराष्ट्र उद्गारले. “पुत्रा, आता तू एक योद्धा आहेस आणि युद्धात तुला एकाकी सोडणार नाहीत अशा व्यक्तींचे तुला समर्थन आहे. आपल्या गुणवान चुलतबंधूंचे तुला बालपणी कायम भय वाटे, परंतु आता भयग्रस्त होण्याचे कारण नाही.” पत्नीच्या रोखणाऱ्या हाताकडे त्यांनी दुर्लक्ष केले. “गांधारी, माझ्या पश्चात माझा पुत्र उत्तराधिकारी व्हावा अशी माझी इच्छा आहे. हस्तिनापुराच्या सिंहासनावर कुणी अनौरस व्यक्तीने राज्य करावे हे मला मान्य नाही. ही इच्छा अनुचित आहे का?”

“युधिष्ठिर मृत्युदेवता यमाचा पुत्र आहे.”

शकुनीच्या ह्या भाषणावर धृतराष्ट्राची मुद्रा क्रोधाने लाल झाली. धृतराष्ट्राने हातातील दंड भूमीवर आपटला.

“नाही! तो कुणा अज्ञात ब्राह्मणाचा पुत्र आहे. गांधारी, मला अडवू नको. मी राजा आहे आणि माझ्या पश्चात कोणी राज्य करावे हे ठरविण्याचा मला अधिकार आहे. आजपर्यंत मी अतिशय दुःख सहन केले आहे. मी जन्मतः अंध आहे हा माझा दोष आहे का? माझ्या युवावस्थेत गदायुद्धात मला पराभूत करू शकेल असा- अंध किंवा डोळस- एकही वीर नव्हता. सुयोधना, मी तुला एक उपहार देणार आहे. गांधारी, घंटा वाजव.”

चार रक्षकांनी युद्धाच्या पवित्र्यातील गदाधारी योद्ध्याचा पूर्णाकृती लोहपुतळा उचलून आणला, आणि ते तीन युवक आणि शकुनी ह्यांच्यासमक्ष ठेवला.

“हा तर आपणास परिचित आहे!” ती अमूल्य कलाकृती पाहून शकुनी उद्गारला.

शकुनीच्या मुखातून प्रशंसोद्गार ही त्याच्या स्वभावाविपरित गोष्ट होती.

“ह्याचा स्वीकार कर, सुयोधना. ह्यावर अभ्यास करीत जा.” महाराज म्हणाले.

“हो, भगिनीपुत्रा, भीमाचे मस्तक भेदण्याचा अभ्यास करीत जा. अल्पावधीतच तसे प्रत्यक्ष करण्याचा समयही येईल.” शकुनी म्हणाला.

गांधारी उठली. कंपित हातांनी संकेत करीत ती म्हणाली, “शकुनी, कृपया येथून जा. मी तुला वारंवार सांगितले आहे... गांधारास परतून जा आणि तुझ्या प्रदेशाचा कारभार सांभाळ. तू येथे राहू नयेस अशी माझी इच्छा आहे.”

“मी महाधिपतींशी संभाषण करेन. त्यांनी अनुमति दिल्यास...”

“शकुनी, तू तत्काळ येथून जा.” गांधारीने आज्ञा केली. “मला माझ्या पुत्रांशी संभाषण करावयाचे आहे.”

कर्ण आणि अश्वत्थाम्यानीही शकुनीपाठोपाठ प्रयाण करीत त्या बिकट प्रसंगातून सुटका करून घेतली.

त्यांनी प्रयाण केल्यावर गांधारीने पुत्रास निकट खेचले आणि त्याचे मुख चाचपले. त्याचे मुख पाहण्याची तीव्र इच्छा तिच्या मनी उत्पन्न झाली. ‘किती उंच झाला आहे

हा! हा आता पुरुष आहे. पित्याच्या मंचकाखाली लपणारा लहान बालक नाही.' "तू असे का केलेस पुत्रा?" तिने गंभीरपणे प्रश्न केला. "तू सूतास राजा का बनविलेस? मान्यवरांचे समर्थन हरपण्याचे संकट का पत्करलेस? आज तू सामर्थ्यशाली शत्रू निर्माण केले आहेस. तुला तुझ्या पित्याच्या सिंहासनाचा उत्तराधिकारी न होऊ देण्यासाठी ते पूर्ण प्रयत्न करतील. सुयोधना, का केलेस असे?" गांधारी पुत्राच्या उत्तराची प्रतीक्षा करू लागली. त्या उत्तराचे तिला मनोमन भय वाटू लागले.

"माते, जे उचित होते तेच मी केले."

गांधारी वळली. आपल्या नेत्रफीतीवर पसरणारा ओलावा दिसू नये अशी तिची इच्छा होती. सुदैवाने त्याचवेळी एक सेवक तेथे आला. गुरू द्रोणांची सुयोधनास त्यांच्या कक्षात भेटण्याची इच्छा आहे असा संदेश त्या सेवकाने दिला. सुयोधनाने पित्याची अनुमती घेतलेली तिने ऐकली आणि त्याने तिचा निरोप घेतला. तेव्हा त्यास सन्मुख न होताच तिने मान डोलावली. त्याचा पादरव विरत जाऊन ऐकू येईनासा होईपर्यंत ती गवाक्षात स्तब्ध उभी राहिली. अशा उदात्त हृदयी व्यक्तिस जन्म देण्याचा तिला अभिमान वाटला, परंतु तिच्यातील मातेस भय वाटले. उचित कार्य केल्याबद्दल निश्चित दंड मिळतो हे तिला ज्ञात होते.

***

सुयोधनाने गुरू द्रोणांच्या कक्षात प्रवेश केला तेव्हा पांडव बंधू तेथे उपस्थित होते. सुयोधनास पाहिल्यावर त्यांचे संभाषण अकस्मात खंडित झाले. सुयोधनाने द्रोणांना आणि आपल्या चुलतबंधूंना अभिवादन केले आणि तो गुरूंच्या आदेशाची प्रतीक्षा करू लागला.

सुयोधनाशी दृष्टिभेट टाळून द्रोण म्हणाले, "राजपुत्रा, आता गुरुदक्षिणा देण्याचा समय आलेला आहे. एव्हाना तुला उमजले असेल का मला धनाचा मोह नाही की भूमीचा. मी ब्राह्मण आहे. त्यामुळे अशा ऐहिक गोष्टींचा माझ्यावर काहीच परिणाम होत नाही. परंतु अनेक वर्षांपूर्वी माझा एक घनिष्ठ मित्र होता. आम्ही दोघेही परशुरामांचे शिष्य होतो. तो एक धनवान राजपुत्र होता आणि मी दरिद्री ब्राह्मण. आमचे शिक्षण पूर्ण झाल्यानंतर एकमेकांचा निरोप घेतेसमयी त्याने मला वचन दिले की, भविष्यात मला आवश्यकता भासल्यास तो मला साहाय्य करेल.

मी प्रतिष्ठेचे 'धर्मवीर' पद जिंकूनही अनेक वर्षे मला माझ्या गुणवत्तेस पूरक अशी चाकरी मिळाली नाही. दारिद्र्य आणि क्षुधा हे माझे नित्य सोबती झाले. परिसरातील काही बालकांनी माझा पुत्र अश्वत्थाम्यास दूधाच्या आमिषाने पिष्टमिश्रित जल प्यावयास दिले, तेव्हा मला जाणवले की मित्रास भेटण्याचा समय आलेला आहे. त्यावेळी तो राजा झालेला होता. मी त्याचेकडे भिक्षापात्र घेऊन गेलो. मला दोन सप्ताह चिंताग्रस्त अवस्थेत तिष्ठत ठेवल्यानंतर त्याने मला भेटीस बोलविले. मला साहाय्य करण्याऐवजी त्याने माझा अवमान केला. माझ्या असाहाय्य अवस्थेचा राजाने उपहास केला. त्यासमयी पांचाळ

राजसभेत निर्माण झालेल्या हास्यकल्लोळाचे मला कधीही विस्मरण होणार नाही. नूतन राजपद उपभोगण्यात तो इतका मग्न होता की, त्याने माझ्याशी दुर्वर्तन केले. माझ्या जीर्ण वेशाचा उपहास करून तो म्हणाला की, इतकी गुणवत्ता असूनही मी आयुष्यात काहीही साध्य करू शकणार नाही हे त्यास ज्ञात होते. महान उपकार करण्याच्या अविर्भावाने त्याच्या राज्यातील एका दूरवरील ग्रामात कनिष्ठ शिक्षकाचे पद त्याने मला देऊ केले. माझा संयम संपुष्टात आला आणि माझ्या पूर्वाश्रमीच्या मित्रास मी द्वंद्वाचे आव्हान दिले. परंतु तो उत्तरला की, राजा भिक्षुकाशी द्वंद्व करीत नाही.

अवमानित आणि भग्न मनस्थितीत मी त्या दिवशी पांचाळातून प्रयाण केले. परंतु माझ्या मनातील सूडाग्नी अजूनही प्रदीप्त आहे. हा राजा आहे पांचाळनरेश द्रुपद. राजपुत्रा, ह्या अहंकारी मनुष्यास बंदी करून माझ्यासन्मुख आण. मी त्याचा अवमान करणार आहे. हस्तिनापुराचा युवराज ह्या नात्याने आपल्या गुरूसाठी तू किमान इतके कार्य करू शकशील.'' द्रोण सुयोधनास उद्देशून म्हणाले.

सुयोधनास बोलण्यास शब्द सुचेनात. त्याची द्विधावस्था पाहून द्रोण संतापले. ''तुला हे करण्याची इच्छा नसेल हे मी जाणून होतो. तू आतापर्यंत कधी तुझे शिक्षक, वरिष्ठ किंवा ब्राह्मणांचा मान राखला आहेस का? हे कार्य अर्जुन क्षणार्धात करेल. परंतु तू ह्या राज्याचा युवराज आहेस म्हणून प्रथम तुला सांगणे उचित ठरेल असे युधिष्ठिराचे म्हणणे होते.''

उफाळणाऱ्या क्रोधास प्रयासाने आवरत सुयोधन उत्तरला, ''संयुक्तिक कारणाविना एखाद्या बलाढ्य मांडलिक राजाशी युद्ध करणे अनुचित आहे. शिवाय महाधिपती किंवा महाराजांची अनुज्ञा घेतल्याविना मी असे कार्य हाती घेऊ शकणार नाही.''

''संयुक्तिक कारण? छे! राजपुत्रा, ब्राह्मणाचा अवमान हे तुझ्या दृष्टीने संयुक्तिक कारण नाही का? तुला महाराजांची अनुज्ञा एका घटिकेत मिळेल. त्यानंतर शिष्याचे कर्तव्य म्हणून तुला माझ्या आदेशाचे पालन करावे लागेल. तुला ह्यात अपयश आले- मला तशी आशंका आहेच म्हणा- तर त्या अधम द्रुपदभूमीचा सर्वनाश करण्यासाठी मी अर्जुनास पाठवीन. जा, युद्धाची सिद्धता कर.''

लवून प्रणाम करून सुयोधनाने प्रयाण केले. कक्षाकडे जाताना तो चिंताग्रस्त झाला होता. अश्वत्थामा, सुशासन, जयद्रथ आणि अंगदेशाचा नूतनाभिषिक्त राजा त्याची प्रतीक्षा करीत होते. युवराजास पाहिल्यावर कर्णाने उठून त्यास अभिवादन केले. त्या सारथिपुत्रास उच्चकुलीनांच्या सहवासाचे अजूनही दडपण येई. त्यामुळे त्याचे आचरण अवघडलेले असे. क्षत्रिय किंवा ब्राह्मणास सूताद्वारे अपेक्षित आदर दर्शवावा, ज्यायोगे नूतन स्नेही आपणास कठोर व औपचारिक समजतील, वा अनौपचारिक व मुक्त आचरण करावे, जो त्यांना कदाचित उद्धटपणा वाटेल.

त्याची द्विधा मनस्थिती जाणवून सुयोधन स्वत:हून कर्णापाशी गेला आणि त्याने त्यास स्वत:निकट बसविले. ''कर्णा, येथे आपण सर्व मित्र आहोत. आमच्या सहवासात निर्भय रहा. मी तुझ्यावर उपकार करीत आहे अशी भावना क्षणभरही मनात बाळगू नको.

तुझ्यासम गुणवान व्यक्तीसाठी मी अधिक काही करू शकत नाही ह्याचा मला खेद वाटतो.''

''मी ह्यास हेच सांगत आहे की, त्यास मिळणारा सन्मान ह्याने स्वकर्तृत्वाने मिळविलेला आहे. उर्वरित आम्ही सर्वजण सुदैवी आहोत, कारण आम्हांस जन्मामुळे विशेषाधिकार प्राप्त झाले आहेत.'' सिंधराज जयद्रथ म्हणाला.

''अशा स्नेहास मी अपात्र आहे. हे ऋण फेडण्यास मी काय करू, महाराज?'' कर्णाने विचारले.

''आरंभी, मला सुयोधन म्हण किंवा तुझी इच्छा असेल तर दुर्योधन ह्या माझ्या व्यंगात्मकनामाचा प्रयोग कर. धौम्य ऋषी आणि त्यांचे शिष्य ह्याच नावास प्राधान्य देतात.'' उसळलेल्या हास्यामध्ये सुयोधनाने सूचना केली.

''तेच नाव तुला अधिक शोभते. तुला खरोखर आयुधे उत्तम प्रकारे हाताळण्याचे ज्ञान नाही. अन्यथा त्या दिवशी तू गदाघाताने भीमाचे कठीण मस्तक छिन्न केले असतेस, दुर्योधना.'' अश्वत्थाम्याने त्या मनोरंजनात अधिक भर टाकली.

सुयोधनाच्या मनावरील ताण विरला. ''ऐका. एक समस्या आहे. गुरूंनी मला आदेश दिला आहे– गुरुदक्षिणेच्या रूपात पांचाळ देशावर आक्रमण करून द्रुपदास बंदीवान करण्याचा!'' अश्वत्थाम्याकडे चिंतायुक्त दृष्टीने पाहत सुयोधनाने मित्रांना वार्ता सांगितली.

तो युवा ब्राह्मण स्मित करीत म्हणाला, ''मी जाणतो. माझ्या वृद्ध जन्मदात्याच्या मनातील हे वैर पुरातन आहे. पांचाळाकरवी झालेल्या अपमानाविषयी प्रतिरात्री आम्हास वीट येईपर्यंत ते बोलत असतात.''

''परंतु, हे उत्तम झाले! मला प्रत्यक्ष कृती करण्याची इच्छा होतीच!'' सुशासनाने उत्साहाने उडी मारली.

''खाली बस, मूर्खा!'' कनिष्ठ कौरवास जयद्रथाने दूर सारले. ''सुयोधना, एखाद्याच्या वैयक्तिक हाडवैरास्तव युद्ध करणे उचित आहे का? शिवाय एका मांडलिक मित्रराज्याशी युद्धाची अनुमति महाराज देणार नाहीत.''

''मलाही असेच वाटते जयद्रथा. शिवाय भीष्म किंवा महाराज ह्यांच्या अनुमतिविना मला युद्धाचा आरंभ करण्याची इच्छा नाही...''

यानंतर एक अस्वस्थ शांतता पसरली. एका सेवकाने द्वार ठोठावले, प्रवेश करून वंदन केले आणि युवराजास एक पत्र दिले. सेवकास परत पाठविल्यानंतर सुयोधनाने पत्रातील संदेश वाचला. त्यानंतर गंभीर होत तो मित्रांना वाचण्यास दिला.

''हा काय प्रकार आहे?'' जयद्रथ ओरडला, ''गुरू द्रोणांनी हे कसे साध्य केले?''

सुशासन उडी मारून उठला आणि त्याने ते भूर्जपत्र जयद्रथाच्या हातून हिसकावले आणि त्याचे प्रकट वाचन केले. ती एक अधिकृत आज्ञा होती. त्यानुसार महाराज धृतराष्ट्रांनी पांचाळाविरुद्ध युद्धाची घोषणा केली होती आणि युवराज सुयोधनास ह्या

आक्रमणात हस्तिनापुराच्या सैन्याचे सेनापतिपद दिले होते.

''सुयोधना, हे नियमबाह्य आहे. एखाद्या मांडलिक राज्याचा काहीही उपद्रव नसताना त्यावर आक्रमणाची आज्ञा महाराजांनी का दिली? मीही एका मांडलिक राज्याचा राजा आहे. हस्तिनापुर मित्रराज्यांप्रति असा व्यवहार करीत असेल, तर मीही स्वस्थपणे शयन करू शकणार नाही; कारण हस्तिनापुराचे सैन्य सिंधवरही आक्रमण करेल ह्याची मला चिंता वाटत राहील.''जयद्रथाने सुशासनाच्या हातून भूर्जपत्र हिसकावून ते पुन्हा वाचले आणि त्यानंतर क्रोधाने ते भूमीवर फेकले.

अश्वत्थाम्याची प्रतिक्रिया जाणून घेण्यासाठी सर्वजण त्यास पाहू लागले. ''ए, माझ्याकडे पाहू नका. माझ्या पित्याच्या कृत्यासाठी किंवा अपकृत्यासाठी मी उत्तरदेय नाही. माझ्या मते आपण पांचाळ राजधानी कंपिल्यनगरीत जाऊन हा गुंता सोडविण्याचा प्रयत्न करावा. सुयोधनाने हा आदेश पाळला नाही तर युधिष्ठिर तो पाळेल अन् त्यामुळे सर्वनाश ओढवेल. त्याऐवजी द्रुपद महाराजांनी सामोपचाराचा मार्ग अवलंबून माझ्या पित्याच्या अहंकाराचे शमन करावे अशी विनंती करू.''

''ह्याचे मत उचित वाटते.'' सुयोधनास पाहत कर्ण म्हणाला.

एक दीर्घ शांतता पसरली. हात पाठीमागे बांधून, अधोमुखाने सुयोधन कक्षात येरझाऱ्या घालू लागला. त्याचे मित्र उत्सुकतेने प्रतीक्षा करू लागले.

''आपल्यापुढे पर्याय नाही. महाराजांची आज्ञा आहे.'' सुयोधन म्हणाला.

जयद्रथ आवेशाने बाहेर पडला. त्याने त्वेषाने द्वार आपटून मिटले.

* * *

सायंकाळी हस्तिनापुराची दोन अश्वदळ पथके आणि तीन पायदळ पथके पांचाळ राजधानी कंपिल्याच्या दिशेने जाऊ लागली. सुयोधन, सुशासन, कर्ण आणि अश्वत्थामा त्याचे नेतृत्व करीत होते. जयद्रथाने आक्रमणात सहभाग घेण्यास नकार दिला आणि तो हस्तिनापुरातच थांबला. त्यामागे अन्य एक कारण होते. सुयोधनास ते ज्ञात होते. सुयोधनास जयद्रथ हा एक सन्मान्य मनुष्य वाटे. त्यामुळे भगिनी सुशला ह्या सिंधराजाकडे आकृष्ट झाल्यास त्यांच्या नात्याचे विवाहात रूपांतर करण्यास त्याचा आक्षेप नव्हता.

दुसऱ्या दिवशी माध्यान्ही हस्तिनापुराचे सैन्य पांचाळदेशी पोहचले. सीमेवरील क्षीण संरक्षणवलय तोडून त्यांनी राजधानीस वेढा घातला. आक्रमणास प्रतिकार करण्यासाठी पांचालाचे उर्वरित सैन्य नगरातील दुर्गात एकत्र आले. परंतु सुयोधनाने पांचाल नरेशांच्या भेटीची विनंती करणारा संदेश पाठविल्याने सैन्याधिकारी चकित झाले. युवराजावर विश्वास ठेवावा की नाही ह्यावर पांचाल मान्यवरांनी पूर्ण रात्र गहन चर्चा केली. आक्रमणकर्त्या सैन्याद्वारे आलेल्या अशा असामान्य प्रस्तावात त्यांना घातपाताची शक्यता वाटली. अंततः महाराजांचे दत्तक संतान तृतीयपंथी शिखंडी ह्याने आक्रमणकर्त्यांचे स्वागत करण्याचे कार्य स्वतः स्वीकारले.

सुयोधनाने कर्ण आणि अश्वत्थाम्यासह राजप्रादासात नि:शस्त्र प्रवेश केला. आगामी दोन घटिकात आपली काही वार्ता न समजल्यास सुशासनाने आक्रमण करून दुर्ग हस्तगत करावा अशी त्याची सूचना होती. प्रवेशद्वारापाशी एक राक्षससदृश मनुष्य त्यांचे स्वागत करण्यास उभा होता. समीप पोहचल्यावर अश्वत्थाम्याचे नेत्र विस्फारले. हा पुरुष आहे की स्त्री? त्याने कर्णास ढोसले, तसे कर्णाने सांगितले की हा तृतीयपंथी वाटतो. सुयोधनाने मागे वळून त्यांना शांत राहण्याचा संकेत दिला. शिखंडीने सुयोधनास अभिवादन केले आणि त्या सर्वांनी एका सुसज्ज वैभवशाली दालनात प्रवेश केला. संपूर्ण पांचाळसभा हस्तिनापुराच्या युवराजाच्या स्वागतासाठी उठून उभी राहिली. महाराज किंचित अस्वस्थ दिसले. एक सुस्वरूप युवक त्यांच्या निकट उभा राहून कानगोष्टी करीत होता. सुयोधन आणि त्याचे मित्र सभागृहाच्या केंद्रस्थानी उभे राहिले.

महाराज सिंहासनावरून उठले. ''युवराज सुयोधन, आम्ही आपल्या सेवेस उत्सुक आहोत. आपण आदेश दिला असता तर आम्ही स्वत: हस्तिनापुरास आलो असतो. आम्ही आपले मांडलिक व मित्र आहोत. हस्तिनापुरासम सामर्थ्यशाली राज्यासही ह्याचे महत्त्व ज्ञात असावे. आमच्या शत्रूपासून आपण आमचे संरक्षण केलेत, ह्यास्तव आम्ही मानवंदना देतो. परंतु तुम्हीच आमचे शत्रू झालात, तर लहान राज्यांची काय कथा? महाधिपतींना ह्या आक्रमणाची कल्पना आहे? की हे धाडसी कार्य आपण स्वत:च आरंभिले आहे?'' महाराजांनिकट उभ्या युवकाने महाराजांना अधिक संभाषण करण्यापासून रोखले. चातुर्यशून्य भाषणाने परिस्थिती बिकट होऊ शकली असती.

''महोदय, आम्ही आक्रमकाच्या नव्हे, तर मित्राच्या भूमिकेसह आलो आहोत.'' सुयोधन उत्तरला. ''आपल्या एका पुरातन मित्राच्या विनंतीवरून आम्ही आलो आहोत. अनेक वर्षांपूर्वी आपण गुरू द्रोणांचे ज्या पद्धतीने स्वागत केले त्यामुळे ते अजूनही क्रोधित आहेत.''

''ओहो! द्रोण!'' महाराज द्रुपद उद्गारले, ''त्या दिवशी मी जे क्षुद्र वर्तन केले त्याविषयी मी पूर्वीच खेद व्यक्त केला आहे. प्रतिदिनी, क्षणोक्षणी मला त्याचा पश्चाताप होतो. त्यावेळी मी युवक होतो. सत्ता, मदिरा आणि स्त्रिया ह्यांनी मदोन्मत्त झालो होतो. त्याचे दारिद्र्य त्यावेळी मला हास्यास्पद वाटले. द्रोणाची गुणवत्ता असामान्य आहे. परंतु आयुष्यास धैर्याने सन्मुख जाण्याऐवजी त्यावेळी ते स्वकरुणेने आणि दु:खाने पिचून गेले होते. त्यामुळे त्या दिवशी त्याच्यावर, त्याच्या दारिद्र्यावर आणि त्याच्या परिस्थितीवर मी हसलो. त्या दिवशी मी स्वत:स उच्च स्थानी मानले. कालांतराने मला भान आले. परंतु त्यावेळी अतिशय विलंब झाला होता. माझ्या मित्राने प्रयाण केले होते. मी परिमार्जन करण्याचा प्रयत्न केला. परंतु त्याने प्रतिसाद दिला नाही. आता त्याने ह्या राज्याचा सर्वनाश करण्यासाठी आपल्या शिष्यास धाडले आहे.''

''महोदय, आमचीही अनावश्यक रक्तपात टाळण्याची इच्छा आहे. हे दोन पुरातन मित्रांमधील वैचारिक भेद आहेत. येथील हा युवक द्रोणाचार्यांचा पुत्र आहे आणि...''

सुयोधनाचे संभाषण पूर्ण होण्यापूर्वीच महाराज द्रुपद अश्वत्थाम्याच्या दिशेने धावले आणि त्यांनी त्यास अलिंगन दिले. "आहा! तुझा पिता ह्या वयाचा असताना जसा दिसत असे तसाच तूही दिसतोस. मी तुला प्रथम पाहिले तेव्हाच माझ्या हे कसे ध्यानी आले नाही? तुझे नाव?"

"अश्वत्थामा आहे, महोदय. आणि हा कर्ण– अंगदेशाचा राजा."

"आपल्या उपस्थितीने मी धन्य झालो, महोदय." द्रुपदाने हात जोडून कर्णास नमस्कार केला.

राजाने आपल्या मित्राचे ज्या प्रकारे स्वागत केले त्यामुळे सुयोधन सुखावला. कर्णाच्या जातीमुळे महाराज त्याचे आदरपूर्वक स्वागत करणार नाहीत असे सुयोधनास भय होते. परंतु महाराजांनी असे तिळमात्र चिन्ह दर्शविले नाही. त्यांनी आपले दत्तक संतान तृतीयपंथी शिखंडीचा आणि निकट उभा युवक– पांचाळ राजपुत्र दृष्टद्युम्नाचा सर्वांशी परिचय करून दिला.

आरंभीचे शिष्टाचार संपन्न झाल्यानंतर सुयोधनाने सभ्यपणाने पांचाळांच्या 'शरणागतीच्या अटी' त्यांच्यासन्मुख मांडल्या– अर्थात तो शब्द न उच्चारता! सुयोधनाच्या प्रवासाचा संपूर्ण खर्च आणि दोन शकट भरून सुवर्ण, रत्ने, वस्त्रप्रावरणे, पन्नास अश्व आणि शत धेनू गुरू द्रोणास उपहारस्वरूप देण्याचे द्रुपदाने मान्य केले. ह्या सर्व लुटीच्या ऐवजास सुयोधनाने उपहार म्हटले ते द्रुपदास भावले. कारण त्यामुळे त्याचे प्रतिष्ठारक्षण झाले. ह्याशिवाय सत्वर हस्तिनापुरास जाऊन गुरूंची क्षमा मागण्यासही द्रुपदाने मान्यता दिली. आपल्या अतिथींनी अधिक एक दिवस राहावे असा त्याने आग्रह केला. त्या दिवशी राजकन्या द्रौपदीस अठरा वर्षे पूर्ण होणार असल्याने तो दिवस पांचाळांसाठी महत्त्वपूर्ण होता. ह्या सर्व युवकांनी तिच्या सुप्रसिद्ध सौंदर्याच्या कथा ऐकल्या होत्या. त्यामुळे आपली कन्या वयात येण्याच्या निमित्ताने महाराजांनी आयोजित केलेल्या सोहळ्याचे निमंत्रण स्वीकारण्यास त्या युवकांनी मुळीच आक्षेप घेतला नाही. ही कठीण परिस्थिती आपण ज्या कौशल्याने हाताळली त्यास्तव सुयोधनास स्वत:चा अभिमान वाटला आणि महाधिपतीही आपली प्रशंसा करतील ह्याविषयी त्यास संदेह नव्हता.

त्या रात्री सहस्त्रावधी तैलदीपांच्या सुवर्णमय प्रकाशात राजप्रासाद उजळून निघाला. ह्या युवकांनी सोहळ्याचा आनंद लुटला. लोकसंगीतकारांनी पुरातन प्रेमगीते मन:पूर्वक गाऊन वातावरण मंत्रमुग्ध केले. सुयोधन आणि सुशासनाने ढोलवादकांच्या तालावर नृत्य केलेले पाहून सर्वजण चकित झाले. त्यांनी संकोचीवृत्तीच्या कर्णासही त्यात ओढले. अल्पावधीतच अश्वत्थामा आणि पांचाळ युवराज दृष्टद्युम्नही त्यात सामील झाले. ते युवक नाचत असताना दृष्टद्युम्नाच्या ध्यानी आले की, कर्णाच्या हालचाली अकस्मात अवघडल्याप्रमाणे अनैसर्गिक होऊ लागल्या. कर्णाच्या दृष्टीचा पाठलाग केल्यावर त्याने स्मित केले. त्याला त्याचे कारण समजले. काही अंतरावरच सुंदर वेश आणि लखलखती रत्नाभूषणे परिधान केलेली त्याची लावण्यवती भगिनी बसली होती. तिचे सौंदर्य स्वर्गीय भासत होते. तिचे तेजस्वी काळेभोर नेत्र कर्णाच्या कातीव देहयष्टीस न्याहाळत होते.

अश्वत्थाम्यासही कर्णामधील अकस्मात बदल ध्यानात आला आणि चकित होऊन त्याच्या तोंडून हास्योद्‌गार बाहेर पडला. सुशासनाने तो संकेत हेरला आणि लोककलाकारांच्या प्रेमगीतांवर तो अतिरंजित हावभाव करू लागला. सुयोधन आपल्या मित्रास पाहून हसला.

दृष्टद्युम्न आपल्या भगिनीनिकट धावला आणि त्याने तिला आपल्या समूहात ओढून आणले. "हा कर्ण, अंगदेशाचा राजा." त्याने सर्वप्रथम कर्णाचा परिचय घडविला. त्यानंतर इतर सर्वांचा परिचय करून दिला.

द्रौपदीने औपचारिकरीत्या मस्तक लववून कर्णास अभिवादन केले आणि हात जोडले. तिचे सुंदर मुख, श्यामल सतेज कांती, सुबक ओठ आणि शुभ्र मोत्यासम दंतपंक्ति ह्या सर्वांकडे कर्ण पाहात राहिला आणि त्याने कंपित निःश्वास सोडला. इतक्या निकट अंतरावरून तिला पाहावयास मिळेल ह्याची त्याला कल्पना नव्हती. त्यामुळे काय बोलावे हे न सुचून तो अवघडून उभा राहिला. भोवतालच्या ढोलांहूनही अधिक गतीने त्याचे हृदय धडधडू लागले. ती त्याच्या मुखाकडे एकटक पाहू लागली. जेथे जेथे तिची दृष्टी पडे तेथील तप्त होत आहे असे त्यास भासू लागले. अस्फुट स्मिताने तिचे मुख उजळले होते. त्यामुळे ती अधिकच दैवी भासू लागली. तेथून आपली दृष्टी इतरत्र वळवणे कर्णास अशक्य झाले. काय करावे हे न सुचून तो तिच्याकडे एकटक पाहात राहिला, हसणाऱ्या मित्रांच्या टिप्पणीचीही त्याने तमा बाळगली नाही. त्यांच्यातील मौन असह्य झाल्यावर पुन्हा लवून अभिवादन करून ती आपल्या आसनावर परतली. अश्वत्थाम्याने कर्णास पुन्हा मुक्त नृत्यात ओढले. कर्णाने पूर्वीप्रमाणेच समरसून आनंद घेण्याचा प्रयत्न केला. परंतु तिच्या स्वतःवरील दृष्टीची जाणीव होताच त्यास आपले पाय काष्ठवत् भासू लागले.

"अल्पावधीतच स्वयंवर आयोजित केले जाईल." सोहळ्यात दीर्घ काळ लोटल्यानंतर, उत्तररात्री दृष्टद्युम्नाने कर्णाच्या कानात सांगितले. "कर्णा, तुला आमंत्रित करण्याची मी व्यवस्था करीन. पुन्हा ये आणि एका खऱ्या योद्ध्याप्रमाणे माझ्या भगिनीस जिंकून घे."

"मी येथे ह्याच्याशी स्पर्धा करण्यात उपस्थित असताना ते शक्य नाही." अश्वत्थाम्याने डिवचले.

त्या ब्राह्मणाच्या मस्तकावर टपली मारत सुशासन म्हणाला, "मूर्खा, तू कर्णाशी स्पर्धा करणार? भानावर आहेस का?"

* * *

दुसऱ्या दिवशी कंपिल्यनगरी सोडली तेव्हा त्यांचा आनंद वर्णनातीत होता. अश्वत्थामा आणि सुशासन गतरात्री ज्ञात झालेली रांगडी गीते गाऊ लागले, तर कर्ण आपल्याच विश्वात हरवून गेला. त्या विश्वात सर्व गोष्टी मनोरम भासत होत्या आणि सर्वांवर तिचे नाव लिहिलेले होते. मार्गावर एक उपेक्षित ग्राम दिसले तसा कर्णाने तेथे थांबण्याचा आग्रह केला. तेथील पेयजलाचे दुर्भिक्ष्य आणि रहिवाशांची दुःस्थिती पाहून तेथून प्रयाण करणे

त्यांना अशक्य झाले. सुयोधनाने आपल्या सैनिकांना कूप खोदण्याचे आदेश दिले. त्यामुळे त्यांना चार दिवस विलंब झाला. परंतु ह्या कार्यामुळे त्यांना आणि ग्रामस्थांना जो आनंद मिळाला त्याने ह्या विलंबाचे सार्थक झाले. कूपाचा तट बांधून झाल्यावर अश्वत्थाम्याने गंमतीने त्यावर 'द्रौपदी- कूप' अशी अक्षरे कोरली. आपल्या विनोदी स्वभावाच्या मित्रावर संतापणे निरर्थक आहे हे कर्णास ज्ञात होते. त्यामुळे त्याला त्या हास्यविनोदात सहभागी होण्यावाचून पर्याय नव्हता. कर्णाचा आनंद पाहून सुयोधनास स्वत:च्या प्रिय व्यक्तीचे स्मरण झाले. त्याला सुभद्रेच्या स्पर्शाची ओढ लागली. तिच्या स्मितहास्याच्या विचाराने त्याच्या क्लांत देहास सुखविले आणि हस्तिनापुराच्या द्वारातून आत प्रवेश करेपर्यंत बळ पुरविले.

विजयी राजपुत्रांचे स्वागत करण्यासाठी परिजनांनी मार्गाच्या दोन्ही अंगास दाटी केली. शोभायात्रा राजप्रांगणात शिरताच टाळ्या आणि प्रशंसोद्गाराचा वर्षाव झाला. प्रासादाकडे जाणाऱ्या सोपानावर सर्वांत अग्रिम पायरीवर कटीवर हात ठेवून द्रोण उभे होते. त्यांच्यानिकट पांडव आणि धौम्यऋषींच्या नेतृत्वाखालील एक ब्राह्मणसमूह उभा होता.

द्रोणासमीप जाऊन युवराजाने लवून अभिवादन केले आणि तो म्हणाला, ''महोदय, आपल्या इच्छेनुसार पांचाळाचे पतन केले आहे. उपहारांच्या राशी येथे सादर केलेल्या आहेत हे आपण पाहात आहातच. आपल्याशी केलेल्या दुर्व्यवहाराचा द्रुपदास पश्चाताप झाला आहे आणि...''

''द्रुपद कोठे आहे?'' द्रोणांनी निर्विकारपणे पृच्छा केली.

''महोदय, त्यांनी शरणागती पत्करली आणि हे सर्व उपहार आपल्यासाठी पाठविले आहेत. आपली क्षमा मागण्यासाठी ते स्वत: येथे येणार आहेत.''

''पुरे, दुर्योधना! उपहार? हुं! त्यांचे उपहार कोण इच्छितो? ब्राह्मणास उपहारांचे मूल्य काय? अशा ऐहिक गोष्टींची मला तमा नाही हे मी तुला सांगितलेले आहे. त्याने माझा अपमान केला. तू त्यास बंदी करून, साखळदंडानी बांधून येथे घेऊन यावेस आणि माझ्या पायावर टाकावेस अशी माझी इच्छा होती. मूर्खा! तू तुझ्या गुरूंच्या सन्मानाची काही सुवर्णमुद्रा घेऊन विक्री केलीस? किंवा पांचाळ सैन्याने तुझा पराभव केला असावा आणि परतीच्या मार्गावर काही ग्रामे लुटून तू हे उपहार घेऊन आला असावास. ह्याने तुझ्या विलंबाचाही अर्थ लागतो.''

क्रोधाने थरथरत द्रोण उपहार वस्तू लादलेल्या शकटांपाशी धावले आणि त्यातील काही पात्रांवर त्यांनी लत्ताप्रहार केले. त्यातील मुद्रा घरंगळत भूमीवर पडल्या. राजपुत्राने आपला विश्वासघात केला अशी त्यांची अजूनही धारणा होती त्यामुळे क्रोधाने ते सुयोधनापाशी आले, ''तू ह्या सूतास आणि माझ्या पुत्रास सोबत घेऊन जाण्याचा आग्रह धरलास त्यामुळे अन्य काय घडणार? तुम्हांपैकी कुणाला अस्त्र हातात व्यवस्थित कसे धरावे हे तरी समजते का?- मग ते चालविणे तर दूरच! तू माझा अपमान केला आहेस. धर्ममार्गाचा अवलंब करणारे योद्धे कसे वर्तन करतात, शिक्षकांचा आदर करणारे शिष्य कसे वर्तन करतात हे मी तुला दाखवतो. अर्जुना!'' द्रोणांनी पाचारण केले. पांडव राजपुत्राने पुढे

येऊन लवून नमस्कार केला. ''या भ्याडास आदेशपालन कसे करायचे ते दाखव. माझ्या शत्रूस येथे घेऊन ये. त्याला कृमीप्रमाणे माझ्या समक्ष सरपटू दे.''

''आपली इच्छा शिरसावंद्य, गुरुवर्य.''अर्जुनाने पुन्हा नमस्कार करून आपला शंख फुंकला.

सुयोधनाने प्रतिक्रिया व्यक्त करण्यापूर्वीच शतकावधी अश्वारुढ सैनिक दौडत त्यांच्यापाशी आले आणि युद्धाचा पवित्रा घेऊन उभे राहिले. एकमेकांचा संकेत मिळाल्याप्रमाणे पाचही पांडव अश्वदळासमीप धावले आणि अश्वारूढ झाले. स्तंभित सुयोधन आणि त्याच्या मित्रांसमक्ष गर्जना करीत त्यांनी प्रयाण केले. अधिकाधिक अश्वारोही त्यांच्यामागून जाऊ लागले, तशी सैन्यसंख्या शतकाचा अंक ओलांडून सहस्राच्या घरात पोहचली. अर्जुनाच्या नेतृत्वाखाली हस्तिनापुराची राजसेना अनभिज्ञ पांचाळाच्या दिशेने दौडू लागली.

मार्गाच्या दोहो अंगास उपस्थित परिजन सुयोधनाच्या आगमनसमयी जयघोष करून झाल्यावर हळूहळू पांगू लागले होते; ते पुन्हा परतले आणि अर्जुनाचा जयघोष करू लागले. धौम्य ऋषींनी देशाभिमानाच्या ज्वालेस इतके चेतविले की आपला देश एका मांडलिक राज्यास ज्या प्रकारे हाताळत आहे त्याने सर्वजण उत्तेजित झाले होते. काही घटिकाभरात धौम्य ऋषी अशा वदंता पसरविण्यात यशस्वी झाले की पांचाळ सैन्याने सुयोधनास पराभूत केले आहे; त्यामुळे त्या अहंकारी पांचाळास पाठ शिकविण्यासाठी अर्जुन नूतन सैन्याचे नेतृत्व करीत आहे.

निद्रित कंपिल्यनगरीवर अर्जुनाचे सैन्य तुटून पडले. काय घडते आहे ह्याचे त्या अजाण पांचाळांना आकलन होण्याआधीच अर्जुनाने नगरीच्या रक्षकदलाचा नाश केला, नगरी पेटवून दिली आणि प्रासाददुर्गास खिंडार पाडले. नगरीची लूट आणि विध्वंसकार्य भीमाच्या पर्यवेक्षणाखाली पार पडले. अल्पावधीतच युद्ध समाप्त झाले. अर्जुनाने महाराजांच्या कक्षात प्रवेश केला. निद्रित द्रुपदास जागविले आणि बंदीवान केले. युधिष्ठिराने दृष्टद्युम्न आणि तृतीयपंथी शिखंडीस बंदीवान केले. माध्यान्हकाळी राजसेनेने पुनर्प्रयाण केले. सर्व प्रजेने पाहावे ह्यासाठी एका अनावृत्त शकटात द्रुपदास साखळदंडाने बांधून ठेवण्यात आले होते. त्याचा पुत्र दृष्टद्युम्न आणि शिखंडीचीही तीच स्थिती होती. विजयी शोभायात्रा द्रुतगतीने हस्तिनापुरास निघाली– पाठीमागे कंपिल्यनगरीस भग्नावस्थेत सोडून. पेठा आणि मंदिरातून धूर येत होता, तुटके मानवी अवयव आणि निष्प्राण देह मार्गात विखुरले होते. त्या दुर्दैवी भूमीवर सर्वत्र आक्रमण आणि पराभवाची चिन्हे रेखिलेली होती.

सायंकाळी अर्जुनाच्या विजयी सैन्याने हस्तिनापुरात प्रवेश केला आणि परिजन राजमार्गावर दाटी करू लागले– बंदीवान पांचाळनरेशास पाहण्यासाठी आणि त्याचा उपहास करण्यासाठी. त्यांनी अर्जुन आणि त्याच्या शूर बंधूंचा जयजयकार केला; कारण युवराजास जे जमले नाही ते ह्या बंधूंनी करून दाखवले होते. विश्वातील सर्वश्रेष्ठ धनुर्धाऱ्याने राज्याच्या सन्मानाचे रक्षण केले आहे आणि शत्रूस पथमार्गावरून खेचत आणले आहे. नागरिकांच्या उरी अभिमान दाटला. तो दर्शविण्यासाठी काहीजण बंदीवानांवर थुंकले, तर

काहींनी अपशब्दांचा भडिमार केला. काही धाडसी जणांनी बंदीवानांवर मुष्टिप्रहार केले. नृत्य करणारे युवक, ढोलवादक आणि धर्माचा जयघोष व अर्जुन-युधिष्ठिर ह्यांच्याविषयी प्रशंसेचा घोष करणाऱ्या ब्राह्मणांनी ती शोभायात्रा फुलली होती.

प्रासादाच्या मुख्य प्रवेशद्वारापाशी ओसरीवर द्रोण उभे होते. तृणक्षेत्र आणि उद्यानाप्रत जाणाऱ्या भव्य सोपानावर अन्य काही ब्राह्मण फुले आणि सुगंधी जल घेऊन उभे होते. अर्जुन आणि त्याचे बंधू अश्वावरून उतरून गुरूपाशी जाऊ लागले, तसे ते ब्राह्मण पवित्र मंत्रोच्चारण करीत त्यांच्यावर पुष्पदलांचा वर्षाव करू लागले. युधिष्ठिर प्रथम गुरू द्रोणांच्या पाया पडला आणि त्यानंतर धौम्यांच्या!

भावनातिरेकाने द्रोणांच्या मुखातून शब्द फुटेना. त्यांनी अर्जुनास अलिंगन दिले. ‘‘माझ्या प्रिय शिष्या, गुरू ह्याहून अधिक काय इच्छा करील?’’ ते पुनःपुन्हा पुटपुटू लागले. त्यांच्या आनंदाश्रूंनी अर्जुनाचे विशाल स्कंध ओलावले.

धौम्यांनी हात उंचावले, तसे ढोलवादन थांबले. ब्राह्मणांनी अपूर्ण मंत्र तत्काळ थांबवले. ‘‘हस्तिनापुराच्या इतिहासात हा अभिमानाचा क्षण आहे. आज आपल्या मुलांनी जगात हे सिद्ध केले की, ब्राह्मणाचा अवमान आपल्या राज्यात कदापि सहन केला जाणार नाही. आपल्या शाश्वत धर्माचे पालन करण्यासाठी राजपुत्र युधिष्ठिराने प्रथम पाऊल टाकले आहे. हा केवळ राजपुत्र नाही. हा तर साक्षात धर्म आहे. आजपासून हा धर्मपुत्र युधिष्ठिर म्हणून ओळखला जाईल- धर्माचा पुत्र!’’

धौम्यांनी पुन्हा हात उंचावले तसे पवित्र मंत्रपठण पूर्ववत् सुरू झाले. ज्येष्ठ पांडवाने नम्रपणे मस्तक लवविले. जनसमुदायाने मोठ्याने प्रतिसाद दिला. कुणीतरी ओरडले, ‘‘जय जय धर्मपुत्र युधिष्ठिर!’’ त्या शब्दांचा सहस्र कंठातून पुनरुच्चार झाला. ढोल पुन्हा वाजू लागले. विधवा कुंती तिच्या कक्षातून धावत आली आणि पुत्रांसमीप गेली. तिनेही जनसमुदायास हात हलवून अभिवादन केले- तसा समुदायाने प्रतिसाद दिला.

‘‘आपल्या गुरूंचा अवमान करणारा तो दुष्ट मनुष्य कोठे आहे?’’ धौम्यांनी विचारले.

अर्जुन आणि भीम बंदिवान द्रुपदाच्या शकटापाशी धावले. भीमाने पराभूत पांचालराजाचा कंठ धरला आणि अर्जुनापाठोपाठ जात द्रुपदास खेचत, ढकलत द्रोणांसमीप नेले. नकुल आणि सहदेवाने दृष्टद्युम्न आणि शिखंडीस अशाच प्रकारे खेचत नेले. सोपानावरून जाणाऱ्या बंदिवानांवर सर्व ब्राह्मण थुंकू लागले. भीमाने पांचालनरेशास गुरू द्रोणांच्या पायांवर टाकले.

जांघेवर थाप मारून गुरू तारस्वराने हसले. त्यांचा पुरातन वर्गबंधू आणि मित्र अधोमुख पडलेला होता. त्यास गुरूंनी लत्ताप्रसाद दिला. जनसमुदायाने प्रोत्साहन दिले. ‘‘हा हा, आता कोण कोणाच्या पाया पडले आहे रे अहंकारी क्षत्रिया? कोण दाता आहे आणि कोण ऋणी? उर्मटा, मी तुझ्याकडे साहाय्य मागण्यास आलो, त्या दिवशी तू कसे

वर्तन केलेस- त्या दिनाचे स्मरण आहे का? ही लाथ तुझ्या उर्मटपणासाठी आणि ही तुझ्या अहंकारासाठी...''

सुयोधन आणि त्याचे मित्र पुरोहितांच्या मांदियाळीतून मार्ग काढत अंततः अग्रभागी गुरूसमीप पोहचतात तोच महाधिपतींच्या आगमनाची सूचना देणारा सुपरिचित शृंगध्वनी झाला. भीष्म आणि प्रधानमंत्र्यांचा रथ प्रासादद्वारातून शिरला तसा जनसमुदाय शांत झाला. परिजनमार्गातून मागे सरले, तसे महाधिपती त्वरेने सोपान चढले. पांचाळराजा निकट पोहचताच ते थांबले. द्रोणांच्या भीषण लत्ताप्रहारापासून संरक्षण व्हावे म्हणून त्याने देहाचे मुटकुळे केले होते. भीष्मांची कठोर मुद्रा आणि दाहक नेत्र पाहून द्रोणांचे अवसान ओसरले.

महाधिपतींनी पडलेल्या मनुष्यास उठविले. तो आपला एक प्रमुख मांडलिक राजा द्रुपद आहे हे ध्यानात येताच ते आश्चर्यचकित झाले. ''येथे काय घडत आहे ह्याचे स्पष्टीकरण मला कोण देईल का?'' भीष्मांनी तिरस्कारयुक्त कठोर स्वरात पृच्छा केली. सर्वजण भयकंपित झाले. संतप्त महाधिपतींसमक्ष जाण्याची कुणाचीही इच्छा नसे.

द्रोणांनी संवादाचे कोणतेही चिन्ह दर्शविले नाही. त्यामुळे स्पष्टीकरणाचे उत्तरदायित्व स्वतःवर आहे हे धौम्यांनी जाणले. ते अग्रेसर झाले. ''महोदय, ह्या मनुष्याने एका ब्राह्मणाचा अवमान केला, त्याचा दंड आम्ही त्यास देत आहोत.''

''ब्राह्मणाचा अवमान? हा मनुष्य कोण आहे हे आपण जाणता का? हा पांचाळदेशाचा राजा आहे आणि तुम्ही ह्याच्याशी अपराध्याप्रमाणे व्यवहार करीत आहात? ह्याने कुणाचा आणि केव्हा अवमान केला?''

कुणीही उत्तर देण्याचे धाष्टर्य केले नाही. भीष्मांनी तलवार उपसली आणि द्रुपदाचे बंध कापले. त्यांनी त्या तृतीयपंथ्यास आणि पांचाल राजपुत्रासही मुक्त करण्याचे आदेश दिले. त्यानंतर ते धौम्यांकडे वळले. ''मला सांगा कुणी कुणाचा अवमान केला? केव्हा आणि कसा?''

''महोदय, ह्याने राजगुरू द्रोणांचा अवमान केला.''

''केव्हा?''

धौम्यांनी द्रोणांकडें पाहिले. अंततः ते पुढे आले. ''महोदय, ह्याने सतरा वर्षांपूर्वी माझा अवमान केला. त्यावेळी मी त्याच्या साहाय्याची याचना केली होती.''

''काय? गुरुवर्य, हे प्रहसन तर नाही ना? ह्याने सतरा वर्षांपूर्वी आपला अवमान केला आणि आपण आता हस्तिनापुराच्या सैन्याचा उपयोग करून ह्यास बंदी बनविले आणि एका मांडलिक राज्याशी आमचे संबंध बिघडविले. माझ्या संमतीविना मांडलिक राज्यावर आक्रमणाचा आदेश कोणी दिला? द्रोणा, आपल्याला अनेक प्रश्नांची उत्तरे द्यावी लागतील.''

हे संभाषण ऐकताच द्रुपद तारस्वराने हसला, त्यासरशी ब्राह्मण अधिक क्षुब्ध झाले.''अधर्म! अधर्म! ह्या भूमीवर ब्राह्मणाच्या अवमानाचे काहीही मूल्य नाही का?

हस्तिनापुराचा धिक्कार असो!'' सर्वांनी धैर्याने एकत्रितरीत्या घोषणा दिली. समुदायात व्यक्ती अनामिक राहते, त्यामुळे तिला अधिक धैर्य प्राप्त होते.

भीष्मांनी तेथे दुर्लक्ष केले आणि ते हेतुपूर्वक द्रोणांसमीप गेले. गुरूंनी तलवार उपसली. धर्मरक्षणासाठी महाधिपतींशी लढून हौतात्म्य पत्करण्यासाठी ते सिद्ध झाले.

कुंती धावत जाऊन त्या दोघांमध्ये पोहचली. ''महोदय, आपण माझ्या पुत्रांच्या प्रतिष्ठेचा अशा प्रकारे का बरे विध्वंस करीत आहात? युवराज जे साध्य करू शकला नाही ते ह्यांनी साध्य केले म्हणून तर नाही?''

यावर महाधिपतींना अनेक प्रत्युत्तरे करणे शक्य होते; परंतु तो सभ्य गृहस्थ सार्वजनिक किंवा खाजगी स्थळी स्त्रीस उद्देशून कठोर भाषण करणार नाही हे कुंतीस ज्ञात होते. भीष्मांनी खेदाने मस्तक हलविले. पांचाळनरेशाचे हात हातात घेत ते म्हणाले, ''महाराज, ह्या सर्व घटनांस्तव क्षमा असावी. माझा खेद आणि दुःख व्यक्त करण्यासाठी माझ्यापाशी शब्द नाहीत. कृपया माझ्यासह सभेत यावे. हस्तिनापुराच्या ह्या प्रमादाचे परिमार्जन कसे करता येईल ह्यावर मी विचार करीन.''

जड मनाने भीष्म राजसभेच्या दिशेने जाऊ लागले. त्यांच्या पाठोपाठ इतर सर्वजण गेले. तत्पश्चात वादविवादास प्रारंभ झाला. द्रोणांनी पदत्याग करण्याची सिद्धता दर्शविली. भीष्म क्रोधाने उद्गारले की, एवीतेवी त्यांना पदमुक्त करण्यात आले असतेच! ह्यास सभेतील सर्व मान्यवरांनी विरोध केला. भारतवर्षाची अलिखित राजधानी हस्तिनापुर येथील शासनाची पद्धत पाहून द्रुपद आणि त्यांचे संतान चकित झाले. युवराज सुयोधनास पाचारण करण्यात आले आणि मांडलिक राज्याकडून उपद्रव नसतानाही त्यांचेवर आक्रमण करून त्याने राजधर्माचे उल्लंघन केल्यास्तव महाधिपतींनी त्यास सर्वांसमक्ष वाक्ताडन केले. त्या राजपुत्राने आपल्या कृतीपुष्ट्यर्थ सांगितले की, महाराज धृतराष्ट्रांची तशी आज्ञा होती. त्यावर महाधिपतींनी अविश्वासाने महाराजांकडे पाहिले. भीष्मांनी राजपुत्रास विचारले, ''तुझे सामान्य ज्ञान कुठे हरविले होते?'' अनुचित आज्ञा मिळाल्यास तिचे उल्लंघन हेच कर्तव्य आहे ह्याचे त्यांनी स्मरण करून दिले. सुयोधन मौन झाला. गुरूंचे आदेश प्रथमतः नाकारणे उचित झाले असते हे त्याच्या खोल अंतर्मनास समजले. निर्णय घेण्यात आपली चूक झाली हे त्याने मान्य केले.

परंतु द्रोणांनी नमते घेतले नाही. आपणास ब्राह्मणांचे समर्थन आहे हे दिसताच त्यांचे आचरण पूर्वीप्रमाणेच उद्धट आणि दृढ राहिले. त्यांनी क्षमा मागण्यास नकार दिला. द्रुपदास जशास तसे उत्तर मिळाल्यामुळे आता आपण द्रुपदास पुन्हा मित्र मानू इतपत सिद्धता त्यांनी दर्शविली. ही घटना विसरणे हेच सर्वांसाठी हितकर होते.

त्यानंतर भीष्मांनी युधिष्ठिरास पाचारण केले. त्याने शांतपणे आपले मत सांगितले की, मी धर्माचे आणि माझ्या कर्तव्याचे पालन केले-परिणामांची तमा न बाळगता. अर्जुनास पृच्छा केली असता त्यानेही तेच उत्तर दिले. त्यात भर टाकत तो म्हणाला, द्रोणांचा शिष्य ह्या नात्याने आदरणीय शिक्षकांप्रति आणि त्यांच्या आवश्यकतापूर्तीप्रती त्याचे प्रथम कर्तव्य होते. दोन्ही पांडवांच्या उत्तरांची मान्यवरांनी अतिशय प्रशंसा केली.

भीष्मांनी असाहाय्य मुद्रेने द्रुपदाकडे पाहिले. पांचाळराजाच्या मुद्रेवर उपहासात्मक स्मित दिसले. आपण हतप्रभ ठरलो हे भीष्मास समजून चुकले. पांचाळनरेशाने द्रोणांस दिलेले उपहार तत्काळ परत करण्याची भीष्मांनी आज्ञा दिली. ब्राह्मणास अर्पण केलेले उपहार परत घेता येत नाहीत असे मत धौम्यांनी मध्येच प्रदर्शित केले. परंतु द्रोण स्वत: तपस्वी असून त्यांना ऐहिक गोष्टीत स्वारस्य नसल्याने त्या वस्तू ते उपस्थित ब्राह्मणांना देऊ शकतात असे धौम्य म्हणाले. भीष्मांनी आपल्या आसनावर मुष्टिप्रहार केला. त्यातून त्यांच्या क्रोधाचा उद्रेक व्यक्त झाला. प्रसंगाने गंभीर वळण घेतले होते.

त्यानंतर राजा द्रुपदाने उभे राहत घोषणा केली की मी दिलेले उपहार परत घेणार नाही. ब्राह्मणांनी ह्या विधानाचे उत्साहाने स्वागत केले आणि पांचाळाच्या उदार राजाची स्तुती केली. काही काळापूर्वीच जे ब्राह्मण द्रुपदावर थुंकले, त्यांनाच द्रुपदाने लवून आणि हात जोडून नमस्कार केला आणि त्यांनीही राजास 'दीर्घायु भव' असा आशीर्वाद दिला.

आपल्यासमक्ष चाललेल्या ह्या प्रहसनाने भीष्म त्रासले. त्यांनी सभा समाप्त केली आणि थकून आपल्या कक्षाकडे जाऊ लागले. द्रोणांनी द्रुपदानिकट येत त्यास आलिंगन दिले, ते पाहण्यासही भीष्म थांबले नाहीत. भीष्म शिखंडीजवळून जाऊ लागले तेव्हा शिखंडीने स्वत:च्या कंठावरून करांगुली फिरवीत उपहासात्मक स्मित केले. स्वत:च्याच विचारात मग्न असल्याने महाधिपतींच्या ते ध्यानात आले नाही. परंतु विदुरास त्या क्रूर नेत्रातील तिरस्कार दिसला तसे ते शहारले. भीष्मांच्या रक्षणार्थ ते स्वत: तो तृतीयपंथी आणि महाधिपती ह्यांच्यामध्ये जाऊन उभे राहिले आणि भीष्मांनी शिखंडीस सुखरूप ओलांडल्यानंतर विदुरांनी सुटकेचा नि:श्वास टाकला. महाधिपती थकले होते आणि खिन्न झाले होते. पराभूत मनस्थितीत अधोमुखाने त्यांनी कक्षात प्रवेश केला आणि विदुराने अवजड द्वारे मिटण्याची ते प्रतीक्षा करू लागले.

* * *

सभेत पांचाळ राजाने द्रोणाचे आमंत्रण स्वीकारले आणि मैत्रीचे पुनरुज्जीवन साजरे करण्यासाठी खाद्यपेयांचा आस्वाद घेण्यासाठी सर्वजण भोजनदालनात जाऊ लागले. सुयोधन आणि त्याचे मित्र घडलेल्या प्रसंगाची उत्साहाने चर्चा करीत दालनद्वारात उभे होते. तितक्यात अश्वत्थाम्याच्या पाठीवर एक थाप पडली. तो युवा ब्राह्मण वळताच दृष्टद्युम्नाचे धगधगते नेत्र रोखून पाहताना दिसले. मनातील सर्व विखार एकवटून दृष्टद्युम्न फुत्कारला, "विश्वासघातकी ब्राह्मणा! काही काळ मला वाटले होते की, तू माझा मित्र आहेस. परंतु तुम्ही मात्र माझ्या पित्याशी असे वर्तन केलेत! आम्ही तुमच्यावर विश्वास ठेवला आणि युद्ध टाळण्यासाठी तुम्हांस उपहार दिले. परंतु तुम्ही आमच्या आदरातिथ्याची परतफेड आम्हांस अपराध्याप्रमाणे साखळदंडाने बद्ध करून पथातून फरपटत ओढून केलीत. भ्याडांनो, माझे शब्द ध्यानात ठेवा. तुम्हांस आणि तुमच्या गुरूंस ह्याचे कठोर मूल्य द्यावे लागेल. त्या खाष्ट वृद्धास प्रतिदिनी कंठ चाचपण्यास सांग. एके दिवशी त्यावरील मस्तक नष्ट झालेले असेल."

अश्वत्थाम्याने पांचाळ राजपुत्राचा कंठ धरला. ''माझ्या पित्याविषयी अधिक एक शब्द जरी बोलशील तर तुझा मृत्यू ओढवेल, नतद्रष्टा!''

उत्तराप्रीत्यर्थ दृष्टद्युम्नाचे हातही अश्वत्थाम्याच्या कंठाभोवती आवळले गेले. ते दोन योद्धे एकमेकांचा श्वास कोंडून एकमेकांचे प्राण घेण्याचा प्रयत्न करू लागले. पुढे धावून सुयोधन आणि कर्ण त्या दोघांना एकमेकांपासून विलग करण्याचा प्रयत्न करू लागले.

''क्षमस्व मित्रा, भूतकाळाचा विषय भूतकाळातच राहू द्या.'' सुयोधन दृष्टद्युम्नास म्हणाला.

उत्तराप्रीत्यर्थ पांचाळ राजपुत्र भूमीवर थुंकला आणि त्याने तेथून प्रयाण केले. अश्वत्थाम्याचे तलवार नाट्य पाहात कामुक मुद्राधारी शिखंडी सर्वांमागे उभा होता. दृष्टद्युम्न दूर गेल्यानंतर तो तृतीयपंथी सुयोधनानिकट गेला. त्याने स्त्रियांप्रमाणे लचकत मुरडत सुयोधनास स्पर्श केला. ''राजपुत्रा, माझ्या बंधूस द्रोणांची लालसा आहे. परंतु ह्या सुंदर स्त्रीस कोणाची लालसा आहे सांग पाहू. हे रूपवान राजपुत्रा, तू जाणतोस का ह्याचे उत्तर? नाही? अरेरे! मला तुझ्या चुलतपितामहांची लालसा आहे. भारतवर्षातील सर्वोत्तम ब्रह्मचाऱ्यावर मी अनुरक्त आहे. भीष्मांना प्राप्त करण्यासाठी मी काहीही करीन.'' लाजऱ्या स्त्रीप्रमाणे हावभाव करीत किनऱ्या स्वरात शिखंडी म्हणाला. त्यानंतर सुयोधनाच्या दिशेने चुंबन फेकून आणि जाताजाता कर्णाच्या कपोलावर हात फिरवीत त्याने प्रयाण केले. त्या स्पर्शाने कर्ण शहारला. सुयोधनाने खिन्न होत मस्तक हलविले. त्यांच्याभोवतीचे द्वेषवलय विस्तारत चालले होते.

* * *

महाधिपतींच्या कक्षात दोन चिंताग्रस्त व्यक्ती भविष्यातील कृतीविषयी चर्चा करीत होत्या. कुंती आणि तिच्या पुत्रांनी हस्तिनापूर सोडून जावे असे भीष्मांचे मत होते. आपल्या अनुपस्थितीत घडलेल्या घटनांमुळे ते संतप्त झाले होते. महाधिपतींना शांतविण्याचे विदुराचे सर्व प्रयत्न व्यर्थ गेले. भीष्म म्हणाले की, द्रोणांच्या प्रमादाचे काय परिणाम होतील हे विदुरास समजलेले नाही. हस्तिनापुराच्या सुदैवाने परशुरामाच्या अनुपस्थितीमुळे दक्षिण संयुक्त राज्य अजूनही हतबल आहे; अन्यथा 'सामर्थ्यशाली मांडलिक मित्रराज्याचा अपमान' हे कारण दर्शवून त्यांना आक्रमणासाठी उत्तम संधी होती. उत्तर भारतातील राज्यात वर्णव्यवस्थेचे स्तोम पुन्हा वाढू लागले आहे ह्याचे मला दुःख वाटते. ह्यामुळेच मला धौम्याचा प्रभाव घटविण्याची इच्छा आहे. सनातन्यांच्या संघटीकरणासाठी 'कुंती आणि पांडव' हा महत्त्वपूर्ण विषय ठरत आहे. म्हणूनच हे घातक फळ उखडून फेकण्यासाठी त्यांना दूर जावे लागेल.

त्या वृद्ध मनुष्याचा क्रोध किंचित शांत झाल्यावर विदुराने आपली कल्पना मांडली. राजधानीपासून दूरअंतरावर वारणावत ग्राम आहे. पांडव आणि त्यांच्या मातेस त्या ग्रामी जाण्यास सांगावे. भीष्मांनी संमती दिली आणि विदुरास त्या दृष्टीने व्यवस्था करण्यास

सांगितले. विदुरांनी स्मरण करून दिले की ते ग्राम अप्रगत आहे आणि तेथे राजवंशीय व्यक्तीच्या निवासास्तव सुयोग्य वास्तू नाही.

''व्यवस्थेसाठी कितीही व्यय होऊ दे, विदुरा. अन्यथा, मी कुंतीप्रती योग्य व्यवहार केला नाही असे ती सर्वांना सांगत फिरेल. तेथे तत्काळ एक प्रासाद बांधून घ्या. हे कार्य उत्तम प्रकारे करील अशी कोण व्यक्ती आहे?''

''महोदय, मी एक मनुष्य जाणतो. तो कार्यक्षम आणि तत्पर आहे, परंतु...''

''परंतु काय? त्यास पाचारण करा आणि कार्यारंभ करा.'' भीष्मांनी उतावीळ होत आज्ञा दिली.

''महोदय, तो भ्रष्ट आहे आणि...''

''हुं! भ्रष्ट... ह्या भूमीवर कोण भ्रष्ट नाही? तो मधल्यामध्ये काही धन गिळकृंत करील आणि लठ्ठ होईल– होऊ दे. परंतु ह्या कामाचा आजच आरंभ होऊ दे. जा, बोलाव त्याला!'' भीष्मांनी चुटकी वाजवीत आदेश दिला.

विदुराने लवून आदेश स्वीकारला आणि कार्यवाहीस आरंभ करण्यासाठी प्रयाण केले.

* * *

''निश्चितच ह्यामागे तिचा हात आहे, कृष्णा.'' बंधुपुत्रास मधुर ताक प्यावयास देत कुंती म्हणाली. ''महाराज इतके दुष्ट नाहीत. तिचा हस्तक्षेप नसता तर त्यांनी आम्हांस वारणावतास जावयास सांगितले नसते, पितामहांनीही सांगितले नसते. तिने आणि तिच्या भ्रात्याने ह्या राष्ट्राचा विनाश करण्याचा निश्चय केला आहे.''

''तुझ्या संदर्भातील प्रत्येक गोष्टीस गांधारीस दूषणे देऊ नको, आत्या. अर्थात शकुनी तसा आहे हे मला मान्य आहे.'' गवाक्षात बसलेला कृष्ण मस्तकातील कुठल्याश्या गीतावर करांगुलींनी ताल देत होता.

''तू मला संदेश पाठविल्यानंतर काहीतरी भयंकर घटनेची आशंका वाटून मी द्वारकेहून तत्काळ निघालो. परंतु, तू आणि तुझे पुत्र काही काळ दूर राहाल तर ते सर्वांच्या हिताचे ठरेल. महाधिपतींनी तुम्हाला वारणावतास पाठविण्याचे ठरविले, हे योग्य झाले.''

''कृष्णा, मला ह्यात घातपाताचा संशय येतो. म्हणूनच मला भय वाटत आहे. मला तुझ्याविना इतर कोणाचा आधार नाही. पांचाळावरील आक्रमणापश्चात पितामहांचा अर्जुनावरही रोष आहे. कुणीतरी पितामहांच्या मनात विष पेरीत आहे; कदाचित तो विदुर असावा.''

''विदुर कोणाचाच शत्रू नाही की कोणाचा मित्रही नाही. स्वार्थी हेतू नसणारी ती एकुलती एक व्यक्ती आहे.''कृष्णाने स्मित करीत कुंतीस सांगितले.

''तर मग ते पितामहांना का समजावून सांगत नाहीत की, अर्जुन केवळ त्याचे गुरूप्रती कर्तव्य पार पाडत होता?''

कृष्णाने पात्रातील ताकाचा एक घोट घेतला आणि पात्र ध्यानपूर्वक गवाक्षाच्या तटावर ठेवले. स्मित करीत तो कुंतीस म्हणाला, ''अर्जुन कायम आपले कर्तव्य पार पाडत असतो. त्याचा हा गुण मला अतिशय प्रिय आहे.''

''मी माझ्या पुत्रांना गांधारीप्रमाणे वाढविले नाही. दुर्योधन बालपणी गुणी बालक होता. परंतु आता प्रौढपणी तो कसा आहे पहा– वरिष्ठांप्रती आदर नाही, शास्त्रांप्रती आदर नाही आणि परंपरांविषयीही आदर नाही. परकीय स्त्रीच्या पुत्राकडून अन्य काय अपेक्षा असणार म्हणा!''

''आत्या, युद्धव्यूहरचनेच्या दृष्टीने, त्या सूतपुत्रास दुर्योधनासमीप जाऊ देण्यात तुझी चूक झाली आहे. आता युवराज हा नायक बनला आहे. त्या मुलास बंदीवान करून संयुक्त राज्यास सोपविणे आवश्यक होते किंवा त्या महासोहळ्यादिनी त्यास आपल्या पक्षात वळविणे आवश्यक होते. मी काही करण्यापूर्वीच कर्ण अंगदेशीचा राजा झाला होता. दुर्योधन इतका धूर्त असेल ह्याची मला कल्पना नव्हती. ही निर्विवादपणे एक सर्वोत्कृष्ट कृती होती!'' कृष्णाने गवाक्षाबाहेर पाहिले. विचारमग्न अवस्थेत तो काही काळ मौन राहिला. त्यानंतर आत्याकडे वळून तो म्हणाला, ''तुझी प्रकृती कशी आहे, आत्या? तू इतकी अशक्त का दिसत आहेस? तू स्वस्थ आहेस ना?''

''हो, हो, मी ठीक आहे. केवळ ह्या वातावरणामुळे अस्वस्थ वाटत आहे.'' आपल्या बावरलेल्या मुखास भूर्जपत्राने वारा घालत ती म्हणाली.

''तो सूत त्रासदायक ठरणार आहे.'' आत्यास टक लावून पाहत कृष्ण म्हणाला. कृष्णाची दृष्टिभेट चुकवत कुंती त्वरेने ताकपात्र उचलण्यास उठली. ''चिंता नको, आत्या. तुझ्या पुत्रांना कोणतेही भय नाही. मी नित्य त्यांच्या पाठीशी राहीन. मला अर्जुनाहून अन्य कुणीही प्रिय नाही. योग्य समयी मी त्याचे कंपित हात स्थिर करण्यास पुढे येईन. दुर्योधनाच्या अशा वर्तनाने आपणावर अल्पावधीतच युद्धाची वेळ येईल.''

''मला युद्धाचा तिटकारा आहे. जर युद्धाविना... ''

''युद्धाची आवश्यकता आहे. मी युद्धपिपासू नाही किंवा युद्धाच्या भीषण परिणामांविषयी अनभिज्ञही नाही. परंतु दुर्योधन आणि त्याच्या मित्राने सामाजिक चौकटीवरच आघात केलेला आहे. वर्णव्यवस्था उदात्त नाहीच, परंतु चातुर्वर्णामुळे आपल्या समाजास बळ प्राप्त झालेले आहे. दुर्योधनास जे अपेक्षित आहे, त्यामुळे सर्वत्र अराजक निर्माण होईल. कोणीही काहीही बनू लागले तर ह्या जगात तज्ज्ञ उरणार नाहीत. समाज दुर्बल बनेल. प्रजेस आपले कर्तव्य उमजणार नाही आणि येथे घातक स्पर्धा निर्माण होईल. मोठा मत्स्य लहान मत्स्यास खातो तशी दुर्गती निर्माण होईल. मी येथे विशिष्ट कार्यास्तव जन्म घेतला आहे असे मला वाटते– आपली समाज रचना टिकविण्याच्या कार्यास्तव!''

''कृष्णा, तुझे विचार समजतील इतकी बुद्धी माझ्यापाशी नाही. मी एका गोष्टीची तुला विनंती करते. माझे पुत्र आणि मी ह्या जगात एकाकी आहोत. आमचे शत्रू सामर्थ्यवान आहेत. महाराज आणि महाराणी आमचा द्वेष करतात. आमचे उच्चाटन करण्यासाठी

दुर्योधन कितीही नीच पातळीवर जाऊ शकतो. हस्तिनापुराचे राजसिंहासन माझ्या पुत्रास मिळावे ह्यासाठी मी कोणतेही मूल्य देईन. हे साध्य करण्यासाठी मला साहाय्य करशील का? सर्वात महत्त्वाचे म्हणजे माझ्या जिवात जीव असेतो गांधारीच्या कोणत्याही पुत्राने येथे राज्य करू नये अशी माझी इच्छा आहे. मी आजवर अतिशय दु:ख सोसले आहे.''

कृष्ण जाण्यासाठी उठला. ''आत्या, मला आता जाणे आवश्यक आहे. महाधिपतींना भेटून वंदन करीन आणि उद्या प्रात:काळी सत्वर द्वारकेस प्रयाण करीन. महाराजांचा प्रस्ताव मान्य करून वारणावतास जावेस हे बरे. तेथे तुमचा घात करण्यासाठी कारस्थान केले जाण्याची शक्यता मी नाकारीत नाही, परंतु आपण त्यातून मार्ग काढू. दुर्योधनाशी संघर्ष करण्याकरिता सामर्थ्यशाली मित्रांची आवश्यकता आहे. दुर्दैवाने, गुरू द्रोणांस्तव अर्जुनाने द्रुपदाशी वैर ओढवून घेतले आहे. ह्याविषयी काही करता येईल का ते पाहातो. द्वारकेस जाताना मी पांचाळदेशी भेट देईन आणि ह्यात सुधारणा करता येते का ते पाहीन. वारणावतास जा. हा खेळ खेळून पाहा. निर्णयाची कार्यवाही दृढतेने करा. त्यासमयी चाचरू नका. स्वसंरक्षण हा सर्वश्रेष्ठ धर्म आहे. प्राणभय उत्पन्न झाल्यास स्वसंरक्षणासाठी कोणतेही कृत्य पाप ठरत नाही. ह्यालाच आपद्धर्म म्हणतात. विचारपूर्वक त्यातून मार्ग काढू शकाल.''

''कृष्णा, आमच्यासोबत रहा. आमचे अन्य कोणी नाही.''

''अर्थात आत्या, मी अंतापर्यंत तुझ्या आणि तुझ्या पाच पुत्रांसोबत असेन.'' कृष्णाने आत्यास चरणस्पर्श केला आणि तो जाण्यास निघाला.

''कृष्णा, एक गोष्ट तुला...नाही, काही नाही...''

लवून नमस्कार करून कृष्णाने प्रयाण केले. परंतु आपल्या पाच पुत्रांचे संरक्षण करण्याच्या कृष्णाच्या वचनाने कुंतीचे अस्वस्थ मन शांत झाले नाही.

* * *

काही दिवसानंतर, मध्यरात्री, गांधार राजपुत्र दचकून उठला. कुणीतरी हळुवारपणे द्वार ठोठावीत होते. निद्रेत व्यत्यय आल्याने अपशब्द उच्चारत त्याने कट्यार चाचपली, ती मिळताच त्याने ती आपल्या धोतरात लपविली. पटावरून लहानसा दीप उचलून सावधतेने द्वार उघडले. पुरोचन बाहेर उभा होता. ''आता काय झाले?'' हा अधिकारी आपले धन घेण्यास आला असावा असे वाटून शकुनीने पुन्हा अपशब्द उच्चारले.

पुरोचन आत येऊन शकुनीच्या मंचकावर बसला. मृदू उशा कुरवाळत तो म्हणाला, ''परकीय मित्रा, तुझी येथील व्यवस्था उत्तम दिसते.''

''तुला कशाची लालसा आहे रे, विदुषका?'' शकुनीने तुच्छतेने विचारले.

''आहा, माझ्याशी अशा स्वरात बोलू नको, परकीय मित्रा. मी जे सांगणार आहे ते ऐकताच तू मला अलिंगन देशील, माझ्यावर चुंबनवर्षाव करशील. परंतु कृपया गत प्रसंगाप्रमाणे वंचना करू नको. मला ह्या वार्तेस्तव सहस्त्र सुवर्णमुद्रांची अपेक्षा आहे आणि त्यानंतर त्यावर काही कार्यवाही करावयाची असल्यास त्याच्या तिप्पट. मान्य?''

शकुनीच्या अंतर्मनास जाणवले की, वार्ता महत्त्वाची आहे. अन्यथा ह्या सर्पाने मला इतक्या रात्री जागविण्याचे धाष्ट्र्य केले नसते. ''मान्य.'' तो म्हणाला. फडताळातून मुद्रा घेऊन त्याने त्या दोनदा मोजल्या आणि मंचकावर फेकल्या.

पुरोचनानेही मुद्रा मोजण्यात दीर्घ समय घालविला. त्या काळात शकुनी चुळबुळत राहिला. त्यानंतर पुरोचनाने, गांधार राजपुत्रास ती वार्ता सांगितली. विदुराने पुरोचनास पांडवांसाठी एक प्रासाद बांधण्यास सांगितले होते आणि महाधिपतींनी ह्या बांधकामाच्या व्ययास्तव भांडारातून अमाप धनराशीस मान्यता दिली होती. स्वत:च्या स्वभावाविपरीत शकुनीने आनंदाने आरोळी ठोकली. तितक्यात त्या राजपुत्राच्या मनात एक कल्पना चमकली. त्याने पुरोचनास आपली मनिषा स्पष्ट करून सांगितली. पुरोचन उत्तरला की, लाखेचा उपयोग करून प्रासाद बनविणे अतिशय जोखीमपूर्ण आहे. परंतु प्रात:कालापूर्वी शकुनीने हा करार सहस्त्र सुवर्णमुद्रांवर निश्चित केला. पुरोचनाने प्रात:कालीन आन्हिकेही न उरकता वारणावतास प्रयाण केले– त्वरित कार्यारंभ करण्यासाठी! अंतत: त्याचे भाग्य उदयास आले होते.

उत्साहाचे स्फुरण चढल्याने शकुनी निद्राधीन होऊ शकला नाही. त्याने फासे बाहेर काढले आणि पटावर फेकताना तो ओरडला, ''सहा!'' फासे घरंगळले आणि दोन्ही फासे तीन अंकांवर स्थिरावले. तो आनंदाने हसला. 'फासे उत्तम प्रकारे घरंगळत आहेत. गोष्टी नियोजनाप्रमाणे घडल्या तर पांडव एका अतिज्वालाग्राही प्रासादरूपी सापळ्यात अडकतील.' परंतु ते इजा न होता तेथून निसटतील अशी योजना तो आखणार होता. ते मृत्युमुखी पडावेत अशी त्याची इच्छा नव्हती. त्यांचा मृत्यू घडवून आणणे अति सुलभ शक्य होते. तसे झाले तर कालौघात सुयोधनास सिंहासन मिळाले असते आणि त्याच्या दुर्दैवी चुलतबंधूंचे अल्पावधीतच विस्मरण झाले असते. शकुनीची इच्छा होती की, पांडवांनी सापळ्यातून सुटका करून घेण्यापूर्वी त्यांना समजावे की, त्यांच्या चुलतबंधूंनी त्यांची हत्या करण्याचा प्रयत्न केला आहे. पांडवांच्या हत्येच्या कारस्थानाची वार्ता मूर्ख विदुराच्या कानी पडावी. तो पापभीरु प्रधानमंत्री उर्वरित सर्व व्यवस्था करील ह्याविषयी शकुनीस संदेह नव्हता.

प्रात:काळ पूर्व दिशेस सरसावू लागला आणि क्षितिज केशरी रंगाने न्हाऊन निघाले. शकुनीने त्या सुंदर दृश्याकडे पाठ फिरविली आणि गुडघे टेकून तो प्रात:कालीन प्रार्थनेस बसला. पश्चिमेस वळून त्याने मातृभूमीच्या उत्कर्षासाठी प्रार्थना केली. त्या परकीयाच्या दृष्टीने सर्व घटना अतिशय उत्तम प्रकारे घडत होत्या.

२०. लाक्षागृह

विदुराने एक दिवस अवकाशाची याचना करणारा संदेश भीष्मांना पाठविला, त्यामुळे पार्श्वी चकित झाली. आपल्या नियोजित निवासस्थानाच्या स्थळी भेट देण्यास जाण्याची घोषणा पतीने करताच तिचा आपल्या कानावर विश्वास बसेना. सहलकाळात पित्याचा सहवास मिळणार ह्या वार्तेने मुले उत्साहित झाली. हस्तिनापुराच्या प्रधानमंत्र्याचे साधेसुधे सदन त्यांच्या दशवर्षीय मुलाच्या उत्तेजित आरोळ्यांनी दणाणून गेले. फाटकापाशी पोहचताच तेथे भीष्मांचा कार्यालयीन रथ उभा पाहून ते चकित झाले.

"स्वामी, महाधिपतींनी ह्याचा उपयोग करण्यास सांगितले आहे." सारथी लवून आदराने नमस्कार करीत म्हणाला.

'ही वैयक्तिक सहल आहे, कार्यालयीन नाही.' असे सांगून विदुरांची विरोध करण्याची इच्छा होती. परंतु त्यामुळे महाधिपतींचा रोष ओढवला असता. पार्श्वीने रथात प्रवेश केला. तिने आपल्या पुत्रांनाही वर खेचत त्या वैभवशाली आसनावर बसविले. विदुर अडखळले. परंतु त्यांचे कुटुंब तत्पूर्वीच रथात चढले होते, त्यामुळे तेही रथारूढ झाले आणि रथ मार्गक्रमण करू लागला.

पार्श्वी पतीस म्हणाली, "इतके खिन्न होऊ नका. आपण अपराध केलेला नाही. हा तुमचा कार्यालयीन रथ नाही. महाधिपती तुमचे मन जाणतात; त्यामुळे त्यांनी स्वत:चा रथ पाठविलेला आहे." पुत्रांच्या कोलाहलाचा त्रास होऊ नये म्हणून तिने कान मिटून घेण्याचा प्रयत्न केला. गंतव्य स्थळी पोहचताच पार्श्वीस धक्का बसला. "आपले सदन ह्या अरण्यात बांधणार आहोत?" तिने पतीस विचारले. मुले समीप वाहणाऱ्या झऱ्यात डुंबण्यास धावली. अवतीभवती शतकावधी फुलपाखरे बागडत होती आणि उंच कोठेतरी कोकिळपक्षी एकमेकास साद देत होते. पुत्रांच्या एकमेकांस पाचारण करण्याच्या ध्वनीपलीकडे तिला रातकीटकांचे संगीत आणि पक्ष्यांची चिवचिव ऐकू येत होती. गंधित वारा तिचे केस विस्कटून पर्णांशी खेळण्याकरिता पुढे धावला.

"हे स्थान तुला रुचले नाही का?" विदुराने विचारले.

पार्श्वीस रडू कोसळले. ते अनाम स्थान हस्तिनापुराच्या गजबजलेल्या मार्गांपासून, विक्रीकेंद्रे आणि पेठांपासून अति दूर अंतरावर होते. विदुरांनी ह्या अरण्यात सदन बांधले तर संसार कसा करावा? एका सहलीच्या दृष्टीने हे स्थान योग्य आहे. परंतु...

“मी हे सदन स्वत:च्या हातांनी बांधणार आहे.” त्वरेने सभोवताली फिरून विदुर पाकगृह आणि स्वत:च्या अभ्यासिकेचे स्थान दाखवू लागले.

पार्श्वीने स्मितहास्य केले. त्यांचा विरस होऊ नये म्हणून तिने उत्साहीभाव दर्शविला. सायंकाळ होईतो त्यांनी आपल्या प्रकल्पामध्ये पुत्रांनाही सहभागी करून घेतले होते. त्यांच्या आयुष्यातील तो एक सुंदर दिवस ठरला. परतीच्या प्रवासातही विदुर आपल्या स्वप्न-सदनाविषयी बोलत होते. त्यात हस्तक्षेप न करता पार्श्वी केवळ ऐकण्याचे कार्य करीत होती. रथ हस्तिनापुराच्या व्यस्त मार्गांवरून द्रुतगतीने धावू लागला.

हळूहळू पुत्र निद्राधीन झाले. ते दृश्य विदुरास क्वचितच दिसत असे. त्यानंतर पार्श्वीने त्यास विचारले, “आपण नगरीतील वास्तुरचनाकारांचा सल्ला का घेत नाही आणि प्रासादातील कामगारांकरवी बांधकाम का करवीत नाही?”

“पार्श्वी, आपण वैयक्तिक सदन बांधत आहोत, सार्वजनिक वास्तू नाही. वैयक्तिक लाभासाठी माझ्या पदाचा उपयोग करणे अनुचित आहे. शिवाय, मला ते माझ्या स्वत:च्या हातांनी बांधण्याची इच्छा आहे. ते पूर्ण झाल्यानंतर आपण कोणत्याही वास्तुरचनाकारापाशी गेलो नाही ह्याचा तुला आनंदच होईल.”

असे सदन बांधून कधीच पूर्ण होणार नाही-किमान आपल्या आयुष्यात तरी. हे तिने जाणले. तिच्या पतीने त्यांच्यासाठी संपूर्ण दिवस व्यतीत करण्याची ती अंतिम वेळ होती. त्यानंतर जेव्हा कधी अवांतर वेळ मिळे त्यावेळी तो अरण्यात जाई आणि वास्तू बांधत असे; त्याने सहाधिकाऱ्यांचे सहाय्य नाकारले आणि तज्ज्ञांचा उपदेशही नाकारला. तप्त उन्हात आणि तीव्र गारठ्यातही तो काम करी. आरंभी काही वेळेस पुत्र ह्याच्या सोबत गेले. नंतर ते कंटाळले. प्रत्येक वर्षी पर्जन्यकाळात त्याने बांधलेल्या भागाची पाण्याने पडझड होई. विदुर अपुऱ्या वेळास दूषणे देत; परंतु आपल्या कौशल्यास दोष देत नसत. काही दिवस ते खिन्न होत. त्यानंतर ते पुन्हा वास्तुउभारणीच्या कार्यात मग्न होत. प्रधानमंत्र्यांचे वास्तुउभारणीचे अनंतकालीन कार्य हा हस्तिनापुरातील नित्य विनोदविषय बनला.

* * *

एकलव्याची मनस्थिती अस्वस्थ होती. त्याच्या चुलतीने पुन्हा त्याच्याशी भांडण केले होते. त्याने धनुर्विद्येच्या अभ्यासास पुन्हा आरंभ केला, तेव्हापासून तिचे पीडादायक वर्तन वाढले होते. चुलतबंधू आणि चुलतीचे त्यास विस्मरण होत असल्याने ती त्यास दूषणे देत असे. एकलव्यास ते उचितही वाटे. अंगठा गमावल्यानंतरच्या खिन्नावस्थेवर त्याने हळूहळू मात केली होती आणि स्वच्छता कर्मचाऱ्याची चाकरी करीत तो कुटुंबाचे पालन पोषण करीत होता. त्याच्यासम नीच कुलोत्पन्नां करिता तेच कर्म उपलब्ध असे. तो त्या कर्माचा तिरस्कार करी. कारण त्याअंतर्गत शौचालये आणि मलनि:सारण वाहिन्यांची स्वच्छता करावी लागे. मानवी विष्ठेची दुर्गंधीयुक्त घमेली मस्तकावरून वाहून दूर अंतरावर टाकावी लागत. त्यामुळेच मान्यवरांची निवासस्थाने सुसज्ज राखली जात. अशा कर्मामुळे कितीही

वेळा स्नान केले तरी त्याच्या मनात कायम अस्वच्छतेची भावना उरत असे. त्याच्या काळ्याकभिन्न देहाच्या केवळ दर्शनानेही प्रदूषित होण्याचे भय वाटून परिजन कायम त्याच्यापासून दूर पळत.

मार्गात भ्रमण करणारे श्वान आणि वराह ह्यांची कुणास तमा नसे, परंतु त्याच मार्गावरून एकलव्याने प्रयाण केल्यानंतर ते मार्ग पवित्र गोमयाने स्वच्छ केले जात. एकलव्याची पदचिन्हे दूषित मानली जात. आपले आयुष्य, आपले भाग्य, आपले राष्ट्र आणि आपल्या चाकरीचा त्याला तिरस्कार वाटे. परंतु ही चाकरी न केल्यास उपवासाने मृत्यू निश्चित ठरलेला होता. आपल्या तुच्छ जीवनाविषयी त्याने अलिप्त भाव बाळगला होता. परंतु कर्णासंदर्भात घडलेल्या प्रसंगाने हे सर्व बदलले. त्या प्रसंगाने त्याच्या मनी आशा उत्पन्न झाली, की राजपुत्र सुयोधनाप्रमाणे व्यक्ती अस्तित्वात असताना कष्ट करणाऱ्या आणि स्वत:च्या स्वप्नांचा पाठपुरावा करणाऱ्या परिजनांचे भविष्य उज्वल आहे. त्या दिवसापासून पूर्वीप्रमाणे कौशल्य पुनर्प्राप्त करून घेण्यासाठी त्याने अथक साधनेस आरंभ केला. नीच वर्ण आणि अंगठयाचा अभाव अशा दुहेरी अपंगत्वास आपल्या मार्गातील अडसर न बनू देण्याचा त्याने निश्चय केला. अल्पावधीतच त्या दुर्दैवी निषादाच्या सदनी क्षुधेने प्रवेश केला. परंतु आपल्या भाग्यास आव्हान देणाऱ्या त्या स्वच्छता कर्मचाऱ्यास रोखण्याचे सामर्थ्य त्याच्या कुटुंबियांत नव्हते.

आज प्रात:काळच्या कलहामागील कारण असे होते की, एकलव्याच्या चुलतीस हस्तिनापूर सोडून दूरवरील वारणावत नामक ग्रामी स्थलांतर करण्याची इच्छा होती. एकलव्यास हस्तिनापूर सोडण्याची इच्छा नव्हती. येथे राहिल्यास केव्हातरी युवराज माझीही नोंद घेईल आणि कर्णाप्रमाणे मीही महत्त्वाची व्यक्ती बनू शकेन अशी त्यास आशा होती. ‘‘वारणावतासम अप्रगत ग्रामी मी काय करू?’’ त्याने चुलतीस विचारले. एकलव्यास आपल्या चुलतबंधूविषयी आस्था उरलेली नाही ह्याचे दु:ख तिने व्यक्त केले. ‘‘ह्यांचे उदरभरण करण्यासाठी कराव्या लागणाऱ्या कष्टाने मी थकून गेले आहे. तू तर कर्म करण्याऐवजी सदैव धनुष्यबाणाशी खेळण्यात मग्न असतोस. तू पूर्वी स्वच्छता कर्मचारी असल्याने मला येथे कुणीही कसलीही चाकरी देत नाही–निवासस्थानांची स्वच्छता करण्याचीही. तू आपले हे अभद्र व्यसन असेच करीत राहिलास तर कुटुंब जीवित कसे राहील?’’उरावर आणि भाळावर मुष्टिप्रहार करीत ती तिचे दु:ख प्रकट करू लागली.

एकलव्य तिच्यावर ओरडला की, ‘तू माझ्या जिवावर जगू पाहातेस. मी धनिक जनांची विष्ठा वाहून नेत असे तेव्हा तू आणि तुझे लठ्ठ पुत्र केवळ निष्क्रिय बसून होता.’ असेही तो कठोरपणे म्हणाला. हे शब्द उच्चारताक्षणीच त्यास त्याचा पश्चातापही झाला, परंतु आता तो क्षण उलटला होता. चुलतीने प्रत्युत्तर केले नाही. तिने अश्रू पुसले. तिने आपल्या सर्व ऐहिक वस्तूंचे एक लहान गाठोडे बांधले, आपल्या कनिष्ठ पुत्राची स्वच्छता केली. एकलव्याच्या विनवण्या आणि क्षमायाचना मान्य न करता ती आपल्या कुटीतून पुत्रांसह आणि त्या दयनीय गाठोड्यासह बाहेर पडली. एकलव्य तिच्यामागून धावला. तिला तेथेच राहण्यास प्रवृत्त करण्याचे त्याने प्रयत्न केले. परंतु ती म्हणाली की,

वारणावतात जाऊन जीवनमान सुधारते का ते पाहीन. एकलव्याने तिच्या पाया पडून तिची क्षमा मागितली.

कष्ट करून झिजलेला आपला हात तिने हळुवारपणे त्याच्या मस्तकावरून फिरविला आणि आशीर्वाद दिले. त्यानंतर ती त्याला म्हणाली, "एकलव्या, मी तुझ्यावर रुष्ट नाही. परंतु आपण एकमेकांपासून विलग होण्याचा समय आलेला आहे. तू आता प्रौढ झालेला आहेस. मी माझ्या पतिबंधूप्रती माझे कर्तव्य पार पाडलेले आहे. मला माझ्या स्वत:च्या मुलांचे पोषण करावयाचे आहे. तुझे रक्त शोषण करणारी जळुका बनून मी जगू इच्छित नाही. तुला वाढविताना मी तुझ्याकडून कसलीही अपेक्षा केली नव्हती आणि आता तुझ्या महत्त्वाकांक्षेस साहाय्यभूत होईल असे काहीही मी करू शकत नाही. तुझ्यासाठी देवाकडे केवळ प्रार्थना करीन. भगवान महादेव कायम तुझ्या पाठीशी राहू दे. तुझी स्वप्ने पूर्ण होवोत. तुला तुझ्या चुलतबंधूंना किंवा मला भेटावेसे वाटले तर वारणावतास ये. नीतीवान पांडवाकरिता तेथे महाधिपतींनी भव्य प्रासाद बांधला आहे असे मी ऐकून आहे. त्या परिसराचा शीघ्रतेने विकास होत आहे. ज्येष्ठ पांडवास आता धर्मवीर युधिष्ठिर म्हटले जाते आणि तो ह्या जगतातील सर्वांत सत्यवचनी मनुष्य आहे. भगवान विष्णूंचा अवतार कृष्ण हा पांडवांचा मित्र आहे. आमच्याकरिता वारणावत हे हस्तिनापुराहून श्रेयस्कर ठरेल. हस्तिनापूर आम्हास लाभले नाही. येथे सर्वजण आमच्याशी कृमीसम व्यवहार करतात. ज्या स्थळी धर्मपुत्राचे शासन आहे आणि कृष्णाचा आशीर्वाद आहे, तेथे एक दरिद्री निषाद स्त्री आणि तिच्या पुत्रांना काहीतरी स्थान असेल असा मला विश्वास आहे."

एकलव्याने सर्व चुलतबंधूंना एकापाठोपाठ एक अलिंगन दिले. ज्येष्ठ बंधू एकलव्याहून काही वर्षे कनिष्ठ होता. आपल्या बंधूचा निरोप घेताना त्या मुलाने मस्तक उन्नत ठेवले होते. परंतु एकलव्याने कनिष्ठतम बंधूस अलिंगन दिले तेव्हा तो रडू लागला. तो त्रयोदशवर्षीय मुलगा होता आणि एकलव्याने त्यास धनुर्विद्या शिकविण्यास प्रारंभ केला होता. त्या मुलात ते शिकण्याची उत्तम क्षमता होती. एकलव्याच्या चुलतीने चालण्यास आरंभ केला, तशी तिची ज्येष्ठ मुले अनिच्छेने तिच्यामागून चालू लागली. एकलव्याने कटिस खोवलेली एक लहानशी कट्यार काढली आणि सर्वात कनिष्ठ मुलास दिली. क्षणभर अडखळल्यानंतर त्याने ती घेतली आणि तो इतरांपाठोपाठ धावला. ह्या जगातील आपले एकमेव आप्त हळूहळू दूरवर जाताना एकलव्य पाहू लागला. ते हळूहळू बिंदूवत् सूक्ष्म झाले आणि अंतत: दिसेनासे झाले.

* * *

अनेक दिवस चालल्यानंतर ती स्त्री आणि तिचे पुत्र वारणावतास पोहचले. त्या ग्रामाचे नगरीत रूपांतर होऊ लागले होते. परंतु तिला त्याहून विशाल स्थळाची अपेक्षा होती. त्यामुळे ती निराश झाली. तेथील एकमेव लक्षणीय वास्तू म्हणजे तो भव्य प्रासाद होता. तो नूतन आणि वैभवसंपन्न दिसत होता. सहा व्यक्तींच्या कुटुंबास इतक्या भव्य वास्तूची आवश्यकता आहे का? सूर्यप्रकाशात चमकणाऱ्या त्याच्या कळसाकडे पाहताना तिच्या

मनात विचार आला. मुख्य मार्गावरून चालताना तिला भय वाटले. आपल्याला अस्पृश्य म्हणून हाकलून देतील ह्याविषयी तिला संदेह नव्हता.

कनिष्ठ पुत्रास प्रासाद मनसोक्त पाहावयाचा होता. त्याने मातेचा हात खेचला. ''माते, आपण त्या मार्गावरून जाऊ. आपण इतक्या दूर अंतरावर का उभे आहोत? तो प्रासाद पाहण्याची माझी इच्छा आहे.''

''पुत्रा, तू स्वत:स काय समजतोस? भर दिवसा मुख्य मार्गावरून चालण्याची अनुज्ञा मिळण्यास तू ब्राह्मण किंवा राजपुत्र आहेस का? आपण अस्पृश्य आहोत. आपल्यामुळे तो मार्ग प्रदूषित होईल.''

परंतु त्या मुलाने आपला आग्रह सोडला नाही. ''त्यांना हे ज्ञात नसेल, माते. आपण हस्तिनापुरात नाही. येथे कोणीही आपणांस जाणत नाही.''

''आपल्या त्वचेच्या वर्णावरून त्यांना समजेल, पुत्रा.''

त्या मुलाने आपली काळी त्वचा पाहिली आणि तो नि:शब्द झाला. त्वचेचा वर्ण बदलणे त्यास शक्य नव्हते. काय करावे हे त्या स्त्रीस उमजेना. ते सर्वजण क्षुधार्त होते. सहा दिवसांपूर्वी एका उकिरड्यावर रात्रीच्या समयी ते तुटून पडले होते. त्याच्या आधीच्या दिवशी तेथे एका श्रद्धाळू वणिकाने आपली पापे आणि धनलोभ ह्यांच्या परिमार्जनार्थ ब्राह्मणभोजन घातले होते. त्यातील उर्वरित अन्न तेथे पडले होते. ज्येष्ठ मुलाने हातात दंड घेऊन गुरगुरणाऱ्या भटक्या श्वानांना दूर सारले होते आणि त्याचे बंधू आणि मातेने त्या उकिरड्यावरील अन्न वेचले होते. प्रात:कालीन आरतीसाठी मंदिराचे पुरोहित अल्पावधीतच मंदिर उघडण्यास येणार होते. त्यामुळे त्यांना त्वरा करणे आवश्यक होते. त्या पवित्र आरक्षित प्रभागात कोणी त्यांना पाहिले असते तर त्यांच्या प्राणावर संकट ओढवले असते. शक्य तितके अन्न त्यांनी उचलून घेतले होते. त्यांच्या मातेने काही अन्न भटक्या श्वानांकरिता राखले होते; कारण तिला क्षुधेच्या यातना ज्ञात होत्या. त्या अन्नामुळे ते काही दिवस तग धरू शकले होते. परंतु गत दोन दिवसांत त्यांना काहीही खावयास मिळाले नव्हते.

तो भव्य प्रासाद पार करून ते निषाद कुटुंब प्रासादामागील नदीसमीप आले. गंगेच्या जळात शिरून ते पोटभर पाणी प्याले. त्यांच्या पावलांभोवती विविध प्रकारचे मत्स्य पोहत होते. ते पाहून मुलांना क्षुधेचे विस्मरण झाले. मत्स्यांचा पाठलाग करणाऱ्या मुलांच्या हर्षभरित आरोळ्या ऐकून मातेचे नेत्र अश्रूंनी ओथंबले. काही काळ तिलाही आपल्या पाठीमागील तप्त भूमीचे आणि तिच्यावरील दु:खाचे विस्मरण झाले.

''माते!''कुणीतरी ओरडले.

आपणास अशा पद्धतीने संबोधलेले पाहून ती स्त्री स्तंभित झाली. मागे वळताच हात जोडून नमस्कार करणारा एक मान्यवर मनुष्य उभा दिसला तशी ती भयचकित झाली. आपोआप ती मागे सरकली, कारण त्या दोघांमधील अंतर कुलाचाराच्या मान्यतेनुसार नव्हते. तिचे पुत्र जळाबाहेर पडले. भयाने विवर्ण झालेला तिचा कनिष्ठ पुत्र तिला बिलगला.

"देवी," उत्तम रेशमी वस्त्रे आणि आभूषणे परिधान केलेल्या त्या अपरिचिताने जीर्ण वस्त्रधारिणी अस्पृश्य स्त्रीस उद्देशून म्हटले. "मी युधिष्ठिर. पंडु राजाचा ज्येष्ठ पुत्र. माझी माता कुंतीदेवी आपणास भेटू इच्छिते. तुमच्या पुत्रांसह आमच्या सदनी याल का?"

"स्वामी, आम्ही कोण आहोत हे आपण जाणलेले दिसत नाही. आमचे कुल सर्व कुलांमध्ये नीच आहे. आमच्या पावलांनी आम्ही आपले सदन कसे प्रदूषित करू?" त्या निषाद स्त्रीने विचारले.

"माते," अशा प्रकारे तिला संबोधण्याने तिच्या मुखावर उमटलेल्या आश्चर्याकडे दुर्लक्ष करून ज्येष्ठ पांडव म्हणाला, "भगवान सांगतात की, दीन जनांची सेवा ही सर्वश्रेष्ठ सेवा आहे. आमच्या सदनी येऊन आम्हांस आशीर्वाद द्या."

ज्येष्ठ निषादपुत्राने देहभाषेने मान्यता दिली आणि तो प्रासादाच्या दिशेने जाऊ लागला. त्याचे तीन बंधू त्याच्यापाठोपाठ निघाले. खरा प्रासाद आणि खरे राजपुत्र प्रत्यक्ष पाहण्याची संधी मिळाल्याने ते उत्तेजित झाले होते. त्या स्त्रीने आपल्या कनिष्ठ पुत्रास पाहिले. तो तिच्याकडे उत्सुकतेने पाहत होता. त्यानंतर तिने राजपुत्राच्या मुखावरील दयार्द्र भाव पाहिला आणि तिने स्वीकृतीदर्शक मान हलवली. कनिष्ठ पुत्रासह ती युधिष्ठिरामागून जाऊ लागली. तिचा आपल्या भाग्यावर विश्वास बसेना. पुत्रांचे उत्साहित वार्तालाप ऐकून तिने स्मित केले.

हे सर्व दृश्य पाहणारा तेथे उभा एक मेषपाल मनुष्य त्या स्त्रीनिकट गेला आणि तिच्या कानी कुजबुजला,"जाऊ नका. हा एक सापळा आहे. उच्चकुलीन सामर्थ्यशाली व्यक्तींवर विश्वास ठेवू नका." त्यानंतर तो वळला आणि तेथून दूर गेला.

गोंधळून ती क्षणभर थांबली. परंतु तिचे पुत्र पुढेच जात राहिले. अखेर तिने विचार झटकले आणि ती धर्मपुत्रामागून जाऊ लागली. प्रासादानिकट पोहचताच रक्षक राजपुत्रापुढे आदराने लवले. राजपुत्रामागून प्रासादात निघालेल्या अस्पृश्यांच्या समुदायास पाहून त्यांचे नेत्र विस्फारलेले तिला दिसले. त्यांचे मूक उद्‌गार जणू तिला ऐकू आले, तशी तिने गर्वाने मान उंचावली. परंतु मुख्य प्रवेशद्वारापाशी जाणाऱ्या सोपानावर राजपुत्राने पाऊल ठेवले, तशी ती अडखळली. ह्याच्यामागून जावे की येथेच थांबावे? एखाद्या वस्तूस आपला स्पर्श होऊन ती प्रदूषित झाली अन् ह्यांनी आपणांस बंदीवान करण्याची आज्ञा केली तर? युधिष्ठिराने वळून स्मित केले. त्याच्या पाठीमागे तिला विधवा राज्ञी कुंतीचे सोज्वळ मुख दिसले. ती तिच्या सुस्वरूप पुत्रांसह उभी होती. त्या अस्पृश्य स्त्रीच्या स्वागतार्थ कुंतीने हात जोडले आणि तिच्या पुत्रांनी लवून अभिवादन केले.

मान्यवरांनी लवून अभिवादन करण्याच्या आघातातून ती निषाद स्त्री सावरण्यापूर्वीच अर्जुन धावत खाली आला आणि त्याने तिच्या ज्येष्ठ पुत्राचा हात धरला. 'माझा पुत्र निषाद आहे आणि अशा नीच कुलोत्पन्नास आपण स्पर्श करू नये' असे सांगून अर्जुनास सावध करण्याची तिची इच्छा होती. परंतु तिच्या पुत्राने जगातील सर्वश्रेष्ठ धनुर्धाऱ्यास पाहून आत्मविश्वासपूर्ण स्मित केले आणि त्याच्यामागून धावत तो सोपान चढू लागला. तिच्या इतर पुत्रांनी त्याचे अनुकरण केले. तिला काही समजण्यापूर्वीच तिचे पुत्र त्या

मान्यवर राजपुत्रांशी हास्यविनोद करीत वार्तालाप करू लागले. नकळत ती स्त्री सावकाश सोपान चढली आणि विधवा कुंतीसन्मुख अधोमुखाने लीन होऊन उभी राहिली.

"आपण येथे येऊन आम्हांस धन्य केलेत, देवी. कृपया आत यावे. आम्ही तुमच्यासाठी आणि तुमच्या पुत्रांसाठी एका कक्षाची व्यवस्था केलेली आहे." कुंती तिला एका कक्षात घेऊन गेली. तो कक्ष त्या निषाद स्त्रीच्या संपूर्ण कुटीहून विशाल होता. त्यात एक भव्य मंचक होता आणि फुले, फळे आणि तिने कधीही न पाहिलेली विविध मिष्टान्ने पात्रात रचून ठेवलेली होती. क्षुधेने ती अतिशय व्याकूळ असली तरी, तिच्यापुढे इतके अन्न ठेवलेले होते की आपण सर्वांनी शत वर्षे खाऊनही ते संपणार नाही असे तिला वाटले.

"कुंतीदेवी, इतकी कृपा प्राप्त व्हावी असे मी काय केले आहे?" त्या स्त्रीने साश्रु नयनांनी विचारले.

कुंतीच्या मुखावर अर्थपूर्ण स्मित उमटले. "तुम्ही एका उदात्त कार्यास हातभार लावत आहात. तुम्ही आणि तुमचे पाच पुत्र धर्मकार्य करीत आहात."

"धर्मकार्य? कोणते?" त्या अस्पृश्य स्त्रीने पाच महान योद्ध्यांच्या मातेस विचारले.

"कदाचित तुम्हाला ते ह्या क्षणी समजणार नाही. परंतु त्याविषयी अधिक विचार करू नका. भोजन करा आणि विश्राम करा." कुंतीने पुन्हा स्मित केले.

त्याच क्षणी कनिष्ठ निषाद बालक धावत धावत कक्षात आला. कुंतीस पाहताच तो क्षणभर चाचरला आणि मातेस बिलगला. पुत्र भयाने थरथरत आहे हे तिला जाणवले. त्या बालकाच्या प्रतिक्रियेस त्रासून पाहणाऱ्या मान्यवर स्त्रीस पाहून तिने दीनवाणे स्मित केले. आपल्या पुत्राच्या अशा विचित्र वर्तनामागील कारण जाणण्याकरिता तिने मस्तकास ताण दिला. परंतु ते तिला समजण्याआधीच तिच्या इतर पुत्रांच्या हास्याने कक्ष दुमदुमला. ते आनंदाने ओरडत, धावत आले. आडदांड भीम त्यांचा पाठलाग करीत होता. कक्षात शिरताना त्यांच्यामुळे तेथील एक पुष्पपात्र लवंडले आणि तेथील काही मूल्यवान अलंकारिक वस्तू छिन्नविछिन्न झाल्या. त्या स्त्रीने भयाने कुंतीस पाहिले. परंतु तीही पुत्रलीला आनंदाने पाहात होती. ते पाहून ह्या स्त्रीच्या मनावरील ओझे उतरले.

पटावर मांडलेले उत्तमोत्तम अन्नपदार्थ पाहाताच मुले ते अधाशीपणाने खाऊ लागली. कुंतीने पुन्हा एकवार स्मित केले आणि तिने आपल्या महाकाय पुत्रास आपल्या निकट बोलाविले. भीमास आपल्या नूतन मित्रांसह ते मिष्टान्न खाण्याची अतीव इच्छा होती. ती पूर्ण न झाल्याने तो रुसला. त्याने काही पदार्थ उचलून धोतराच्या निऱ्यात लपविले.

"शांतपणे शयन करा. आपण उद्या बोलू." कृतज्ञ निषाद स्त्रीस सांगून कुंती कक्षातून बाहेर पडली.

पटावरील अन्नावर ते अस्पृश्य एखाद्या क्षुधार्त श्वापदाप्रमाणे तुटून पडले; तेथे भीमाने आसुसल्या दृष्टीने पाहिले. निराश मनाने तो मातेमागून कक्षाबाहेर गेला.

ती बाहेर त्याची प्रतीक्षा करीत होती. ''तू लपविलेले ते मिष्टान्न फेकून दे.''

''परंतु, माते...'' भीमाने लपविलेले पदार्थ बाहेर काढले.

''मूर्खा, त्यात मादक द्रव मिसळले आहे हे तू जाणत नाहीस का? तुझ्या मस्तकात बुद्धी कशी पेरावी?'' कुंतीने त्याच्या हातातील मिष्टान्ने घेतली आणि गवाक्षाबाहेर फेकली.

* * *

निषाद स्त्रीने कुंती आणि तिच्या पुत्रांमधील वाद ऐकला नाही. ते जाईपर्यंत तिने स्वत:वर नियंत्रण राखले. त्यानंतर क्षुधाशांतीसाठी ती आपल्या पुत्रांमध्ये सहभागी झाली. त्या अन्नास एक सूक्ष्म कटु रुचि होती. परंतु तिने तेथे दुर्लक्ष केले. तिने ह्याहून अप्रिय रुचीचे पदार्थ खाल्ले होते. कारण तिच्या विपन्न आयुष्यात फेकून दिलेले दुर्गंधीयुक्त अन्नही तिने खाल्ले होते. प्रत्येक घासा गणिक तिने उपकारकर्त्याचे आभार मानले आणि कुंती व तिच्या पुत्रांना दीर्घायु व सुख देण्यासाठी देवाची प्रार्थना केली. त्या वैभवशाली कक्षात तिला तिच्या पुत्रांसह कोंडले जात असताना झालेला कडीचा पुसट ध्वनीही तिच्या कानी पडला नाही. ती सुदैवी अस्पृश्य स्त्री आणि तिचे पुत्र तसेच अन्नग्रहण करीत राहिले. आपण एका स्वर्गवत् सापळ्यात अडकलो आहोत ह्याविषयीच्या अज्ञानामुळे ते सुखात होते. वास्तूच्या खालील पृष्ठावर त्यांचे उपकारकर्ते एकत्र बसून 'धर्मविषयक' महत्त्वाचा निर्णय घेऊ लागले.

* * *

''बंधो, हे अनुचित आहे. ते निष्पाप आहेत आणि...'' अर्जुन ज्येष्ठ बंधूस पटवून देण्याचा प्रयत्न करीत होता.

युधिष्ठिराने मातेस पाहिले. तिने निराशेने मान हलविली. भीमाचे वादविवादाकडे ध्यान नव्हते. तो अन्नाच्या स्वप्नरंजनात मग्न होता. तो सुदैवी होता. तो अधिक विचार करीत नसे. माता किंवा बंधू आदेश देत त्यानुसार तो वर्तन करी. 'धर्मविषयक' वादविवादामळे त्यासउद्वेग वाटू लागला होता. परंतु अर्जुन कोणतीही गोष्ट वादविवाद केल्याविना मान्य करीत नसे. जुळे बंधू एका अंगास बसून मदिरा आणि मदिराक्षीवर चर्चा करीत होते. भीम त्यांच्यानिकट सरकला आणि तो ते अधिक स्वारस्यपूर्ण संभाषण ऐकू लागला.

''अर्जुना, अस्पृश्यांचे जीवन दयनीय असते. एका उदात्त कार्यासाठी मृत्यू स्वीकारण्याची संधी त्यांना देऊन आपण त्यांच्या हिताचे कार्य करीत आहोत. ह्यामुळे ते पुढील जन्मी ब्राह्मणकुळी जन्म घेतील.'' आपल्या दुराग्रही भ्रात्याचे मन वळविताना युधिष्ठिर आपली मनस्थिती स्थिर ठेवण्याचा प्रयत्न करू लागला.

''यांच्यामधील कनिष्ठ केवळ त्रयोदश वर्षीय आहे. ह्या निष्पाप जनास अन्नाचे प्रलोभन दर्शवून पशूप्रमाणे सापळ्यात अडकवणे हे क्रौर्य आहे.'' अर्जुनाने प्रत्युत्तर केले.

"पुत्रा," कुंती अखेर थकून म्हणाली, "दुर्योधनाने आपल्याला येथे जिवंत जाळण्याचे कारस्थान रचल्याची सूचना आपणास त्वरित मिळाली हे आपले सुदैव! तुझे काका विदुरांनी आपल्याला सावध केले नसते तर काय घडले असते ह्याची कल्पना कर. एकेका क्षणागणिक संकट वाढत आहे. विदुरांच्या संदेशानुसार आपण ह्या भित्ती तपासल्या- त्या खरोखर लाक्षयुक्त आहेत. शुष्क तृणभाऱ्याहूनही द्रुतगतीने त्या पेट घेतील. मला कायम वाटे की विदुर आपल्या विरोधात आहेत. परंतु ह्या घटनेने दर्शविले आहे की, देवाचे गहन आणि गूढ कृत्य आपण जाणू शकत नाही. त्याच्याच इच्छेनुसार ही माता आणि तिचे पाच पुत्र येथे आले आहेत-आपल्या मृत्यूचा बनाव यशस्वी करण्यासाठी! शिवाय गुरूंनी तुम्हाला आपद्धर्माची शिकवण दिलेली आहे ना? स्वसंरक्षणासाठी केलेले कोणतेही कृत्य अनुचित नसते. 'त्याच्या' इच्छेस आव्हान देणारे आपण कोण? धौम्य आपल्याकरिता घाटावर नौका घेऊन उभे असतील. आपण आज रात्रीच हे कृत्य करणे आवश्यक आहे, अन्यथा कदाचित अति विलंब झालेला असेल. उद्या दुर्योधनाचे मनुष्य आपणास जिवंत जाळण्यासाठी हे स्थान पेटवून देतील. परंतु आपण त्यांच्यावर कुरघोडी करून आजच ते कृत्य करू."

अर्जुनाने हे अमान्य करीत मातेच्या भाषणाकडे दुर्लक्ष करून युधिष्ठिरास विनंती केली, "बंधो, ह्यामागे सुयोधनाचा हात आहे ह्याविषयी संदेह नसेल तर आपण क्षत्रियाप्रमाणे त्याच्याशी युद्ध करू आणि त्याचा पराभव करू."

युधिष्ठिराने मातेशी नेत्रपल्लवी केली. प्रदीर्घ विरामानंतर तो मृदू सुरात म्हणाला. "त्या अधम मनुष्यावर कुरघोडी करणे आवश्यक आहे. आपण हस्तिनापुरास जाऊ शकत नाही कारण महाधिपती आपल्यावर रुष्ट आहेत. अर्जुना, आपणांस हे करावेच लागेल. आपल्यासमक्ष अन्य पर्याय नाही. आपल्या मृत्यूच्या प्रमाणाप्रीत्यर्थ येथे सहा दग्ध देह दिसले नाहीत तर दुर्योधनाचे दूत आपला शोध घेत राहतील. निषाद स्त्री आणि तिच्या पाच पुत्रांची ओळखण्यापलीकडे गेलेली शवे पाहून जगास वाटेल की, आपणच मृत्यूमुखी पडलो आहोत. आपल्या कर्तव्याचा विचार कर. त्याच्या परिणामांची चिंता करू नको. अर्जुना, ह्या व्यक्ती महान कार्यासाठी मृत्यू पावतील. अर्जुना, धर्मज्योत हाती घेण्याचा अभिमान बाळग."

"बंधो," सहदेवाने हस्तक्षेप केला. "येथे पाच देह असतील. परंतु, त्यांतील कनिष्ठ अतिशय अल्पवयीन आहे. त्यामुळे संशयास वाव मिळेल."

"त्याचे भाषण सत्य आहे." कुंती म्हणाली. सर्व बारकाव्यांविषयी विचार न करण्याचा तिला विषाद वाटला. "युधिष्ठिरा, येथे रक्षक किती आहेत?"

"सात, माते."

"त्यांच्यासाठी प्रासादात भोजनाचे आयोजन करा." कुंती म्हणाली.

"अनेक शवे सापडल्याने गुप्तहेरांत संभ्रम निर्माण होईल."

"हे तिरस्करणीय आहे. हे रक्षक महाधिपतींनी आपल्या संरक्षणाकरिता पाठवले होते." अर्जुन आवेशाने उठत म्हणाला. "अर्जुना," युधिष्ठिराचा संयम सुटू लागला.

"रक्षक ह्या नात्याने त्यांचे प्रथम कर्तव्य काय? आपणांस संकटापासून वाचविणे. आपल्या जिवास अपाय होण्याची परिस्थिती निर्माण झाल्यास आपले रक्षण करणे हा त्यांचा धर्म आहे- स्वतःच्या प्राणांची तमा न बाळगता! त्यांचे प्राण आपल्याकरिता गेले तर त्यात अनुचित किंवा खेदजनक असे काय आहे? शास्त्रानुसार ते त्यांचे कर्तव्यच असेल, आपले कर्तव्य करताना आलेल्या मृत्यूहून पवित्र अन्य काही नाही. असे परिजन भगवान विष्णूंच्या वैकुंठ स्वर्गभूमीत पोहचतात. खरे तर, आम्ही त्यांच्या आत्म्यांना हे दुःखी जग सोडून वैकुंठात पोहचण्यास साहाय्य करीत आहोत."

"परंतु..."

"अर्जुना, आता थांब. तुझा चुलतबंधू दुर्योधनाप्रमाणे बोलू नको." विवाद समाप्त करीत कुंती उठली.

आपला पराजय झाला हे अर्जुनाने जाणले. तो केवळ योद्धा होता, तर त्याचा ज्येष्ठ बंधू विद्वान होता. तो कधीही असत्य कथन करीत नसे. सर्व ब्राह्मणही त्यास सद्‌गुण आणि न्यायभावनेचे प्रतीक मानत. धर्माच्या एकूण संकल्पनेविषयी संभ्रमित अर्जुन कक्षाबाहेर गेला. 'कदाचित एक दिवस असा उगवेल जेव्हा कुणीतरी ह्या गोष्टी मला विशद करून सांगेल. मातेचा आदेश पाळताना सद्सद्विवेकबुद्धीची टोचणी लागून राहते, तिचे त्यावेळी निराकरण होईल.' गतदिनापर्यंत त्याच्या असलेल्या कक्षातून त्या निषाद स्त्रीचे घोरणे त्यास ऐकू आले. दूरवर वाहणाऱ्या गंगेकडे अर्जुन एकटक पाहू लागला. आपल्यावर विश्वास ठेवणारी एक दीन माता आणि तिच्या पाच पुत्रांविषयीच्या विचारांकडे दुर्लक्ष करण्याचा प्रयत्न करू लागला. उचित आणि अनुचित ह्यांचा अशक्यप्राय गुंता सोडविण्यास तो झुंजू लागला. बंधू आणि मातेचा युक्तिवाद त्यास मान्य झाला नव्हता. त्या युक्तिवादाने केवळ त्याच्या मनात अतीव दुःख निर्माण करण्याचे कार्य केले होते.

सूर्य हळूहळू गंगेच्या पवित्र जळी बुडला आणि प्रियकराने स्पर्शिलेल्या लज्जित नववधूप्रमाणे नदी आरक्त दिसू लागली. वारणावतावर अंधकाराचे साम्राज्य पसरले आणि पवित्र नदीतटावरील लव्हाळावर धुके पडले. त्या समयास एका लहान नौकेतून एक काळी आकृती खाली उतरली. प्रखर प्रकाशमय, उज्ज्वल अशा दूरवरील पांडवाच्या प्रासादाकडे पाहताच त्याचा ऊर अभिमानाने भरून आला. प्रासाद घनस्वरुप भासत होता. तो लाखेने बांधला आहे अशी कोणास कल्पनाही आली नसती. हा प्रकल्प समाप्त झाल्याने आता त्यास निवृत्त होता आले असते. हस्तिनापूर सोडून त्याला अन्य नगरीत स्थलांतर करण्याची इच्छा होती- जिथे धनास अत्युच्च सन्मान असेल अशा नगरीत! कदाचित पश्चिम किनाऱ्यावरील हेहेय नगरीत जाता येईल असे स्वप्नरंजन तो करू लागला. कुरूप पत्नीचा त्याग करून नवयुवतीशी विवाह करता येईल. प्रशासन आणि प्रजा ह्यांची पिळवणूक करून मिळवलेले धन त्याने गुप्त स्थळी गाडून ठेवले होते. आतापर्यंत त्याने जाणीवपूर्वक त्या कःपदार्थ शासकीय सेवेतील आपल्या प्रामाणिक सहकाऱ्यांच्या जीवनाचे अनुकरण करीत आयुष्य बळेबळे दारिद्र्यात व्यतीत केले होते; आपण सुप्रतिष्ठित नाही हे त्यास ज्ञात होते. परंतु आपल्या कृत्याचे कोणतेही प्रमाण मागे

न ठेवण्याची दक्षता त्याने घेतली होती. अशा प्रकारे प्रधानमंत्र्याच्या मनुष्यांनी अनेकदा केलेल्या तपासणीतून तो निर्धोकपणे सुटला होता. एका अन्य सप्ताहात मी निवृत्त होईन आणि एकांती रमणींच्या सहवासात, हेहेयामध्ये समुद्राभिमुख महालात आनंदाने जीवन कंठेन.' पुरोचनाच्या मनात विचार आला.

गांधार राजपुत्र एक विचित्र मनुष्य होता. पांडवांसाठी बांधण्यात येणाऱ्या लाक्षागृहाचा संपूर्ण व्यय त्याने केला. त्यामुळे शासनाने पुरविलेल्या सागवृक्षाच्या काष्ठांची पुरोचनाने गुप्तपणे अधिक भावाने विक्री केली आणि अमाप धन मिळवले. आरंभी पुरोचनास वाटले की, शकुनीने पांडवाची हत्या करण्याची योजना आखली आहे. त्यामुळे ह्यातील आपला सहभाग प्रकट झाला तर काय परिणाम होतील ह्या आशंकेने तो भयग्रस्त झाला. प्रासाद बांधणीत लाखेचा प्रयोग झाल्याची माहिती त्या अतिप्रामाणिक प्रधानमंत्र्यांच्या कानी पडेल अशी व्यवस्था शकुनीने स्वत:च केली हे समजल्यावर तो संतप्त झाला होता. विदुरास कटकारस्थान समजल्यानंतर त्याने पांडवांना दक्ष राहण्यास सांगितले होते. क्रुद्ध पुरोचनास शांत करण्यासाठी आणि त्याने उर्वरित काम पूर्ण करावे ह्यासाठी गांधार राजपुत्रास विपुल धन द्यावे लागले होते.

त्या नतद्रष्टासाठी करावे लागणारे हे अंतिम काम असेल असे पुरोचनाने स्वत:ला समजावले. शकुनीची योजना त्यास निरर्थक वाटली. त्या परकीयाने पुरोचनास प्रासादाचे मुख्यद्वार बाहेरून बंद करून प्रासाद पेटविण्यास सांगितले. 'मी मारेकरी नाही.' असे पुरोचनाने प्रत्युत्तर केले होते. त्यानंतर राजपुत्राने असे सांगितले की, पुरोचनाने प्रवेशद्वार योग्य क्षणी उघडावे ज्यायोगे पांडवांना पलायन करता यावे! ही हत्या नाही, केवळ एक गंमत आहे असे त्या परकीयाने समजाविले होते. पुरोचनाने नि:श्वास सोडला. त्या व्यवहाराविषयी उहापोह करून योजना ठरविण्यापश्चात तो आपल्या निवृत्तीविषयी स्वप्ने पाहू लागला. आता सुखसंपन्न आयुष्य जगणे शक्य होते. पांडवांचा काटा काढण्यासाठी सुयोधनाने हे अग्निकांड रचले असे पांडवाना सांगण्यास्तव पुरोचनास अधिक मूल्य देण्याचे शकुनीने त्यास प्रलोभन दाखविले होते. पुरोचनाने त्वरित त्यास मान्यता दिली; कारण पांडव आपले उपकार मानतील आणि आपल्या स्वामीनिष्ठेस्तव कदाचित आपणांस पारितोषिक देतील असे त्यास वाटले.

आगामी मध्यरात्री प्रासाद पेटविण्याचा पुरोचनाचा मानस होता. संपूर्ण दिवसभर कुठेतरी लपून पांडवांच्या हालचालीवर दृष्टी ठेवणे आवश्यक होते. गुपचूप प्रासादाच्या दिशेने जाताना पुरोचनाने काळोखात लपतछपत जाण्याची दक्षता बाळगली. त्या स्थळी असलेल्या भीतीदायक शांततेमुळे तो अस्वस्थ झाला आणि त्यास संशय येऊ लागला. वातावरणात काहीतरी अशुभ लक्षण जाणवले. त्याचे अंतर्मन ओरडून संकटाचा संकेत देऊ लागले. मागे फिरून नौकेपाशी जावे आणि नौकेत बसून दूर जावे असे त्यास वाटू लागले. परंतु शकुनीकडून मिळणाऱ्या घसघशीत प्रेरक मूल्याच्या विचाराने त्याने तग धरला. प्रवेशद्वारापाशी रक्षक नव्हते ही विचित्र गोष्ट होती. दीप मालवलेले होते आणि अंधकाराने प्रेतवस्त्राप्रमाणे त्या प्रासादास व्यापलेले होते. पुरोचनाच्या मस्तकावरून एक

वटवाघूळ उडत गेले आणि रात्रीच्या काळोखात लुप्त झाले. त्याच्या तोंडून किंकाळी फुटली असती.

पुरोचन सावधतेने प्रासादापाशी चालू लागला. हातांचा कंप थांबविण्यासाठी त्यास प्रयास करावे लागले. त्या परकीयासाठी असे जीवघेणे कार्य करण्यास मान्यता देण्यास्तव तो मनोमन स्वत:स दूषणे देऊ लागला. प्रासादाच्या अतिनिकट आल्यावर मिटलेल्या गवाक्षामागील संभाषणातील काही भाग त्याला ऐकू आला. त्याने ध्यान देण्याचा प्रयत्न केला, परंतु त्यास संभाषणाचा अर्थ लागेना. केवळ त्यातील हस्तिनापुराच्या मुख्य पुरोहिताचे नाव समजले. पुरोचनाने कट्यार बाहेर काढली आणि गवाक्षाचे द्वार किंचित उघडण्याचा प्रयत्न केला. तसा प्रयत्न करतानाच त्याला दुसरीकडे एक द्वार उघडण्याचा ध्वनी ऐकू आला. गलेलठ्ठ असूनही नेमक्या क्षणी तो त्वरित मागे सरकला. त्याने एक स्त्री आणि चार मनुष्यांच्या आकृती बाहेर पडताना पाहिल्या. त्या काही पळे एकत्र उभ्या राहिल्या. त्यानंतर पाचवा मनुष्य हाती दीप घेऊन बाहेर पडला. त्या स्त्रीने द्वार मिटले आणि खटका बसविल्याची निश्चिती करीत तिने चौघा मनुष्यांसह त्वरेने प्रस्थान केले. ते सर्व सुरक्षित अंतरावर जाईपर्यंत दीपधारी मनुष्याने प्रतीक्षा केली आणि त्यानंतर काही लक्तरे घेऊन भिंतीलगत आणि ओसरीतील स्तंभालगत पसरली. स्वत:जवळील विशाल पात्रातील तेल त्या लक्तरांवर शिंपडले. काही क्षण जणू प्रार्थना केल्याप्रमाणे तो स्तब्ध उभा राहिला आणि त्याने इंधनात भिजविलेली लक्तरे दीपज्योतीने पेटविली. वळून तो आपल्या सोबत्यांच्या दिशेने धावला.

पुरोचनास क्षणभर विस्मरण झाले की, त्याने बांधलेला प्रासाद शीघ्र ज्वालाग्राही आहे आणि तो क्षणात पेटून भस्म होईल. एका स्फोटामुळे तो अधिकारी काही हात दूर उडून पडला. आघाताने तो सुन्न झाला. काय झाले ते उमगण्याआधीच लाक्षाप्रासादास धगधगत्या ज्वालांनी गिळंकृत केले. पेटत्या प्रासादाच्या प्रकाशात पुरोचनास पांडव नदीच्या दिशेने पळताना दिसले. घाटासमीप येणारी एक नौकाही त्याने पाहिली. छे! पांडव निसटले. त्यांनी मलाही चकविले. अग्निमुळे प्रचंड उष्णता निर्माण झाली. घडणाऱ्या प्रसंगाचे आकलन करून घेण्यासाठी पुरोचन दूर सरकला. पळणाऱ्या पांडवाचा पाठलाग करावा असे त्यास क्षणभर वाटले. परंतु पांडवांची हत्या करणे हे त्याचे ध्येय नव्हते. त्याऐवजी येथून निसटून जावे, आपली मोहीम पूर्ण केल्याचा दावा करून त्या परकीयाकडून धन मिळवावे आणि गुप्त व्हावे हे उत्तम!

मागे वळणार इतक्यात एका स्त्रीची किंकाळी ऐकू आल्याने भयाने त्याची पावले थिजली. पेटत्या प्रासादातून बाहेर पडण्यासाठी जिवाच्या आकांताने धडपड करणाऱ्या पेटलेल्या व्यक्ती त्याने पाहिल्या. “दुर्दैवी मूर्ख जीव!” पुरोचनास वाटले. पळून जाण्यास वळणार इतक्यात एका अल्पवयीन बालकाच्या किंकाळीने त्याचे मन पालटले. एक माता एका बालकास गवाक्षातून बाहेर ढकलण्याची पराकाष्ठा करताना पाहून तो अंर्तयामी हेलावला. परिणामांचा विचार न करता पेटत्या प्रासादापासून दूर जाण्याऐवजी पुरोचन प्रासादानिकट धावला.

"स्वामी, स्वामी..." त्या कृष्णवर्णीय स्त्रीने हाका मारल्या. पेटत्या गवाक्षातून तिच्या पुत्रास बाहेर ढकलताना तिच्या केसांनी पेट घेतला. तो बालक भयाने आक्रोश करू लागला आणि स्वत:जवळील कट्यारीने गवाक्षाचे गज कापण्याचा प्रयत्न करू लागला. ती स्त्री अर्थातच अस्पृश्य होती. परंतु ह्याक्षणी त्या बालकाचे प्राण संकटात होते त्यामुळे काहीतरी करण्याची आवश्यकता होती. तो अधिकारी आर्ततेने विचार करू लागला. उष्णतेकडे दुर्लक्ष करीत तो गवाक्षानिकट धावला. एका गलिच्छ, काळ्या पोरट्यासाठी मी माझे प्राण संकटात का घालत आहे? त्याच्या मस्तकातील एक अंश किंचाळत होता. परंतु त्यालाही ज्ञात नव्हते असे काहीतरी त्याच्या अस्तित्वात होते, त्यामुळेच तो त्या गवाक्षाखाली दृढ उभा राहिला.

अशा करुणामय कृतीबद्दल दंडात्मक फळ तत्काळ आणि खचित मिळते. येथे ते पेटत्या प्रासादाची एक भिंत कोसळण्याच्या रूपाने मिळाले. जणू काही उंच नभात स्थित कोणीतरी संतापाने ती खाली ढकलली होती. ती त्या बांधकाम विभागातील अधिकाऱ्यावर कोसळली आणि तो भूमीत गाडला गेला. भयभीत होऊन असाहाय्यपणे तो त्या माता-बालकास अग्नीच्या भक्ष्यस्थानी पडताना पाहात राहिला. ज्वाला त्याच्यापर्यंत पोहचल्या आणि त्याच्या गलेलठ्ठ देहास अधाशीपणे गिळंकृत करू लागल्या. त्यावेळी पुरोचनाच्या मनात विचार आला की, आयुष्यभर भ्रष्टाचार करून मिळविलेले धन कुठे लपविले आहे हे माझ्या पत्नीसही ज्ञात नाही. मी आयुष्य व्यर्थ घालविले आणि आता निरर्थक कारणासाठी प्राण गमावणार आहे. हा त्याच्या मनातील अंतिम विचार होता.

* * *

दूर अंतरावर गंगेच्या जळात एक नौका स्थिर उभी होती. धौम्य, त्याचे एक दोन साहाय्यक, कुंती आणि तिच्या पाच पुत्रांनी अग्निदेवतेस तो प्रासाद गिळंकृत करताना पाहिले. अर्जुनाने आपली मान खाली घातली होती.

"मला अतिशय दु:ख होत आहे. परंतु आपल्यापुढे अन्य पर्यायच नव्हता, गुरुवर्य धौम्य!" पेटत्या प्रासादास पाहत कुंती म्हणाली.

धौम्य तिच्याकडे वळून म्हणाले, "देवी, स्वत:चे प्राण संकटात असताना काहीच अनुचित ठरत नाही. परंतु आता तुम्ही सावध राहावे. महान अग्निदेवतेने सर्व देह ओळखण्यापलीकडे विरूप केले असतील अशी आशा आहे. देवी कुंती, त्या निषादांना अडकविणे हे सर्वात चातुर्यपूर्ण कार्य झाले. आता उर्वरित सर्वकाही माझ्यावर सोपवा. पांडवांचे अग्नीत प्राणोत्क्रमण झाले अशी वदंता आम्ही पसरवू. सामर्थ्यशाली मित्र मिळेपर्यंत कुणाच्या दृष्टीस पडू नका. पांचाळदेशी प्रयाण करा. तेथे स्वयंवर होणार आहे. सर्वश्रेष्ठ धनुर्धराच्या हाती राजा आपल्या कन्येचा हात देणार आहे. अर्जुन लीलया सौंदर्यवती राजकन्या द्रौपदीस वधू बनवू शकेल."

धौम्यांच्या शब्दावर खिन्न अर्जुनाने काहीच प्रतिक्रिया व्यक्त केली नाही. कुंती आणि प्रमुख पुरोहिताने नेत्रपल्लवी केली तर युधिष्ठिराने त्रासून मस्तक हलविले. 'धर्म आणि

कर्म ह्यांची गुंतागुंत माझ्या निष्कपट बंधूस कुणी समजावून सांगणे आवश्यक आहे.'

पुरोहित अर्जुनानिकट बसले. सुस्वरूप राजपुत्र तत्काळ उभा राहीला. त्यामुळे नौका हेलकावली. ''आपण त्यांना श्वापदांप्रमाणे सापळ्यात अडकविले.''

''राजपुत्रा, घाबरू नको. शापग्रस्त झाल्याने पृथ्वीवर आलेले ते इंद्रसभेतील स्वर्गीय जीव होते असे समज. त्यांनी एखाद्या महर्षिचा अनादर केल्याने ते अस्पृश्य म्हणून जन्मले. परंतु, धर्मास्तव मृत्यू पत्करल्याने त्याचे प्रायश्चित्त घेतले असे माना. ही कथा उत्तम आहे आणि आपले सहवासी नागरिक ह्यावर निश्चित विश्वास ठेवतील. आपण ही वार्ता सर्व मंदिरात सांगू. त्यामुळे अल्पावधीतच मूर्ख परिजन हे सत्य ठासून सांगण्यास धडपडू लागतील.'' धौम्यांच्या भाषणावर अर्जुनाव्यतिरिक्त सर्वजण हसू लागले.

''आम्ही कोणता वेश धारण करावा?'' युधिष्ठिराने प्रमुख पुरोहितांस विचारले.

धौम्यांनी त्वरित उत्तर दिले, ''ब्राह्मणाचा वेश धारण करा. त्यामुळे तुमची इच्छा असेल तेव्हा अन्न मिळेल, आदर मिळेल, तुम्हास त्याची इच्छा नसली तरी!''

पूर्व दिशेस सूर्य डोकावताच त्यांनी नौका बंधमुक्त केली आणि पांचाळाच्या दिशेने नौका वल्हवू लागले. नदीत काही अंतरावर प्रवाशांनी ओतप्रोत एक प्रवासी नौका त्यांना पार करून गेली. वारणावतास जाणाऱ्या काळ्याकभिन्न युवकास नौकेच्या अग्रभागी स्थित पांडवांनी पाहिले नाही, परंतु त्या निषादाची दृष्टी त्यांच्यावरून ढळली नाही.

२१. स्वयंवर

नौका घाटावर पोहचताच एकलव्य भूमीवर उतरला आणि इतर सर्व प्रवाशांप्रमाणेच त्याची दृष्टी प्रासादाच्या भग्न जळक्या अवशेषांवर पडली. नौकेतच त्याच्या कानी वार्ता आली होती की, गत रात्री पांडवांचा वारणावतातील प्रासाद अग्नीच्या भक्ष्यस्थानी पडला आहे आणि पांडव व त्यांची माता ह्या अपघातात मृत्यूमुखी पडले आहेत. सर्पाकार वळणे घेत आकाशात जाणाऱ्या काळ्या धुराकडे पाहून उत्तेजित परिजन दीन पांडवांच्या दुर्दैवाविषयी टिप्पणी करीत होते. काळ्याठिक्कर पडलेल्या अवशेषांच्या दिशेने एकलव्य एका समूहामागून जाऊ लागला. नौकेवरील एका पुरोहिताविषयी त्याच्या मनात संदेह होता. परंतु अधोवदनाने बसलेला मनुष्य अर्जुनच आहे ह्याविषयी त्यास पूर्ण विश्वास होता.

आपला त्याग करून गेलेल्या कुटुंबाचे एकलव्यास अतिशय स्मरण होत असे. त्यांना भेटण्याच्या इच्छेचे दमन करण्यासाठी तो थकून जाईपर्यंत धनुर्विद्येचा प्रदीर्घ अभ्यास करीत असे आणि अशा प्रकारे स्वत:स दंड देत असे. परंतु कनिष्ठ भ्रात्याचे खोडकर स्मित त्यास झपाटून टाकत असे. एका उर्मीसरशी त्याने वारणावतास प्रयाण केले होते. नीतीवान पांडवांच्या भूमीत त्यांचे जीवन कसे व्यतीत होत आहे हे पाहण्याची त्यास उत्सुकता होती.

एकलव्य प्रासादापाशी पोहचला तेव्हा तेथे काहीच उरले नव्हते. दग्ध मांस आणि केस ह्यांच्या दुर्गंधीने हवा प्रदूषित झाली होती आणि पावलोपावली गलिच्छ जलसंचय होते. तो मृत्युगंध टाळण्यासाठी हाताने नाक झाकून परिजन समूहाने उभे होते. काही रक्षक शवे काढण्यासाठी चांडाळांना सूचना देत होते. काही पावले अंतरावरील शकटात जेव्हा एखादे शव ठेवले जाई तेव्हा काही स्त्रिया किंचाळत आणि विलाप करू लागत. चांडाळांनी एका स्त्रीचे शव बाहेर काढले, तसा परिजनांनी श्वास रोखून धरला. हुंदके आणि तत्सम ध्वनीने तेथील भयाण शांतता भंग पावत होती. 'राजमाता कुंती' कुणीतरी पुटपुटले. चांडाळांनी तिच्या पुत्रांची शवेही वाहून आणली. मृत पांडवांना पाहण्यासाठी परिजनांत ढकलाढकली आणि धक्काबुक्कीस प्रारंभ झाला. ही लहानखुरी शवे धष्टपुष्ट पांडवांची कशी असतील? एकलव्यास प्रश्न पडला. परंतु अग्नि काय करू शकतो हे कुणास ज्ञात होते? "भीम कोठे आहे?" एकलव्यानिकट उभा एक मनुष्य उच्च स्वराने उद्गारला.

राखेतील भग्नावशेषातून मिळालेल्या पुढील शवाने ह्या प्रश्नाचे उत्तर दिले. ''भीम!'' समुदाय ओरडला. त्यांच्या भयास किंचित आनंदाची छटा होती. काही स्त्रिया तारस्वराने किंचाळल्या. गलेलठ्ठ अधिकाऱ्याचे काळेठिक्कर शरीर वाहून आणणारे वाहक धापा टाकू लागले. मृताचा भार अधिक असल्याने त्यांच्यावर ताण पडला. त्यांनी प्रयासाने ते शव उचलून शकटात ठेवले आणि ते एका अंगास ढकलून अन्य शवांकरिता स्थान रिक्त ठेवले. त्यावेळी तेथे एकलव्याचे ध्यान वेधले. एका शवाच्या उरावर काहीतरी चमकताना दिसले. निषादाचे हृदय चरकले आणि तो दुःखाने बधीर झाला. त्यावर विश्वास ठेवण्याची त्याची इच्छा नव्हती, परंतु त्यात चुकीची शक्यता नव्हतीच! भयभीत होऊन तो शववाहक शकटाच्या दिशेने चालू लागला.

मृत पुरोचनापलीकडे एकलव्याच्या कनिष्ठ भ्रात्याचा देह ठेवलेला होता. निरोप घेताना एकलव्याने त्यास दिलेली कट्यार त्याने मृत्यूसमयी उराशी धरलेली होती. त्या दग्ध अंगुलींनी दृढतेने धरलेली कट्यार पाहताना निषादाचे अश्रू वाहू लागले. एकलव्याने शकटातून ते शव ओढून बाहेर काढण्याचा प्रयत्न केला तेव्हा चांडाळांचे तेथे ध्यान गेले. त्यांनी त्यास दूर लोटले. मृत देहावरील मूल्यवान गोष्टींवर चांडाळांचा प्रथम अधिकार असतो. असा क्रूर व्यवसाय करण्यासाठी प्रेरक गोष्टींपैकी ती एक गोष्ट असते. राजमाता आणि राजपुत्रांच्या शवांवर मौल्यवान वस्तू न मिळाल्याने ते आधीच त्रासले होते. त्यामुळे अन्य अस्पृश्यास आपला ऐवज ते मुळीच चोरु देणार नव्हते.

एकलव्य पुन्हा आपल्या चुलतबंधूपाशी धावताच एका चांडाळाने लांबकाठीने त्यावर आघात केला. इतरांनी निकट येत त्यास निर्दयतेने झोडपले. एकलव्य संघर्ष करण्याच्या मनस्थितीत नव्हता. त्यांचे प्रहार त्यास एकप्रकारे सांत्वनपर भासले; कारण त्यामुळे त्याच्या हृदयातील गहन वेदनेचे त्यास तात्पुरते विस्मरण होऊ लागले. आता हा निषाद इतक्या अल्पावधीत उठणार नाही हे त्यांच्या ध्यानी आल्यावर त्यांनी त्यास एका पोत्यात भरले आणि एका वृक्षापाशी टाकले.

शववाहक शकट एका हिसक्यासह चालू लागले. गडगडत, करकरत, कुरकुरत ते नदीसमीप स्थित स्मशानभूमीपाशी जाऊ लागले. शवावरील कट्यार चांडाळप्रमुखाने पटकावली. ती तशी अल्पमोली वस्तू होती. परंतु ती देऊन स्वदेशी मद्याचा एखादा चषक मिळेल असा विचार करून त्याने ती कटिवस्त्रात टाकली.

एकलव्यास शुद्ध आली तेव्हा माध्यानकाळ झाला होता. स्मशानातील चिता काही काळापूर्वी विझल्या होत्या. ग्रामप्रमुखाने दिलेले मृत्युपश्चात भोजन करून पुरोहित निवासस्थानी परतले होते. एकलव्याच्या मनातील दुःख त्याच्या अवयवांमधील यातनांहून असह्य होते. त्याने उठण्याचा प्रयत्न केला, तेव्हा दोन बलदंड हातांनी त्यास सहाय्य केलेले पाहून तो चकित झाला. त्याच्याकडे स्मितवदनाने पाहणाऱ्या काळ्याकभिन्न मेषपालास त्याने पाहिले. ''अश्वसेन.'' ओळख पटली, तसा एकलव्य पुटपुटला. तक्षकाच्या पथकातील नाग मित्राने त्यास दृढ अलिंगन दिले.

‘‘मी तिला सावध करण्याचा प्रयत्न केला. परंतु तिने ते मान्य केले नाही.’’ चक्रावलेल्या निषादास अश्वसेन म्हणाला. ‘‘एकलव्या, तू पुन्हा धनुर्विद्येच्या अभ्यासास प्रारंभ केलास तेव्हापासून आम्हा परिजनांचे तुझ्यावर ध्यान आहे. गुरू द्रोणांचे समाधान करण्यासाठी तू अंगठा कापलास. त्यानंतर आमच्या महान प्रमुखाने तुझ्याकडे दुर्लक्ष केले. परंतु पुन्हा संघर्ष करण्याच्या तुझ्या निश्चयाने ते प्रभावित झाले आहेत. ते प्रत्येक भाषणात तुझा उल्लेख करतात. त्यामुळे आता पथकातील सर्व नाग युवकांचा तू नायक बनला आहेस. प्रमुख तुला भेटू इच्छितात. तू ध्येयपालनाचा अर्ध्यातच त्याग केलास ह्याविषयी त्यांच्या मनात कसलीही कटुता नाही. आपण ही वर्णव्यवस्था उलथून टाकल्याविना ह्या राष्ट्रात आपल्यासम परिजनांना कोणतेही भविष्य नाही हे तुला उमजल्यानंतर तू परतून येशील असे ते नित्य सांगत असत. तुझ्या आणि तुझ्या कुटुंबियांच्या संदर्भात घडलेली ही गोष्ट एकमेवाद्वितीय नाही. गत सहस्त्रावधी वर्षांत आपल्या परिजनांस अन्याय सहन करावा लागला आहे. एकलव्या, माझ्यासह खांडववनात ये. आपल्यासम शोषित, दीन, वंचित परिजनांसाठी हाच एकमेव पर्याय आहे. तुझ्या हत्या झालेल्या कुटुंबासाठी, तुझ्या कापलेल्या अंगठ्यासाठी, आपल्या ग्रस्त परिजनांसाठी खांडववनात परतून ये.’’

एकलव्याने मित्रास पाहीले. ‘‘तू तक्षकाप्रमाणे भासत आहेस- तुझे स्फोटक शब्द आणि नाटपूर्ण भाव तसेच आहेत.’’

‘‘येशील ना?’’

एकलव्याने उजव्या हाताच्या चार अंगुलींकडे पाहिले. अंगठ्याचे मूळ ठसठसले. त्याच्या मनात कट्यारधारी भ्रात्याच्या हाताची प्रतिमा झळकली. तो उठला. हातापायांमध्ये उसळलेल्या वेदनेकडे दुर्लक्ष करीत नागाकडे पाहून तो म्हणाला, ‘‘हो.’’ अश्वसेनाने आनंदाने उसळत मित्रास अलिंगन दिले. रात्र झाल्यानंतर त्या दोन मित्रांनी खांडवाच्या घनदाट अरण्यात जाण्यास आरंभ केला.

* * *

‘‘माझे हृदय आनंदाने धडधडत आहे की दुःखाने हे मला उमजत नाही.’’

पतीचा शीतल हात कंप पावताना गांधारीस जाणवला. त्यांच्याभोवतीचे जग अंधकारमय होते. विदुर नुकतेच भेटून परतले होते. प्रधानमंत्र्यांसमक्ष अविचल राहण्याचा प्रयत्न केला तरी विदुर निघून गेल्याचे समजताच महाराज आपल्या पत्नीकडे वळले होते. ती काहीच बोलली नाही. तिची तशी इच्छाही नव्हती. तिने प्रार्थना करण्याचा प्रयत्न केला, परंतु तिला सांत्वनपर शब्द सुचेनात. तिचे मन केवळ बधीर झाले होते.

विदुराने वार्ता सांगताच धृतराष्ट्राच्या मनातील सुप्त संतोष तिला जाणवला होता. परंतु तिच्या नसानसातून भयाची सरसर उठली होती. प्रधानमंत्री जे सूचित करू पाहात आहेत ते पतीस समजले का हे तिला उमजले नव्हते. विदुराच्या प्रस्थानानंतर त्याचे अभद्र शब्द अजूनही वातावरणात रेंगाळत असतानाच धृतराष्ट्राने गांधारीस विचारले होते, ‘‘सुयोधन खरोखरीच असे काही करील का?’’

धृतराष्ट्रास वाटे की, आपल्या प्रथम पुत्राचे वर्तन कायम उचित असते, परंतु गांधारीस तशी शाश्वती नव्हती. पतीपासून विलग होत, मुखावर वाऱ्याचा मृदू स्पर्श घेणाकरिता चाचपडत ती गवाक्षापाशी आली. तिला पतीचा कष्टमय श्वासोच्छवास ऐकू आला. बिचारा! अनेक वर्षांपूर्वी जेव्हा भीष्माने तिला ह्या प्रासादात आणले होते तेव्हा आपल्या नियोजित वरास पाहून तिच्या मनावर आघात झाला होता. हस्तिनापुराच्या अशा राजपुत्राकरिता भीष्मास परराज्याचा विध्वंस करून वधूचे अपहरण करावयास लागावे ह्यात नवल ते काय? धृतराष्ट्राशी प्रथम भेटीत त्याला पाहताच वाटलेले भय आणि त्याचे दृष्टिहीन नेत्र पाहून झालेला थरकाप ह्याचे तिला स्मरण झाले. सभोवतालचे वैभव निरखत तिने शकुनीस कवेत घेतले होते. सर्व दुष्ट मनुष्यांपासून त्याचे संरक्षण करण्याचा तिचा प्रयत्न होता. सभेतील उपस्थितांच्या कुतुहलपूर्ण दृष्टीने बावरून न जाण्याचा तिने दृढनिश्चय केला होता. भीष्म आपल्या अंध पुतण्यास जो दुर्मिळ उपहार देणार होते तो पाहण्यास आलेल्या स्त्री-पुरुषांची कुजबूज तिला ऐकू येत होती. त्यांची सहानुभूती आणि करुणाही तिला समजत होती. वेडेपणाच्या सीमेस स्पर्शणाऱ्या त्वेषाने तिने शालीचा तुकडा फाडून ती फीत नेत्रावर बांधली होती. त्या दिवशीपासून ती धृतराष्ट्राच्या अंधत्वाचीही सहधर्मचारिणी बनली.

''पुत्री, तू हे का करीत आहेस?'' अजूनही तिला भीष्माचे ते चकित शब्द स्पष्ट ऐकू येत. त्याच्या शब्दातील वेदना आणि अपराधी भावनेने तिला किंचित समाधान लाभले होते. इतक्या वर्षांनंतर अजूनही तसे वाटे. त्या दिवशीची स्मृतीचित्रे अजूनही सुस्पष्ट होती. आपली दृष्टी हिरावून घेणाऱ्या ह्या राज्याचा विनाश करण्याचे स्वप्न एकेकाळी तिनेही आपल्या भ्रात्यासह पाहिले होते. परंतु हळूहळू ह्या रुक्ष आणि धुलिकामय भूमीने तिच्या मनात स्थान कसे मिळविले हे तिलाही उमजले नाही. मसाल्यांचा गंध, मंदिरातील घंटानाद, असह्य, तप्त ग्रीष्मऋतूत देहातील रंध्रा रंध्रातून देहात भिनू पाहणारे सूक्ष्म धुलिकण ह्या सर्वांनी तिचे मन जिंकून घेतले. विनाश आणि प्रतिशोध ह्यांचे स्वप्न केव्हाच विरून गेले. ज्याची तिला घृणा वाटली तो मनुष्य तिचा पती झाला होता. एका असुरक्षित आणि अपंग मनुष्याविषयी तिच्या मनात प्रेम होते की सहानुभूती? हा प्रश्न स्वत:स विचारण्याचे तिला भय वाटत होते. आपले नेत्र बांधण्याची भीषण प्रतिज्ञा तिने केली, त्यामागे केवळ भीष्मास दुखावण्याचा हेतू होता. आपला पिता आणि मायभूमीयांप्रती त्यांच्या व्यवहारामुळे आपण त्यांना कधीच क्षमा करणार नाही असे तिला वाटले होते. परंतु कालांतराने हळूहळू महाधिपतींविषयी तिच्या मनात आदराची भावना निर्माण झाली होती आणि तिच्या प्रयत्नांस न जुमानता त्या भावनेने तेथे दृढ पाऊल रोवले होते.

''मला वारशाने मिळणारे अधिकार त्यांनी हिरावून घेतले आणि माझा बंधू पंडुस राजसिंहासनावर बसविले आणि मी...'' दातओठ खात धृतराष्ट्र म्हणाला, ''मी अंध आहे, मला केवळ अंधकार दिसतो... आज मी परिधान केलेला मुकुटही माझ्या बंधूचा उपहार आहे... पंडुच्या मृत्यूनंतर माझा जन्मसिद्ध अधिकार माझ्यावर उपकार करण्याच्या

अविर्भावात त्यांनी मला दिला. परंतु मी केवळ नामधारी राजा आहे. खरे तर भीष्म आणि विदुर राज्य करतात.''

त्याने उठून गदा हातात घेतल्याचा ध्वनी गांधारीस ऐकू आला. तिने हाताच्या मुठी आवळल्या. त्याची दुर्बल आणि असाहाय्य अवस्था तिला सहन होईना. तो हस्तिनापुराचा महाराज होता, एका खंडप्राय राज्यावर त्याचे शासन होते. तरीही त्यास स्वतःच्या छायेचेही भय वाटे. तो सर्वांप्रती समभावाने वागे. तो नम्र आणि मृदुभाषी होता. बोलण्यापूर्वी आपल्या शब्दांचा तो पूर्णपणे विचार करी. परंतु वैयक्तिक कक्षात तो पूर्णपणे भिन्न मनुष्य होता. आता पुढे काय होणार ह्याची तिला कल्पना होती. त्या ध्वनीशी ती परिचित होती. तिचा पति आपला क्रोध भीमाच्या लोहपुतळ्यावर रिता करणार होता. तो त्याने आपल्या प्रथम पुत्रास भेट दिला होता. परंतु सुयोधनाने तो कधीच वापरला नव्हता. त्यामुळे तो राजदांपत्याच्या शयनकक्षात ठेवण्यात आला होता. ठण्! धृतराष्ट्राच्या गदेने लोहपुतळ्यावर तीव्र प्रहार केला.

''कृपया, थांबवाल का हे?'' करुण स्वरात गांधारीने विचारले.

क्षणभर शांतता पसरली. त्यानंतर त्याने सूडबुद्धीने पुन्हा पुतळ्यावर प्रहार करण्यास आरंभ केला- जणू आपण सामर्थ्यशाली राजा आहोत- किमान ह्या शयनकक्षात तरी- हे त्याला स्वतःलाच सिद्ध करावयाचे होते. त्यांच्या हातात परजलेल्या गदेचे भय न बाळगता गांधारी त्यांच्या समीप गेली. तिची निकट उपस्थिती जाणवून ते थांबले. तिने त्यांच्या हातातून गदा काढून घेतली आणि त्यांना मंचकावर बसविले. पराभूत मनाने त्याने तिच्या स्कंधावर मस्तक टेकविले. परंतु गांधारीने त्याचे मस्तक उचलले आणि हाताने मुख चाचपले. त्यांची असुरक्षितता तिला जाणवली, तसे तिला रडू फुटले. 'गांधार स्त्रिया कधीच रडत नाहीत.' तिने स्वतःस स्मरण करविले. 'ह्या मनुष्याने किती अपमान सहन केला आहे.' पतीच्या दाट केसांवरून हात फिरविताना तिच्या मनात विचार आला. ते केस सुयोधनाप्रमाणेच भासले. कदाचित ते आता रुपेरी होऊ लागले असतील किंवा पूर्णपणे शुभ्र झाले असतील. परंतु त्यांचा स्पर्श आणि गंध तिच्या पुत्राच्या केसांप्रमाणेच होता. त्यांच्या विश्वात रंगास मूल्य नव्हते. आपला प्रथम पुत्र कसा दिसत असावा ह्याची ती कल्पना करू लागली.

''आता आपल्या पुत्रास त्याचा अधिकार प्राप्त होईल. तो आपल्याप्रमाणे अंध नाही, गांधारी. मी हे इतरांना सांगू शकत नाही, परंतु तू हे समजून घेऊ शकशील. पांडव मृत पावले ह्याचा मला आनंद झाला आहे. तो अपघात असावा अशी मला आशा आहे; हे आपल्या पुत्राचे कारस्थान नसावे. तो असे काही करेल असे मला वाटत नाही. सुयोधन इतका क्रूर कधीच नव्हता. परंतु त्यानेच हे केले असावे असे तुला...''

गांधारी मौन राहिली. तिला आपल्या पतीच्या भाषणावर विश्वास ठेवण्याची इच्छा होती. निश्चित माझा पुत्र असा अभद्र व्यवहार करणार नाही. परंतु शकुनीचे काय? बिचारी कुंती! ती खरोखरीच गतप्राण झाली का? तिला आणि तिच्या पुत्रांना असा भयंकर मृत्यू का यावा? ती खरोखरीच मृत झाली आहे की, ही अन्य एक क्लृप्ती आहे?

गांधारीस हा विचारही नकोसा वाटला; परंतु कुंती मृत पावली आहे ह्यावर तिचा विश्वास बसेना. कुंती संकटातून कायम सुखरुपपणे वाचते. परंतु विदुरांनीच सांगितले की, त्यांचा नूतन प्रासाद गिळंकृत करणाऱ्या अग्नीत कुंती आणि तिचे पाच पुत्र मृत्युमुखी पडले. मनात येणाऱ्या उलटसुलट विचारांनी गांधारी लज्जित झाली. तिच्या मनात उत्पन्न झालेला आनंदाचा सूक्ष्म बुडबुडा विस्तारून त्याने संपूर्ण मन व्यापण्याचे तिला भय होते, त्याने ती अस्वस्थ झाली. जणू असे विचार काढून टाकण्यासाठी तिने मस्तक हलविले.

धृतराष्ट्रही अस्वस्थ होता. गांधारीचे हात दूर सारून तो उठला आणि पुन्हा गदा शोधू लागला. पुन्हा एकवार धातू एकमेकांवर आपटण्याचा ध्वनी कक्षात दुमदुमू लागला. गांधारी मंचकावर बसली. धृतराष्ट्राच्या गदेतून बाहेर पडणारा तिरस्कार थोपविण्याचा प्रयत्न करू लागली. भयाची शीत लाट तिच्या देहात शिरू लागली. ती भारतवर्षास पाहण्यास नकार देऊ शकत होती, पतीचा त्रागा ऐकण्यास नकार देऊ शकत होती, परंतु देहातील नसानसात पसरणाऱ्या भयास ती कशी थोपविणार होती? विदुराची समजूत चुकीची आहे, निजपुत्र निर्दोष आहे हे तिला स्पष्ट ज्ञात होते. कुंती तिच्या पुत्रांसह परतून येईल आणि आपणा सर्वांना अकल्पनीय संकटात गोवेल ह्याविषयी तिला संदेह नव्हता. प्रथमच तिला पुत्राचे मुख अंगुलिंनी चाचपण्याऐवजी नेत्रांनी पाहण्याची इच्छा झाली. शकुनी आणि कृष्ण उपस्थित असलेल्या ह्या जगात आपला पुत्र मूर्खाप्रमाणे एकाकी युद्ध करीत आहे हे तिला ज्ञात होते. तिला आपल्या पुत्रास जपायचे होते. त्याचे जगापासून संरक्षण करायचे होते.

***

पांडवांच्या मृत्युची वार्ता वन्हीप्रमाणे पसरली. दुर्योधनाने आपल्या चुलतबंधूंची हत्या केली ह्या वदंतेस पुष्टी देण्याचे कार्य धौम्याच्या मनुष्यांनी केले. ह्यामुळे सर्वत्र असंतोषाचे वातावरण होते आणि दुर्जयाच्या मनुष्यांनी ह्याचा लाभ घेत काही दरोडे घातले. सार्वजनिक मालमत्तेची हानी, विध्वंस आणि लुटालूट झाली. युवराजास मार्गातही प्रश्न विचारून प्रजेने भंडावले. प्रधानमंत्री वारणावतातील सत्य शोधण्यासाठी गेले होते. परंतु ग्रामाग्रामांतून दरोड्याच्या घटना वाढू लागल्या, तसे भीष्मांनी त्यांना राजधानीत परत बोलविले. विदुरास आपल्या सदनाचे बांधकाम थांबवावे लागले. परतल्यानंतर त्यांनी काही अपराध्यांना सर्वांसमक्ष शासन केल्याने पुन्हा सुव्यवस्था स्थापन करण्यास साहाय्य झाले. प्रधानमंत्र्यांनी एका सप्ताहात शांतता व शिस्त पुनर्स्थापित केली. दुर्जयाचे मनुष्य पुन्हा आपल्या लपण्याच्या जागेत शिरून बसले. आता प्रमुखाने पुन्हा कृती करण्यास पाचारण करेपर्यंत ते त्या कोठडीतून बाहेर पडणार नव्हते.

घडलेल्या सर्व घटनांनी सुयोधन त्रासून गेला. त्याला परिजनांत मिसळणे प्रिय होते आणि ज्या राज्याचे शासन करणे त्याच्या भाळी लिहिलेले होते, त्या राज्याच्या कोण्याकोण्यास तो वारंवार भेट देई. सामान्य जनतेकडून जे प्रेम व आपुलकी मिळे त्याने तो पुनर्भारित होई. परंतु पांडवांच्या मृत्यूच्या वदंतेनंतर गोष्टींना अनिष्ट वळण लागले. कौरव-पांडवांमधील परस्परद्वेषाची जाणीव जनतेस आहे हे त्यास ज्ञात होते, परंतु माझ्या

चुलतबंधूंचा मृत्यू ओढवावा इतक्या नीच पातळीवर मी जाईन असे बहुसंख्य जनतेस वाटावे ह्याचे त्यास दु:ख झाले. एकदा तर काही परिजनांनी त्यास मार्गात घेरले आणि त्याच्यावर अंडी फेकली. त्यांनी त्यास दंडित केले असते, परंतु तितक्यात एक भिक्षुक तेथे श्वानासह अवतरला आणि क्रुद्ध समुदाय व राजपुत्र ह्यांच्यामध्ये उभा राहिला– रक्षकांना त्यास परिजनांमधून सुरक्षित बाहेर काढेपर्यंत!

त्या घटनेनंतर भीष्मांनी त्यास प्रासादाबाहेर न पडण्याचा आदेश दिला. त्या कलंकित दिवसांना जवळपास एक वर्ष लोटले होते. परंतु अजूनही त्यांचा विचार करताच तो दुखावत असे. त्यावेळी समुदायाने तारस्वरात घोषणा दिल्या होत्या. 'खुनी दुर्योधन!' 'खुनी' ह्या विशेषणाहून 'दुर्योधन' ह्या व्यंगात्मक नावाने त्यास अधिक दुखावले होते. त्यास आपला मित्र कर्णाची अनुपस्थिती जाणवत होती. तो दूर अंगदेशी आपल्या राज्याची व्यवस्था लावण्यात पूर्ण क्षमतेसह कार्यमग्न होता. सुशासनाने स्वत:च्या मित्रांचा समूह बनविला होता आणि त्या दोन बंधूंची विश्वे भिन्न झाली होती. त्यांचा काळ एकत्र व्यतीत होत नसे. सिंधराज जयद्रथाशी विवाह निश्चित झाल्याने सुशला स्वत:च्या सुखी विश्वात विहरत असे. त्यामुळे ती त्याच्या कक्षात वार्तालाप करण्यास येत नसे. त्याच्यावर लादलेल्या स्थानबद्धता काळात अश्वत्थामा हा त्याचा एकुलता एक सोबती होता. त्याच्या एकाकी अवस्थेत सुभद्रेची ओढ तीव्र झाली होती. दीक्षांत समारंभानंतर त्याने पाठविलेल्या संदेशांना तिने उत्तर दिले नव्हते. त्यामुळे त्याच्या चिंतेत भर पडली होती. हस्तिनापुराहून सिंधराज्य द्वारकेस समीप होते. त्यामुळे त्याने जयद्रथास ह्याविषयी लिहिले होते. त्याने आपले गुरू बलराम ह्यांनाही पत्र लिहून उपदेशाची अपेक्षा केली होती. यादवप्रमुखांच्या उत्तराची तो उत्कंठेने प्रतीक्षा करू लागला.

एका सेवकाने कक्षात प्रवेश करीत लवून नमस्कार केला आणि एक बंदिस्त संदेश त्यास दिला. ते पांचाळ राजकन्येच्या स्वयंवराचे निमंत्रण होते. त्यावर दृष्टी टाकून त्याने ते निरीच्छपणे पटावर फेकले आणि त्याचे विचार पुन्हा सुभद्रेकडे वळले. 'तिच्या मौनाचा अर्थ काय? द्वारकेस जाऊन तिला भेटणे आवश्यक आहे. अधिकृतरीत्या तिच्या करकमळाची मागणी केल्यास कदाचित गोष्टी सुरळीत होतील. हो, असेच करावे.' त्याने त्यांचे नातेसंबंध दृढ करण्यास पुढाकार घेतला नव्हता. 'त्यामुळेच ती मला टाळत असावी.' उत्साहाने तो आपल्या लेखनपटापाशी गेला आणि बलरामांना उद्देशून सुभद्रेशी विवाहाची मागणी करणारे पत्र लिहिले. स्वत:च्या वैयक्तिक दूतांकरवी त्याने ते द्वारकेस पाठविले. त्यामुळे तो आनंदी आणि तणावमुक्त झाला.

द्रौपदीच्या स्वयंवराचे निमंत्रण त्याने सहजरीत्या पुन्हा वाचले. उंच हवेत वर्तुळाकार फिरणाऱ्या धातूच्या मत्स्याचे भूमीवरील अल्प जलसंचयातील प्रतिबिंब पाहून वेध घेण्याची अट इच्छुकांना घालण्यात आली होती. आपल्या कन्येकरिता वर शोधण्यासाठी मनुष्य कसे विचित्र मार्ग निवडतात ह्याचे त्यास हसू आले. द्रौपदी ही स्पर्धेत जिंकणाऱ्यास मिळणारे पारितोषिक आहे का? त्याला त्या सुंदर राजकन्येचे स्मरण झाले. तिचा लिलाव लावून एखाद्या सर्वश्रेष्ठ कुशल धनुर्धाऱ्यास विकण्याइतक्या हीन योग्यतेची नाही ती!

त्याहून कितीतरी चैतन्यमयी आणि बुद्धिवान आहे. तिच्या आयुष्यात प्रेमास काहीच स्थान नाही का? कर्ण. त्याच्या मनात अकस्मात एक विचार चमकला. सुयोधनाने कपाळावर हात मारला. कर्णाचा मित्र असूनही मी ही गोष्ट कशी विसरलो? शैथिल्य झटकून त्याने अश्वत्थामा आणि सुशासनास संदेश धाडला आणि उत्तेजित मनाने, त्यांच्या प्रतीक्षेत तो कक्षात येरझाऱ्या घालू लागला. त्यांचे आगमन झाल्यावर त्याने ते निमंत्रण त्यांना दाखविले.

‘‘ही तर आपल्या मित्रासाठी अनिष्ट वार्ता आहे.’’ अश्वत्थामा म्हणाला.

‘‘म्हणजे काय अश्वत्थाम्या?’’ सुयोधनाने त्रासून उद्गार काढला. ‘‘ही स्पर्धा जिंकेल असा कर्णाव्यतिरिक्त इतर कोणता योद्धा तुला ज्ञात आहे का? त्याच्याशी स्पर्धा करू शकेल अशी अन्य व्यक्ती तूच आहेस.’’

‘‘मला कर्णाकडून ताडन करून घेण्याची इच्छा नाही. समस्या अशी आहे की कर्णास निमंत्रण आहे का?’’

‘‘का नसावे? तो तर अंगराज आहे. त्याच्या वर्णामुळे त्यास पांचाळाकडून निमंत्रण येणार नाही असे तुला वाटते का?’’

अश्वत्थाम्याने नि:शब्दपणे मित्रास पाहिले. सुयोधनाचा क्रोध क्षणोक्षणी वाढू लागला.

‘‘सुशासना, आपले सैन्य सज्ज कर. आपण द्रौपदीच्या स्वयंवरास जाणार आहोत– कर्णासह. कर्णास संदेश पाठवून आपल्याला मार्गात भेटण्यास सांग. जयद्रथासही संदेश पाठवा. कुणी कर्णाचा अवमान करण्याचा प्रयत्न केला तर आपण त्यास असा पाठ शिकवू, जो तो आयुष्यभर विसरणार नाही.’’

सायंकाळपर्यंत सर्व सिद्धता झाली. सुयोधन आणि त्याच्या मित्रांनी विशाल सैन्यासह पांचाळास प्रस्थान केले. मार्गात कर्णही त्यांच्यात सहभागी झाला, तेव्हा अश्वत्थाम्याच्या आशंकेचे निरसन झाले. पांचाळराजाकडून कर्णासही निमंत्रण गेले होते. प्रवासाचा कालावधी त्या पाच मित्रांनी आनंदाने व्यतीत केला.–अहमहिकेने अश्वचालन करण्यात, उत्तमोत्तम मदिरेचा आस्वाद घेण्यात, विविध परिजनांशी वार्ता करण्यात, दुर्गम भागातील ग्रामे व तपोवनांस भेट देण्यात, अरण्यात मृगया करण्यात आणि मुक्त नभाखाली नृत्य-गायन करण्यात! सर्वजण कर्णास वारंवार चिडवत. अश्वत्थामा आणि सुशासनाच्या चावट अश्लील टिप्पण्यांचे पर्यवसान कित्येकदा संघर्षामध्ये होई. प्रतिदिनी त्यांच्या प्रात:कालीन अभ्यास वर्गात कल्लोळ माजे. अश्वत्थामा धनुराभ्यासात कर्णास तुल्यबळ ठरे आणि त्याच्या वधूचे हरण करण्याचे भय दाखवी. जयद्रथाच्या मनी सुयोधनास सुभद्रेविषयी काही सांगण्याची इच्छा होती. परंतु त्याने ती मनातच ठेवली. इतक्या आनंदाच्या प्रसंगी त्या राजपुत्राचा विरस करण्याची त्याची इच्छा नव्हती.

सर्वजण कंपिल्यनगरात पोहचले तेव्हा त्या पांचाळ राजधानीत उत्साहाचे वातावरण होते आणि सर्व वास्तूंना नुकतेच रंगकाम करण्यात आले होते. सर्व पथ धुवून लख्ख

करण्यात आले होते आणि सहस्त्रावधी परिजन भरजरी वस्त्रे परिधान करून वावरत होते. हातगाडीचालक विक्रेते, फिरते विक्रेते आणि इतर विक्रेते आपापल्या वस्तूंची विक्री करण्यास आरोळ्यांनी वातावरण दणाणून टाकत, तर परिजनांचे मनोरंजन करणारे पथावरील जादूगार आणि गारुडीही तेथे होते. विविध राजपुत्रांचे सुवर्णजडित रथ मार्गांवरून धावू लागले आणि विविध राज्यांच्या राजांच्या हत्तींवरून ऐश्वर्यशाली शोभायात्रा जाऊ लागल्या. ब्राह्मण समुदाय भजन करीत संचार करू लागले. सोहळा भव्य प्रमाणात साजरा होणार होता.

सुयोधनाचा समूह प्रासादानिकट पोहचला तेव्हा एक दीर्घ शोभायात्रा त्यांच्यापुढून गेली. हत्तीवरील अंबारीत राजसी ऐटीत एक मान्यवर बसलेला होता. दृष्टिभेट झाली तेव्हा त्याने सुयोधनास पाहून स्मित केले. सुयोधन आणि त्याच्या मित्रांनी लवून आदरपूर्वक नमस्कार केला. त्या हत्तीमागून एक बलदंड, मध्यमवयीन, काळाकभिन्न मनुष्य एका सुंदर, शुभ्र अश्वावर आरुढ होऊन चालला होता. त्याचे मस्तक गर्वाने उन्नत होते आणि दृष्टी नासिकाग्र होती. हस्तिनापुराच्या युवराजास पाहून त्याने किंचितमान डोलावली आणि पुन्हा आपली कठोर मुद्रा धारण केली.

‘‘कोण आहेत हे?’’ कर्णाने सुयोधनास विचारले.

‘‘मगधराज जरासंध. हा एक महान राजा आहे, एक उत्तम शासक! भीष्मांच्या मनी ह्याचे विषयी आदर आहे. ते नित्य सांगतात की, पश्चिमेस बलराम आणि पूर्वेस जरासंध असल्यानेच दक्षिण संयुक्त राज्य भारतवर्षाचे कधीच पतन करू शकणार नाही आणि परशुरामाचे विचारसूत्रीचे बंधन ह्या राज्यावर लादू शकणार नाहीत. जरासंधामागील श्यामवर्णी अश्वारुढ व्यक्ती आहे हिरण्यधनु- मगध सैन्याचा सेनापती. तो निषाद आहे. भारतवर्षातील एक उत्तम सेनापती आहे तो! जरासंधाने वर्णव्यवस्थेचे नियम भंग करीत ह्यास इतक्या महान पदावर विराजमान केले आहे. जेव्हा वर्णव्यवस्थेच्या नियमभंगाबद्दल परशुराम जरासंधास रागावले, तेव्हा त्याने उत्तर दिले की, तो गुणवत्तेच्या साहाय्याने राज्य करतात, कालबाह्य परंपरेने नाही. ह्यामुळे क्रुद्ध परशुरामाने कलिंगराजास मगधावर आक्रमण करण्याची आज्ञा केली. परंतु ह्या निषाद सेनापतीने कलिंग सैन्याचा पराभव केला आणि जरासंधाने त्यावर दर्शविलेला विश्वास सार्थ ठरविला.’’

कर्ण त्या शोभायात्रेस आता नूतन दृष्टीने पाहू लागला. ह्याचा अर्थ, वर्णव्यवस्था भेदून उच्च पद मिळविणारा मीच एकटा नाही तर! माझ्याहून नीच पातळीवरील मनुष्याने तसा पराक्रम माझ्यापूर्वी केलेला आहे आणि वर्णव्यवस्थेचे कठोर नियम भंग करणारा सुयोधन हा प्रथम राजपुत्र नाही. परंतु परशुरामाच्या उल्लेखाने त्या सूताच्या हृदयातील दुःखद वेदनादायक तारेस स्पर्श झाला.

‘‘ए, ह्या निषाद सेनापतीस एक पुत्र आहे, हे तुम्हांस ज्ञात आहे का? त्यास आपल्या बंधूच्या स्वाधीन करून सेनापतीने आपल्या महत्त्वाकांक्षापूर्तीसाठी देशांतर केले होते.’’ जयद्रथाने आपल्या मित्रांना विचारले.

''मी हे ऐकले होते. हा पुत्र म्हणजे माझ्या पित्याने अर्जुनाच्या हितास्तव ज्याचा अंगठा मागितला तोच बालक आहे अशीही वदंता आहे. एकलव्य.. हो, हेच नाव होते त्याचे. माझ्या पित्याने त्या मुलावर जो भीषण अन्याय केला त्याची मला आजही टोचणी लागून राहते.'' अश्वत्थामा म्हणाला.

यावर सर्वांची अवस्था विचित्र झाली. काय प्रतिक्रिया द्यावी हे त्यांना समजेना. प्रत्यक्ष स्वयंवर संपन्न होणार होते त्या भव्य दालनात प्रवेश केल्यानंतर त्यांना जरासंधाशी वार्तालाप करणारे बलराम दिसले. आपल्या पितृतुल्य गुरूंसमीप जात सुयोधनाने त्यांना चरणस्पर्श केला. त्याच्या सर्व मित्रांनीही त्याचे अनुकरण केले. बलरामाने सर्वांचा मगधराजाशी परिचय करविला. त्यानंतर जरासंधाने सर्वांचा निरोप घेतला आणि सेनापतीसह तो आपल्याला नेमून दिलेल्या स्थानी आसनस्थ झाला.

''सुयोधना, मला तुझा संदेश मिळाला. तुम्हा दोघांचे मीलन झाले तर मला आनंदच होईल. वर्षाऋतुनंतर आपण वाङ्‌निश्चय करू. तू कधीच पुढाकार घेणार नाहीस आणि माझ्या भगिनाचा हृदयभंग होईल असे मला भय वाटले होते. मी स्वत: हस्तिनापुरास येऊन महाराज धृतराष्ट्र आणि महाधिपतींची अनुमति मागेन. त्यानंतर हे संबंध अधिकृत होतील.'' उत्तेजित सुयोधनाशी बलराम संभाषण करीत असताना जयद्रथ मात्र अस्वस्थपणे अंगुलिमर्दन करीत होता. ''ओहो, अंगराज कर्णा, मला तुझा अभिमान वाटतो. खरी गुणवत्ता सर्व बंधने उल्लंघू शकते, हे तू सिद्ध केलेस.'' यादवप्रमुखांनी कर्णाची पाठ थोपटली.

कर्णाने आवंढा गिळत स्मित केले. ह्याच मनुष्याने सर्व प्रतिकूल परिस्थितीवर मात करण्यासाठी त्यास प्रेरित केले होते त्यास्तव तो कृतज्ञ होता. कर्णाने सभोवताली पाहिले तेव्हा मंचावर आसनस्थ आभूषणमंडित द्रौपदी त्यास दिसली. त्यांची दृष्टिभेट झाली तसे त्याचे हृदय उचंबळले. तिने स्मित केले तेव्हा तर हृदयाघात होणार असे त्यास वाटू लागले. त्याने दृष्टि वळवून बलरामांच्या संभाषणावर ध्यान केंद्रित करण्याचा प्रयत्न केला.

''वर निवडण्याची ही पद्धत असंस्कृत आहे. ह्याने स्त्रीत्वाचा अवमान होतो. कोणत्याही यादव राजपुत्राने ह्यात सहभागी होऊ नये हे सुनिश्चित करण्यासाठी मी उपस्थित आहे. स्त्री-पुरुषांनी एकमेकांवर अनुरक्त होऊन विवाह करावा; अन्यथा त्यांच्या वरिष्ठांनी त्यांना अनुरुप सहचर निवडावा.''

आधुनिक स्वयंवराच्या क्रूर पद्धतीविरुद्ध बलरामाची निंदा ऐकण्यात मग्न कर्ण आणि त्याच्या मित्रांस द्रौपदीसमीप जाणारा कृष्ण दिसला नाही. कृष्णासोबत शिखंडी, पांचाळ राजपुत्र दृष्टद्युम्न आणि पांचाळांचा मुख्य पुरोहित होते. कर्णाने मंचावर पाहिले असते, तर पांचाळ राजकन्येस हळुवारपणे समजावणारा कृष्ण आणि तिच्या मुखावरील नैराश्य त्याला दिसले असते. कृष्ण कर्णाकडे अंगुलिनिर्देश करून काही सांगत होता. द्रौपदीच्या भ्रात्यानेही तिच्या कानी काही सांगितले. नेत्री ओथंबलेले अश्रू थोपविण्याचा प्रयत्न करीत द्रौपदीने मुख वळविले. त्यानंतर कृष्णाने ब्राह्मणांच्या एका समूहाकडे अंगुलिनिर्दे श केला. तेथे स्थित पाच उंच व्यक्ती तिच्या दृष्टीस पडल्या. त्या पुरोहितांसम न भासता

योद्धयांप्रमाणे भासत होत्या. त्यातील एकजण द्रौपदीस एकटक पाहात होता. दृष्टिभेट होताच जणू लज्जित होत त्याने दृष्टी वळविली. ती काही म्हणणार इतक्यात तिच्या पित्याच्या आगमनाची तुतारी वाजली. पांचाळराज द्रुपदाने राज्ञीसह प्रवेश करताच सभेत उपस्थित सर्वजण उठून उभे राहिले.

“भारतवर्षातील सन्मान्य राजे-राजपुत्रहो, आपल्या सन्मान्यनीय उपस्थितीस्तव पांचाळ उपकृत आहे. कन्याजन्माच्या क्षणापासून तिच्या पालकांना ह्या मंगल दिनाची प्रतीक्षा असते. आज माझ्या अलौकिक कन्येस तिचा सहचर मिळेल. येथे आज उपस्थित सर्व राजपुत्र उत्तम योद्धे आहेत. परंतु कन्येचे हित पाहताना पित्याच्या लोभास सीमा उरत नाही. आपल्या कौशल्याने आम्हांस मंत्रमुग्ध करणाऱ्या सर्वोत्तम योद्धयानेच तिचे पाणिग्रहण करावे अशी माझी इच्छा आहे. माझे मंत्रीमहोदय आपल्याला स्पर्धेचे नियम सांगतील.” आनंदाने स्मित करीत महाराज आसनस्थ झाले, तसे सभेतील सर्व मान्यवरही आपापल्या आसनावर स्थानापन्न झाले.

मान्यवरांत उत्साहाने कुजबूजीस आरंभ झाला; पांचाळ प्रधानमंत्री नियम घोषित करण्यास उठताच ती थांबली. प्रधानमंत्र्याने सर्वांचे ध्यान छतावर द्रुतगतीने फिरणाऱ्या धातुच्या मत्स्याकडे वेधले. त्याखाली भूमीपृष्ठावर पाण्याने काठोकाठ भरलेले ताम्रपात्र ठेवलेले होते. फिरणाऱ्या मत्स्याचे त्या पाण्यातील प्रतिबिंब किंचित हेलकावत होते. स्पर्धकाने पात्रावर ठेवलेले धनुष्य उचलून प्रत्यंचा चढवावी, त्यानंतर केवळ प्रतिबिंबास पाहून धातुमत्स्याच्या नेत्राचा वेध घ्यावा अशी अट होती. प्रत्येक स्पर्धकास हा प्रयत्न करण्यासाठी दोन पळांचा अवधी होता.

उपस्थितांना इतर स्वयंवरातील नियमांहून हे कार्य अतिशय सुलभ भासले. एका राजपुत्राने सांगितले की, त्याच्या पत्नीस जिंकण्यासाठी त्याने व्याघ्राशी झुंज दिली होती; त्या तुलनेत हे आव्हान क्षुल्लक आहे. कर्णाने सभोवताली सर्वांच्या मुखांकडे पाहिले आणि स्मित केले. त्या कार्याची काठिण्यपातळी त्याने खचित जाणली होती. त्याचे नेत्र द्रौपदीवर खिळून राहिले होते आणि त्याचे हृदय धडधडत होते. ‘परंतु ही माझ्याकडे का पाहात नाही?’ त्या लोभस नेत्रांच्या एका कटाक्षासाठी तो आतुरलेला होता परंतु त्या राजकन्येने केवळ आपल्या पायाच्या अंगठ्याकडे दृष्टी रोखलेली होती.

बलराम बोलण्यास उठले तेव्हा स्पर्धकांमध्ये संतापाने कुजबूज होऊ लागली. “माझे भाषण उद्धटपणाचे वाटल्यास क्षमस्व. परंतु मला वाटते आपल्या कन्येची योग्यता ह्याहून अधिक आहे. ती लिलाव करावा असा अश्व नाही. ही प्रथा समाप्त करणे आवश्यक आहे. प्राचीन काळी स्वयंवरात कोणतीही स्पर्धा नसे. इच्छुक वरांमधील एकाच्या कंठात माळ घालून वधू वराची निवड करीत असे. केवळ त्या स्त्रीची निवड महत्त्वाची असे. परंतु कौशल्याचे प्रदर्शन अपेक्षिणे म्हणजे स्त्रीचा अनादर करणे होय. अशामुळे ती विनियोगाची वस्तू होते. तिची विक्री करावी, तिला जिंकावे अथवा हरावे- गाय अथवा शेळीप्रमाणे. राजकन्या द्रौपदीस तिचा पती निवडू द्या, तिच्या पाणिग्रहणासाठी अशोभनीय स्पर्धा घेऊ नका.”

"महोदय, मी आपला आदर करतो, परंतु हा माझ्या कन्येच्या भविष्याचा प्रश्न आहे. स्वत:च्या कन्येचा विवाह सर्वोत्तम योद्धयाशी व्हावा अशी इच्छा पित्याने करण्यात अनुचित ते काय? ती युवा आहे त्यामुळे तिच्याकडून सयुक्तिक निर्णयाची अपेक्षा मी कशी करू? सामान्यपणे युवती सर्वात रूपवान मनुष्याची निवड करतात. त्याप्रमाणे कदाचित तीही करील. मी माझ्या कन्येकरिता केवळ उत्तम गोष्टी इच्छितो. एक क्षत्रिय ह्या नात्याने मी तिचा पती एक महान योद्धा असावा ह्यास प्राधान्य देतो." पांचाळ राजाने बलरामास नम्रपणे सांगितले. परंतु यजमानाच्या स्वरातील किंचित तिरस्कार त्या यादवप्रमुखास जाणवला.

"महोदय, ती मलाही कन्येसमान आहे. परंतु सर्वोत्तम योद्धा हा सर्वोत्तम पती असेलच असे नाही. मलाही तिच्या भविष्याविषयी आस्था आहे. जर राजकन्येस निवडीचे स्वातंत्र्य नसेल तर ह्यास स्वयंवर का म्हणावे? परंतु मी सर्वांचा समय व्यर्थ घालवित नाही. कदाचित मी पुरातन मतप्रिय असेन आणि आधुनिक मतप्रवाहाशी जुळवून घेणे मला शक्य होत नसावे. परंतु यादवप्रमुख ह्या नात्याने मी माझ्या परिजनांच्या वतीने बोलेन. आम्ही ह्या परंपरेच्या विरुद्ध आहोत. कुणाही यादवाने ह्या स्पर्धेत सहभागी होऊ नये अशी माझी आज्ञा आहे." कठोर मुद्रेने बलराम आसनस्थ झाले. युवा यादवांच्या पंक्तितून रोषयुक्त हुंकार आला. 'आपला प्रमुख दिवसेन्‌दिवस दुराग्रही होत आहे.'

आपल्या पितृतुल्य गुरूचे अर्धे भाषण कर्णाने ऐकलेच नाही. सुयोधनाने त्यास काही सांगितले. परंतु तेही त्या सूताच्या मस्तकात शिरले नाही. त्याचे ओठ शुष्क पडले. तिने पुन्हा एकदाच आपणास पहावे अशी तो प्रार्थना करू लागला. स्पर्धेचा आरंभ सूचित करण्यासाठी टोल वाजला, त्यासरशी तो चपापला आणि त्याने आपली दृष्टी तिच्यावरून काढून घेतली. त्याची दृष्टिभेट कृष्णाच्या दृष्टीशी झाली. दोघांनी एकमेकांकडे पाहून स्मित केले. 'कदाचित तो पूर्वीप्रमाणे माझा तिरस्कार करीत नसावा.' आपल्या पुरातन शत्रूच्या सौजन्याने कर्णावरील दडपण कमी झाले.

स्पर्धेस गांभीर्याने प्रारंभ झाला. स्पर्धकांचे गट पाडले गेले. अल्पावधीतच प्रथम गटातील काही राजपुत्रांच्या ध्यानी आले की, हे कार्य वाटते तितके सुलभ नाही. धनुष्य अतिशय अवजड होते आणि स्पर्धकाने ते उचलण्यात यश मिळविले तरी पाण्यातील पुसट प्रतिबिंब लाटांमुळे अस्थिर होत असे. त्यामुळे त्यांना लक्ष्य दिसत नसे. एकापाठोपाठ एक सर्वजण अपयशी ठरले. निर्धारित समय अत्यल्प आहे अशा क्रोधयुक्त कुजबूजीस आणि विरोधास आरंभ झाला. दिवस सरू लागला तशी अनेक वदने दुर्मुखलेली दिसू लागली. काहीजण धनुष्य उचलण्यात यशस्वी ठरले परंतु त्यांच्या लक्ष्यवेधामुळे त्यांना लज्जित व्हावे लागले. मगधराज जरासंध जवळजवळ यशस्वी झाला, परंतु त्याचा वेध काही सुताने चुकला. त्याच्या स्मितावरून हे स्पष्ट झाले की, त्याची तो पण जिंकण्याची इच्छा नव्हतीच. बलरामापुढून जाताना त्याने नेत्रसंकेत दिला.

"आपण तिच्या पित्याच्या वयाचे आहात, महोदय." मगधराज आपल्या आसनावर स्थानापन्न होताच बलराम आपल्या मित्रास म्हणाले.

''मी येथे केवळ माझ्या राज्याप्रती कर्तव्य पार पाडण्यास आलो आहे, जिंकण्यासाठी नाही.'' तो राजा उत्तरला.

कर्णाची पाळी आली. अश्वत्थाम्याने दिलेल्या शुभेच्छा त्याला ऐकू आल्या नाहीत. त्याला आपल्या स्कंधावर ठेवलेला सुयोधनाचा हात जाणवला. भारल्याप्रमाणे तो धनुष्यापाशी जाऊ लागला. ती एक कटाक्ष टाकू दे, देवा. त्याने मनोमन प्रार्थना केली. परंतु नतमस्तक द्रौपदी मूर्तीप्रमाणे निश्चल बसली होती. पुन्हा टोला वाजला. कर्णातील योद्ध्याने प्रेमवीरास दूर सारले. त्याने सावकाश धनुष्याभोवती एक प्रदक्षिणा घातली आणि त्याच्या वजनभाराचे अनुमान बांधले. तत्पश्चात त्याने फिरत्या मत्स्यावर दृष्टि टाकली. अखेर एका कोणात उभा राहात त्याने धनुष्य हलकेच उचलले– पाण्यात मुळीच लाटा निर्माण होऊ न देता! सभेतील मान्यवर उत्सुकतेने पाहू लागले. कर्णाने धनुष्यास प्रत्यंचा लावली आणि धनुष्य उचलून मस्तकावर धरले. त्याने बाण उचलला आणि धनुष्याची दोरी ताणली. हे सर्व करताना तो धनुष्याच्या पाण्यातील प्रतिबिंबाकडे एकटक पाहत होता.

''मी सूतास वरणार नाही.'' द्रौपदीच्या मुखातून हळुवार स्वर आला. स्तब्ध आणि उत्सुक दालनात तो ध्वनी मेघांच्या गडगडाटाप्रमाणे घुमला.

सर्वत्र स्तब्ध शांतता पसरली. परंतु कर्णास हे काहीच जाणवले नाही. त्याच्या देहातील अणुरेणु लक्ष्यावर केंद्रित झाला होता. त्याने तीर सोडला. तो फिरत्या मत्स्याच्या नेत्रावर आपटला आणि टणत्कार झाला. प्रशंसोद्गाराच्या गर्जनेने शांतता छिन्नविछिन्न झाली. कर्णाने द्रौपदीस विजयी मुद्रेने पाहिले. परंतु तिने मस्तक उचलले नाही. राजपुत्र दृष्टद्युम्न कर्णापाशी गेला आणि त्याने त्यास आसनावर परतण्यास सांगितले. कर्ण संभ्रमात पडला. 'मी लक्ष्यवेध तर केला आहे ना?'

एक पुरोहित संतापाने ओरडला, ''सूता, ऐकले नाहीस का? राजकन्येस नीच कुलोत्पन्नाशी विवाह करण्याची इच्छा नाही, तू आपले रथ चालनाचे काम कर.''

संताप आणि लज्जेने प्रदीप्त नेत्रांनी कर्णाने नतमस्तक द्रौपदीस पाहिले. 'माझा असा अवमान करण्याचे धार्ष्ट्य कसे दाखविलेस? मला निमंत्रण होते आणि मी न्याय्य मार्गाने जिंकलो आहे.' त्याला ओरडून सांगावेसे वाटले. तितक्यात तिने मस्तक उचलले आणि त्यास न्याहाळले. त्याच्या मनातील दुःखाहून अधिक दुःख त्याला त्या काळ्याभोर नेत्रात एकवटलेले दिसले. तिच्यासमीप कृष्ण आपले ते विशिष्ट स्मित करीत उभा होता. आपला पराजय झाला आहे हे सत्य कर्णास उमजले.

सुयोधन आणि अश्वत्थामा आपल्या तलवारी परजून सभेच्या केंद्रस्थानी धावले. जयद्रथ आणि सुशासन पाठोपाठ गेले. शिखंडी आणि दृष्टद्युम्न त्यांना रोखण्यास धावले. अल्पावधीतच उपस्थितांपैकी अनेक राजपुत्र केंद्रस्थानी धावू लागले आणि इच्छेनुसार एकेका पक्षास समर्थन करू लागले. एकच रक्तपाती कल्लोळ माजला. वरिष्ठ जन ओरडून शीघ्रकोपी युवकांना शांत राहण्यास सांगत होते. अखेर बलराम, जरासंध आणि सेनापति हिरण्यधनुष धाडसाने केंद्रस्थानी धावले आणि त्यांनी संघर्ष करणाऱ्या राजपुत्रांना विलग

केले. लढणारे वीर शांत होईपर्यंत गंभीर दुखापतग्रस्त कैक जन भूमीवर विव्हळत पडले होते. आणि काहीजण मृत झाले होते. विषण्ण कर्णास सभात्याग करून जाताना कुणीच पाहिले नाही.

कर्णाचे विश्व ढासळले होते. त्याने रथात उडी घेत अश्वांवर आसूड ओढला. रथ कंपिल्यनगरीच्या गजबजलेल्या पथावरून सुसाट धावू लागला, तसे परिजन भयाने पाठीमागे सरू लागले. हृदयात खदखदत्या क्रोधासह आणि तिरस्कारासह सारथिपुत्र गंभीर मुद्रेने रथावर आरुढ होता. 'येथे कुळाहून अन्य काहीच महत्त्वाचे नाही,' त्याच्या मनात कटु विचार आला. 'माझ्याच भाळी हे सर्व का असावे?' हस्तिनापुरास प्रयाण करताना कर्णाने आपला क्रोध अश्वांवर रिता केला. महामार्गावर तो घातकरीत्या द्रुतगतीने रथ हाकू लागला. अकस्मात एक भिक्षुक आणि एक श्वान मार्गात अवतरले. अपशब्द उच्चारत कर्णाने अश्वांचे वेग तत्काळ खेचले. रथ त्या भिक्षुक आणि श्वानाच्या निकट येत थांबला. भिक्षुकास एकवार पाहताच कर्णाच्या ओठावरील अपशब्द विरले. कर्णाचा प्राण वाचविणारा भिक्षुक होता तो!

"स्वामी, मला ओळखलेत? मी बालक असताना तुम्ही मला अन्न दिले होते. जर... माझे नाव जर..आठवले का? माझ्या कृष्णाने आपणावर कशी कृपा केली पहा! आज आपण राजा आहात. सहृदयी राजपुत्र सुयोधन आपला मित्र आहे. आपल्या मागील भेटीवेळी, दीक्षांत समारंभदिनी मी आपल्याला त्याच्या रथातून जाताना पाहिले. आपणास ह्याचे स्मरण आहे का, स्वामी?"

कर्णाने जराचे आनंदी मुख आणि श्वानाचे डुलणारे पुच्छ पाहिले, तसा त्याचा सर्व क्रोध क्षणात मावळला. 'हा भिक्षुक मला वाचविण्याच्या ह्याच्या स्वत:च्या योगदानाविषयी बोलत नाही. परशुरामांचा शिष्य, महान धर्मवीर कर्ण एका वृक्षावर भ्याडाप्रमाणे दडून बसलेला असताना स्वत: सोसलेल्या मारहाणी विषयी बोलत नाही. त्याऐवजी माझ्या मातेने कित्येक वर्षापूर्वी ह्यास खाऊ घातलेल्या मूठभर भाताविषयी हा बोलत आहे.'

"स्वामी, आपण उदास का? आता तर आपण राजा आहात. परंतु तरीही आपण दु:खी का?"

"जरा, तुझा देव भेटेल अशा स्थानी मला घेऊन जा. मी माझ्या आयुष्याचे प्रयोजन गमावले आहे." कर्णाने भिक्षुकापुढे हात पसरला.

"या माझ्यासोबत." असे म्हणून जर मार्गावरून धावू लागला.

कर्णाने उच्चस्वराने त्यास रथात बसण्यास सांगितले. परंतु तो तसाच धावत राहिला. त्याच्यापाठोपाठ श्वानही धावू लागला. कर्णाने रथातून अनुसरण केले. अल्पावधीतच ते दीन आणि रोगी परिजनांच्या वस्तीत येऊन पोहचले. आता त्याच्या दृष्टीपुढे सर्व चित्र स्पष्ट झाले. त्यास बलरामाच्या शब्दांचे स्मरण झाले. ह्या राष्ट्रातील प्रत्येक तृणपात्याचे ऋण आपणावर कसे आहे ह्याविषयी ते बोलले होते. त्या दिवशी जरास मिळालेली भिक्षा त्याने अधिक दुर्दैवी जीवांत वाटून टाकली. कर्णास अपराधी भावनेने ग्रासले. मी केवळ सूत असूनही माझ्या मित्राने मला राजा बनविले. मला उत्तम गुरूंनी प्रशिक्षण दिले.

माझ्यापाशी सर्वकाही आहे. तरीही माझ्या मनी कटुभाव आहे, कारण कुलापलीकडे विचार न करू शकणाऱ्या एका स्त्रीने मला नाकारले.

एका आकस्मिक उर्मीने कर्ण आपली आभूषणे उतरवून दान करू लागला. त्यानंतर त्याने रथास जडविलेल्या सुवर्णपट्टिका विलग केल्या आणि त्याही दान केल्या. अल्पावधीतच परिजन त्यास वेढून अधिकाधिक याचना करू लागले. त्याने स्वत:जवळील बहुतेक वस्तू दान केल्या. एका कोणात बसून जर कृष्णाच्या कृपेविषयी गीते गाऊ लागला. सायंकाळ झाली तसे सूताच्या दानधर्माचा लाभ घेण्यास असंख्य परिजन येऊ लागले. कर्णाचे मित्रही आले. अश्वत्थाम्याने कर्णास त्या समुदायातून विलग करण्याचा प्रयत्न केला. संघर्ष करून द्रौपदीस पुन्हा जिंकून घेण्याचा उपदेश केला. परंतु कर्णाने ते अमान्य केले. सुयोधनाने मित्राचे मन जाणले. अश्वत्थाम्यास शांत राहण्यास सांगून त्याला आपल्यामागून येण्यास संकेत करीत, तो कर्णाच्या दानयज्ञात सहभागी झाला.

अंतत: कर्णापाशी केवळ कवच, कुंडले आणि देहावरील वस्त्रे उरली, तेव्हा सुयोधनाने नि:शब्दपणे आपला अमूल्य रत्नहार काढून मित्रास दिला. त्याने तो त्वरेने दान केला. जर राधेच्या हरपलेल्या प्रथम प्रेमाविषयी–कृष्णाविषयी– गीते गात होता. 'मी सूतास वरणार नाही ' ह्या द्रौपदीच्या शब्दांचा कटु प्रतिध्वनी कितीही यत्न केले तरी कर्णाच्या विद्ध ह्रदयातून पुसला जात नव्हता.

* * *

सेवकांनी मृत आणि जखमींना हलविल्यानंतर बलराम पांचाळ नरेशास उद्देशून म्हणाले, ''महाराज, अशा कलहाचा धिक्कार असो. आपण विनाकारण गुणवान युवक अंगराजाचा अवमान केलात. त्याच्या कुलास्तव आपण आपल्या कन्येचा त्याच्याशी विवाह करू इच्छित नव्हता, तर त्यास निमंत्रण का पाठविले?''

कृष्णाने उभे राहून सांत्वनादर्शक स्वरात स्मित करीत म्हटले, ''बंधो, महाराजांनी कर्णाविरुद्ध किंवा त्याच्या कुळाविरुद्ध काहीही विधान केलेले नाही. राजकन्येने स्वत: नीच कुलोत्पन्नाशी विवाह करण्यास अनिच्छा दर्शविली आहे. काही पळांपूर्वी आपणच सांगितले की, स्त्रियांना स्वत:चा पती निवडण्याचे स्वातंत्र्य मिळावे. तर मग पांचाळ राजकन्येस असे स्वातंत्र्य आपण का नाकारावे?''

बलरामाने भ्रात्यास क्रोधाने पाहिले. आपले स्वत:चेच शब्द वापरून कृष्णाने आपल्यास निरुत्तर केले आहे हे त्याने जाणले. 'काय हे चातुर्य!'

जरासंधाने मित्रास शांतविण्यासाठी मित्राच्या बाहूस स्पर्श केला. तो त्याच्या कानी कुजबुजला, ''जाऊ द्या, बलरामा.'' त्या यादवाने क्षणभर मित्राच्या नेत्रांत पाहिले आणि दु:खाने आपले मस्तक हलविले. जरासंधाने त्याचे बाहू दाबून त्यास बसण्यास विवश केले. कृष्णाने दृष्टद्युम्नास पाहून स्मित केले.

उपस्थित सर्व राजपुत्रांनी प्रयत्न केले होते. परंतु कुणीही पण जिंकला नव्हता. कोणत्याही निर्णयाविना दिवस कलू लागला, तसे पांचाळ राजास अधिकाधिक भय वाटू

लागले. कृष्णाच्या उपदेशामुळे हा पण न्याय्य मार्गाने जिंकणाऱ्या एकुलत्या एक धनुर्धरास द्रौपदीने त्याच्या कुलास्तव नकार दिला होता आणि आता एकही क्षत्रिय लक्ष्यवेध तर विरळाच परंतु धनुष्यही उचलू शकत नव्हता. पांचाळराजाने विनंतीसूचक करुण दृष्टीने कृष्णास पाहिले, तसे कृष्णाने शांतपणे स्मित करीत त्यांना धीर धरण्यास खुणावले. अंततः जेव्हा कुणीच राजपुत्र उरला नाही, तेव्हा एक धष्टपुष्ट ब्राह्मण पुढे आला आणि त्याने राजास लवून नमस्कार केला. पुरोहितांच्या पंक्तितून प्रोत्साहनपर अल्पशा टाळ्या मिळाल्या. परंतु इतर सर्वजण त्या ब्राह्मण युवकास अलिप्त दृष्टीने पाहू लागले. निराश राजाने त्या ब्राह्मण युवकास प्रयत्न करण्यास अनुमति दिली. ब्राह्मणाने कृष्णाकडे आशीर्वादास्तव पाहिले, तसे कृष्णाने हृदयापाशी तळहात ठेवून मस्तक डोलावले.

ब्राह्मण धनुष्यापाशी गेला आणि त्याने त्याचा अभ्यास केला. काही घटिकांपूर्वी पण जिंकणाऱ्या सूताचे अनुकरण करीत त्याने ते डौलाने उचलले. सभेतील कुजबुज अकस्मात थांबली. तेथील दृश्य व्यवस्थित पाहण्यासाठी काहीजण उठून उभे राहिले. वातावरण अपेक्षेने तणावले. भारतवर्षातील सर्व महान राजपुत्र जिंकू शकले नाहीत असा पण हा ब्राह्मण जिंकेल का? तालबद्ध रीतीने ढोल वाजवून क्षणांची गणती करणारा वादक आता केवळ तीनवार ढोल वाजवणार होता. प्रेक्षकांवरील ताण चरम सीमेस पोहचला. ते बधीर झाले. ब्राह्मणाच्या देहातील कण न् कण दक्ष झाला, त्याचे मन केवळ लक्ष्यास पाहू लागले. अंतिम टोल्यापूर्वी क्षणार्धात तीर गरगरणाऱ्या मत्स्याच्या दिशेने सुटला. त्याने लक्ष्यावर आघात केला, तेव्हा त्याच क्षणी समयगणना करणाऱ्याने अंतिम टोला वाजविला. सभा स्तंभित झाली. ब्राह्मणाने अशक्यप्राय गोष्ट साध्य केली होती.

कृष्णाने केंद्रस्थानी धावत जाऊन विजेत्यास अलिंगन दिले. राजाकडे वळून त्याने अभिमानाने घोषणा केली, ''हा अर्जुन, पांडव राजपुत्र, द्रौपदीचा पती बनण्यास योग्य असा एकमेव मनुष्य!''

ह्या घोषणेमुळे आश्चर्ययुक्त शांतता पसरली. पांडव तर वारणावतातील अग्नीत मृत झाले आहेत ना? एकामागून एक अर्जुनाच्या बंधूंनी त्यास अलिंगन दिले आणि त्यापश्चात कृष्णासही! सर्वजण एकत्र उभे राहिले. चकित होऊन स्तब्ध झालेल्या समुदायास उद्देशून कृष्णाने भाषण केले.

''आपण पाहातच आहात की, अधम दुर्योधन आणि त्याच्या सोबत्यांनी दुष्ट हेतूने लावलेल्या अग्नीत पांडवांचा मृत्यु झालेला नाही. ते विनाक्षति वाचले कारण ते सामान्य मर्त्य जीव नाहीत, त्यांच्यात दैवी अंश आहे. हा युधिष्ठिर- धर्माचे प्रतिरूप आणि मृत्युदेवतेचा पुत्र. हा भीम- हा प्रत्यक्ष वायुदेवतेचा पुत्र-पवनपुत्र- आहे. अर्जुन हा देवराज इंद्राचा पुत्र आहे आणि नकुल सहदेव हे दैवी अश्विनीकुमारांचे पुत्र आहेत.'' सभेतील उपस्थितांची प्रतिक्रिया पडताळण्यासाठी कृष्ण थबकला. बलरामाचे आणि स्वतःचे मतप्रवाह भिन्न असूनही आणि दोहोंत सत्तासंघर्ष असूनही त्याचे आपल्यावर प्रेम आहे हे त्यास ज्ञात होते. यादवप्रमुख निष्कपट आणि मृदू हृदयी आहे. त्याची समजूत घालण्यासाठी नंतर आपणास प्रदार्घ कालावधी मिळेल हे कृष्णास ज्ञात होते. परंतु

जरासंधाच्या ओठावरील कुत्सित हास्य आणि निषाद सेनापती हिरण्यधनुच्या भेदक दृष्टीने तो अस्वस्थ झाला. परंतु उर्वरित सर्वांचे आपल्याकडे ध्यान आहे हे त्याने जाणले. आपले वक्तृत्व आणि मन वळविण्याच्या सामर्थ्याविषयी त्यास आत्मविश्वास होता.

कृष्ण पुढे म्हणाला, "कौरवांसम दुष्ट मनुष्यांच्या युक्तिवादामुळे विचलित होऊ नका. ते म्हणतात की, पांडव पंडुचे निजपुत्र नाहीत. त्यामुळे ते हस्तिनापुराचे वारस नाहीत. कौरव म्हणतात की, पंडु नंपुसक होता. ह्याहून असत्य काहीच नसेल. युवावस्थेत अजाणतेपणी पंडुने एका ब्राह्मणाचा अवमान केला. त्या तपस्व्याने पंडुस शाप दिला की, त्याने स्त्रीशी समागम करण्याचा प्रयत्न केला, तर त्याचा मृत्यू ओढवेल. सत्य हे आहे आणि हे ह्या राष्ट्रातील प्रत्येकास ज्ञात आहे. शास्त्रानुसार पतीच्या अनुमतिने पत्नी कोणाही ब्राह्मणापासून किंवा देवापासून पुत्रप्राप्ती करून घेऊ शकते. अशी स्त्री पवित्र मानली जाते. विद्वान मनुष्यांनी असेही सांगितले आहे की, अशा भाग्यवान स्त्रियांना पुत्रलाभ देणाऱ्या ब्राह्मणांना किंवा देवांना त्यांच्या संततीवर कोणताही अधिकार किंवा कोणतेही उत्तरदायित्व नसते. अशा दैवी नातेसंबंधातून जन्मलेले पुत्र केवळ पतीची संतती मानले जातात. पांडव अनौरस आहेत अशी अपकीर्ती पसरविण्याची दुर्योधनाची इच्छा आहे. सत्तेच्या लोभाने तो अंध झालेला आहे. युधिष्ठिर हाच खरा युवराज आहे, दुर्योधन नाही; हे सत्य दुर्योधनास दिसत नाही. उर्मटपणामुळे तो अंध झालेला आहे. त्यामुळे तो धर्माचा आदर करीत नाही.

माझ्या बंधुभगिनांनो, अशा दुष्ट मनुष्यांच्या अत्याचारामुळे धर्म आक्रंदन करीत आहे. दुर्योधनाने सूतास अंगदेशाचा राजा बनविले. अशा कृतींना अंकुरावस्थेतच खुडणे आवश्यक आहे. कारण आपल्या परंपरांचे असे धादांत उल्लंघन केवळ आपल्या महान संस्कृतीच्या विनाशास कारणीभूत होईल. त्या सारथिपुत्राच्या तीराने केवळ योगायोगाने लक्ष्यवेध केला. क्षणभर मी तणावग्रस्त झालो, परंतु अंततः विजय सत्याचा झाला आणि द्रौपदीने त्यास त्याचे स्थान दाखविले. आपल्या हृदयास मस्तकाहून प्रभावी न होऊ देण्याचे हे जे धाष्ट्र्य द्रौपदीने दाखविले आहे, त्यास्तव मी तिचे अभिनंदन करतो. कर्णाचा सहजरीत्या प्रभाव पडतो कारण तो सुस्वरूप आहे आणि धनुर्विद्येचे किंचित कौशल्य त्याच्यापाशी आहे. हे किंचित ज्ञान त्याने गुरू परशुरामाची वंचना करून मिळविलेले आहे हे ध्यानात घ्या. वीर नायकाप्रमाणे भासणारी ही व्यक्ती म्हणजे एका महान मनुष्यास फसविणारा नीच वर्गातील केवळ भोंदू आहे हे ध्यानात ठेवा. गुरूंनी ह्या दांभिक मुलावर निजपुत्रवत् प्रेम केले– कारण हा ब्राह्मण आहे अशी त्यांची समजूत झाली होती. जेव्हा त्यांना सत्य समजले, तेव्हा त्या आघाताने ते मूर्च्छित झाले आणि अद्याप ते मृत्यूशी संघर्ष करीत आहेत. दक्षिण संयुक्त राज्यातील सामर्थ्यशाली राजे ह्या ढोंग्याच्या शोधात आहेत."

कृष्ण थबकला. त्या सूताविषयी किंचित उर्वरित सहानुभूती असल्यास आपण आज तिचे निर्मूलन केले ह्याचा त्याला आनंद झाला. आपल्या विरोधात जरासंध किंवा बलराम काही बोलण्यापूर्वीच तो अधोमुख बसलेल्या पांचाळ राजकन्येसमीप गेला. तिच्या मुखावरील युवा चैतन्य हरपले होते. "राजकन्ये द्रौपदी, आम्हांस तुझा अभिमान वाटतो.

ह्याहून श्रेष्ठ वर तुला मिळाला नसता. अखंड सौभाग्यवती भव. शतपुत्रा भव.''

जरासंधाने स्मितवदनी कृष्णास पाहिले आणि तो हसला. त्याने मंद स्वरात बलरामास सांगितले की, हे प्रहसन ह्यापुढे मी सहन करू शकत नाही, आता मी जातो. त्याने मित्राचे हात हातात घेऊन क्षणभर हृदयाशी धरले. त्यानंतर त्याने सभेतून प्रयाण केले, त्याच्यापाठोपाठ त्याच्या स्वामीनिष्ठ सेनापतीनेही प्रयाण केले. बलराम उठले आणि तेही पाठोपाठ गेले. आदरणीय मगधराज गजारूढ होत असताना बलराम त्यांना भेटले, तेव्हा तो वरिष्ठ राजा उद्‌गारला, ''हे राष्ट्र कोल्ह्याकुष्ट्यांच्या हातात जात आहे, बलरामा. मला तुझ्या चतुर भ्रात्याविषयी खरोखर करुणा वाटते.''

त्यांना सभेतून पुरोहितांचे मंत्रोच्चारण ऐकू आले. परंपरागत रीती आणि विधीनुसार द्रौपदीचा अर्जुनाशी विवाह लावण्यात येत होता.

''कृष्णाचे विचार सनातनी आहेत आणि प्रजा धर्ममार्गावरून ढळली आहे असे त्यास वाटते. स्वतःच्या विचारांहून भिन्न विचारांच्या मनुष्यांपासून ह्या जगाचे संरक्षण करण्याचे कार्य त्याने हाती घेतले आहे. अस्तु. धर्माची पुनर्स्थापना करण्यासाठी तो ह्या पृथ्वीवर अवतरला आहे असे त्याचे म्हणणे आहे.'' बलरामाने त्या ज्येष्ठ मनुष्यास समजाविले. आपल्या भ्रात्याविषयी कटु मत बाळगून त्यांनी प्रयाण करू नये अशी त्यांची इच्छा होती.

''तो केवळ संकुचित धर्मांध आहे आणि तो घातक ठरणार नाही, ह्यावर मी विश्वास ठेवावा असे तुम्ही सुचवत आहात. परंतु त्याच्या ध्येयामुळे परिजनांमध्ये दोन गट पडतील असे मला भय वाटते. कालातीत धर्म हा प्रकारच अस्तित्वात नाही हे त्यास उमजले नाही तर येथे भयंकर युद्ध होईल आणि संपूर्ण भारतवर्षाचा त्या आवर्तात गुरफटून बळी जाईल. अशा संघर्षात केवळ मूठभर पुरोहितांचा विजय होईल. कारण तेच जीवित राहतील आणि उत्कर्षाप्रत पोहचतील.'' जरासंध दुःखाने म्हणाला. आपल्या आकर्षक भ्रात्यावरील बलरामांचे प्रेम पाहून कृष्णाविषयी अधिक कठोर शब्द बोलण्याची उर्मी त्यांनी दडपली.

''मी कृष्णास समजाविण्याचा प्रयत्न करीन. परंतु आपण म्हणालात त्याप्रमाणे हा अस्थिर काळ आहे आणि तुम्ही स्वतः भारतवर्षातील दुष्ट राजांपैकी एक आहात ह्यावर विश्वास ठेवण्याची अनेक मनुष्यांची इच्छा आहे. नागांप्रमाणे पथभ्रष्ट झालेल्या युवकांपासून सावध रहा- तुम्हास अपाय करण्यात त्यांना आनंदच होईल.'' उद्धट सेनापतीस पाहत बलरामांनी आपल्या मित्रास सांगितले.

''बलरामा, माझ्या सत्तर वर्षांच्या आयुष्यात मी कधीच भ्याडपणे जगलो नाही. माझे प्राण घेण्यास तक्षक उत्सुक नसेल. त्याची चिंता नको. ह्या सेनापती हिरण्यधनुषप्रमाणे विश्वासू मनुष्य आहेत, तोवर मला नागांचे भय नाही की नरकाचे, किंवा आम्हासम मनुष्यांचे दमन करण्यास्तव ह्या भूमीवर पाऊल ठेवणाऱ्या अवताराचे! बलरामा, आता मी आपला निरोप घेतो. अल्पावधीत कधीतरी आमच्या देशास भेटीस या.'' ह्या शब्दांसह मगध राजाने माहूतास आदेश दिला, तसा गज पुढे जाऊ लागला. सेनापती हिरण्यधनुषने बलरामास लवून

नमस्कार केला. यादवप्रमुखानेही तितक्याच आदराने लवून अभिवादन केले.

त्या परिवारास पांचाळातून प्रयाण करताना पाहताना 'निषाद सेनापतीप्रमाणे मनुष्य स्वपक्षात असताना जरासंधास भयाचे कारण नाही' असे बलरामास वाटले. एकेकाळी जरासंध हा बलरामाचा महत्तम शत्रू होता. गतकाळी कृष्ण आणि बलरामाने मथुरेचा राजा, आपला मामा, कंसाची हत्या केली होती. त्यावेळी सूडापोटी कंसाचा पत्नीबंधू जरासंधाने नगरीस वेढा घातला होता. तो काळ अति कठीण होता. बलराम युवावस्थेत असल्याने भावनाप्रधान होता. जरासंध आणि त्याच्या निषाद सेनापतीने मथुरेवर वारंवार आक्रमण केले होते आणि त्या नगरीचा सतरा वेळा विध्वंस केला होता. कसेही करून जरासंधाचा नि:पात करण्याची कृष्णाची इच्छा होती. मगध राजधानी पाटलीपुत्र येथे तहाच्या बोलणीसाठी निमंत्रण आले तेव्हा अशी संधी चालून आली. ह्या भेटीसमयी त्या सत्तापिपासू राजाची हत्या करण्याची योजना कृष्णाने ठरविली आणि त्या कारस्थानात बलरामास सहभागी करून घेतले होते. परंतु मगध राज्यातील परिस्थिती पाहून बलरामाचा दृष्टिकोण आणि त्याचे आयुष्य बदलून गेले. संपूर्ण विद्वेषी मनाने त्याने पाटलीपुत्रात प्रवेश केला होता, परंतु परत जाताना त्याच्या मनात जरासंधाविषयी अतीव आदर होता. त्याने कृष्णाच्या योजनेस नकार दिला, त्यामुळे कृष्ण क्रुद्ध झाला. त्यानंतर बलरामाने यादवजनांचे भारताच्या पश्चिम किनाऱ्यावर स्थानांतर करून तेथे एक स्वप्ननगरी-द्वारका-उभारण्याचा निश्चय केला. जरासंधास त्याने प्रिय मित्र मानले.

***

अल्पावधीतच आनंदोन्मत्त जनसमुदाय नवपरिणीत दंपतिस पालखीत बसवून पांडवसदनी निघाला. त्यांनी त्या युग्माभोवती आनंदाने फेर धरून नृत्यास आरंभ केला. बलरामास द्रौपदीच्या नेत्रांतील दु:ख जाणवले. "पुत्री, केवळ हीन कुलास्तव कर्णास नाकारून तू काय गमाविले आहेस हे तुला ज्ञात नाही. अर्जुन तुला सुखी ठेवो." पालखी द्रुतगतीने हलताना त्याने प्रार्थना केली. वधूची शोभायात्रा पांडवसदनाच्या द्वारापाशी पोहचताच कुंती घेणार असलेल्या लक्षणीय निर्णयाविषयी बलराम अनभिज्ञ होते. त्या निर्णयाने इतिहासास पूर्णपणे भिन्न वळण लागणार होते.

***

२२. विवाह

विवाहपश्चात शोभायात्रा पांडवांच्या साध्याशा कुटीपाशी पोहचली, तेव्हा कुंती दिग्मूढ अवस्थेत बसली होती. सिल्व तपोवनात स्थित ते निवासस्थान आकाराने लहान आणि व्यवस्थित होते. तेथे अशाच इतर वास्तूंमध्ये अनेक ब्राह्मण आणि तपस्वी राहत. मातेने द्वार उघडून स्वागत करण्याची पांडव बंधूंनी शांतपणे प्रतीक्षा केली. स्त्रीसुलभ अंत:प्रेरणेने द्रौपदी अस्वस्थ झाली. अशुभाच्या आशंकेने ती किंचित शहारली. अर्जुनाचे चार बंधू तिच्यामागे उभे होते. त्यांच्या नेत्रातील धग तिच्या पाठीस जाणवू लागली- त्याचप्रमाणे त्यांच्या नेत्रातील आपल्या यशस्वी भ्रात्याविषयी मत्सरही!

"माते, अर्जुनाने तुझ्यासाठी उपहार आणलेला आहे." युधिष्ठिराने साद दिली. द्वारातील फटीतून दोन नेत्र आपणास रोखून पाहत असल्याचे द्रौपदीस दिसले. अंतत: आतील अंधकारातून कुंतीने सांगितले, "अर्जुना, तू जी वस्तू आणलेली आहेस ती आपल्या भ्रात्यांसमवेत विभागून घे."

"हे मी काय ऐकत आहे? भ्रात्यांसमवेत विभागून घे! वस्तू!" सासूने तिच्या पुत्रास दिलेल्या सूचनेने द्रौपदीच्या शीघ्रकोपी वृत्तीचा भडका उडाला. कुंतीच्या प्रत्येक शब्दाने जणू तिच्या आत्म्यास तीक्ष्ण शराने टोचून यातना दिल्या. आगामी काळात ह्या शब्दातील निष्ठूरतेचे तिला वारंवार स्मरण होणार होते- शिवाय, तिची कंपित काया पाहून पांडवांच्या नेत्री उमटलेल्या अभिलाषेचे आणि आपल्या योद्धा पतीच्या- तिला जिंकून घेणाऱ्या श्रेष्ठ धनुर्धराच्या- असाहाय्यतेचेही!

"माते, हे उचित ठरेल का?" अर्जुनाने विचारले. आपले प्रिय खेळणे आपल्या भावंडाने हिसकावून घेतल्याने रुष्ट बालकाप्रमाणे त्याचा स्वर होता.

आपल्यावरील अन्यायाने द्रौपदी होरपळली. ते तिच्याविषयी बोलत होते. परंतु स्वत:चे भविष्य ठरविण्यास तिचे मत विचारात घेतले जात नव्हते. ती केवळ वस्तू होती- हृदय आणि भावनाविरहित; तिचा विनियोग, वाटप, तिच्यासाठी संघर्ष आणि तिचा प्रयोग करून झाल्यावर हस्तांतरण हेच तिचे भागधेय होते. ती पांचालदेशीची राजकन्या आणि एका राजाची पुत्री आहे ह्याचे भान ठेवून तिने अश्रू थोपविले.

"कृष्णा," कुंतीने द्वार उघडून अतिथीस संबोधून म्हटले, "धर्म आणि कर्म ह्यांचे ज्ञान अर्जुनास दे. हा संतप्त का झाला आहे? दुर्योधनाचा पराभव करण्यासाठी ह्या सर्वांना

एकत्र राहणे आवश्यक आहे हे ह्यास ज्ञात नाही का? ह्यांनी ह्या कन्येसाठी एकमेकांशी संघर्ष करावा हे मला मान्य नाही. माझे पाचही अद्वितीय पुत्र तिला वाटून घेणार आहेत ह्याचा तिने अभिमान बाळगावा. माझ्या काळात मीही तसे केले आहे आणि माझ्या पतीची द्वितीय पत्नी माद्रीनेही. अशाच रीतीने हे पाचजण जन्मले आहेत.''

''आपल्या सर्व पुत्रांची शय्यासोबत करणारी मी वारांगना आहे का?'' तो अवमान सहन करणे अशक्य झाल्याने द्रौपदीच्या संतापाचा विस्फोट झाला. ''अर्जुना, तू शांत का? तू मला जिंकलेस, त्यामुळे मी तुझी पत्नी आहे. मी तुझ्या बंधूंची शय्यासोबत करावी अशी तुझी इच्छा आहे का? तू मौन का? तू क्षत्रिय आहेस ना?''

कृष्ण पुढे सरसावला. ''आत्या, मला मध्यस्थी करू दे.'' द्रौपदीचा हात हातात घेउन तो तिला दूर घेऊन गेला. अर्जुन त्यांच्यामागून गेला.

युधिष्ठिराने धरणीवर मृगाजिन अंथरले. त्यावर बसून नेत्र मिटून तो ध्यान करू लागला. भीम अन्नाच्या शोधात पाकगृहात शिरला. आणि जुळे बंधू 'आ' वासून द्रौपदीस पाहत राहिले. कुंतीने ज्येष्ठ पुत्राच्या गंभीर मुद्रेकडे पाहिले. तिने एक डाव खेळला होता आणि कृष्ण ह्या तेजस्वी कन्येची समजूत घालू शकल्यास ती त्यात यशस्वी होणार होती. गांधारीच्या पुत्राचे सामर्थ्य त्यांच्या एकजुटीत होते. ही कन्या इतकी सौंदर्यवती आहे की पाच युवकांच्या ह्या घरात ही राहिल्यास ती संघर्ष आणि वैफल्यास कारणीभूत होऊ शकेल कारण ह्या सर्वांना हिची सुप्त अभिलाषा आहे.

कृष्ण परतला तेव्हा त्याने सर्व निराकरण केले होते. द्रौपदी अधोमुख उभी होती. ती क्रोधामुळे की केवळ लज्जेमुळे हे कुंतीस ठरविता आले नाही. काही असो, भारतवर्षातील पत्नीपरंपरेनुसार ती आपल्या भवितव्यास शरण गेली होती. आपली माता, बंधू किंवा पत्नीसन्मुख जाण्याचे धाष्ट्यं नसल्याने अर्जुनाने दृष्टी वळविली. कृष्णाने युधिष्ठिरास स्पर्श केला तसे त्याने ध्यान सोडले. कुंतीस उद्देशून कृष्ण समजावण्याच्या स्वरात म्हणाला, ''तिला पटले आहे. मी सर्वकाही विशद केले आहे- शास्त्रात ह्यास आधार आहे हेही! तिने अर्जुनाच्या मान्यतेविषयी पृच्छा केली असता अर्जुन उत्तरला की, मी जे ठरवीन ते त्यास मान्य असेल. त्यामुळे उचित काय हे मी त्यास सांगितले आहे. आता सर्व योजना सज्ज आहे. ही प्रथम वर्षभरासाठी युधिष्ठिराची असेल, त्यानंतरच्या वर्षी भीमाची, अर्जुन तृतीयस्थानी असल्याने ही तिसऱ्या वर्षी अर्जुनाची असेल आणि चतुर्थ-पंचम वर्षी जुळ्या बंधूंची! अशाचप्रकारे ह्याची पुनरावृत्ती होईल, प्रत्येक आवर्तनापूर्वी एक मासाचा कालावधी असेल. अशा प्रकारे द्रौपदी पाचही पांडवांची पत्नी बनेल.''

आपला उत्साह लपविण्यासाठी युधिष्ठिराने दृष्टी खाली वळविली. ज्येष्ठ असल्याने त्याचा प्रथम मान होता. त्याने मातेकडे पाहिले. ''ध्यान आणि प्रार्थनेचे सामर्थ्य शस्त्रकौशल्याहून अधिक आहे, माते. अर्जुनाने हिला जिंकले- परंतु तो आपले कर्तव्य जाणतो- आम्ही जे जे जिंकून घेऊ, ते ते वाटून घेऊ.'' त्यानंतर द्रौपदीनिकट जाऊन तो म्हणाला, ''आता चिंता करू नको. तत्काळ विवाहविधी होतील आणि तुझा आम्हा प्रत्येकाशी विवाह होईल. आता तू आमची झालीस. आम्ही आमरण तुझे संरक्षण करू.''

"परंतु, माझा पती अर्जुन आहे- तुमचा निजबंधू..." द्रौपद्रीच्या नेत्रांत अर्जुनास विनंती होती. परंतु महान योद्धा अर्जुनाने दृष्टिभेट टाळली आणि लज्जाभारित ह्रदयाने त्याने मुख वळविले. 'मी धर्माचे पालन करणे आवश्यक आहे.'

द्रौपदीने सासूकडे पाहिले. "माते, आपले इतकेच पुत्र आहेत ना?"

"का? असे का विचारतेस पुत्री?" कुंतीच्या स्वरात नित्याची अधिकारवाणी नव्हती. आपल्या समक्ष ताठ मानेने उभ्या युवा राजकन्येशी दृष्टिभेट तिने टाळली.

"ज्यायोगे मी निश्चिंत राहीन की, अचानक एखाद्या दिवशी मला सहाव्या मनुष्याची पत्नी बनावे लागणार नाही! अर्थात, नि:संदेह, तोही माझा धर्म आहे हे सांगणारे पुरेसे शास्त्राधार उपलब्ध असतील."

युधिष्ठिराने मातेच्या उत्तराची प्रतीक्षा केली नाही. वैदिक पद्धतीनुसार विवाह लावणाऱ्या पुरोहितांना घेउन येण्यासाठी सहदेव धावला. अन्य सर्वांनी युधिष्ठिरामागोमाग सदनात प्रवेश केला. केवळ अर्जुन बाहेर उभा राहिला. मिटलेल्या द्वाराने जणू मृत्यूघंटा वाजविली.

* * *

कालांतराने मंचकावर काष्ठवत् पहुडलेल्या द्रौपदीच्या मनात कोणाचाच विचार नव्हता- तिला जिंकणाऱ्या महान धनुर्धर अर्जुनाचा किंवा निकट पहुडलेल्या युधिष्ठिराचा. पित्याच्या वैभवसंपन्न सभेतून निष्कासित श्वानाप्रमाणे बाहेर पडणाऱ्या मनुष्याच्या प्रतिमेने तिचे नेत्र व्यापले होते. तिच्या मनात आणि देहात उखडल्याची, पराभवाची आणि बधीरतेची भावना होती. त्या बधीर शांततेत तिचे स्वत:चे शब्द अखंडितपणे तिच्या कानी घुमू लागले- 'मी सूतास वरणार नाही.'

* * *

सभोवती नृत्य करणाऱ्या काजव्यांकडे पाहत गंभीर आणि नि:शब्द अर्जुन बसला होता. तपोवनात लगबग चालली होती. कारण पांडवांच्या विवाहाप्रीत्यर्थ शत ब्राह्मणांना भोजन देण्याची सिद्धता चालली होती. कृष्ण आपल्या मित्रांनिकट बसला. त्याने आपली मुरली उचलली आणि तो ती वाजवू लागला. अल्पावधीतच वातावरण सुरांनी मंत्रमुग्ध झाले. त्या मोहमयी संगीताने अर्जुनाच्या विद्ध मनास गोंजारले. काळ्याश्यार मेघांआडून चंद्रकोर डोकावली आणि स्तब्ध पृथ्वीवर तिने रुपेरी सडा घातला. झुलणाऱ्या वृक्षांच्या दाटीतून कोठूनतरी कोकिळेचे मधुर कूजन कृष्णाच्या मोहमयी संगीतास सोबत करू लागले. अर्जुनाने नेत्र मिटले आणि तो त्या संगीतात हरवून केला.

"कुणीतरी तुझी प्रतीक्षा करीत आहे...कुणीतरी तुझ्यावर प्रेम करते. आपण आज रात्री द्वारकेस प्रयाण करू." संगीत हळूहळू भोवतालच्या धुक्यात झिरपले, त्यानंतर कृष्ण हळुवारपणे मित्रास म्हणाला. अर्जुन सावकाश तंद्रीतून बाहेर पडला आणि प्रश्नार्थक भृकुटी उंचावत त्याने कृष्णास पाहिले. "द्रौपदीस विसर, अर्जुना. तू राजनैतिक कारणासाठी द्रौपदीशी विवाह केला आहेस. पांचाळ राजकन्येशी विवाह केल्याने आता पांडव दुर्यो

धनास आव्हान देण्याइतके सामर्थ्यशाली बनले आहेत. आता प्रेम करण्यास अवधी आहे. माझ्यासोबत द्वारकेस ये. तेथे ह्याहून सुंदर राजकन्या तुझी प्रतीक्षा करीत आहे. अर्जुना, माझ्यामागून ये आणि माझी भगिनी सुभद्रेचे हृदय जिंकून घे.''

''सुभद्रा? परंतु ती तर माझा चुलतबंधू सुयोधनाची वाग्दत्त वधू आहे ना? असे नीच कार्य मी कसे करीन?'' अर्जुनाने संभ्रमित होत विचारले.

''माझ्या भगिनीस मी अन्य कोणाहूनही अधिक जाणतो. ती आता दुर्योधनावर प्रेम करीत नाही. तिचा जीव तुझ्यावर जडला आहे. सारथिपुत्रास सन्मानित करून दुर्यो धनाने तुझा अवमान केला तो दिन आठवतो? त्यावेळी सर्वांची दृष्टी कर्णावर होती. परंतु सुभद्रेची नव्हती. केवळ तिची तुला सहानुभूती होती. गुणी राजपुत्रा, त्या दिनी त्या सूताने तुझा मानसन्मान हिरावून घेतला. परंतु तुला अधिक बहुमूल्य असे काहीतरी मिळाले- माझ्या भगिनीचे हृदय. मी तिला दुर्योधनाशी विवाह करू देईन असे तुला वाटते का, माझ्या मित्रा?''

''असे असन्माननीय कृत्य मी कसे करू? तिने वचन दिले...''अर्जुनाने थबकून कृष्णाच्या स्मितवदनास पाहिले. अकस्मात त्याच्या मनातील क्रोध विद्युल्लतेसम कडाडला. 'कसला सन्मान? माझ्या निजबंधूंने धर्माचा आधार घेत माझी वधू हिरावून घेतली. जर युधिष्ठिर माझ्याशी असे वर्तन करू शकतो, तर मी असेच वर्तन दुर्योधनाशी का करू शकत नाही?' अर्जुनाने मित्रास पाहून स्मित केले आणि टाळी वाजवली.

***

कृष्ण आणि अर्जुनास घेऊन जाणारा रथ द्वारकेच्या दिशेने धावू लागला. मार्गात विश्राम करण्यासाठी आणि अश्वांना चारा देण्यासाठी ते एका पथिकाश्रमात थांबले. प्रवाशांचा एक समुदाय शेकोटीभोवती बसला होता. पुन्हा प्रवासास आरंभ करणार इतक्यात भक्तीगीत गाणाऱ्या एका मधुर स्वराने अर्जुनाचे ध्यान आकर्षून घेतले. गीत ऐकण्यासाठी तो शेकोटीनिकट गेला. परंतु कृष्ण अधीरतेने रथापाशी प्रतीक्षा करू लागला. त्याची श्यामल काया श्यामल छायेत मिसळून दिसेनाशी झाली.

शेकोटीपाशी भीषण व्रणयुक्त मुखाचा एक भिक्षुक टाळ्या वाजवून ताल धरीत, गीत गात नृत्यही करीत होता. एक श्वान निकट पहुडले होते. त्याचे पुच्छ गीताच्या तालावर लवलवत होते आणि ते श्वान शून्य दृष्टीने तारांकित नभात पाहत होते. तो भिक्षुक देवाच्या सृजनाविषयी कृतज्ञता व्यक्त करणारे हृदयद्रावक गीत गात होता आणि जीवन वरदानाप्रती मनुष्याच्या कृतघ्नभावाविषयी खंत व्यक्त करीत होता. प्रत्येक क्षणाचा सोहळा होऊ द्यावा, प्रत्येक श्वासातील आनंददायक संगीत अनुभवावे, प्रत्येक कृतीद्वारे नमन करावे आणि प्रत्येक विचार कृष्णाच्या दैवी चरणी अर्पण करावा. ह्या दरिद्री भिक्षुकाच्या गीताचा आपल्या मनावर इतका परिणाम का झाला हे अर्जुनास उमजेना. आपण काहीतरी पाप किंवा अनुचित कार्य करीत आहोत असे त्यास वाटू लागले. पथिकाश्रमातून युवकांचा एक समूह खाद्यपदार्थ घेऊन बाहेर आला आणि सर्वांना अन्न वाटू लागला. भिक्षुकांपैकी

बहुसंख्य परिजन दीन अस्पृश्य होते. वाऱ्याने शेकोटीच्या ज्वाळा प्रखर झाल्या तेव्हा अर्जुनास एक मुख स्पष्ट दिसले, तसा त्याच्या मनावर आघात झाला. तो कर्ण होता! त्या अंध श्वानाशी खेळणाऱ्या व्यक्तीसही त्याने ओळखले. तो अश्वत्थामा होता. अन्नवाटप करणारे इतर तिघे होते–सुयोधन, सुशासन आणि जसद्रथ!

अर्जुन अचानक लज्जित झाला. ही आपली विवाहोत्तर प्रथम रात्र आहे. आपल्या येथील उपस्थितीचे स्पष्टीकरण कसे द्यावे? तो चटकन् रथात जाऊन बसला. कृष्णाने अश्वांवर आसूड ओढत त्यांना पळविले. त्यानंतर अर्जुन म्हणाला, "तो भिक्षुक तुझे गुणगान करीत होता. अशा दीन जिवांनी इतकी श्रद्धा ठेवावी असा देव तू खरोखरीच आहेस का?"

कृष्णाने स्मित केले. रथ अग्रेसर झाला. अर्जुनास नवल वाटू लागले. 'ज्यांना पापी जन म्हटले जाते ते आज ह्या दरिद्री परिजनांसह रात्र व्यतीत करीत आहेत आणि धर्माचा सजीव पुतळा समजला जाणारा माझा ज्येष्ठ बंधु हिरावून घेतलेल्या स्त्रीसोबत रात्र घालवित आहे. अशा गूढ प्रश्नांचे स्पष्टीकरण केवळ देवच देऊ जाणे.' त्या रात्री प्रवास करताना त्या भिक्षुकाचे गीत आणि नुकताच पाहिलेला प्रसंग अर्जुनाच्या अस्वस्थ मनास छळत राहिला.

* * *

विवाहास्तव आपल्या वाग्दत्त वधूस घेऊन येणारी वधुपक्षाची शोभायात्रा हस्तिनापुरास वाजतगाजत येण्याची सुयोधन उत्सुकतेने प्रतीक्षा करीत होता. प्रयासपूर्वक स्थितप्रज्ञ दिसण्याचे ढोंग त्याच्या मुखावरील आनंदामुळे विफल ठरत होते. द्वारकेची राजकन्या सुभद्रेशी युवराजाच्या विवाहास केवळ तीन दिवस उरले होते; त्यामुळे प्रासादात विविध विधींची लगबग सुरू होती. उत्सव साजरा करण्यासाठी हे इतकेच कारण नव्हते, तर राजकन्या सुशलेचा विवाहही सिंधराज जयद्रथाशी त्याच समयी, त्याच स्थळी संपन्न होणार होता.

अर्जुनाने स्वयंवरात द्रौपदीस जिंकले त्यास एक वर्ष पूर्ण झाले होते. अर्जुनाच्या वधूस सर्व पांडवांनी आपली पत्नी बनविली आहे ह्या वार्तेने सर्वांवर आघात केला होता. परंतु हळूहळू हा एक उपहासाचा विषय ठरला. सहा मासांपूर्वी भगिनीचा विवाह सुयोधनाशी निश्चित करण्यासाठी बलराम हस्तिनापुरात आला होता. त्याच्यासोबत कृष्ण नव्हता. सुभद्राही सोबत आली नव्हती, त्यामुळे सुयोधन हिरमुसला. परंतु घडणाऱ्या घटनांमुळे त्यास आनंद झाला होता. सुभद्रेच्या मनात अर्जुनाविषयी मृदू भावना उत्पन्न झाली आहे ह्याविषयी जयद्रथाने सुयोधनास सावध केले. परंतु त्याने त्यावर विश्वास ठेवला नाही. तरीही अर्जुनाचे स्थान शोधून काढण्यासाठी त्याने आपले गुप्तहेर नेमले. त्यांनी त्यास सांगितले की, विवाहाच्या रात्रीपासून अर्जुन गुप्त झाला आहे आणि सद्यकाली द्रौपदी युधिष्ठिराच्या पत्नीपदाचे पालन करीत आहे. भीम ह्या काळाची गणना करीत आहे कारण त्यानंतर भीम द्रौपदीचा पती होणार आहे. कृष्णाच्या रथातून कृष्ण आणि अर्जुन

द्वारकेस जाताना कुणीतरी पाहिले अशी वदंता होती. परंतु द्वारकेस तर केवळ कृष्ण पोहोचला होता. अर्जुनास कुणीच पाहिले नव्हते. त्यामुळे सुयोधनाचे मन शांत झाले. ह्याचा अर्थ जयद्रथाच्या संशयात तथ्य नाही.

यादव राजकन्येशी संबंध जुळविण्याकरिता महाधिपती आणि महाराजांनी मान्यता दिल्यानंतर सुयोधनाने बलरामाशी विवाहतिथी ठरविण्यासाठी बोलणी केली. जयद्रथाच्या दक्षतेच्या सूचनेने आलेली अस्वस्थता त्याने मनात गाडून टाकली. भगिनी आणि घनिष्ठ मित्राचे संबंध जुळलेले पाहून त्याच्या आनंदात भर पडली. दोन्ही सोहळे एकाच दिनी करण्याची कल्पना सुयोधनाची होती. सिंधहून वरपक्षाकडील मंडळी येऊन पोहचल्याने उत्सवास उधाण आले. एकमेकांवर आदळल्याविना प्रासादात चलनवलन करणे अशक्य झाले.

अश्वत्थाम्याने सुयोधनाच्या कक्षात वादळी प्रवेश केला आणि त्यास धरून विचारले, ‘‘राजपुत्रा, खऱ्या प्रेमाविषयी तुझे काय मत आहे? हृदयावर कोरले जाणारे प्रेम वगैरे वगैरे...’’

सुयोधनास त्या खट्याळ ब्राह्मणामागे उभ्या कर्णाचे त्रासिक मुख दिसले तसे त्यास नवल वाटले. ‘‘काय झाले? द्रौपदीने कर्णाचा सहावा पती म्हणून स्वीकार केला का?’’

यावर कर्णाची मुद्रा गंभीर झाल्याचे पाहून तत्काळ त्यास आपल्या असंवेदनशील टिप्पणीविषयी खेदही झाला. ‘बिचारा! गतवर्षी कंपिल्यनगरीत झालेली फजिती तो अजूनही विसरला नाही.’

अश्वत्थामा हसून म्हणाला, ‘‘छे,छे! तसा प्रलयकाळ अजूनही आलेला नाही, अर्थात आपल्या ह्या मित्रास द्रौपदीचा सहावा पती होण्यास आनंदच होईल म्हणा! मी सांगतो ती प्रेमकथा भिन्न आहे. ह्या प्रेमकथेतील नायक प्रेमभंगानंतर तपस्वी बनतो. द्रौपदीने कर्णाशी विवाह करण्यास नकार दिला त्यादिवशी आपण सर्वजण कर्णाच्या शोधात पांचाल प्रासादातून बाहेर पडलो त्याचे स्मरण आहे का? त्यावेळी हा कोठे सापडला?’’

‘‘तिने माझा सर्वांसमक्ष अपमान केला. माझ्याशी विवाह करण्यापेक्षा पाच पुरुषांसह राहणे तिला इष्ट वाटते का? मला आता तिच्याविषयी केवळ तिरस्कार वाटतो. परंतु त्या रात्री तुम्हाला मी कुठे सापडलो ह्याचा त्याच्याशी काही संबंध नाही. त्या परिजनांच्या दुर्गतीमुळे माझे अंत:करण हेलावले. माझी स्थिती त्यांच्याहून भिन्न नाही.’’ कर्ण इतरत्र पाहात म्हणाला.

‘‘हो, हो. ती केवळ उत्फूर्त प्रतिक्रिया होती हे आम्हास पटले आहे.’’ कर्णास खिजवत अश्वत्थामा म्हणाला तसा कर्ण अधिकच संतापला. परंतु कर्णाने प्रतिक्रिया देण्यापूर्वीच तो ब्राह्मण सुयोधनाकडे वळला. ‘‘राजपुत्रा, त्या दिवशीचा प्रसंग स्मरतो? हा आपणांस भिक्षुकांमध्ये सापडला. हा माथेफिरु मद्यप्याप्रमाणे धन व्यय करीत होता. उपलब्ध मिष्टान्न विकत घेऊन त्यांना खाऊ घालत होता. जेव्हा आपण द्रुपदाच्या प्रासादात जाऊन द्रौपदीस बळपूर्वक पळविण्याचा विचार सांगितला, तेव्हा ह्याने येण्यास नकार दिला! ती रात्र तुला स्मरते? श्वानासह फिरणारा एक भिक्षुक कृष्णाचे गुणगान करीत

होता. कर्णाने कवचकुंडलाव्यतिरिक्त अंगदेशातून आणलेले सर्वकाही दान केले. काही काळानंतर केवळ भिक्षुकच नाहीत तर ब्राह्मणही कर्णाच्या दातृत्वाचा लाभ घेण्यासाठी पंक्तिने सिद्ध झाले. ह्याने आपल्यालाही दान करण्यास भाग पाडले. ह्याचे दातृत्वाचे पिसे संपुष्टात आले तेव्हा मीही त्या तुच्छ याचकांइतकाच निर्धन झालो होतो. त्यावेळी आपणांस वाटले की, त्या दिवशीच्या घटनांवर ती विचित्र प्रतिक्रिया होती. परंतु तेव्हापासून ती ह्या माथेफिरूची सवय बनली आहे.''

''मूर्खांनो, माझ्या दातृत्वाचा द्रौपदीविषयक भावनांशी काही संबंध नाही हे मी अनेकवार सांगितलेले आहे. वास्तविक त्या दिवशी तिच्यामुळे माझे नेत्र उघडले. मी सूतच आहे. मी क्षत्रिय असण्याचा आव आणत होतो. राजपुत्र सुयोधनाची कृपा आहे, अन्यथा मी आज सारथी झालो असतो. तिच्या नकाराने मला माझ्या वास्तव रूपाची जाणीव करून दिली. त्या सभेतून बाहेर पडल्यानंतर मला भिक्षुकांचा मेळा दिसला, तेव्हा मला प्राप्त कृपेविषयी मी कृतज्ञ नाही असे मला वाटू लागले. जर राजपुत्राने माझ्यासाठी संपूर्ण राज्याचीही तमा बाळगली नाही आणि सामर्थ्यशाली मनुष्यांचे शत्रुत्व ओढवून घेतले, तर मी किमान माझ्याहून अल्प सुदैवी जीवांमध्ये माझी संपत्ती का वाटू नये? ह्या दुर्दैवी परिजनांस दान करते वेळी माझ्या मनातील भावना मी व्यक्त करू शकत नाही.'' स्वत:च्याच भावनांचे भय वाटून कर्णाने इतरत्र दृष्टी वळविली.

''अश्वत्थाम्या, हा आपली दिशाभूल करीत आहे. प्रथम तू येथे जे सांगण्यासाठी आला होतास ते सुयोधनास सांग पाहू.'' सुशासन कक्षात प्रवेश करीत भ्रात्यानिकट बसला.

''हो, तपस्वी कर्णास नूतन प्रेमिका मिळाली आहे. तुझा विवाह पार पडताच तो आपल्या विवाहाची घोषणा करण्याची प्रतीक्षा करीत आहे.'' अश्वत्थाम्याने मुक्त हास्य केले.

सुयोधनाने त्वरित कर्णास अलिंगन दिले. ''सांग मित्रा, ही सुदैवी कन्या कोण आहे?''

मित्राच्या दृष्टीत दृष्टी मिळवीत कर्ण म्हणाला, ''ती राजकन्या नसून वृशाली नामक एक सूतकन्या आहे. माझ्या अंगदेशातील वास्तव्यात मी बहुतेक रात्री वेश पालटून भ्रमण करतो, अशा भ्रमणावेळी मी तिला पाहिले. दैवानेच आमची भेट घडवून आणली. ती तिच्या मातेसह राहते. तिच्या पित्याला सेवेत असतानाच मृत्यू आला. तिला देय असलेली सांत्वनराशी मिळविण्यासाठी तिला अनेक स्थानी भ्रमण करावे लागले, कारण आपली यंत्रणा कशी आहे हे तुम्हास ज्ञात आहे. मी तिला तिची राशी मिळवून दिली आणि ह्या प्रक्रियेत काही भ्रष्ट कर्मचाऱ्यांना दंड केला. आमच्यात प्रेमबंध निर्माण झाला. मी अंगदेशाचा राजा आहे हे ती अजूनही जाणत नाही. तिला वाटते मी अश्व वणिक आहे आणि माझ्या व्यवसायामुळे माझा प्रशासनात प्रभाव आहे. मी तिचा तुम्हांस परिचय करून देण्याकरिता आणले असते. परंतु हस्तिनापुराच्या युवराजांच्या उपस्थितीमुळे ती बावरली असती. तुम्ही माझे घनिष्ठ मित्र आहात हे मी तिला अनेकवार सांगितले आहे

तरी तिला ते पटलेले नाही. मी तिच्यावर प्रभाव टाकण्यासाठी दंभ करतो असे तिला वाटते.''

सर्वांना हसू फुटले. अश्वत्थामा तारस्वराने ओरडत कक्षात सर्वत्र बागडू लागला. ''कर्णा, मला तिला भेटण्याची उत्कंठा लागून राहिली आहे. त्यानंतर मी तिला काही कथा सांगणार आहे... कंपिल्यानजीक स्थित द्रौपदीकूपाची... आणि तिने अंगराजास झिडकारलेल्या रात्री त्याने भिक्षुकांना दिलेल्या भोजनाची... शिवाय तो जसा दिसतो तसाच तो भोळाभाबडा आहे हे त्याने स्वत:च्या वर्तनातून सिद्ध केले त्या अनेक सुरस कथा... आ!''

कर्णाने गुरुपुत्रास ढकलून खाली पाडले होते. अल्पावधीतच इतरजणही बिचाऱ्या ब्राह्मणावर तुटून पडले आणि त्याच्यावर प्रहार करू लागले. द्वारावर थाप पडली. त्यामुळे ते त्वरित उठून उभे राहिले आणि सभ्य दिसण्यासाठी त्यांनी वस्त्रे आणि केस सावरले. विदुराने प्रवेश केला. त्या सर्वांनी लवून नमस्कार केला. प्रधानमत्र्यांनी अस्ताव्यस्त कक्ष पाहून युवकांच्या लज्जित स्मिताकडे दुर्लक्ष केले. सुयोधनाकडे वळून ते गंभीर होत म्हणाले की, महाधिपतींनी त्यास तत्काळ भेटीस बोलविले आहे.

विदुरांचा स्वर ऐकताच सुयोधन तत्काळ सावध झाला. महत्त्वाची गाष्टे असल्याशिवाय काका स्वत: निरोप घेऊन येणार नाहीत. सुयोधनाच्या मनावर ताण आला. – कुणा प्रिय व्यक्तीचे अशुभ झाले असावे असे त्यास भय वाटू लागले. सभास्थानी पोहचेपर्यंत विदुराने शब्दही उच्चारला नाही. त्यानंतर सुयोधनाच्या स्कंधावर थोपटून ते भीष्मानिकट आपल्या आसनावर स्थानापन्न झाले. कक्षातील प्रखर उजेडास सरावल्यानंतर त्याला महाधिपतींनिकट आसनस्थ आपले मातापिता दिसले. त्याव्यतिरिक्त काळोखात एक परिचित आकृती उभी होती. परंतु तो मनुष्य समीप येईपर्यंत सुयोधन त्यास ओळखू शकला नाही. बलराम! तो यादवप्रमुख इतका अस्वस्थ दिसत होता की, त्याला ओळखण्यासाठी सुयोधनास पळभर अधिक समय लागला. गत भेटी नंतर आता बलराम वृद्ध भासले. यादवप्रमुख गुडघ्यांवर बसले. त्यांनी सुयोधनाचे पाय धरले असते. परंतु चकित झालेल्या सुयोधनाने त्यांचे बाहू पकडून त्यांना उठविले. ''महोदय, हे काय करीत आहात आपण?'' आपल्या गुरूंस चरणस्पर्श करण्याकरिता तो लवला.

''राजपुत्रा, मला क्षमा कर. मी तुझा घात केला. तुला आणि तुझ्या राज्यास अपमानास्पद निर्णय मी घेतला आहे. तुझ्या इच्छेनुसार मला शासन कर.''

सुयोधनाने गोंधळून सर्वत्र पाहिले.केवळ धास्तावलेल्या बलरामाचा श्वासोच्छवास शांतता भंग करू लागला. सुयोधनाच्या मनात शंकेचा कृमी वळवळू लागला. ''सुयोधना,'' भीष्मांच्या जड स्वराने त्या अस्वस्थ शांततेचा भंग केला, तसे पुढे काय वाढून ठेवले आहे हे सुयोधनास तत्काळ समजले. ''सुभद्रेचा तुझ्या चुलतबंधू अर्जुनाशी विवाह ठरविल्याची घोषणा करण्याकरीता बलराम आलेले आहेत. काही मासांपूर्वी ह्यांच्या भगिनीचा तुझ्याशी नातेसंबंध जोडण्याच्या हेतूने हे आले होते. तुझी ह्या संदर्भातील इच्छा

ज्ञात असल्याने आम्ही होकार दिला होता. आता यादवांनी इच्छा बदलल्याचे समजते. ह्यांची भगिनी सुभद्रेने अर्जुनासह द्वारकेच्या प्रासादातून पलायन केले आहे. ह्या कृत्यात कृष्णाने साहाय्य केले आहे.''

''क्षमस्व सुयोधना, मी ह्या गोष्टीविषयी अनभिज्ञ होतो...'' बलरामांच्या भाळावरील चिंतारेखा ठळक झाल्या.

युवराजांचे भावविश्व क्षणात कोसळले. त्याच्या देहातील रोमारोमांत क्रोध संचारला. त्याचा देह पेटून उठला. अर्जुनाने- कुंतीच्या त्या अनौरस पुत्राने- माझ्या प्रेमिकेस स्पर्श करण्याचे धाष्ट्य करावे?

''सुयोधना, नि:संशय हा हस्तिनापुराचा अवमान आहे. विंध्य पर्वताच्या उत्तरेकडील भारतवर्षाचे आपण प्रमुख आहोत आणि एका मांडलिक मित्रराज्याने आपला अवमान करण्याचे धाष्ट्य केले आहे. आपला कडवा शत्रू- दक्षिण संयुक्त राज्यही इतक्या नीच पातळीवर कधी उतरले नाही. माझ्या बंधुतुल्य मनुष्याकडून असे वर्तन मला अपेक्षित नव्हते. सुयोधना, आता निर्णय तुझ्या हातात आहे- त्यांच्या क्षुद्र राज्याचा विध्वंस करून यादवांना धडा शिकवावा की, अर्जुनाशी संघर्ष करून तुझी स्त्री परत मिळवावी? मला ह्या संदर्भात तुझ्याशी चर्चा करावयाची आहे.'' सुयोधनाने सावकाश मान हलविलेली पाहताच भीष्मांचा आवेश मंदावला.

युवराज काही काळ नि:शब्दपणे आपल्या पितृतुल्य गुरूस एकटक पाहत राहिला. त्याच्या दृष्टीस दृष्टी देणे अशक्य झाल्याने अंतत: यादवप्रमुखांनी दृष्टी वळविली. अंतत: सुयोधन म्हणाला, ''गुरूवर्य, त्यांनी पलायन केले तेव्हा रथचालन कोणी केले? माझा चुलतबंधू अर्जुनाने की...''

याचे उत्तर देणे बलरामास क्लेशदायक होते. त्याने भगिनीवर पितृवत माया केली होती आणि तिने त्याचा अवमान करून त्याची परतफेड केली होती. कष्टाने आवंढा गिळत त्याने आपल्या शिष्यास पाहिले. ''पुत्रा, तुझा चुलतबंधू नव्हे, सुभद्रा रथचालन करीत होती.''

सुयोधनाने लवून सर्व उपस्थितांचा निरोप घेतला आणि तो जाण्यास वळला.

भीम उठले. ''सुयोधना, उत्तर दे. संघर्ष करून तुझी स्त्री परत मिळवण्याची तुझी इच्छा असेल तर हस्तिनापुराचे संपूर्ण सैन्य तुझ्या स्वाधीन करीन. तुझ्या क्षत्रियधर्माच्या कर्तव्यास चुकू नको. तुझी स्त्री, तुझे राज्य आणि तुझ्या सन्मानासाठी संघर्ष कर.''

सुयोधन थबकला आणि मागे वळला. ''पितामह, राजकन्या सुभद्रेनेच माझ्या चुलतबंधू अर्जुनास निवडलेले आहे

हे स्पष्ट झाले आहे. तिच्याशी संघर्ष करणे किंवा निव्वळ वैयक्तिक गोष्टीस्तव माझ्या राज्याच्या संसाधनांचा उपयोग करण्याची माझी इच्छा नाही.''

''तुझा सर्वत्र उपहास होईल आणि तुझ्यावर भ्याडपणाचा आरोप होईल.'' त्यास भीष्मांनी कठोर शब्दप्रयोग करीत समजावले.

“मी माझा चुलतबंधू आणि राजकन्या सुभद्रेस सुख चिंतितो. माझ्या वैयक्तिक गोष्टींमुळे आपल्या राज्याच्या राजनीतीवर परिणाम होऊ नये. माझे गुरू बलरामांनी येथे येऊन स्वत: ही वार्ता सांगण्याचे धाष्ट्यं दाखवले ह्यास्तव मी त्यांचा आदर करतो. ह्या अल्प घटनेमुळे आपले द्वारकेशी संबंध बिघडू नयेत.” सुयोधन द्वारापाशी जाऊ लागला. त्याला ते सहस्त्र योजने दूर असल्याप्रमाणे भासू लागले.

“सुयोधना,” भीष्मांच्या स्वरात असे काहीतरी होते ज्यामुळे सुयोधन थांबला आणि मागे वळला. त्यास भीष्मांच्या गहन नेत्रांमध्ये अश्रूंची चमक दिसली. त्याने महाधिपतींच्या भाषणाची प्रतीक्षा केली. “पुत्रा, मला तुझा अभिमान वाटतो.”

सुयोधनाने पुन्हा लवून निरोप घेतला आणि शक्य तितक्या त्वरेने त्याने दालनातून प्रयाण केले. द्वारावरील रक्षकांच्या अभिवादनास त्याने न विसरता प्रतिसाद दिला. परंतु सभेपासून पुरेशा अंतरावर आल्यावर एका एकाकी, शांत कोणात पोहचताच त्याने आपले मुख शीतल संगमरवरी भित्तीवर टेकले. त्याने दडपून ठेवलेल्या भावनांचा उद्रेक झाला आणि तो मुक्तपणे रडू लागला. आपल्या चुलतबंधुप्रती वाटणारा तिरस्कार पुसण्याचा त्याने प्रयत्न केला. परंतु सुभद्रेचे लोभस मुख त्यास डिवचू लागले, त्याचा निष्पाप स्वभाव आणि मूर्खपणा ह्याचा उपहास करू लागले. आपली फजिती पाहून अर्जुनाने केलेले हास्य त्यास ऐकू येऊ लागले. आपल्या मानहानीमुळे पुरोहितांना आनंद होईल हे त्यास कळून चुकले. त्यास स्वत: एक मूल्यहीन आणि वापरून फेकलेली वस्तू असण्याची भावना होऊ लागली. अंध मातापित्यांचा पुत्र असल्याने मलाही हे दिसले नाही की, सुभद्रा माझ्या प्रेमाचा उपहास करीत आहे. मी अंध झालो होतो. आपले दग्ध मुख शीतल कातळावर दाबून तो विचार करू लागला.

एक घटिकेनंतर तो अश्वत्थाम्यास त्याच स्थितीत आढळला. आरंभी राजपुत्राने मित्रास आपल्या दु:खाचे कारण सांगण्यास नकार दिला. कालांतराने सर्व घटना सांगितल्यानंतर आणि सुभद्रेचा त्याच्या चुलतबंधूशी विवाहही झाला आहे हे समजल्यानंतर त्याचे मित्रही क्रुद्ध झाले. त्वेषाने उसळून अश्वत्थामा अर्जुनाच्या शोधार्थ निघाला. त्याला थोपविण्यासाठी जयद्रथ आणि कर्ण दोघांनाही पराकाष्ठा करावी लागली. द्रोणपुत्राने अर्जुनाचा सूड घेण्याची प्रतिज्ञा केली. कारण अर्जुनाने त्याच्या दोन्ही मित्रांच्या वधू हिरावून घेतल्या होत्या– प्रथम द्रौपदीस आणि नंतर सुभद्रेस. मध्यंतरीच्या काळात मद्यधुंद सुशासनाने बाहेर जाऊन बलरामास अपशब्द बोलण्यास प्रारंभ केला. यादवप्रमुखाने अधोमुखाने सर्व अपमान सहन केला. अंतत: कुणीतरी महाधिपतींना सूचना दिल्यानंतर भीष्मांनी तत्काळ सुशासनास राजकन्या सुशलेच्या विवाहदिनापर्यंत स्थानबद्ध केले. हस्तिनापुराच्या वतीने बलरामाची मन:पूर्वक क्षमा मागण्याचे काम विदुरावर सोपविण्यात आले.

* * *

राजकन्या सुशलेच्या विवाहदिनी विचित्र घटना घडल्या. अशा गोष्टी प्राचीन राज्यास किंवा संस्कृतीस बाधक आहेत असे ज्योतिषी जनांचे मत होते. ‘दुर्योधनाची वधू त्याच्या

चुलतबंधूस प्राप्त झाल्याने त्याचा मूर्खपणा सिद्ध झाला. देवांनी दुर्योधनास त्याचे स्थान दाखविले आहे.' पुरोहितांची एकमेकांत कुजबूज होऊ लागली. 'तरीही हा उर्मट मनुष्य बोध घेत नाही.' युवराजाने आपल्या स्वत:च्या विवाहस्थळी दोन सूतांमधील विवाह घडवून आणण्याचे धाष्ट्‌र्य दाखविले. ह्या उद्दामपणामुळे धौम्य अतिशय संतापले. धौम्यांच्या गोटातील पुरोहितांनी कर्ण–वृशालीच्या विवाहाचे विधी पार पाडण्यास नकार दिला. परंतु अश्वत्थामा आणि कृपांनी ते पार पाडले. अशा प्रकारे त्या दोघांचा विवाह सिंधराज आणि राजकन्या सुशलेच्या विवाहासह संपन्न झाला. त्या सूताच्या सुप्रसिद्ध दातृत्वामुळे धौम्य अधिक संतापले, कारण आपल्या अनेक अनुयायांनी त्या दंपतिस शुभाशीर्वाद देऊन कर्णाकडून उपहार मिळविले असे त्यांच्या ध्यानी आले. देवही अशा अभद्र मनुष्यांची ह्या पवित्र भूमीत भरभराट का होऊ देतो हे त्यांना उमगेना. कदाचित कलीयुगाच्या- अधर्मयुगाच्या- उदयामुळे असे होत असावे. धौम्यांनी सर्व पुरोहितांना स्वत:च्या निवासस्थानी एकत्र केले आणि त्या सर्वांनी सुयोधन आणि त्याच्या मित्रांसम दुष्ट मनुष्यांपासून वाचविण्यासाठी देवाची कळकळीने प्रार्थना केली. देवाने ह्यापूर्वीही रावण आणि महाबळीसम असुरांपासून आपल्याला वाचविले आहे. त्यामुळे दैवी सामर्थ्यावर श्रद्धा ठेवणे सर्वांत महत्त्वाचे आहे असे धौम्यांनी आपल्या खिन्न अनुयायांना सांगितले. त्यांना प्रमुख पुरोहितांच्या शब्दांव्यतिरिक्त अन्य आधार नसल्याने ते ऋषी सुयोधन व त्याच्या मित्रांना देवानेच शिक्षा करण्याची प्रतीक्षा करू लागले.

* * *

एकलव्याने अश्वसेनाशी तक्षकाच्या हस्तिनापुरावरील संभाव्य आक्रमणाची चर्चा केली. त्यांच्या भोवताली खांडव वनातील उंच वृक्ष रक्षकांप्रमाणे उभे होते. एकलव्य तक्षकाच्या पथकात परतला त्यास एक वर्ष लोटले होते. तक्षकाने त्याचे वीराप्रमाणे स्वागत केले होते आणि त्यास गोरिला सैनिकांच्या पथकाचा प्रमुख बनविले होते. परंतु भूतपूर्व राजा वासुकीने एकलव्यास पुन:पुन्हा सांगितले की, त्याने परत येऊन मोठी चूक केली आहे आणि तक्षक निर्माण करीत असलेल्या ह्या अभद्र जगातून त्याने पलायन करावे.

पक्ष्यांचे कूजन आणि क्वचित येणाऱ्या वायुप्रवाहामुळे होणारी शुष्क पर्णांची सळसळ वगळता सर्वत्र भयावह शांतता होती. आभाळाच्या गर्भात पर्जन्य लपलेला होता. ग्रीष्माच्या तडाख्यातून सुटकेची अरण्यास प्रतीक्षा होती. वयाच्या विशीतील एक युवा असुर- वास्तुरचनाकार मयासुर- त्यांच्यानिकट बसला होता. तो शांतपणे वाळूत अद्भुत प्रासाद आणि मंदिराची चित्रे कोरीत बसला होता. असुरांच्या महान वास्तुकला प्रशालेत मयासुराने शिक्षण घेतले होते. भारताच्या अग्नेय किनायावरील भरभराटीस आलेल्या ह्या प्रशालेची अंतिम असुर सम्राट रावणाच्या पतनानंतर रया गेली होती. परंतु तिची परंपरा गुप्तपणे अखंडित राहिली होती. तिचे अनेक विद्यार्थी केवळ मृद्‌प्रतिमा बनवित. कारण हल्ली मायन शाळा ज्या वास्तुकला आणि शास्त्रासाठी प्रसिद्ध होत्या तशा प्रासादांची आणि मंदिरांची सद्यकाळी मागणी नव्हती. त्यांची कला मरणपंथास लागली होती. त्याचे उपासक विपन्न झाले. त्यांची गणना अस्पृश्य किंवा चांडाळात होऊ लागली आणि

विश्वकर्मा पद्धतीस महत्त्व प्राप्त झाले होते. मयासुर हा सामाजिक बदलाचा बळी होता. त्याला तक्षकाने आपल्या विद्रोही सैन्यात नुकताच प्रवेश दिला होता.

खांडव वनातील नागांच्या गुप्त तळात विस्मृत भारतवर्षातील निराश स्त्री-पुरुष सहभागी झाले होते. सहस्त्रावधी वर्षांपूर्वी इंद्रवंशातील प्रथम राजाने ज्या प्राचीन नगरीतून भारतवर्षाचा राज्यकारभार चालविला, ती नगरी अरण्याने आच्छादित झाली होती. कालांतराने ब्राह्मणांच्या हाती सत्तांतर झाल्याने इंद्रासम प्राचीन राजवंशाचे पतन झाले. सद्यकालीन इंद्र तर एक विपन्न वृद्ध होता. तो घनदाट अरण्यातील जीर्ण प्रासादाच्या भग्नावशेषात राहत असे. कुंतीस गर्भदान करून अर्जुनाच्या जन्मास तोच कारणीभूत ठरला होता आणि त्या कार्यासाठी त्यास काही ताम्रमुद्रा देण्यात आल्या होत्या अशीही वदंता होती. कटु आणि संकुचित स्वभावाच्या इंद्राने आपल्या मान्यवर पूर्वजांची गमावलेली प्रतिष्ठा परत मिळविण्यासाठी त्याने नागांशी तह केला होता. तक्षकाने ह्याचा चातुर्याने लाभ घेतला आणि आपले सैन्य इंद्राच्या भूभागातील घनदाट अरण्यात पेरले. खांडवापासून हस्तिनापूर केवळ दोन दिवस प्रवासाच्या अंतरावर होते. तक्षकाच्या युद्धातील डावपेचांकरिता हे अरण्य आदर्श होते.

तक्षक आणि कालिया एकलव्यापाशी गेले. 'विद्रोही सैन्याच्या सर्वोच्च प्रमुखा'च्या सन्मानार्थ तो युवक उठून उभा राहिला. आपल्या नावाचा दबदबा वाढवण्यासाठी तक्षक स्वत:स अनेकविध भिन्न नावांनी संबोधून घेत असे. 'विद्रोही सैन्याचे सर्वोच्च प्रमुख' हे त्यातील नूतनतम नाव होते. त्याने एकलव्यास अलिंगन दिले. ''तुझ्यामुळे आमचे भाग्य फळफळेल हे मी जाणून होतो. आम्हास सामर्थ्यशाली मित्राची आवश्यकता होती. आता तर आमच्यासोबत सेनापती हिरण्यधनुचा पुत्र आहे.''

''एकलव्या, इतका संभ्रमित होऊ नको.'' स्मित लपवीत कालिया म्हणाला. ''मगधाच्या महान सेनापतींनी सर्वोच्च प्रमुखांना हे पत्र पाठविले आहे. घे, वाच.''

एकलव्याने थरथरत्या हातांनी कालियाकडून ते भूर्जपत्र घेतले. आपला पिता जीवित आहे ह्या सत्याने तो चकित झाला होता. मगधाची राजमुद्रा असलेल्या त्या पत्रावर त्याने उत्सुकतेने दृष्टी फिरवली. ते श्री. तक्षकास संबोधून लिहिलेले होते. सेनापतीने हिरण्यधनुस स्पष्ट लिहिले होते की, एकलव्य हा आपला अति पूर्वी दुरावलेला पुत्र आहे आणि तक्षकाने त्यास सुरक्षितपणे मगध देशी पोहचवावे अशी इच्छा त्याने प्रकट केली होती.

तक्षकाने एकलव्यासाठी अन्य एक संदेश दिला. ते एकलव्यासाठी वैयक्तिक पत्र होते. त्यात सेनापतीने एकलव्याचा बालपणीच त्याग करण्यास्तव पुत्राची क्षमा मागितली होती. पत्नीच्या निधनानंतर आपल्या तान्ह्या बाळास भ्रात्यापाशी सोडून सेनापती स्वत:च्या भाग्याच्या शोधार्थ बाहेर पडला होता. त्यानंतर तो एक असामान्य योद्धा बनला होता. त्याच्या सुदैवाने त्याची अशा राजाशी भेट झाली ज्यास कुलापेक्षा गुणवत्तेचे अधिक महत्त्व होते आणि त्याने त्याच्यावर विश्वास टाकला होता. यथावकाश त्याची मगध सैन्याचा प्रमुख बनण्यापर्यंत प्रगती झाली होती. त्याने एकलव्याशी संपर्क करण्याचा अनेकवार प्रयत्न केला होता. परंतु तो नेहमीच विफल झाला होता. सेनापतीने आपल्या बंधुपत्नीच्या

आणि पाच पुतण्यांच्या भयंकर अंताची वार्ता ऐकली होती. एकलव्य जीवित आहे आणि तक्षकाच्या सैन्यात सहभागी झाला आहे अशी वदंता त्याच्या कानी पडली होती. त्याला पुत्रास भेटण्याची इच्छा होती. त्यामुळे त्याने त्यास मगध राजधानी पाटलीपुत्रास येण्याची विनंती केली होती.

एकलव्याने उद्वेगाने आणि संतापाने ते पत्र फेकून दिले. देह व मन एकत्र ठेवण्यासाठी मी संघर्ष करीत असताना हा मनुष्य कोठे गेला होता? आपले दारिद्र्य, काही जीवनावश्यक ज्ञान मिळवण्यासाठी केलेला संघर्ष, अपमान, आपल्या परिजनांना देण्यात येणारी वर्तणूक, चुलती आणि चुलतबंधूंचा मृत्यू ह्या सर्व स्मृती त्याच्या मनात धावून आल्या. वळून तो धावत झुडुपात शिरला.

''मला पिता नाही. ह्या महान मनुष्याचा माझ्याशी संबंध नाही...'' वळून तो नदीच्या दिशेने धावला. जणू यमुना त्या निष्पापास आपल्या गहन पात्रात येण्यासाठी खुणावत होती. पिता जीवित आहे ह्या वार्तेचा अकस्मात झालेला आघात त्याच्या दुखावलेल्या मनास असह्य झाला.

तक्षकाने त्याच्यामागून जात त्याच्या स्कंधास स्पर्श केला. परंतु एकलव्याने प्रतिसाद दिला नाही. आपले काळेसावळे मुख हाताने झाकलेल्या अवस्थेत, त्या खवळलेल्या नदीच्या अतिसमीप, घातक स्थितीत तो उभा राहिला. तो शांत होईपर्यंत त्यास एकटे सोडणे उत्तम हे नागप्रमुखाने जाणले. कालांतराने तक्षक आणि वासुकी दोघांनीही त्याने आपल्या सामर्थ्यशाली पित्यास भेटावे ह्यासाठी त्याचे मन वळविण्याचा प्रयत्न केला. क्रांतीसाठी अशा मित्रांची आवश्यकता असते. हस्तिनापुरावरील आक्रमण निकट येऊन ठेपलेले आहे. सेनापती स्वत: एक शोषित अस्पृश्य आहेत. स्वत:च्या परिश्रमाने ते उत्तुंग शिखरावर पोहचले आहेत. एकलव्यास पित्याची आवश्यकता नसली तरी, क्रांतीसाठी सेनापतीची आवश्यकता आहे. तक्षकाने आपले मन वळविण्याचे सामर्थ्य वापरले. शिवाय एकलव्याने क्रांतीकारी सैन्यास साहाय्यकारक कृती न केल्यास त्याला गंभीर दुष्परिणाम भोगावे लागतील अशी धमकीही दिली. परंतु एकलव्याने निर्णय बदलला नाही. तक्षक संतापाने मागे फिरला. क्रांतीच्या ध्येयाविरोधात वागणाऱ्यावर कार्यवाही करण्याचा मानस त्याने दर्शविला.

अंतत: वृद्ध वासुकीस एकलव्याच्या बधीर हृदयास पाझर फोडण्यात यश आले. त्याचा संताप हळूहळू विरला आणि त्याचे स्थान उत्सुकता आणि अभिमान ह्यांनी घेतले. आपल्या महान पित्यास भेटण्यास तो निर्णायक प्रवास करण्याचा त्याने निर्णय घेतला. हस्तिनापुरात कर्णाचा विवाहसोहळा सुरू होता त्यावेळी एकलव्याने पूर्वेकडील मगध राज्याच्या प्रवासास आरंभ केला होता. तेथे सामाजिक नियमांची तमा न बाळगणारा राजा होता आणि त्याच्या अजिंक्य सैन्याचा सेनापती एक अस्पृश्य होता. पित्यास भेटण्याच्या कल्पनेने एकलव्य आनंदला होता. युवा वास्तुशिल्पी मयासुराने प्रवासात एकलव्यास सोबत करण्याची इच्छा दर्शविली. त्याला सुप्रसिद्ध पाटलीपुत्र नगरी पाहण्याची इच्छा होती. परंतु एकलव्याने इतकेच उत्तर दिले, ''पुन्हा कधीतरी जाऊ, मायन.'' पित्यास

प्रत्यक्ष भेटल्यानंतर आपल्या प्रतिक्रियेविषयी एकलव्यास शाश्वती नव्हती. त्यामुळे त्यास त्या प्रसंगास कोणीही साक्ष नको होते.

निषादाच्या काळ्या आकृतीस घेऊन जाणारा अश्व क्षितिजापाशी पोहचून दिसेनासा झाला, तसा त्या वास्तुशिल्पीने खिन्न मनाने नि:श्वास सोडला. त्याने वास्तुरचनेचे पुस्तकी ज्ञान घेतले होते. परंतु विशाल नगरी पाहिली नव्हती. नगरीचा आराखडा करणे किंवा ती प्रत्यक्ष बांधणे ही तर दूरची गाष्टे होती. अस्पृश्य असल्याने प्रासाद किंवा मंदिरासमीपही फिरकण्यास बंदी होती. भव्य वास्तू पाहण्याची, तिच्या पाषाणांना आणि शिल्पांना स्पर्श करण्याची आणि पदपथावरून चालण्याची त्याला अनावर ओढ होती. मनातल्या मनात त्याने एक सुप्त महत्त्वाकांक्षा जोपासली होती. ती केवळ सामान्य इच्छा नव्हती. एका सुंदर विचाराने रात्री त्याचा निद्रानाश होत असे. एक स्वप्न प्रतिरात्री तो पाहत असे. एक प्रार्थना त्याच्या ओठावर येई. ती सुंदर गोष्ट होती कारण ती अशक्यप्राय गोष्ट होती. ज्या मयासुराच्या पूर्वजांनी सहस्त्रावधी वर्षांपूर्वी भारतातील महान मंदिरांची वास्तुरचना केली होती, तो मयासुर गुडघ्यांवर बसून, हात जोडून प्रार्थना करू लागला. ‘‘हे महादेवा, माझी योग्यता नाही अशी गोष्ट मी तुम्हाकडे मागत आहे. हे कृपावंता, मला एक वर द्या. मला ह्या जगातील सर्वांत सुंदर नगरीची रचना करू दया. माझी नगरी शाश्वत राहू द्या... माझ्या मातृभूमीचे हृदयस्थान म्हणून तिचा सन्मान व्हावा.’’

उत्तरास्तव आभाळात मेघांचा कडकडाट झाला. मयासुरासमीप स्थित एका वृक्षावर वीज कोसळली आणि त्या वृक्षाने पेट घेतला. त्या युवा वास्तुरचनाकाराने भयकंपित होत अंधारलेल्या आकाशात पाहिले, तेथे मेघ एकमेकांशी मल्लयुद्ध करीत होते आणि त्यांच्या संघर्षाने विजा चमकत होत्या. जणू उंच स्वर्गातील देवता ह्या क्षुद्र व्यक्तीच्या स्वप्नांमुळे संतप्त झाल्या होत्या. मयासुर आपल्या कुटीपाशी धावला. त्याने कंठातील साखळीत ओवलेल्या लहानशा शिवलिंगास मुठीत दृढतेने धरून ठेवले होते. निसर्गाच्या उद्रेकापासून वाचण्यासाठी त्याने कुटीचे खिळखिळे द्वार बंद करून घेतले. आकाशातील प्रकोप शांत होण्यास दीर्घ काळ लागला.

२३. सामाजिक विकासाचे अधिक्रमण

‘‘विदुरा, आपल्यासमक्ष अन्य पर्याय नाही. खांडवाचे प्रशासन पांडवांच्या हाती सोपविण्याची सिद्धता कर.’’ भीष्मांनी प्रधानमत्र्यांना सांगितले.

‘‘महोदय, तो भाग बहुतांशी अरण्यमय आहे. तेथील नदी अगम्य आहे. तिला वारंवार पूर येतो– ग्रीष्म ऋतूतही! शिवाय तक्षकाच्या नेतृत्वाखालील विद्रोही गण त्या अरण्यात तळ ठोकून आहेत असा अहवाल आहे.’’ महाधिपतींच्या निर्णयाविषयी विदुर साशंक होते.

‘‘विदुरा, ह्याहून इष्ट पर्याय तू सुचवू शकशील का? पांडवांचे वारणावतात दहन झालेच नाही हे सर्वज्ञात झाल्यावर कुंती आपले पुत्र आणि पुत्रवधूसह प्रासादात परतली आहे. तिच्या सभोवतालच्या कंटकांनी अशी वदंता पसरविण्यास आरंभ केला आहे की, महाराज तिच्याशी भेदभावपूर्ण व्यवहार करतात. गांधारी आणि कुंतीमधील शीतयुद्ध मला रुचत नाही. शिवाय खांडव वनात तक्षकाच्या वास्तव्याविषयी अहवाल सत्य असेल तर पांडव त्यास कसे हाताळतात हे मला पहावयाचे आहे. प्रत्येक समयी आपण पांडवांना साहाय्य करण्यास उपलब्ध असूच असे नाही. ही नूतन पिढी अशा समस्यांवर कसा मार्ग काढते ते पाहू. त्यांना प्रशासनातील अनुभवाची आवश्यकता आहे. पांडवांनी खांडवास त्यांचे प्रमुख प्रशासकीय केंद्र बनविले आणि अर्धे राज्य त्यांनी तेथून सांभाळले तर ते सर्वांसाठी हितकर ठरेल. मी ही कल्पना सुयोधनाच्या कानावर घातली आहे आणि त्यास ह्यासंदर्भात काहीच आपत्ति दिसत नाही. त्याची प्रेमिका अर्जुनास प्राप्त झाल्याने त्या नैराश्यातून तो अजूनही सावरलेला नाही. परंतु वैयक्तिक गोष्टी आणि सार्वजनिक हित ह्यांचे मिश्रण करू नये हे समजण्याइतपत तो परिपक्व आहे असे मला वाटते.’’

‘‘सुयोधनाच्या हेतूविषयी मला शाश्वती नाही. वारणावतातील लाक्षागृह...’’

भीष्मांनी विदुरास विधान पूर्ण करू दिले नाही. ‘‘वारणावताविषयी न बोललेलेच बरे. तू स्वत: त्या गोष्टीचा तपास केला आहेस. त्यामुळे तुला त्याविषयी अधिक ज्ञान असणार. ते सदन उच्च ज्वालाग्राही पदार्थांनी बनविलेले आहे ही एकमेव गोष्ट कटकारस्थानाची शक्यता दर्शविते. ज्या व्यक्तीने ते सदन बांधले तो पुरोचनही त्या दुर्दैवी अपघातात मृत्युमुखी पडला. आरंभी आम्हास असे वाटले की, पांडवांचे त्या अग्नीत दहन झाले. परंतु तुझ्या तपासाअंती असे निष्पन्न झाले की, बिचारी निषाद स्त्री आणि

तिचे पाच निष्पाप पुत्र त्या अग्नीत बळी पडले. त्यांच्या हत्येचा उत्तरदायी कोण आहे? सुयोधन का पांडव? पुरोचन भ्रष्ट आहे असे आपणास वाटले होते. परंतु त्याच्या मृत्यूनंतर आपण त्याच्या सदनास भेट दिली, तेव्हा ते मुळीच वैभवशाली दिसले नाही. त्याची विधवा माझ्या अनुदानित निवृत्तीवेतनावर उदरनिर्वाह करीत आहे. भ्रष्ट मनुष्य अस्पृश्यांना वाचविण्याच्या प्रयत्नात आपले प्राण का देईल? कुंती आणि तिच्या पुत्रांचा घात करण्याचे कारस्थान असेल तर त्यामागे सुयोधन नसेल ह्या विषयी मला संदेह नाही. युवराजाने भीमाची हत्या केली असा कुंतीने कांगावा केला होता आणि त्यानंतर आपण अभियान चालविण्यात न्यायालयाचा समय व्यर्थ घालविला ह्याचे विस्मरण झाले का?''

''ठीक आहे महोदय, मी व्यवस्था करीन. अन्य एक महत्त्वाची गोष्ट म्हणजे भीम आणि अर्जुनासह कृष्ण मगधदेशी गेलेला आहे. त्यामागील कारण मी जाणत नाही.'' वारणावत घटनेवरील भीष्मांचे मत जाणल्यानंतर महाधिपतींसमक्ष हा विषय काढण्यास विदुर संकोचला.

''मी जाणतो.'' भीष्म उत्तरले. ''ह्यासमयी कृष्णाच्या मनात काय आहे कोण जाणे. गत वेळी तो अर्जुनास सोबत घेऊन गेला त्यावेळी सुभद्रेची घटना घडली. त्याचा हेतू काय आहे हे मी जाणत नाही. असुर जातीच्या स्त्रीपासून भीमाने एका पुत्रास जन्म दिला आहे, हो ना?''

''हो. तिचे नाव हिडुंबी. भीमाने तिच्या भ्रात्याची मद्यधुंद अवस्थेत हत्या केली. त्या कालावधीत द्रौपदी एक वर्ष युधिष्ठिराच्या सहवासात असल्याने कुंतीने भीमास हिडुंबीशी विवाह करण्यास मान्याता दिली. त्यांच्या पुत्राचे नाव घटोत्कच आहे.'' विदुराने अलिप्तपणे उत्तर दिले.

''कुंती आणि तिच्या पुत्रांच्या कृतीने मी कधी कधी चक्रावून जातो. नीतिमत्ता आणि धर्मविषयक कोणत्या ग्रंथांचा ते संदर्भ घेतात हे मला ज्ञात नाही. भीम अर्जुनाची कृष्णासह मगधास भेट एखाद्या हितकर कारणासाठी असेल अशी आपण आशा करू. खांडवाविषयीचा निर्णय महाराजांना कळवा आणि त्यांच्या अधिकृत मान्यतेसाठी विनंती करा. सर्वकाही निर्विघ्न पार पडेल अशी आपण आशा करू.'' भीष्मांनी थकून नि:श्वास सोडला. अलीकडे राज्यकारभार करताना ते थकून जात. हा सर्व व्याप मागे सोडून शांती आणि देवाच्या शोधार्थ हिमालयात जाऊन राहण्याची कल्पना त्यांना साद घालत होती.

विदुरांनी अभिवादन करीत निरोप घेतला आणि महाराज धृतराष्ट्रांशी ह्या व्यवस्थेविषयी चर्चा करणास त्यांनी प्रयाण केले.

* * *

''खांडव! तो नरकमय भूभाग कोण घेईल? माते, आपली पुन्हा वंचना करण्यात आली आहे.'' महाराजांचा आदेश वाचताच नकुलाचा उद्रेक झाला.

''तेथे सर्वत्र दलदल आणि अरण्य आहे. तेथे वन्य श्वापदांची आणि गोरिलांची वसती आहे.'' त्याचा जुळा बंधू सहदेव त्रासून म्हणाला.

"शांत व्हा. कृष्ण मगधाहून परतेपर्यंत आपण प्रतीक्षा करू. काय करावयाचे हे तो सांगेल." इतके बोलून युधिष्ठिर पुन्हा ध्यानमग्न झाला.

अशाप्रकारे ते तीन भाऊ, त्यांची निर्विकार पत्नी आणि चिंताग्रस्त माता अर्जुन आणि भीम मोहीमेच्या सांगतेपश्चात परतण्याची प्रतीक्षा करू लागले. त्यांची स्वत:चे साम्राज्य स्थापन करण्याची मनिषा होती.

* * *

मध्यंतरी कृष्ण, अर्जुन आणि भीम मगधदेशी पोहचले. नगरीच्या प्रवेशद्वारापाशी पोहचताच त्यांनी महाराज जरासंधाना भेटण्याची अनुमति मागितली. त्यांना अधिक प्रतीक्षा करावी लागली नाही. परम शिवभक्त मगधराजाने त्यांचे आपुलकीने आदरातिथ्य केले, ते पाहून कृष्ण चकित झाला. कृष्णाच्या सन्मानार्थ भव्य शिव मंदिराच्या आवारात राजाने भोजनाचे आयोजन केले. कृष्णाने सर्वत्र दृष्टी फिरविली. त्याची योजना सफल होण्यासाठी एखाद्या नैमित्तिक कारणाची आवश्यकता होती. अर्जुन जरासंधाशी नम्रपणे वार्तालाप करू लागला. कृष्णाची दृष्टी सेनापती हिरण्यधनुवर स्थिरावली. तो भीमाशेजारी बसून शांतपणे भोजन करीत होता. भारतवर्षात केवळ जरासंधाच्या मगध राज्यात एक अस्पृश्य राजानिकट बसून समस्तरावरून भोजन करू शकत असे. शेजारी बसलेल्या मान्यवर सेनापतीकडे ध्यान न देता भीम अधाशीपणे अन्नग्रहण करीत होता– जणू तो अनेक दिवस उपवासी असावा. दीर्घ समयानंतर त्याचे ध्यान वेधून घेण्यात कृष्णास यश आले. त्याने भीमास पानाच्या डाव्या अंगास ठेवलेले आपले जलपात्र सेनापतीच्या अन्न वाढलेल्या पानात लवंडण्याचा संकेत दिला. ह्या विचित्र विनंतीचा भीमास बोध होईना. परंतु कारणे आणि शंका ह्यांना तो विशेष महत्त्व देत नसे. कृष्णाचे आदेश तो न चाचरता पाळत असे. जणू अपघात भासावा अशा पद्धतीने त्याने जलपात्र लवंडले, तसे सर्व पाणी सेनापतीच्या पानावर पडले. प्रतिक्षिप्त क्रियेने हिरण्यधनुने पाणी दूर सारण्याचा प्रयत्न केला, तसे त्यातील काही बिंदू भीमावर उडले.

"ए, हा आमचा अवमान आहे!" उठून उभा राहत कृष्ण ओरडला. सर्वजण आश्चर्याने वर पाहू लागले.

भीमाने हा संकेत उचलला आणि तो ओरडला, "ए, अस्पृश्या, एका क्षत्रियावर गलिच्छ जल उडविण्याचे धाष्ट्र्य कसे झाले तुझे?" भीमाने त्वेषाने पटावर मुष्टिप्रहार केला.

सेनापतींशी अशा प्रकारे संभाषण करण्याचे धाष्ट्र्य कुणीच करीत नसत. त्यामुळे जरासंध संतप्त झाला. "राजपुत्र भीमा, कृपया सेनापती हिरण्यधनुची तत्काळ क्षमा मागावी. माझ्याही आदरातिथ्याच्या काही मर्यादा आहेत. माझ्या प्रासादात येऊन माझ्या सेनापती मित्राचा अपमान केला तरी तो सहन केला जाईल अशी आशा करू नका."

"महाराज, शांत व्हावे." क्रुद्ध राजास हिरण्यधनु सौजन्यपूर्वक म्हणाला. भीमाकडे वळून तो म्हणाला, "महोदय, माझे चुकले. मी क्षमा मागतो."

"तू क्षत्रियाचा अवमान केला आहेस, आता तुला योद्धयाच्या कोपास सन्मुख जावे लागेल. मी तुला द्वंद्वाचे आव्हान देतो." भीमाने क्रोधप्रदर्शन करीत पाय आपटला.

पांडवाचे भाषण ऐकून हिरण्यधनु बावरला.

"नको भीमा, त्रागा नको. हा सेनापती तुझे आव्हान स्वीकारण्यास सिद्ध नाही असे दिसते. हा येथील राजसभेतील केवळ शोभेचा पुतळा आहे. जरासंधाने एका अपात्र व्यक्तीस सेनापती बनविले आहे. त्या बळावर हा आपले पद भूषवित आहे." कृष्णाने हसतहसत संभाषण केले.

यामुळे सेनापतीपुढे पर्याय उरला नाही. त्याचे साहाय्यक अधिकारी आणि सैनिकांची दृष्टी त्याचेवर होती. भीमाचे आव्हान टाळले तर त्यांच्या दृष्टीत आदर गमावला असता. आजपर्यंतचे आयुष्य त्याने सन्मानाने व्यतीत केले होते. आपल्या स्वामीची आणि राज्याची उत्तम प्रकारे सेवा केली होती आणि उन्नत मस्तकाने मरण्याची त्याची इच्छा होती. आपल्याहून तीस वर्षे अल्पवयस्क युवा पांडवास आपण तुल्यबळ ठरणार नाही हे ज्ञात असूनही त्याने ते आव्हान स्वीकारले आणि तो हस्तप्रक्षालन करण्यास गेला. चौथऱ्यावरील शिवलिंगास लवून नमस्कार केला. तत्पश्चात, भालप्रदेशास आणि उरास स्पर्श करून देवाच्या इच्छेस शरण जात त्याने शांतपणे अंतिम प्रार्थना म्हटली. 'भगवान शिवाची माझ्यावर कृपादृष्टी आहे. कोणत्याही नीच कुलोत्पन्नास प्राप्त झाले नाही असे पद मला प्राप्त झाले. आता खंत इतकीच की पुत्रभेट होणार नाही.' "देवा, माझ्या पुत्रास सांभाळ." अशी प्रार्थना करून तो उठला आणि जरासंधासमीप जाऊ लागला.

परंपरेस छेद देऊन आपल्यावर सैन्यभार सोपविणाऱ्या, आपल्या पाठीशी दृढ उभा राहणाऱ्या मनुष्यास सेनापतीने पाहिले. जरासंधाने सेनापतीस अलिंगन देत त्याच्या कानात सांगितले, "आपणांस सापळ्यात अडकविण्यात आले आहे, हिरण्या. ह्यांपैकी कुणीही आज मगधातून जीवित बाहेर पडणार नाही. तुला अपाय झाला तर मी स्वतःच्या हातांनी त्याचे प्राण घेईन."

सेनापतीने मान डोलावून म्हटले, "निरोप द्या, महाराज. माझे हृदय नित्य आपल्या चरणकमळाशी नत राहील."

द्वंद्वास आरंभ झाला. भीमास वाटले होते की, तो त्या वयोवृद्ध मनुष्याचा काही क्षणात पराभव करेल. परंतु अल्पावधीतच त्या पांडवास कळून चुकले की त्या महान सेनापतीस हरविणे हे सुलभ कार्य नाही. निग्रह आणि निश्चयपूर्वक आवेशाने त्याने भीमाशी संघर्ष केला. महाकाय प्रतिस्पर्ध्यास भिडताना त्याने आपला अनुभव आणि कौशल्य पणास लावले. दोन घटिकांनंतरही द्वंद्व सुरू राहिले आणि त्याचा अंत होण्याचे चिन्ह नव्हते. सेनापतीने दोनदा भीमास चीत केले होते, परंतु दोन्ही वेळा नियमानुसार त्यांनी भीमास पुन्हा उठण्यास समय दिला होता. परंतु वयाच्या दुष्परिणामामुळे जसजसा अधिक काळ जाऊ लागला, तसतसे सेनापती थकले. भीमाने हे जाणले. अखेर सेनापतींचा पाय घसरून ते पडले, तेव्हा भीमाने संधी साधली. कर्म करीत असताना आदर-अनादराच्या नियमांना स्थान नसते असे भीमास शिकविण्यात आले होते. त्यामुळे त्याने त्या धाराशायी

मनुष्यावर मांड ठोकली आणि त्यास भूमीस जखडले. हाताच्या एका फटकाऱ्याने त्याने भारतवर्षातील प्रथम निषाद सेनापतीची मान मोडली.

प्रिय मित्राचा मृत्यू पाहून जरासंधाचा संयम संपुष्टात आला. संताप आणि अवमानाने धुमसत त्याने त्वेषाने रिंगणात उडी घेतली. मगधराजाच्या प्रतिक्रियेवर कृष्ण हसला. त्याला ह्याचीच अपेक्षा होती. माया ही सर्व दु:ख आणि यातनांचे मूळ आहे असे तो नित्य सांगे. समभाव गुणाने मोक्ष मिळविता येतो. परंतु आपल्या मित्राचा मृत्यू पाहून मूर्ख सम्राटाचा विवेक हरपला. आपल्याच मायावी जगात हरविलेला तो अज्ञानी मनुष्य होता. मृत मित्राच्या मायेत गुरफटल्याने त्याला हे समजले नाही की, आत्मा अमर आहे. मृत्यू हा केवळ भास आहे. आपल्या मित्राने केवळ काया बदलली आहे आणि त्याचा आत्मा वस्ती करण्यास्तव अन्य शरीराच्या शोधात निघून गेला आहे. भीमाने सेनापतीचा आत्मा नष्ट केला नव्हता, ह्याचा अर्थ सेनापतीचा मृत्यू भीमाच्या हस्ते झाला नव्हता. हा सर्व मायेचा खेळ होता.

भीमाने सत्तरवर्षीय प्रतिस्पर्ध्याच्या देहास पाहिले आणि तो उच्चरवाने हसला. त्या प्रेतास लाथाडून दूर लोटत तो जरासंधास बाहूने विळखा घालण्यास धावला. राजाने चापल्याने मार्गातून सरत आपल्या डाव्या हाताने भीमाचा कंठ धरला. शक्तीशाली उजव्या हाताने त्याने भीमावर मुष्टिप्रहार करण्यास आरंभ केला. भीमाने संघर्ष करण्याचा निष्फळ प्रयत्न केला. आपल्या रक्षणकर्त्यास पाहून तो मूक विनंती करू लागला. त्याला कृष्णाच्या नेत्रांत उत्तर मिळाले, तसे त्याने जरासंधाच्या वृषणावर मुष्टिप्रहार केला. त्यामुळे त्याची मृत्यूच्या विळख्यातून मुक्तता झाली. वेदनेने, क्रोधाने कळवळून राजा आपल्या शत्रूच्या मुखावर थुंकला. युद्धात सामान्य सैनिकही कटिखाली वार करीत नसे. परंतु भीम प्रश्न न करता आपल्या देवाकडून मिळणाऱ्या सूचनांचे पालन करीत होता. तो प्रतिस्पर्ध्याकडे धावला आणि त्याने त्यास भूमीवर ढकलून दिले. सेनापतीस हाताळले त्याच पद्धतीने त्याने जरासंधाच्या उरावर उडी मारण्याचा प्रयत्न केला. परंतु त्या अनुभवी राजापाशी अन्य काही क्लृप्तींचा संचय होता. अंतिम क्षणी लोळण घेत तो दूत सरला. त्यामुळे भीम सपशेल उताणा पडला. क्षणार्धात जरासंध त्याच्यावर आरुढ झाला. त्याने भीमाचा कंठ मुरगळण्याचा प्रयत्न केला. परंतु तो पांडव निसटण्यात यशस्वी झाला. स्वत:कडील समय घटत आहे हे जरासंधास ज्ञात होते. द्वंद्व प्रलंबित झाल्यास आपल्या मित्राप्रमाणेच आपलीही गती होईल ह्याविषयी त्यास संदेह नव्हता.

हे द्वंद्व कृष्ण कुतुहलाने पाहत होता. सर्व पांडव कृष्णासाठी जगण्या-मरण्यासाठी सिद्ध होते. परंतु आपल्या तत्त्वानुसार कृष्णास भीम किंवा कोणत्याही पांडवाविषयी ममत्व नव्हते. ह्या गोष्टीत न अडकण्याइतका तो चतुर होता. एखाद्या भीमाचा वा अर्जुनाचा मृत्यु झाल्यास त्याचे स्थान घेणारे शतकावधी मनुष्य मिळाले असते. परंतु जरासंधाच्या विजयाने कृष्णाची गृहितके आणि ध्येये ह्यांचा पराभव झाला असता. भीम हा अर्जुनाहून उपयुक्त होता, कारण अस्वस्थकारक प्रश्न विचारण्याचा अर्जुनाचा स्वभाव होता. परंतु महाकाय भीम निमूटपणे आज्ञापालन करी. अनेक भव्य योजनांसाठी तो भीमाचा उपयोग

करून घेणार होता. जरासंध हा केवळ बुद्धिबळ पटावरील पायदळातील एक सैनिक होता. एका सैनिकासाठी हत्तीस संकटात टाकणे उचित नव्हते. कृष्णाने वेलीचे एक पान घेतले आणि तो भीमाच्या दृष्टिक्षेपाची प्रतीक्षा करू लागला. भीमाची दृष्टिभेट होताच त्याने त्या पानाचे दोन भाग केले आणि ते दोन भाग दोन अंगास फेकले. भीमास संदेश उमजला आणि त्याने मान डोलावली.

जरासंध पुन्हा एकवार धाराशायी पडला. भीम पुन्हा आपला कंठ आवळण्यास धावेल ह्या अपेक्षेने तो सज्ज होता. परंतु त्यास चकित करीत त्या पांडवाने राजाच्या डाव्या पायावर आपले विशाल पाऊल ठेवले आणि त्याचा उजवा पाय पकडला. त्यानंतर आपल्या प्रचंड बळाचा उपयोग करून त्याने जरासंधाचे जांघेपासून दोन भाग करण्यास प्रारंभ केला. भीम जरासंधास हळूहळू चिरू लागला, तसा तो वेदनेने किंचाळू लागला. मथुरेवर सतरा वेळा आक्रमण करणाऱ्या, कृष्ण-बलरामास द्वारकेस स्थलांतर करणे अनिवार्य करणाऱ्या, परंपरा आणि पवित्र स्मृतींना आव्हान देत वर्णाधारित शासनाऐवजी गुणवत्ताधिष्ठित शासन करणाऱ्या जरासंधास त्याच्या पापाच्या फळस्वरूपी हळूहळू वेदनादायी मृत्यू आला.

भीमाने आपला विजय आपल्या भव्य उरावर मुष्टिप्रहार करीत साजरा केला. परंतु कृष्णाने पूर्णपणे जाणले होते की आपल्या सेनापतीच्या आणि राजाच्या मृत्यूमुळे प्रासादातील सैनिकांच्या पथकांमध्ये अस्वस्थता निर्माण झाली आहे. त्यांचा उद्रेक होऊ नये अशी कृष्णाची इच्छा होती. अस्वस्थ सैनिकांना कोणत्याही प्रकारे थोपविण्याची कृष्णाने अर्जुनास सूचना केली. त्यास स्वतः नगरातील बंदीशाळेत जाणे आवश्यक होते. संकटाची जाणीव होऊन भीमही कृष्णामागून बंदीशाळेच्या दिशेने धावला. जरासंधाच्या प्रासादातील कृष्णाचे गुप्तहेरही योजनेप्रमाणे कृष्णामागून धावले. काही वर्षांपूर्वी पंच्याण्णव मांडलिक राजांनी जरासंधाची अवज्ञा केल्याबद्दल जरासंधाने त्यांना बंदीवान केले होते. त्या राजांना मुक्त करण्याचे कृष्णाचे ध्येय होते. त्या राजांपैकी अनेकांनी कधी ना कधी जरासंधाच्या उदारहृदयी धोरणांना विरोध केला होता. त्यांच्यापैकीच एक होता जरासंधाचा पुत्र सुदेव. पित्याने एका अस्पृश्यास सैन्यप्रमुख केल्यानंतर त्याने उद्रेकाचा प्रयत्न केला होता.

कृष्णाने द्वारे उघडून बंदीवानांना तत्काळ मुक्त केले. ते सर्वजण अस्वस्थ सैनिकांनाशांत करणाऱ्या अर्जुन आणि त्याच्या काही नूतन सहकाऱ्यांसमीप धावले. मगध युवराजाच्या दर्शनाने परिस्थिती किंचित निवळली. कृष्णाने सैनिकांना उद्देशून सांगितले की, सेनापती आणि महाराजांना क्षत्रियाप्रमाणे लढता लढता मृत्यू आला आहे. लढणे हा क्षत्रियांचा धर्म असतो आणि त्यांचे कर्म पार पाडल्याने त्यांना मोक्षप्राप्ती झाली आहे. आपल्या अमोघ वक्तृत्वाने कृष्णाने सैनिकांना शांत केले. आपल्या पित्याची आणि सेनापतीची चिता विझण्यापूर्वीच सनातन्यांस प्रिय सुदेव मगधाचा नूतन राजा झाला.

इप्सित कार्य सिद्ध करून कृष्ण आणि त्याच्या मित्रांनी अंततः मगधाहून प्रयाण केले. त्यानंतर मगध सैन्यातील एका लहानशा पथकाने विलग होत चेदी राज्याच्या दिशेने पलायन केले. हे पथक मृत राजा आणि मृत सेनापतीप्रती एकनिष्ठ होते. मांडलिक राज्य

चेदीच्या आश्रयास जाण्याचा त्यांचा मानस होता कारण चेदीचा शासक शिशुपाल हा जरासंधाचा पुरातन मित्र होता. मार्गात ह्या सैनिकांची मृतसेनापती हिरण्यधनुच्या पुत्राशी भेट झाली. पित्याच्या निधनाचे वृत्त ऐकून एकलव्यावर दु:खाचा पर्वत कोसळला. त्यास पित्यास भेटण्याची तीव्र आस होती. ह्या विद्रोह्यांची वार्ता हस्तिनापुरास परतणाऱ्या कृष्णाच्या कानी पडली. परंतु ही एक क्षुल्लक समस्या आहे. योग्य समय येताच त्याचे निराकरण करता येईल असे त्याने ठरविले. परंतु त्या व्यूहरचना विशारदाचा हा प्रमाद गंभीर ठरला.

* * *

''ह्यास समस्या ह्या स्वरूपात न पाहता संधी ह्या दृष्टीने पहा.'' कृष्णाने स्मित करीत युधिष्ठिरास सांगितले.

''परंतु खांडवाचे निबिड अरण्य दुर्गम आहे आणि तेथे सर्व प्रकारचे पशू आणि भयंकर जमाती वास करतात असे म्हटले जाते. मी तेथे नगरी कशी वसवू? धृतराष्ट्रकाकांचा आम्हास छळण्याचा हेतू आहे.'' युधिष्ठिर शांत राहण्याचा प्रयत्न करीत होता. परंतु ह्या अन्यायाविषयी त्याने जितके अधिक चिंतन करावे तितका त्याचा क्रोध वाढू लागला.

''मित्रा, मी असताना तू चिंता का करतोस? माझ्या मते ह्यानंतर अर्जुनाने आणि मी खांडवास भेट दिल्याने सर्वकाही सुरळीत होईल.'' कृष्णाने अर्जुनास पाहून स्मित केले. तसे त्या महान योद्धयाने साशंक मनाने प्रतिस्मित केले.

एका सप्ताहात कृष्ण आणि अर्जुनाने सैन्यासह खांडव वनाच्या दिशेने प्रयाण केले. मार्गक्रमण करीत असताना कृष्णाने अर्जुनास अंतिम इंद्राची करुण कथा सांगितली. ते वन खरेतर त्या इंद्राचे आहे. खांडवातील पर्वताच्या पायथ्याशी पोहचल्यावर कृष्णाने जे सांगितले ते ऐकून तो पांडव अश्वावरून कोसळला असता.

''काय सांगतोस? मला ज्याचे भय वाटत आले त्यास तू पुष्टी देत आहेस. ह्याचा अर्थ चुलतबंधू सुयोधन आम्हास अनौरस म्हणतो ते उचित आहे? मला वाटले होते की, आम्ही देवपुत्र आहोत अशी कथा पसरविणे हा केवळ हेतुपूर्वक प्रचाराचा भाग होता. आता तू सांगत आहेस की, माझा जन्मदाता जीवित आहे आणि तो देववंशातील पराभूत राजा आहे!'' विस्मयचकित अर्जुनाने संतापाने थरथरत कृष्णास विचारले.

त्याच्या मित्राने गूढ स्मित केले. ''त्यात विशेष काही नाही. तुझ्या मातेस विचार किंवा इंद्रास भेटल्यानंतर त्यास विचार. अर्जुना, तू अंतिम इंद्राचा पुत्र आहेस, ह्याचा अभिमान बाळग. हा इंद्र सद्यस्थितीत हतबल मनुष्य असेल, परंतु महान पूर्वजाचे रक्त तुझ्या नसात वाहत आहे.''

''परंतु ह्याचा अर्थ हस्तिनापुराच्या सिंहासनावर आमचा अधिकार नाही. ह्याचा अर्थ हे राज्य वारशाने सुयोधनास मिळणे उचित आहे. आम्ही अनौरस आहोत आणि तो सिंहासनाधिष्ठित महाराजांचा प्रथम पुत्र आहे. त्याहून अधिक म्हणजे माझे काका महाराज धृतराष्ट्र हे ज्येष्ठ पुत्र आणि न्याय्य वारस आहेत आणि माझा पिता पंडुंचा सिंहासनावर

अधिकार नव्हता. कृष्णा, तर मग ह्या सर्वात काय अर्थ आहे? तू माझ्याकडून हे सर्व का करून घेत आहेस?'' अर्जुनाने संभ्रमाने आपल्या मित्रास पाहिले.

''अर्जुना, माझ्या प्रिय मित्रा... अशा क्षुल्लक गोष्टींची चिंता करू नको. ह्या राष्ट्रास अधर्मापासून वाचविणारा केवळ एक मनुष्य आहे आणि तो आहे तुझा भ्राता युधिष्ठिर! दुर्योधन राजा झाल्यास ह्या पवित्र भूमीचा विनाश ओढवेल. त्याचे मित्र कोण आहेत पहा– तो सूत–कर्ण, तो हतप्रभ ब्राह्मण अश्वत्थामा, तो माथेफिरू कृप, नास्तिक चार्वाक... ह्या पंक्तिस अंत नाही. त्याचे शासन कसे असेल ह्याची कल्पना कर. आपल्या पूर्वजांनी विचारपूर्वक निर्मिलेल्या आपल्या समाजरचनेची काय अवस्था होईल? तो महाराजांचा प्रथम पुत्र आहे ही केवळ तांत्रिक गोष्ट आहे. अशा गोष्टींनी विचलित होऊ नको. योग्य समय येताच आपण त्याचा विचार करू. आता तुझे क्षत्रियाचे कर्तव्य कर. खांडवाच्या विध्वंसावर तुझे ध्यान केंद्रित कर. त्याच्या रक्षेतून नूतन नगरीचा उदय होईल आणि त्या नगरीतून भारतवर्षाचे प्रशासन केले जाईल.''

त्या युवा योद्धयाच्या नेत्रात कृष्णास अविश्वास दिसला. ''अर्जुना, एका दिवशी मी ह्या सर्व गोष्टी तुला विशद करीन. योग्य समय आल्यावर मी तुझे शंकानिरसन करीन. कर्म आणि धर्म ह्यांविषयी प्रबोधन करीन. आज आपण निर्धारित कार्यावर चित्त केंद्रित करू. दुर्योधनाच्या सामर्थ्यास प्रत्युत्तर देण्याकरिता तुम्हा पांडवांचे स्वतःचे राज्य असणे आवश्यक आहे. आपल्या पत्नींना आजन्म कुटीत ठेवणार का? त्या राजकन्या ह्याहून उत्तम जीवनास पात्र नाहीत का? तुझ्या मातेस्तव आणि बंधुंस्तव लढ!''

कृष्णाच्या शब्दांनी अर्जुनाच्या मनातील हळव्या गर्भास स्पर्श केला. 'माझी माता आणि बंधू ह्याहून सुस्थितीस पात्र आहेत. माझ्या कौशल्याने मी जिंकलेली राजकन्या द्रौपदी आणि जिच्यावर मी प्राणाहून अधिक प्रेम करतो ती सुभद्रा ह्याहून उत्तम जीवनास पात्र आहेत. कृष्ण मला प्रगतीचा आणि विकासाचा मार्ग दर्शवित आहे. अरण्य म्हणजे केवळ वृक्षलता. तेथे पशुपक्षी वास करतात. अल्पसंख्य अविकसित जमातींचेही ते वास्तव्यस्थान आहे. त्यांना प्रकाशाप्रत घेऊन जाणे हे माझे कर्तव्य आहे. कृष्ण उचित सांगत आहे. हे वन भस्मसात करणे आवश्यक आहे. ह्या स्थानी एक नगर वसेल. ह्या पर्वतशिखरांच्या स्थानी प्रगतीची शिखरे उदयास येतील. हे उंच वृक्ष वणिक पेठांसाठी आत्मसमर्पण करतील. जेथे व्याघ्र विहरतात तेथे रथ धावतील आणि जेथे पर्वतीय निर्झर वाहतात तेथे निःसारण वाहिन्या वाहतील.'

पूर्वेकडील अथांग हरित पर्वतराजीवर अर्जुनाने दृष्टिक्षेप टाकला. त्या वनातून यमुना नदी सर्पाकार वळणे घेत, वनात लपंडाव खेळत, धावत होती. तिचे काळेशार जल तिच्या तटावरील संपन्न हरित भूमीच्या पार्श्वभूमीवर उठून दिसत होते. पक्ष्यांचा एक थवा आभाळातून उडाला आणि किलबिलाट करीत वृक्षमंडपात लुप्त झाला. वातावरणात पुष्पगंध पसरला होता, विविधरंगी फुलपाखरे अवतीभवती बागडत होती. वातावरणात पर्जन्याची ग्वाही होती. अरण्यगर्भातून कुठेतरी एका प्रेमविव्हल मयूराची केकावली ऐकू आली. सजल वायुमुळे पाने सळसळली. अर्जुनाची वस्त्रे फडफडली. त्या वायूने त्याचे

सुस्वरूप मुख कुरवाळले आणि नि:श्वास सोडत प्रयाण केले. आभाळातून रिमझिम तुषार बरसू लागले. हरितवनावर इंद्रधनुचे अर्धवर्तुळ अवतरले. मंद वर्षावास प्रारंभ झाला. तसे रात्रकृमीच्या सुरांना मंडूकाचे 'डरांव डरांव' ताल देऊ लागले. त्या महान योद्धयाचे हृदय हेलावले, पाय नि:त्राण झाले, धनुष्यधारी बलवान हात कंप पावू लागले. "कृष्णा..." त्याने विनवणी केली.

परंतु कृष्णाचे मुख अविचल राहिले. अश्रुपातानंतर आभाळ शुष्क झाले. त्यानंतर स्वत:स देव समजणाऱ्या त्या मनुष्याने त्या योद्धयाचे कंपित कर सावरले आणि शांत स्वराने आज्ञा केली, "प्रज्वलित कर."

ज्वालाग्र तीर वृक्षांवरून वलयाकार मार्गाने सुसाटला आणि त्याने अरण्यागर्भात सूर मारला. अर्जुनासोबतचे योद्धे उत्साहाने वनाच्या बहुतांश भागाचा विध्वंस करू लागले. अल्पावधीतच क्षुधार्त अग्निदेव स्वेच्छेने अरण्यास स्वाहा करू लागला. सैन्याने अरण्यास वेढा घातला. ज्वाळांपासून पलायन करू पाहणाऱ्या मनुष्यास किंवा पशूस अडविण्यासाठी व्यूहरचना करून योग्य स्थानी ते उभे राहिले. जेव्हा प्रथमत: एक मृग जिवाच्या भयाने धावत बाहेर आले तेव्हा कृष्णाने अर्जुनास आदेश दिला, "ते पहा." तसा त्या योद्धयाने मृगाच्या वर्मस्थानी तीर सोडला. काही क्षण विव्हळत ते धारातीर्थी पडले आणि नंतर नि:शब्दपणे प्राण त्यागताना त्याचे भावशून्य नेत्र अर्जुनावर स्थिर झाले. त्या कोमल नेत्रात त्या पांडवास दोषारोप दिसला, त्यासरशी एका विचित्र भयाने त्यास व्यापून टाकले.

"अर्जुना, तू तुझे कर्तव्य करीत आहेस. तू त्या दुर्दैवी प्राण्याची कैक जन्ममृत्यूच्या यातना देणाऱ्या अनंत चक्रातून सुटका केली आहेस. मी त्यास मोक्ष दिला आहे. चाचरू नको... ते पहा...ते पक्षी पहा. सोड तीर!" कृष्ण ओरडला, तशी त्या योद्धयाने आज्ञा पाळली.

अरण्यातील जीव प्राणरक्षणासाठी आकांताने वणव्यातून बाहेर पळू लागले. अर्जुन आणि त्याच्या योद्धयांनी त्यांना निर्दयीपणे कापून काढले. त्यांच्या दृष्टीतून निसटलेल्या जीवांकडे भगवान स्वत: निर्देश करीत आणि ते मनुष्य त्यांची आज्ञा पाळत. "एकही जीव निसटता कामा नये. कसलीही दया दाखवू नका. आपण येथे महान नगरी उभारणार आहोत आणि काही नूतन उभारण्यापूर्वी संपूर्ण शुद्धीकरणाची आवश्यकता असते. हालचाल चालणाऱ्या, उडणाऱ्या किंवा सरपटणाऱ्या प्रत्येकास टिपून ठार करा." कृष्णाने आपल्या शब्दांनी त्या मनुष्यांस प्रोत्साहन दिले.

अल्पावधीतच भूमीवर पशू, पक्षी आणि सरीसृपांच्या शवांची रास निर्माण झाली. संकट जाणवून काहीजण पुन्हा अग्नीत शिरले– ह्या मनुष्याहून अधिक दया ह्या ज्वालांकडून दाखविली जाईल ह्या आशेने! अग्नीने त्यांचे पुन्हा स्वागत केले आणि क:पदार्थ आयुष्यापासून त्यांना मोक्ष दिला. दग्ध शवांच्या दुर्गंधीने वातावरण कुंद झाले.

अरण्यात २००० हून अधिक नागांचे विद्रोही तळावर वास्तव्य होते. त्यांमध्ये बहुसंख्य वृद्ध पुरुष, स्त्रिया आणि मुले होती. कारण तक्षक त्याच्या बहुतेक योद्धयांना

दक्षिणेत दंडकारण्यात घेऊन गेला होता. विद्रोही सैन्य दक्षिणेत दूरवर शिरू लागले होते. आगामी क्रांतीसाठी दक्षिणेतील नागांची मानसिक सिद्धता करण्यासाठी त्यांच्या प्रमुखाची भेट घेण्याचा तक्षकाचा दूरदर्शी उद्देश होता. खांडवावर आक्रमण होईल असा विचार तक्षकाच्या ध्यानीमनीही नव्हता. त्यामुळे त्याने युवा अश्वसेनाच्या हाती तेथील सुरक्षाव्यवस्था सोपविली होती.

प्रथम तीर 'हिस्स्' ध्वनीसह कुटीच्या तृणछतावर येऊन पडला, तेव्हा वास्तुशास्त्रज्ञ मयासूर आपल्या कुटीच्या ओसरीवर बसून इंद्रधनुच्या रमणीय दृश्याचा आस्वाद घेत होता. मस्तकावरून उडणाऱ्या अनेक ज्वालाग्र तीरांकडे मयासूर चकित होऊन पाहू लागला. अन्य काही मनुष्यही आपापल्या कुटीतून बाहेर येऊन आश्चर्याने आणि भयाने आकाशात पाहू लागले. त्यांनी काही प्रतिक्रिया व्यक्त करण्यापूर्वीच त्यांची कुटीरे अग्नीच्या भक्ष्यस्थानी पडू लागली. स्त्रिया आणि मुलांच्या समूहातून भयंकर किंकाळ्या उठू लागल्या.

"मूर्खांनो काय पाहात आहात? स्त्रिया आणि मुलांना बाहेर काढा!" वासुकीने त्या कोलाहलात तारस्वरात ओरडून सांगितले.

मयासूर त्या वृद्ध मनुष्यापाशी धावला. त्या भूतपूर्व प्रमुखाभोवती काही नाग युवक एकत्र झाले आणि तो वृद्ध मनुष्य त्यांना साहाय्य कार्यासाठी निर्देश देऊ लागला. मयासूर त्यांच्या निकट पोहोचला. त्यास अश्वसेन त्या वृद्धाशी वाद घालताना दिसला. वृद्ध ओरडला, "हा वाद विवादाचा समय नाही. कदाचित तुझे म्हणणे सत्य असेल. हा अग्नी हस्तिनापुराच्या राजपुत्राने चेतविला असेल. आपले प्राण वाचविल्यानंतर आपण ह्या सर्वांविषयी चर्चा करू. सर्व सशक्त मनुष्यांनी अग्नी विझविण्याचा प्रयत्न करावा आणि दुर्बलांचे प्राण वाचवावेत."

"मूर्ख वृद्धा! ह्या अग्नीशी दोन हात करण्यात काही अर्थ नाही. ज्वालाग्र तीरांचा आपल्यावर कसा वर्षाव होत आहे, पाहा. आपण त्यांच्याशी प्रत्यक्ष संघर्ष करणे आवश्यक आहे. आपण आपले अश्व आणि शस्त्रास्त्रांचे रक्षण केले नाही तर महान प्रमुख परततील तेव्हा अनर्थ ओढवेल." शेजारी एक अन्य कुटी कोसळली तसे अश्वसेनाने ओरडून प्रत्युत्तर दिले.

त्यांच्या भोवतालच्या उंच वृक्षांनी पेट घेतला होता आणि असह्य उष्णता निर्माण झाली होती. मयासुराची प्रथम अंत:प्रेरणा पलायन करावे अशी होती. परंतु वासुकीच्या धीरोदात्त मुद्रेमुळे त्याने विचार बदलला. वणव्यात मरणाऱ्या स्त्रिया आणि मुलांच्या किंकाळ्या असह्य होऊ लागल्या होत्या.

सर्वत्र पसरणाऱ्या वणव्यात अश्वसेन आणि वासुकी एकमेकांना त्वेषाने पाहात राहिले. "ते मूर्ख युद्ध करण्यास जा तू, पुत्रा. अल्पसंख्य अश्व आणि तलवारी वाचविण्यापेक्षा माझ्या परिजनांस वाचविणे हे माझे प्रथम कर्तव्य आहे." धरणीवर त्वेषाने थुंकून वासुकीने पाठ फिरविली.

अश्वसेनाने अधिक विनवणी केली नाही. ''तर मग नरकात जा.'' अश्वशालेपाशी धावत जाताना तो युवक ओरडला. अग्नी अश्वांनिकट येऊ लागला. तसे ते भयाने खिंकाळू लागले. बहुसंख्य युवकांनी वासुकीची संगत सोडली आणि त्यांनी अश्वसेनाचे अनुसरण केले. शतकावधी मनुष्य पेटत्या अश्वशालेमध्ये शिरताना पाहून मयासूर स्तंभित झाला.

''काय पाहतोस? जा आणि माता भगिनींना वाचव.'' वासुकी युवा वास्तुशिल्पकारावर खेकसला. मयासूर कुटीरांपाशी धावला. काही मनुष्य त्याच्या पाठोपाठ गेले. उष्णतेचा उद्रेक तीव्र होता. विवृत्त भूभागाच्या सीमेजवळील अनेक कुटीरे अग्नीने गिळंकृत केली होती. जळणाऱ्या मांसाचा दर्प असह्य होता. एका विवृत्त भूभागाच्या दक्षिण कोणात स्त्रिया व मुलांचा एक समूह एकत्र जमलेला मयासुरास दिसला. परंतु अग्नी हळूहळू पुढे सरत त्यांना गिळंकृत करण्यासाठी येऊ लागला. अग्नीस वळसा घालून मयासूर अरण्याच्या दिशेने धावला. 'कुटीरांच्या केंद्रीय रिंगणापाशी ज्वाला पोहचण्यापूर्वी मी तेथे पोहचू शकलो, तर त्या परिजनांना मी वाचवू शकेन.' तो अरण्याच्या दिशेने धावत असताना नागांचे अश्वदळ त्यास ओलांडून गेले. क्षणभर त्याची अश्वसेनाशी दृष्टिभेट झाली. तेव्हा पुढे जाताजाता त्या नागप्रमुखाने आत्यंतिक तिरस्काराने त्यास पाहिले. ग्रंथामागे दडून राहणारे, प्रत्यक्ष कृती न करणारे मयासुरासम मनुष्य अश्वसेनाच्या दृष्टीने भ्याड होते. अशा कापुरुष नतद्रष्टांसाठी तो समय दवडू इच्छित नव्हता. तो अर्जुनाचा सूड घेण्याच्या संधीच्या शोधात होता. अन् त्यायोगे आपल्या महान नेत्याचा आदर प्राप्त करण्याची त्याची इच्छा होती.

पेटत्या वृक्षांमागे आणि दाट धूम्रपटलामागे लुप्त होणाऱ्या सैन्यास मयासूर पाहत राहिला. अर्जुनाच्या सामर्थ्यशाली सैन्याशी प्रत्यक्ष भिडण्याकरिता ते धावत होते. एक भव्य वृक्ष कोसळण्याचा कर्णकर्कश ध्वनी झाला तशी दचकून त्याची समाधी भंग पावली आणि त्याने मागे उडी मारली. त्याच्या समीप उभे मनुष्यही अश्वसेनाचे अश्वदळ दृष्टिआड होताना पाहू लागले. मयासुराने त्यांना आपल्यामागे येण्यास ओरडून सांगितले. फोफावत्या अग्नीस वळसा घालून ते तिरक्या मार्गाने स्त्रिया व मुलांच्या समुहापाशी धावू लागले. ज्वालांच्या अंगुलि त्यांना पकडण्यासाठी अतिनिकट अंतरावर आल्या. त्या धगीमुळे आपले नेत्रगोलही जळतील असे मयासुरास भय वाटू लागले. वाहत्या वाऱ्यात नर्तन करणाऱ्या ज्वाला आणि स्वर्गाच्या दिशेने उंचावणाऱ्या धूम्रवलयांमधून त्यास भयाने आक्रोश करणाऱ्या मुलांची भयभीत मुखे दिसत होती. मयासुराने ज्वालांवरून उडी मारली आणि अग्रेसर होणारा वणवा आणि तो समूह ह्यांमध्ये स्थित कुटीरांच्या दिशेने तो धावत सुटला. त्याच्या अनुयायांनी अनुकरण केले. घुसमटत, खोकत, देहावरील वस्त्रांना बिलगणाऱ्या ज्वाला झटकत त्यातील काहीजण पलीकडे पोहचले. मयासुरास कुटीरे प्रज्वलित करताना पाहून ते स्तंभित झाले. काहीजण ओरडले की मयासुरास वेड लागले आहे. त्यांचा विरोध मनावर न घेता मयासूर उर्वरित कुटीरांच्या तृणछतांवर पेटती कांडे फेकत राहिला. ह्या वास्तुशास्त्रज्ञाच्या मनातील हेतू काहीजणांनी ओळखला. पुढे

येणाऱ्या अग्नीच्या मार्गातील कुटीरे जाळून तो अग्नी खंडित करू पाहत होता. ते त्यास साहाय्य करण्यास सरसावले आणि त्यामुळे अल्पावधीतच लवलवत्या अग्निज्वालांच्या मार्गात एक खंड निर्माण झाला. आता ती स्त्रिया-मुले सुरक्षित होती. इतरत्र सभोवताली वणवा पसरला असताना मयासूर एक सुरक्षित द्वीप निर्माण करण्यात यशस्वी झाला होता. वयास लज्जित करील अशा चपळतेने हळूहळू विझणाऱ्या अग्नीवरून उडा मारत वासुकी त्यांच्यापाशी पोहचला. त्याने मयासुरास शोधले आणि त्यास अलिंगन दिले. वाचलेल्या समुदायातून एक आरोळी उठली. मृदुभाषी आणि नम्र वास्तुरचनाकाराने त्या सर्वांचे प्राण वाचविले होते.

तथापि, वासुकीने दंड उंचावला आणि सर्वांना शांत राहण्याचा आदेश दिला. तितक्यात त्यांच्या कानी तो ध्वनी पडला. त्यांच्या पायाखालील धरणीची कंपने त्यांना जाणवू लागली. ते सर्व अरण्यपुत्र असल्याने त्यांना ह्या ध्वनीचा अर्थ ज्ञात होता. स्त्रियांच्या समुहातून आर्त आक्रोश उठले, तशी मुले भयभीत होत मातेस बिलगली.

"माझ्या दोहो अंगास उभे रहा... त्वरित!" वासुकीने ऊर फोडून तारस्वरात आदेश दिला. तो समुदाय दोन खंडात विभागला. मयासुराने मात्र आयुष्याचा बहुतांशकाळ दक्षिणेकडील नगरांच्या बाह्य भागात व्यतीत केला होता. त्यामुळे हा ध्वनी काय सूचित करतो हे त्यास उमगले नाही. त्यामुळे आपण ह्यांचे प्राण वाचविले तरीही हे अरण्यवासी इतके भयग्रस्त का झाले आहेत ह्याचे त्यास नवल वाटू लागले. परंतु अल्पावधीतच त्यास त्याचे आकलन झाले. दग्ध वृक्ष थरथरू लागले. भूमीकंप अधिकाधिक वृद्धिंगत होत आहे हे त्यास जाणवले. अकस्मात हत्तींचा एक कळप अरण्यातून बाहेर पडला आणि ह्या मनुष्य समुदायाच्या दिशेने धावत येऊ लागला. दूरवरून ज्वाला ह्या हत्तींचा पाठलाग करीत होत्या. तो कळप धास्तावलेल्या ह्या समुदायास ओलांडून पुढे गेला; मार्गातील सर्वकाही तुडवत, अर्धवट दग्ध वृक्षांना उन्मळत त्या कळपाने अश्वसेनाच्या अश्वदळाने प्रयाण केलेला मार्ग अनुसरला. गवे, गेंडे, अज आणि अरण्यातील इतर पशूंनी हत्तींचे अनुकरण केले. क्वचित व्याघ्र-सिंहही धावत गेले. त्यावेळी सर्वांची भयाने त्रेधा उडाली. पक्षी विलक्षण कलकलाट करीत आभाळात उडाले. सैरावैरा पळणाऱ्या पशूंमुळे मनुष्य भयग्रस्त होत जागीच थिजले.

अंतिम पशू मार्गस्थ झाल्यानंतर वासुकी तारस्वराने ओरडला, "आता त्यांचे अनुकरण करा. त्यांना वणव्यातून बाहेर पडण्याचा मार्ग ज्ञात आहे."

पुढील सूचनांची प्रतीक्षा न करता सर्व नाग पलायन करणाऱ्या प्राण्यांमध्ये सहभागी झाले. आपण ह्या क्रूर वन्हीपासून वाचलो असे त्यांना वाटले होते. परंतु पुढील सीमेपाशी जगातील सर्वश्रेष्ठ योद्धा आपल्या दैवी मित्रासह त्यांची प्रतीक्षा करीत होता. एक नगर निर्माण करण्यासाठी अरण्याचे उच्चाटन करण्याचा त्यांचा हेतू होता. अग्नी त्वरेने अग्रेसर होत पळणाऱ्या पशूंना आणि मनुष्यांना पकडण्याचा प्रयत्न करू लागला. सैरावैरा पळणारा समूह अरण्याच्या सीमेपर्यंत येऊन ठेपताच त्यांच्यावर घनघोर तीरवर्षावास आरंभ झाला. त्यामुळे अधिक भय आणि कोलाहल निर्माण झाला. हत्ती, गवे आणि भयग्रस्त गेंडे

सैरावैरा धावू लागले, काहीजण पुढे येणाऱ्या ज्वालांमध्ये परत फिरले आणि तेथून धावत येणाऱ्या मनुष्यांवर आदळले. काही मनुष्य पशूंचे आघात चुकविण्यात यशस्वी झाले. स्त्रिया आणि मुले भयाने इतस्तत: विखुरली. अनेक भयग्रस्त मनुष्य हत्तींच्या पायाखाली तुडवले गेले. पुढे येणाऱ्या ज्वाळांपाशी पोहचताच पशू पुन्हा मागे वळले आणि नागांच्या समूहातून उधळत पुन्हा एका मृत्युकांडास कारणीभूत ठरले. काही अजस्त्र पशूंनी अर्जुनाच्या मनुष्यावर आक्रमण केले आणि कित्येक सैनिकांचे प्राण घेतले. परंतु सैनिकांनी अल्पावधीतच त्यांना तलवारी, भाले आणि विषारी बाणांच्या साहाय्याने कंठस्नान घातले.

"तो पहा, तो पहा!" कृष्णाने जेथे जेथे निर्देश केला तेथील पशूचा अर्जुनाने आपल्या अचूक वेधाने बळी घेतला.

उर्वरित नाग जेव्हा अरण्यसीमेपाशी पोहचले तेव्हा तेथे धाराशायी पशू आणि मानवांची अगणित शवे पाहून ते स्तंभित झाले. मृतांना आणि मृतप्राय जीवांना तुडवून पळताना काहींचा पाय घसरून ते रक्तामांसाच्या काल्यात पडले. शूर अश्वसेन आणि त्याचे सैन्यपथक आता जीवित नाही हे मयासुरास उमगले. स्वत:च्या समूहातील कितीजण मृत्युमुखी पडले हेही त्यास ज्ञात नव्हते. मृत्यूने सभोवताली थैमान घातले होते. अनेक नागजन भयाने थिजून, काय करावे हे न सुचून, जागीच उभे राहिले. त्यांनाही मृत्यूने गाठले. आपला मृत्यू अटळ आहे ह्याविषयी मयासुरास संदेह उरला नाही. भयग्रस्त परिजनांस वासुकी शांतविण्याचा प्रसत्न करीत होता. त्या भयानक रक्तपातामध्ये अविचल धैर्याने उभा वासुकी हे दृश्य प्रेरणादायी होते.

"मयासुरा... देवराजास वाचव..." वासुकीने ओरडून सांगितले.

मयासुराने पाहिले की वासुकीने निर्देश केलेल्या स्थानी एक क्रुद्ध हत्ती इंद्रावर आक्रमण करणार आहे. वृद्ध देवराज त्या अटळ मृत्यूस पाहत उभा आहे. सर्वत्र उडणाऱ्या तीरांची पर्वा न करता मयासूर त्याच्यापाशी धावला. हत्तीने सोंडेने देवराजास खाली पाडले होते आणि त्या वृद्ध व्यक्तीचे मस्तक चिरडण्यासाठी त्याने पाय उचलला होता. हत्तीचा अवजड पाय निर्णायक बळाने खाली आला. दोन अंगुली अंतर पुढे सरसावल्यानंतर वृद्ध राजाचा चेंदामेंदा झाला असता. विचार न करता मयासुराने सूर मारत इंद्रास पकडले आणि त्याने डावीकडे लोळण घेतली. हत्ती धडपडत दूर गेला तसा मयासूर लटलटणाऱ्या इंद्रास उठवू लागला. वासुकीने प्रशंसापर मस्तक डोलविले तसे मयासुराचे हृदय आनंदाने उचंबळले. स्वत:मध्ये इतके धैर्य वसते आहे ह्याची त्याला मुळीच कल्पना नव्हती. क्षणभर आपण कुठे आहोत ह्याचा त्याला विसर पडला आणि त्यास स्वत:चा अभिमान वाटू लागला.

मयासुराच्या मनगटावरील इंद्राची पकड आवळली तसा तो आपल्या आत्मप्रशंसापर मनोराज्यातून बाहेर पडला. त्या वृद्ध मनुष्याच्या मुद्रेवर त्यास शरणागत भाव दिसले, तसे त्यास कोणाचे भय वाटत आहे हे पाहण्यासाठी मयासूर वळला. पुढातील दृश्याने त्याचे रक्त गोठले. धैर्य गळून गेले. हत्ती पुन्हा वळला होता. द्रुतगतीने धावत येऊन त्यांचे प्राण घेण्यास उत्सुक होता. तो असुर युवक आणि धाराशायी देवराज हातात हात घेतलेल्या

अवस्थेत समीप येणाऱ्या मृत्यूने चकित होऊन अविचल स्थितीत उभे राहिले. वासुकी त्यांना हत्तीच्या मार्गातून दूर होण्यास ओरडून सूचना देत होता, तोही स्वर त्यांच्या कानी पुसट ऐकू येत होता, परंतु त्यांच्या पायांनी हालचाल करण्यास नकार दिला. धुळीच्या लोळातून हत्तीची अजस्त्र आकृती समीप आली, तसे त्यांना हत्तीचे नेत्र दिसले. हत्ती केवळ तीन हात अंतरावर असताना त्यांनी नेत्र मिटून घेतले. हत्तीच्या सोंडेचा मयासुराच्या कटीस जवळजवळ स्पर्श झालाच होता इतक्यात तो हत्ती दण्णकन भूमीवर आदळला. धूळ निवळल्यानंतर आणि हृदयाची गती सामान्य झाल्यानंतर त्यांना एक तीर दिसला. तो एक हातभर लांबीचा तीर त्या पशूच्या मेंदूत घुसला होता. हत्ती काही क्षण तळमळला आणि नंतर मृत पावला.

तीर कोठून सोडला गेला हे पाहण्यासाठी मयासुराने वळून पाहिले तसा त्यास आपल्या कंठावर वेध घेणारा, उंचावर उभा अर्जुन दिसला. घाबरून त्याने आपले मनगट इंद्राच्या हातून सोडवून घेतले आणि तो धावू लागला. तो तीर त्याच्या उजव्या कानाजवळून सुसाटत गेला. एका उर्मीने तो वळला आणि थेट अर्जुनाच्या दिशेने धावू लागला. शरणभाव दर्शविण्यासाठी त्याने दोन्ही हात मस्तकावर उंचावून धरले होते. भोवतालच्या कोलाहलातून आपला स्वर अर्जुनापर्यंत पोहचावा म्हणून तो तारस्वरात ''स्वामी, स्वामी'' अशी साद घालू लागला.

कृष्णाने त्यास पाहिले आणि त्या महान योद्धयास त्यास टिपण्यास सांगितले. अर्जुनाने मयासुरावर तीर रोखला, परंतु त्या युवकाच्या नेत्रांतील आर्जवामुळे तो चाचरला. समीप पोहचता पोहचता मयासूर अडखळून पडला, परंतु उठून तो पुन्हा धावू लागला. अर्जुनाच्या पायावर पडून तो आपल्या परिजनांच्या प्राणांची भिक्षा मागू लागला. ''स्वामी, स्वामी, आम्हांवर दया करा.'' त्याने विनंती केली, ''आम्ही आयुष्यभर आपली सेवा करू. ह्यांमध्ये केवळ लहान मुले आणि असाहाय्य स्त्रिया आहेत. सर्व योद्धे गतप्राण झाले आहेत. आमच्या अपराधांना क्षमा करा.'' तो ओक्साबोक्षी रडू लागला.

अर्जुनाने आपल्या भगवानाकडे सल्ल्याच्या अपेक्षेने पाहिले. ''अं... कदाचित ह्यांचा काही उपयोग करून घेता येईल.'' कृष्ण म्हणाला, ''ह्यास काय काम येते ते विचार.''

मयासुराचे हुंदके तत्काळ थांबले. तो वास्तुविशारद होता, शिल्पकार, अभियंता होता, परंतु आता केवळ एक चाकर होता. आपले कौशल्य ह्या महान मनुष्यास कोणत्या शब्दांत सांगावे? परंतु तो सावकाश उठून उभा राहिला. आपले म्हणणे सांगण्यासाठी केवळ शब्द पुरेसे नव्हते. ते अंगुलिद्वारे सांगण्यासाठी त्यास ओल्या वाळूची आवश्यकता होती. इच्छित माध्यम सापडताच त्याने त्यास अंगुलिंनी आकार देण्यास आरंभ केला. ती वाळू त्याच्या परिजनांच्या आणि मुक्या प्राण्यांच्या रक्ताने भिजली होती, त्याची त्याने तमा बाळगली नाही. भोवताली विखुरलेल्या मृत देहांमुळे तो विचलित झाला नाही. मृत्युशय्येवरील मनुष्य आणि पशूंचे विव्हळणे त्याने ऐकले नाही. काही क्षणांपूर्वी खचित त्याचा मृत्यू होणार होता, त्याविषयी त्याने विचार केला नाही. तो आपल्या निर्मितीशी

एकरूप झाला होता. तो रक्तिम चिखल मळताना आणि त्यास अंगुलिंद्वारे आकार देताना त्याची समाधी लागली. त्या गोळ्यातून एक अद्भुत नगरी आकारास येऊ लागली.

अर्जुन भान हरपून पाहू लागला. त्याने आपल्या सैनिकांना नरसंहार थांबविण्याचे आदेश दिले. ते सैनिकही वाळुतून नगराचे शिल्प निर्माण करणाऱ्या त्या असुराचे निरीक्षण करण्यास सभोवताली जमले. त्या वणव्यात नागांची अर्धी जनसंख्या बळी पडली होती आणि ते खांडव वन आता इतिहासजमा झाले होते. ते मनुष्य समक्ष उलगडणारे स्वप्न पाहत असताना काही पशू गुपचूप दूर निघून जाण्यात यशस्वी झाले. वाचलेली स्त्रिया मुले मयासुराभोवती एकत्र झाली. भोवताली चाललेल्या हालचालीविषयी तो युवा वास्तुशिल्पी अनभिज्ञ होता. तसेच आपल्या कौशल्यामुळे आपण आपल्या परिजनांचे प्राण पुन्हा वाचविले आहेत हे त्यास ज्ञात नव्हते. त्याच्या अंगुलिद्वारे एका नगराची प्रतिकृती उभी राहिली. त्याने प्रासाद बांधले आणि आकाशात स्पर्शणाऱ्या उत्तुंग शिखरांची सुशोभित मंदिरे बांधली. सर्वजण निरखत असतानाच त्याने नगरातील पथ, कारंजी, भित्ती, पदपथ, उद्याने, पेठा आणि सुंदर तलावांची निर्मिती केली.

त्याचे काम पूर्ण झाले तेव्हा अर्जुनाने स्वत:स विसरून त्या अस्पृश्यास अलिंगन दिले. "तू आमच्यासाठी पाषाणाच्या साहाय्याने अशी नगरी निर्माण करू शकशील का?" त्या महान योद्धयाने त्या तुच्छ मनुष्यास विचारले.

मयासुराने लोटांगण घालत अर्जुनाचे चरण कृतज्ञतेने चुंबले. जनसमुदायातून आनंदोद्गार आले. मयासुरास त्याचे स्वप्न साकारण्याची अनुमति मिळाली.

२४. शापित नगरी

सुभद्रेस गमाविण्याचे दुःख विसरण्यासाठी सुयोधन पूर्वीपेक्षाही अधिक उत्कटतेने काम करू लागला. भीष्मांकडून राज्यकारभाराचे प्रशिक्षण घेऊ लागला. परंतु पांडव पुन्हा राजप्रासादात राहण्यास आल्याने सुभद्रेची तिच्या पतिसह कुठेतरी भेट होईल असे त्यास भय वाटू लागले, त्यामुळे शक्यतो हस्तिनापुराबाहेर राहण्याचा तो प्रयत्न करू लागला, त्यासाठी राज्याच्या दूरवरील प्रभागांपर्यंत प्रवास करणे, अनुलक्षित ग्रामे आणि सीमेलगतच्या नगरांना भेट देणे अशी कामे त्याने हाती घेतली. अशा प्रवासात अश्वत्थामा नित्य त्याच्यासोबत असे. विदुरांच्या कार्यालयीन कामकाजानिमित्त प्रवासातही सुयोधन त्यांच्यासह जात असे. अशा प्रत्येक प्रवासानंतर प्रधानमंत्र्यांविषयी त्याच्या मनातील आदर वृद्धिंगत होऊ लागला होता. क्वचित सिंध देशी भगिनी सुशलेस भेटण्यास्तव तो जाई. त्याचवेळी कर्णही तेथे येत असे आणि तेथे ते मित्र एकमेकांना भेटत. सिंधदेशीच्या भेटीच्या काळी उर्मी आल्यास ते बलरामांना भेटण्यास द्वारकेस जात. कृष्ण तेथे असेल त्यावेळी मात्र ते द्वारकेस जाण्याचे टाळत. खांडवात पांडवांस्तव नूतन नगरी निर्माणाधीन होती. कृष्ण कैकावार पांडवांसमवेत तेथे असल्याने ते ह्या मित्रांच्या पथ्यावर पडे. सुभद्रा आणि बलराम ह्यांच्यातील नाते आता तिच्या अर्जुनाशी विवाहामुळे पूर्वीप्रमाणे राहिले नव्हते. आता तिचे द्वितीय बंधू कृष्णाशी अधिक सख्य होते.

अशा एका भेटीच्या काळी बलरामाने काशीयात्रेस जाण्याची योजना मांडली. एकत्र प्रवास करण्याच्या कल्पनेस सर्वांनी मान्यता दिली. बलरामांच्या मार्गदर्शनाखाली मोठ्या प्रवासी समुदायाने त्या प्राचीन नगरीच्या दिशेने प्रयाण केले. जयद्रथ आणि सुशलाही त्यांच्यात सहभागी झाले. त्यांचा भगवान विश्वनाथांच्या चरणी नवस करण्याचा मानस होता; कारण विवाहापश्चात दोन वर्षांनंतरही त्यांना अपत्यप्राप्ती झाली नव्हती. कर्ण आपल्या कुटुंबास घेऊन येण्यासाठी त्वरेने अंगदेशी गेला. ते सर्वजण पुन्हा काशीत एकमेकांना भेटले. कर्ण आता एका तान्ह्या पुत्राचा पिता होता.

काशीत जाताना मार्गात त्यांनी अन्य एका सुखद आश्चर्याचा आघात अनुभवला. धृतराष्ट्र व गांधारीसही यात्रेस्तव विदुर घेऊन आले. विदुरांचे स्वतःचे कुटुंबही त्यांच्यासह आले होते. स्वतःस कामातून यथेच्छ अवकाश मिळावा म्हणून विदुरांनी यात्रेस जाण्याकरिता महाराज व महाराज्ञीचे मन वळविले असा विनोद त्या समूहात आता वारंवार

केला जाऊ लागला. विदुराने हे अमान्य केले. परंतु ते ह्या अवकाशाचा मनापासून आनंद घेत आहेत हे जाणवत होते.

राजवंशीय समूहाने त्या प्राचीन नगरात प्रवेश करताच, हस्तिनापुर, द्वारका, अंग आणि सिंध देशांचे महाराज यात्रेसाठी आले आहेत ही वार्ता वन्हीप्रमाणे पसरली. बडवे आणि पुरोहितांनी त्यांना वेढा घातला. ते ऋषिमुनी, तपस्वी किंवा ज्ञानी नव्हते तर धनासाठी देवाचा विक्रय करणारे क्षुल्लक विक्रेते होते. त्यांनी विदुर व कर्णास शूद्र असण्याच्या कारणास्तव गर्भगृहात प्रवेश करण्यापासून रोखले. परंतु त्यांना यथोचित रौप्यमुद्रा देताच ते दूर सरले. मंत्राचा अर्थ समजून न घेताच ते मंत्रोच्चारण करीत आणि आपल्या कृतीच्या समर्थनार्थ पुराणातील प्रमाणे देऊन नित्यनूतन कथा रचून सांगत. कर्मकांडातील पावित्र्य आणि स्वत:चे श्रेष्ठत्व ह्यांचे त्यांच्या दृष्टीने अतिशय महत्त्व होते. असे असले तरी त्यांची नगरी आणि नदी अमंगल कचऱ्याने बजबजलेली होती. गिधाडाप्रमाणे ते मृत्यूवर पोसत. प्रियजनांना गमावलेल्या मनुष्यांच्या दु:खभावनेवर ते स्वत:स पोसत. सर्पण वाचविण्यासाठी आणि अधिकाधिक लाभ मिळविण्यासाठी ते पूर्ण दहन होण्यापूर्वीच मृतदेह गंगेत फेकत. भारतवर्षाच्या पवित्रतम नगरीत मृत्यूचा व्यवसाय उत्कर्षाप्रत पोहचला होता. हिमालयापासून दक्षिणेकडील सागरापर्यंत सर्व वर्ण-जातित गंगाजल पवित्र मानले जाई; परंतु त्या पवित्र नदीप्रती शत्रुही करणार नाही इतका क्रूर व्यवहार केला जाई. तरीही ते स्वत:स धार्मिक मानत असत आणि इतरांना तिरस्काराने तुच्छतेने वागवित.

मांडलिक मित्र काशीनरेशाने धृतराष्ट्रांचे स्वागत केले आणि त्याने महाराजांना आपल्या प्रासादात वास्तव्याचे आमंत्रण दिले. धृतराष्ट्रांनी ते स्वीकारले. ते नदीसमीप उभे असताना शतकावधी स्त्रिया हातात तैलदीप घेऊन घाटाच्या पायऱ्या उतरून आल्या. सायंप्रकाशामुळे गंगाजळास केशरी रंगछटा प्राप्त झाली. त्या अतिप्राचीन परंपरेनुसार आरती गाऊ लागल्या. त्यांनी तैलदीपासह गिरक्या घेतल्या तेव्हा हवेत सुवर्णवर्तुळे निर्माण झाली. ती सुविख्यात गंगारती सुयोधन प्रथमच अनुभवत होता त्यामुळे तो अवाक् होऊन उभा होता. ती आरती म्हणजे प्राचीन संस्कृतीने एका महान नदीस नम्रपणे वाहिलेली मानवंदना होती. आपल्या पवित्र जलाने भूमीचे सिंचन करीत गंगा शांतपणे वाहत होती. गंगोत्रीच्या हिमनदीपासून उष्ण वंगसमुद्रापर्यंत गंगा आपल्या संतानांची प्रार्थना आणि अपशब्द समभावाने स्वीकारत असे. ती मृत्यूस स्वत:त सामावून घेत असे आणि भारतवर्षास जीवनदान देत असे.

भारल्या मनाने राजवंशीय जन ते दृश्य पाहत असताना पूजकांनी तैलदीप जळावर सोडले. त्यामुळे त्या घनदाट अंधकारात प्रकाशाची सूक्ष्म द्वीपे निर्माण झाली. सर्वात अंतिम आरतीत भारतवर्षातील सर्व नद्यांचे- गंगा, सिंधू, यमुना, ब्रह्मपुत्रा, सरस्वती, नर्मदा आणि कावेरी ह्यांचे- त्यांच्या औदार्यास्तव उपकार मानलेले होते. सुयोधनास मनोमन नवल वाटले की, नद्यांना इतका सन्मान देणाऱ्या संस्कृतीत त्यांची इतक्या निष्ठुरपणे विटंबना कशी केली जाते?

सेवकांनी राजवंशीय समूहास तैलदीप दिले. दीप घेऊन सुयोधन सावकाश घाटाच्या पायऱ्या उतरून नदीपाशी जाऊ लागला. वायुझोतामुळे फडफडणारा दीप तेवता ठेवण्यासाठी त्यास विशेष प्रयत्न करावे लागले. तो नदीत उतरणार इतक्यात पाठीमागून एक मृदू स्वर आला. ''थांबा, पवित्र मातेस प्रथम पावलांने स्पर्श करू नका. ते महान पाप ठरेल.'' सुयोधनाने आश्चर्याने वळून पाहिले आणि त्याच्या हृदयाचा ताल चुकला. 'पुढ्यातील व्यक्तीवरून नेत्र हटविले नाहीत तर मी पुन्हा हृदय गमावून बसेन' असे त्यास भय वाटले. सुभद्रेने केलेल्या इजा अद्याप भरल्या नव्हत्या. त्यामुळे त्यास प्रेमाचे भय वाटत असे. त्यामुळे त्याने दूरवर नदीच्या वळणावर दृष्टी वळविली. तेथे काही चिता अद्याप जळत होत्या. पुरोहित एका चांडाळास एक अर्धदग्ध प्रेत पाण्यात सोडण्याचे संकेत देत होता. ते पाण्यात पडताच तरंगणारे दीप हेलकावले. चुर्र... ध्वनी ऐकू येण्याचा त्यास भास झाला.

न वळताच सुयोधन म्हणाला, ''देवी, तू म्हणतेस की हे जल पवित्र आहे, त्यामुळे ह्यास प्रथम पदस्पर्श करू नये. परंतु तुला पाण्यात तरंगणारी अर्धदग्ध प्रेते आणि अपरिमित मळ कचरा दिसत नाही का?'' आपण प्रक्षोभक विधान केले आहे हे त्यास ज्ञात होते, त्यामुळे तिने ह्यावर वाद घालावा किंवा येथून निघून जावे अशी त्याची अपेक्षा होती. त्यास तिच्या काळ्याभोर, गहिऱ्या नेत्रांकडे पाहायचे नव्हते की तिच्या हातातील दीपाची सुवर्णआभा परावर्तित करणाऱ्या तिच्या मोहक ओठांकडे! उत्तराची अपेक्षा न बाळगता तो दूर सरला.

तिच्या वस्त्रांची सळसळ ऐकू येताच त्याने वळून पाहिले, तेव्हा ती वाकून ओंजळभर जल उचलताना दिसली. तिने पाण्यात सोडलेला दीप गिरक्या घेत तरंगत होता. त्या दीपाने दूरवरील सागराच्या दिशेने प्रवासास आरंभ केला होता. नेत्र मिटून ध्यान करीत तिने ओंजळीतील जलाने अर्घ्य दिले. तो अनिमिष नेत्रांनी पाहत राहिला. अनपेक्षितपणे तिने नयन उघडले, तसे तो आपल्याकडेच पाहत आहे हे तिला समजले. तो खजील होताच तिने स्मित केले.

तिच्यानिकट तो गुडघे दुमडून बसला आणि त्याने दीप हळुवारपणे पाण्यावर ठेवला. तरंगत दूर चाललेल्या त्या दीपास दोघे पाहत राहिले. सुयोधनाने विचारले, ''देवी, आपले नाव समजेल का?'' आपल्या उरात होणारी धडधड रोखण्याचा त्याने प्रयत्न केला. तिने त्वरित उत्तर दिले नाही, तसे त्याचे मुख म्लान झाले.

अंतत: ती उत्तरली, ''भानुमती. प्रगियोधिश राज्याचे महाराज भगदत्त ह्यांची मी कन्या.''

''मी सुयोधन. महाराज धृतराष्ट्रांचा प्रथम पुत्र.''

''मी जाणते. मी तुमच्याविषयी गोष्टी ऐकल्या आहेत.''

''त्या गोष्टी शुभंकरच असतील अशी आशा आहे.'' सुयोधनाने स्मित करीत म्हटले.

''नेहमीच असत असे नाही.'' भानुमतीच्या ओठांवर खोडकर स्मित उमटले.

''माझ्याशी विवाहकरशील का?'' युवराजाच्या मुखातून हे शब्द येताच तो स्वत:च चकित झाला. तत्काळ त्याला आपल्या शब्दांविषयी खेद होऊ लागला.

''अशी पृच्छा करणे किती विपरीत आहे!'' लज्जेने आरक्त मुख वळवीत भानुमती उद्गारली.

सुयोधनही लज्जित झाला. हा प्रसंग कसा हाताळावा हे त्यास समजेना. माझ्यासम मूर्ख मीच! माझ्यावर कोणते भूत आरूढ झाले होते? त्याच्या मनात विचार आला. त्याचे हृदय मोठ्याने धडधडू लागले.

''परंतु मला विपरीत गोष्टी प्रिय आहेत. माझे तात मंदिरात आहेत.'' स्मित लपवीत भानुमती अल्लडतेने धावत घाटाच्या पायऱ्या चढू लागली. काही पायऱ्यानंतर वर उभ्या विदुरावर ती आदळलीच असती. क्षमायाचनेचे शब्द पुटपुटत ती आपल्या सख्यांच्या समुहात लुप्त झाली.

आपली विलक्षण मागणी तिने स्वीकारली आहे हे सुयोधनाच्या किंचित विलंबाने ध्यानात आले. नुकत्याच भेटलेल्या युवतीसमक्ष आपण विवाहाचा प्रस्ताव कसा ठेवला हे कोडे त्यास पडले. सुभद्रेविषयी प्रेम इतके उथळ होते का?

विदुरांनी समीप येऊन लुकलुकत्या नेत्रांनी पाहात पृच्छा केली, ''मी तिच्या पित्याशी संभाषण करू का?'' विदुरांच्या नेत्रातील खोडकर भाव पाहून सुयोधन लज्जित झाला.

''आपण खचित तसे करावे-ह्याने अन्य काही धाष्ट्र्य करण्यापूर्वी!'' अंधकारातून एक स्वर आला.

तो ऐकताच सुयोधनास घाटाच्या पाषाणावर मस्तक आपटून प्राणत्याग करावा असे वाटू लागले. सखा अश्वत्थाम्याच्या उपस्थितीचे त्यास संपूर्ण विस्मरण झाले होते. आता हा सर्व प्रसंग तो इतरांना साभिनय सांगणार आणि हा नतद्रष्ट तर ध्यानधारणेसाठी येथे आला होता.

अश्वत्थामा त्यांचे निकट आला. सुयोधनाच्या गंभीर स्वराचे तंतोतंत अनुकरण करीत तो उद्गारला, ''माझ्याशी विवाह करशील का?'' त्या खोडकर ब्राह्मणाच्या मुखावर प्रहार करण्यासाठी सुयोधनाने हात उगारला. परंतु अश्वत्थाम्याने तो प्रहार चुकविला आणि स्त्री-स्वरात पुढे म्हणाला, ''अशी पृच्छा करणे किती विपरीत आहे! परंतु मला विपरीत गोष्टी प्रिय आहेत.'' त्यास अन्य काही बोलण्यापासून रोखण्यासाठी सुयोधनाने त्याच्यावर झडप घातली. परंतु तो त्याच्या हातातून निसटला आणि ओरडत धावू लागला. ''कर्णा... कर्णा...तुला विपरीत गोष्ट ऐकावयाची आहे का? तू माझ्याशी विवाह करशील का?''

सुयोधनाने अश्वत्थाम्याचा पाठलाग केला. अश्वत्थामा त्यास चुकवीत दाटीतून मार्ग काढत धावू लागला. सर्वजण त्यांना रोखून पाहू लागले. आपण मूर्खाप्रमाणे आचरण करीत आहोत हे सुयोधनास ज्ञात होते. आपला उत्साह आणि हास्यविनोद पाहता

आपण परंपरा आणि रूढींचा उपहास करीत आहोत असे येथील भाविकांना वाटेल. संपूर्ण भारतातून परिजन काशीस प्राण त्यागण्यासाठी येतात आणि येथे आपण उत्फुल्लपणे आयुष्य जगत आहोत, हास्यविनोद करीत आहोत. माझ्या आधीच मलीन प्रतिमेच्या दृष्टीने हे उचित नाही. परंतु अश्वत्थाम्याने कर्णास सर्व सांगण्यापूर्वी त्यास अडविण्यास त्याने प्राधान्य दिले. आगामी रात्री त्यांचा मनोरंजनाचा विषय होण्याची त्याची इच्छा नव्हती.

"तुझा होकार गृहित धरू का?" घाटावरून विदुरांनी ओरडून विचारले परंतु त्याने उत्तर दिले नाही.

* * *

त्यांच्या भेटीनंतर चौदा दिवसांनी काशी विश्वनाथाच्या मंदिरात त्या दोघांचा विवाह साधेपणाने पार पडला. कर्णाने संपूर्ण नगरीस भोजन दिले, सर्वांना उपहार दिले. जात, वर्ण किंवा भाषा ह्यांचा विचार न करता. त्यामुळे त्याच्या परोपकारी वृत्तीच्या लौकिकात भर पडली. कोणत्याही स्पर्धेतील प्रशंसाचिन्ह किंवा पारितोषिक म्हणून आपण पत्नीस जिंकलेले नाही ह्याचा सुयोधनास आनंद वाटला. हस्तिनापुरात पोहचल्यानंतर महाधिपतींनी भव्य समारंभ आयोजित केला आणि मान्यवर व मांडलिक राजांना आमंत्रित केले. दक्षिण संयुक्त राज्यामधील राजांनाही निमंत्रणे पाठविण्यात आली. हा विशेष प्रसंग होता. युवराजाच्या विवाहानिमित्य भव्य आणिवैभवशाली समारंभ साजरा केला जाणे आवश्यक होते. काशीतील सामान्य सोहळ्याहून हा सोहळा पूर्णपणे भिन्न रीतीने साजरा केला जाणार होता. नवपरिणीत दांपत्यास आशीर्वाद देण्यासाठी कृष्णही उपस्थित झाला. पांडवही आपल्या चुलतबंधूंच्या आनंदात सहभागी होण्यास्तव उपस्थित झाले. कुरु वंशातील दोन सामर्थ्यशाली स्त्रिया अतिथींचे स्वागत करण्यासाठी उभ्या होत्या. सर्व कुरु वंशास एकत्र पाहून दक्षिण संयुक्त राज्याचे प्रतिनिधी चकित झाले. आपले हेर कुरुवंशातील गृहभेदाची वार्ता सांगतात त्या केवळ आपणास संतुष्ट करण्यास्तव अतिरंजित केलेल्या कथा असतात की काय?

"गांधारी, तुझ्या मनाप्रमाणे सर्व गोष्टी झाल्या नाहीत." कुंती हसतमुखाने गांधारीस म्हणाली.

"कुंती, तुला काय सूचित करावयाचे आहे ते मला उमगले नाही." गांधारीस कुंतीचा कुत्सित स्वर जाणवला. धृतराष्ट्रास आपले संभाषण ऐकू जाऊ नये आणि त्याने ह्यावर उपहासात्मक टिप्पणी करू नये अशी ती प्रार्थना करू लागली.

"आम्ही वारणावतामधील कांडातून वाचलो. आणि तुझ्या पुत्राने पराकाष्ठा केली तरी पांचाळ राजकन्येस माझ्या पुत्राने जिंकले."

"सुयोधनाचा ह्यात सहभाग नव्हता. तुला नित्य त्याचा संशय का येतो?"

"संशय? मला त्याविषयी ग्वाही आहे. त्याने आमच्यासाठी लाक्षागृह का बांधले हे त्यास विचार. किंवा त्यामागे तुझ्या पतीचा हात होता का?"

''हा आनंददायक प्रसंग आहे. अशा विचारांनी विरस करू नको, कुंती. लाक्षागृह कुणीही बांधलेले असो, त्यात दुर्दैवी निषाद स्त्री आणि तिचे पुत्र जळून मृत्युमुखी पडले; तू आणि तुझे पुत्र नाही.''

''त्यांच्याऐवजी आमची ती गति झाली असती तर ते तुला अधिक रुचले असते का?'' भारताच्या पूर्व किनाऱ्यावरून आलेल्या एका गौण राजपुत्राचे हात जोडून स्वागत करीत कुंतीने विचारले.

गांधारीने उत्तर दिले नाही. कुटुंबातील वाढते अपसमज आणि द्वेष ह्यामुळे ती अस्वस्थ झाली. ''आपण ह्या विषयी नंतर बोलू, कुंती. आज मंगलदिन आहे; युवराजाचा विवाह संपन्न होणार आहे.''

''युवराज! तुला असा भ्रम कसा झाला, गांधारी? युधिष्ठिराचा विवाह तर ह्यापूर्वीच संपन्न झाला आहे.''

''तू विषय समाप्त करणार नाहीस तर! सिंहासनाधिष्ठित महाराजांचा सुयोधन हा प्रथम पुत्र आहे. समजले?''

''हस्तिनापुराच्या सिंहासनावर कोण बसेल हे आम्हीच ठरवू, गांधारी. आम्हीही असे लीन-दीन नाही.''

घातक स्मित करीत गांधारी कुंतीस म्हणाली. ''आम्हीही पाहू, कुंती. सुयोधन हा माझा औरस पुत्र असल्याने ह्या राज्यावर त्याचा अधिकार आहे.''

कुंतीने प्रत्युत्तर देण्यापूर्वीच पांडव आणि द्रौपदीचे तेथे आगमन झाले. ''तुमच्या चुलता-चुलतीचे आशीर्वाद घ्या.'' भावशून्य स्वराने कुंतीने सांगितले. तिच्या पाच पुत्रांनी आणि द्रौपदीने लवून धृतराष्ट्र आणि गांधारीस चरणस्पर्श केला. गांधारीने चाचपडत द्रौपदीस स्पर्श केला. तिच्या आढ्यतापूर्ण व उन्नत पवित्र्याने गांधारी चकित झाली. ही युवती तिळमात्रही लज्जित नाही हे महाराज्ञीस जाणवले. हिचे रूप कसे आहे? ती सुंदर आहे असे तिने ऐकले होते. अशा धीट आणि सुंदर स्त्रीने पाच पुरुषांची पत्नी बनणे का स्वीकारले? हा प्रश्न गांधारीस छळू लागला. कालांतराने द्रौपदीसह एकत्र बसल्यानंतर तिला ते विचारण्याची संधी मिळाली.

''काकी, किमान आपण तरी हा प्रश्न मला विचारू नये. भीष्म महोदयांनी आपणास येथे आणल्यानंतर आपण नेत्रांवर फीत का बांधली?'' द्रौपदीने विचारले. ''आपल्या पाच पुत्रांचा माझ्याकारणे कलह होईल असे कुंतीमातेस कदाचित भय वाटले असावे. त्यांनी एकजुटीने राहावे अशी त्यांची इच्छा आहे.'' आपल्या तीक्ष्ण टिप्पणीची तीव्रता घटविण्यासाठी ती पुढे म्हणाली.

''पुत्री, मला शत पुत्र आहेत. परंतु एकजुटीने राहण्यासाठी एकाच स्त्रीशी विवाह करण्याची त्यांना आवश्यकता भासत नाही. कुंतीने पुत्रांना वाढविताना त्यांच्यामध्ये स्व-नियंत्रणाची उणीव कशी राहू दिली?- इतकी की, ते बंधूच्या पत्नीसाठी एकमेकांशी कलह करतील?'' धृतराष्ट्राने संभाषणात सहभागी होत पृच्छा केली.

महाराजांना नमस्कार करण्यासाठी वाकण्याच्या निमित्ताने द्रौपदीने आपली अस्वस्थता लपविली. आपल्या पतीची असंवेदनशील टिप्पणी कुंतीच्या कानी पडेल ह्या आशंकेने गांधारीने ओठ चावला. परंतु तिला जाणवलेले भय काही क्षणात मूर्त झाले. आपल्या पुत्रवधूस उद्देशून कुंतीचा तीव्र स्वर तिच्या कानी पडला. "युधिष्ठिर तुला शोधत आहे. तू येथे काय करीत आहेस?"

द्रौपदीचे निर्गमन तिला जाणवले. पेचप्रसंग टाळण्यास्तव पतिकंठावरोधाचे ढोंग करीत आहे हे तिने ऐकले. कुंती निकट बसलेली आहे हे त्या दुर्दैवी मनुष्यास ज्ञात नव्हते. त्याच्या सुदैवाने त्याचवेळी तेथे विदुर आले. मित्र राजे त्यांना भेटण्यास प्रतीक्षा करीत आहेत असा संदेश त्यांना दिला. विदुराशी उत्साहाने निरर्थक विषयावर संभाषण करीत धृतराष्ट्राने केलेले निर्गमन तिला जाणवले. कुंतीस आपल्या भाषणावर प्रतिक्रिया देण्यास संधी मिळू नये असा त्याचा प्रयत्न होता. परंतु गांधारी जाणून होती की, कुंती धृतराष्ट्रासमक्ष प्रतिक्रिया व्यक्त करणार नाही. आता आगामी प्रसंगास सन्मुख जाण्यास तिने धैर्य एकवटले.

"गांधारी, माझा किंवा माझ्या पुत्रांचा अवमान करण्याची कोणतीही संधी तुम्ही दवडत नाही." कुंती महाराज्ञीच्या कानात फिस्कारली. गांधारीने उत्तर दिले नाही किंवा क्षमायाचना केली नाही. कुंती आणि तिच्या शब्दांकडे दुर्लक्ष करून ती शांतपणे आढ्यतेने तशीच उभी राहिली. संतापाने थरथरत कुंती दूर गेली. त्या स्त्रीस राजनीती खेळता यावी म्हणून पाच पुरुषांची शय्यासोबत कराव्या लागलेल्या युवतीविषयी कणव वाटून गांधारी दुःखी झाली. 'द्रौपदीची कथा माझ्याप्रमाणेच आहे.' गांधारीस वाटले. ह्या देशात प्रत्येक स्त्री ही पुरुषाच्या स्वार्थपूर्तीचे साधन आहे.

* * *

सुयोधनास ज्याचे भय होते तसा प्रसंग भव्य भोजनापश्चात प्रातःकाळी ओढवला. सुभद्रा-अर्जुन विवाहानंतर प्रथमच त्याला सुभद्रेसन्मुख जावे लागले. ती भानुमतीसह चालली होती. सुभद्रेच्या हातात तिचा शिशु होता. तिने निःशब्दपणे त्यास सुयोधनाच्या हाती दिले. तिच्या अंगुलींचा स्पर्श होताच त्याने तिच्या लोभस मुखावरून दृष्टी हटविली. त्या शिशुने बालसुलभ हास्य केले आणि हुंकार दिला, तसे त्या हस्तिनापुराच्या युवराजाचे हृदय विरघळले. ते बालक सुयोधनाच्या कंठातील मौक्तिकमालेशी चाळा करू लागले, तसा तो अवाक् होऊन पाहात राहिला. एकेकाळी जिच्यावर त्याने अनावर प्रेम केले, ती आता त्याच्या नूतन वधूशी घनिष्ठ सखीप्रमाणे वार्तालाप करीत होती. ह्या इतक्या निर्लज्जपणे कशा वागू शकतात? माझ्या प्रेमाचे सुभद्रेस काहीच मूल्य नव्हते का? त्यास नवल वाटू लागले.

बालकाने त्याचे वस्त्र भिजविले आणि ते रडू लागले, त्यासरशी त्या स्त्रिया हसतहसत सुयोधनाकडे धावल्या. सुभद्रेने त्याच्या हातून बालकास परत घेतले आणि त्याच्याशी अगम्य भाषेत ती बोलू लागली- अशी भाषा जी केवळ स्त्री आणि तिचे मूल

जाणू शकतात. बालक रडणे थांबवून हसू लागले. "हा ह्याच्या पित्यासम दिसतो ना?" सुभद्रेने सुयोधनास विचारले. पुत्राशी गूज करताना तिला सुयोधनाच्या मुखावरील वेदनेची जाणीव झाली नाही.

बालकाने पुन्हा सुयोधनाकडे झेप घेतली. त्याने बालकास उचलून घेतले आणि स्वत:च्या कंठातील मौक्तिकमाला उतरवली. त्याची चार वेटोळी करून त्याने ती माला त्या निष्पाप हास्य करणाऱ्या बालकाच्या कंठी माळली.

अर्जुनाने कक्षात प्रवेश केला. त्या सर्वांना एकत्र पाहून तो थबकला. सुभद्रा पतिसमीप धावली. "सुयोधनाने बाळास हा उपहार दिला, पहा." सुयोधनाने बाळास दिलेला बहुमूल्य उपहार तिने अर्जुनास दाखविला.

अर्जुन चुलतबंधू आणि भानुमतीचे चरणस्पर्श करण्यासाठी वाकला. काही झाले तरी ते वयाने वरिष्ठ होते. काही काळ ते समारंभाविषयी आणि त्यात दिसलेल्या अनेक परिचितांविषयी बोलले. त्यानंतर अर्जुन आणि त्याची पत्नी जाण्यास वळले, तसे सुयोधनाने विचारले, "ह्याचे नाव काय, बंधो?"

परंतु उत्तर सुभद्रेने दिले, "अभिमन्यु."

त्या रात्री, भानुमतिच्या पित्याने उपहारस्वरूप दिलेल्या भव्य चारपायी मंचकावर पहुडलेल्या स्थितीत भानुमति पतीचे चुंबन घेत कुजबुजली, "सुभद्रा सुदैवी स्त्री आहे. अभिमन्युसम पुत्र मलाही असावा असे मला वाटते."

नि:शब्दपणे सुयोधनाने तिच्या कुंतलामधून अंगुली फिरविली. एकेकाळी सुभद्रेविषयी वाटलेल्या उत्कट भावनेप्रमाणेच बाहुपाशातील ह्या युवतीवर प्रेम करण्याची तो पराकाष्ठा करीत होता.

* * *

मध्यंतरी, यमुनेच्या भस्मीभूत तटांवर, जेथे एकेकाळी दुर्गम खांडववन होते, तेथे एक भव्य नगरी निर्माण केली जात होती. ती तीन वर्षे हा मयासुराच्या आयुष्यातील उत्तम काळ होता. तो परिपूर्णताप्रिय होता आणि शिस्तबद्धरीत्या अथक परिश्रम करवून घेत असे. खांडवातील वाचलेल्या नाग स्त्रिया आणि मुलांकडून ही भव्य नगरी बांधण्याचे कार्य करविले जात होते. ग्रीष्माच्या प्रखर उन्हात, वर्षाऋतूच्या मुसळधार वर्षावात आणि हेमंताच्या गोठविणाऱ्या गारठ्यात मयासुर परिश्रम करीत राहिला. त्याच्यासोबत कृश नाग स्त्रिया आणि त्यांची क्षीण मुले पांडवांसाठी सुंदर नगर बांधण्यासाठी झटत होते. अन्न आणि साध्याशा निवाऱ्यास्तव ते जन युधिष्ठिर आणि त्याच्या बंधूंच्या निवासास्तव आणि राज्यकारभारास्तव भव्य प्रासाद निर्माण करीत होते. एका असुर युवकाच्या कठोर आदेशांचे पालन करीत नागांनी पेठा उभारल्या. मार्गांची रचना केली, उद्यानांची निर्मिती केली आणि सदने बांधली. एकेक पाषाण रचून त्यांनी भारतवर्षातील सर्वात विशाल नगराची रचना केली. द्वारकेहून भव्य, हस्तिनापुराहून अधिक विचारपूर्वक नियोजनबद्ध आणि हेहेया किंवा मुजरिसमधील नागरी अव्यवस्था टाळून बनविलेल्या

त्या नगरात विविध वास्तुशैलींचे मिश्रण होते. मयासुराने अनेक प्रकार करून पाहिले. त्याने असुरांच्या मंदिरांप्रमाणे मंदिरे बांधली, परिपूर्ण श्राव्य व्यवस्थेने सज्ज संगीतदालनांची रचना गंधर्वांकडून उचलली. पश्चिम किनाऱ्यावरील हेहेय नगरीपासून स्फूर्ती घेत पेठा बनविल्या. अन्नछत्रे आणि पथिकाश्रम मुजरिसप्रमाणे तर गांधारशैलीनुसार मूर्ती बनविल्या. भारतवर्षाच्या आत्म्याचा गंध जिच्यात जाणवावा अशी सर्वोत्कृष्ट निर्मिती त्याने केली. ती पूर्ण होण्याआधीच तिची कीर्ती दूरवर पसरली.

बांधकामावर ध्यान ठेवण्यासाठी पांडवांनी यमुनातटावर तळ ठोकला. त्या वैभवशाली नगराच्या बांधणीस धन अपुरे पडले तेव्हा त्यांनी कर वाढविले किंवा अन्य राज्यांना लुटले. ती भव्य नगरी पूर्ण होत आली, तसे त्यांचे हृदय अभिमान आणि संतोषाने भरून आले. तिच्यावर रचिलेल्या स्तुतीगीतांचा ते आनंदास्वाद लुटू लागले.

देवांची पांडवांवर कृपादृष्टी होती. परंतु ह्यांना त्याचे आश्चर्य वाटत नसे. आपण नित्य देवांच्या आदेशानुसार धर्ममार्गावरून चालतो. त्यामुळे अशी कृपा आपल्याला मिळणे स्वाभाविक आहे असे त्यांना वाटे. नगराची बांधणी पूर्ण होत आली, तेव्हा हस्तिनापुराहून पांडवांचे पुरोहित व समुपदेशक धौम्य ऋषींचे आपल्या शिष्यांसह आगमन झाले. युधिष्ठिराने अविरत न्याय्यमार्ग अनुसरावा ह्याची निश्चिती करण्यासाठी ते आले होते.

त्या नूतन नगराच्या बांधणीसाठी मयासुराने कोनशिला बसविली, त्यानंतर त्या स्थळी आपले निवडक मनुष्य ठेवून वासुकीने प्रयाण केले. त्याने मयासुरास परावृत्त करण्याचा प्रयत्न केला नाही. कारण त्यास ज्ञात होते की अशा नगरीच्या निर्माणाची आत्यंतिक आस असलेल्या ह्या भारलेल्या मनुष्यास कुणीही रोखू शकणार नाही. परंतु वासुकीस एक कार्य तत्काळ साधणे आवश्यक होते. खांडवातील रक्तपातानंतर हस्तिनापुरावर सूड घेण्यासाठी तक्षकाने त्यावर अविश्रांत अतिरेकी आक्रमणे केली होती. भीष्मांनी निर्दयपणे हा विद्रोह मोडून काढला होता. तक्षकाच्या सद्यस्थानाची कुणालाच कल्पना नव्हती. विदुरांनी दुर्जयाच्या साम्राज्याचे जाळे चिरडून टाकल्यामुळे हस्तिनापुरातील दरिद्री प्रभागावरील तक्षकाची पकड दुर्बळ झाली होती. दुर्जसासम घटकांशी आपले अनैतिक संबंध वासुकीस पसंत नव्हते. कुणी निर्दयी आणि सामर्थ्यशाली मनुष्य स्वतः अज्ञात राहून, ह्या संबंधाचा लाभ घेत अराजक माजवित आहे आणि अराजक माजल्यावर तो आनंदित होत आहे असा वासुकीस संशय होता. अशा पापी संबंधातून नागांसाठी काहीही शुभ निष्पन्न होणार नाही हे अनुभवी वासुकीस ज्ञात होते.

सेनापती हिरण्यधनुष आणि सम्राट जरासंधाच्या मृत्यूच्या वदंता वासुकीच्या कानापर्यंत पोहचल्या होत्या. एकलव्याने काहीतरी अविचार करण्यापूर्वी त्यास गाठणे आवश्यक आहे. आपल्या क्षतिग्रस्त परिजनांच्या दृष्टीने एकलव्य हा आशेचा अंतिम किरण आहे. मी वृद्ध होऊ लागलो आहे, माझ्यापाशी अल्प समय आहे. उर्मट आणि सत्तापिपासू तक्षकाऐवजी मी किंवा एकलव्य नागांचा प्रमुख बनलो, तर काही आशा आहे. असा घोर लागल्याने त्या वृद्ध गृहस्थाने मयासुराची संगत सोडून एकलव्याच्या शोधास प्रारंभ केला.

नागपथकातील एक अन्य वृद्ध गृहस्थ मयासुरासोबतच राहिला. त्याचे नागांशी तसे काहीच साम्य नव्हते. नागांशी मैत्रीसंबंध जोपासण्याची पाळी त्याच्यावर ओढवलेल्या दयनीय दारिद्र्यामुळे आली होती. अन्यथा आज त्याने भारतवर्षाचे प्रमुखपद भूषविले असते. तक्षकाप्रमाणे क्षुल्लक मनुष्यांवर किंवा कदाचित भीष्मांवरही अधिकार गाजविला असता. इंद्रवंशातील प्रथम इंद्राने निर्दयीपणे प्राचीन असुर राज्ये चिरडून टाकली होती आणि देवांचे शासन आणि साम्राज्य प्रस्थापित केले होते. परंतु हा सद्यकालीन इंद्र मूषकाप्रमाणे लपून, तक्षकासम मनुष्यांनी फेकलेल्या तुकड्यांवर जगत होता. दोन्ही इंद्रांमधील हा विरोधाभास ठळक आणि दयनीय होता. युवावस्थेत ह्या इंद्राने साम्राज्य पुन्हा मिळविण्याचे स्वप्न पाहिले होते. परंतु वय वाढले तसे ते स्वप्न विरत गेले आणि त्या इंद्राचे एका कटु मनस्क वृद्धात रूपांतर झाले.

कुंतीने काही सप्ताह शय्यासोबत करण्याचे त्यास आमंत्रण दिले होते तो काळ त्याच्या आयुष्याचा परमोच्च बिंदू होता! खांडव वनातील भग्न प्रासादातून तो पायी चालत हस्तिनापुरास पोहचला होता. त्या नगराच्या बाह्य प्रभागात कुंतीचे सुखसुविधायुक्त निवासस्थान होते. त्याच्या प्रवेशद्वाराशी त्याने सामान्य ग्रामवासीयाप्रमाणे व्याकूळ मनाने प्रतीक्षा केली होती. अंततः तिने त्यास आत येण्याची अनुमती दिली, तेव्हा तिच्या नेत्रातील निष्ठूर तिरस्कार त्याने पाहिला होता. धौम्यऋषीही तेथे उपस्थित होते. त्यामुळे, त्यांनीच असे निमंत्रण देण्यासाठी राजकन्या आणि तिच्या नपुंसक पतीचे मन वळविले आहे हे स्पष्ट झाले. अवमानकारक कर्मकांड आणि मंत्रतंत्र पार पाडताना आपल्या दैवाच्या विचारात तो गुंतला होता. अन्य पुरुषाच्या पत्नीस तो शय्यासोबत करणार होता. तिने ह्याआधीच दोन पुत्रांना जन्म दिला होता. परंतु तिचा पती त्यांचा जन्मदाता नव्हता. इंद्रास स्वतःची अवस्था राजगर्भात रेतन करण्यासाठी निवडलेल्या एखाद्या वृषभासम भासू लागली. धनाची आत्यंतिक आवश्यकता नसती, तर ह्या सर्वांना शाप देऊन मी बाहेर पडलो असतो.

कक्षाबाहेर पुरोहितगण तत्त्वज्ञानाची चर्चा करीत असताना कुंद कक्षात कुंतीचे तिरकारयुक्त स्मित सहन करीत त्याने तिच्याशी मीलनाची धडपड केली होती. प्रथम दोन दिवस स्वतःच्याच नपुंसकत्वामुळे तो लज्जेने दग्ध झाला होता. परंतु अंततः आपल्या कार्यात यशस्वी झाल्यावर त्यास आनंदाऐवजी अधिक सुटकेची भावना झाली होती. धन आणि उपहार स्वीकारताना त्याला स्वतः एखादी गणिका असल्याप्रमाणे भासले. हे विचित्र जग आणि त्यातील नैतिकतेविषयी विचाराने त्याचे मन व्यापून गेले. परंतु दारिद्र्याने आपले अस्तित्व पुन्हा जाणवून दिल्यानंतर त्याने ते निरर्थक विचार निपटून काढले.

इंद्राने मयासुराच्या कुटीत आश्रय घेतला. परंतु त्या स्वप्नाळू वास्तुशिल्पीच्या दर्शनानेच तो संतप्त होत असे. ह्या अंतिम इंद्राचे आयुष्य ह्या यश्किंचित असुरावर अवलंबून आहे, ह्या विचाराने त्याचे मन विषण्ण झाले. संधी मिळेल तेव्हा त्या युवकाप्रती अपशब्द उच्चारून तो आपला क्रोध दर्शवीत राही. स्वतःच्या स्वप्नजगतात हरविलेला मयासुर ह्या वृद्धाच्या कोपवचनाकडे दुर्लक्ष करी. सतत कार्यमग्न असल्याने ते सहज शक्य

होई. तो हेतुपूर्वक इंद्र प्रात:काली जागृत होण्यापूर्वी कुटीरातून प्रयाण करी आणि इंद्र निद्रित झाल्यावर परते. परंतु क्वचित प्रसंगी त्यांच्यामध्ये विवाद होत असे. मयासुराच्या कुत्सित स्मितामुळे इंद्र जणू वेडापिसा होई. अशा एका विवादाच्या प्रसंगी इंद्राने सांगितले की, अर्जुन हा त्याचा पुत्र आहे. हे विपरीत विधान ऐकून मयासुर हसताहसता भूमीवर लोळू लागला. क्रोधातिरेकाने त्या अस्पृश्यास अपशब्द बोलत, पांडवांच्या वास्तव्यस्थळी जाण्यास इंद्र कुटीबाहेर पडला. परंतु तेथे पोहचताच त्याचा आवेश लुप्त झाला. तो निवासस्थानाबाहेरच थबकला. वळून परत जाणार इतक्यात काकदृष्टी धौम्याने त्यास पाहिले. मित्रांना भेटण्यास आलेल्या कृष्णास त्यांने काहीतरी सांगितले, तसे तत्काळ सर्वजण इंद्राच्या दिशेने चालत येऊ लागले.

कृष्णाने लवून अभिवादन करीत स्मित केले. ''महोदय, पांडवांच्या ह्या साध्यासुध्या निवासस्थानी स्वागत असो.''

युधिष्ठिराने पुढे येत त्यास चरणस्पर्श केला. आपल्याला इतक्या सन्मानाने संबोधन केलेले पाहून आणि ज्येष्ठ पांडवाने दर्शविलेल्या आदराने इंद्र चकित झाला. त्यास कुणी 'महोदय'असे संबोधन केल्यास दीर्घकाळ उलटला होता, त्यामुळे ते त्याच्या कानास सलले. त्यांच्या हास्यातील गर्भित उपहास तो शोधू लागला. परंतु ते खरोखरच आदराने लवलेले होते- जणू इंद्र भारतवर्षाचा सिंहासनाधिष्ठित सम्राट असावा!

''हा पहा आपला पुत्र, महोदय.'' अनुत्सुक अर्जुनास कृष्णाने पुढे सारले.

इंद्राचे हृदय भावनातिरेकाने ओथंबले. पूर्ण वाढ झालेल्या पुत्रास पाहताच सर्व अनिच्छ स्मृती अकस्मात जागल्या. त्या अंतिम इंद्रास कठोर वास्तवाची जाणीव झाली की तो आयुष्यात अपयशी ठरला आहे. चरणस्पर्श करण्यास वाकलेल्या पुत्रास त्याने उठविले, त्यावेळी त्याचे स्वत:वर नियंत्रण उरले नाही आणि त्याच्या मुखाद्वारे हुंदका बाहेर पडला. माझ्या मृत्युपश्चात इंद्रवंश खंडित होणार नाही. ह्या पांडवाद्वारे तो पुढे सुरू राहील. अंतत: आपल्या आयुष्यास काही अर्थ मिळाला, ते सत्कारणी लागले, असे त्यास वाटले. ''पुत्रा.. माझ्या पुत्रा..'' त्या ताठ योद्धयास कुरवाळत अश्रुपात करीत तो पुटपुटू लागला.

ती निर्माणाधीन नवलनगरी त्यांनी इंद्रास फिरवून दाखविली. पाहिलेल्या प्रत्येक दृश्यागणिक त्याचा उत्साह वृद्धिंगत होऊ लागला. ''खांडव वन पेटले त्या दिनी आपणावर आक्रमण करणाऱ्या हत्तीस यमसदनी पाठवून आपले प्राण वाचविणारा अर्जुनच आहे हे जाणले का?'' असा कृष्णाने इंद्रास प्रश्न केला. इंद्राने अभिमानाने पुत्रास पाहिले. ह्याचा अर्थ त्या असुराचे माझ्यावर ऋण नाही तर! हे समजताच त्याने मुक्त श्वास घेतला. माझे प्राण वाचविणारा माझा पुत्र आहे, तो अस्पृश्य नाही, हे ज्ञान होता क्षणी मयासुराविषयी वाटणारा द्वेष लुप्त झाला. आता तो कोणाचा ऋणी नव्हता. त्याऐवजी इंद्राने त्यांना मयासुराच्या बहुरंगी प्रतिभेविषयी सांगितले, तो त्या वास्तुरचनाकाराची स्तुती करू लागला. परंतु मयासुराचे अभयदाते पांडवांवर इंद्राच्या शब्दांचा उपयोग झाला नाही. कृष्णाने पूर्वाश्रमीच्या देवराजास स्मित करीत सांगितले की, तो असुर केवळ निर्धारित कार्य

करीत आहे. त्याच्या कार्यात असामान्य असे काही नाही. त्याचेही प्राण अर्जुनामुळेच वाचले आहेत. त्यामुळे तो केवळ ते ऋण फेडत आहे.

कृष्णाच्या भाषणावर इंद्राने मौन पाळले. दीर्घकाळानंतर मिळालेली मनशांती ह्या सामर्थ्यशाली मनुष्याशी वाद घालून गमाविण्याची त्याची इच्छा नव्हती. विषय बदलण्यासाठी त्याने नूतन नगरीचे नियोजित नाव विचारले.

''महोदय, ह्या नावाने आपला सन्मान होईल.'' ज्येष्ठ पांडव म्हणाला. त्याच्या नित्य धीरगंभीर मुद्रेवर स्मित विलसू लागले. इंद्राच्या हृदयाचा ताल चुकला. ''तिचे नाव असेल...'' युधिष्ठिराने आपल्या आनंदी बंधूंवर दृष्टी फिरवली. ''अर्जुना, आपला निर्णय तूच ह्या महोदयांना का सांगत नाहीस?''

अर्जुनाने मान डोलावली. ''इंद्रप्रस्थ...इंद्राची नगरी.'' तो इतक्या मंद स्वरात बोलला की, ते ऐकण्यास इतरांना प्रयास करावे लागले.

अंतिम इंद्राच्या उत्साहास पारावार उरला नाही. त्याचे नेत्र अश्रूंनी डबडबले. अंततः आपल्या जीवनाच्या शिशीर ऋतूत त्यास समजले की, देवांना आपले स्मरण आहे. भारतातील महानतम नगरीचे नामकरण माझ्या नावावरून करण्यात येणार आहे. माझा पुत्र माझे वंशसातत्य राखणार आहे. माझे जीवन व्यर्थ गेले नाही. इंद्र निःशब्द झाला. आनंद त्याच्या मनात मावेना.

''आम्ही ह्या नगरीचे नाव प्रथम इंद्र पूर्णेंद्राच्या सन्मानार्थ ठेवलेले आहे.'' कृष्ण म्हणाला.

या शब्दांसरशी तो वृद्ध मनुष्य अकस्मात पृथ्वीतलावर आदळला. हे सांगण्याचा क्रूरपणा करण्याची आवश्यकता नव्हती. मी केवळ एक दरिद्री मनुष्य आहे. केवळ माझ्या पूर्वजांचे कीर्तिवैभव माझ्यापाशी आहे. मानखंडनेने खिन्न होत त्याने मान वळविली.

''महोदय, आपणास दुखविण्याचा आमचा हेतू नव्हता. वास्तविक, तुमच्या माध्यमातून महान प्रथम इंद्र पूर्णेंद्राचे रक्त माझा बंधू अर्जुनाच्या नसात खेळत आहे, ह्याचा आम्हास अभिमान आहे.'' युधिष्ठिर इंद्रास म्हणाला.

परंतु इंद्राचे मन पुन्हा अंधकारमय झाले होते. नूतन प्रासाद आणि नगरी आता त्याच्या नेत्रांना सुंदर भासेना. येथून बाहेर पडावे आणि आपल्या कुटीत जाऊन लपावे असे त्यास वाटू लागले. आपले प्राण वाचविल्याबद्दल मयासुराविषयी वाटलेला कटुपणा आता अर्जुनाविषयी वाटू लागला. 'देवा, मी माझ्या पुत्राचे ऋण निश्चित फेडीन.' अंतिम इंद्राने प्रतिज्ञा केली. ते कसे फेडता येईल हे त्यास ज्ञात होते. त्याने महान सूत योद्धा कर्णाविषयी वदंता ऐकल्या होत्या की, हा कर्ण अर्जुनासमक्ष आव्हान बनू पाहत आहे. सामान्य बाणास अभेद्य असे कवच कर्ण नित्य परिधान करतो असे त्याने ऐकले होते. इंद्रास अद्याप एक प्रक्रिया ज्ञात होती, त्यायोगे हिऱ्याचे अग्र असणारा एक अभेद्य लोहशर बनविता येत असे. अशा ह्या शस्त्रात काहीही भेदण्याची क्षमता होती– पूर्व किनाऱ्यावरील सूर्यपूजकांनी बनविलेले कवचही! हे शस्त्र प्रथम इंद्र पूर्णेंद्राने विकसित केले होते. त्यास वज्र– अर्थात

हिरा म्हणत. हे शस्त्र बनविण्याची विधी इंद्रवंशात पित्याकडून पुत्रास सांगितली जाई. परंतु असे शस्त्र बनविणारे लोहकार अनेक वर्षांपूर्वी अस्तंगत झाले होते.

कदाचित मयासुरास हे तंत्र पुन्हा शोधता येईल, हा विचार मनात येताच इंद्र उत्तेजित झाला. ते वज्र मी माझ्या पुत्रास देईन. त्याच्या साहाय्याने तो त्या सामर्थ्यशाली कर्णाचा पराजय करू शकेल. अशा रीतीने माझे ऋण फिटेल आणि मी मुक्त होईन. तोपर्यंत मी ह्या प्रासादात पाऊल ठेवणार नाही की ह्या पुत्रासन्मुख येणार नाही– त्यावेळी जगास समजेल हा अंतिम इंद्र पूर्ण अपयशी नाही. इंद्राने त्वरेने कृष्ण-पांडवांचा निरोप घेतला. तेथे थांबण्याच्या त्यांच्या आग्रहास नकार देताना इंद्रास आनंद झाला. परंतु युधिष्ठिर त्यास निवासस्थानापर्यंत पोहचविण्यास आला, त्यास त्याने नकार दिला नाही. सेवक वर्गातील आपल्या सहवासी परिजनांनी आपणास राजरथातून उतरताना पाहावे अशी त्याची इच्छा होती. परंतु त्याहून अधिक म्हणजे आपला विजय मयासुराने पहावा अशी त्याची इच्छा होती.

* * *

मयासुर निवासस्थानी लवकर परतला होता. आपल्या द्वारी स्वामींचा रथ थांबलेला पाहून तो चक्रावला आणि स्वामीप्रती आदर व्यक्त करण्यासाठी बाहेर धावला. मुखावर विजयी स्मित खेळवत वृद्ध इंद्र त्या रथातून उतरताना पाहून मयासुर चकित झाला. युधिष्ठिराने मयासुरास अर्जुनाच्या पित्याशी सन्मानाने वर्तन करण्याची आज्ञा दिली. तपस्वी वृत्तीच्या इंद्रास भौतिक सुविधांविषयी अनास्था असल्याने ते प्रासादाऐवजी कुटीत राहू इच्छितात, असे स्पष्टीकरण त्याने दिले. त्या युवा वास्तुशिल्पीने निःशब्दपणे लवून मान्यता दिली.

त्या दुराग्रही वृद्ध मनुष्यास अस्पृश्याच्या कुटीत पोहचवून पांडवांच्या वस्तीस्थानी परतलेल्या युधिष्ठिराने उद्वेगाने मस्तक हलविले. त्या गलिच्छ सेवक वस्तीत जाण्याची त्यास मनोमन इच्छा नव्हतीच. कारण त्यास पुन्हा स्नान करावे लागणार होते. गुरू धौम्यांची भेट घेण्याचीही त्यास इच्छा नव्हती. कारण त्यांनी देह आणि आत्मा शुद्ध ठेवण्याच्या आवश्यकतेविषयी पुन्हा प्रवचन दिले असते. ब्राह्मणांना काही वस्तू दान केल्याने ह्या विशिष्ट पापातून मुक्ती मिळाली असती. परंतु त्या भव्य प्रासादाच्या निर्मितीस अपेक्षेहून अधिक व्यय झाला होता आणि त्याचे भांडार रिक्त झाले होते. 'आता पुन्हा करवृद्धी करणे अपरिहार्य आहे.'

क्षणभर, युधिष्ठिरास चुलतबंधू दुर्योधनाचा मत्सर वाटला. तो धौम्यासम व्यक्तींविरुद्ध उभे ठाकण्याचे धाष्ट्र्य करतो. 'दुर्योधन! त्याच्यापुढे मी कायम दुर्बल मूर्ख का भासतो?' धर्ममार्ग बिकट आहे. प्रत्येक पाऊल टाकताना मनात भय वाटते की, हातून अजाणता पाप घडल्यास ब्राह्मणांचा रोष आणि देवाचा कोप ओढवेल. कक्षात एकटा असताना, न्यायप्रियतेचा वेदनादायक अवजड मुखवटा उतरविल्यानंतर, स्वतःचे मुख दर्पणात पाहण्यास तो घाबरत असे. त्याचे संपूर्ण जीवन एक भ्रामक रूप होते. तो

कायम भयग्रस्त असे. खोल मनात त्यास जाणवत असे की, हस्तिनापुराच्या सिंहासनावर आपला अधिकार नाही. आपल्या अधिकाराच्या पुष्टर्थ त्यास हीन स्मृती आणि अनैतिक विद्वानांकडून काल्पनिक व्याख्यांच्या समर्थनाची आवश्यकता भासत असे. परंतु त्याच्यापुढे पर्याय नव्हता. धौम्यासम मनुष्यांना जितकी युधिष्ठिराची आवश्यकता होती, तितकीच त्यालाही त्यांची आवश्यकता होती.

युधिष्ठिराने निवासस्थानी प्रवेश केला आणि पत्नी व मातेकडे दुर्लक्ष करून तो स्नानास गेला. अन्य काहीही सहन करण्याचे बळ त्याचेपाशी होते, परंतु द्रौपदीचे कुत्सित स्मित तो सहन करू शकत नसे. एके दिवशी राजभूमीवर दुर्योधन किंवा कर्णाशी संघर्ष करावा लागेल ह्याचे त्यास भय नव्हते, परंतु एकांतात वैयक्तिक कक्षात द्रौपदीस सन्मुख जाण्याचे त्यास सर्वाधिक भय वाटे. मी स्वत:स ओळखतो त्याहून अधिक ती मला ओळखते असा त्यास संशय होता. त्याच्या न्यायप्रियतेच्या वल्गनेआड लपविलेला क्षुब्ध अंधकार तिला समजला आहे अशी त्यास शंका होती. तिच्या लोभस नेत्रात डोकावून त्या खोल डोहात स्वत:चे प्रतिबिंब पाहण्याची त्याची इच्छा नव्हती.

* * *

त्या दिवसापासून इंद्र आणि मयासुरातील नाते बदलले. समीक्षा करताना त्या वृद्ध मनुष्याचा कठोरपणा घटला तर तो वयाने कनिष्ठ मनुष्य त्या पदच्युत देवराजाप्रती आदर दर्शवू लागला. नगर प्रकल्प अंतिम टप्प्यावर पोहचला होता. हस्तिनापुर आणि राज्याच्या इतर प्रभागातून अधिकाधिक जन येऊ लागले. उच्चवर्णीय जन विविध स्थानी नागांच्या विहारास प्रतिबंध करीत आहेत, असे आक्षेप मयासुराच्या कानी पडू लागले. परंतु मंदिर पूर्ण करण्याच्या कार्यात मग्न असल्याने त्याने त्या आगामी संकटाच्या संकेताकडे गांभीर्याने पाहिले नाही.

अल्पावधीतच गोष्टींना गंभीर वळण लागले. एके दिवशी कामावरून परतताना कुटीर वस्तीच्या प्रवेशद्वारानिकट त्यास बहुसंख्य जन दिसले. मध्यरात्रीचा समय होता. अशा रात्रसमयी इतक्या संख्येने स्त्रिया पथावर उभ्या असणे ही सामान्य गोष्ट नव्हती. मनात उफाळणारे अनामिक भय दडपण्याचा प्रयत्न करीत तो त्वरेने आपल्या कुटीनिकट जाऊ लागला. जाताना पथावरील काही मनुष्य त्यास दोषारोपी दृष्टीने पाहू लागले, परंतु त्याच्या आर्त प्रश्नांना उत्तर देण्यास त्यांनी नकार दिला. काही स्त्रिया आकांताने आपली किरकोळ सांसारिक सामग्री एकत्र करून बाहेर पडण्याची सिद्धता करीत होत्या. इंद्र खिन्न मनाने ओसरीवर बसला होता. मयासुर त्याच्यापाशी धावला.

"राजसेवकांनी ही वस्ती नष्ट करण्याची घोषणा केली आहे. त्यांनी सर्वांना यमुनेच्या पलीकडील तीरावर जाण्यास सांगितले आहे. तेथे अस्पृश्य आणि नीच कुलोत्पन्नांसाठी भूमी आरक्षित केलेली आहे. ह्यास्थळी ते एक सार्वजनिक उपवन निर्माण करणार आहेत."

कुटीच्या मृत्तिका पायऱ्यांवर बसून मयासुराने आपल्या रुक्ष हातांनी मुख झाकून घेतले. त्याने अश्रुंची प्रतीक्षा केली. परंतु ते तर केव्हाच आटले होते. त्याने क्रोधाची

प्रतीक्षा केली. परंतु तोही लुप्त झाला होता. रात्रीच्या आकाशावर पहाटेचे आक्रमण होऊ लागले, तेव्हा हत्तींचे आगमन झाले. हत्तींद्वारे कुट्या पाडण्यात येऊ लागल्या. शांतपणे परिजन नदीसमीप जाऊन नावेची प्रतीक्षा करू लागले. आता नगरीस त्यांची आवश्यकता नव्हती. ते पुन्हा अवांछित झाले होते. वृद्ध देवराज आणि असुर युवक शब्दाचाही संवाद न साधता एकत्र बसून राहिले. त्यांची साधीसुधी कुटी पाडण्यास हत्ती आले तेव्हा उठून ते विवृत्त स्थानी गेले आणि आपले सदन पडताना पाहू लागले.

सकाळ झाली. सेवक वस्तीच्या विध्वंसकार्यावर प्रकाशवर्षाव होऊ लागला. विध्वंस पूर्ण झाल्यानंतर माहुतांनी हत्तींना घेऊन प्रयाण केले. नागांनी तीन वर्षे वास्तव्य केलेल्या स्थानावर आता केवळ भग्न अवशेषांची रास होती. गत रात्री चैतन्याने आणि बालकांच्या हास्याने गजबजलेल्या संपथांचा आज लवलेशही नव्हता. जणू त्यांच्या जीवनातील तीन वर्षे प्रशासनाने पुसली होती.

अंतिम इंद्राने मयासुराच्या स्कंधाचा आधार घेतला. डबक्यातील भयभीत मंडुक उड्या मारताना पाहत इंद्राने कोमल स्वरात विचारले, ‘‘हा अन्याय देवास दिसत नाही का?’’

ह्या प्रश्नात पृच्छा अल्प आणि वेदना अधिक होती. परंतु त्यामुळे मयासुर अंतर्बाह्य हेलावला. ‘‘अरे देवा, मी ते कसे विसरलो?’’ तो तारस्वराने ओरडला. इंद्राचा बाहू सोडून तो मंदिरापाशी धावला. त्यामुळे तो वृद्ध मनुष्य चक्रावला.

धापा टाकत इंद्रही असुरामागून राजपथाच्या दिशेने निघाला. त्यावरून एक भव्य शोभायात्रा मंदगतीने चालली होती. मार्गाच्या दोन्ही अंगांची झेंडू आणि जाईच्या पुष्पांनी सजावट केली होती. तालासुरातील मंत्रोच्चारणाचा ध्वनी आकाशापर्यंत पोहचला होता आणि शंख व घंटाचा पवित्र नादही केला जात होता. दूरवर नूतन मंदिराचे उंच कळस सूर्यप्रकाशात चमकत होते. शोभायात्रेची लांबी एक कोसाहून अधिक होती. प्रसन्न युवक-युवती सावकाश चालले होते. मयासुरास मंदिराच्या दिशेने धावत येताना पाहून सर्वजण चकित झाले. ‘‘हा अस्पृश्य आहे. येथील सर्व पवित्र गोष्टी ह्याने अपवित्र करण्यापूर्वी ह्यास अडवा.’’ कुणीतरी ओरडले. जनसमुदाय भयाने दूर सरला. जणूकाही त्या असुर वास्तुशिल्पीस संसर्गजन्य विकार झाला असावा.

मयासुर शोभायात्रेच्या अग्रस्थानी पोहचला. तेथे आपल्या पत्नीसह रथारूढ युधिष्ठिर संथगतिने मार्गक्रमण करीत होता. त्याचे बंधू त्याच्यामागे उभे होते. त्यांनी निर्मिलेल्या भव्य नगरीचे ते अभिमानाने अवलोकन करीत होते. कृष्णही निकट बसला होता. रथाशेजारून धावत तो असुर पूर्ण बळाने तारस्वराने ओरडू लागला. युधिष्ठिराने सारथ्यास थांबण्याची आज्ञा केली. संगीत आणि मंत्रोच्चारणही हळूहळू शांतवले.

पाठीमागील रथातील धौम्य आणि कुंती खाली उतरले आणि अकस्मात थांबण्याचे कारण विचारू लागले. त्या पुरोहिताने राजरथानिकट उभ्या मयासुरास पाहिले, तसे ते तत्काळ ओरडले, ‘‘हे गलिच्छ वराहा, आम्हास स्पर्श करून प्रदूषित करू नको.’’

मयासुर भयाने दचकून मागे सरला. त्याचे मनोधैर्य लुप्त झाले, मुखातून शब्द फुटेना. अर्जुनाच्या नेत्रांत त्यास करुणेचा भास झाला. तीन वर्षांपूर्वी आपले प्राण वाचविणाऱ्या त्या महान योद्धयास पाहून तो म्हणाला, ''स्वामी, क्षमस्व. त्यांचे नेत्र मिटलेले आहेत. कृपया मला त्यांचे नेत्र उघडण्याची अनुमती द्यावी.'' त्याने मंदिरातील भगवान शिव आणि सखी पार्वतीच्या भव्य पाषाणमूर्तींकडे अंगुली निर्देश केला. त्या मूर्ती मसासुराने स्वत: घडविल्या होत्या. त्या कलेच्या सुंदर प्रतिकृती होत्या. नेत्र वगळता सर्व गोष्टींत परिपूर्ण! जणू मानवाचे कर्म असह्य झाल्याने त्या देव-देवतेने नेत्र मिटून घेतले होते. आपले काम पूर्ण करण्याकरिता मयासुर मूर्तींच्या दिशेने जाऊ लागला.

''थांब!'' धौम्य ओरडले. दोन रक्षकांनी तत्काळ त्या शिल्पकाराचा मार्ग अडविला.

इंद्रही कसाबसा राजरथापर्यंत येऊन पोहचला होता. त्यास मयासुर रक्षकांना ओलांडून जाण्याचा प्रयत्न करताना दिसला. तेथील दृश्याचे आकलन होताच तो स्तंभित झाला.

''त्यांचे नेत्र उघडू द्या... कृपया मला त्यांचे नेत्र उघडू द्या...'' त्या पवित्र मूर्तींपर्यंत पोहचण्यासाठी धडपडत मयासुर विनवू लागला.

''याने कशासही प्रदूषित करण्यापूर्वी ह्यास दूर घेऊन जा.'' धौम्यांनी आदेश दिले.

या आदेशास मान्यतेसाठी रक्षकांनी युधिष्ठिराकडे पाहिले. त्याने मान डोलावली, तसे त्या संघर्ष विनवणी करणाऱ्या मयासुरास त्यांनी मंदिरापासून दूर खेचले- त्याने तीन वर्षे अथक परिश्रम करून उभ्या केलेल्या मंदिरापासून! त्यास पायऱ्यांवरून फरपटत नेले- त्याने प्रेमाने घर्षण करून उजळविलेल्या पायऱ्यांवरून! त्याने स्वहस्ते कोरलेल्या स्तंभास पकडण्याचा प्रयत्न करताच, त्याने स्तंभ अपवित्र करू नये म्हणून रक्षकांनी मयासुरावर लत्ताप्रहार केले. मंदिर आता संस्कार करून पवित्र करण्यात आले होते. मंदिर बांधणाऱ्या मनुष्याचा आता उपयोग नव्हता. आता देवांचे स्वामी बदलले होते आणि मयासुरासम मनुष्यांना त्यांच्या विश्वात स्थान नव्हते.

''बंधो, मूर्ती अंध असणे हे अशुभ लक्षण नाही का?'' अर्जुनाने युधिष्ठिरास विचारले.

''अर्जुना, तुला ज्ञानप्राप्ती झाल्यावर समजेल की, ज्ञानी मनुष्यांना मंदिराची आवश्यकता नसते. ती केवळ मायेत गुरफटलेल्या सामान्य मनुष्यांची सामग्री आहे. त्या असुराची चिंता नको. त्याचे प्राण वाचविण्याच्या बदल्यात तुला त्याच्या कौशल्याचे योगदान मिळाले. तू तुझे कर्तव्य केलेस आणि धर्महो पाळलास.''

अर्जुनास रथानिकट उभा इंद्र दिसला. रथाखाली उतरून त्याने पित्यास आपले आतिथ्य स्वीकारण्याचे आमंत्रण दिले. इंद्राने कुत्सित हास्य केले आणि शब्दही न उच्चारता दूर प्रयाण केले. मयासुरास ढकलणाऱ्या रक्षकांमागून तो जाऊ लागला, हे अर्जुनाने पाहिले. असुर पुन:पुन्हा विनवणी करीत होता. ''त्यांचे नेत्र मिटलेले आहेत...त्यांना नेत्र देऊ द्या...देव अंध आहेत... त्यांचे नेत्र उघडू द्या.'' ह्या विनवण्यांनी अर्जुनाच्या हृदयात

विचित्र कल्लोळ निर्माण केला. पाठीवर रोखलेले कृष्णाचे नेत्र त्यास जाणवले, तसा तो मागे वळला. त्याला ओढून वर रथात घेण्यासाठी त्याच्या मित्राने हात पुढे केला. शोभायात्रा पुन्हा मार्गस्थ झाली.

*   *   *

रक्षकांनी मयासुरास नदीतटावर आणून टाकले. त्यास स्पर्श केल्याने झालेले प्रदूषण धुवून टाकण्यासाठी ते स्नान करण्यास वळले. इंद्र त्या वास्तुशिल्पीनिकट बसला. त्याच्या काळ्या मस्तकावर इंद्राने हात ठेवला. तो युवक ज्वराने फणफणला होता आणि ग्लानीत होता. मंदिरातून कर्पूर आणि धूपाच्या सुवासासह पवित्र मंत्रोच्चारणही वायुसह वाहू लागले. इंद्राने नदीत उत्तरीय भिजविले आणि मयासुराचे भाळ पुसले. काही कोस अंतरावर पवित्र मनुष्य भारतवर्षातील भव्यतम नगरीचे उद्घाटन करीत होते. परंतु ज्याच्या नावावरून त्या नगरीचे नामकरण करण्यात आले होते, तो मनुष्य ती नगरी बांधणाऱ्या मनुष्यानिकट बसलेला होता. त्या दोघांविषयी कुणासही आस्था नव्हती. इंद्रप्रस्थ नगरी अधिकृतरीत्या अस्तित्वात आली आणि ती एक दिवस भारतवर्षाची राजधानी होईल असे भाकित पुरोहितांनी वर्तविले, तेव्हा अंतिम देवराज एका असुराचे भाळ पुसत बसला होता. ह्याच असुर जमातीस त्याच्या पूर्वजांनी अनेक वर्षांपूर्वी पराजित केले होते. ह्या विरोधाभासाने हसणारी यमुनाजळाची खळखळ इंद्राने ऐकली तसा तोही तिच्यासह हसू लागला. मयासुराचे कण्हणे थांबले. त्या वृद्ध मनुष्याच्या अंकावर मस्तक टेकवून तो निद्राधीन झाला. त्याने जागू नये म्हणून इंद्र हालचाल न करता स्तब्ध बसून राहिला. विश्वही थबकले.

दीर्घ छायारूपी पायाने सायंकाळ चालत आली आणि तिने पृथ्वीवर आच्छादन घातले, तेव्हा मयासुर जागृत झाला. अजाणतेपणी त्याने आपली आयुधे चाचपली. आपली निद्रा लांबली आणि आपल्याला कामास जाण्यास विलंब झाला असे त्यास भय वाटले. तितक्यात त्यास कठोर परिस्थितीचे भान आले. त्याच्या स्वतःच्याच निर्मितीवर दृष्टी टाकण्याची आता त्याला अनुमती नव्हती. आपणच कोरलेल्या मूर्तींना आपली गुपिते आणि स्वप्ने सांगणे आता त्याला शक्य नव्हते. शिवाचे सुघड अवयव गोंजारणे आता शक्य नव्हते. तो देव आता त्याचा उरला नव्हता. तो आता धनिक आणि विशेषाधिकारी जनांचा झाला होता. गलेलठ्ठ पुरोहितांनी त्याचे रक्षक बनून देवास मंदिरात बंदीवान केले होते. त्यांचा देव अंध होता! त्यास ज्याच्या अस्तित्वाची आशंकाही नव्हती, अशा तिरस्कारयुक्त आवेशाने तो तत्काळ उठला आणि वैभवाने लखलखणाऱ्या त्या दूरवरील नगरीस पाहून तो धरणीवर थुंकला. त्यानंतर त्या असुराने आपल्या निर्मितीस इतक्या तिरस्काराने शाप दिला की तो शाप त्या नगरीस आजन्म भोगावा लागेल असे इंद्रास भय वाटले. आपल्या आयुष्याचे ध्येय गमाविलेल्या मनुष्याच्या हृदयाने ते भयंकर शब्द उच्चारलेले होते. दोन्ही तळहातांनी धरणीवर प्रहार करीत त्या असुराने एकेक वाक्य उच्चारले.

"हे अंध देवांनो! माझे शब्द ऐका. माझी कला निर्भेळ असेल तर माझी वाणी शाश्वत सत्य होवो. नाग स्त्रियांचे धर्मबिंदू आणि रक्तबिंदूंनी ही नगरी निर्माण केली, परंतु आपण त्यांना तडीपार केलेत. आजपासून कुणाही स्त्रीस ह्या नगरीत स्वत: सुरक्षित वाटणार नाही. भ्रष्ट आणि अधम मनुष्य ह्या अभद्र स्थानावर राज्य करतील. येथील प्रत्येक मनुष्य वासनेच्या आहारी जाईल- स्त्री,धन, पद, प्रतिष्ठा आणि सत्ता ह्याविषयी वासनेच्या! मनुष्य एकमेकांशी कलह करतील. बंधू एकमेकांचे प्राण घेतील आणि स्वत:च्याच भगिनीवर बलात्कार करतील. गृहाबाहेर पाऊल ठेवताना स्त्रीस अत्याचाराचे भय वाटेल. हे स्थान अधम स्त्री-पुरुषांचे आश्रयस्थान होईल. उच्च आणि सामर्थ्यशाली जनांना नित्य प्राणभय वाटत राहील आणि सुरक्षित राहण्यासाठी ते स्वत:च बंदीवासात राहतील. शासित जन शासनकर्त्यांचा तिरस्कार करतील आणि शासनकर्त्यांस शासितांचे भय वाटेल. ही नगरी स्मशानभूमी होवो. सीमेपलीकडून येणारे परकीय आक्रमणकर्ते ह्या नगरीचे पुन:पुन्हा शोषण करतील. त्यामुळे शोषक आणि शोषित ह्यांच्या भूमिका अगणित वार बदलतील. आक्रमणकर्ते ह्या नगरीतील धनसंपत्ती पुन:पुन्हा लुटून नेतील. ही विश्वासहीन नगरी बनेल. ही क्रोध आणि उग्र भावनांनी परिपूर्ण नगरी बनेल. येथे तपस्व्यांचे रक्त सांडेल. हिचे नागरिक ह्या पवित्र नदीस इतके प्रदूषित करतील की, नदीचे नि:सारणवाहिनीत रूपांतर होईल. येथील हवा विषारी होईल आणि पथ गलिच्छ घाणीने आणि गर्दीने बजबजतील. ही नगरी कायम शापित राहील."

मयासुर कळवळून हुंदके देऊ लागला. त्या ओल्या भूमीवर पडून तो मुठीने चिखल उचलू लागला. प्रदीर्घ समयानंतर इंद्राने त्यास कसेबसे शांतविल्यानंतर स्वत: निर्मिलेल्या त्या नगरीस उद्देशून स्वत:च उच्चारलेल्या कठोर शब्दांविषयी त्या वास्तुशिल्पीस पश्चात्ताप झाला. इंद्र म्हणाला की, शाप हे केवळ शब्द आहेत. त्यावर विश्वास ठेवणे ही अंधश्रद्धा आहे. त्यामुळे असुराच्या मनास स्वस्थता लाभली. इंद्राने वज्र निर्माण करण्याविषयी आपला विचार त्यास सांगितला. हळूहळू असुराचे ध्यान देवराजाच्या भाषणाकडे वळले. ते गुप्तशस्त्र निर्माण करण्याचे त्याने वचन दिले.

हे दोघे नावेतून नदीपार गेल्याची निश्चिती करण्यासाठी थांबलेला रक्षक मयासुराच्या शापाची वार्ता युधिष्ठिरास सांगण्यास धावला. भयाने तो गलितगात्र झाला होता. गुप्त शस्त्र निर्मितीची योजना ऐकण्यास तो थांबलाच नव्हता. त्या रक्षकाच्या मुखातून कसेबसे फुटलेले शब्द ऐकून युधिष्ठिराच्या नेत्रात चिंतामेघ दाटून आले.

"एखाद्या यश्किंचित मनुष्याच्या शापवाणीची तुला इतकी चिंता का वाटावी, युधिष्ठिरा?" कृष्णाने विचारले. "मी तुला वचन देतो की ह्या जगातील अन्य कोणत्याही नगरीस इंद्रप्रस्थाचे वैभव प्राप्त होणार नाही. हिचे शासनकर्ते वैभवात आणि सुखसुविधेत राहतील. अधिकारी, आप्त आणि मित्रांची संपत्ती, सत्ता आणि प्रतिष्ठा रक्षिण्यासाठी त्यांना रक्षक लाभतील. शासनकर्ते आपल्या कर्तव्यानुसार नियम बनवतील, त्याचप्रमाणे त्यांना आवश्यक तेव्हा त्या नियमांचा भंगही करतील- कारण त्यांचा तो विशेषाधिकार आहे. वैयक्तिक प्रसंगी शासनकर्त्यांना कदाचित दूषणे दिली जातील, परंतु सार्वजनिक

स्थळी त्यांना कायम सन्मान दिला जाईल, त्यांचा हेवा केला जाईल किंवा त्यांच्याविषयी भय बाळगले जाईल. ह्या नगरीच्या शासनकर्त्यांवर देवाचा कृपावर्षाव होईल, असे मी तुला वचन देतो.''

कृष्णाचे शब्द ऐकून युधिष्ठिराने सुटकेचा नि:श्वास सोडला. परंतु अयोग्य क्षणी, समस्याकारक प्रश्न विचारण्याचे कौशल्य असणाऱ्या अर्जुनाने विचारले, ''कृष्णा, तू केवळ शासकांविषयी बोललास. सामान्य मनुष्याचे काय? ह्या शापाचा शासितांवर परिणाम होईल का?''

कृष्णाने उत्तर दिले नाही. तो नगरीच्या प्रवेशद्वारापाशी प्रवेशास इच्छुक स्थलांतरितांच्या दीर्घपंक्तीस पाहत राहिला. त्यांच्या परिचयासाठी आवश्यक ताम्रसंकेतपट अधिकारी त्यांना प्रदान करीत होते. प्रवेशद्वारापासून किंचित दूर अंतरावर आपल्या श्वानासह बसलेला एक भिक्षुक त्यांना दिसला. त्याचे गायन ऐकण्यासाठी परिजनांनी त्याच्या भोवती दाटी केली होती. कृष्णभक्तीच्या गीताचे पुसट स्वर वायुसह तरंगत आले, त्यासरशी कृष्णास त्या गीतास संगत करण्याची उर्मी आली. त्याने वेणू घेतली आणि पथात उभ्या भिक्षुकाच्या गीतास वेणुवादनाने संगत करू लागला. दोघांनी मिळून निर्मिलेल्या त्या दैवी संगीताने मोहित झाल्याने अर्जुनाच्या आशंकेचे सर्वांना विस्मरण झाले. काही प्रश्न अनुत्तरित राहणेच इष्ट असते!

२५. राजसूय

जरासंधाच्या सैन्यातून विलग झालेले एकनिष्ठ सैनिकांचे पथक चेदीच्या मार्गाने धावत असताना मथुरेच्या बाह्य प्रभागात त्यांची एकलव्याशी भेट झाली. आरंभी त्यांना तो मगधास प्रवास करणारा, सैन्यात पद मिळविण्यास इच्छुक निषादांपैकी एक वाटला. त्यांनी त्यास सांगितले की, कृष्ण आणि त्याच्या अनुयायांनी महाराज जरासंध आणि सेनापती हिरण्यधनुचा वध केल्यानंतर निषादांना योद्ध्याची चाकरी मिळण्याचे दिन समाप्त झाले आहेत. पित्याच्या मृत्यूची वार्ता ऐकून एकलव्यावर आघात झाला. कदापि न पाहिलेल्या पित्यास भेटण्यास तो उत्सुक होता. स्वत:च्या जीवितकालातच एक दंतकथा बनून राहिलेल्या महान व्यक्तीसोबत जगण्याची मनोराज्ये त्याने केली होती. आता पिता आणि जरासंध महाराजांना कधीच पाहता येणार नाही ह्या सत्याने तो निराश झाला. आता आपण अनाथ आहोत आणि जीवनाचे युद्ध आपल्याला एकट्यानेच लढावयाचे आहे ह्या विचाराने त्याचे मन कटु झाले.

त्या युवकाचे नैराश्य पाहून त्या पथकप्रमुखाने त्यामागील कारणाची चौकशी केली. एकलव्य हा सेनापती हिरण्यधनुचा पुत्र आहे हे समजल्यावर त्या पथकात चैतन्याची लाट पसरली. सैनिक उत्साहाने ह्या वार्तेविषयी चर्चा करू लागले. प्रमुख पुन्हा एकवार एकलव्यानिकट जात म्हणाला, ‘‘महोदय, महान सेनापतीच्या पुत्रास भेटून आम्हास आनंद झाला. मी शाल्व. जरासंधाच्या एकेकाळच्या मांडलिक राज्याचा राजा आणि आता कृष्णाचा निस्सीम शत्रू! तुमच्याप्रमाणेच आम्हालाही त्या मनुष्याचा कोणत्याही परिस्थितीत वध करावयाचा आहे. तो आपल्या राष्ट्राचा विनाशक आहे. तो सामर्थ्यशाली राजा नसेल, परंतु तो विश्वासघात करण्यात आणि धूर्तपणात प्रवीण आहे. आपण भगवान विष्णूंचा अवतार आहोत आणि धर्मसंरक्षणार्थ ह्या भूमीवर अवतरलेलो आहोत अशी त्याने कैक सामान्य जनांची समजूत करून दिलेली आहे– अर्थात त्याच्या स्वत:च्या धर्माच्या संरक्षणार्थ! आमच्या महाराजांच्या तत्त्वाविरुद्ध त्याचे वर्तन आहे. स्वत:स भगवान विष्णूंचा अवतार मानणाऱ्या अन्य पुरुषाने– परशुरामाने– नर्मदा नदीच्या दक्षिणेकडील राज्यांमधील प्रजेचे जीवन असह्य केलेले आहेच. कृष्ण आणि परशुराम ह्या दोघांनी मिळून संपूर्ण भारतवर्ष आपल्या अधिपत्याखाली आणण्याचा निश्चय केला आहे. कसेही करून त्यांना थोपविणे आवश्यक आहे. मगध सैन्याच्या बहुतांश भागाने क्षुल्लक पारितोषिके

आणि धनास्तव आमची संगत त्यागून नूतन राजास साहाय्य करणे मान्य केले आहे. परंतु आम्ही कृष्णाच्या हातातील कळसुत्री पुतळीस मगध महाराज म्हणून स्वीकारण्यास नकार दिला आहे. सुदैवाने ह्या नीतीशून्य यादवाविरुद्ध युद्धात आम्ही एकाकी नाही. धांतवक्र आणि शिशुपाल हे दोन सामर्थ्यशाली शासक आम्हास साहाय्य करू शकतील. आता महाराज शिशुपालांना भेटून त्यांचे साहाय्य मागण्यासाठी आम्ही चेदीस जात आहोत. तू आम्हांसह येणार का?''

आपणास कुतुहलाने पाहत आपली परीक्षा करणाऱ्या शतकावधी मनुष्यांकडे एकलव्याने पाहिले. इंद्रप्रस्थ किंवा द्वारकेत गुपचूप प्रवेश करून त्या तिरस्करणीय मनुष्याचा वध करावा अशी एकलव्याची योजना होती. परंतु हा शाल्व उत्तम योजना सुचवत आहे. कृष्ण आणि त्याचा मित्र अर्जुनाविषयीच्या तिरस्काराने एकलव्याच्या देहाचा दाह होऊ लागला. त्यांचा वध करण्यासाठी मी काहीही करेन. ''महोदय, आपल्या सैन्यात सहभागी होणे हा माझा सन्मान आहे.'' एकलव्याने शाल्वास लवून अभिवादन केले, त्यासरशी सैनिकांनी जल्लोष केला.

* * *

त्यांनी चेदीच्या दिशेने द्रुतगतीने प्रयाण केले. प्रवासात एकलव्यास दिसून आले की, जरासंधाच्या तत्त्वानुसार सर्व सैनिक आणि कप्तान ह्यांची निवड केवळ गुणवत्तेच्या आधारे झाली होती आणि कोणतेही पद वारशाने मिळालेले नव्हते. ब्राह्मण, निषाद, म्लेंच्छ, चांडाळ, असुर, नाग, वैश्य, क्षत्रिय आणि अन्य अनेक जातीच्या मनुष्यांचा सैन्यात समावेश होता. परंतु त्यांच्या पदांचा जात्यानुक्रमाशी काही संबंध नव्हता. ब्राह्मणकप्तान निषाद प्रमुखाची आज्ञा पाळे किंवा त्याऊलटही उदाहरणे होती. शाल्वाने स्पष्टीकरण दिले की, मगधात सर्व पदे गुणवत्तेनुसारच दिली जात आणि त्यांची निवडप्रक्रियाही संपूर्ण भारतवर्षात बिकट होती – मग ती प्रशासन अधिकाऱ्यांची पदे असोत की सैन्यातील अधिकाऱ्यांची! यादवजनांनी द्वारकेस पलायन करण्यापूर्वी मथुरेचा सतरा वेळा पराभव करण्यात जरासंध का यशस्वी झाला हे एकलव्यास उमगले. कारण जरासंधाचे सैन्य एक व्यावसायिक सैन्य होते जे उत्तम प्रकारे युद्ध करीत असे.

चेदीत प्रवेश करण्यापूर्वी त्यांची वासुकी आणि त्याच्या मनुष्यांशी गाठ पडली. अर्जुन व कृष्णामुळे खांडवावर ओढविलेल्या मृत्युसंहाराची वार्ता त्या वृद्ध नागराजाने दिली. त्या भस्मीभूत वनाच्या स्थानी ते निर्माण करीत असलेल्या नूतन नगरीची कथाही त्याने सांगितली. ह्यामुळे दुःखाग्नीत तेल ओतले गेले आणि अनेकांनी तत्काळ कृष्णार्जुनास भिडण्याची मनीषा व्यक्त केली. परंतु वासुकीने त्यांना सावध केले की, यथायोग्य सिद्धतेविना इतक्या सामर्थ्यशाली शत्रूस भिडणे हा आत्मघातसदृश प्रकार होईल.

त्यांनी शिशुपाल महाराजांची भेट घेतली, तेव्हा कृष्णाने ज्याप्रकारे भीमाकरवी जरासंधाचा वध करविला त्याचे वर्णन ऐकून तो संतापला. ह्यावर काय कृती करावी ह्याविषयी धांतवक्र राजाचे मत घ्यावे असा निर्णय झाला. धांतवक्र चेदीस येईपर्यंत

एक मास लोटला. त्याचेही मत वासुकीप्रमाणेच होते. कृष्ण आणि त्याच्या मित्रांशी प्रखर युद्ध करण्यासाठी अल्पावधीतच शिशुपाल, धांतवक्र, शाल्व आणि एकलव्याच्या मार्गदर्शनाखाली सैन्यास प्रशिक्षण व अभ्यास देण्यास प्रारंभ झाला. कित्येकदा त्या सेनापतींमधील व्यूहरचनेविषयी मतभिन्नतेमुळे त्यांमध्ये विकोपाचे वाद होत. कृष्ण आणि त्याच्या मार्गाशी सहमत नसणारे राज्याच्या विविध भागातील गौण प्रमुख अल्पावधीतच शिशुपालाशी सहयोगाची घोषणा करू लागले. इतर काहीजण निर्णय न करू शकल्याने द्विधा मन:स्थितीत होते. कृष्णाच्या देवत्वाविषयी कथा सांगून पुरोहित गौण मान्यवरांवर दडपण आणू लागले. सामान्य जनांमध्ये कृष्णास भगवान विष्णूंचा अवतार मानून त्याची पूजा करणारा एक पंथ मूळ धरू लागला.

युधिष्ठिराच्या राजसूय यज्ञाचे आमंत्रण आले. तथापि कृष्णाच्या शत्रूंचा कृष्ण-पांडवांशी दोन हात कसे करावे ह्याविषयी अजूनही निर्णय झाला नव्हता. राजसूय यज्ञाचे आयोजन करून युधिष्ठिराने त्यांना आव्हान दिले होते- माझे सार्वभौमत्व मान्य करा किंवा माझ्याशी लढा. युधिष्ठिराचे आमंत्रण हा एक सापळा असू शकतो त्यामुळे तो मान्य करू नये अशी दक्षतेची सूचना वासुकीने दिली. परंतु कोणत्याही स्वाभिमानी राजाने असे प्रकट आव्हान नाकारले नसते. शिशुपालाने एकलव्यासह इंद्रप्रस्थास जाण्याचे ठरविले आणि इतर दोघांना सैन्यासह राज्याच्या सीमेबाहेरील क्षेत्रात अतिरिक्त बळाची भूमिका देण्याचे ठरविले. युधिष्ठिराच्या सभेत एकलव्यास घेऊन जाण्याचा त्याचा निर्णय बुद्धिपुरस्सर घेतलेला होता आणि प्रक्षोभक होता. मान्यवरांच्या सभेत एका निषादाच्या उपस्थितीवर पुराणमतवादी पुरोहित आणि पांडव कशी प्रतिक्रिया व्यक्त करतात हे त्यास पहावयाचे होते.

***

गतवर्षी भानुमतीने एक पुत्र आणि एक कन्या अशा जुळ्यांना जन्म दिला होता. सुयोधन हा एक प्रेमळ पिता आहे हे अल्पावधीतच तिला जाणवले. तो अनेकदा नवजात शिशुंशी खेळतो किंवा निद्रित बालकांस तो समाधानाने पाहतो हे तिला जाणवले. सुभद्रा जेव्हा भेटीस येई त्यावेळी अभिमन्यु तिच्यासोबत असे. त्या सान बालकाचा चुलत्याशी घनिष्ठ स्नेह बंध जुळला होता. सुयोधनाशेजारी बसून तो पित्याच्या अंकावरील जुळ्यांचे निरीक्षण करीत असे. अभिमन्युने चुलत्यास विचारले की, त्यांनी पुत्राचे नाव लक्ष्मणकुमार आणि कन्येचे नाव लक्ष्मणा असे का ठेवले आहे? परंतु सुयोधनाने त्यास कधीच स्पष्ट उत्तर दिले नव्हते. प्रत्येक वेळी तो त्या समसमान नावांविषयी नूतन कथा रचून सांगत असे. त्या कथांत पिशाच्चे, आत्मे, देवता, गंधर्व आणि प्राणी असत. आपली वाढती जुळी मुले सुयोधनास पाहून स्मित करतात आणि अभिमन्युच्या पाठीमागून दुडदुडतात हे पाहून भानुमतीस आनंद होत असे.

सुभद्रा ही सुयोधनाची प्रथम प्रेमिका होती हे ज्ञात असूनही भानुमतीची सुभद्रेशी गाढ मैत्री झाली. तिचा आपल्या पतीवर पूर्ण विश्वास होता आणि तो कधीच बहिर्गमन

करणार नाही हे तिने जाणले होते. आपले अंत:पुर रमणीय स्त्रियांनी भरण्यात एकमेकांशी स्पर्धा करणारे अनेक राजपुत्र आणि राजे तिला ज्ञात होते. परंतु सुयोधन त्यांहून भिन्न होता. आपल्या अंत:पुरात १६००८ पत्नी बाळगणाऱ्या कृष्णाची प्रशंसा करणाऱ्या संस्कृतीत आपल्या पत्नीशी एकनिष्ठ राहणारा सुयोधन हा विनोदविषय बनला होता. आपल्या वैवाहिक संबंधातील गुणवत्तेचा भानुमतीस अभिमान होता. निसर्ग, कला आणि संगीतविषयक सुयोधनाच्या रुचिचा तिनेही अंगीकार केला होता. सामान्य जनांप्रती त्याची दयाळु वृत्ती तिला प्रिय होती, त्याचप्रमाणे अप्रिय जनांप्रती त्याचे उद्धट वर्तन, सत्य कथन करण्याचा निर्भिडपणाही! त्याचे गदायुद्धातील कौशल्य, त्याचा स्वाभिमान आणि त्याचा प्रामाणिकपणा ह्यावर तिचे प्रेम होते. तिला त्याच्या अगणित गोष्टी प्रिय होत्या. परंतु आपल्या मित्रांवर गाढ विश्वास ठेवण्याच्या गुणामुळे ती त्याच्यावर सर्वाधिक प्रेम करी.

मित्रांच्या सुयोधनावरील प्रेमाहून अधिक प्रेम सुयोधन त्यांच्यावर करतो असा भानुमतीस संशय होता. तो युवराज असल्याने भव्य राज्याचा वारस होता. एका सारथि पुत्राशी किंवा ब्राह्मणाशी मैत्री केल्याने त्यास व्यावहारिक लाभ झाला नसता, मात्र त्या मित्रांना अधिक लाभाची संधी होती. तथापि सुयोधनच त्यांच्याप्रती अधिक एकनिष्ठ होता. कर्णाच्या कुळाची तमा न बाळगता त्यास मांडलिक राजा बनविण्याचे जे धैर्य आणि दृढविश्वास सुयोधनाने दाखविला त्यास्तव भानुमतीच्या मनी आदर होता. तरीही एक मत्सराचे बीज तिच्या मनात रुजले होते. राजपुत्र अर्जुनास धनुर्विद्येत आव्हान देऊ शकेल असे स्थान मिळविल्याबद्दल ती कर्णाचा आदर करी. दीन सूत म्हणून जन्मलेल्याने हे साध्य करणे उल्लेखनीय होते. कर्ण उदारहृदयी आणि आपल्या पतीचा विश्वासू मित्र आहे ह्याविषयी तिचे दुमत नव्हते. त्याच्या दातृत्वाने त्याची कीर्ती संपूर्ण भारतात पसरू लागली होती. परंतु मित्राचे हित आणि वैभव ह्यात निवडीचा प्रश्न आल्यास आपला पती मित्राचे हित निवडण्यास कचरणार नाही, तर कर्ण मात्र मैत्रीऐवजी वैभव आणि कीर्तीस प्राधान्य देईल अशी किंचित आशंका भानुमतीने जोपासली होती. त्यांच्या दांपत्यजीवनात पूर्वी घडलेल्या एका प्रसंगाशी कदाचित ह्याचा संबंध होता.

जुळ्यांच्या गर्भारपणी भानुमती किंचित खिन्न मन:स्थितीत असताना कर्णाने अनपेक्षित भेट दिली. सुयोधन महाधिपतींना भेटण्यास गेला होता. त्याच्या प्रतीक्षेत बसलेल्या कर्णास तिने सारीपाट खेळण्याचे आमंत्रण दिले. कर्णाने ते सहर्ष स्वीकारले. त्याच्या बालपणीच्या सूत पार्श्वभूमीमुळे आपण त्यास सहज हरवू असे तिला वाटले होते. परंतु राजपुत्र आणि राजांचा खेळ अशी ख्याती असलेला तो खेळ कर्ण उत्तम प्रकारे खेळताना पाहून तिला नवल वाटले. युद्धाप्रमाणेच ह्या खेळातही तो अजिंक्य प्रतिस्पर्धी आहे हे तिला कळून चुकले. भानुमतीस हार अप्रिय होती. खोडकर आणि खेळकर स्मित करीत कर्णाचे ध्यान विचलित करून तिने कर्णाने जिंकलेली एक सोंगटी उचलली. त्याने प्रतिस्मित करीत ती परत देण्यास सांगितले. आपली चोरी पकडली गेल्याने ती क्रोधित झाली आणि सारीपाट दूर सारत, ओठ मुरडत खेळ सोडून जाण्यास उठली.

कर्णही जिंकण्यासाठीच खेळत असे. भावनेच्या भरात त्याने तिचे मनगट धरून तिला बळाने आसनावर बसविले. त्यास झिडकारून ती उठली आणि कक्षातून बाहेर जाऊ लागली. त्याने झटकन् उठत तिच्या कटीभोवती विळखा घालून तिला अडविले. नेमक्या त्या क्षणी सुयोधन तेथे आला. काही क्षण सर्वजण थिजून उभे राहिले. प्रिय मित्राने आपल्या पत्नीस कवेत घेतलेले सुयोधनाने पाहिले होते. प्रथम भानुमतीस भान आले आणि तिने कर्णाच्या पकडीतून सुटका करून घेण्याचा प्रयत्न केला. परंतु त्याच्या बळकट हातांची तिच्या अद्यापि नाजुक कटीवरील पकड सैलावली नाही. तिने त्यास दूर लोटण्याचा प्रयत्न केला. अकस्मात त्याने तिला मुक्त केले. तिने कटीभोवती माळलेली मौक्तिकमाला तुटली आणि शतकावधी मोती त्यांच्या अवतीभवती उड्या मारत, कक्षातील शांततेचा भंग करू लागले.

‘‘हे मोती मी एकट्यानेच वेचू का? की तुम्ही तुमच्या मूढावस्थेमधून बाहेर पडून मला साहाय्य करणार आहात?’’ सुयोधनाने गंमतीने स्मित करीत मित्र व पत्नीस विचारले. मोती इतस्तत: धावत मंचकाखाली शिरू लागले, तसा तो गुडघे टेकून खाली बसला. भानुमतीने मंचकावर बसून हाताने मुख झाकले आणि ती हुंदके देऊ लागली. कर्ण गुडघ्यावर बसून मोती वेचण्यास मित्रास साहाय्य करू लागला.

‘‘हे काय? धरणीवर रांगण्याइतके तुम्ही मद्यधुंद आहात का?’’ अश्वत्थाम्याने कक्षात प्रवेश करीत नित्याप्रमाणे त्यांना हसविले. तोही मोती वेचण्यात मग्न झाला. अल्पावधीतच सर्व मोती एका सुतात ओवून ती माला कक्षात ठेवून ते तीन मित्र कक्षाबाहेर पडले. त्यांचे हास्य विरले तेव्हा भानुमती उठली. एकांतात सुयोधन हा विषय काढेल असे तिला भय वाटू लागले. भविष्याचा विचार करीत तिने संपूर्ण दिवस व्यतीत केला. त्या रात्री त्याला कक्षात परतण्यास विलंब झाला तशी ती संतप्त झाली, कारण तो तिच्या अनवधानास्तव तिला दंड देत आहे असे तिला वाटले. अंतत: त्याचे आगमन झाल्यावर त्याने शांतपणे तिच्या ओठांचे चुंबन घेतले आणि नि:शब्दपणे मंचकावर आडवा झाला. भानुमतीने चाचरत तिचा हात त्याच्या विशाल वक्षस्थलावर ठेवला. त्याच्या श्वासोच्छ्वासाची लय बदललेली तिला जाणवली. त्याने सकाळच्या प्रसंगाविषयी काही बोलावे, अशी तिची इच्छा होती. त्याचे वाक्ताडन सहन करण्यासही ती सिद्ध होती. परंतु सुयोधन शांतपणे तिचे केस कुरवाळू लागला. आपल्या संयमाचा बांध फुटेल असे वाटताच ती कोमलतेने त्यास म्हणाली, ‘‘तुम्हास संशय आला असेल तसे काही घडले नव्हते...’’ आपल्याच वक्तव्यातील वैचित्र्य जाणवून ती अकस्मात थांबली.

‘‘मला मुळीच संशय आलेला नाही.’’ तो तिच्या कानी कुजबुजला, तसे तिचे हृदय आनंदाने धडधडू लागले. तिने मनापासून त्याचे चुंबन घेतले. दीर्घ श्वास घेण्यासाठी ती दूर होताच तो जे बोलला ते तिच्या आजन्म स्मरणात राहणार होते. ‘‘माझा कर्णावर पूर्ण विश्वास आहे. सन्मानास कलंक लागेल असे तो काहीही करणार नाही.’’

ते ऐकताच भानुमती ताठरली. तो हे बोलला नसता तर श्रेयस्कर झाले असते असे तिला वाटले. ह्याचा अर्थ तो माझ्याहून अधिक कर्णावर विश्वास ठेवतो. त्यांच्यामधील

उत्कटतेची ज्वाला त्याच क्षणी विझली. तिच्या हालचालीतील रुक्षता सुयोधनास जाणवली. आपल्या प्रेमाचा उच्चार करीत त्याने सुधारणेचा प्रयत्न केला, परंतु हानी होऊन गेली होती. त्यानंतर तो निद्रित असताना ती दीर्घकाळ त्याचे मुख पाहात राहिली. आपल्या मित्रांवर इतक्या निष्पापपणे विश्वास ठेवण्यात ह्याची चूक तर होत नाही ना? असा विचार ती करीत राहिली. तिने आपले संरक्षक बाहू त्याच्याभोवती गुंफले. गवाक्षातून चंद्रकिरणे डोकावत त्याच्या निद्रित, सस्मित, सुस्वरूप मुखावर पडली. भानुमतीचे हृदय प्रेमाने विरघळले. मनास व्यापणाऱ्या भयावह आशंका दडपण्याचा प्रयत्न करीत तिने त्यास दृढ अलिंगन दिले.

राजसूयाचे निमंत्रण आले, परंतु सुयोधनाने जाऊ नये अशी भानुमतीची इच्छा होती. तिला कृष्ण आणि युधिष्ठिराचे भय वाटे. त्याने आपल्या पतीसाठी सापळा रचला असेल ह्याविषयी तिला संदेह नव्हता. तिने त्यास परावृत्त करण्याचा प्रयत्न केला. परंतु हस्तिनापुराचा युवराज असल्याने जाण्यावाचून आपल्यापुढे पर्याय नाही असे तो म्हणाला. कर्णही जाण्यास उत्सुक होता. त्यांचे हस्तिनापुरात आगमन झाले. जयद्रथ सिंध देशीहून आला. त्याचेही मत सुयोधनाने जावे असेच होते. केवळ अश्वत्थाम्याने भानुमतीचा पक्ष घेतला. राजसूय यज्ञ हा एक सापळा आहे, त्यामुळे तेथे दुर्लक्ष करावे असे त्याचे मत होते. अंततः शकुनीमामांनी सुयोधनाचे मन वळविले. निमंत्रण न स्वीकारणे हा भ्याडपणा ठरेल आणि ते क्षत्रियास शोभणार नाही असा युक्तिवाद त्यांनी केला. भानुमतीस त्या गांधार राजपुत्राचा अतिशय तिरस्कार वाटला! परंतु निरुपायाने ती त्यांच्या सोबत गंगाघाटावरील मंदिरापर्यंत आली. तेथून ते सर्वजण इंद्रप्रस्थास प्रयाण करणार होते.

मंदिरातून सर्वजण बाहेर पडले, तेव्हा कृप त्यांच्या नित्य स्थानी वटवृक्षाखाली बसले होते. त्यांचे आशीर्वाद घेण्यासाठी सुयोधन त्यांच्यापाशी गेला. राजपुत्र परतण्यास वळताच कृप म्हणाले, ''सुयोधना, कोणत्याही कारणास्तव क्षोभग्रस्त होऊ नको.''

शकुनी हसला. सुयोधन क्षणभर अडखळला. भानुमती त्या शब्दांनी शहारली. त्या शब्दांतून तिचे भय प्रतिध्वनीत झाले होते. तिने पतीच्या बाहुवरील पकड आवळली. राजपुत्रास इंद्रप्रस्थास प्रयाण करताना पाहण्यासाठी सहस्त्रावधी जन तेथे जमले होते. त्यांनी त्याचा जयजयकार करताच त्याने पत्नीची पकड सावकाश सोडविली आणि तिला पाहून स्मित केले. त्यानंतर त्याने जुळ्या मुलांचा निरोप घेतला. शोभायात्रा पांडवांच्या राजधानीस निघाली.

अश्वत्थाम्याने वळून भानुमतीच्या दृष्टीचा वेध घेतला. आपण कायम मित्रासोबत असू अशा अर्थाने त्याने मान डोलावली. जुळ्या मुलांसह ती सावकाश प्रतीक्षा करणाऱ्या पालखीपाशी गेली आणि आतील मृदु आसनावर कोसळली. हृदय कुरतडणारे भय विसरण्यासाठी मुलांशी खेळू लागली. कृपांचे दक्षतेचे शब्द तिला पुनःपुन्हा छळू लागले. दूरवरील रक्तपाती युद्धाची गाज ऐकल्याचा तिला आभास होऊ लागला, तसे भयभीत होत तिने मुलांना कवेत घेतले.

***

भेसूर भिक्षुक आणि त्याच्या श्वानास पाहून ब्राह्मण कोपले. ह्या पवित्र यज्ञस्थानी उपस्थित राहून ते अपवित्र करण्याचे धाष्ट्यं ह्यास कसे करविले? ते एकमेकांस विचारू लागले. युधिष्ठिराने अस्वस्थपणे चुळबुळ केली. नुकतेच त्याने त्या ब्राह्मणांना अपार संपत्ती, वस्त्रे आणि धेनू दान केल्या होत्या आणि त्यांनी केलेल्या प्रशंसेने तो तृप्त झाला होता. इतक्यात तो कुरुप भिक्षुक त्या पवित्र स्थानी येऊन भजन करू लागला होता. युधिष्ठिराने त्यास जिवे मारण्याचा आदेश दिला असता, परंतु तो भिक्षुक भगवान कृष्णाच्या कृपेचे गुणगान करीत होता. धौम्यांसमवेत असलेल्या पुरोहितांव्यतिरिक्त इतर सर्वजण मंत्रमुग्ध स्थितीत उभे होते. आपण निर्णय घेण्यापूर्वी कृष्ण आणि अर्जुनाने तेथे यावे अशी युधिष्ठिराची इच्छा होती. धौम्यांचे सहकारी पुरोहित त्या गलिच्छ मनुष्यास सीमापार करावे, किंबहुना त्याचा वध करावा ह्यासाठी ओरडू लागले. युधिष्ठिराने भिक्षुकास पाहिले. त्याचा अर्धा देह सुवर्णमय होता. पुढे आलेले दात आणि भाजण्याच्या चिन्हांमुळे तो मुंगुसासम दिसत होता. त्याच्यासोबत असलेले व्याधिग्रस्त श्वान त्या भिक्षुकाच्या आर्त गीताच्या तालावर पुच्छ हलवीत होते.

धौम्यांनी अकस्मात केलेल्या गर्जनेने युधिष्ठिर दचकून उभा राहिला. ''महोदय, त्या पाप्यास ठार करा! तो काय गात आहे हे आपणास ऐकू येत नाही का?''

युधिष्ठिर अधिक ध्यानपूर्वक भिक्षुकाचे गीत ऐकू लागला, तसे त्याचे मुख विवर्ण झाले. त्या गीतात त्याची, विद्वान पुरोहितांची आणि तो करीत असलेल्या महान यज्ञास अनुमती देणाऱ्या वेदांचीही निर्भत्सना केली होती. भिक्षुक गात होता की, प्रेमाविना ज्ञान व्यर्थ आहे; मन शुद्ध नसेल तर यज्ञ निरर्थक आहेत; अपात्री दानाचे मूल्य शून्य असते. राजसूय यज्ञ हे केवळ प्रतिष्ठेसाठी केलेले कर्म आहे, तो खरा यज्ञ नव्हेच! खरा यज्ञ कोणास न कळविता आणि न सांगता केला जातो; ज्या जनांस मोबदल्यात कशाचीही अपेक्षा नसते–प्रसिद्धी, संपत्ती, स्वर्ग किंवा मोक्षाची – तेच जन खरा यज्ञ करतात. त्या यज्ञास देवांचे आशीर्वाद मिळतात.

युधिष्ठिर संतापाने थरथरू लागला. एका अस्पृश्याचे यज्ञस्थान दूषित करण्याचे नव्हे तर राजा आणि विद्वान ब्राह्मणांचा अपमान करण्याचे धाष्ट्यं पाहून तो कोपला. ''पकडा त्याला!'' त्याने आज्ञा केली. सैनिक त्या भिक्षुकापाशी धावले.

''बंधो, काय घडले? गायन का थांबले? मी ते ऐकण्यासाठी आलो आहे. त्या मनुष्याच्या सुरात मोहिनी आहे.'' प्रश्न ऐकताच युधिष्ठिर वळला, तसा त्याला अर्जुन दिसला. पाठीमागून द्रौपदीचे खुदखुदणे ऐकू आले. युधिष्ठिराने उद्वेगाने तिच्याकडे पाहिले. ''आम्हास पूज्य अशा सर्व गोष्टींचा तो अवमान करीत होता आणि तू हसत आहेस?'' त्याने क्रोधाने विचारले.

''येथे येऊन आपला अपमान करणारा मनुष्य सामान्य नसावा. हा विक्षिप्त तरी आहे किंवा महात्मा! तो असे गीत का गात आहे हे आपण त्यालाच का विचारत नाही बरे?'' आपल्या क्रुद्ध भ्रात्यास शांतविण्याचा प्रयत्न करीत अर्जुन म्हणाला.

द्रौपदीने अर्जुनाकडे पाहून होकारार्थी स्मित केले. युधिष्ठिराने हात उंचावीत आदेश दिला, "सोडा त्याला. त्याचे म्हणणे ऐकूया."

सैनिक त्वरित मागे फिरले. त्या भिक्षुकास स्पर्श करून प्रदूषित होण्यापूर्वीच हा आदेश आलेला पाहून त्यांना सुटकेचा निःश्वास टाकला. पुरोहितांच्या पंक्तीतून 'पापं, पापं' चा घोष झाला. भिक्षुकाने सर्वत्र पाहिले. आपणास कुणीच बंदीवान करणार नाही हे ध्यानात येताच त्याने पुन्हा गायनास आरंभ केला. एका रात्री तो एका दीन ब्राह्मणास लुटण्यास त्याच्या कुटीत शिरला होता ते आख्यान तो आता आळवू लागला. तेथे त्याने काय पाहिले, त्या दीन अस्पृश्यास खाऊ घालण्यासाठी त्या ब्राह्मणाने स्वतःचे कुटुंब, सदन आणि प्राणांची आहुती कशी दिली, ह्याचे त्या गीतात वर्णन होते. एका निर्धन मनुष्याने अन्य क्षुल्लक मनुष्यासाठी केलेला हा त्याग हा खरा त्याग आहे. ते स्थान पवित्र होते–ह्या राजसूय यज्ञाचे स्थान नव्हे, कारण येथे तर केवळ तृष्णा व धनलोभाचे अधिराज्य आहे. त्या कुटीत कृष्णाचा वास होता आणि केवळ विशुद्ध हृदयास त्याच्या वेणूचे दैवी संगीत ऐकू येते. अंततः तो गाऊ लागला, "हे राजा, ते संगीत ऐकण्यासाठी ह्या पुरोहितांची बडबड थांबव. त्यांच्या स्मृतींचे दहन कर आणि निरर्थक कर्मकांड आणि निरर्थक परंपरा ह्यांच्या विळख्यातून स्वतः मुक्त हो."

धौम्य आणि त्यांच्या पुरोहितांकडून धिक्काराच्या गर्जना झाल्या.

द्रौपदीने विचारले, "कोण आहेस तू?"

"मी कुणीच नाही." भिक्षुक उत्तरला, "परंतु कुणास रुचो वा न रुचो मी सर्वत्र संचार करीत असतो. मी जर आणि हा माझा श्वान. ह्याच्यामुळे मला माझे जीवन आणि त्यातील वरदानाविषयी कृतज्ञता व्यक्त करावी ह्याचे पुनःपुन्हा भान येते. आम्ही विवृत्त पथावर राहतो. आम्हांस मंदिरे आणि प्रासादांतून निष्कासित केले जाते. तरीही आम्ही आनंदात राहतो आणि ह्या जीवनरूपी वरदानाचा उपभोग घेतो. आम्हांस कशाचीच उणीव भासत नाही. प्रतिदिनी आम्ही देवाच्या उपकाराबद्दल त्याचे आभार मानतो."

अर्जुन अस्वस्थ झाला. एका श्वान शावकास त्याने तीर मारून अंध केले होते त्या दिवसाचे त्यास अकस्मात स्मरण झाले. शिवाय चिखलात पडलेला निषादाचा कापलेला अंगठा आणि निर्विकार मुद्रेने उभे द्रोणगुरु ह्याच्या प्रतिमा त्याच्या सद्सद्बुद्धीस बोचकारू लागल्या. आपण अंध केलेल्या त्या श्वानाचे नाव जाणून घेण्याची विचित्र उर्मी त्याच्या मनी उफाळून आली, तसे त्याने विचारले, "ह्या श्वानाचे नाव काय?"

जराने पुरोहितांच्या संतप्त मुखांचे अवलोकन केले. त्याची धौम्याशी दृष्टिभेट झाली. त्या अस्पृश्याच्या नेत्राने जणू भयभीत होत त्या पुरोहित प्रमुखाने दृष्टी वळविली. "धर्म." जर उत्तरला, तसे त्या अंध श्वानाने पुच्छ हलविले.

क्षणभर स्तब्ध शांतता पसरली. पुढच्याच क्षणी पुरोहितांचा क्रोधातिरकाने उद्रेक झाला. "पापं..पापं... श्वानाचे नाव धर्म? ह्याने आपल्या धर्माचा आणि पवित्र शास्त्राचा अपमान केला आहे. ठार मारा! त्याला ठार करा!" ते किंचाळले. युधिष्ठिराने म्यानातून तलवार उपसल्यानंतरच ते शांत झाले.

“त्याला सोडा. तो महात्मा आहे.” पतीचा हात धरत द्रौपदी म्हणाली.

युधिष्ठिर अडखळत आहे हे पाहून धौम्य अधिकारवाणीने ओरडले, “राजास त्याच्या धर्माचे पालन करण्यापासून अडवू नको. ह्याहून मोठे पाप नाही, त्याचे मूल्य तुला द्यावे लागेल.”

युधिष्ठिराने द्रौपदीच्या नेत्रात पाहिले, तसे त्याचे भय पुन्हा जागृत झाले. तिच्या दृष्टीमुळे त्यास आपले अंतर्स्वरूप अनावृत्त झाल्याची भावना निर्माण झाली आणि त्याच्या हातून तलवार गळून पडली.

तो उद्धट भिक्षुक हातचा निसटेल ह्या भयाने धौम्य ओरडले,“युधिष्ठिरा, तू धर्माचे उल्लंघन केले आहेस, तोच धर्म तुझाही त्याग करेल. तुला ह्याचे मूल्य द्यावे लागेल. तू एका अस्पृश्यास ब्राह्मणाचा आणि वेदांचा अवमान करू दिलास.”

त्या कोलाहलात प्रवेश करीत कृष्णाने युधिष्ठिराचा अधिक अवमान होण्यापासून त्यास वाचविले. जराने प्रत्यक्ष देवास समक्ष उभा पाहिले आणि आनंद व उन्मादाने हुंदके देत तो पुढे धावला. त्याच्यामागून धर्म धावले. परंतु पुरोहितांच्या विशाल समुदायाने कृष्णास वेढा घातला आणि युधिष्ठिर व त्याची पत्नी आपल्याशी अनुचित व्यवहार करतात असे गाऱ्हाणे ते मांडू लागले. कृष्णाने स्मित करीत म्हटले की, क्वचित नूतन कल्पना ऐकणे इष्ट असते. कृष्णाने ह्या प्रसंगास खेळकर वृत्तीने पाहिले आणि आपणावर रोष धरला नाही ह्यामुळे युधिष्ठिरावरील दडपण उतरले. परंतु धौम्य संतापले.

जराने प्रतीक्षा केली, परंतु कृष्णाभोवतीचा समुदाय वाढत चालला. “हा पुरोहितांचा बंदी बनला आहे.” जराने धर्मास म्हटले. त्या श्वानाने जराचा हात चाटला. जर सावकाश दूर गेला. पथावरील वळणावरून तो वळला तेव्हा एक अश्वदळ दौडत त्याच्यापुढून गेले. त्यात युधिष्ठिराच्या राजसूय यज्ञाच्या दिशेने मार्गक्रमण करणारे एकलव्य आणि शिशुपाल होते.

शिशुपाल आणि एकलव्याने यज्ञस्थळी प्रवेश केला. तेव्हा जरामुळे निर्माण झालेला कोलाहल शमला होता. यज्ञवेदीच्या अतिनिकट एका आसनाच्या दिशेने शिशुपाल धीटपणे चालत गेला आणि त्याने एकलव्यास निकट बसण्यास बोलावले. ह्या प्रक्षोभक कृत्यामुळे जनसमुदायातून क्रोधपूर्ण कुजबुज होऊ लागली. एका निषादास पवित्र वेदीच्या इतक्या निकट बोलवून चेदीराजाने युधिष्ठिरास आणि पुरोहितांस प्रकट आव्हान दिले होते. युधिष्ठिर उठू लागला, परंतु कृष्णाने त्यास रोखले. समारंभ पुढे सुरू राहिला.

शिशुपाल आणि एकलव्य प्रकट द्वेषभावाने तो कार्यक्रम पाहू लागले. जेव्हा धौम्यांनी कृष्णास सन्माननीय अतिथी म्हणून पाचारण केले तेव्हा प्रशंसेप्रीत्यर्थ टाळ्यांचा कडकडाट झाला. उपस्थित राजे आणि राजपुत्रांमध्ये कुजबुज होऊ लागली. परंतु तो यादव आत्मविश्वासपूर्ण पावले टाकत त्याच्यासाठी आरक्षित आसनाकडे जाऊ लागला.

“थांबा!” शिशुपालाने तलवार उपसली होती. सर्वांची दृष्टी त्याच्याकडे वळली.

तो उपस्थित राजे आणि भारतवर्षातील मान्यवरांना उद्देशून म्हणाला, "आदरणीय राजे हो, हा आपला घोर अपमान आहे. इंद्रप्रस्थाच्या राजाने एका क्षत्रियाऐवजी सामान्य गोपालकास प्रमुख अतिथी म्हणून निवडले आहे. हा सन्मान मिळावा असे ह्याचे काय कर्तृत्व आहे? हा एक चोर व लुटारू आहे. ह्या गोपालकाविषयी अनेक कथा आपण ऐकल्या आहेत आणि सभ्य मनुष्यांसमक्ष सांगण्यायोग्य त्या नाहीत. ह्याने केला नाही असा कोणता गुन्हा आहे का? ह्याने कपटाने वध करविल्याने अगणित जन मृत्युमुखी पडले. हा कधीही पुरुषाप्रमाणे युद्ध करीत नाही. ह्याने स्वतःच्या मामास कपटाने ठार केले. आपल्या भूमीतील एका महान योद्ध्यास ठार मारून हा येथे आला आहे. जरासंधासम महान व्यक्तीस आपण तुल्यबळ नाही हे ह्यास ज्ञात होते. त्यामुळे ह्यास जरासंधाचे भय वाटत असे. ह्याने त्यास सापळ्यात पकडले आणि आपल्या शत्रूचा भीमाकरवी नाश करविला– अशा शत्रूचा ज्याने ह्याचा सतरा वेळा पराभव केला होता. ह्यानेच हिरण्यधनु सेनापतीचा– येथे बसलेल्या ह्या युवकाच्या पित्याचा वध करविला. जनसमुदायाच्या प्रतिक्रियांचे मापन करण्यासाठी शिशुपाल किंचित थबकला.

पुरोहित आरडाओरडा करीत होते. परंतु राजे–राजपुत्र आपले भाषण ध्यानपूर्वक ऐकत आहेत हे त्याने जाणले. त्यामुळे आत्मविश्वास वाढून चेदीराज पुढे बोलू लागला. "ह्या मनुष्यास प्रमुख अतिथीचा सन्मान का द्यावा बरे? राजा युधिष्ठिरा, धर्मपालनातील सातत्यासाठी तुला कोणाचा सन्मान करावयाचा असेल तर महान भीष्मांची निवड कर. महान योद्ध्याची आवश्यकता असेल तर द्रोणास निवड. चतुर मनुष्य इच्छितोस तर विदुरास निवड. आणि प्रेमळ व न्यायप्रेमी मनुष्य इच्छितोस तर तुझा चुलतबंधू सुयोधनास निवड. बुद्धिमान मनुष्य इच्छितोस तर कृपास निवड किंवा विचारवंत इच्छितोस तर चार्वाकास निवड. दृढ स्वामीनिष्ठ मनुष्य इच्छितोस तर अश्वत्थाम्यास निवड. प्रतिकूल परिस्थितीशी संघर्ष करून विजय मिळविणाऱ्या मनुष्याचा सन्मान करावयाचा असेल तर निवड किंचित बिकट आहे. कारण अंगदेशीचा उदारहृदयी राजा कर्ण आणि येथील हा शूर युवक एकलव्य ह्या दोहोंचेही हे यथार्थ वर्णन आहे. ह्या सर्व गुणांचा समुच्चय एकाच श्रेष्ठ मनुष्यात आहे; ते म्हणजे वेदव्यास मुनी. त्यांची निवड कर. परंतु अधर्माचे द्योतक अशा मनुष्यास निवडून मानवतेचा अपमान करू नको."

कृष्णाने शिशुपालानजीक जाऊन त्यास आदराने अभिवादन केले. "महोदय, आपण मला अधर्मी म्हणत आहात ह्याचे कारण कळेल का?" ओठांवर व्यंगपूर्ण स्मित खेळवीत त्याने विचारले.

आपल्या आसनावर एकलव्य ताठरला, परंतु शिशुपालाने आपल्या शत्रूच्या दृष्टीस दृष्टी भिडवली. क्षणभर एकमेकांना रोखून पाहिल्यानंतर शिशुपाल उपस्थितांकडे वळून स्पष्ट स्वरात म्हणाला, "ह्या मान्यवर राजांच्या उपस्थितीत आपल्या प्रमुख अतिथीच्या दुराचाराविषयी मी बोलू इच्छित नव्हतो, परंतु ह्याने माझ्यासमक्ष पर्याय ठेवलेला नाही. माझ्या कठोर शब्दांस्तव क्षमा असावी. परंतु आपल्या भूप्रदेशावरील सर्वात घातक मनुष्य आहे हा! हा आपणास विनाश आणि युद्धाच्या मार्गावर घेऊन चालला आहे. जेथे

अल्पसंख्य जनतेस विशेषाधिकार आणि उर्वरित सर्वांना नरक भोगावा लागतो अशा समाजव्यवस्थेचे हा जतन करू इच्छितो. स्वत: विष्णूचा अवतार असण्याच्या ह्याच्या प्रतिपादनास धौम्यांसम मनुष्य समर्थन देतात ह्यात नवल नाही. ह्याच्या देवत्वाविषयी प्रचार करण्यात हे पुरोहितच सक्रीय असतात. कारण ह्याच्या तत्त्वज्ञानामुळे त्यांनाच लाभ होणार आहे. दुर्दैवाने दरिद्री जन ह्यावर विश्वास ठेवू लागले आहेत. ह्याची दैवी कृत्ये कोणती? हा अष्टवर्षीय असल्यापासून ह्याच्या दुष्कृत्यांच्या मालिकेस प्रारंभ झाला. त्याच्या ग्रामात आपल्या गोपालक समूहातच हा चोऱ्या करीत असे. ह्याने कालियासम नागास हाकलून लावले आणि त्याची भूमी गिळंकृत केली. ह्याने स्वत:च्या मामाचा वध केला. स्त्रिया स्नान करीत असताना ह्याने त्यांची वस्त्रेही हरण केली आणि त्यांना नग्न देहाने स्वत:समक्ष चालविले. जरासंधाच्या भयाने ह्याने द्वारकेस पलायन केले तेव्हा ह्याने आपल्या प्रेमिकेची- राधेची प्रतारणा केली. वय वाढेल तसा हा सुधारेल असे विद्वानांना वाटले होते, परंतु ह्यास कोणतीही नीतिमत्ता नाही. ह्याच्या अंत:पुरात १६००८ स्त्रिया आहेत. परंतु त्यात राधेस स्थान नाही. तरीही हा स्वत: विष्णूचा अवतार असण्याचे प्रतिपादन करतो. हा स्वत:साठी भगवान रामाइतकेच अत्युच्च स्थान इच्छितो, परंतु राम आपल्या पत्नीस- सीतेस एकनिष्ठ होता आणि तिच्याकरिता त्याने राक्षसराज रावणाशी युद्ध केले होते. ह्याहून अधिक विरोधाभास काय असेल?''

''नाही...!'' राजा शिशुपाल धरणीवर कोसळला आणि त्याच्या कंठातून रक्ताची धार लागली, ते पाहून एकलव्य किंचाळला. चेदीराज मृत्यूच्या अधीन झाला, मरणोन्मुख स्थितीत आचके देऊ लागला.

कृष्णाने शत्रूच्या कंठात रुतलेले आपले चक्र उचलले आणि त्यावरील रक्त पुसले. ते चक्र म्हणजे तीक्ष्ण कडा असलेली लहान चकती होती.

''हा तर क्रूर वध आहे.'' कुणीतरी ओरडले. काही राजे स्वत:च्या तलवारी उपसून कृष्णावर आक्रमण करण्यास धावले. आपला मित्र आणि मार्गदर्शक कृष्णाच्या संरक्षणार्थ पांडव त्वरेने पुढे आले. राजसूय यज्ञस्थळाचे युद्धभूमीत रूपांतर झाले. शिशुपालाच्या वधकर्त्याशी लढावे अशी एकलव्याची प्रथम प्रतिक्रिया होती. परंतु विवेकाने आंतरिक उर्मींवर मात केली. मृत राजाच्या समर्थकांहून कृष्णाच्या समर्थकांची संख्या अधिक होती. कृष्ण आणि पांडव आपल्या निंदकांची निर्दयतेने हत्या करू लागले. इंद्रप्रस्थाच्या बाह्यभागी शाल्व आणि धांतवक्र सैन्यासह प्रतीक्षा करीत होते. कसेही करून त्यांच्यासमीप पोहचू शकलो तर चित्र पालटता येईल असा विचार करून एकलव्याने त्या स्थानावरून पलायन केले. मार्गात अडविणाऱ्या सैनिकांना कापून काढताना त्याने गतीत सातत्य राखले. अधिकाधिक सैनिक त्या संघर्षात सहभागी होऊ लागले. ब्राह्मण मात्र तेथून हळूच दूर सरू लागले. अश्वावर आरोहण करून एकलव्य इंद्रप्रस्थाच्या मार्गावरून आपल्या मित्रांच्या दिशेने धावू लागला. भयभीत कुक्कुट पक्षिणीप्रमाणे सैरावैरा धावणाऱ्या प्रजेमधून मार्ग काढत तो जाऊ लागला. मार्गातील एका भिक्षुकावर त्याने लत्ताप्रहार केला, तसा तो भिक्षुक तोल जाऊन पदपथावर पालथा पडला. एका संतप्त श्वानाने त्याच्या अश्वाचा

काही काळ पाठलाग केला. परंतु त्यानंतर तो वेदनेने कळवळणाऱ्या आपल्या स्वामीपाशी परतला. मनातल्या मनात त्या दोघांप्रती अपशब्द उच्चारत एकलव्य त्या भव्य नगरीच्या धुलिकामय मार्गावरून द्रुतगतीने जात राहिला. इतरांच्या मार्गात अडथळा उत्पन्न करणाऱ्या निष्क्रिय मनुष्यांचा त्यास अतिशय तिरस्कार वाटे.

एकलव्य धांतवक्र आणि शाल्वासमीप पोहचला तेव्हा तो उद्वेगाने आणि क्रोधाने धापा टाकत होता. कसेबसे त्याने सांगितले की, कृष्णाने शिशुपालाची हत्या केली आहे आणि आपणांस त्याचा सूड घ्यावयाचा आहे. त्याच्या संतप्त मित्रांनी यादवाप्रती अपशब्द उच्चारले. त्यांनी आपल्या सैन्यास नगरीत प्रवेश करण्याचे आदेश दिले. परंतु सैन्य पंक्ती पुढे सरसावल्या तेव्हा वासुकीने मार्ग अडविला. त्या वृद्ध नागनेत्याने आपला दंड उंचावला आणि सर्वांना शांत राहण्यास सांगितले. सैन्य संभ्रमित होऊन उभे राहिले. अश्वांचे वेग खेचल्याने ते भय व पीडेने खिंकाळू लागले.

"मूर्ख वृद्धा, दूर सर, अन्यथा आमच्या अश्वांच्या टापांखाली तुझी लक्तरे होतील." धांतवक्र ओरडला.

वासुकीने तिरस्कारयुक्त स्मित करीत त्यास पाहिले. परंतु एकलव्यास उद्देशून सांगितले, "हे लहानसे सैन्य इंद्रप्रस्थावर मात करू शकणार नाही. शिवाय इंद्रप्रस्थावरील आक्रमणामुळे भीष्मांचा आपल्यावर रोष ओढवेल आणि क्षणार्धात हस्तिनापुर आपणास नामशेष करील. यथासंख्य सैन्य उभे करण्यास आपल्याला धनाची आवश्यकता आहे आणि एका दुर्गवेष्टित नगरीची आवश्यकता आहे, जेथून आपण आपले कार्य करू शकू. येथे कृष्ण खेळी खेळतो. आपण ही खेळी त्याच्यावर उलटवू. त्याने द्वारका नगरी आपला मवाळ बंधू बलरामावर सोपविली आहे. आपण त्या नगरीवर आक्रमण करून यादवांना तेथून निष्कासित करू. एकदा त्या द्वारका नगरीचे पतन झाले, की आपण दक्षिण संयुक्त राज्य आणि हस्तिनापुर दोघांवर नियंत्रण ठेवू शकू. दोन्ही महान साम्राज्यामधील व्यापाराचे भूमीमार्ग आणि सागरी मार्ग आपण कुंठित करू शकू. येथून द्वारका अतिदूर आहे. परंतु एकलव्या, तुला मरुभूमी आणि अरण्यातील मार्ग ज्ञात आहे. आपण कृष्णाची नगरी जिंकून घेण्याची त्वरा करू. मी कसेही करून तक्षकास गाठेन. द्वारकेस वाचविण्यासाठी कृष्णाने तुमचा पाठलाग केला तर, त्यावर अकस्मात आक्रमण करण्यास आम्ही सज्ज राहू. द्वारकेस जा...त्वरित!" आपला वक्र दंड हलवीत वासुकीने आदेश दिला.

एकलव्य आणि शाल्वाने एकमेकांस चक्रावून पाहिले. 'ह्या वृद्धाची व्यूहरचना घातक आहे, परंतु लक्षणीय आहे. बलराम मवाळ आहे, त्यामुळे तो युद्ध करणार नाही. आपण सहजरीत्या कृष्णाची नगरी हिरावून घेऊ.' धांतवक्राने शंखध्वनी केला आणि आपले सैन्य नैर्ऋत्य दिशेस वळविले आणि ते सर्वजण वासुकीस मागे ठेवून आवेशाने मार्गस्थ झाले. वासुकीने संतोषाने स्मित करीत ते दृश्य पाहिले. द्वारकाप्राप्तीनंतर नागांचे आणि क्रांतीचे नेतृत्व त्या उपटसुंभ तक्षकाऐवजी माझ्याकडे येईल. मात्र, ह्याक्षणी त्या नागनेत्यास शोधणे आवश्यक आहे, कारण कदाचित कृष्णावर अकस्मात आक्रमण करावे

लागेल. तक्षकाच्या शोधार्थ तो द्रुतगतिने अरण्याच्या दिशेने जाऊ लागला.

* * *

सुयोधन आणि त्याचा समूह यमुनातटासमीप पोहचत असताना नैर्ऋत्य क्षितिजावर उठलेल्या धुळीच्या लोटाकडे अश्वत्थाम्याने त्याचे ध्यान वेधले. मरुभूमीच्या दिशेने धावणाऱ्या अश्वदळाच्या भित्तीचा अंतिम भाग त्यांना दिसला.

"कोण आहेत ते?" सुयोधनाने आश्चर्याने विचारले.

अकस्मात त्यांच्या पाठीमागून अन्य एक अश्वदळ अवतरले आणि भयंकर गतीने पुढे धावू लागले. त्याच्या अग्रस्थानी कृष्ण होता. त्याचे वदन गंभीर आणि चिंतातुर होते. सुशासनाने पल्याणावरून वाकून एका अश्वाचे वेग खेचले. त्यासरशी तो अश्व भयाने खिंकाळत गर्रकन वळला. इतर अश्वारोही न थांबता पडलेल्या अश्वावरून उड्या ठोकत पुढे गेले. सुशासनाने पडलेल्या मनुष्यास टापांच्या मार्गातून दूर खेचले. अंतिम अश्वाचे पुच्छ दिसेनासे झाल्यावर त्यांनी त्या बंदीवान मनुष्यास ह्या कोलाहलाचे कारण विचारले. त्याने त्यांना शिशुपालाच्या हत्येची कथा सांगितली. तसेच मित्राच्या मृत्यूचा सूड घेण्यासाठी धांतवक्र व निषाद आपले सैन्य घेऊन द्वारकेवर आक्रमण करणार असल्याची वार्ता सांगितली.

आपल्या भगिनापुत्रासह राजसूयास आलेल्या शकुनीने कृष्णाने इंद्रप्रस्थ सोडल्याची वार्ता ऐकताच धोतरात लपविलेले फासे प्रेमाने कुरवाळले. आता हा खेळ रंजक होऊ लागला आहे. 'भारतवर्षाच्या अंतपर्वाचा हा आरंभ आहे', त्याने स्वतःस सांगितले. त्यास हसू आवरेना. गांधार राजपुत्राच्या मुखावरील तेज जितक्या अकस्मात अवतरले, तितक्याच त्वरेने मावळलेही! फाशांच्या स्वामीने आपली आगामी चाल योजिली होती.

२६. पतन

नगरीच्या प्रवेशद्वारापाशी पोहचताच सुयोधनाने आश्चर्योद्गार काढले. पांडवप्रासादाचा सुवर्णकळस माध्यान्हीच्या उन्हात चमकत होता. अश्वत्थामा आणि कर्ण तो एकटक पाहत उभे राहिले, "हे अद्भुतनिर्माण करण्यात त्यांनी किती व्यय केला असावा?" असे म्हणत अश्वत्थामा हळुवार शीळ वाजवीत रम्य उद्यानाकडे वळला- इंद्रप्रस्थाच्या विस्तीर्ण मार्गावरून रमतगमत चालत, प्रत्येक नूतन नवलास पाहून आश्चर्योद्गार काढत, प्रत्येक चौकातील मूर्ती आणि जलधारांकडे निर्देश करीत अग्रेसर होताना प्रासाद निकट येऊ लागला तसतसे ते अधिकाधिक उत्तेजित होऊ लागले.

"आपल्या राज्यास ग्रासणाऱ्या महानतम समस्येवर उपाय काढण्यात युधिष्ठिरास कसे यश मिळाले ह्याचे मला नवल वाटते. मार्गात एकही दरिद्री मनुष्य नाही, हे पाहिलेस का? हे स्थान संपन्न आणि वैभवशाली भासते." मनातील मत्सरडंखावर नियंत्रण ठेवण्याचा प्रयत्न करीत सुयोधन म्हणाला.

"सुयोधना," युवराजाच्या गतीशी समायोजन साधण्यासाठी आपल्या अश्वास गती देताना कर्ण म्हणाला, "तुला काही वैचिष्य जाणवते का? ह्या मार्गावर जनसंख्या अत्यल्प आहे आणि ह्या सर्व व्यक्ती महत्त्वपूर्ण भासतात. ह्या नगरीत सामान्य मनुष्यांचा अभाव का आहे? इतकी विस्तीर्ण नगरी व्यस्त असणे अपेक्षित आहे-विशेषत: राजसूय यज्ञ होत असताना!"

"ह्या नगरीतील मार्गांवर युद्ध किंवा आक्रमण झाल्याचे भासत नाही. सर्व काही सुव्यवस्थित आहे. कदाचित सर्व प्रजा राजसूय यज्ञस्थळी असावी." सुयोधन शांतपणे म्हणाला. परंतु त्यालाही त्या स्थळी व्यापून राहिलेल्या अभद्र शांततेविषयी चिंता वाटू लागलेली होती. गस्तरक्षक रथाचा घंटानाद त्यांना ऐकू आला. परंतु त्यामुळे त्या खिन्न नगरीस आच्छादणारी तणावपूर्ण शांतता प्रकर्षाने जाणवू लागली.

"ए.. ते पहा." अकस्मात ओरडत कर्णाने अश्वावरून खाली उडी मारली. सुयोधनाने पाहिलेकी तो पदपथापाशी धावला आहे आणि एका विक्रीकेंद्राच्या मिटलेल्या द्वारापाशी पडलेल्या लक्तरांच्या गाठोड्यापाशी गेला आहे. अकस्मात एक श्वान भुंकू लागले आणि त्वेषाने दात परजत कर्णाच्या दिशेने सुसाट धावले.

ते गाठोडे हलले. सुयोधन उद्‌गारला.''तो मनुष्य आहे आणि तो अजूनही जीवित आहे.'' तोही अश्वावरून उतरला आणि कर्णामागून धावला.

अश्वत्थामा मित्रांपाठीमागून धावला. तो श्वान त्यांना दूर राखण्याचा प्रयत्न करीत होता. ती जीर्ण-शीर्ण गोधडी सरकली आणि तो मनुष्य पाण्यासाठी कण्हू लागला. कर्णाने अधिक एक पाऊल पुढे टाकले. परंतु त्या श्वानाने त्याच्यावर झेप घेतली. कर्ण त्वरेने दूर सरला, त्यासरशी तो श्वान केकाटत खाली पडला.

''हा श्वान अंध आहे.'' अश्वत्थामा म्हणाला. त्याने सावधपणे त्या श्वानाच्या मस्तकावर हात ठेवला. श्वानाने चावण्याचा प्रयत्न करताच हळुवारपणे बोलत, चुचकारत, तो त्यास प्रेमाने थोपटू लागला. श्वान शांत झाला आणि त्याने ब्राह्मणाच्या स्कंधावर आपली पावले ठेवली. ते त्यास चाटू लागले त्याचा अश्वत्थाम्याने स्मितवदनाने स्वीकार केला. एक नवलपूर्ण विचार त्याच्या मस्तकात डोकावला. ह्या श्वानाचे प्रेम स्वीकारताना माझ्या पित्याने मला पाहिल्यास काय होईल? षटवर्षीय अश्वत्थाम्याने एकदा एका श्वान शावकास सदनी आणले होते. त्यावेळी त्याच्या पित्याचा संताप अनावर झाला होता. ब्राह्मणाने श्वानास पाळणे हे पाप आहे असे म्हणत द्रोणांनी अश्वत्थाम्यास वेत तुटेपर्यंत झोडपले होते. 'श्वान हा गलिच्छ प्राणी आहे आणि ब्राह्मणी जगतात जे जे काही पापी गणले जाते त्याचा तो निर्देशक आहे. श्वान स्वामीबद्ध असतात; ते आपल्या भूभागाचे रक्षण करतात आणि त्याकरिता संघर्ष करतात; ते भावनाप्रधान असतात आणि जीवनावर निरतिशय प्रेम करतात. श्वान हा मनुष्याचे मिथ्या जगताप्रती असलेल्या बद्धतेचे प्रतीक आहे. परंतु गाय पवित्र असते कारण ती स्वामीस बद्ध नसते आणि जीवन समभावाने जगते.' पित्याने सांगितलेल्या ह्याच कारणास्तव अश्वत्थाम्यास श्वानाविषयी आदर आणि प्रेम वाटे. त्याने त्या अंध श्वानास कवेत घेतले आणि ते त्याचे मुख चाटत आपले प्रेम व्यक्त करू लागले- असे गाढ प्रेम- जे करणे कुणाही मानवास शक्य नव्हते.

कर्णाने सावधतेने ते जीर्ण आच्छादन दूर सारले, तसे सुयोधनाने भयभीत होत मुख अन्यत्र वळविले. त्या मनुष्याच्या व्रणग्रस्त मुखावर खोल, काळेनिळे, माराचे व्रण होते आणि त्याची गोधडी रक्ताने भिजली होती. कर्णाने तारस्वराने पाण्याची मागणी केली. तत्काळ एक सैनिक पाणी घेऊन आला. त्याने भिक्षुकाच्या मुखात पाणी ओतले. तसे त्या मनुष्याने ते अधाशीपणे गिळले. थरथरत त्याने कष्टाने उठण्याचा प्रयत्न केला. परंतु तो पुन्हा भूमीवर कोसळला.

सुयोधनाने पुढे होत त्यास आधार देत उठवले. ''तुझी ही अवस्था कशी झाली?''

''माझ्या देवाच्या निवासस्थानी पोहचण्याची त्वरा असलेल्या कुणीतरी मला त्याच्या मार्गातून दूर सारले. त्यानंतर मीच माझ्या देवाचा मार्ग बनलो. देव मला तुडवून गेला.'' भिक्षुकाने गूढ उत्तर दिले.

''हा काय बडबडत आहे?'' अश्वत्थाम्याने विचारले.

"माझ्या मते, प्रथम एकलव्याच्या सैन्याने ह्यास लाथाडले असावे आणि त्यानंतर एकलव्याच्या मनुष्यांचा पाठलाग करणाऱ्या कृष्णाच्या सैन्याने ह्यास तुडविले असावे." सुयोधन म्हणाला.

तो भिक्षुक रडू लागला. "कृष्णा! तुझे पाऊल ठेवण्यासाठी मी माझा देह अर्पण केला. किती मी भाग्यवान! हा जर भाग्यवान आहे, कारण त्वरा असतानाही तू ह्या दीन भक्ताविषयी विचार केलास आणि तुझ्या अश्वांच्या खुरांनी मला स्पर्श केलास. तुझी लीला अपरंपार आहे, तुझे प्रेम अमर्याद आहे, देवा!"

"पहा सुयोधना, तुझ्या प्रश्नाचे एक उत्तर तुझ्या सन्मुख आहे. ह्या इंद्रप्रस्थातील एक दरिद्री मनुष्य येथे आहे." कर्ण म्हणाला. 'जरा, तू कायम माझे हृदय विदीर्ण का करतोस?' तो स्वत:शीच म्हणाला.

"मी ह्या मनुष्यास ओळखतो..."

सुयोधनाचे विधान पूर्ण होण्याआधीच जर त्यास म्हणाला, "आपणास ह्या नगरीतील दीन दरिद्री जन पाहण्याची इच्छा आहे का? माझ्या सोबत या. दरिद्री जन माझ्या देवाचे खरे भक्त आहेत. त्यामुळे त्यांच्यावर देवाची कृपा आहे. जेव्हा कुणी माझ्या देवावर प्रामाणिकपणे प्रेम करतो, तेव्हा देव त्याच्यावर अनेकपटीने प्रेम करतो. सर्वप्रथम तो त्याची संपत्ती हिरावून नेतो. तो त्याच्या भक्तांना दु:ख आणि संकटे देतो. कारण केवळ संकटातच आम्ही त्याचे स्मरण करतो हे तो जाणतो. आमच्यापाशी सुख संपत्ती असते तेव्हा आम्ही त्याचे स्मरण करीत नाही आणि भौतिक सुखात डुंबत राहतो. तो आम्हास दुर्दैव देतो, जेणे करून आम्ही ह्या मिथ्या जगाचा द्वेष करावा आणि मोक्षासाठी प्रयत्न करावा. तो कृपाळू आहे. या, पहा माझ्या सहवासी जनांस, माझ्या हरीच्या प्रजेस, माझ्या कृष्णाच्या जनतेस–त्यामुळे स्वर्ग कसा असते हे आपणास समजेल."

"याचा जो कुणी देव आहे ती असुरक्षित व्यक्ती असावी असे वाटते. प्रत्येकाने त्याच्या महानतेचे गुणगान करावे आणि त्याची प्रशंसा करावी अशी त्यास आस दिसते."अश्वत्थाम्याने टिप्पणी केली. जर आणि सुयोधनाव्यतिरिक्त इतर सर्वजण हसले.

"कृष्णा, कृष्णा..." देहभान हरपून आपल्या देवाचे नाव घेत जर नदीपाशी धावला.

धर्माने अश्वत्थाम्याच्या कवेतून स्वत:स सोडविले आणि तो आपल्या स्वामीपाठीमागून धावू लागला. सुयोधन आणि त्याचे मित्र पाठीमागून चालले. सर्वजण घाटावर पोहचताच त्यांना दिसले की, जर नाविकास नदीपलीकडे घेऊन जाण्यास विनवीत आहे. नाविक त्रासलेला दिसत होता. परंतु सुयोधन आणि त्याच्या सोबत्यांना पाहिल्यावर तत्काळ त्याचा अविर्भाव बदलला. लांगुलचालन करीत चापल्याने तो बांधलेली नाव सोडविण्यास धावला.

त्यांनी आपले सैन्य नगरतटावर ठेवले आणि त्या भिक्षुक आणि श्वानासह ते यमुनेच्या पलीकडील तटावर निघाले. नाव दरिद्री आणि अस्पृश्य वस्तीसमीप जात

असतानाच नदीच्या निळ्याजांभळ्या पाण्यात सूर्य हळूहळू बुडला. क्षितिजावर घरट्यापाशी परतणाऱ्या पक्ष्यांचे थवे दिसू लागले. दिन अस्तास गेल्याबद्दल काकपक्षी शोक व्यक्त करीत होते. जर आपल्या देवाच्या स्तुतीपर गायन करू लागला. नदीच्या सौंदर्याने ते सर्वजण मंत्रमुग्ध झाले. भिक्षुकाचा संपन्न सुस्वर, त्या मर्मस्पर्शी गीतास ताल देणारा नाव वल्हवण्याचा ध्वनी, नावेस कुरवाळून दूर वाहणारे पाणी ह्या व्यतिरिक्त सर्वांचा त्यांना विसर पडला. पूर्वेकडील नभातील रुपेरी चंद्रकोरीचे पाण्यातील प्रतिबिंब सहस्त्रावधी लाटांनी ते छिन्न होत होते. ते पाहता पाहता सर्वजण विरुद्ध घाटानजीक पोहचले.

घाटावर पाऊल ठेवताक्षणी एका श्यामवर्णी मनुष्याने त्यांच्या पुढ्यात उडी मारली. त्याच्या अशा अकस्मात अवतरण्याने सुयोधन दचकला आणि त्याचा हात नकळत तलवारीपाशी गेला. परंतु त्या मनुष्याने सुयोधनाचे मनगट धरले आणि तो बरळू लागला. "तू राजपुत्र आहेस का? हो, तू धनवान दिसतोस. परंतु राजपुत्र आमच्या भेटीस का येईल? आम्ही तर अस्पृश्य आहोत. येथे कोणीही येत नाही, किमान तुझ्यासम कोणी. कारण, तुम्ही प्रदूषित व्हाल आणि तुमच्या उच्च कुलातून नीच पातळीवर उतराल. तुम्ही मला शोधत आला आहात का? तुमच्या राज्यात नगररचना करण्यास तुम्हांस वास्तुशिल्पकाराची आवश्यकता आहे का? मी ते करू शकतो. मला तुमच्यासोबत न्या. मी अशी नगरी बांधेन जिच्यापुढे ही शापित नगरी एखाद्या बालकाच्या वालुकेतील दुर्गाप्रमाणे भासेल. मी ती नगरी त्यांच्याकरिता बांधली आणि त्यांनी मलाच तेथून तडीपार केले. मी तुमच्याकरिता नगर बांधले तर त्यातील एक कोपरा तुम्ही आम्हास द्या. मी आणि माझ्या परिजनांकरिता अल्पशी भूमी... इतकीच आमची मागणी आहे...किंचित आदर, किंचित आपुलकी. आम्हीही मानव आहोत आणि आम्ही श्यामवर्णी त्वचा घेऊन जन्मलो हा आमचा दोष नाही. मी तुमच्यासाठी महान नगरी बांधण्याचे वचन देतो. आपण इंद्रप्रस्थ पाहिले का? मी बांधले ते... आम्ही सर्वांनी मिळून बांधले... उन्हातान्हात.. पावसापाण्यात.. ह्या ग्रामातील स्त्रिया व मुलांनी ती चमकती सुवर्णनगरी बांधली... त्या मंदिरातील देवाची मूर्ती घडवली... परंतु ती अंध आहे... त्यांनी मला माझे काम पूर्ण करू दिले नाही. मी तुमच्यासाठी त्याहून भव्य मंदिर बांधले तर तुम्ही मला देवांना नेत्र देण्याची अनुमति द्याल का?"

सुयोधनाने आधाराकरिता अश्वत्थाम्याचा हात धरला. कर्णाने दात आवळले. बरळणारा हा माथेफिरु मनुष्य कोण आहे हे त्यांनी ओळखले. हा मयासुर आहे, सुप्रसिद्ध वास्तुशिल्पी. मयासुरासम परिजनांस पांडवानी यमुनेपलीकडील भयानक जगतात निष्कासित केले होते. स्वतःच्या भव्य नगरीतून दरिद्री आणि वंचितांच्या जगतात! मलमूत्राच्या दुर्गंधीने जणू त्यांच्या देहावर प्रहार केला. मंद प्रकाशास त्यांचे नेत्र सरावले तेव्हा त्यांना अनेक कोस अंतरापर्यंत पसरलेली अगणित कुटीरे दिसली. लहान तैलदीप क्वचित स्थळी फडफडत होते. मद्यधुंद परिजनांचे बरळणे आणि आरोळ्या त्यांना ऐकू आल्या. येथे सर्वांना पुरेसे दुःख होते, ज्यायोगे सर्वांनी आपल्या जीवनाचा तिरस्कार करावा आणि मोक्षासाठी प्रार्थना करावी. देवाची कृपा उदंड असते!

"मयासुरा, हे काय करीत आहेस?" एका वृद्धाने तेथे येऊन त्या वास्तुशिल्पकाराचा हात धरला. परंतु कर्णास पाहताक्षणी तो मौन झाला. कर्णाच्या कवचावरून त्याची दृष्टी फिरली. त्या योद्धयाचे श्यामल नेत्र आपल्यावर रोखल्याचे जाणवताच मुख वळवीत तो म्हणाला, "ह्याची प्रकृती स्वस्थ नाही. जेव्हा हा कामात नसतो, तेव्हा त्याचे भान हरपते आणि तो असा असंबद्ध बरळतो. तुम्हास भासते तसा हा माथेफिरु नाही. खरे तर, हा अलौकिक मनुष्य आहे."

कर्णाचे कवच पाहताक्षणी मयासुर उद्‌गारला, "तात, तुम्ही उल्लेख केला ते कवच ह्याच्या कवचाइतके बळकट आहे का? आपल्याला आपल्या रचनेत बदल करावा लागेल."

त्या वृद्धाचे मुख भयाने विवर्ण झाले. मयासुराने त्या दोघांनाही बाधा उत्पन्न होईल असे काही बोलण्यापूर्वीच त्याने त्यास ओढत दूर नेण्याचा प्रयत्न केला. हे दृश्य पाहण्यास जमलेले काही प्रेक्षक मोठ्याने टिप्पणी करीत मयासुराच्या मन:स्थितीविषयी संदेह व्यक्त करू लागले.

ते अंधारात दिसेनासे होताना अश्वत्थाम्याने ओरडून विचारले, "कर्णाच्या कवचाविषयी काय विचारत होतास, मयासुरा?"

तो वास्तुशिल्पी थबकला आणि ओरडून उत्तरला, "आम्ही एका अशा शस्त्राची रचना करीत आहोत, जे कर्णाचे कवच भेदू शकेल. तू कर्णाचे नाव ऐकले आहेस ना? तो अर्जुनाचा सर्वात मोठा शत्रू आहे आणि अर्जुन माझ्या पित्याचा पुत्र आहे. देवराज इंद्र माझा पिता आहे. परंतु ते माझ्यावर त्यांच्या खऱ्या पुत्राहून अधिक प्रेम करतात, म्हणून ते माझ्यासोबत राहतात. आम्ही तो तीर अर्जुनास उपहारस्वरूप देणार आहोत, ज्यायोगे तो कर्णास ठार मारू शकेल. ह्या भेटीमुळे राजपुत्र सुखावेल आणि कदाचित मला माझी भगवान शिवाची मूर्ती पूर्ण करण्यास आणि त्यांचे नेत्र उघडण्यास अनुमति देईल." इंद्राने मयासुरास दूर ओढत नेले तसा त्याचा स्वर त्या कुटीरवस्तीतील कोलाहलामध्ये विरत गेला. कर्ण किंवा सुयोधन आपला पाठलाग करतील असे इंद्रास भय वाटले.

"विलक्षण गोष्ट म्हणजे, तो वृद्ध गृहस्थ परिचित भासतो." दिसेनाशा होणाऱ्या त्या मनुष्यद्वयास पाहत कर्ण म्हणाला.

"तो इंद्र आहे. देवांचा पराभूत राजा. तो परिचित वाटतो कारण तो अर्जुनाचा खरा पिता आहे." सुयोधनाने मित्रास सांगितले.

"तो माझ्या अहितासाठी का प्रयत्न करीत आहे हे आता समजले." व्यंगात्मक स्मित करीत कर्ण म्हणाला.

इतर सर्वांनी प्रतिक्रिया देण्यापूर्वीच जराने त्यांना आपल्यासोबत कुटीरवस्ती फिरून पाहण्यासाठी आणि तेथे राहणाऱ्या परिजनांस पाहण्यासाठी पाचारण केले. त्या नरकात ते जसजसे पुढेपुढे जाऊ लागले, तसतसे ते अधिकाधिक निराश होऊ लागले. त्यांच्यासह आलेल्या शकुनीच्या आनंदास आता उधाण येऊ लागले. 'हे मूर्ख भारतवासी आणि

त्यांचे देव–देवर्षी माझे कार्य आज सुलभ करणार आहेत. युधिष्ठिरामुळे तक्षकास त्याच्या विद्रोही सैन्यासाठी मोठा प्रमाणात मनुष्य उपलब्ध झाले आहेत. ही गोष्ट दुर्जयाच्याही ध्यानात आणून द्यावी.' गांधार राजपुत्राच्या मनात आले. 'अशी निर्दयी जातिव्यवस्था, निरुपयोगी कर्मकांड, भ्रष्ट शासक, स्वत:च्या उत्तरदायित्वाची जाण नसणारे नागरिक आणि काल्पनिक सुखासाठी वास्तव जगास नाकारणारा धर्म असताना हे भारतवर्ष त्याच्या शत्रुपुढे किती काळ तग धरू शकेल? हे भारतवर्षा, तुला सहस्त्रावधी इजा होऊन रक्तपात होत आहे. अल्पावधीतच तुझे पतन होणार आहे.' त्या परकीयाच्या मनात तिरस्कार दाटून आला. 'युद्ध– सर्वविनाशक, सर्वसंहारक युद्ध– आगमन करीत आहे. त्यामध्ये सर्व भारतीय राज्ये एकमेकांस भिडतील आणि एकमेकांस नष्ट करतील.' शकुनीस रक्ताचा गंध आला, त्याला वातावरणात मृत्यू जाणवू लागला. 'अंत:काळ येत आहे. युद्धाचे पडघम कान बधीर करीत आहेत.'

''मला हे सहन होत नाही. युधिष्ठिराने हे कसे जग निर्माण केले आहे? ही एक शापित नगरी आहे. सहस्त्रावधी मानवांचा आणि प्राण्यांचा बळी देऊन पांडवानी ही नगरी बांधली आहे. त्यांनी खांडववन नष्ट केल आणि त्यातील सर्वांचा संहार केला. अल्पसंख्य पुरोहितांना सुखावण्यासाठी ते आपल्या बहुसंख्य परिजनांसाठी कृमीकीटकाप्रमाणे व्यवहार करीत आहेत! चला, युधिष्ठिराच्या त्या आकर्षक प्रासादात जाऊ आणि त्या धर्मपुत्रास काही समर्पक प्रश्न विचारू.'' सुयोधन म्हणाला. पाहिलेल्या दृश्याने सुयोधनाचे मन आणि ह्रदय विदीर्ण झाले होते.

सुयोधन त्वरेने घाटावर आला आणि त्याने नाविकास पुन्हा नगरात घेऊन जाण्याचा आदेश दिला. त्याचे मित्रही त्याच्यामागून आले. जर त्यांच्यासोबत नदीतटापर्यंत आला. कुणीच काहीच बोलत नव्हते. बहुतांश काळ युवराजाने मन स्थिर ठेवले होते. परंतु एकदा का त्याच्या संतापाचा पारा चढला तर तो भयंकर उद्रेकासाठी प्रसिद्ध होता. आता दक्षतेची सीमा ओलांडून संतापाने तो म्हणाला, ''प्रथम त्यांनी वारणावतामध्ये एक निषाद स्त्री आणि तिच्या पाच पुत्रांना जाळले. त्यानंतर कृष्ण आणि अर्जुनाने खांडवात भयंकर हत्याकांड करविले. त्यानंतर कपटाने महाराज जरासंध आणि त्यांच्या निषाद सेनापतीस ठार मारले. आणि शिशुपालाची क्रूर हत्या केली. धर्माच्या नावाखाली अन्य किती जणांचे ते प्राण घेणार आहेत? हत्या, विध्वंस, बलात्कार– काही अल्पसंख्य पुरोहित ह्या सर्वांचे उदात्तीकरण करू शकतात किंवा त्याचे स्पष्टीकरण देऊ शकतात. हा दांभिकपणा त्रासदायक आहे. त्यांनी मयासुराशी कसा व्यवहार केला पाहा! अन्य कोणत्याही राज्यात, ह्याचा पुतळा उभा करून, त्याचा सन्मान केला गेला असता आणि त्याच्या कौशल्याचा उपयोग करून घेण्यासाठी राजाराजांमध्ये स्पर्धा झाली असती. येथे त्याला नगरीबाहेर गलिच्छ बाह्यभागी निष्कासित केले आहे. कारण हा जन्माने अवर्ण आहे, अस्पृश्य आहे. अनेक जण येथे वराहाप्रमाणे, निंद्य दारिद्र्यात जीवन कंठत आहेत आणि ते अधम पांडव धनिकांकरिता नगर उभारणीत धन्यता मानत आहेत. अशाच कृतीमुळे तक्षक आणि दुर्जयासम व्यक्तिमत्वे जन्मतात. मला त्या जर भिक्षुकासम परिजनांची कणव येते. ते

मनाने निष्पाप आहेत आणि भक्तीने अंध झालेली आहेत. युधिष्ठिराप्रमाणे महत्त्वाकांक्षा असलेल्या व्यक्तींना ते पूरक ठरतात.''

त्याच्या मित्रांनी शांतपणे त्याचे भाषण ऐकून घेतले. त्यांचेच विचार त्याच्या मुखातून ध्वनीक्षेपित होत होते. खोल चिंतनात गढलेला शकुनी उजव्या हाताने फासे खुळखुळवित राहिला आणि डाव्या हाताची अंगुली आपल्या रुपेरी दाढीतून फिरवीत राहिला. सोनेरी प्रकाशात न्हालेला प्रासाद आणि यमुनेच्या पलीकडील तटावरील अंधकाराशी तो दर्शवित असलेला विरोधाभास ह्याने सुयोधनाच्या संतापात भर पडली. जराच्या गायनाचे पुसट स्वर वाऱ्यासह नदीवरून तरंगत येऊ लागले. जराच्या दृष्टीने ते गीत भावभक्तीचे प्रतीक होते. परंतु राजपुत्र आणि त्याच्या मित्रांना ते भग्न परिजनांच्या करुण रुदनाप्रमाणे भासले- ह्या प्रक्षुब्ध जगात जिवंत राहण्यासाठी विश्वासरूपी काडीस चिकटून तिचा आधार घेणाऱ्या विकलपरिजनांचे करुण रुदन!

***

सुयोधन आणि त्याचे मित्र वादळाप्रमाणे प्रासादावर पोहचले, तेव्हा इंद्रप्रस्थाचा राजा नृत्य गायनाचा आस्वाद घेत होता. सभेत वारांगना, मान्यवर, पुरोहित आणि युधिष्ठिराचे अधिपत्य मान्य करणारे राजे-राजपुत्र उपस्थित होते. शिशुपालाच्या मृत्युपश्चात उडालेल्या धुमश्चक्रीत अनेक योद्धे आणि राजपुत्र मृत्युमुखी पडले होते. परंतु त्यामुळे समारंभाच्या उत्साह उणावला नव्हता. युधिष्ठिरानिकट त्याचे बंधू आणि द्रौपदी त्याचप्रमाणे पुरोहितगण बसले होते. सुयोधनाने झपाट्याने चालत दालनात प्रवेश केला तेव्हा सभेत शांतता पसरली आणि सर्वजण त्यास पाहू लागले. सभोवतालच्या वैभवास त्याने तिरस्काराने पाहिले. त्याच्या पाठीमागे उपस्थित कर्ण, सुशासन आणि अश्वत्थामाही युवराजाप्रमाणेच तिरस्काराने पाहत होते. शकुनी ओठांवर स्मित खेळवीत उभा राहिला. सुयोधनाने युधिष्ठिरावर दृष्टी केंद्रित केली.

''सुयोधना, तुझे स्वागत असो.'' उठून चुलतबंधूचे स्वागत करीत युधिष्ठिर म्हणाला.

''अस्सं. चेदीराजाची क्रूरपणे हत्या झाली ते हेच स्थान तर! असंख्य जणांचा बळी घेऊन बांधलेला हाच प्रासाद तर! युधिष्ठिरा, तू तुझ्या नगरातून अर्ध्या प्रजेस सीमापार केलेस, ज्यांनी इंद्रप्रस्थाची उभारणी केली त्या परिजनांशी असा व्यवहार करताना तुझे मस्तक लज्जेने अवनत कसे झाले नाही?''

''पुरे, दुर्योधना!'' धौम्यांनी हस्तक्षेप केला. ''ह्या आदर्श नगरीवर कायम पवित्र स्मृती राज्य करतील. येथे येऊन धर्माच्या प्रतीकाचा अवमान करण्याचे तुझे धाष्ट्र्य कसे झाले? तुला धर्माविषयी काय ज्ञान आहे? वास्तविक, तुलाच लज्जित होणे आवश्यक आहे- एका नीच सूताशी मैत्री करून त्यास राजा करण्यास्तव; समस्त ब्राह्मणांना कलंक अशा ह्या अश्वत्थाम्याशी मैत्री करण्यास्तव. तू आपला समाज नष्ट करू पाहात आहेस. परंतु मी जीवित असेपर्यंत तू यशस्वी होऊ शकणार नाहीस.'' तलवार उपसून सुशासन त्यांच्या दिशेने धावला ते पाहून त्यांची निंदा थांबली. त्यांचे शिष्यगण धडपडत मार्गातून

दूर सरले. धौम्य ओरडले, "हे माते... हा माझी हत्या करील! ह्या राज्यात एका दुर्दैवी ब्राह्मणास कोणतेच संरक्षण नाही का? अर्जुना, भीमा, साहाय्य करा..."

मार्जारापासून दूर पलायन करणाऱ्या मूषकाप्रमाणे सर्व पुरोहित धावू लागले. घडणाऱ्या घटनांचे पांडवांस आकलन होण्यापूर्वीच सुयोधन पुरोहितवृंदापर्यंत जाऊन पोहचला होता. मार्गातील जनांस दूर सारत तो पुरोहितप्रमुखांमागे धावला. तसे धौम्य युधिष्ठिरापाशी धावले. सुयोधनाच्या मित्रांनी युवराजास अडविण्याचा प्रयत्न केला परंतु सुयोधनाला एकदा संतापाने अंकित केले की, त्यास आपल्या ध्येयापासून विचलित करणे कुणालाच शक्य होत नसे. परंतु कैकदा नियती विचित्र पद्धतीने हस्तक्षेप करते. संतापाच्या भरात सुयोधनाचे पृष्ठपातळीस समतल तलावाकडे ध्यान गेले नाही. एक हात खोल आणि तीन हात रुंद असा तो तलाव सभागृहाच्या एका भित्तीपासून दुसऱ्या भित्तीपर्यंत पसरलेला होता. सभागृहाच्या पृष्ठतलाची रंगछटा किंचित गडद होती. अन्यथा त्या तलावाचे सभागृहाच्या भूमीपृष्ठाशी संपूर्ण तादात्म्य होते. घासघासून गुळगुळीत केलेले भूमीपृष्ठ तलावातील पाण्याप्रमाणेच प्रकाश परावर्तन करीत असल्याने तो तलाव भूमीपृष्ठाशी एकरूप झाला होता. त्याचे भिन्न अस्तित्व ओळखता येत नसे. पळतापळता धौम्य त्या पाण्यावरून उडी मारून पलीकडे गेले. परंतु अनभिज्ञ सुयोधनाचे पाऊल पाण्यात पडले आणि तो पालथा पडला. त्या आघाताने त्याच्या हातातील तलवार निसटली आणि उडून युधिष्ठिराच्या पावलानिकट पडली.

क्षणभर सर्वत्र नीरव शांतता पसरली. सुयोधनाचे मित्र साहाय्य करण्यास धावले. परंतु ते पोहचण्यापूर्वीच तो उठून उभा राहिला. त्याचे धोतर फेडले गेले आणि ओघळून पायापाशी पडले. सर्वजण भयचकित मुद्रेने समक्ष उलगडणारे भयनाट्य पाहू लागले. हस्तिनापुराचा युवराज महासभेतील उपस्थितांसमक्ष लज्जापूर्ण स्थितीत, अनावृत्त देहाने, वेदनेने आणि क्रोधाने तळमळत उभा होता. एका कटिवस्त्राव्यतिरिक्त तो संपूर्ण नग्न होता. कुणाच्याही मुखातून एकही शब्द फुटला नाही.

पाण्यात पडलेले सुयोधनाचे धोतर उचलण्यास कर्ण खाली वाकला. तितक्यात त्या दालनात उच्चरवाने हास्यध्वनी घुमू लागला.

"अंध! पित्याप्रमाणेच अंध!" द्रौपदी उद्गारली. आपल्या आनंदावरील नियंत्रण सुटून नग्न सुयोधनाकडे अंगुलिनिर्देश करीत तिने ओठ मुडपले.

सभागृहात सर्वत्र हास्य पसरले, अल्पावधीतच त्याचे हास्यगर्जनेत रूपांतर झाले. सर्व उपस्थित विस्मयचकित होऊन गदागदा हसू लागले. सभेच्या केंद्रभागी कल्पनातीत लज्ज आणि अवमान ह्यांनी दिग्मूढ सुयोधन नग्नावस्थेत उभा राहिला. हास्य आणि उपहास ह्यांमुळे त्याच्या कानाचा दाह होऊ लागला. क्षणापूर्वी भयाने पळणारे पुरोहित आता धीटपणे परतले आणि सुयोधनावर अपशब्दांचा वर्षाव करू लागले. मित्राच्या हातातील धोतर घेण्यास अथवा घोट्यापर्यंत पाण्यातून बाहेर येण्यास सुयोधनाने नकार दिला. चहुअंगाने होणाऱ्या अवमान आणि उपहासाचा वर्षाव झेलत तो तेथे ताठ उभा राहिला.

"अंधाच्या पुत्रास उत्तम अद्दल घडली!" सुयोधनास उद्देशून धौम्य ओरडले. मान्यवर आणि मित्र राजांच्या संमेलनास पाहत ते म्हणाले, "उपस्थित राजे आणि क्षत्रियहो, हे दृश्य ध्यानात ठेवा. ह्यातून सर्वांनी बोध घ्यावा. ब्राह्मणाचा अवमान करण्याचे हे शासन आहे. देवानेच हे घडवून आणलेले आहे. एका सूतास राजपदी उन्नत करण्याचे हे मूल्य आहे. आपल्या पवित्र स्मृतींच्या विरोधात बोलण्याचे हे मूल्य आहे. परंतु हा तर केवळ कलियुगाचा आरंभ आहे. ह्या अधम मनुष्यास त्याच्या पापाची फळे भोगावी लागतील. पहा, एखाद्या सामान्य सेवकाप्रमाणे कसा नग्न उभा आहे!"

"अंध, अंध..." टाळ्या आणि शीळेच्या गजरात पुरोहितगण समूहस्वराने ओरडू लागले. केवळ अर्जुन गंभीर मुद्रेने, अधोमुखाने आणि हाताची घडी घालून उभा होता. आपले रंजन लपविण्यास द्रौपदीने मुळीच कष्ट घेतले नाहीत. मित्रावर ओढवलेल्या प्रसंगाने क्रुद्ध झालेल्या कर्णाशी तिची दृष्टिभेट झाली. मनोमन ज्यावर प्रेम केले अशा व्यक्तीस पाहून पाच पुरुषांशी शय्यासोबत करण्याचे दुःख उफाळून येत त्याने तिचे हृदय व्यापले. स्वतःची आस लपविण्यासाठी केवळ एखाद्या स्त्रीसच साधेल अशा द्वेषाने ती कर्णास म्हणाली, "सूता, तुझ्या मित्राने ते कटिवस्त्रही गमाविण्यापूर्वी त्यास तुझ्या रथातून घेऊन जा."

कर्णाने सपकन् तलवार उपसली, परंतु अश्वत्थाम्याने त्यास रोखले.

"सूतास वाटते की, तो अर्जुनाशी द्वंद्व करू शकेल. किती हे व्यंग!" धौम्याच्या ह्या विधानावर सभेतून अधिक हास्य आणि शीळांचे प्रतिध्वनी उमटले.

आपल्या सभोवताली हसणाऱ्या मूर्खांना पाहून शकुनीने आपल्या ग्रहांना धन्यवाद दिले. एका लंबोदर पुरोहितास तिरस्कार वाटतो म्हणून भारतवर्षातील सर्वांत सामर्थ्यशाली साम्राज्याच्या युवराजास हे सर्वजण हसत आहेत. नीच कुलोत्पन्न असल्याने भारतवर्षातील सर्वश्रेष्ठ धनुर्धराचा हे अपमान करीत आहेत. हे बदललेले वातावरण पाहून गांधार राजपुत्रास देवास धन्यवाद देण्यासाठी पश्चिमेस गांधार देशाकडे मुख करून गुडघ्यावर बसून प्रार्थना करण्याची इच्छा झाली. परंतु आपल्या भाच्याचा उपहास पाहत तो तसाच स्थिर उभा राहिला. त्याच्या उचंबळून आलेल्या भावना त्याच्या गंभीर मुद्रेमागे लपल्या. सुयोधनाने मस्तक उचलले आणि नेत्रांवर ओघळलेले काळे कुरळे केश मागे सारले. पाणी झटकण्यासाठी त्याने मस्तक हलविले. त्यानंतर त्याने युधिष्ठिरास रोखून पाहिले, तसा इंद्रप्रस्थाच्या राजाचा श्वास कुंठित झाला. सुयोधनाने वळून द्रौपदीस पाहिले, तसे तिच्या हास्याचे मौनात रूपांतर झाले. युवराजास पाहण्याचे धाष्ट्य न झाल्याने तिने दृष्टी आपल्या पावलांकडे वळविली. सुयोधनाने तलावाबाहेर पाऊल टाकले. आपले पाऊल मागे घेत धौम्य पुरोहित वृंदाआड गुप्त झाले. अश्वत्थाम्याने सुयोधनास धोतर दिले. परंतु हाताच्या एका हेलकाव्यानिशी त्याने ते झटकले. सभागृहात पुन्हा शांतता पसरली. एकही शब्द न बोलता, नग्न देह झाकण्याचा प्रयत्न न करता, हस्तिनापुराचा युवराज सभागृहातून बाहेर पडला. त्याचे मित्र त्याच्या पाठोपाठ गेले. केवळ एका कटिवस्त्रानिशी उन्नत मुखाने तो चालत राहिला, तसे भयमिश्रित आदराने राजे-राजपुत्र त्यास अभिवादन करू लागले.

आपल्या वर्तनाविषयी आता ते लज्जित झाले होते. परंतु एका महत्त्वपूर्ण व्यक्तीच्या पतनावर हसण्याच्या ऊर्मीने त्या क्षणी त्यांना अंकित केले होते हेही खरे! कठोर मुद्रेने मान डोलावित त्यांच्या अभिवादनाचा स्वीकार करीत नासिकाग्र दृष्टी ठेवत त्याने बाहेरील अंधकारात प्रवेश केला. युधिष्ठिराच्या प्रासादावर स्मशानशांतता पसरली.

* * *

इंद्रप्रस्थाशी युद्धाची घोषणा करावी ह्यासाठी अश्वत्थामा, कर्ण आणि सुशासन सुयोधनास विनवू लागले. त्या घटनेस तीन दिवस लोटल्यानंतर माध्यान्हकाळी ते सर्वजण राजपुत्राच्या कक्षात बसले होते. अशा अवमानाचे कुणासही विस्मरण होऊ नये. अशा नीच व्यवहारासाठी इंद्रप्रस्थास मूल्य द्यावेच लागेल. महाधिपतींस आपली न्याय्य मागणी पटवून देता येईल ह्याची त्यांना ग्वाही होती. हस्तिनापुराच्या सामर्थ्यापुढे इंद्रप्रस्थासम क्षुल्लक राज्य किती तग धरू शकेल? शिवाय यादव द्वारकेस पोहचण्यात यशस्वी झाले असतील, तर कृष्ण त्या निषादांशी लढण्यात व्यग्र असणार. परशुराम अजूनही मूर्च्छितावस्थेत असल्याने त्यांच्या नेतृत्वाअभावी दक्षिण संयुक्त राज्य गलितगात्र झाले आहे. पांडवांना नष्ट करण्यासाठी हाच योग्य समय आहे. मानवतापूर्ण नियम राबविण्याचा समय आलेला आहे. असे नियम- जे कोणत्याही शास्त्रावर आधारित नाहीत, जे सर्व मतप्रवाहांचा आदर करतात, ज्यांमध्ये कुलाधारित विशेषाधिकार नाहीत आणि जे सर्वांना समान मानतात. हाच क्षण आहे, तक्षकास अपेक्षित अराजकापासून किंवा धौम्य- परशुरामाच्या ईश्वरसत्ताक राज्यपद्धतीपासून ह्या राष्ट्रास वाचविण्याचा!

सुयोधनाची मन:स्थिती द्विधा होती. आपल्या मित्रांच्या सूचनेनुसार आचरण करण्याची त्याचीही इच्छा होती. तो अपमान गिळणे किंवा त्यांना क्षमा करून सर्व विसरणे बिकट होते. 'मी क्षत्रिय आहे, संत नाही.' तो स्वत:स समजावू लागला. तरीही प्रत्येक वेळी युद्धाचा विचार करताच आपण भेट दिलेल्या कुटीरवस्तीची प्रतिमा त्याच्या मनात उमटे. जर आणि त्याच्या अंध श्वानाचे मुख त्याच्या दृष्टिसमक्ष नर्तन करी. सुंदर नगरी बांधण्यासाठी कष्ट उपसणारे मयासुर आणि इतर स्त्रिया, मुले ह्यांचा विचार त्यास कडावरून परावृत्त करी. महत्त्वपूर्ण गोष्टींचा विचार करता माझा अवमान महत्त्वाचा नाही. 'माझ्या सन्मानार्थ किती प्राणहानी होईल? त्याचे मूल्यही दीन दुबळ्यांनाच द्यावे लागेल.' ह्या विचाराने तो अगतिक होई. परंतु द्रौपदीचे हास्य अजूनही त्याच्या कानी गुंजत होते. 'त्यांनी माझा असा अवमान करण्याचे धाष्ट्‌र्य कसे केले?' युधिष्ठिराच्या सभेत केंद्रस्थानी नग्नावस्थेत उभे राहण्याचे स्मरण होताच तो लज्जेने पेटून उठे. 'पांडवांना ह्याचे मूल्य द्यावे लागावे, परंतु युद्धही टळावे असा उपाय आहे का?'

शकुनी सुयोधनाचे सूक्ष्म निरीक्षण करीत होता. इंद्रप्रस्थाच्या घटनेविषयी आरंभी त्याची प्रतिक्रिया आनंदी होती. संभाव्य युद्ध आणि आपल्या शत्रूच्या विनाशाची त्यास प्रतीक्षा होती. परंतु तीन दिवसांनंतर त्यास ह्या परिस्थितीस अधिक तर्कदृष्टीने पाहण्याची बुद्धी झाली. आरंभीच्या कलहानंतर भीष्म हस्तक्षेप करतील आणि चुलतबंधुंना पुन्हा

एकत्र आणतील असे त्यास भय वाटले. त्यामुळे आपले महायुद्धाचे स्वप्न विरण्याची त्यास शक्यता वाटली. शिवाय कृष्ण दूर होता. 'माझ्याप्रमाणेच कृष्णासही युद्धाची इच्छा आहे. दक्षिण संयुक्त राज्याच्या सहभागाविषयी शंका आहे आणि द्वारका स्वतःच्या युद्धात मग्न आहे. नाही, ह्यासमयी युद्ध झाले तर माझा हेतू साध्य होणार नाही.' त्याच्या मनात विचार आला. सर्व राज्यांनी युद्धात सहभाग घ्यावा अशी त्याची इच्छा होती त्यात पूर्वेकडील प्रगियोतिश, अंग, वंग इ. देशांपासून पश्चिमेकडील द्वारका, सिंध, गांधार इ. देशांचा समावेश असावा. त्या महान युद्धात हिमालयातील पर्वत राज्यांपासून दक्षिणेतील चेरा आणि पांडासारख्या असुर राज्यांचा सहभाग असावा. भारतवर्षातील एकही राज्य ह्या संहारामधून वाचू नये. ह्या शापित भूमीच्या आणि येथील दुःखाच्या समूळ नाशाची त्याची आस होती.

"राजपुत्रा, एकही तीर न मारता किंवा एकही रक्तबिंदू न सांडता सूड घेण्याचा आणि विजय मिळविण्याचा अन्य एक मार्ग आहे." जणू राजपुत्राचे मन वाचल्याप्रमाणे शकुनी म्हणाला. सर्वजण उत्सुकतेने त्या परकीयास पाहू लागले. "ह्यास तुमच्या..अं.. म्हणजे आपल्या पवित्र शास्त्राची अनुमति आहे. विवाह, युद्ध, मूल्यदान किंवा द्यूत ह्याद्वारे एक राजा दुसऱ्या राजावर विजय मिळवू शकतो. युधिष्ठिरास द्यूत खेळण्यासाठी का बोलावू नये बरे?" शकुनीने स्मित करीत म्हटले.

ते एकमेकांस पाहू लागले. नंतर अश्वत्थामा म्हणाला, "द्यूत हा दैवाधारित खेळ आहे. युधिष्ठिर जिंकणार नाही ह्याची काय ग्वाही?"

शकुनीने धोतराच्या निऱ्या मधून फासे काढले आणि मूक प्रार्थना केली. मिटल्या नेत्रांनी तो ओरडला, "बारा!"

सुयोधन आणि त्याचे मित्र उत्सुकतेने पाहू लागले. फासे भूमीवर पडून गरगरा फिरले, एकमेकांवर त्वेषाने घासले, क्षणभर विरुद्ध दिशेने वळले आणि अखेर स्थिरावले. दोहोंवर सहा खुणा होत्या – परिपूर्ण बारा!

"आठ!" गांधार राजपुत्राने आरोळी ठोकून पुन्हा फासे फेकले. त्यांनी घरंगळून आठ दर्शविले. "सहा!" शकुनीने आदेश दिला आणि फाशांनी तो पाळला. त्याने शतवार फासे फेकिले. प्रत्येक वेळी फाशांनी इप्सित अंक दर्शविला.

हे आव्हान स्वीकारून कर्ण, सुयोधन आणि अश्वत्थामा प्रत्येकाने स्वतःचे अंक सांगितले. तीन दशकांचा अभ्यास असल्याने त्या परकीयाने सहजरीत्या इष्ट दान पाडले.

प्रदर्शन समाप्त झाले आणि प्रदर्शकाने आपल्या प्रशंसकांस अभिवादन केल्यानंतर सुयोधन उभा राहिला. "हो. आपण द्यूत खेळू शकतो. त्या धर्मपुत्रास आपण असे आमंत्रण पाठवू जे तो नाकारू शकणार नाही. त्याच्याच धर्माच्या साहाय्याने आपण त्यास बद्ध करू. आम्हांसही डावपेच खेळता येतात."

त्याच्या मित्रांनी आनंदोद्गार काढत एकमेकांस अलिंगन दिले. शकुनी ह्या दृश्यास गंमतीने पाहू लागला. शतकोत्तर एक वार फासे टाकत तो ओरडला. "बारा!"

ती खेळी म्हणजे भारतवर्षाच्या प्राचीन संस्कृतीतील बाह्य प्रभागातील एका लहानशा राज्याद्वारे भारतवर्षावर शासन करणाऱ्या मूर्खांना एक आव्हान होते! भाषा, कुल, धर्म, वर्ण आणि क्षुल्लक अहंकारापोटी एकमेकांशी संघर्ष करणाऱ्या भारतीयांना त्यांच्या पवित्र भूमीवर घरंगळणारे ते फासे दिसले नाहीत, ऐकू आले नाहीत की जाणवलेही नाहीत! नित्यानुसार फाशांनी त्या परकीयाची आज्ञा पाळली.

२७. फासे घरंगळले

"तुम्ही युधिष्ठिरास द्यूतक्रीडेचे आमंत्रण दिले आहे असे ऐकले." विमनस्क सुयोधनासन्मुख भानुमतीने हळुवारपणे विषय काढला. त्याने केवळ हुंकार दिला. तिने पुन्हा पृच्छा करताच त्याने नि:शब्दपणे कक्षातून प्रयाण केले. तो दुखावला गेला आहे हे तिने जाणले होते. परंतु त्या दुखावलेपणास इजेचे स्वरूप येऊ नये अशी तिची इच्छा होती. आधीच सर्वजण त्यांचा द्वेष करीत. तो दीर्घ काळ शकुनीमामांच्या सहवासात व्यतीत करीत असे. त्यामुळे तिला त्याचे क्वचित दर्शन होई. क्रोध व कटुतेने ग्रस्त पतीस पाहून तिच्या हृदयास यातना होत. आपला उदारहृदयी पती परत मिळावा अशी तिची इच्छा होती.

चुलतबंधुशी द्यूतक्रीडेपूर्वी काही दिवस त्यांच्या कक्षात एकांतात पतीचे मन वळवावे ह्यासाठी ती प्रयत्न करू लागली. त्याने कक्षात प्रवेश केला त्यावेळी जुळी मुले निद्राधीन झाली होती. तो क्षणभर प्रवेशद्वारापाशी थबकला. मुले निद्रीत आहेत का ह्याची तो निश्चिती करीत होता. तिनेही निद्रेचे सोंग घेतले. त्याने फुंकर घालून दीप विझवल्याचे तिला ऐकू आले. त्याच्या भाराने शय्या दबलेली तिला जाणवले. त्यापश्चात तिने वळून त्याच्या स्कंधास स्पर्श केला. तत्क्षणी तो ताठरला. ती भयभीत झाली. परंतु तिने निश्चय केला होता. तिला शांत राहवले नाही. "आपल्याला त्यास इतके गंभीर मानण्याची आवश्यकता आहे का?"

काहीच प्रतिक्रिया उमटली नाही. हळुवारपणे ती म्हणाली, "तो केवळ अपघात..."

"भानु, तू ह्यात मध्ये पडू नको!" सुयोधन आवेशाने शय्येवरून उतरला तसा तो एका पटास धडकला. "ह्याचा केवळ माझ्याशी आणि माझ्या चुलतबंधुंशी संबंध नाही. ह्याचा संबंध ह्या राष्ट्राशी आणि येथील प्रजेच्या भविष्याशी आहे. तू इंद्रप्रस्थ पाहिले नाहीस. पांडवांच्या त्या आदर्शनगरीत दरिद्री जन कसे राहतात हे तू पाहिले नाहीस. तू हे पाहिले नाहीस की..."

"तुमचे व्याख्यान तुमच्या मित्रांना ऐकवा. त्या गोष्टीमुळे तुमच्या क्रोधात भर पडली असेल. परंतु ह्या द्यूतक्रीडेचा तुमच्या अहंकाराशी अधिक संबंध आहे..."

"त्यांनी केवळ माझा अवमान केला नाही. त्यांनी कर्णाचाही अवमान केला. द्रौपदीने त्यास माझे सारथ्य करण्यास सांगितले..."

“तर मग ह्याचा तुमच्याशी संबंध नसून मित्र कर्णाशी आहे.”

“पुरे!” सुयोधनाच्या स्वरातील तीव्रता भानुमतीने ह्यापूर्वी कधीच अनुभवली नव्हती. “हो, हा माझा अहंकार आहे. माझा अवमान करण्यात आला. असे अवमान मी निमूटपणे सहन करावेत अशी तुझी अपेक्षा आहे का? मी क्षत्रिय आहे, मी भीष्मांचा पौत्र आहे. तू मला हे हसून सोडून देण्यास सांगतेस? मयासुरासम मनुष्याशी ते कृमीसम व्यवहार करताना मी शांत रहावे अशी तुझी अपेक्षा आहे?”

“तर मग त्यांच्याशी लढा, असे वर्तन करू नका.”भानुमती थरथरू लागली.

“तसे करून सहस्त्रावधी मृत्यूंना कारणीभूत होऊ? सर्वसंहारक युद्धास कारणीभूत ठरू? ह्या मार्गाने मी रक्तपात टाळणार आहे.”

“हा मला ज्ञात असलेला सुयोधन नाही. हे माझे पती बोलत नसून गांधार राजपुत्र बोलत आहेत.”

“मी त्याच्या हातातील कळसूत्री पुतळी आहे असे तुला वाटते का? मी स्वतंत्र विचार करू शकत नाही का?”

रेशमी पटलांमधून झिरपलेल्या मंद प्रकाशात भानुमतीस सुयोधनाचे नेत्र उन्मादाने आणि द्वेषाने चमकताना दिसले. ती भयभीत झाली. तिने चटकन् कन्येच्या दिशेस कूस बदलली. कन्या जागू नये म्हणून हळुवारपणे थोपटून तिला निजविले. तिने अश्रू आवरण्याचा प्रयत्न केला. पतीस न पाहता ती म्हणाली, “तुम्ही निवडलेला मार्ग आम्हा सर्वांना विनाशाप्रती घेऊन जाईल. द्रौपदीच्या अविचारी टिप्पणीस्तव तिला आणि तिच्या मूर्ख पतींना क्षमा करा. आपल्याहून अक्षम मनुष्यांना क्षमा करण्याचे औदार्य तुमच्यापाशी आहे.”

वळून पाहता तिला केवळ वाऱ्याने हलणारी पटले दिसली. सुयोधनाने अंधकारातच प्रयाण केले होते. उद्यानातील घुबडाचा अवलक्षणी चीत्कार कानाआड करण्याचा प्रयत्न करीत तिने मुलांना कवेत घेतले. त्याक्षणी तिने अंतकरणपूर्वक द्रौपदीचा द्वेष केला.

* * *

“ती पहा, तेथे!” सुभद्रा धावत आली. पितामहांना तिच्या पुत्रास भेटण्याची इच्छा होती. त्यांनी तिला पत्र लिहून आमंत्रित केले होते. त्यामुळे ती भीष्मांना भेटण्यासाठी हस्तिनापुरास आली होती. शंखध्वनी झाला. त्याने युधिष्ठिर, हस्तिनापुराचे महाराज आणि त्यांच्या बंधूंच्या आगमनाची वार्ता दिली. “मी तिला सोबत घेऊन येईन.”आपला पुत्र अभिमन्युसह बाहेर जात सुभद्रा म्हणाली. अभिमन्यु पित्याचे स्वागत करण्यास पुढे धावला.

भानुमती आपल्या आसनास खिळून बसली होती. वालुकामय पथावर पांडवांचा रथ येऊन थांबण्याचा ध्वनी तिने ऐकला. अर्जुनाने अभिमन्युस हवेत उडवून झेलल्याने त्याच्या खिदळण्याचा स्वर आला. आपल्या चुलतबंधूंचे स्वागत करणारा आपल्या पतीचा स्वर तिला ऐकू आला. बाल अभिमन्युने पित्याकडून चुलत्याकडे झेप घेतली आणि त्याचे

उसळलेले हास्य तिला ऐकू आले. स्वत:च्या दुसऱ्या पुत्रवत् अभिमन्युशी हास्यविनोद करणारा पतीचा स्वर तिला ऐकू आला. सुभद्राही त्या हास्यात सहभागी झाली. ''माझ्या पुत्रास माझ्याहून अधिक सुयोधनाविषयी प्रेम वाटते अशी अर्जुनाने टिप्पणी केली. तिचा श्वास कोंडला. युधिष्ठिराने तिच्याविषयी पृच्छा केली. भयभीत मनाने तिची दृष्टी पुन:पुन्हा द्वारापाशी जाऊ लागली. कोणत्याही क्षणी ती तिरस्करणीय स्त्री माझ्या सन्मुख येईल.

''भानु, पहा तुला भेटण्यास कोण आले आहे?'' सुभद्रेचा उत्तेजित स्वर तिच्या कानी पडला, तसे तिचे मुख विवर्ण झाले. द्वारापाशी सुभद्रा उभी होती. तिच्या लोभस हास्याने संपूर्ण कक्ष उजळला. तिच्या पाठीमागे द्रौपदी उभी होती- सुस्मित मुद्रेने तिला एकटक पाहात!

भानुमतीने स्वागतार्थ कष्टाने हात जोडले आणि ती म्हणाली, ''द्वारातच का उभी? आत ये.''

द्रौपदीने त्वरित प्रवेश करीत भानुमतीचे हात हातात घेऊन दाबले. जणू ते सोडले तर तिचे धैर्य लोपणार होते! ती म्हणाली, ''मी तुझी आणि तुझ्या पतीची क्षमा मागते. मी अनुचित वर्तन केले. परंतु माझा कुणाला दुखविण्याचा उद्देश नव्हता. भानुमती, मला क्षमा कर. सुयोधन मला दृष्टद्युम्न किंवा शिखंडीसम बंधुवत् आहे. मी त्यांचीही कैकवार चेष्टा करी, परंतु ते माझी चेष्टा हसण्यावारी नेत. त्या दिनीही माझे वर्तन असेच होते.''

भानुमतीचे अवसान गळाले. तिने ह्याची अपेक्षा केली नव्हती. ती तिच्या लौकिकास साजेलशा आढ्यतेने वर्तन करील ह्या अपेक्षेने तिनेही कठोर शब्द आणि दुरुत्तरांचा अभ्यास केला होता. परंतु द्रौपदीने तिची क्षमा मागून तिला नि:शस्त्र केले होते.

द्रौपदीचे भाषण समाप्त झाले नव्हते. ''सुयोधन सहृदय आहे हे मी जाणते. त्या प्रसंगाचा सल जर त्याच्या मनात उरला असता, तर त्याने आम्हांस द्यूतक्रीडेस आमंत्रित केले नसते. हे आमंत्रण त्याने आम्हांस क्षमा केली हेच दर्शविते. तो जाणतो की, युधिष्ठिरास सारीपटाचा खेळ अतिप्रिय आहे. तुझ्या पतीने ह्या भगिनीच्या प्रमादास क्षमा केली हे अतिशय इष्ट झाले.''

''द्रौपदी, तू खरोखर कुणास हसलीस हे मी जाणते.'' सुभद्रा खोडकरपणे म्हणाली. द्रौपदीच्या सुंदर मुखावर उमटलेले स्मित भानुमतीस दिसले. ''तुझ्या हृदयात अद्याप त्यास स्थान आहे का? त्यास इतके दुखविण्याची खरोखर आवश्यकता आहे का?'' कुत्सित स्मित करीत सुभद्रेने विचारले.

द्रौपदीने मुख वळविले. उत्तर देताना तिचा स्वर भावरहित होता, ''तू कोणत्या सूताविषयी बोलतेस सुभद्रे?''

''मी सूताचा उल्लेखही केला नव्हता.'' सुभद्रा हसून म्हणाली. द्रौपदीचे मुख गोरेमोरे झाले. तिने ओठ चावला. त्यानंतर त्या दोन्ही स्त्रिया हसू लागल्या. त्यांना पाहून भानुमतीस वाटले की, अनर्थ टाळण्याची अद्यापही किंचित आशा आहे. द्रौपदीने मला जे सांगितले त्याच्या निम्मे जरी सुयोधनास सांगितले, तर सर्व व्यवस्थित होईल. आता सुयोधनाने कक्षात यावे अशी ती प्रार्थना करू लागली.

द्रौपदीने त्या दोघी स्त्रियांना सांगितले की, वेदनादायी रज:स्त्रावामुळे तिची प्रकृती स्वस्थ नाही. परंतु युधिष्ठिराने तिला हस्तिनापुरास येण्याचा आग्रह केला. त्याच्या दृष्टीने हा महत्त्वपूर्ण दिवस असल्याने तिला यावे लागले. आपल्या अविवेकी वर्तनाने झालेली हानी भानुमती आणि सुयोधनाशी बोलून सुधारण्याची संधी मिळेल ह्या विचाराने तिने येण्यास मान्यता दिली होती.

* * *

हस्तिनापुराच्या सभेत उपस्थित मान्यवरांवर युधिष्ठिराने दृष्टी फिरविली. अर्जुनाने त्यास सुयोधनाचे आमंत्रण नाकारण्याची सूचना केली होती. मार्गातच घातपात होण्याच्या शक्यतेविषयी कुंतीमातेने दक्षतेची सूचना केली होती. अंतत: त्याने धौम्यांचे मत विचारले होते. त्या पुरोहिताने आपले शिष्य आणि इतर विद्वानांशी चर्चा करून सांगितले की, द्यूत खेळणे हा क्षत्रियधर्म आहे. ह्यामुळे युधिष्ठिराच्या मुखावर स्मित उमटले कारण तो स्वत: निष्णात द्यूतपटू होता. सारीपटाच्या खेळाइतकी अन्य कोणतीच गोष्ट त्यास उत्तेजित करीत नसे. शिवाय गांधार राजपुत्र शकुनी जरी फासे टाकणार होता, तरी इंद्रप्रस्थ पणास लावल्यास सुयोधनाने हस्तिनापुराचे युवराजपद पणास लावण्याचे वचन दिले होते.

एका विजयाने युधिष्ठिरास सामर्थ्यशाली हस्तिनापुर साम्राज्य बळकाविणे शक्य होणार होते. पुरोहित वर्गाचे त्यास प्रथमपासूनच समर्थन असल्याने दक्षिण संयुक्त राज्याची मान्यता मिळविण्यासाठी त्यांचे मन वळविता आले असते. त्यामुळे हिमालयापासून दक्षिणेकडील समुद्रापर्यंत संपूर्ण भारतवर्षाचा तो सम्राट होऊ शकला असता. युधिष्ठिर नित्य धर्मपालन करीत असल्याने तो द्यूतात जिंकणार आहे असे भविष्य धौम्यांनी वर्तविले होते. अधिक निर्वाळ्यास्तव त्यांनी एका ज्योतिषाची भेट घेतली होती. त्याने काही कवड्या भूमीवर टाकल्या, काही क्लिष्ट गणिते मांडली, काही शंख एका पेटिकेतून दुसऱ्या पेटिकेत हलविले. आणि तत्पश्चात ह्या सर्वांचे सार काढून सांगितले की, सर्व ग्रह युधिष्ठिरास लाभदायक स्थितीत असल्याने युधिष्ठिर विजयी होणार. अंतत: पुरोहितांनी यशदायी शक्तिस्वरुप एक ताईत युधिष्ठिरास वापरण्यास दिला. आपल्या बंधुंसह त्याने हस्तिनापुरात प्रवेश करताच कुजबुजीस आरंभ झाला. त्याने परिधान केलेल्या हिरेमोत्यांच्या आभूषणांमध्ये उठून दिसणाऱ्या ताईताविषयी टिप्पणी होऊ लागली.

* * *

आरंभी प्रायोगिक अभ्यासास्तव काहीवेळा फासे टाकले गेले. त्यातील बहुतेक खेळी युधिष्ठिराने जिंकल्या तर शकुनीस केवळ नाममात्र गुण मिळाले. त्यानंतर खऱ्या खेळास प्रारंभ झाला. फासे फेकणे, सोंगट्या हलविणे, ह्याकरिता कौशल्य व सुदैव ह्या दोहोंची आवश्यकता भासत असे. हा खेळ जीवन–सारीपटाच्या खेळाप्रमाणेच होता.

"महोदय, आता खऱ्या खेळास प्रारंभ झाला. आपण एखादी वस्तू पणास लावू." धूर्तपणे सुयोधनास पाहात शकुनी म्हणाला.

“मी माझी मौक्तिकमाला पणास लावतो.” युधिष्ठिर म्हणाला. कर्णाने हुंकार देत स्मित केले, त्यामुळे सर्व पांडव क्रुद्ध झाले.

“मीही.” शांतपणे म्हणत सुयोधनाने आपली मौक्तिक माला काढून पटानिकट ठेवली.

फासे पडले.

***

धृतराष्ट्राचा लेखनिक आणि सचिव संजयाकडून ते वर्णन ऐकू लागले. आपला पुत्र जिंकावा अशी त्यांची इच्छा होती. गांधारी अद्याप अवतरली नव्हती. त्यामुळे तो निवांत होता. तिचा कायम ह्या क्रीडेस विरोध असे. परंतु क्षत्रियास हे कौशल्य आवश्यक आहे असे सांगून त्याने स्वत: पुत्रास हा खेळ खेळण्यास उद्युक्त केले होते. दरिद्री जनांस अन्नदान करण्यासाठी ती मंदिरात गेली होती. ती आपल्याहून श्रेष्ठ ठरू नये ह्या हेतुने कुंतीनेही तिचे अनुकरण केले. त्या तेथेच राहू देत असा गंमतीचा विचार महाराजांच्या मनात आला. एरवीही स्त्रियांचे सभेत काहीच काम नसते. हे पुरुषांचेच कर्तृत्वक्षेत्र आहे. भीष्म आणि त्यांच्या कल्पना विपरीत असतात!

“आहा, मी जिंकलो!” आनंद प्रकट करीत शकुनी ओरडला. प्रथम खेळीतील फाशांवरील गुण पाहण्यासाठी उपस्थित जन माना वेळावू लागले.

धृतराष्ट्राने स्वत:शीच स्मित केले, ‘गांधारी, तुला द्यूतक्रीडेविषयी अतिशय चीड आहे. परंतु आता पाहा, आपला पुत्र कसा सहजरीत्या युधिष्ठिरास हतबल करील.’ फाशांनी परकीयाचा आदेश पुन्हा पाळला. सभेत प्रशंसोद्‌गाराच्या अधिक लाटा पसरल्या, तसे धृतराष्ट्रास वाटले की, शकुनी हा उपयोगी मनुष्य आहे. माझी पत्नी तिच्या बंधूचा इतका तिरस्कार का करते? ह्याचा त्याने सहस्त्रवार विचार केला. तो सुयोधनास हे राज्य सहज उपलब्ध करून देईल. पुरुष जिंकण्यास खेळतात आणि स्त्रिया प्रार्थना करण्यासाठी मंदिरात जातात. फासे शकुनीस अनुकूल पडावेत अशी इच्छा करीत धृतराष्ट्र नि:शब्द बसून राहिला.

***

सुस्त सूर्य अनिच्छेने धुक्यात बुडालेल्या वृक्षांहून उंच चढू लागला. त्या समयी एक मनुष्य सिंध प्रांताच्या राजधानीच्या दिशेने दौडत होता. क्षणभरही विश्राम न करता तो दोन दिवस दौडत होता. त्याची पाठ दुखू लागली होती आणि सांध्यात वेदना होत होत्या. परंतु राजापर्यंत संदेश पोहचणे आवश्यक आहे हे तो जाणत होता. नगरीच्या प्रवेशद्वारानजीक पोहचताच कुणाला संशय येऊ नये म्हणून त्याने चाल मंदावली. त्यानंतर तो अश्वावरून खाली उतरला आणि व्यस्त पथावरून अश्वास खेचत दाटीतून मार्ग काढत राजप्रासादाच्या दिशेने जाऊ लागला. पागोट्याच्या शेमल्याने त्याने मुखावरील धर्मबिंदू पुसले आणि आशाळभूतपणे पथावरील भोजनगृहांच्या दिशेने पाहिले. तेथे वृक्षछायेत खाटेवर बसून परिजन शीतल दुग्धपान किंवा मद्यपान करीत विश्राम करीत होते. तो अतिशय थकला

होता आणि प्रदीर्घ निद्रा घेण्याची त्याची इच्छा होती. परंतु त्याच्यापाशी असलेली माहिती इतकी प्रक्षोभक होती की, त्यामुळे भारतवर्षातील अनेक महत्त्वाच्या व्यक्तींची निद्रा भंग पावली असती.

दुर्गद्वारापाशी पोहचल्यावर रक्षकांनी अनेकविध नोंदी करण्यासाठी त्यास थांबवून ठेवले. ते त्यास असंबंध प्रश्न विचारू लागले. त्याची दृष्टी प्रासादाच्या आवाराचे निरीक्षण करू लागली. तेथे मुळीच वर्दळ नव्हती. ''महाराज बाहेरगावी गेले आहेत का?'' अंततः त्याने पृच्छा केली.

रक्षकांनी मस्तक उंचावीत एकमेकांस पाहिले. ''तू जाणत नाहीस? महाराज जयद्रथ हस्तिनापुरास गेले आहेत.''

''हस्तिनापुरास? अरे देवा, त्यांना...'' महाराजांचा अवमान होऊ नये म्हणून त्याने पुढील शब्द गिळले.

''महाराजांच्या कार्यक्रमाविषयी पृच्छा करण्याचा आम्हांस काय अधिकार? मला वाटते ते द्यूतक्रीडेसाठी गेले आहेत. महाराजांसाठी संदेश असेल तर तो आम्हांस सांग. ते परतल्यावर आम्ही तो निश्चित त्यांना सांगू. ह्यासाठी तुला दोन रौप्यमुद्रा द्याव्या लागतील.'' रक्षकांमधील कनिष्ठ अधिकारवाणीने म्हणाला. परंतु संदेशवाहकाने नकार देत बाहेरचा मार्ग धरला.

''ए, महाराजांसाठी संदेश आहे ना? मी एका मुद्रेत हे कार्य करीन.'' त्या रक्षकाने ओरडून सांगितले. परंतु संदेशवाहक त्याआधीच अश्वारुढ झाला होता.

'मूर्ख! त्याला मी हे कसे सांगेन की, दुर्जयाने शतकावधी मनुष्यांसह गुप्तरीत्या गांधारदेशी प्रवेश केला आहे आणि तेथे ते प्रशिक्षण घेत आहेत आणि त्यापश्चात ते आमच्या नगरात हाहाकार करणार आहेत!' तो गुप्तहेर वायव्येस हस्तिनापुराच्या दिशेने वळला. 'हे नित्याचेच आहे! राष्ट्रावर प्रलय ओढवणार आहे आणि शासक द्यूत खेळत आहेत. मीच इतकी दक्षता का घ्यावी?' त्याने त्वेषाने अश्वास टाच मारली. चवताळलेला अश्व त्या कटु अन् क्लांत मनुष्यास घेऊन हस्तिनापुराच्या दिशेने उधळला, तसे मार्गातून सर्वजण सुरक्षेसाठी दूर पांगले.

* * *

युधिष्ठिराने ताईतास स्पर्श केला. प्रारंभी सरावाच्या फासेफेकीत हा परकीय द्यूतक्रीडेत इतका पारंगत असेल असे वाटले नव्हते. कदाचित मी प्रारंभी सुदैवी ठरलो असेन. ह्या विचाराने तो अस्वस्थ झाला. मस्तक उचलत तो म्हणाला, ''मी माझे सर्व सुवर्णरथ पणास लावतो.''

शकुनीने फासे एकमेकांवर घासले, ''सुवर्णरथ, महोदय? हा तर अन्याय आहे. हस्तिनापुरापाशी तर इंद्रप्रस्थाहून अधिक सुवर्णरथ आहेत.''

''तर मग मी त्यात माझ्या प्रशिक्षित गजदळाची भर घालीन.'' युधिष्ठिराने तत्काळ उत्तर दिले. त्याचे हृदय तीव्रतेने धडधडत होते. परंतु आपल्या अविर्भावाने त्याने ते मुळीच जाणवू दिले नाही.

फासे पुन्हा घरंगळले.

"दुर्दैव, महोदय! आपले गज आणि रथ आता सुयोधनाचे झाले." शकुनीने मंद स्मित करीत म्हटले.

युधिष्ठिराने मनोमन अपशब्द उच्चारले. हे कसे शक्य आहे? द्यूतक्रीडेत माझी इतकी दुरवस्था कधीच झाली नव्हती. अर्जुनाने त्याच्या कानी कुजबुजत खेळ थांबवण्याची सूचना केली. त्यांच्या सैन्याचा बहुतांश भाग त्यांनी गमाविला होता. परंतु कौरवांच्या मुखावरील कुत्सित भाव पाहून युधिष्ठिर चवताळला. त्याची नित्याची स्थितप्रज्ञा हरपली आणि एकामागून एक त्याने आपले प्रासाद, अश्व, सुवर्ण, रत्ने, भांडारे, गोधन, राज्यातील सर्व ग्रामे, शस्त्रास्त्रे आणि आपल्या व्यापाऱ्यांची संपत्ती पणास लावली.

फासे पुन:पुन्हा घरंगळले. पुढील दहा खेळीत युधिष्ठिराच्या हातून हे सर्वकाही निसटले.

"अश्व किंवा गोधनाऐवजी काही मौल्यवान वस्तू पणास लाव, राजपुत्रा. त्यामुळे तू मोठा विजय प्राप्त करू शकशील. सुयोधन त्याचे युवराजपद पणास लावीत आहे. तो हरला, तर तू हस्तिनापुराचा युवराज होशील आणि समय येताच राजाही! तो केवळ याचक होईल. त्यास तुल्यबळ पण लावण्याचे धाष्टर्य करशील का? जिंकलास तर साम्राज्य मिळेल, हरलास तर...?"

शकुनीच्या सुस्मित शब्दांमुळे युधिष्ठिरामधील द्यूतपटू प्रक्षोभित झाला. त्याने पुन्हा ताईतास स्पर्श केला आणि दीर्घ श्वास घेतला. "मी माझा इंद्रप्रस्थस्थित प्रासाद पणास लावतो."

फासे अकराव्या वेळी घरंगळले.

"अरेरे! आजचा दिन आपणांस लाभदायी दिसत नाही, महोदय ... आपण पुन्हा हरलात!" शकुनीने दांभिक खेद दर्शविला.

अर्जुन गंभीर झाला. भीम, नकुल, सहदेवाच्या मुखावरील स्मित लुप्त झाले. युधिष्ठिर विवर्ण व अंतर्मुख भासू लागला. सभेत नीरव शांतता पसरली. सुयोधनाचे मनी आपल्या चुलतबंधुप्रती अकस्मात दयाभाव जागृत झाला. 'माझे सूडकार्य पूर्ण झाले. पांडव निर्धन झाले. आता ह्यांना माझ्या दयेवर जगावे लागेल. रक्ताचा एक बिंदुही न सांडता मी माझ्या चुलतबंधूंचे क्षुल्लक व्यक्तीत रूपांतर केले आहे.' खेळ समाप्त करण्यासाठी तो उठून उभा राहिला.

ते पाहताच शकुनी चिंतीत झाला. 'हा मूर्ख माझ्या सर्व योजनेचा विनाश करील.' परंतु त्या परकीयाच्या सुदैवाने युधिष्ठिराने मस्तक उचलले आणि स्पष्टपणे म्हटले, "बंधो, आता खेळ थांबवून माझा अवमान करू नको. अंतत: मीच जिंकेन ह्याची मला ग्वाही आहे." युधिष्ठिरातील द्यूतपटूने त्यास पूर्णपणे अंकित केले होते. 'आता केवळ पुढील खेळी महत्त्वाची आहे! दैव माझ्या पक्षात वळणार आहे हे सुनिश्चित आहे!'

चुलतबंधूच्या व्यक्तिमत्वा विपरित भाषणाने आणि उद्दामपणाने चकित होत सुयोधन खाली बसला. हा चुलतबंधु कितीही कुशल खेळाडू असला तरी आज पांडव जिंकणार नाहीत हे त्यास ज्ञात होते.

सुशासन त्याच्या कानी कुजबुजला, ''आता का थांबत आहेस? आपण जिंकत आहोत!''

विकृत आनंदाने धुंद भासणाऱ्या बंधूस सुयोधनाने पाहिले. प्रत्येक वेळी बाहेर गेल्यावर तो सुरापान करून येत आहे हे स्पष्ट दिसत होते. ''तुझ्या कक्षात जाऊन शयन कर. येथे अनाचार करू नको.'' सुयोधन शांतपणे म्हणाला. परंतु उत्तरास्तव सुशासनाने केवळ विखारी स्मित केले.

''मी माझा भ्राता नकुल ह्यास पणास लावतो.'' युधिष्ठिराचा स्वर कंपित झाला. क्षणभर उपस्थित स्तंभित झाले आणि त्यानंतर सभेत संभाषण व चर्चेस ऊत आला.

फासे घरंगळले. युधिष्ठिर पुन्हा हरला, तसे सुशासनाने प्रकट हास्य केले.

''अधिक एका खेळीत तू गमावलेले सर्वकाही आणि हस्तिनापुराचे सिंहासनही मिळवू शकशील. परंतु तू हे धाष्ट्यं करणार का?''शकुनीने सहज स्वरात युधिष्ठिरास विचारले.

अर्जुनाने युधिष्ठिराच्या स्कंधावर हात ठेवत त्यास थोपविले. ''पुरे! आता निघूया.''

''नाही. मी नकुलास सुयोधनाची चाकरी कशी करू देईन? त्याला परत जिंकून घेणे आवश्यक आहे.'' युधिष्ठिर उत्तरला. त्याचे नेत्र व्यसनज्वराने लकाकत होते. त्याने कंपित हातांनी फासे फेकले. नकुलास गमाविले. परंतु आता युधिष्ठिर समजाविण्यापलीकडे गेला होता. ''मी सहदेवास पणास लावतो.'' असे ओरडत त्याने पुन्हा फासे फेकले आणि तत्काळ त्यासही गमावले.

''मूर्खांनो, एक परकीय फासे फेकत आहे आणि तुम्ही भारतवर्षातील राज्यकर्ते आपले राज्य पणास लावत आहात? हा मूर्खपणा थांबवा!'' क्रीडा पाहणाऱ्या कृपास स्वतःवर नियंत्रितकरणे अशक्य झाले.

''द्यूतक्रीडेत काहीच अनिष्ट नाही. आपल्या शास्त्रांतही त्यास मान्यता आहे. द्यूत खेळणे हा राजधर्म आहे.'' आपले शास्त्रविषयक ज्ञान दर्शविण्याचा मोह धौम्यास आवरला नाही. कृपावर प्रतिवार करण्याची संधी त्यास क्वचितच मिळत असे. ते दोघे एकमेकांस क्रुद्ध दृष्टीने पाहू लागले.

कृप हसले. ''मूर्ख! अविचारी!'' ते पुटपुटले. फासे पुन:पुन्हा फेकले जाऊ लागले...आणि युधिष्ठिराने अर्जुन, भीम आणि स्वतःसही गमाविले. त्याच्यापाशी पणास लावण्यासाठी काहीही उरले नाही. तो आणि त्याचे बंधू आता सुयोधनाचे दास झाले होते.

शकुनी धौम्यास उद्देशून म्हणाला. ''हे महान विद्वान पुरुषा, मला हे सांगा की दासाने कोणता वेष धारण करावा हे ठरविण्याचा अधिकार शास्त्रानुसार त्याच्या स्वामीस प्राप्त होतो का?''

धौम्य मनोमन कळवळले. परंतु त्यांच्यासन्मुख पर्याय उरला नाही. ''स्वामीच्या इच्छेनुसार दासाने वेष धारण करणे अनिवार्य आहे, परंतु...''

''धन्यवाद.'' शकुनीने त्या पुरोहिताचे विधान तोडले. सुयोधनास पाहून त्याने सूड घेण्यास प्रकट संकेत केला.

काही दिवसांपूर्वी सुयोधन युधिष्ठिराच्या सभेत नग्न उभा होता आणि संपूर्ण विश्व त्यास पाहून हसले होते. 'परंतु आता चक्राने एक वर्तुळ पूर्ण केले आहे. आता पांडव माझे दास आहेत आणि मी त्यांचेप्रती कसाही व्यवहार करू शकतो.' ''आपली वस्त्रे फेडा आणि येथे उभे रहा.'' त्याने चुलतबंधूंस आज्ञा केली, तसे संपूर्ण सभागृह स्तंभित झाले.

पांडव चाचरले. परंतु आज्ञा पाळणे अनिवार्य आहे हे ते जाणत होते. एका पाठोपाठ एक त्यांनी आपली वस्त्रे आणि आभूषणे उतरविली. अंततः लज्जित आणि अवमानित स्थितीत ते केवळ कटिवस्त्रानिशी उभे राहिले. कर्ण आणि अश्वत्थाम्याचे उपहासयुक्त हास्य त्यांच्या कानी पडले. त्यांच्या हास्याने सुयोधनाचा असाच दाह झाला होता. सर्व कौरव बंधूही हसू लागले.

शकुनी अस्वस्थ मनाने सुयोधनास पाहू लागला. सूडाची तृषा निमाल्याने आपला भाचा उदार हृदयाने चुलतबंधूंना सर्वकाही परत करेल असे त्यास भय वाटू लागले. त्याने त्वरित आपली सर्वोत्कृष्ट खेळी खेळली. ''अन्य काही पणास लावून अंतिम एकवार खेळण्याची इच्छा आहे का, युधिष्ठिरा?''

गांधार राजपुत्र आता त्यास नावाने संबोधन करीत आहे ह्याची त्या पांडवाने नोंद घेतली. आता तो दास होता, त्यामुळे जो तो स्वतःस रुचेल त्या नावाने त्यांना पाचारण करू शकत होता. ज्योतिष इतके चुकू शकते? पुरोहिताच्या मार्गदर्शनाचे त्याने संपूर्ण पालन केले होते आणि तरीही सुयोधन जिंकला होता. ''आता पणास लावण्यास काहीही उरले नाही.'' भावनातिरेकाने त्याचा स्वर चिरकला.

''तुझ्यासमीप असलेल्या सर्वांत बहुमूल्य वस्तूचे विस्मरण झाले का, युधिष्ठिरा?'' शकुनीने आश्चर्याने प्रतिस्पर्ध्यास पाहिले. ''तिला पणास लावून तू सर्वकाही परत मिळवू शकशील. ती तुझी भाग्यरेखा आहे. खरे ना? तुझे ज्योतिषी चुकणार नाहीत. ज्योतिष हे विज्ञान आहे. आतापर्यंत दैवाने माझ्या पक्षात दान घातले, परंतु एका योग्य खेळीसरशी तू गमावलेले सर्वकाही परत मिळवू शकशील– शिवाय हस्तिनापुराचे राजसिंहासनही! पुढील वेळी फासे कसे घरंगळतील हे कोण सांगू शकेल?''

''मामा, तो भयभीत झाला आहे.'' कष्टाने शब्द उच्चारत सुशासन म्हणाला. त्यापश्चात जाणीवपूर्वक त्यात भर घालीत तो पुढे म्हणाला, ''दीन चाकर!''

युधिष्ठिरास हा अवमान सहन करणे अशक्य झाले. ''मी माझ्या पत्नीस पणास लावतो.'' तो सावकाश म्हणाला. त्याचे हृदय उरात धडधडू लागले. एक अधिक खेळी खेळणे अनिवार्य आहे. खचित देव माझ्या धाष्ट्र्याने प्रसन्न होतील ना?

ह्या शब्दांनी अर्जुनाच्या मुखावर मुष्टिप्रहार झाला. युधिष्ठिराने असे करण्याचे धार्ष्ट्य कसे केले? मी माझ्या कौशल्याने आणि पराक्रमाने द्रौपदीस जिंकले आहे असे ओरडून सांगावे अशी त्यास इच्छा झाली. ह्या बंधूने तर केवळ मातेच्या इच्छेचा मान रक्षिला- विचित्र शास्त्राचा आधार सांगत स्वतःच्या कृतीचे समर्थन केले. द्रौपदीस पणास लावण्याचा आणि असा घातक खेळ खेळण्याचा ह्यास काय अधिकार आहे? तरीही सन्मुख उभ्या त्या निर्धन मनुष्यास पाहून तो क्रूर प्रश्न विचारण्याचे धार्ष्ट्य त्यास झाले नाही.

''तुम्हा सर्वांची सामायिक पत्नी...खरे ना?'' त्यांच्या विद्ध हृदयावर लवण लेपनाचे कार्य करीत शकुनीने सौम्यपणे पृच्छा केली. एकाही पांडवाने उत्तर दिले नाही.

विदुरास मूक राहणे अशक्य झाले. व्याकुळ होत त्याने महाधिपतीस विनंती केली, ''महोदय, ह्यास अनिष्ट वळण लागण्यापूर्वी हे थांबवा.''

परंतु मस्तक हलवीत भीष्म म्हणाले, ''मूर्ख मनुष्यास देवही वाचवू शकत नाही. एका द्यूतपटूवर राज्य सोपविणे कसे शक्य आहे? ह्यास खेळण्यास कोणीही विवश केले नव्हते. हा लोभापोटी खेळत राहिला आणि आता त्याचे मूल्य फेडीत आहे. अपात्र जीवाचे निर्मूलन हा निसर्गनियम आहे. त्यात हस्तक्षेप नको.''

''गुरुवर्य,'' शकुनीने पुन्हा धौम्यास उद्देशून म्हटले, ''हा दास आपल्या अशा पत्नीस पणास लावू इच्छित आहे जी ह्या सर्व बंधूंचीही पत्नी आहे. मनुष्य आपल्या पत्नीस पणास लावू शकतो ना? आपल्या स्मृती काय सांगतात?''

ह्या शापित स्थळाचा त्याग करून पलायन करावे अशी धौम्यास इच्छा झाली. परंतु ह्या प्रश्नाचे उत्तर दिले नाही तर मानहानी होईल हेही ते जाणून होते. ''अं... मनुष्य समस्याग्रस्त असेल तर आपले सदन, पत्नी, मुले आणि गोधन ह्यांची ह्या अनुक्रमानुसार विक्रय करू शकतो, तारण ठेवू शकतो किंवा पणास लावू शकतो. स्त्री ही तिच्या पतीची संपत्ती आहे, त्यामुळे ती स्वतंत्र नाही. परंतु हे...''

''धन्यवाद.'' धौम्यांनी युधिष्ठिरास अनुकूल स्पष्टीकरण देण्याआधीच शकुनीने अभिवादन करीत धौम्यांना थांबविले.

परंतु धौम्यांना युधिष्ठिराच्या राज्य गमाविण्याविषयी आस्था नव्हती. 'ती तर तात्कालिक हानी असेल. एक शासक गेल्यावर दुसरा शासक त्याचे स्थान घेतो. राजा हा पुरोहितांच्या हातातील कळसुत्री पुतळी असतो. ही पुतळी निकामी झाल्यामुळे आता खेळविण्यासाठी अन्य पुतळी शोधावी लागेल.' आपल्याला अन्य कोणता शास्त्राधार सांगण्यास पाचारण केले जाणार नाही अशी आशा बाळगून समक्ष उलगडणारे नाट्य ते उत्सुकतेने पाहत राहिले. 'आता केवळ मौन धारण करणे उत्तम!'

''आम्हास ही खेळी मान्य आहे.'' शकुनी म्हणाला.

कृप पुन्हा हसले, तसे सर्वजण उद्विग्न झाले. निःसंदेह, मूर्खास कोणी वाचवू शकत नाही, हे कृपाने जाणले.

“बारा!” शकुनी ओरडला.

“आठ!” युधिष्ठिर कंपित स्वरात म्हणाला.

फासे घरंगळू लागले तसा युधिष्ठिर मनोमन आत्यंतिक धावा करू लागला. परंतु त्याची याचना फोल ठरली. सुदैवी ताईत आणि तीन दशके समर्पणबुद्धीने केलेल्या अभ्यासाने अर्जित कौशल्य ह्यांमधील द्वंद्वात कौशल्याचा निर्विवाद विजय झाला.

“आहा, द्रौपदी आमची झाली.” शकुनी विजयोन्मादाने म्हणाला. सुशासन अधीरपणे परंतु अडखळत उभा राहिला.

“गुरुवर्य, दासाचा वर्ण कोणता असतो? तो सूताहून उच्चवर्णीय असतो का?” शकुनीने नम्र मुद्रेने विचारले. त्यास हे जाणून घेण्याची उत्कट इच्छा झाली होती.

धौम्यांनी गांधार राजपुत्रास पाहिले आणि ते हतबल स्वरात म्हणाले, “दासांचा कोणताही वर्ण नसतो. ते अस्पृश्य असतात.”

“खचित!” शकुनी मधाळ स्वरात उद्गारला. “हे आता अस्पृश्य आहेत तर! हा अर्जुन दास आहे? तो लंबोदर भीम दास आहे? तद्वतच हे सुस्वरूप जुळेही? आणि हो, तो धर्माचा पुत्रही अस्पृश्य आहे का? तर मग आता आम्ही हा प्रासाद गोमयाने सारवून घेणे क्रमप्राप्त आहे! आता कर्णाने ह्या पांडवांस स्पर्श केला तर त्यास स्नान करावे लागेल का?”

जिच्यावर प्रेम केले त्याच स्त्रीने अव्हेरल्यास मनुष्यास जे वाटते त्या विद्ध अन् कटु भावनेने कर्ण म्हणाला, “पाच पुरुषांशी शय्यासोबत करणाऱ्या त्या स्त्रीस येथे घेऊन या. आपली दासी कशी दिसते हे पाहू द्या आम्हाला.” ‘मी सूतास वरणार नाही.’ हे द्रौपदीचे शब्द आणि ‘नग्न सुयोधनास रथातून घेऊन जावे.’ हे तिने केलेले व्यंग पुन्हा कर्णाच्या मनावर आघात करू लागले.

सुयोधनाने आश्चर्याने कर्णास पाहिले. त्याचे हृदय मित्राकरिता तुटू लागले. इतके स्वभावाविपरीत क्रौर्य कर्णाने दाखविले ह्याचा अर्थ ह्याने किती सहन केले असावे! त्याची अश्वत्थाम्याची दृष्टिभेट झाली. तो ब्राम्हण मस्तक हलवून हे सूचित करीत होता की, त्यांनी मर्यादेचे उल्लंघन केले आहे.

“भगिनीपुत्रा, तिच्या हास्याचे विस्मरण झाले का? तू नग्नावस्थेत आणि अपमानित उभा होतास त्या दिवसाचे विस्मरण झाले का?”शकुनी सुयोधनाच्या कानात कुजबुजला.

सुयोधनाच्या मनातील अग्निकणांवर मामाच्या शब्दांनी तेल ओतले. ज्वाला पुन्हा चेतल्या. “द्रौपदीस घेऊन या.” त्याने आज्ञा केली.

विदुरांनी पुन्हा भीष्मांस हे अनैतिक कृत्य थांबविण्याची विनंती केली. परंतु महाधिपती मौन बाळगत अविचल बसून राहिले.

* * *

“संजया, हा काय करीत आहे?” धृतराष्ट्राने आपल्या सचिवाचे मनगट धरले.

“आपला पुत्र आपल्या बंधुपुत्रांच्या पत्नीस सभेत ओढत आणू इच्छित आहे, महाराज.” संजयाने आपल्या स्वभावानुसार अविकारी शब्दात उत्तर देताना स्वत:चे मत प्रदर्शित केले नाही. समक्ष उलगडणाऱ्या दृश्याचे वर्णन अंध महाराजांना सांगणे हे माझे काम आहे, राज्यकारभारावर आणि माझ्याहून महत्त्वाच्या व्यक्तींच्या कृत्यावर टिप्पणी करणे हे नाही.

विविध विचारांनी महाराजांचे मन विदीर्ण झाले. ‘गांधारी कुठे गेली आहे? तिची येथे आवश्यकता असताना ती मंदिरात काय करीत आहे? सुयोधन असे वर्तन का करीत आहे? खचित त्याच्या मित्रांमुळेच! तो त्या सूताकरिता किंवा त्या ब्राम्हणपुत्राकरिता हे करीत असावा. हे व्यंगनाट्य थांबवावे का? आणि माझ्या पुत्रासाठी शकुनीने मिळविलेले हे सर्व गमाविण्याचे संकट पत्करावे का?’ तो सर्व शक्तीनिशी विचार करू लागला. ‘हे विद्वान, सर्वज्ञ भीष्म मौन का आहेत?’ महाराजांनी संजयाच्या मनगटावरील पकड आवळली आणि अंध नेत्रांनी ते सभेस एकटक पाहू लागले.

* * *

“ह्या मुलाचे कौशल्य अपूर्व आहे. द्वारकेचे पतन होण्यास आता अल्प कालावधी उरला आहे.” अरण्यातील उंच कातळावर उभा राहून दूरवरील धुळीचा लोट अस्तंगत होताना पाहत तक्षक म्हणाला. नित्यानुसार कालियाने आपल्या प्रमुखाच्या मतास सहमती दर्शविली. एकलव्य, शाल्व आणि धांतवक्राच्या नेतृत्वाखाली सैन्य द्वारकेच्या दिशेने मार्गक्रमण करीत होते.

स्वत:च्या वक्र दंडावर रेलून वासुकी आपल्या अधु दृष्टीने क्षितिजाचे निरीक्षण करीत होता. तळहाताचा आडोसा करून त्याने मावळत्या सूर्याची तिरीप अडविली. तीव्र उष्मा होता. वासुकीच्या खडबडीत मुखावरून धर्मबिंदूंच्या दोन धारा वाहू लागल्या. “आलेच पहा ते!” वासुकीने दर्शविलेल्या दिशेस तक्षक आणि कालियाने वळून पाहिले.

“कृष्णा, आज तुझी कथा समाप्त होईल.” तक्षक हसला.

समीप येणाऱ्या त्या धुळीच्या लोटाकडे एकटक पाहणारा वासुकी मात्र त्या नागप्रमुखाच्या आनंदात सहभागी झाला नाही. पूर्व क्षितिजावरील बिंदू विस्तारत गेला आणि तेथे दौडणाऱ्या अश्वदळाची भिंत दिसू लागली. तक्षकाने तलवार उपसून उंचावली. मावळत्या सूर्याचे रक्तिम किरण तिच्या अग्रावर चमकू लागले. तक्षकापाठीमागील झाडाझुडुपांत आणि कातळ पाषाणात लपलेल्या त्याच्या मनुष्यांनी संकेत हेरला आणि ते सजग झाले. ते सिद्ध होत असल्याचा ध्वनी तक्षकाच्या कानी पडला. तो तलवार उंचावून स्तब्ध उभा राहिला. आपले मनुष्य आपल्या प्रत्येक हालचालीचे निरीक्षण करीत आहेत हे त्यास ज्ञात होते. वासुकी आणि कालिया कातळावरून खाली उतरले.

“खांडवाचे स्मरण करा!”द्रुतगतीने समीप येणाऱ्या अश्वदळाकडे तलवार दर्शवीत तक्षक ओरडला. आपल्या अविर्भावाने सैन्यात जागृत केलेला क्रोध जाणवून त्याने स्मित केले. नाट्यपूर्णरीत्या त्याने दोन्ही हात उंचावले. “क्रांतीचा विजय असो!” त्याने घोषणा

केली. त्या युद्धघोषाचा शतकावधी कंठांनी पुनरुच्चार केला. तक्षकाने कातळावरून उडी मारली आणि तो आपल्या लपण्याच्या स्थानी शिरला.

अंधकार होऊ लागला, तेव्हा धनुष्य सज्ज ठेवून ते येणाऱ्या कृष्णाची अन् त्याच्या सहकाऱ्यांची प्रतीक्षा करू लागले.

* * *

बलराम देवघरात आसनबद्ध होते. मिटलेल्या द्वारामागे त्यांची पत्नी रेवती द्विवर्षीय वत्सलेच्या आक्रंदनाकडे दुर्लक्ष करीत उभी होती. कृष्ण कोठे आहे? तो येथे असता तर आता ही द्विधा मन:स्थिती उत्पन्न झाली नसती. कक्षाबाहेर स्थित यादव समिती सदस्यांची कुजबुज तिला ऐकू येऊ लागली. बलरामाच्या निर्णयाची ते प्रात:कालापासून प्रतीक्षा करीत होते. आपल्या पतीवरील मानसिक तणावाची तिला कल्पना होती. अहिंसेवर श्रद्धा ठेवणाऱ्या आणि जगातील इतर कोणत्याही गोष्टीहून स्वत:च्या प्रजेवर प्रेम करणाऱ्या मनुष्यासाठी हा काळ कठीण होता. लहानग्या वत्सलेस शांतविण्यासाठी रेवतीने तिला उचलून घेतले. एरवी सामान्य दिवशी तिने तिला गवाक्षात नेले असते आणि बाहेरील व्यस्त नगरीतील दृश्ये आणि ध्वनी ह्यांच्याकडे तिचे चित्त वेधले असते. परंतु आज सामान्य दिवस नव्हता. वातावरणावर अनिष्ट सावट होते. नित्य व्यस्त असणारे मार्ग आज निर्मनुष्य होते. द्वारकेस शत्रूचा वेढा पडला होता. रेवतीने कन्येचे अवघ्राण केले. तिची अंगुलि हळुवार खेचली, तशी ती खुदखुदू लागली. दुर्गाच्या दूरवरील सीमेपासून एका हत्तीची तुतारी ऐकू आली आणि तिला अन्य तुतारींनी प्रतुत्तर मिळाले. वत्सलेने मातेच्या कुशीतून सुटका करून घेण्याचा प्रयत्न केला. तिला हत्ती प्रिय होता. माहूत युद्धासाठी हत्ती सज्ज करीत असतील ह्या विचाराने रेवतीचे हृदय दडपले.

देवघराचे द्वार अचानक उघडले. स्कंधावर गदा पेलीत उभ्या पतीस पाहून रेवती अवाक् झाली. अश्रुपूर्ण नेत्रांनी ती पुढे धावली. ''आपली अहिंसेवर श्रद्धा आहे ना? कधीही शस्त्र हाती घेणार नाही असे आपण म्हणाला होता ना? तर मग आता हे काय?''

''रेवती, स्वसन्मानाच्या रक्षणार्थ पुरुषास अन्य पर्याय असतो का?'' गदा खाली ठेवून कन्येस उचलत तो म्हणाला. त्याने तिच्या दोन्ही गालांचे अवघ्राण केले. त्या बालिकेने त्याच्या कुंडलांशी खेळत आनंदाने स्मित केले.

रेवतीने पतीकडून वत्सलेस परत घेतले. तिने त्याच्या विशाल वक्षस्थळावर मस्तक ठेवून फुटू पाहणारा हुंदका दडपला. तसे त्याने तिला अलिंगन दिले. कोणतीही स्वर्गीय शक्ति आता त्याला त्याच्या ध्येयापासून परावृत्त करू शकणार नाही हे ती जाणून होती.

''मी संघर्ष केला नाही तर ते नगरीचा विध्वंस करतील. मी युद्ध इच्छित नाही. परंतु यादवप्रमुख ह्या नात्याने मी माझ्या प्रजेस निषाद सैन्याच्या स्वाधीनही करू शकत नाही. मी युद्ध आणि हिंसेचा द्वेष करतो. परंतु मी भ्याड नाही. अहिंसा ही सामर्थ्यशाली पदावर

शोभते. भ्याडपणाच्या लज्जारक्षणार्थ त्यावर आच्छादन घालण्यासाठी गलिच्छ वस्त्र म्हणून तिचा उपयोग करू नये. आम्ही जिंकण्याच्या स्थितीत पोहचेपर्यंत मी शांतता बोलण्याची इच्छा करणार नाही. अहिंसा ही माझी वैयक्तिक श्रद्धा आहे. मी तिला माझ्या प्रजेसाठी इष्ट मार्गाआड येऊ देणार नाही. रेवती, देव आम्हा सर्वांचे रक्षण करावे ही प्रार्थना!''

त्याच्या पाठमोऱ्या आकृतीकडे ती पहात राहिली. वत्सलेने स्वत:ची सुटका करून घेत पित्यामागे धाव घेतली. तिचे निष्पाप स्मितवदन कुरवाळण्यास तो थबकला.

''परंतु आपण कवच का परिधान केले नाही?'' रेवतीने ओरडून पृच्छा केली. तिच्या उरातील हृदय जडशीळ झाले.

''मला भ्रामक संरक्षणात स्वारस्य नाही. मी माझ्या राज्याचे सुशासन केले असेल, माझ्या प्रजेवर प्रेम केले असेल, आपले रक्त सांडण्यास उत्सुक, दुर्गद्वाराबाहेर स्थित मनुष्यांचा उद्रेक व्हावा असे काही केले नसेल, तर मी विजयी होऊन जीवित स्थितीत परतेन. कोणीही मला स्पर्श करू शकणार नाही.''

रेवती हतबल झाली. अश्रुंमुळे तिला सर्वकाही धूसर दिसू लागले. 'कृष्णा, कुठे आहेस तू? तुझी आत्यंतिक आवश्यकता असलेल्या क्षणी तू तुझ्या भ्रात्यास एकाकी का ठेवले आहेस?' ती मनोमन आक्रंदन करू लागली.

''पुत्री, आपल्या मातेची आणि दोघा चंचल भ्रात्यांची काळजी घे.'' बलरामाचे वत्सलेस उद्देशून भाषण रेवतीच्या कानी पडले. ती लहानगी कन्या तिच्यासमीप धावत आली, तसा तो द्वाराबाहेर पडला. रेवतीने देवघरात प्रवेश केला. तिच्या पतीने संपूर्ण प्रात:काल द्वार मिटून तेथे व्यतीत केला होता. तिची कन्या देवाची घंटा उचलण्यास धावली. तिच्या कानांना घंटेची किणकिण विसंगत भासली. बाहेरून युद्धाच्या घोषणा आणि आरोळ्या ऐकू येत होत्या. द्वारकेवर युद्धाचे संकट का यावे? वृंदावन सोडल्यानंतर येथे समुद्रतटावरील नगरीत जीवन शांततामय आणि सुखद होते. तसे वृंदावनातील जीवनही सुंदर होतेच. परंतु पतीने राजकारणास प्रारंभ केला आणि ते यादवप्रमुख बनल्यानंतर परिस्थिती बदलली. आपण ह्या राष्ट्राची सेवा करावी आणि एक आदर्श नगर स्थापन करावे अशी रम्य कल्पना त्यांच्या मनात का रुजली? पुरुष अशी अशक्यप्राय स्वप्ने का पाहतात? ते कौटुंबिक जीवनात सुखी का नसतात? घातक खेळ खेळून ते सर्वांना दु:खीकष्टी का करतात?

रेवतीने धरणीवर देह लोटून कपाळ भूमीस टेकविले. मस्तक उचलून भगवान राम आणि पत्नी सीतेची मूर्ती पाहण्याची तिची इच्छा नव्हती. सीतेसाठी राम आणि त्याच्या भ्रात्याने कैक नगरे उध्वस्त केली आणि सहस्रावधी प्राण घेतले. ती मूर्ती तिला पतिभ्राता कृष्णाप्रमाणे भासू लागली. 'निषाद आपल्या नगरीवर का आक्रमण करीत आहेत? निषाद आणि इतर दुर्दैवी परिजनांविषयी आंतरिक आस्था दर्शविणारा कुणी शासक असेल तर तो बलराम होय. तरीही आता ते त्याच्या सौजन्याची परतफेड युद्धाने करीत आहेत.' कटु मनाने तिने रक्तपात घेऊन येणाऱ्या निषाद प्रमुखास दूषणे दिली. 'कृष्ण त्वरित परतला नाही तर सर्वनाश होईल.'

दुर्गाची अजस्त्र द्वारे उघडताना झालेली करकर आणि पतीच्या सैन्यातून उठणाऱ्या 'हर हर महादेवच्या' गर्जना तिला ऐकू आल्या. तशा तिने पापण्या मिटून शीतल संगमरवरी पृष्ठावर कपोल टेकले. तिची कन्या खेळत होती. मूर्तीसन्मुख निष्पापपणे घंटा वाजवीत, पूजेचे अनुसरण करीत ती फुले देवाचरणी अर्पण करू लागली. वानरदेवता हनुमानाविषयी आकर्षण वाटल्याने उत्तमोत्तम फुले ती त्यांच्या चरणी अर्पण करू लागली. गवाक्षाबाहेरील युद्धाच्या घोषणा चरमसीमेस पोहचल्या आणि नंतर हळूहळू विरत गेल्या...

* * *

दक्षिणेकडे दक्षिण संयुक्त राज्यातील राजे कृश, वृद्ध मनुष्याच्या शय्येनिकट उभे होते. कर्णाचा पुरातन प्रतिस्पर्धी उथयन आता चेरानृप बनला होता. त्याच्या राज्यारोहणाच्या निमित्ताने सामर्थ्यशाली असुर राजे मुजरिसमध्ये एकत्र आले होते. त्यांचे गुरू परशुराम ह्यांची प्रदीर्घ मूर्च्छितावस्था पूर्णपणे संपुष्ट झाली नव्हती. परंतु वैद्यांनी घोषणा कली होती की, गुरू जागृत होत आहेत आणि त्यांच्यात जीवितावस्थेची लक्षणे दिसू लागली आहेत. त्यासरशी संयुक्त राज्यातील राजे त्यांच्या शय्येसमीप धावत आले होते.

गुरु परशुरामांनी कष्टपूर्वक नेत्र उघडले, तसा सर्व राजांनी एकत्रितरीत्या सुटकेचा नि:श्वास सोडला. उथयन पुढे सरसावला, तसे त्या वृद्धाचे भावरहित नेत्र त्याच्या मुखावर एकवटले. परशुराम काही सांगण्याचा प्रयत्न करीत होते. नूतन अभिषिक्त राजा आनंदाने गुरूंनिकट सरसावला. 'मी सुदैवी आहे.' त्याच्या मनात विचार आला. 'ह्या सर्व राजांमध्ये प्रथम संभाषणासाठी गुरूंनी माझी निवड केली.' गुरूंचे भाषण ऐकण्यासाठी उथयनने पराकाष्ठा केली. परंतु त्यांच्या अस्पष्ट शब्दांचा अर्थ लागताच त्याच्या मुखावर मध्यरात्रीचा अंधकार पसरला.

"कर्ण... कुठे आहे माझा कर्ण? मला कर्णास भेटावयाचे आहे." गुरू वारंवार पुटपुटू लागले.

राजांचा समुदाय अस्वस्थ झाला. दक्षिणेकडील महानतम राजे ह्यांच्या शय्येनिकट उभे असताना गुरू प्रथम त्या सूताविषयी पृच्छा करतात– अशा वंचकाविषयी ज्याने ह्यांचा अवमान करून पलायन केले! ह्याचा अर्थ आम्ही सर्व त्याचेहून हीन आहोत का? गुरूंवर उपचार करणाऱ्या ह्या वैद्यास दूषणे देत ते सर्व कक्षाबाहेर पडले. 'त्याच्या औषधामुळेच गुरू भ्रांतचित्त झाले असावेत!'

"कदाचित, कर्णास त्यांच्यासमक्ष आणावे असे गुरूंना म्हणावयाचे असावे. त्या अधम सूतास शासन करणे आवश्यक आहे." वातापीराज म्हणाला.

ही कल्पना सर्वांना भावली. हो, गुरूंची प्रतिशोध घेण्याची इच्छा असावी. आपण त्या नीच कुलोत्पन्न ढोंग्यास पकडून दक्षिणेस आणू आणि त्याचे उदाहरण सर्वांसमक्ष ठेवू. वृद्ध कलिंगराजाने दक्षतेची सूचना दिली, परंतु दक्षिण संयुक्त राज्याच्या शासकांपैकी अनेकजण कोपिष्ट युवक होते आणि तो अप्रिय सल्ला ऐकण्याची कोणासही इच्छा नव्हती.

“तो सूत, त्याचा मित्र दुर्योधन किंवा त्या वृद्ध भीष्माचे भय कोणास वाटते?” उथयनने विचारले. दुराभिमानी राजांच्या ठिसूळ अहंकारास तो स्वल्प आधार पुरेसा होता. सभेत क्रोधपूर्ण कुजबूजीस आरंभ झाला.

“हस्तिनापूर अति दूर आहे. अशा दूरवरील मोहीमेचे आयोजन करण्यासाठी आपली भांडारे संपत्तीने ओतप्रोत आहेत का?” कलिंगराजाने विचारले. दक्षिण संयुक्त राज्यातील सर्वात उत्तरेकडील राज्य असल्याने काही अनिष्ट घडल्यास त्यास आणि त्याच्या प्रजेस प्रथम परिणाम भोगावे लागले असते.

उथयनास त्या राजाच्या दक्षतेच्या सूचनेमागील कारण उमजले. निकट जात तो म्हणाला, “महोदय, ह्यासाठीच कराचे प्रयोजन असते. धर्मरक्षणास्तव अधिक कर देण्यास प्रजा आनंदाने स्वीकृती देईल. आपण गुरूंचे इतके ऋण फेडू शकत नाही का? ज्या मनुष्याने आपणास उचित-अनुचिताचे ज्ञान दिले, त्याच्या सेवेप्रीत्यर्थ हे अल्पसे योगदान आहे. त्या सूताने आम्हा सर्वांचा अवमान केला आणि आपण निष्क्रीय बसून राहिलो. आता गुरूंनी त्याची मागणी केली आहे. त्यामुळे मी भगवान विष्णूंना स्मरून प्रतिज्ञा करतो की, मी त्या सूतास बंदीवान केल्यावाचून स्वस्थ बसणार नाही.”

कलिंगराज अजूनही उत्सुक नव्हता. उथयनने त्यास भेदक दृष्टीने पाहिले. त्या वृद्ध मनुष्याच्या मनी कर्णास दिलेल्या कवचाचा विचार घोळत आहे हे उथयनने जाणले. कर्णाच्या पात्रतेविषयी सूर्यदेवतेची चूक कशी होईल असा विचार तो करीत असावा. आताच निर्णय घेण्याचा समय आहे अन्यथा त्या उर्मट कर्णास शासन करण्याची संधी निसटेल हे उथयनाने जाणले. कित्येक वर्षापूर्वी कर्णाने पेटविलेल्या प्रतिशोधाच्या ज्वाला उथयनाच्या मनात अद्याप प्रदीप्त होत्या.

“भगवान वामनमूर्तीच्या मंदिरातील पवित्र दीप घेऊन या.” उथयनाने आज्ञा दिली. तत्काळ तो आणण्यासाठी सेवक धावले. दीप येताच सभेच्या केंद्रस्थानी ठेवून त्याने तो प्रज्वलित केला.

पुरोहितांच्या पवित्र मंत्रोच्चारणाच्या पार्श्वभूमीवर दक्षिण संयुक्त राज्याचे राजे एकामागून एक पुढे आले, ज्योतीवर तळहात ठेवून, धर्म आणि धर्मकर्तव्यास्तव प्रत्येकाने प्रतिज्ञा केली- कर्णास बंदी करून गुरू परशुरामांच्या चरणी सादर करण्याची! सभागृहात त्वचा करपण्याचा दुर्गंध पसरला. त्यापश्चात अश्वारोही त्वरित बाहेर पडले. त्यांनी संयुक्त राज्यातील विवीध महानगरांच्या दिशेने प्रयाण केले. एकच संदेश वितरीत करण्यास्तव-गुरू परशुरामांनी संयुक्त राज्यातील सर्व राजांना आपले सैन्य राजांच्या समितीस सोपविण्याची आज्ञा केली आहे. ह्या विशिष्ट सैन्याचे ध्येय असेल हस्तिनापुरावर आक्रमण, उत्तरेकडील राजांचा विनाश आणि सूत कर्णास बंदीवान करणे. त्या सूतास पूज्य गुरुचरणी समर्पित केल्यानंतर तेथेच त्याचे भवितव्य ठरेल.

‘कर्णा, आता कुठे पलायन करशील?’ चेरा दुर्गानिकट एकत्र होणाऱ्या योद्ध्यांना पाहून उथयनने स्वत:शीच स्मित केले. चेंडवादनाच्या गडगडाटाने त्याच्या सभोवताली वातावरण व्यापले. त्याच्या पायाखालील भूमी कंप पावू लागली. ‘आजचा दिन

पाहण्यास तात जीवित नाहीत हे इष्ट झाले. अन्यथा त्यांनीही वृद्ध कलिंग राजाप्रमाणे संयम आणि दक्षतेचा सल्ला दिला असता.' उथयनाच्या मनात विचार आला. 'सूताशी द्वंद्व करण्याचा समय येऊन ठेपला आहे आणि आता मला कुणीही थोपवू शकणार नाही.'

* * *

सुभद्रा, द्रौपदी आणि बालकांसह भानुमती आपल्या कक्षात बसली होती. खालील भूमीपृष्ठावर द्यूतक्रीडेत काय घडत आहे हे जाणून घेण्याचा प्रयत्न करीत होती. प्रोत्साहनपर तसेच नैराश्यपूर्ण उद्‌गारांचा पुसट ध्वनी तिच्या कानी पडू लागला. खालील पृष्ठावर उलगडणाऱ्या नाट्याविषयी अनभिज्ञ द्रौपदी आणि सुभद्रा वार्तालाप करीत बसल्या होत्या. त्यांच्या आयुष्यातील पुरुषांविषयी त्या इतक्या सहजतेने चर्चा कशी करू शकतात ह्याचे भानुमतीस नवल वाटले. युधिष्ठिर किती अरसिक आहे, भीम आपली कोणतीही इच्छा कशी पूर्ण करतो आणि नकुल सहदेव किती सुस्वरूप आहेत इत्यादि गोष्टी द्रौपदी सांगत होती. त्यांनी कर्णाविषयीही स्पष्ट मत व्यक्त केले की, तो क्षत्रिय असता तर त्यांना तो खचित प्रिय असता. चातुर्याने त्यांनी अर्जुनाविषयी- त्यांच्या सामायिक पतीविषयी- चर्चा करणे टाळले. एकाच पुरुषास विभागून घेणाऱ्या त्या दोन स्त्रियांमधील सौहार्दाचे भानुमतीस नवल वाटले. इतक्या वर्षांनंतरही, तिचा पती एकनिष्ठ आहे हे जाणूनही, सुयोधन सुभद्रेस पाही त्यावेळी भानुमतीचे हृदय धडधडत असे.

सभेत इतकी शांतता का पसरली आहे? तो विक्षिप्त ब्राम्हण कृप इतक्या उच्चरवाने का हसत आहे? त्यानंतर भानुमतीस जे ऐकू आले त्याने तिचे हृदय थिजले. तिने धास्तावून द्रौपदीस पाहिले. ती अजूनही उत्साहाने सुभद्रेशी वार्तालापात मग्न होती. आता तो ध्वनी सुस्पष्ट ऐकू आला- काष्ठ सोपानाची करकर! कुणीतरी येत होते. पावले द्वाराबाहेर थबकली. भानुमती सुटकेचा निःश्वास टाकणार इतक्यात द्वारावर हळुवार थाप पडली. भयाने थरथरत तिने वर पाहिले. काहीतरी भयंकर घडणार आहे अशी तिच्या अंर्तमनाने तिला सूचना दिली. द्वारावरील खटखट तीव्र आणि धृट झाली, तेव्हा अश्रू आवरण्यासाठी तिने नेत्र मिटून घेतले. थापांचे आता धडकांत रूपांतर झाले. भानुमतीच्या नेत्रातून अश्रू ओघळले, तेव्हाच बाहेर अश्वही खिंकाळू लागला.

* * *

द्यूतात सर्वकाही पणास लावून पत्नीसह सर्वकाही गमावणाऱ्या मूर्खास शकुनीने पाहिले. स्वतःनिकट बसलेल्या युवराजासही त्याने पाहिले. त्याचे मुख विवर्ण आणि विरक्त होते. त्याने सूतास पाहिले. तो आतापर्यंत झालेल्या स्वतःच्या अपमानाची दुपटीने परतफेड करण्यास उत्सुक होता. त्याने महाधिपतीस पाहिले. त्यांचे पाषाणवत् मुख त्यांना हस्तक्षेप करण्याची इच्छा नाही असे दर्शवीत होते. त्याने आपल्या मूक भगिनीपतीस पाहिले. भारतवर्षावर शासन करण्याच्या अविर्भावात तो हस्तिनापुराच्या सिंहासनावर बसून होता. त्या परकीयाने द्वारावर दृष्टिक्षेप टाकला. कोणत्याही क्षणी सुशासन आक्रंदन करणाऱ्या

द्रौपदीचे केस धरून ओढत येईल अशी त्यास अपेक्षा होती. आपल्या सामायिक पत्नीचे सार्वजनिक स्थळी वस्त्रहरण होण्याची प्रतीक्षा करीत मूर्तीवत् बसलेल्या पाच नपुंसक पतींना पाहून मोठमोठ्याने हसण्याची त्याची इच्छा होती. त्याने वादविवाद करणाऱ्या पुरोहितांना पाहिले. घडणाऱ्या गोष्टींच्या योग्यायोग्यतेविषयी ते नित्य केवळ वादविवाद करतात.

तात, माझे कार्य संपन्न झाले. शकुनीने आत्मसंतुष्ट स्मित केले. अति पूर्वी मृत झालेल्या गांधार राजाच्या अस्थिंपासून घडविलेले फासे आता घरंगळतच राहणार होते. आगामी प्रलय द्रुतगतीने समीप येताना त्यास स्पष्टपणे जाणवू लागला; त्यास रक्ताचा गंध येऊ लागला, मृत्यू आणि विनाश दिसू लागला. महायुद्ध नजीक येऊन ठेपले आहे! त्यात सर्वांचा संहार होईल. शकुनीने आनंदाने तळहातांचे मर्दन केले.

सभेत मृत्युवत् शांतता पसरली. प्रासादाबाहेर कुठेतरी भुंकणाऱ्या कुत्र्याच्या त्रासदायक ध्वनीव्यतिरिक्त आणि राष्ट्राच्या दुर्दैवाविषयी शोकगीत गाणाऱ्या गलिच्छ भिक्षुकाच्या पुसट स्वरांव्यतिरिक्त अन्य कोणताही ध्वनी नव्हता. गांधार राजपुत्रास सर्वकाही परिपूर्ण भासू लागले. आता ह्या भूभागाचा सर्वनाश झाला आहे. युद्धात प्राण गमावलेल्या आपल्या परिजनांचे प्रोत्साहक स्वर शकुनीच्या सभोवताली प्रतिध्वनीत होऊ लागले. त्यांच्या सूरात सूर मिसळण्याची त्याची इच्छा होती. परंतु हा समय विजय प्रदर्शित करण्याचा नाही, अद्यापि काही कार्य उर्वरित आहे. तो अटळ भविष्याच्या प्रतीक्षेत बसून राहिला.

मी फासे फेकले आहेत. फासे घरंगळत आहेत.

* * *

या पुढील भाग पुढील पुस्तकात
अजय- भाग २, कलीचा उदय

संक्षिप्त टीपा

प्राचीन भारतातील बहुपतीत्वाची प्रथा

बहुपतीत्वाचे उदाहरण सर्वप्रथम ऋग्वेदात आढळते. सुर्या किंवा उषा हिचे मन जिंकून प्रात:काळ आणि सायंकाळ ह्यांच्या देवता अश्विनीकुमारांनी तिच्याशी विवाह केला. वेदकर्ता कवी वर्णन करतो की तीनआसनी रथातून आपली वधु सुर्या (सूर्यदेव नव्हे) हिच्यासह हे देव आकाशातून भ्रमण करतात. सुर्याला आणखी एक पति आहे. तो आहे सोम किंवा चंद्र. ऋग्वेदात रोधसि म्हणजे वीज हिचाही उल्लेख येतो. ती मरुत देवांची - मेघ आणि वादळ- ह्यांची सामायिक पत्नी आहे. वसिष्ठ ऋषिंचे आणखी एक उदाहरण आहे. ते उर्वशीच्या पोटी जन्मलेले मित्र आणि वरुण ह्यांचे पुत्र आहेत. हे उल्लेख कवीकल्पना म्हणून सोडून टाकता येतील. परंतु सर्व लेखक एकच कल्पना वापरतात आणि ती त्याकाळच्या समाजास मान्य होते आणि समजते हे सत्य उरतेच! ह्या उदाहरणावरून असे समजते की बहुपतीत्व ही प्रचलित पद्धत नसली तरी पुराणपूर्वकाळात कधी टाळलेलीही नव्हती. आपल्या आधुनिक दृष्टिनेदेखील तो काळ उदारमतवादी आणि सर्वसमावेशक भासतो.

महाभारत युगात बहुपतीत्व ही रुढी नसली तरी अपवाद म्हणून मान्य होते. पाच पांडवांशी द्रौपदीच्या विवाहाचे स्पष्टीकरण आणि समर्थन त्या काळातील बदलती सामाजिक मूल्ये दर्शवितात. तो युक्तिवाद काहीसा ओढूनताणून केल्यासारखा वाटतो. वेद साहित्यातील ठामपणा त्यात दिसत नाही. महाभारतानुसार पाचही पांडवांनी वैदिक विधीनुसार (अग्नीस साक्ष ठेवून आणि सप्तपदी करून) विवाह केला आणि म्हणूनच काही टीकाकारांच्या सांगण्याप्रमाणे ते केवळ सहजीवन नव्हते. पाच व्यक्तींशी विवाह करणाऱ्या स्त्रीच्या मालकी हक्काबद्दलचा युक्तिवाद त्या पुराणात नेहमी चाललेला आढळतो. त्यात असाही उल्लेख आहे की परंपरेनुसार एक स्त्री एकावेळी चौघांशी विवाह करू शकते. परंतु ह्याहून अधिक व्यक्तींशी विवाह केल्यास ती वारांगना ठरते. द्रौपदीच्या संदर्भात हे विधान अधिकच अपमानास्पद भासते.

ह्या गोष्टीची जाणीव कुंतीलाही आहे. परंतु द्रौपदीला हा नियम लावायचा तर पाच पांडवांपैकी कुणाला वगळायचे हा मोठा प्रश्न तिच्यापुढे आहे. ह्यातून युधिष्ठिर मार्ग काढतो. तो मरिसचे उदाहरण देऊन अशा बहुपतीत्वाचे समर्थन करतो. मरिस ह्या वृक्षदेवतेने दहा ऋषिंशी; तर वृकासीने दहा प्रक्तेस बंधुंशी विवाह केला होता. परंतु पुढील काळात महाभारतात कर्ण युक्तिवाद करतो की चार व्यक्तींपेक्षा अधिक व्यक्तींशी विवाह करणारी स्त्री वारांगना आहे. त्यामुळे सार्वजनिक स्थानी द्रौपदीच्या वस्त्रहरणाला वेगळेच

परिमाण प्राप्त होते. येथे कर्ण वेदकाळाऐवजी सद्यकाळातील नियमांकडे निर्देश करीत असावा. वेदशास्त्रानुसार विधी केले तरच विवाहास मान्सता होती. अर्जुनाने द्रौपदीला स्वयंवरात जिंकले होते तरीही समाजमान्यता मिळविण्यासाठी पाचही बंधुंनी वयानुक्रमे वेदशास्त्रानुसार विधीवत तिच्याशी विवाह केला. तिच्या सहवासविषयक नियमही कुंतीने घालून दिले. प्रत्येकास एकेक वर्ष द्रौपदीचा सहवास मिळणार होता. गर्भवती असताना ही वाटणी कशी होती ह्या विषयी स्पष्ट माहिती उपलब्ध नाही. परंतु मुलाच्या जन्मापर्यंत आणि पुढील मातृकर्तव्ये समाप्त होईपर्यंत द्रौपदी त्या गर्भाच्या पित्यासोबत राहिली आणि नंतर पुन्हा वाटणीचा क्रम सुरु राहिला असे मानता येईल. शिवाय एका पतिच्या काळात मासिक चक्र पूर्ण झाल्यावर दुसऱ्या पतिचा काळ सुरु होत असावा. गर्भाचा पिता कोण हे ठरविण्यात अडचण येऊ नये म्हणून हा नियम असावा. आपल्या पाच पुत्रांच्या एकाच स्त्रीशी विवाहाचे समर्थन करण्यासाठी कुंती 'नियोग' संकल्पनेचा आधार घेते. ही संकल्पना विवीध साहित्यात भिन्न प्रकारे विशद केली आहे. ही अतिशय लवचिक कल्पना आहे. ह्या पुराणाच्या पूर्वकाळी कनिष्ठ बंधुंना भावजयीवर (ज्येष्ठ बंधूच्या पत्नीवर) अधिकार असे. परंतु ह्याविरुद्ध प्रकार मान्य नव्हता. कालांतराने समाजनियम बदलले तशी केवळ काही अपवादात्मक प्रसंगीच नियोगाला मान्यता मिळू लागली. मूळ कल्पनेनुसार एखाद्या स्त्रीचा पति मुले जन्माला घालू शकत नसल्यास किंवा मूल जन्माला न घालताच मरण पावल्यास ती स्त्री मूल जन्माला घालण्यासाठी एखाद्या पुरुषाची नियुक्ती करू शकत असे- ही संकल्पना वीर्यदान ह्या आधुनिक संकल्पनेशी साधर्म्य दाखवते. कनिष्ठ बंधुची पत्नी पुत्र जन्माला घालण्यापूर्वी विधवा झाली, तर त्याही परिस्थितीत नियोगास समाजमान्यता होती. अंबिका आणि अंबालिकेच्या संदर्भात भीष्माने हा नियम सांगितला होता. म्हणूनच वेदव्यास हे धृतराष्ट्र, पंडु आणि विदुराचे जन्मदाते ठरले. एका अर्थाने हेदेखील बहुपतीत्व दर्शवते. नियोगाचा असाही अर्थ घेतला जाऊ शकतो की पतिची मान्यता असल्यास पत्नी इतर तीन कोणत्याही वर्णातील पुरुषापासून पुत्रप्राप्ती करून घेऊ शकते किंवा काही मतप्रवाहानुसार केवळ सपिंड (एकाच पिंडापासून जन्मलेले किंवा भाऊ) व्यक्तींकडून पुत्रप्राप्ती करून घेऊ शकते. कुंती आणि माद्रीच्या विवीध देवांशी बहुपतीत्व संबंधांना त्यांच्या पतीची- पंडुची- संमती होती. परंतु पुत्रप्राप्तीसाठी कुंतीने वापरलेल्या नियोगात रुढीपेक्षा राजकारणाचा भाग अधिक असावा. ती आपल्या अनौरस पुत्राची ओळख अंत:काळ समीप येईपर्यंत सांगत नाही; किंवा रुढींनुसार पुत्रप्राप्तीसाठी दीरांची मदत मागत नाही. मनुस्मृतीनुसार वारसासाठी पुत्रसंतान नसेल किंवा वंशसातत्य उरणार नसेल, तरच नियोगाला मान्यता होती. सत्ताधारी कुरुवंशात ही परिस्थिती नव्हती. पंडु नंपुसक असला तरी धृतराष्ट्र मुले जन्माला घालण्यास सक्षम होता आणि त्याप्रमाणे त्याला मुले झालीही! परंतु स्वत:च्या मुलांना सिंहासन मिळावे आणि गांधारीच्या मुलांना ते मिळू नये अशी कुंतीची इच्छा होती. म्हणून कुंतीच्या नियोगात दीर किंवा इतर मर्त्य व्यक्तीऐवजी देवांचा सहभाग होता. अशा रीतीने पांडवांमध्ये दैवी अंश आहे किंवा ते देवांचे पुत्र आहेत असे मानले जाऊ लागले. हेच महाभारतातील संघर्षाचे उगमस्थान आहे.

नियोगाने जन्मलेले पुत्र पतिचे पुत्र समजले जातात. ह्यामुळे युधिष्ठिराच्या सिंहासनावरील दाव्याचे समर्थन होते. एखाद्याने शेजाऱ्याच्या भूमीत बी पेरले, तर बी उगवून आल्यानंतर रोपे शेजाऱ्याच्या मालकीची होतात; ज्याने बी पेरले त्याच्या मालकीची होत नाहीत. परंतु पांडवांच्या संदर्भात ही संकल्पना आणखी पुढे नेण्यात आली आहे. विवीध देवांनी बीजारोपण करण्याचे आधुनिक काळात विश्लेषण कसे होऊ शकेल?

पंडु आणि त्याच्या दोन पत्नींनी नियोगासाठी अरण्यात प्रयाण करण्याचा निर्णय घेतला. ही गुप्तपणे केलेली कृती मागील पिढीतील ह्यासारख्याच प्रसंगाच्या नेमकी विरोधी आहे. तेव्हा सत्यवतीने आपल्या विधवा सुनांच्या नियोगासाठी जोडीदार म्हणून आपला लग्नापूर्वी जन्मलेला तपस्वी पुत्र वेदव्यास ह्यांना पाचारण केले होते. त्यावेळी व्यास प्रासादात येऊन राहिले होते आणि मातेच्या आदेशानुसार त्यांनी कार्य केले. समाजाने दोन्ही मान्य केले- विधवा राणीचा अनौरस पुत्र (व्यास) आणि त्याने केलेला नियोग. स्वतः पंडु ह्याच कृतीने जन्मला होता. कदाचित पंडु आणि कुंतीला वाटले असावे की नेहमीच्या नियोगाने जन्मलेल्या मुलाला समाज मान्यता देणार नाही. त्यामुळे धृतराष्ट्र आणि गांधारीच्या मुलांना वारसा हक्काने हस्तिनापुराचे सिंहासन मिळेल. बहुतेक, कुंती आणि माद्री ह्यांचा नियोग अरण्यवासीयांशी किंवा भ्रमणकर्त्या तपस्व्यांशी झाला असावा. युधिष्ठिराचे मूळ ब्राह्मण कुळात असावे. त्याकाळी हिंदु मृत्युसंस्कार करणारे ब्राह्मण असत आणि आजही आहेत. त्या संस्कारांवेळी पिंडविधीत सहभाग घेणाऱ्या तीन ब्राह्मणांपैकी एकाला यम किंवा मृत्युदेवता म्हटले जाते. रुढींनुसार ते तीन ब्राह्मण शास्त्रसंपन्न असावेत आणि त्यांच्या विद्वत्तेमुळे सर्वांना आदरणीय असावेत. युधिष्ठिराचा जन्मदाता कदाचित असा विद्वान असावा. भीमात कुणा अरण्यवासीयाचा अंश असावा. कुंतीने केवळ भीमाला एका राक्षसीशी, हिंडुंबेशी विवाह करण्याची अनुमती दिली. ह्यावरूनही ह्या शक्यतेस पुष्टी मिळते. भीमाची वृत्ती हिंसक आहे आणि एखाद-दुसऱ्या प्रसंगी त्याने आपल्या शत्रूचे रक्तप्राशन केले आहे. अर्जुन अर्थातच देवांचा राजा इंद्राचा पुत्र आहे. महाभारतानुसार इंद्र खांडवप्रस्थात राहतो आणि तो तक्षकाचा मित्र आहे. सत्य काहीही असो, देव स्वर्गातून पृथ्वीवर येतात आणि मर्त्य मानवाला पुत्र देतात ह्यावर त्या काळी लोकांचा विश्वास बसत असे. त्याकाळी पांडव हे देवांचे पुत्र आहेत असे सांगणे म्हणजे कुंती आणि तिच्या सल्लागारांतर्फे राजकीयदृष्टा एक सर्वोत्कृष्ट खेळी होती.

महाभारतातील आणखी एक विलक्षण माहिती अशी आहे की विदुराच्या दोन पुत्रांनी एकाच स्त्रीशी विवाह केला. परंतु विदुर स्वतः बहुपतीत्वाविरोधी होते. महाभारत वाचताना त्याकाळच्या समाजातील मुक्त व्यवहारांचे नवल वाटते. समाजाला स्वीकृत किंवा अस्वीकृत अशा गोष्टींत काळानुसार कसा बदल होतो हेही महाभारतात परिणामकारकरीत्या दर्शवले आहे, त्याचेही कौतुक वाटते.

धृतराष्ट्र-गांधारीचे शंभर पुत्र आणि एक कन्या :

पंडुने कुंती आणि माद्रीसह अरण्यात प्रयाण केले. कुंतीच्या पोटी दैवी अंश असलेला गर्भ वाढत आहे ही वार्ता ऐकताच गांधारी अस्वस्थ आणि अधीर झाली. तिला

शंभर पुत्रांची माता बनण्याची इच्छा होती. व्यासांनी तिला तसा वर दिला होता. परंतु गर्भधारणा होऊन दोन वर्षे झाली तरी तिची प्रसुति झाली नव्हती. कुंतीच्या गर्भधारणेची वार्ता ऐकताच तिने त्रासून स्वतःच्या पोटावर आघात केला आणि तिची प्रसुति होऊन मांसाचा एक गोळा बाहेर पडला. व्यासांनी त्याचे १०१ भाग केले आणि त्यांना मातीच्या मडक्यात बंदिस्त केले. त्यातील गर्भ वाढून त्यांचे शंभर पुत्र आणि एका कन्येत रुपांतर झाले. गांधारीने युधिष्ठिराच्या जन्माच्या नऊ महिने पूर्वी मांसाच्या गोळाला जन्म दिला. परंतु युधिष्ठिराच्या जन्माच्या एक दिवसानंतर ते १०१ जण जन्मले. अशा रीतीने जो मांसाचा गोळा युधिष्ठिरापूर्वी जन्मला, त्याचा सुयोधन हा एक भाग होता, परंतु सुयोधनाचा प्रत्यक्ष जन्म युधिष्ठिरानंतर एक दिवसाने झाला. कोणता राजपुत्र वयाने मोठा? हा प्रश्न कायम गोंधळात पाडत असे. महाभारत युद्धाचे हेच मूळ कारण आहे.

मुळात माझा स्वभाव विद्रोही असल्याने 'एका दांपत्यास १०१ मुले कशी झाली?' ह्या विचित्र घटनेचे तर्कशुद्ध उत्तर शोधण्याचा मी प्रयत्न केला. आधुनिक मन ह्याचा काय अर्थ लावेल? मनुष्य स्त्रीच्या पोटात गर्भ दोन वर्षे राहू शकत नाही. कुटुंबातील प्रथम पुत्राला जन्म द्यावा ही जशी कुंतीची इच्छा होती, तशीच ती धृतराष्ट्र-गांधारीचीही असावी. कदाचित गांधारीचा गर्भपात झाला असावा. गांधारीचा पुत्र युधिष्ठिराहून वयाने लहान होता हे सत्य लपविण्यासाठी दोन वर्षे गर्भधारणा आणि मांसाच्या गोळाचे १०१ भाग करणे ही कथा रचलेली असावी. किंवा गांधारीचा गर्भपात झाला असावा आणि व्यासांनी तिला एखादे औषध दिले असावे ज्यामुळे पुढील वर्षी तिला अनेक मुले झाली असावीत. उर्वरित मुले ही रखेल्यांची मुले असावीत. असे होणे शक्य वाटते. आणखी काही अद्भुत सिद्धांत म्हणजे आपल्या पूर्वजांना 'टेस्ट-टुब बेबी' आणि 'क्लोनिंग'चे तंत्र माहीत होते असे सांगतात. परंतु सर्वाधिक पटणारे स्पष्टीकरण असे की सर्व कौरव धृतराष्ट्राची मुले असली तरी गांधारीची नव्हती. म्हणूनच त्यांना महाभारतात 'धार्तराष्ट्र' म्हटले जाते. पांडव हे कुरुवंशीय आहेत हे सुयोधनाला अमान्य होते. म्हणून त्यांचा सिंहासनावरील दावा अमान्य करताना तो त्यांना कौंतेय- कुंतीपुत्र असा उल्लेख करतो, पंडुपुत्र असा नाही. परंतु सुयोधनास धार्तराष्ट्र- धृतराष्ट्रपुत्र म्हटले जाते. सुयोधन आणि सुशासनाव्यतिरिक्त इतर कोणत्याही कौरवाला गांधारीपुत्र म्हटले जात नाही, केवळ कौरव किंवा धार्तराष्ट्र म्हटले जाते, ही आणखी एक समर्पक गोष्ट आहे. इतर कौरव हे धृतराष्ट्राच्या रखेल्यांच्या पोटी जन्मले असावेत. कदाचित व्यासांची भूमिका त्या मातीच्या मडक्यांना किंवा धृतराष्ट्राचे बीज धारण करणाऱ्या इतर त्या इतर स्त्रियांच्या गर्भाशयांना मान्यता मिळवून देण्याची असेल. अर्थातच प्रथम पुत्राला जन्म देण्याच्या स्पर्धेत पंडु किंवा धृतराष्ट्र कोणताही धोका पत्करण्यास तयार नव्हते असे दिसते!

मी जेव्हा हा प्रश्न माझे दिवंगत वडील एल्. नीलकंठन ह्यांचे समोर उपस्थित केला, तेव्हा त्यांनी एक साधे परंतु सुंदर स्पष्टीकरण दिले. महाभारतास केवळ एक कथा म्हणून पाहू नये, कारण त्यात सांकेतिक अर्थ दडलेले आहेत असा त्यांनी मला सल्ला दिला. शंभर कौरव म्हणजे मनातील वासना आणि दोष आहेत. शंभर हा अंक केवळ 'असंख्यत्व'

दर्शविण्यासाठी वापरलेला आहे, तो शब्दशः घेऊ नये. धृतराष्ट्र 'अहंकार' दर्शवितो- जो अंध असतो आणि असंख्य वासना निर्माण करतो, त्यातील काही चांगल्या असतात तर काही वाईट असतात. कौरवांच्या नावात सकारात्मक उपसर्ग 'सु' आणि नकारात्मक उपसर्ग 'दु' हे दोन्ही आहेत. गांधारी 'मन' आणि 'मातेचे अंध प्रेम' दर्शविते. अशा रीतीने वासना म्हणजे मन आणि अहंकार ह्या अंध जन्मदात्याचे पुत्र आहेत! दुसऱ्या पातळीवर पांडव हे पंचेंद्रिये दर्शवितात. त्या सर्वांनी जिच्याशी विवाह केला त्या द्रौपदीला कृष्णा (काळा रंगाची) ह्या नावानेही ओळखत. काळा रंग क्रोध दर्शवितो. पंचेंद्रियांचे क्रोधाशी मीलन झाल्यावर वासनेशी लढताना महाभयंकर परिणाम मिळतात. उदाहरणार्थ, पांडव द्यूत खेळण्यासाठी कौरवसभेत गेले तेव्हाप्रमाणे. कृतीऐवजी, दैवावर विश्वास ठेवून ते वासनांशी द्यूत खेळले आणि सर्वकाही गमावून बसले. वासना आणि दैव मिळून क्रोधाला नामोहरम करतात आणि त्याचे वस्त्रहरण करतात. पांडव पाच गुणही दर्शवितातः युधिष्ठिर काळाचा पुत्र म्हणून चातुर्य दर्शवतो, भीम वायु (प्राण)चा पुत्र म्हणून सामर्थ्य दर्शवतो, अर्जुन इंद्राचा पुत्र म्हणून इच्छाशक्ति दर्शवतो, नकुल-सहदेव हे अश्विनीचे- प्रातःकाल/आरंभदेवतेचे पुत्र म्हणून सौंदर्य आणि ज्ञान दर्शवतात. श्रीकृष्ण ह्या पांडवांना आणि वासनांना कुरुक्षेत्रावर एकत्र आणतो. तो वैश्विक आत्मा (परमात्मा) आहे. येथे काळा रंग विशालता/सखोलता दर्शवितो. ह्याच्या अभावी गुणांचा पराभव होणे ठरलेलेच! कुरुक्षेत्र आत्मा दर्शवितो. वैश्विक सद्सद्च्या सहाय्यानेच गुण वासनांवर विजय मिळवू शकतात.

महाभारतात अभिप्रेत अर्थाचे माझ्या वडीलांनी अशा पद्धतीने विवरण केले होते. परंतु त्यांच्या विद्रोही पुत्राचा ह्या महापुराणाप्रती दृष्टिकोन आहे- 'अजेय'.

ऋणनिर्देश

मी आभार मानतो माझ्या वाचकांचे- ASURA Tale Of The Vanquished ह्या माझ्या पदापर्णातील कादंबरीला मिळालेला त्यांचा पाठिंबा, प्रोत्साहन आणि समीक्षा ह्यांच्याअभावी मी आपल्या पुराणातील अन्य एक महान खलनायकाविषयी एका वर्षाच्या आत लिहिण्याचे परिश्रम घेतले नसते. ज्या ज्या वाचकाने त्याचा अभिप्राय मला कळविण्याची कृपा केली, त्या सर्वांचे मी आभार मानतो.

स्वरुप नंदांचे- ASURA आणि AJAYA ह्या दोन्हींच्या प्रवासात मित्र आणि मार्गदर्शक बनल्याबद्दल.

माझी संपादिका चंद्रलेखा मैत्रांचे- माझे लिखाण अधिक चांगले होण्यासाठी मार्गदर्शन केल्याबद्दल, परंतु त्याचवेळी मला पुरेसे निर्मितीस्वातंष्य दिल्याबद्दल आणि त्यानंतर माझ्या हस्तलिखीतातील चुकांप्रती सहनशीलता दाखवल्याबद्दल.

लीडस्टार्ट पब्लिशिंग ह्या माझ्या प्रकाशकांचे- माझ्यावर विश्वास ठेवून माझे दुसरे पुस्तक ।रंलं प्रकाशित केल्याबद्दल. शिवाय इतर सदस्यांचेही- प्रीती, इफितकार राजेश रामू सलीम आणि अन्य अनेक ज्यांनी पहिले पुस्तक यशस्वी होण्यासाठी मन:पूर्वक काम केले आणि तोच उत्साह माझ्या दुसऱ्या पुस्तकाच्या बाबतीतही दाखवला.

माझे वडील कै. एल्. नीलकंठन आणि आई चैलामल ह्यांचे- ज्यांनी मला पुराणकथांच्या जगाची ओळख करून दिली.

माझ्या अर्पणाचे- माझ्या मोहिमांमध्ये मला भरभरून पाठिंबा देण्याबद्दल आणि माझ्यावरील प्रेमाबद्दल; ज्यास मी पात्र आहे का असा मला अनेकदा प्रश्न पडतो.

माझी मुलगी अनन्या आणि मुलगा अभिनव ह्यांचे; रोज रात्री वेगवेगळा कथांची मागणी करून माझ्यातील कथाकार जीवीत ठेवल्याबद्दल आणि कोणताही लेखक घाबरेल असे टीकाकार होण्याबद्दल.

माझी बहीण चंद्रिका व मेहुणे परमेश्वरन ह्यांचे, माझे भाऊ लोकनाथन व राजेंद्रन आणि भावजया मीना व राधिका ह्यांचे. माझा पुतणा दिलीप आणि पुतण्या राखी व दीपा ह्यांचे. शिवाय माझ्या कुटुंबातील इतर सदस्यांचे- त्यांच्यासोबत व्यतीत केलेल्या सुखद काळाबद्दल.

माझा पाळीव कुत्रा, काळा जॅकीचे- ज्याच्यामुळे मला लॅपटॉपला चिकटून राहणे भाग पडते; कारण किंचित आळसाची चिन्हे दिसली की तो भुंकू लागतो आणि मी की-बोर्डवरील बोटे काढताक्षणी शिक्षा म्हणून त्याला फिरायला घेऊन जाण्याची मागणी करतो.

संतोष प्रभु, सुजित कृष्णन, राजेश रंजन ह्यांचे- अनेक वर्षांपूर्वी, भारतीय तत्वज्ञान आणि महाभारत याविषयी चर्चा करीत सायंकाळी घालवल्याबद्दल, ज्यामुळे ह्या कादंबरीचे बीज माझ्या मनात रुजले. राजीव प्रकाश व शेवलिन सेबस्टिन ह्यांचे- त्यांच्या कित्येक मेल्सबद्दल, ज्यांनी माझ्यातील निर्मितीचे स्फुल्लिंग चेतत ठेवले. प्रेमजीतचे- त्याच्या विलक्षण कल्पनांसाठी. जी.एम.पी. नायकचे- त्याच्या अंतर्यामित्वासाठी, एस.आर. प्रशांतकुमार (एस.आर.पी.) चे- त्याने दिलेल्या भक्कम आधारासाठी.

माझा देश आणि माझ्या देशबांधवांचे- विवीध मतप्रवाहांप्रती सहिष्णुत्व दाखवण्यासाठी आणि आपल्या समृद्ध इतिहास व पुराणकथा ह्यांच्यासाठी.

माझे जन्मगाव त्रिपुनिथुरातील समृद्ध परंपरांचे आणि कोचीनच्या इतिहासाचे.

सर्व भारतीय लेखकांचे आद्यदैवत, ह्या पृथ्वीतलावरील जन्मलेला महान लेखक वेदव्यास ह्यांचे.

आपल्या सर्व भारतीय भाषातील लेखक महारथींनो- शतकावधी वर्षांपासून आपण जे इतक्या कौशल्याने आधीच लिहिले आहे त्यात पुन्हा ढवळाढवळ करण्याच्या आगळीकीबद्दल मनापासून क्षमा मागतो.

मी आपणा सर्वांचा आणि येथे अनवधानाने उल्लेख करण्यास राहून गेलेल्या इतरांचा शतशः ऋणी आहे.

आनंद नीलकंठन यांची अल्पावधीतच
लोकप्रिय ठरलेली अद्वितीय साहित्यकृती
राम समजून घेतला आजवर
आता वाचा रावणाची आणि त्याच्या
परिवाराची कहाणी

www.ingramcontent.com/pod-product-compliance
Lightning Source LLC
LaVergne TN
LVHW090049230825
819400LV00032B/638